गुंगवून ठेवणारा थरार

शत्रूच्या देशात जाऊन अवघड काम पार पाडण्याची जबाबदारी शिरावर घेतलेला हेर. त्याच्यावर ओढवलेले प्रसंग, क्षणोक्षणी मृत्यू समोर दिसत असतानाही फुललेलं एक अस्फुट प्रेम. अशा आगळ्यावेगळ्या पार्श्वभूमीवरची ही हेरकथा वाचकांना गुंतवून ठेवण्यास सक्षम आहे.

लोकमत मंथन, १८ डिसेंबर २००७

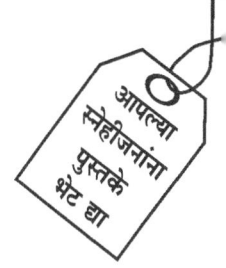

द लास्ट फ्रन्टियर

लेखक
ॲलिस्टर मॅक्लीन

अनुवाद
अशोक पाध्ये

मेहता पब्लिशिंग हाऊस

THE LAST FRONTIER BY ALISTAIR MACLEAN
Originally published by HarperCollins Publishers Ltd.,

© Devoran Trustees 1959

Translated into Marathi Language by Ashok Padhye

द लास्ट फ्रन्टियर : अशोक पाध्ये / अनुवादित कादंबरी

TBC

अनुवाद : अशोक पाध्ये

मराठी अनुवादाचे व प्रकाशनाचे हक्क मेहता पब्लिशिंग हाऊस, पुणे ३०.

प्रकाशक : सुनील अनिल मेहता, मेहता पब्लिशिंग हाऊस,
१९४१, सदाशिव पेठ, माडीवाले कॉलनी, पुणे – ४११०३०.

अक्षरजुळणी : इफेक्ट्स, २१/६ब, आयडिअल कॉलनी, कोथरूड, पुणे ३८.

मुखपृष्ठ : चंद्रमोहन कुलकर्णी

प्रकाशनकाल : जून, २००७ / पुनर्मुद्रण : एप्रिल, २०१८

P Book ISBN 9788177668421

अनुवादकाचे निवेदन

ॲलिस्टर मॅक्लीनचे या आधीचे प्रसिद्ध झालेले अनुवाद वाचकांनी झेलले, मनापासून वाचले आणि कौतुकाची पत्रे पाठवली; परंतु अनेकजणांच्या प्रतिक्रियांचे मी बारकाईने विश्लेषण केले असता मला वाचकांच्या काही अडचणी जाणवल्या. त्यांपैकी एक प्रतिक्रिया अशी होती, की 'निम्मे पुस्तक वाचून होत आले, तरी हे काय चालले आहे, कशासाठी चालले आहे, पुढे काय होणार वगैरे प्रश्न मनात निर्माण होऊन अस्वस्थ वाटायला लागते.' याखेरीज 'शेवट काय झाला?' हा प्रश्न बहुतेक मराठी वाचकांच्या डोक्यात कोणतेही पुस्तक वाचताना होत असतो, असेही मला समजून चुकले. याला कारण आपल्या मराठी कादंबऱ्या आणि इंग्रजी कादंबऱ्या यातील फरक. रचना, विषय मांडण्याची हातोटी, भावनांचा खेळ हे इंग्रजी कादंबऱ्यांत फार वेगळ्या पद्धतीने दाखवले जात असते.

एखाद्या नवीन क्षेत्रातील कादंबरी असेल, तर त्यातील तपशिलामुळे घरबसल्या त्या क्षेत्रात शिरल्याचा वाचकाला आनंद लुटता येतो. ॲलिस्टर मॅक्लीनच्या कादंबऱ्यांत समुद्र, समुद्रावरील बोटी व बोटीवरील जीवन यांचे वर्णन करून सांगितलेले असते. आपल्याला त्या जीवनाची व बोटीवरील वातावरणाची काहीही माहिती व अनुभव नसल्याने या अशा अनोख्या जगात शिरल्याचा अननुभूत असा आनंद मिळतो. आयर्विंग वॅलेस, आर्थर हेली असे मातब्बर कादंबरीकार तर सतत नवीन क्षेत्रांच्या शोधात असतात व त्यावर आधारीत आपल्या कादंबरीचे कथानक लिहीत असतात. ॲलिस्टर मॅक्लीनही नेमके तसेच करतो.

यामुळे कादंबरीत तपशील पुरेपूर भरला असला, तरी त्याचे पाल्हाळात रूपांतर होत नाही. जे तुम्हाला आधीच माहिती आहे, तेच जर कोणी तपशीलवार सांगू लागला, तर तो आपल्याला पाल्हाळ वाटू लागतो; पण नवीन क्षेत्रातील तपशील मात्र आपल्याला अनोखा असल्याने तो आपल्याला वेगळा आनंद देऊन जातो.

ॲलिस्टर मॅक्लीनच्या कादंबरीत काहीतरी रहस्य हे गुंफलेले असतेच. त्याची उकलही शेवटी होते; पण तरीही त्याच्या कादंबऱ्या ह्या रहस्यकथा नसतात किंवा

डिटेक्टिव्हकथा नसतात. नायक व खलनायक हे आपापल्या बुद्धिचातुर्याने व कौशल्याने एकमेकांवर कुरघोडी करू पहातात, मात करू पहातात. त्या वेळीच त्यातून थरार निर्माण होतो आणि त्यामुळे वाचक खिळवून ठेवला जातो. या थरार रसाची दखल नवरसात कधी घेतली गेली नाही. तसेच मराठी साहित्यातील तथाकथित समीक्षकही दखल घेत नाहीत. त्यामुळे त्यांची मते त्यांना अज्ञानी वाचकांच्या गळी उतरवता येतात, अगदी सहजगत्या. उत्कृष्ट साहित्याच्याही आपल्याकडे काही ठरीव कल्पना झालेल्या आहेत. भाषेचा फुलोरा खूप असेल, उपमा व उत्प्रेक्षा यांची रेलचेल असेल, अनुप्रास सारखे साधले गेले असतील, तरच ते उत्कृष्ट साहित्य किंवा अलंकारिक भाषा म्हणजे साहित्य, अशी काहीशी गैरसमजूत आपल्याकडे झाली आहे. साधी, सोपी, सरळ व फारशी अलंकारिक नसलेली भाषा वापरूनही रसनिर्मिती करता येते, हेच जणू काही सर्वजण विसरून गेलेले आहेत. म्हणूनच तुकोबांचे अभंग सामान्यांच्या ओठी रुळलेले आहेत.

'जे पुन्हा पुन्हा वाचावेसे वाटते, ते साहित्य' अशी जर चांगल्या साहित्याची व्याख्या केली, तर ती यथायोग्य ठरेल. रहस्यकथा एकदा वाचल्यावर परत वाचाव्याशा वाटत नाहीत; कारण त्यातील रहस्याचा उलगडा झालेला असतो; परंतु ॲलिस्टर मॅक्लीनच्या कादंबऱ्यांतील रहस्य शेवटी उलगडले, तरीही त्या कादंबऱ्या परत वाचताना पहिल्यासारखाच आनंद मिळतो; कारण मॅक्लीनचे लिखाण हे कादंबरीतील प्रत्येक दृश्यात वाचकाला एक साक्षीदार म्हणून ओढून नेते. त्यातला थरार प्रत्येक वेळी नव्याने तेवढाच अनुभवता येतो. एवढेच नव्हे, तर प्रत्येक वेळी त्या कादंबरीच्या कथानकातले, तपशिलातले आधी न समजलेले बारकावे समजतात.

थरार कादंबऱ्यांत मानवी कर्तृत्वाने आणि बुद्धीने नायक व खलनायक यांची जी एकमेकांवरती मात करण्याची चढाओढ चालते, ती महत्त्वाची आहे. नायकाला किंवा खलनायकाला कोंडीत पकडण्यासाठी, कथानकाला गती येण्यासाठी लेखक अनेक प्रसंग मुद्दाम योजतो. त्यामुळे पहिल्या घटनेतील थराराचा प्रभाव आपल्या

मनावरून ओसरण्याच्या आत दुसरी एखादी घटना घडून त्यातला थरार आपल्या अनुभवास येतो. अशी थरारमालिका निर्माण करण्यात व वाचकाला खिळवून ठेवण्यात लेखकाचे कौशल्य असते; परंतु थरारक कादंबऱ्यांचे वैशिष्ट्य लक्षात न घेता कोणी त्याला हिंदी सिनेमातल्यासारख्या ओढूनताणून घडविलेल्या घटना समजून किंवा 'छे! असे कधीच घडणे शक्य नाही' असे म्हणून अशा कादंबऱ्यांचा दर्जा निकृष्ट ठरवत असेल, तर त्याच्या बुद्धीची कीव करावीशी वाटते. मॅक्लिनच्या 'गोल्डन गेट' कादंबरीत अमेरिकन राष्ट्राध्यक्षाला पळवून ओलीस ठेवले जाते. त्यासाठी एक अत्यंत बुद्धिमान माणूस कट रचतो, कट यशस्वी होतो आणि तो भरमसाठ रक्कम आणि झाल्या गुन्ह्याबद्दल अधिकृत माफीचीही मागणी करतो. तो कट एक एफबीआयचा माणूस उधळून लावू पहातो. ते वाचून एकजण म्हणाला, 'हे अमेरिकन राष्ट्राध्यक्षाला पळवणे कालत्रयी अशक्य आहे. यात दाखवलेले सारे अतिरंजित आहे.' हे ऐकल्यावर काय बोलणार? नाहीतरी इतिहासाची पुस्तके व चरित्रे सोडली, तर बहुतेक सारे कल्पित गोष्टींवरती नाही का आधारलेले असत? काव्यात तर कल्पना व अतिरंजितता ठासून भरलेली असते. चंद्र, सूर्य व ग्रहगोल इत्यादींचा उपयोग करून भावनेचा व साहित्यरसाचा परिपोष काव्यात केला जातो. त्याच प्रकारे कल्पित घटनामालिकेद्वारे ह्या थरार रसाची निर्मिती कादंबऱ्यांत केली जाते. 'थरार साहित्य' हा प्रकार मराठीत नसल्याने या प्रकारचे साहित्य मनाला भावण्यात कदाचित अडचण येत असावी; परंतु अशी अपवादात्मक प्रतिक्रिया सोडली, तर सर्वसाधारण मराठी वाचकाला, विशेषत: तरुणवर्गाला ॲलिस्टर मॅक्लिनच्या थरार कादंबऱ्या आवडतात, असे दिसते. त्यामुळेच त्याच्या साहित्याला एक चिरस्थायी मूल्य प्राप्त झाले आहे. जी कादंबरी तुम्ही पुन्हा पुन्हा वाचता आणि प्रत्येक वेळी ती पहिल्यावेळच्या वाचनाइतकाच आनंद देते आणि जी कादंबरी तुम्ही इतरांनाही वाचण्यासाठी आग्रह करता, ती कादंबरी उत्कृष्ट साहित्य असते. या सोप्या व्याख्येत ॲलिस्टर मॅक्लीनच्या एकूणएक कादंबऱ्या बसतात. म्हणून तर

इंग्लंडमधील ग्लासगो विद्यापीठाने त्याला इंग्रजी साहित्यामधील मानाची 'डॉक्टरेट ऑफ लिटरेचर' ही पदवी १९८३ मध्ये बहाल करून त्याचा गौरव केला.

या कादंबरीमध्ये नाविक जीवनाची पार्श्वभूमी नाही. ही एक हेरकथा आहे. शत्रूच्या देशात जाऊन सोपवलेली अवघड कामगिरी त्याला पार पाडायची असते. या कादंबरीचा काळ आहे १९६०च्या आसपासचा. त्या वेळची युरोपातील राजकीय स्थिती विचारात घेऊन वाचले, तर कादंबरीतील राजकीय ताणतणाव समजून येतील. लोकशाहीवादी पाश्चात्त्य राष्ट्रे व एकाधिकारशाही असलेली कम्युनिस्ट राष्ट्रे यांच्यातील सैद्धांतिक व व्यावहारिक फरक हा मॅक्लीनने सुरेख उलगडून दाखवला आहे. कम्युनिझम विरोधकांनाही त्याने अंतर्मुख केले आहे.

या कादंबरीचा अनुवाद या आधीच्या अनुवादाप्रमाणेच वाचकांना भावेल, आवडेल, अशी आशा आहे. वाचकांनी आपली मते मला जरूर कळवावीत.

– अशोक पाध्ये

वाचण्यापूर्वी.....

ही कादंबरी दुसऱ्या महायुद्धानंतरची आहे. हिटलरचा पराभव झाल्यानंतर पूर्व युरोपीय देशातील कम्युनिस्ट पक्षाच्या लोकांकडे स्टॅलिनने सत्ता दिली. हंगेरी, पोलंड, रुमानिया, झेकोस्लोव्हाकिया, युगोस्लाव्हिया आदी कम्युनिस्ट राष्ट्रे निर्माण होऊन ती सोव्हिएत सत्तेची अंकित झाली. त्यांच्यामधील स्वातंत्र्याची ऊर्मी दडपून टाकण्यात आली. परिणामी, हंगेरीत १९५५-५६च्या सुमारास रशियन जोखडाविरुद्ध उठाव करण्यात आला. त्याचे नेतृत्व इम्र नाज याने केले; परंतु रशियाने आपले रणगाडे घुसवून हंगेरीतील उठाव चिरडून टाकला. त्यानंतर जी राज्यसत्ता हंगेरीवरती राज्य करू लागली, ती अधिकच जुलमी होती. त्या वेळच्या काळात घडलेले या कादंबरीचे कथानक आहे.

रशियाभोवतालच्या अनेक बाल्कन राष्ट्रात रशियाविरुद्ध चळवळी चालू होत्या. रशियावर आक्रमण करणाऱ्या हिटलरच्या जर्मन फौजांचे त्यांनी स्वागत केले; पण कालांतराने हिटलरचा पराभव झाला. या चळवळींची वाताहात झाली. पकडलेल्या क्रांतिकारकांचा छळ केला गेला. त्यांना सैबेरियात पाठवले गेले. त्यातूनही जे कोणी थोडेफार वाचले, त्यांनी पूर्व युरोपीय देशात छुपेपणे आसरा घेतला. पुन्हा आपल्या हालचाली सुरू करून गुप्तपणे चालवल्या. त्या गुप्त संघटनांची मदत पाश्चात्त्य देश घेऊ लागले. अशा या १९६०च्या आसपासच्या काळात कादंबरीतील कथानक घडते. जर दुसरे महायुद्ध आणि नंतरच्या पंधरा वर्षांतील युरोपचा इतिहास लक्षात घेतला, तर कादंबरीतील घटनांच्या मागचे संदर्भ कळून ती समजावयास नक्कीच मदत होईल. १९१७ मध्ये रशियात क्रांती झाली. १९४५पर्यंत युरोपमधील राष्ट्रांची पुनर्रचना झाली. अन् विसाव्या शतकाच्या अखेरीस कम्युनिझमची पिछेहाट होऊन पुन्हा बहुतांशी पूर्वीचा युरोप अस्तित्वात आला. त्या उलथा-पालथीमागच्या मूलभूत प्रेरणा समजायलाही ही कादंबरी उपयुक्त आहे.

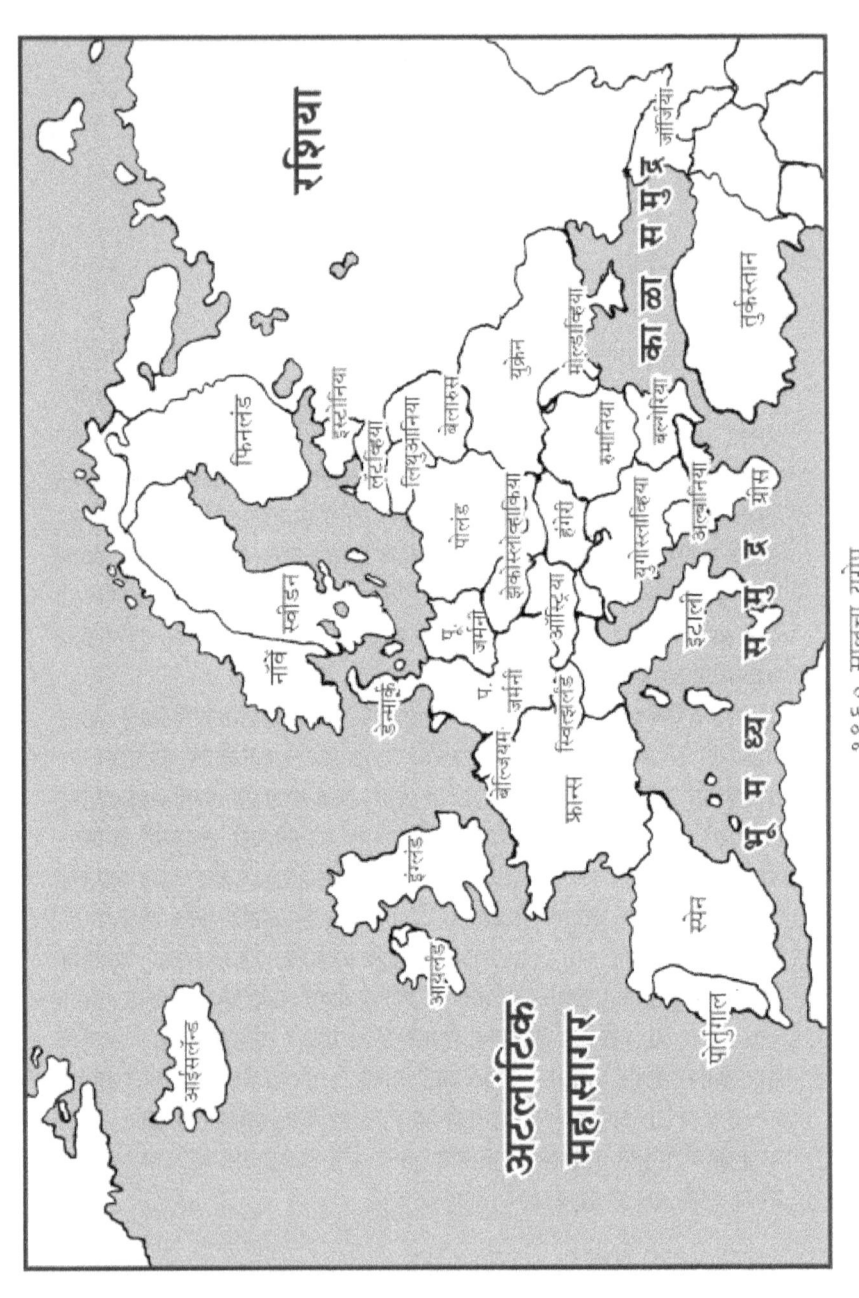

आईसलॅन्ड
फिनलंड
नॉर्वे
स्वीडन
रशिया
इस्टोनिया
लॅटव्हिया
डेन्मार्क
इंग्लंड
आयर्लंड
लिथुआनिया
बेलारुस
पू.
जर्मनी
पोलंड
प.
जर्मनी
बेल्जियम
अटलांटिक
महासागर
झेकोस्लोव्हाकिया
युक्रेन
फ्रान्स
स्वित्झर्लंड
ऑस्ट्रिया
हंगेरी
मोल्डाव्हिया
रुमानिया
युगोस्लाव्हिया
बल्गेरिया
काळा समुद्र
जॉर्जिया
स्पेन
पोर्तुगाल
इटाली
अल्बानिया
भूमध्य समुद्र
ग्रीस
तुर्कस्तान

१९६० सालचा युरोप

एक

उत्तर दिशेकडून वारे वहात येत होते. मंदपणे येत असले तरी ते सतत, न थांबता व अविरत वहात होते. त्यामुळे त्यांनी आणलेली थंडी तिथे पसरत होती. अन् ती थंडी साधी नव्हती. सर्वांना गोठवून टाकणारी होती. त्या सपाट भागावरती सर्वत्र बर्फ पसरलेले होते. कुठेही नजर टाका. फक्त बर्फ, बर्फ आणि बर्फ! पांढऱ्या रंगाखेरीज दुसरा कोणताही रंग तिथे नव्हता. दूरवर क्षितिजापर्यंत नजर नेली, तरी पांढऱ्या बर्फाखेरीज अन्य काहीही तिथे नव्हते. धूसर व अंधुक क्षितिजरेषेपर्यंत सर्वत्र रितेपणा भरलेला होता. त्या गोठलेल्या सपाट भूभागावरील आकाशातील तारे मात्र आपल्या वेगळेपणामुळे उठून दिसत होते. आकाशात कुठेही नजर टाकली, तरी सर्वत्र ताऱ्यांची खचाखच गर्दी झाली होती. अंधुक क्षितिजरेषेपर्यंत ते पसरलेले होते. खालची विस्तीर्ण जमीन मोठी, का तो तारकापट मोठा असा प्रश्न पहाणाऱ्याला पडे. त्या मैदानावर काहीही नसले, तरी शांतता मात्र भरून राहिली होती. मात्र ती शांतता ही स्मशानशांतता वाटत होती, मृत्यूच्या राज्यातील भासत होती.

रेनॉल्ड्सला ठाऊक होते, की सर्वत्र भरून राहिलेला ओसाडपणा, रितेपणा हा खरा नाही, तो फसवा आहे, भासमय आहे. तो रितेपणा जसा खोटा आहे, तसाच तिथला उजाडपणा, शांतता ह्या गोष्टीही खोट्या आहेत, फसव्या आहेत, असे तो समजत होता. फक्त या साऱ्या आसमंतावरती पसरलेले बर्फाचे आच्छादन खरे आहे. त्या बर्फासारखाच असलेला व हाडापर्यंत घुसणारा गारवाही खरा आहे, कारण रेनॉल्ड्सला तो जाणवत होता. डोक्यापासून पायापर्यंत त्याच्या सर्व अवयवांना थंडीने गुरफटून टाकले होते. थंडीचा पारा शून्याच्याही खाली गेला होता. त्याच्या अंगावरती आता एक बर्फाचे पांघरूण तयार झाले होते. त्यापासून बचाव कसा करावा, हे त्याला समजत नव्हते. त्याला जबरदस्त हुडहुडी भरली होती. त्याचे शरीर सारखे थरथरू लागले होते. ती थरथर त्याला थांबवता येत नव्हती. जणू काही त्याला ताप भरला होता. आपण अर्धवट शुद्धीत आहोत, असे त्याला वाटत होते; पण हाही एक भास असावा, असे त्याचे मन त्याला बजावत होते; पण त्याच वेळी

हा भास नाही, हे सत्यही त्याला उमगले होते. या सत्याचा अर्थही त्याला पूर्ण समजत होता. शेवटी त्याने बर्फ, थंडी, ताप याबद्दलचे सारे विचार निश्चयपूर्वक दडपून टाकले आणि आत्ताच्या परिस्थितीतून आपला जीव कसा वाचवायचा, यावरती त्याने आपले विचार केंद्रित केले.

त्याच्या अंगावरती एक ट्रेन्च कोट होता. त्याने मोठ्या कष्टाने आपला गोठत जाणारा उजवा हात हळूहळू कोटाच्या आतल्या खिशाकडे सरकवत नेला. तो ही कृती अत्यंत काळजीपूर्वक व सावधगिरीने करीत होता. जादा हालचाल व आवाज होणे तो टाळत होता. आतल्या खिशात चाचपडून त्याने रुमाल शोधला व तो बाहेर काढला. त्याचा एक बोळा करून तो त्याने आपल्या तोंडात कोंबला. आता त्याच्या तोंडून बाहेर पडू पहाणारा आवाज दबून जाणार होता. कुडकुडणारे दात एकमेकांवर आपटून होणारा आवाज थांबणार होता. त्याच्याकडून होणारे हे सारे आवाज थांबल्यामुळे तो कुठे आहे, ह्याची कोणालाही जाणीव होणार नव्हती. मग तो सावकाश एका कुशीवरती सावधगिरी बाळगत वळला आणि पालथा झाला. बर्फाने भरलेल्या एका रस्त्यालगतच्या लांबट खड्ड्यात तो पडला होता. आपला एक हात त्याने बाजूला पडलेल्या फेल्ट हॅटच्या दिशेने सावकाश नेला. जेव्हा तो खाली पडला, त्या वेळी ती हॅट त्याच्या डोक्यावरून उडून बाजूला पडली होती. त्या वेळी तो एका ट्रकमधून चालला होता. अचानक रस्त्यालगतच्या झाडाच्या एका फांदीखालून ट्रक जात असताना त्याला फांदीचा धक्का लागून तो रस्त्याच्या कडेच्या खड्ड्यात कोसळला होता. त्याने आपल्या बधीर झालेल्या बोटांनी ती हॅट पकडली. मग हळूहळू त्या हॅटवरती एका हाताने जमेल तसा बर्फ तो टाकत गेला. हॅट बाहेरून संपूर्णपणे बर्फाने माखून गेल्यावरती त्याने ती आपल्या डोक्यावरती चढवली. त्या हॅटमध्ये आपले डोक्याचे काळे केस लपवले. हॅट जितकी खाली ओढता येईल, तितकी त्याने ओढली. आता त्या बर्फाळ भागात लांबून त्याचे डोके कोणाला ओळखू येणार नव्हते. मग त्याने आपले डोके व खांदे हळूहळू वर उचलायला सुरुवात केली. एखाद्या चित्रपटात दाखवतात, तशी त्याची हालचाल सावकाश होत होती. शेवटी त्याच्या नजरेची पातळी जेव्हा रस्त्याच्या पातळीला आली, तेव्हाच तो थांबला.

त्याच्या शरीराचे जोरजोरात थरथरणे अजूनही थांबले नव्हते; पण तरीही त्याचे शरीर धनुष्याच्या दोरीसारखे ताणलेल्या अवस्थेत होते. पुढच्या क्षणाची तो अपेक्षा करीत होता. त्याच्या अपेक्षेनुसार कोणीतरी त्याचे डोके पाहून ओरडणार होते किंवा त्याला हटकणार होते किंवा लांबून त्याच्या दिशेने एक गोळी झाडणार होते. काहीही घडू शकत होते; पण तसे काही घडले नाही. कोणीही त्याच्या दिशेने गोळी झाडली नाही, की कोणीही ओरडले नाही. त्याने प्रथम झटपट आपली नजर चौफेर फिरवली.

पार क्षितिजापर्यंत फिरवली. कुठेही कोणीही नाही, याची त्याला खात्री पटली. निदान जवळच्या अंतरावरती नक्कीच कोणी नाही. आपल्याला कोणी पाहिले नाही आणि आपल्याला कोणी दिसणार नाही, अशी त्याची पक्की खात्री झाली.

तो आता ओणवा होऊन मंद गतीने पण अत्यंत सावध रीतीने सरकू लागला. आपला उच्छ्वास तो दीर्घकाळ सोडत पुढे सरकू लागला. मधेच कसाबसा तो गुडघ्यावरती सरळ उभा राहिला. अजूनही तो त्या लांबट खड्ड्यात होता. त्याला थंडी वाजत होती व त्याची थरथर थांबली नव्हती; परंतु आता त्याला या गोष्टींची फारशी जाणीव होत नव्हती. त्याला आलेली झोप आता कुठल्या कुठे पळून गेली होती. जणू काही 'झोप आली' हे एक स्वप्न पडले होते. पुन्हा एकदा त्याने आपल्या सभोवताली संपूर्ण वर्तुळातून फिरून पाहिले. पार क्षितिजापर्यंत सारे न्याहाळले; पण या वेळी त्याने अधिक सावधगिरीने व बारकाईने निरखून पाहिले. त्याच्या तपकिरी डोळ्यांतून काही निसटणे शक्यच नव्हते. तरीही उत्तर तेच येत होते. आसमंतात कोणीही नव्हते. नजर टाकावी असे काहीही नव्हते. कुठेही हालचाल नव्हती, की बदल होत नव्हता. फक्त वरच्या काळ्या मखमली आकाशातील तारे मात्र चमचम करीत होते. त्या पांढऱ्या मैदानात फक्त दोन-चार झाडे अंतराअंतराने रस्त्यालगत उभी होती. त्या रस्त्यावर अवजड ट्रक अनेकदा गेल्याने रस्त्यावरचा बर्फ दाबला जाऊन दगडासारखा घट्ट झाला होता.

रेनॉल्ड्स मग हळूहळू त्या लांबट खड्ड्यात खाली बसला. आपला श्वासोच्छ्वास सुरळीत होण्यासाठी त्याला अवधी हवा होता. तो धापा टाकीत होता. त्या खड्ड्यात पडल्याने तिथल्या बर्फात त्याचा आकार उमटला होता. ट्रकमधून पडल्यापासून एव्हाना दहा मिनिटे झाली होती. आंतरराष्ट्रीय सीमा चोरून ओलांडून तो हंगेरीत शिरला होता. एक ट्रक दिसताच तो त्या ट्रकमधील मागच्या भागात गुपचूप शिरला होता. वाटेत पोलिसांनी अडथळा उभा करून एक तपासणी-नाके उभे केले होते. मग हातात ऑटोमॅटिक पिस्तुले घेऊन दोन पोलीस त्या ट्रकची तपासणी करू लागले; पण तो ट्रकमधल्या सामानात असा काही दडून राहिला होता, की त्या पोलिसांना तो सापडू शकला नाही. मग वेडीवाकडी वळणे घेत तो ट्रक भरधाव सुटला होता. ती वळणे पार केल्यानंतर मैलभर तरी सरळ अंतर कापीत ट्रक गेला होता. सर्व काही अडथळे दूर झाले असून आता धोका नाही, असे वाटून तो ट्रकमध्ये उभा राहिला असता एकदम झाडाच्या फांदीचा फटका बसून तो उडवला गेला आणि रस्त्यालगतच्या खंदकासारख्या खड्ड्यात पडला. आत्ता मागचा विचार करताना त्याला एका गोष्टीचे आश्चर्य वाटत होते. त्या दोन पोलिसांनी ट्रकची तपासणी नीट का केली नाही? मधेच तपासणी सोडून ते का निघून गेले? काय वाटेल ते झाले तरी आपण या रस्त्यावर येणार, याची जाणीव त्यांना होती. तरीही

त्यांनी तसे का केले? जर आपण रस्ता सोडून कडेकडेने चालू लागलो, तर बर्फातून चालत जावे लागणार. मग त्यात आपली पावले उमटून आपला माग निर्माण झाला असता. म्हणून आपल्याला रस्त्यानेच जाणे भाग आहे, हे पोलिसांनी नक्कीच हेरले असणार; पण आता यापुढे आपण काय करायला हवे, यावर विचार करण्यासाठी त्याला निवांतपणा हवा होता.

मायकेल रेनॉल्ड्सचे एक वैशिष्ट्य असे होते, की तो 'आपल्या हातून अशी कशी चूक झाली?' असे म्हणून झाल्या गोष्टीची खंत करीत नसे, की त्यावर विचार करण्यात वेळ घालवीत नसे. 'आपण अमुकतमुक केले असते, तर किती बरे झाले असते' असेही वाटून घेण्यात तो वेळ घालवीत नसे. त्याला जे प्रशिक्षण देण्यात आले, ते फार विचारपूर्वक दिले गेले होते. ते प्रशिक्षण अत्यंत कठोर होते, कष्टप्रद होते. त्या प्रशिक्षणात नंतर स्वत:ला दोष देत हळहळत बसण्याची चैन वर्ज्य होती. 'गतं न शोच्यम् ।' झाल्या गोष्टीबद्दल दु:ख व्यक्त करत अनुत्पादक विचारांना थारा द्यायचा नाही, असे त्याला शिकवण्यात आले होते. दुर्घटनेचा पंचनामा करत वेळ घालवण्यापेक्षा आहे त्यातून मार्ग काढून परिस्थितीवरती मात कशी करता येईल, यावर विचार करायला शिकवले होते. हळहळ, दु:ख, निराशा वगैरे भावनांमुळे माणसाच्या कार्यक्षमतेवर थोडा तरी परिणाम होऊन ती कमी होते, हे त्यांच्या मनावरती बिंबवण्यात आले होते. गेल्या बारा तासांचा आढावा त्याने मनातल्या मनात केवळ पाच सेकंदात घेतला आणि त्या घटना डोक्यातून काढून टाकल्या. तो यावरती वाटल्यास परतसुद्धा विचार करू शकत होता. त्याच्या खबऱ्याने त्याला व्हिएन्नामध्ये सांगितले होते, की हंगेरीची राजधानी ब्युडापेस्ट येथे जाण्यासाठी असलेली विमानसेवा तात्पुरती थोपविण्यात आली आहे. त्यासाठी विमानतळावरील सुरक्षिततेचे कारण देण्यात आले होते. येत्या पंधरवड्यात ब्युडापेस्टला इंटरनॅशनल सायंटिफिक कॉन्फरन्स भरणार होती. त्यासाठी सुरक्षा यंत्रणेच्या तालमी विमानतळावरती चालू झाल्या होत्या. अन् या वेळच्या कॉन्फरन्समध्ये फार मोठी खडाजंगी उडण्याचा संभव होता. त्यातून काय निर्माण होईल, या भीतीपोटी सुरक्षाव्यवस्था जादा कडक करण्याचे धोरण अवलंबिले होते. खबऱ्याकडून मिळालेल्या या बातमीवरती रेनॉल्ड्सचा पुरेपूर विश्वास होता; कारण तशीच कडक सुरक्षाव्यवस्था ही सर्व मोठ्या रेल्वेस्थानकांवरती आणि लांब पल्ल्याच्या गाड्यांवरती ठेवलेली होती. सर्वत्र गस्तीचे प्रमाण वाढवलेले होते. म्हणजे ब्युडापेस्टला जायला आता फक्त रस्त्यानेच जावे लागणार होते. याचाच दुसरा अर्थ असा, की कोठेतरी चोरून सरहद्द ओलांडावी लागणार होती; परंतु अशा गोष्टीत तरबेज असणारे बरेच लोक असतात. त्यांचा सल्ला घेतला, की झाले काम. अन् या गोष्टींचा अनुभव असलेला एक तज्ज्ञ माणूस त्याला सल्ला देणारा होता. त्यामुळे ती गोष्ट त्याला सहज जमून गेली. मग पूर्वेला जाणारा एखादा

ट्रक पकडून त्यातून ब्युडापेस्टच्या दिशेने चोरून प्रवास करायचा; पण वाटेत पोलीस एखादा अडथळा उभा करून तपासणी-नाके तिथे उभारतील, असे त्या व्हिएन्नामधील खबऱ्याने बजावले होते. ब्युडापेस्ट शहराच्या बाहेर तर नक्कीच अशी तपासणी-नाकी उभी केलेली असणार, यात शंकाच नव्हती. रेनॉल्ड्सची त्या सर्व तपासणी-नाक्यांना तोंड द्यायची तयारी होती; पण ब्युडापेस्टपासून ६० किलोमीटर अंतरावरील कामारोम शहराच्या पूर्वेला आणखी एक खास तपासणी-नाके उभे केलेले आहे, हे त्या खबऱ्याला ठाऊक नव्हते. त्या तपासणी-नाक्याच्या जाळ्यात अडकण्याची शक्यता खूपच कमी होती; पण खूपच कमी असली, तरी ती होती हे नक्की. बिचाऱ्या रेनॉल्ड्सला हीच शक्यता भोवली होती; परंतु तो यावरती फार विचार करीत बसला नाही. त्याने आपले खांदे तत्त्वज्ञाच्या पद्धतीने उडवले व झाल्या घटना डोक्यातून काढून टाकल्या.

फार काळ मिळालेल्या प्रशिक्षणामुळे त्याने इतिहास विसरून आपल्याला हव्या असलेल्या किंवा निवडलेल्या भविष्यकाळावरती आपले लक्ष केंद्रीत केले. तो आता एकाच दिशेने व एकाच बाबीवरती विचार करीत होता. ती बाब म्हणजे त्याला जे साध्य करायचे होते, ती बाब. बस्स, फक्त तेच एकमेव ध्येय मनात बाळगून त्याने त्यावरती आपले लक्ष एकवटवले; परंतु ते ध्येय साध्य करताना किंवा ते प्राप्त झाल्यावर होणारा आनंद अथवा अपयश आल्यावरती येणारे नैराश्य यापासून तो अलिप्त रहाणार होता. आत्ताही हर्षखेदविरहित राहून विचार करीत होता. त्या भयाण थंडीत, बर्फाळ जमिनीवरती उभा राहून तो विचार करीत होता, योजना आखीत होता, गणिते सोडवत होता आणि यशापयशाच्या शक्यता अजमावून पहात होता. अत्यंत अलिप्तपणे व अत्यंत थंडपणे! कर्नलने त्याला अनेकवार बजावले होते, की ''रेनॉल्ड्स, तू हातात घेतलेले कार्य महत्त्वाचे आहे. फक्त त्याचाच विचार करत रहा. कार्य, कार्य आणि कार्य! बस्स, दुसरे काहीही नाही.'' त्याने हे शब्द एकदा नव्हे, दहादा नव्हे, तर शेकडो वेळा उच्चारले असतील. तो पुढे म्हणाला होता, ''तुझ्या कार्यात मिळणारे यश किंवा अपयश यांच्या परिणामाची फिकीर तू करू नकोस. 'यशापयशाचे परिणाम' ही बाब इतरांसाठी आहे, तुझ्यासाठी नाही. त्यावर तू कधीही विचार करू नकोस. ते परिणाम जोखण्याचे काम अन्य लोक फार गंभीरतेने करतील; परंतु तुझा त्यांच्याशी काहीही संबंध नाही. तेव्हा रेनॉल्ड्स, तुझ्या दृष्टीने तुझ्या कार्याचे परिणाम हे कधीच अस्तित्वात येत नाहीत, असे तू धरून चाल. याची दोन कारणे आहेत; त्यावर जर तू विचार करू लागलास तर तुझ्या विचारात तोल रहाणार नाही, तू मानसिकदृष्ट्या अस्वस्थ होशील. तुझी तर्कशक्ती, परिस्थितीचा अंदाज घेण्याची शक्ती, सारासारबुद्धी कमी होईल किंवा भ्रमिष्टही होशील. दर क्षणाला तू असे प्रतिकूल विचार मनातून दूर सारत जाशील, तरच तो

क्षण हा तुझ्या हातातल्या कार्यावरती विचार करण्यास उपयुक्त ठरेल.''

हातात घेतलेले कार्य! हाती घ्याल ते तडीस न्या. सतत असे करीत रहा. रेनॉल्ड्स आता स्वत:चा विचार करीत नव्हता. तो फक्त आपली धाप कमी होऊन आपला श्वासोच्छ्वास नेहमीसारखा कधी होईल त्याची वाट पहात होता. त्याला आपल्या कार्यात यश मिळण्याची शक्यता शंभरात एक होती; पण ती आता बदलत्या परिस्थितीमुळे कित्येक अब्जात एक झाली होती; परंतु तरीही हातात घेतलेले काम करावेच लागणार होते, अगदी कर्मफलाची अपेक्षा न धरता. अजूनही ते काम हातात होते. जेनिन्ज आणि त्याच्याजवळील अमोल ज्ञानाचा ठेवा या गोष्टी सुखरूप हंगेरीतून बाहेर काढायला हव्या होत्या. हेच ते काम होते. याच कार्यावर त्याची नेमणूक झाली होती; पण रेनॉल्ड्स असा मधेच झाडाच्या फांदीचा फटका लागून खाली पडला. त्याने पकडलेला तो ट्रक निघून गेला. अन् यशाची शक्यता कमी होऊन अपयशाची शक्यता वाढली. तो गेले १८ महिने खास प्रशिक्षण घेत राहिला होता. ते प्रशिक्षण अत्यंत कठोर होते, कडक होते व केवळ याच कामासाठी त्याला दिलेले होते; पण मोहिमेच्या पहिल्याच रात्री तो पडला.

–पण तरी काहीही बिघडत नव्हते. रेनॉल्ड्सची प्रकृती दणकट होती. कर्नलच्या खास माणसांनी त्याला प्रशिक्षण दिले होते. आता त्याचा श्वास ताळ्यावर आला व नेहमीसारखा तो संथ लयीत होऊ लागला. ज्या वेळी पोलिसांनी रस्त्यात अडथळे उभे करून वाहने तपासायला सुरुवात केली होती, त्या वेळी त्याने तिकडे हळूच एक चोरटा कटाक्ष टाकला होता. तिथे त्या वेळी पाच-सहा पोलीस त्याने पाहिले होते; पण बाजूच्या एका मोठ्या बूथसारख्या घरातून आणखी बरेच पोलीस बाहेर पडताना त्याने पाहिले होते. त्या वेळी त्याचा ट्रक पुढे जाऊन रस्त्याच्या वळणावरून जात होता. कदाचित त्यांना आक्षेपार्ह मालाच्या वाहतुकीचा शोध घ्यायचा असावा. घाबरलेल्या प्रवाशांमध्ये त्यांना थोडाच रस असणार? त्यांनी ट्रकच्या मागच्या बाजूला एक जुजबी, वरवरची तपासणी केली व ते दोघे काहीतरी पुटपुटत निघून गेले; पण आता ही गोष्ट भूतकाळातली झाली. आता पुढचा विचार करायला हवा. इथे या बर्फात नुसते किती वेळ पडून रहाणार? शिवाय, येथून जाणाऱ्या एखाद्या ड्रायव्हरच्या तीक्ष्ण नजरेला आपण दिसलो तर? असाही विचार त्याच्या मनात आला.

तेव्हा आता ब्युडापेस्टला पोचण्याचा एकच उपाय उरतो. तो म्हणजे सरळ पायी चालत जाणे. निदान आत्ता इथून काही काळ तरी चालत जावे लागणार होते. त्यासाठी शेतातील चिखल तुडवीत तीन-चार मैल प्रथम जावे लागणार. मग परत रस्ता लागल्यावर रस्त्याने चालावे लागणार. नंतर कदाचित वाटेत पुन्हा पोलिसांचे तपासणी-नाके लागू शकेल. म्हणून कोणत्याही वाहनाला 'लिफ्ट' मागण्यासाठी

हात दाखवून विनंती करता येणार नव्हती. पूर्वेकडे जाणारा तो रस्ता डावीकडे वळत वळत गेला होता. तेव्हा परत रस्ता गाठणे सोपे होते; परंतु उत्तरेकडे जरा वरती जाऊन डावीकडे जावे तर वाटेत डॅन्यूब नदी येत होती. म्हणजे त्याला नदी आणि रस्ता यांच्यामधल्या चिंचोळ्या पट्टीतूनच चालावे लागणार होते. त्याला त्यात काहीच अवघड वाटत नव्हते, की ती गोष्ट कठीण नव्हती; परंतु रात्रीच्या अंधारात बर्फ पडत असताना लांबची वाट धरून जाणे हे खूप वेळ खाणारे होते. तेवढा वेळ त्याच्याकडे नव्हता.

त्याचे दात पुन्हा जोरजोरात थडथडू लागले. दम लागल्याने त्याने तोंडातील रुमालाचा बोळा काढला व तो धापा टाकीत श्वासोच्छ्‌वास करू लागला. थंडीने तो गारठत चालला. ती जीवघेणी थंडी त्याच्या अंगात हाडापर्यंत शिरू लागली. त्याचे हातपाय बधीर होत गेले. त्याने आपले पाय एकदोनदा झाडले, थोड्याशा उड्या मारल्या, आपल्या कपड्यांवर साचलेला बर्फ झटकून टाकला. दूरवर ब्युडापेस्टच्या दिशेने असलेल्या रस्त्यावरील पोलिसांच्या तपासणी-नाक्याकडे एक नजर टाकली. तेच नाके त्याला आता ओलांडून किंवा टाळून जायचे होते; पण आता त्या तिकडे दृष्टी टाकताच तो मटकन खाली बसून आडवा झाला. त्याचे हृदय जोरजोरात धडधडू लागले. त्याचा उजवा हात हा कोटाच्या आतल्या खिशातील पिस्तूल बाहेर काढण्यासाठी धडपडू लागला.

आपल्याला शोधायला पोलिसांनी इतका वेळ का घेतला, हे आत्ता त्याला समजले. याचे कारण ज्याला शोधायचे तो माणूस असा किती दूर जाऊ शकणार होता? पुढचे नाके गाठायच्या आत तिकडे फोन केला, की झाले काम! शिवाय, त्यांच्यापाशी भरपूर वेळ होता. ट्रकमध्ये आपण लपलेले असताना आपल्याकडून चुकून एखादा आवाज किंचितपणे झाला असेल किंवा आपल्या शरीराचा किंवा कपड्याचा भाग किंचित कुठेतरी उघडा पडला असेल; पण तेवढ्यावरून आपण तिथे लपलो आहोत, असा निष्कर्ष त्यांनी कसा काय काढला? शिवाय, एवढ्या क्षुल्लक चुकाही आपल्या हातून होणार नाहीत, याची त्याने पुरेपूर खबरदारी घेतली होती. अन् आता ते आपल्याला कसे शोधणार? या रात्रीच्या अंधारात तर त्यांना नक्कीच जमणार नाही; पण वासानेही माग काढता येतो, हे त्याच्या ध्यानात आले नव्हते. पोलिसांच्याकडे माग काढणारी कुत्री होती. त्याने लांबून पाहिले, तर चार कुत्री रस्त्यावरून पुढे सरकत होती. त्यांच्या गळ्यातील पट्टे पोलिसांनी पकडले होते. सर्वांत पुढचे कुत्रे रस्त्याला नाक लावून हुंगत पुढे चालले होते. अंधुक प्रकाशातही ती कुत्री ब्लडहाऊंड जातीची आहेत, हे त्याला कळून चुकले.

पुढे येणाऱ्या माणसाच्या तोंडून एकदम मोठा आवाज झाला. त्यामागोमाग उत्साहित आवाजातली अनेकांची बडबड त्याला ऐकू आली. तो पटकन उठून उभा

राहिला. तीन पावले टाकून त्याने मागचे झाड गाठले. आपल्या अंगावरती पांढरा कोट असल्याने पांढऱ्या पार्श्वभूमीवरती आपण दिसलो नसावे, अशी त्याला आशा वाटत होती. जाता जाता त्याने मागे नजर टाकून पाहिले, तेव्हा त्याला ते चार पोलीस दिसले. प्रत्येकाच्या हातात एकेका कुत्र्याला बांधलेली कातडी वादी होती. त्या चार कुत्र्यांतील तीन कुत्री नक्कीच ब्लडहाऊंड जातीची होती.

तो त्या झाडाच्या मागे लपला. ज्या झाडाने त्याला खाली पाडले, त्याच झाडाने आता त्याला आश्रय दिला होता. आपल्या खिशातून पिस्तूल बाहेर काढून त्याची नळी त्याने तपासली. बेल्जियम सिक्स पॉईंट थर्टीफाइव्ह ऑटोमॅटिक पिस्तुलाची ती एक खास आवृत्ती मुद्दाम त्याच्यासाठी वर्कशॉपमध्ये बनवून घेतली होती. त्यामुळे कारखान्यातील नंबर त्यावर नव्हते. कोणाच्याही हातात जरी पडले, तरी त्याचा माग काढता येणार नव्हता. ते पिस्तूल अत्यंत काटेकोरपणे तयार केलेले होते आणि खतरनाक होते. माणसाच्या हातापेक्षाही लहान वस्तूंचा त्या पिस्तुलाने लांबून सहज वेध घेता येत होता; पण आज रात्री आपल्याला हे पिस्तूल चालवण्यात अडचण येणार, हे त्याला ठाऊक होते. याचे कारण त्याची बोटे बधीर झाली होती आणि थंडीने त्याचे हात थरथरत होते. मग कोणत्या तरी अंत:प्रेरणेने त्याने आपले पिस्तूल डोळ्यापाशी आणून तपासले. त्या पिस्तुलाच्या नळीत बर्फ साचून कडक बनला होता. त्यातून गोळी नीट उडणे शक्यच नव्हते. ते पाहून त्याने दातओठ खाल्ले.

त्याने आपली डोक्यावरची हॅट काढून हातात घेतली. झाडाच्या खोडाआडून ती थोडी दिसेल अशी धरली. आता पोलिसांनी गोळ्या झाडल्या, तर त्या हॅटवरती ते झाडणार होते; पण थोडा वेळ थांबूनही तसे काही घडले नाही. मग तो खाली बसला व त्याने हळूच आपले डोके झाडाआडून बाहेर काढले. सर्वत्र एक झटपट नजर टाकून निरीक्षण केले. त्याच्यापासून सुमारे ५० पावलांवरती ते चारजण आले होते. ते सर्वजण एकाशेजारी एक अशी एक आडवी रांग करून पुढे चालत येत होते. त्यांच्या हातातील कातडी वाद्या कुत्र्यांच्या ओढीमुळे ताणल्या गेल्या होत्या. रेनॉल्ड्सने खिशातून एक पेन बाहेर काढले व तो पिस्तुलाच्या नळीत जमलेला बर्फ साफ करू लागला; पण त्याच्या बधीर बोटांमुळे त्याला ते नीट जमेना. त्याच्या हातून पेन निसटले, खाली पडले आणि उतारावरून घरंगळत दूर जाऊन बर्फात अदृश्य झाले. आता कितीही प्रयत्न केले, तरी ते पेन सापडणार नव्हते आणि तेवढा वेळही नव्हता.

बुटांच्या तळव्यांना पोलादी पट्ट्या व खिळे मारलेले असल्याने त्या पोलिसांना बर्फावरून व्यवस्थित चालत येता येत होते. त्यांच्या बुटांची पावले बर्फावर आपटून एक हलका आवाज निर्माण होत होता. तो आवाज जवळ जवळ येऊ लागला.

आता ते आणखी जवळ आले. तीस पावले, पंचवीस पावले, वीस पावले. त्याने तशाही परिस्थितीत गोळी झाडण्याचे ठरवले. झाडाच्या खोडाला त्याने आपल्या थरथरणाऱ्या उजव्या हाताचे कोपर दाबून धरले. त्यामुळे थरथर थांबणार होती. चापावर बोट ठेवले. बोट बधीर झाले असले तरी बोटाचे स्नायू अजून काम करू शकत होते. मग त्याने डाव्या हाताने कमरेला अडकवलेला चाकू काढायचा प्रयत्न केला. त्या चाकूचे पाते स्प्रिंगला जोडलेले होते. ते खटकन् उघडणारे होते. पिस्तूल पोलिसांसाठी होते व चाकू कुत्र्यांसाठी होता. खांद्याला खांदा लावून ते पोलीस रस्त्यावरून पुढे पुढे येत होते. त्यांच्या खांद्याला रायफली लटकलेल्या होत्या; परंतु रेनॉल्ड्स आणि पोलीस या दोघांना एकमेकांवर मात करण्याची समसमान संधी होती.

त्याने झाडलेल्या पहिल्या गोळीमुळे त्याच्या पिस्तुलाची नळी साफ होणार होती; पण त्यामुळे त्याच्या हाताला मागे मोठा दणका बसणार होता; पण त्याऐवजी कदाचित गोळीचा स्फोट मागच्या मागे होऊन त्याच्या हाताला जबरदस्त दुखापत होणार होती किंवा हाताचा पंजा तुटूही शकत होता. आत्ताच्या अशा प्रसंगी परिस्थिती त्याच्याविरुद्ध जाण्याची शक्यता वाढली होती; पण त्याने हातात घेतलेले कामच असे होते, की ते कोणत्याही परिस्थितीत साध्य व्हायलाच हवे होते. त्यासाठी कितीही जोखीम घ्यावी लागली तरी ती घेणे भाग होते.

त्याने डाव्या हाताने जो चाकू बाहेर काढला त्याचा खटका दाबला. खट् आवाज करून ते पाते उघडले. तो खट् आवाज त्या शांततेत खूपच मोठा होता. चाकूचे पाते पाच इंच लांबीचे व दोन्ही बाजूंनी धार असलेले होते. निळसर छटा असलेले ते पोलादी पाते त्या अंधुक प्रकाशातही स्पष्टपणे चकाकत होते. त्याने आपले शरीर जेवढे झाडामागे लपवता येईल, तेवढे लपवले आणि सर्वांत पुढच्या पोलिसावरती पिस्तुलाचा नेम धरला. चापावरील त्याचे बोट हळूहळू घट्ट होत गेले; पण.... लवकरच ते बोट सैल होत गेले. त्याने आपले पिस्तूल खाली केले व तो पटकन झाडामागे पूर्णपणे लपला. पहिल्यांदाच त्याच्या घशाला कोरड पडली. आपण हल्ला करून उपयोग नाही, हे त्याला कळून चुकले होते.

त्याला ती सर्व कुत्री ब्लडहाऊंड जातीची वाटत होती; पण जवळ आल्यावरती त्याला कळाले, की फक्त एकच कुत्रे हे ब्लडहाऊंड जातीचे असून बाकीची तीन कुत्री ही 'डॉबरमन पिन्शर' जातीची आहेत. त्या अननुभवी पोलिसांजवळ कितीही शस्त्रे असली तरी तो त्यांच्याविरुद्ध लढा देऊ शकत होता व त्यांच्यावर मातही करू शकत होता; पण डॉबरमन पिन्शरपुढे आपले काहीही चालणार नाही हे त्याने ओळखले. त्यातून त्यांना प्रशिक्षण दिलेले. अत्यंत वेगाने शत्रूवर तुटून पडून बघता बघता त्याच्या गळ्याचा, पोटाचा, छातीचा लचका तोडणारी ती कुत्र्यांची जगातील

एक भयंकर जात होती. एक वेळ ब्लडहाऊंडशी लढा देता येईल; पण डॉबरमनशी लढा केवळ अशक्यप्राय असतो. फक्त वेडा माणूसच त्या कुत्र्यांशी झटापट करायला पुढे सरसावू शकतो. या असमान लढ्यात आपल्याला हटकून आपला जीव गमवावा लागणार, हे त्याने ओळखले. लांडग्यासारखा वेग व चपळाई, अल्सेशियन कुत्र्यासारखी ताकद आणि अजिबात न घाबरता समोरच्या प्राण्याला ठार करून टाकण्याची त्यांची जिद्द याला जगात तोड नव्हती. एकदा हल्ला करायला सुटलेल्या या कुत्र्यांना मग कोणीही मागे फिरवू शकत नाही. त्यांच्यासमोर जाऊन त्यांच्याशी लढा देणे म्हणजे आत्महत्या करण्यासारखे असते. जर आपण तसा प्रयत्न केला, तर आपला गळा फाडला जाईल, जीव गमवावा लागेल आणि त्या जेनिन्जला व त्याच्याजवळील गुप्त कागदपत्रांना कोणीही सुखरूप बाहेर आणू शकणार नाही.

क्षणभर विचार करून त्याने चाकूचे पाते झाडाच्या खोडाला दाबून मिटवले व ते डोक्यावरील हॅटच्या आत लपवले. मग त्याने हातातले पिस्तूल समोर येणाऱ्या पोलिसाच्या पायाशी भिरकावले. तो पोलीस एकदम दचकला. तो झाडीतून हात वर करीत बाहेर आला व त्यांच्यासमोर जाऊन उभा राहिला.

वीस मिनिटांनी ते सर्वजण त्या छोट्या पोलीस चौकीमध्ये आले. आता आपल्याशी धसमुसळेपणा केला जाईल, अशी रेनॉल्ड्सची अपेक्षा होती. कदाचित रायफलींच्या दस्त्याने मारहाण केली जाईल किंवा पोलादी पट्ट्या लावलेल्या बुटांनी तुडवले जाईल; पण त्यांनी तसे काहीही केले नाही. औपचारिकता पाळल्यासारखे ते वागत होते. त्याच्याशी सभ्यतेने बोलत होते. त्यांच्या बोलण्यातून कुठेही शत्रुत्व प्रगट होत नव्हते, की कोणताही दुष्ट हेतू प्रगट होत नव्हता. त्यांनी त्याची झडती घेतली होती; पण ती केवळ वरवरची होती. त्यांनी त्याच्याजवळची कागदपत्रे मागितली नव्हती, की तो कुठून कुठे, कशासाठी चालला आहे, याचीही चौकशी केली नाही. त्यांचा संयम व शिष्टाचार पाहून रेनॉल्ड्स अस्वस्थ झाला. दुसऱ्या महायुद्धानंतर हंगेरी हे एक पोलिसी राजवट असलेले कम्युनिस्ट राष्ट्र म्हणून उदयास आले होते. अशा पोलिसी राजवटीमधल्या पोलीस ठाण्यावरती येणारा इतका चांगला अनुभव पाहून तो चक्रावून गेला.

ज्या ट्रकमधून त्याने चोरून प्रवास केला होता, तो ट्रक तिथेच चौकीबाहेर थांबवून ठेवला होता. ट्रक ड्रायव्हर तावातावाने हातवारे करीत आपली बाजू दोन पोलिसांना सांगत होता. आपण काहीही गुन्हा केला नाही, आपला कसलाही दोष नाही, हे पटवून द्यायचा तो प्रयत्न करीत होता. मागच्या तपासणी-नाक्यावरून त्या ट्रकचा नंबर फोनने कळवला गेला असणार, हे उघड होते. म्हणजेच आपण त्या

ट्रकमध्ये लपल्याचे मागच्या नाक्यावरील पोलिसांना जाणवले होते. या नाक्यावर ट्रकला अडवून तपासणी केल्यावर आपण सापडलो नाही म्हणून चार पोलीस कुत्री घेऊन आपला शोध घ्यायला मागे निघाले होते. रेनॉल्ड्सच्या डोक्यात हे सारे विचार झर्रकन येऊन गेले. क्षणभर त्याला त्या ट्रक ड्रायव्हरची कशी चूक नाही, हे त्या पोलिसांना सांगायचा मोह झाला; पण त्यांनी त्याला तशी संधीच दिली नाही. त्याच्या दंडाला धरून दोघांनी त्याला आत चौकीत नेले.

ती पोलीस चौकी लाकडी होती, चौकोनी होती व छोटी होती. त्या लाकडी भिंतींना जागोजागी मोठमोठ्या फटी पडल्या होत्या. त्यातून गार वारा आत शिरू नये म्हणून त्यात वर्तमानपत्रांचे कागद ओले करून ठासून बसवले होते. तिथे एक छोटी चूल होती. त्याचे धुराडे छपरातून बाहेर गेले होते. दोन खुर्च्या, एक मोडके टेबल, टेबलावरती फोन एवढेच सामान तिथे दिसत होते. टेबलामागच्या खुर्चीवरती एक अधिकारी बसला होता. तोच या चौकीचा प्रमुख होता. बुटका, लठ्ठ, मध्यमवयीन व लालसर गोरा अशा सामान्य चेहऱ्याचा तो अधिकारी होता. त्याचे डोळे मात्र बारीक होते. आपण इथले सर्वोच्च अधिकारी आहोत, असे दाखवणारा रुबाब तो ओढूनताणून आपल्या वागण्यात आणत होता. समोरच्या व्यक्तीवरती रोखून पहात त्याच्यावर दडपण आणण्याचे प्रयत्न तो करू पाहे; परंतु त्याला ते नीट जमत नव्हते. त्याच्या खोट्या खोट्या अधिकाराचा आव पहाता तो आपल्या वरिष्ठांची नक्कल करू पहात आहे, हे समजून येत होते. त्याला फारसे अधिकार नाहीत, हे त्याच्या वागण्यावरून रेनॉल्ड्सच्या लक्षात आले; परंतु अशी माणसे तेवढीच धोकादायक असू शकतात, हेही त्याला ठाऊक होते; परंतु अशा व्यक्तींच्या खोट्या अधिकाराचा रुबाब हा खऱ्या अधिकारापुढे नेहमीच गळून पडत असतो. त्यांना त्यांच्या संकुचित मर्यादांची जराशी जाणीव करून दिली की त्यांच्या रुबाबाचा फुगा फुटतो.

रेनॉल्ड्सने हे सारे लक्षात घेऊन पुढची चाल खेळायची ठरवली. आत शिरल्यावर त्याने हिसका मारून आपले दंड पोलिसांच्या हातून सोडवून घेतले व तो दोन पावले टाकीत त्या अधिकाऱ्याच्या टेबलासमोर जाऊन उभा राहिला व आपली मूठ त्याने जोरात टेबलावरती आपटली. ती एवढ्या जोरात आपटली, की त्या मोडक्या टेबलावरील तो टेलिफोन किंचित वर उडाला व ठण् असा बारीक आवाज करून खाली बसला.

रेनॉल्ड्स रागारागाने विचारीत होता, "या इथले तुम्हीच प्रमुख आहात काय?"

तो अधिकारी एकदम दचकला. त्याच्या डोळ्यांच्या पापण्या जराशा फडफडल्या, अन् तो घाईघाईने ताठ होऊन आपल्या खुर्चीत बसला. आपला हात जरा वर करीत तो ठसक्यात म्हणाला, "अर्थातच, मीच इथला प्रमुख आहे. तुम्हाला काय पाहिजे

आहे?''

"हे... हे काय चालले आहे? मला उगाच का त्रास दिला जात आहे?'' असे म्हणून रेनॉल्ड्सने आपल्याजवळची सर्व कागदपत्रे बाहेर काढून त्याच्यासमोर आपटली. तो पुढे म्हणाला, "बघा, हे सारे. नीट डोळ्यांखालून घाला. माझा फोटो व अंगठ्याचा ठसा नीट तपासा. अन् तपासणी लवकर उरका. आधीच मला उशीर झाला आहे. तुमच्या शंकांना उत्तरे देत बसण्यासाठी मला रात्रभर वेळ नाही. चला, आटपा.''

जर त्याने अशी घाई करायला लावून आपला आत्मविश्वास प्रगट केला नसता व निषेधाच्या सुरात तो बोलला नसता, तर त्या अधिकाऱ्याने त्याला नक्कीच दमात घेतले असते. त्याने नाखुषीने ती कागदपत्रे आपल्यापुढे ओढली. पासपोर्ट, व्हिसा, आयडेन्टिटी कार्ड वगैरे सारे त्याने पाहिले.

मग तो वाचू लागला, "जोहान ब्युहल. लिन्झ शहरातला १९२३ सालचा जन्म. सध्या वास्तव्य ऑस्ट्रियामधील व्हिएन्ना येथे. यंत्रांच्या सुट्या भागांचा आयात-निर्यातीचा व्यवसाय.''

रेनॉल्ड्सने एक पाकीट त्याच्यापुढे धरत म्हटले, "–अन् हे तुमच्या देशाच्या अर्थमंत्रालयाकडून मला आलेले निमंत्रण.'' ते निमंत्रण अर्थ मंत्रालयाच्या एका अधिकृत छापील लेटरहेडवरती होते. पाकिटावरती ब्युडापेस्टच्या पोस्टात चार दिवसांपूर्वी मारलेला शिक्का होता. मग रेनॉल्ड्सने अगदी सहज जवळची खुर्ची पायाने जवळ ओढली, त्यावरती तो बसला व खिशातून एक सिगारेट काढून ती पेटवून तो ओढू लागला. ती सिगारेट व तो सिगारेट लायटर हे 'मेड इन ऑस्ट्रिया' होते. मग रेनॉल्ड्स पुढे ठामपणे म्हणाला, "मला एक कळत नाही की ही गोष्ट तुमच्या वरिष्ठांना ब्युडापेस्टमध्ये जर समजली, तर त्यांची कशी काय प्रतिक्रिया होईल? तुमचा हा अतिउत्साह तुमच्या बढतीमध्ये आड येईल, अशी मला भीती वाटते.'' रेनॉल्ड्स पुटपुटत म्हणाला.

"अतिउत्साह दाखवणे हा काही या देशात गुन्हा समजला जात नाही.'' तो अधिकारी म्हणाला. त्याने आता स्वत:वरती बराच ताबा मिळवला होता; पण त्याचे पत्र परत करताना त्याची आखूड बोटे थोडीशी थरथरत होती. त्याने आपले दोन्ही हातांचे पंजे एकमेकांत गुंतवून ते टेबलावरती ठेवले. थोडा वेळ तो आपल्या हाताकडे टक लावून पहात बसला व मग मान वर करून त्याने पाहिले. कपाळाला आठ्या घालीत त्याने विचारले, "तुम्ही पळून का जात होता?''

असा प्रश्न विचारला जाईल, याची त्याला कल्पना होती. त्यावर काय उत्तर द्यायचे, हेही त्याने विचार करून ठरवले होते. मग तो आपली मान खेदाने हलवीत म्हणाला, "ओह, माय गॉड! चार बंदुकधारी ठग समोरून येताना पाहून मी दुसरे

काय करू शकत होतो? का मी सरळ जमिनीवर झोपून त्यांना माझ्या शरीराचे तुकडे करू द्यायला हवे होते?''

"ते पोलीस होते आणि तुम्ही—''

"बरोबर आहे. ते पोलीसच होते; पण अंधारात नीट दिसत नव्हते. त्यामुळे मला ते हल्लेखोर वाटले.'' असे म्हणून त्याने बसल्या बसल्या आपले पाय ताणले. आपण आता खूप शांत झालो आहोत, असा भाव त्याने आपल्या चेहऱ्यावरती आणला; पण त्याचे मन वेगाने विचार करीत होते. चौकशी करणारी ही मुलाखत आपल्याला लवकर संपवली पाहिजे. तो पोलीस अधिकारी फार वरच्या हुद्द्याचा नव्हता; पण त्याचबरोबर तो मूर्खही नसण्याची शक्यता होती. कदाचित आपल्याला अडचणीत आणणारा एखादा प्रश्न त्याला सुचेल. तेवढी संधी व तेवढा वेळ त्याला मिळू न देण्यासाठी काय करावे? आपण केवळ आगाऊपणे काहीतरी बोललो तरच हे शक्य आहे, असे रेनॉल्ड्सला वाटले.

मग त्याच्या बोलण्यातील शत्रुत्वाची छटा गेली व त्या जागी मित्रत्वाची भावना आणीत तो म्हणाला, "असं पहा, मी जे तुम्हाला बोललो, ते विसरून जा. तुमचा यात काहीही दोष नाही, हे मला समजते. तुम्ही तुमचे निव्वळ कर्तव्य पार पाडीत आहात. त्यामुळे तुम्ही थोडासा उत्साहीपणा किंवा कडकपणा दाखवलात तर ते नक्कीच क्षम्य आहे. तेव्हा आता आपण असे करू, तुम्ही मला ब्युडापेस्टला जाण्यासाठी एखादे वाहन मिळवून द्या. मग मी सारे काही विसरून जाईन. मग तुमच्या वरिष्ठांकडे मी तक्रार करण्याचे कारणच उरत नाही.''

"थँक यू! आपण खूपच दयाळू दिसता बरं.'' रेनॉल्ड्सने सुचवलेल्या तडजोडीच्या प्रस्तावाला त्याने असा थंड प्रतिसाद दिला. रेनॉल्ड्सच्या मनात कुठेतरी संशय आला. ही व्यक्ती दिसते तेवढी साधीभोळी नाही, हे त्याच्या लक्षात आले. तो अधिकारी पुढे विचारीत होता, "मिस्टर ब्युहल, तुम्ही त्या ट्रकमधून का प्रवास करीत होता याचा जरा खुलासा करता का? तुमच्यासारख्या महत्त्वाच्या बिझनेसमनने अशा वाहनातून प्रवास करणे जरासे चमत्कारिकच आहे, नाही का? त्यातून तुम्ही त्या ट्रकच्या ड्रायव्हरलाही तसे सांगितले नाही.''

"बरोबर प्रश्न विचारलात बघा. मी जर त्याची परवानगी मागत बसलो असतो तर त्याने ती नक्कीच दिली नसती; कारण सर्व ड्रायव्हर्सना कोणाही अनधिकृत प्रवाशांना लिफ्ट देऊ नका म्हणून सक्त सूचना देण्यात आल्याचे माझ्या कानावर आले होते.'' रेनॉल्ड्स असे म्हणाला खरा; पण कुठेतरी त्याच्या मनाच्या कोपऱ्यात एक धोक्याची बारीक घंटा किणकिणली. तो पुढे म्हणाला, "शिवाय, मला ब्युडापेस्टमध्ये एकाला तातडीने भेटायचे आहे. ती भेटीची वेळ मला चुकवून चालणार नाही.''

"पण का?"

"त्यासाठी ट्रकच का निवडला, असेच ना? याचे कारण तुमच्या इथले रस्ते भयंकर आहेत. बर्फावरून घसरण्याची दाट शक्यता असते. मग घसरून एकदम रस्त्यालगतच्या खड्ड्यात कोसळणे आलेच. मी माझ्या बोर्गवार्ड गाडीने प्रवास करीत होतो. त्या गाडीचा पुढचा ॲक्सलच हादऱ्यांमुळे व खड्ड्यात आपटल्यामुळे तुटून गेला. मग मी काय करणार?"

"–म्हणजे तुम्ही स्वत:च्या मोटरकारने हंगेरीत आलात तर; पण तुमच्यासारखे बिझनेसमन इतक्या घाईत असताना–"

"आली लक्षात तुमची शंका." रेनॉल्ड्स त्याचे वाक्य तोडत घाईघाईने म्हणू लागला, "अशा वेळी विमानानेच प्रवास करायला पाहिजे, हे मला पटते; पण मी तरी काय करू? माझ्याजवळ २५० किलो वजनाचे मशीनच्या सुट्ट्या भागांचे नमुने होते. एवढे वजन विमानातून लगेज करून नेणे अशक्य असते." मग चिडून आपले सिगारेटचे थोटुक विझवीत तो पुढे म्हणाला, "हे चमत्कारिक सवाल-जवाब आता पुरे झाले. मी माझा पासपोर्ट, कागदपत्रे सारे काही दाखवून माझा 'अधिकृत प्रवासी' असा प्रवेश सिद्ध केला आहे. मला लवकर पोचले पाहिजे. आधीच उशीर झाला आहे. तेव्हा मला काही वाहन मिळवून देता ना?"

"बास, दोन किरकोळ प्रश्न विचारतो. त्यानंतर तुम्ही जाऊ शकता." आता तो आपल्या खुर्चीच्या पाठीला आरामात टेकून बसला. आपले दोन्ही हात त्याने छातीवरती धरले. रेनॉल्ड्सला त्या खुणा पाहून अस्वस्थ वाटू लागले. कोणता तरी सापळा आपल्याला धरण्यासाठी पुढे केला जाणार आहे, असे त्याला वाटले. तो अधिकारी विचारत होता, "तुम्ही व्हिएन्नाहून थेट इकडेच आला काय? म्हणजे मुख्य रस्त्यानेच ना?"

"अर्थातच! दुसऱ्या कोणत्या मार्गाने मी येऊ शकणार?"

"आज सकाळीच निघालात ना?"

"भलतंच." व्हिएन्ना हे येथून १२० मैलांपेक्षा कमी अंतरावर आहे, हे रेनॉल्ड्सला ठाऊक होते. म्हणून तो पुढे म्हणाला, "आज दुपारी."

"–म्हणजे चार वाजता की पाच वाजता? तुम्ही सरहद्द किती वाजता ओलांडलीत?"

"त्याच्याही नंतर. अगदी बरोबर सांगायचे झाले, तर सहा वाजून दहा मिनिटांनी. कस्टम्सचे नाके ओलांडले तेव्हा मी घड्याळात पाहिले होते. म्हणून तर ही वेळ माझ्या लक्षात राहिली आहे."

"तुम्ही ही गोष्ट शपथेवर सांगू शकाल?"

"गरज पडली तर मी तसेही करेन."

हे ऐकताच त्या अधिकाऱ्याने आपल्या पोलिसांना मान हलवून खूण केली. ते पाहून रेनॉल्ड्सला आश्चर्य वाटले. आपले काही चुकले काय, यावर तो विचार करू लागला; पण तेवढ्या अवधीत त्या पोलिसांनी झटपट हालचाल करून रेनॉल्ड्सच्या खांद्याखाली हात घालून त्याला उठवून उभे केले. काय होते आहे हे लक्षात येण्याआधीच त्यांनी दोन चकचकीत बेड्या त्याच्या दोन्ही मनगटात अडकवून त्याला कैदी बनवले.

"या दांडगाईचा अर्थ काय?" रेनॉल्ड्सने चिडून विचारले.

"याचा अर्थ असा, की यशस्वी खोटारड्या माणसाने आपल्या थापा नेहमी विचारपूर्वक माराव्यात." त्या पोलीस अधिकाऱ्याला आणखीही काही उदात्त विचार रेनॉल्ड्सला सुनवायचे होते; पण त्याला ते आठवेनात. त्याच्या बोलण्यात व पहाण्यात विजयाची भावना ओतप्रोत भरलेली होती. तो पुढे म्हणाला, "मिस्टर ब्युहल, जर तुमचे तेच खरे नाव असेल तर तुम्हाला मी एक बातमी सांगतो. ऑस्ट्रिया व हंगेरी यांच्यामधील सरहद्द ही सर्व प्रकारच्या वाहनांसाठी चोवीस तासांसाठी बंद ठेवण्यात आली आहे. अन् ही बंदी दुपारी बरोबर तीन वाजल्यापासून सुरू झाली आहे." मग उघडपणे हसत हसत त्याने टेबलावरचा फोन उचलण्यासाठी आपला हात लांब केला. तो पुढे सांगत गेला, "तुम्हाला ब्युडापेस्टला जाण्यासाठी आम्ही तुम्हाला आता खास वाहन पुरवू. ती एक पोलिसांची गाडी असेल. अगदी पुऱ्या बंदोबस्तामधली ती असेल. बऱ्याच दिवसांत आमच्या हाती एकही पाश्चिमात्य हेर सापडला नव्हता. आज तो सापडला. तेव्हा तुमच्यासाठी आमचे पोलीस खाते स्पेशल गाडी नक्कीच पाठवणार. विशेषतः तुमच्यासाठी अशी गाडी ब्युडापेस्टहून पाठवण्यात त्यांना नक्कीच आनंद होईल."

त्याने आपले बोलणे मधेच थांबवले. टेलिफोनच्या पिना एक-दोनदा दाबून खडखड आवाज केला आणि चिडून फोन जोरात रिसीव्हरवरती रागाने आपटून तो काहीतरी पुटपुटला, "पुन्हा फोन बंद पडला. हा फोन असा सारखा कसा बिघडतो?" फोन चालू नसल्याने त्याला झालेली निराशा तो लपवीत नव्हता. एक हेर आपल्या देशात घुसला असून मी त्याला किती शिताफीने पकडले आहे, ही बातमी त्याच्या वरिष्ठांना दिल्यामुळे त्याचा किती मान वाढणार होता, किती लाभ होणार होता; पण ऐन वेळेला हा फोन बंद पडला. स्वतः वरिष्ठांना कळवण्याची त्याची संधी हुकल्याबद्दल तो चरफडणे साहजिकच होते.

त्याने एका पोलिसाला जवळ येण्याची खूण केली. तो जवळ आल्यानंतर त्याला विचारले, "इथे जवळपास कुठे फोन आहे का?"

"आहे. शेजारच्याच खेड्यात आहे. ते खेडे येथून तीन किलोमीटरवरती आहे."

मग त्या अधिकाऱ्याने एका कागदावर एक निरोप व फोन नंबर खरडून त्याच्या

हातात देऊन म्हटले, ''जितक्या लवकर जाता येईल तितक्या लवकर जा. अन् या नंबरवरती फोन करून हा निरोप सांग. माझे नाव घेऊन निरोप सांग. पळ लवकर.''

त्या पोलिसाने त्या कागदाची घडी करून ती आपल्या खिशात नीट ठेवली. आपल्या कोटाची बटणे गळ्यापर्यंत लावली व तो तिथून बाहेर पडला. त्याने जे बाहेरचे दार उघडले त्यातून रेनॉल्ड्सने पाहिले, की बाहेर आकाशात आता ढग जमू लागले आहेत आणि पुन्हा बर्फ पडण्यास सुरुवात झाली आहे. ते हिमकण हवेतून स्वत:भोवती फिरत, तरंगत खाली पडत होते. काळ्या आकाशाच्या पार्श्वभूमीवरती ते स्पष्टपणे दिसून येत होते. नकळत त्याचे अंग शहारले. मग तो पुन्हा त्या पोलीस अधिकाऱ्याकडे पाहू लागला.

रेनॉल्ड्स त्याला म्हणाला, ''तुम्ही एक फार गंभीर चूक करीत आहात आणि त्याबद्दल तुम्हाला जबरदस्त किंमत द्यावी लागेल.''

''थापा मारण्यात नेहमी सातत्य असेल तर त्याचे कौतुक केले पाहिजे; परंतु थापा मारणे कधी थांबवायचे, यासाठीही थोडेसे शहाणपण जवळ असावे लागते.'' तो बुटका, लठ्ठ अधिकारी जे चालले आहे ते मजेने बघत होता. तो म्हणत होता, ''या अशा हवामानात ब्युडापेस्टहून गाडी येण्यास दीड तास तरी सहज लागेल. तेवढा वेळ आपण काहीतरी फलदायी असे काम करू. तेव्हा सरळ खरीखुरी माहिती आपण गोळा करूया. त्यासाठी तुम्ही सहकार्य द्याल, अशी आशा करतो. मग कुठून सुरुवात करायची? चला, तुमचे आता खरे नाव सांगा बरं.''

''ते मी तुम्हाला केव्हाच सांगितलेले आहे. माझ्यासंबंधी सारी कागदपत्रेही मी तुम्हाला दाखवली आहेत.'' असे म्हणून तो आपल्या खुर्चीत जरासा सावरून बसला. आपल्या हातातील बेड्या कितपत भक्कम आहेत, याची तो जाता जाता चाचपणी करून पहात होता; पण त्या बेड्या भक्कम असून मनगटाला त्या घट्ट बसल्या आहेत, असे त्याच्या लक्षात आले; पण तरीही त्या समोरच्या अधिकाऱ्यावरती तो मात करू शकत होता. त्याच्या हॅटमध्ये त्याने जो चाकू लपवला होता, तो काढून त्याचे पाते बाहेर उघडून हल्ला चढवणे किंवा त्याच्या गळ्यावर चाकू रोखून धाक दाखवणे, या गोष्टी त्याला अत्यंत सहज जमण्याजोग्या होत्या; परंतु जर तो अधिकारी एकटा असता तर. इथे तर त्याच्यामागे तीन शस्त्रधारी पोलीस तयारीत उभे होते. तो पुढे म्हणाला, ''मी सांगितलेली माहिती, कागदपत्रातील माहिती सर्व काही अचूक आहे, खरी आहे, सत्य आहे. आता तुम्हाला खूष करण्यासाठी उगाच मी काहीतरी खोटी व काल्पनिक माहिती सांगू शकेन. चालेल तुम्हाला?''

''खोटी माहिती सांगण्यासाठी तुम्हाला कोणीही विचारीत नाही. तुम्ही फक्त आपल्या स्मरणशक्तीला ताण देऊन तुमची खरी माहिती सांगा, एवढेच आमचे म्हणणे आहे.'' असे म्हणून त्याने आपल्या दोन्ही हातांनी टेबलाची कड घट्ट

पकडली व तो उठून उभा राहिला. टेबलाला वळसा घालून तो रेनॉल्ड्सपाशी गेला आणि म्हणाला, "हं, तर प्लीज तुमचे नाव सांगता का?"

"मी ते तुम्हाला याआधीच सांगितले आहे." एवढे म्हणून रेनॉल्ड्स एकदम थबकला व वेदनेमुळे 'ओफ्' असा उद्‌गार त्याने काढला; कारण त्या पोलीस अधिकाऱ्याने खाडकन् आपल्या उजव्या हाताने रेनॉल्ड्सच्या डाव्या गालावर मुस्कटात भडकावली. एकदा नव्हे तर दोनदा. दुसऱ्यांदा त्याने त्याच हाताच्या मागच्या बाजूने त्याच्या उजव्या गालावर थोबाडीत हाणली. ह्या दोन्ही थपडा त्याने एकापाठोपाठ फडाफड मारल्या. एकदा तळहाताने, तर एकदा मागच्या मळहाताने. रेनॉल्ड्सने भानावर येण्यासाठी आपले डोके गदगदा हलवले. आपले बेडीचे हात उंचावून तोंडाच्या डाव्या कोपऱ्यातून येणारे रक्त तो पुसू लागला; पण इतके झाले तरी रेनॉल्ड्सने आपला चेहरा निर्विकार ठेवला होता.

तो बुटका अधिकारी उत्साहाने म्हणत होता, "आता तुम्हाला नव्याने उत्तरे सुचतील. अन् नव्याने केलेल्या विचारात शहाणपणा असतो, तसा शहाणपणा तुमच्या उत्तरात उगवू लागेल. तेव्हा चला बोलायला लागा. आत्ताची माझी कृती तुम्हाला जशी आवडली नाही, तशी ती मलाही आवडली नाही. तेव्हा परत मला तसे करायला भाग पाडू नका. चला, प्लीज बोलायला लागा."

यावर उत्तरादाखल रेनॉल्ड्सने त्याला एक सणसणीत शिवी हासडली. त्या पोलीस अधिकाऱ्याला हे अनपेक्षित होते. आजवर त्याला कोणीही विरोध केला नव्हता. आपल्या हाताखालच्या माणसांच्या देखत समोरचा माणूस बेधडक आपल्याला शिवी घालतो म्हणजे काय? तो चिडला, रागाने लाल झाला आणि त्याने हाताची मूठ वळवून एक सणसणीत ठोसा रेनॉल्ड्सला मारला; पण त्याच्यापर्यंत तो ठोसा पोचलाच नाही; कारण हवेतून तो ठोसा आपल्या दिशेने येतो आहे हे पाहून रेनॉल्ड्सने आपला एक पाय उचलून एक जोरदार लाथ त्या पोलीस अधिकाऱ्याला घातली. एवढ्या जोरात घातली की तो अधिकारी त्या टेबलावर धडपडत उताणा पडला. तो श्वास घेण्यासाठी धडपडू लागला, वेदनेमुळे विव्हळू लागला. रेनॉल्ड्सचा फटका जबरदस्त होता. काही सेकंद तो अधिकारी टेबलावरतीच धापा टाकीत कण्हत राहिला. हे सारे इतक्या वेगाने व झपाट्याने घडले, की ते तीन पोलीस नुसते आ वासून बघत राहिले. पुढे होऊन आपल्या साहेबाला उठवायचे भान त्यांना राहिले नाही. त्याच वेळी आत येण्याचे दार धाडकन उघडून त्या चौकीत एक थंडगार वाऱ्याचा झोत आत घुसला.

रेनॉल्ड्स आपल्या खुर्चीत वळून तिकडे पाहू लागला. दाराच्या चौकटीत एक व्यक्ती उभी होती. उंच, रुंद खांद्याची व भेदक निळे डोळे असलेली ती व्यक्ती प्रकाशाचा झोत फिरावा, तशी आपली नजर फिरवून तिथे उभी होती. अवघ्या तीन

सेकंदात त्या व्यक्तीने आपल्या नजरेने तेथील सर्व गोष्टींचे तपशीलवार निरीक्षण केले. त्या व्यक्तीच्या अंगावरती एक लष्करी ट्रेन्च कोट होता. अन् ती व्यक्ती एवढी उंच होती की तिचे डोके दाराच्या छज्जाला लागत होते. त्या व्यक्तीच्या पायात जाडजूड जॅकबूट होते आणि कमरेला एक चकचकीत पॉलिश केलेले बक्कल असलेला एक कातडी पट्टा होता. त्या पट्ट्याला एक पिस्तूल अडकवलेले होते. ती व्यक्ती लष्करातील मोठी अधिकारी असावी हे उघडच दिसत होते. तो अधिकार त्याच्या चेहऱ्यावरती प्रगट होत होता. त्याने जर हुकूम सोडला तर तो न पाळण्याची हिंमत कोणालाही होणार नव्हती.

रेनॉल्ड्सने त्या व्यक्तीकडे निरखून पाहिले. येथे जे काही घडले ह्याचे त्या व्यक्तीला अजिबात आश्चर्य वाटलेले नाही, हे त्याच्या मनाने टिपले. 'इथे काय चालले आहे तरी काय?' किंवा 'या साऱ्याचा अर्थ काय?' असले प्रश्न त्या माणसाने विचारले नाहीत, हेही रेनॉल्ड्सला जाणवले. तो धीमेपणे चालत आत शिरला. पुढे वाकून त्याने टेबलावर पडलेल्या पोलीस अधिकाऱ्याला हात देऊन उठवले. तो बुटका अधिकारी उठून उभा राहिला तरी अजून श्वासासाठी धडपडत होता. त्याची वेदना अजून ओसरली नव्हती; कारण रेनॉल्ड्सने आपली लाथ बरोबर त्याच्या मर्मस्थानावर झाडली होती.

"मूर्ख!" तो लष्करी अधिकारी थंडपणे म्हणाला. त्याच्या चेहऱ्यावरती अजूनही तसेच निर्विकार भाव होते. तो म्हणत होता, "पुढच्या वेळी जेव्हा एखाद्या माणसाला प्रश्न विचाराल, तेव्हा त्याच्या पायापासून दूर रहात जा." मग मानेनेच रेनॉल्ड्सकडे खूण करीत त्याने विचारले, "हा कोण माणूस आहे? त्याला तुम्ही काय विचारीत होता? अन् कशासाठी विचारीत होता?"

त्या पोलीस अधिकाऱ्याने रागारागाने रेनॉल्ड्सकडे पाहिले व तो धापा टाकीत बोलायचा प्रयत्न करू लागला. काही सेकंदाने तो म्हणाला, "या माणसाचे नाव जोहान ब्युहल आहे. आपण व्हिएन्नामधील बिझनेसमन आहोत, असे तो सांगतो आहे; पण माझा त्यावरती विश्वास नाही. तो नक्की एक हेर आहे. हलकट फॅसिस्ट हेर आहे. फॅसिस्ट हेर!" असे म्हणून त्याने थुंकण्याचा अविर्भाव केला.

तो लष्करी अधिकारी थंडपणे म्हणाला, "अर्थातच! सर्व हेर हे हलकट फॅसिस्टच असतात; पण मला तुमचे हे मत नको आहे. मला खरे काय ते जाणून घ्यायचे आहे. पहिली गोष्ट, या माणसाचे नाव तुम्हाला कसे कळले?"

"त्यानेच तसे सांगितले. त्याच्याजवळ त्या नावाची कागदपत्रे आहेत; पण ती सर्व बनावट असणार."

"मला बघू द्या बरं ती कागदपत्रे." त्याने मागणी केली. ती जरी एक विनंती असली तरी त्या आवाजात एक आज्ञा होती; परंतु अजूनही त्याच्या बोलण्याचा स्वर

बदलला नव्हता. मग पोलीस अधिकाऱ्याने वळून टेबलावरचे कागद उचलून त्याच्या हातात दिले. एकदम हालचाल केल्याने त्याच्या वेदना उफाळल्या होत्या. त्यामुळे तो पुन्हा कण्हू लागला होता.

"छान! वा, झकास!" सर्व कागदपत्रांवरून आपली झरझर नजर टाकीत तो लष्करी अधिकारी म्हणत होता, "कदाचित ही कागदपत्रे खरीही असू शकतील; पण तशी ती नाहीत हे नक्की. म्हणजे ह्या माणसावरती आता आमचा हक्क पोचतो."

रेनॉल्ड्सने आपल्या मुठी घट्ट आवळल्या होत्या. त्या सोडवायला त्याला प्रयास करावे लागले. हा नवीन आलेला लष्करी माणूस धोकादायक आहे. नक्कीच धोकादायक आहे, हे त्याने ओळखले होते. त्या बुटक्या पोलीस अधिकाऱ्यांसारख्या माणसांची फौज जरी त्याच्यावरती चालून आली तरी त्याने त्यांच्याशी सामना देऊन त्यांच्यावरती मात केली असती; पण हा एकटा माणूस सर्वांनाच भारी आहे. त्याला फसवणेही सोपे नाही असे दिसते.

"तुमचा माणूस? तुमचा माणूस?" त्या पोलीस अधिकाऱ्याला काहीच समजेना. तो गोंधळून विचारीत होता, "याचा अर्थ काय? तुम्हाला नक्की काय म्हणायचे आहे?"

"हे बघा, मी फक्त प्रश्न विचारीत असतो. ज्युनियर लोकांच्या प्रश्नांना उत्तरे देत नसतो. तुम्ही म्हणता, की हा माणूस एक हेर आहे. कशावरून तसे ठरवलेत?"

"– कारण तो म्हणतो आहे, की त्याने आज संध्याकाळी सरहद्द ओलांडून हंगेरीत प्रवेश केला; पण त्या वेळी सरहद्द बंद केलेली होती."

"बरोबर आहे. त्या वेळी बंदच केलेली होती." असे म्हणून त्या लष्करी अधिकाऱ्याने भिंतीला टेकून खिशातून एक सिगारेट केस बाहेर काढली. ती सिगारेट केस रशियन बनावटीची व सोनेरी रंगाची होती. रेनॉल्ड्सने ही छोटीशी बाब हेरली. हंगेरीत इतरांकडे क्रोमियम प्लेटिंग असलेल्या किंवा पितळेच्या सिगारेट केसेस असताना याच्याजवळ मात्र सोनेरी रंगाची रशियन बनावटीची सिगारेट केस आहे. नक्कीच ही व्यक्ती खूप वरच्या थरातली असणार.

त्या लष्करी अधिकाऱ्याने एक सिगारेट काढून पेटवली व ती ओढत तो रेनॉल्ड्सकडे लक्षपूर्वक पाहू लागला. बराच वेळ तो विचार करीत असावा. शेवटी तिथली शांतता त्या बुटक्या पोलीस अधिकाऱ्याने मोडली; पण तेवढ्यासाठी त्याला आपले अवसान गोळा करण्यासाठी अर्धे मिनिट लागले होते. तो जराशा कुर्यात लष्करी अधिकाऱ्याला म्हणाला, "पण ही आमच्या खात्याची केस आहे. त्यात तुम्हाला मधे कसे पडता येईल? अन् मी तुमच्याकडून का हुकूम घ्यावेत? मी इथला प्रमुख आहे आणि तुम्हाला तर मी यापूर्वी कधीच पाहिलेले नाही. कोण आहात तुम्ही?"

लष्करी अधिकाऱ्याने यावर एकदम काहीही उत्तर दिले नाही. तो रेनॉल्ड्सला न्याहाळीत होता. त्याचे कपडे, त्याचा चेहरा वगैरे बारकाईने निरखून पहात होता. शेवटी त्याने काही वेळाने पोलीस अधिकाऱ्याकडे आपली नजर फेकली. त्याची ती थंड व भेदक नजर पाहून तो पोलीस अधिकारी हादरला. त्या लष्करी माणसाच्या चेहऱ्यावरती अजूनही निर्विकार भाव होते. तो पोलीस अधिकारी आतल्या आत संकोच पावत गेला. त्याने आधारासाठी टेबलाची कड घट्ट पकडून धरली.

तो लष्करी अधिकारी म्हणत होता, ''असं पहा, तुम्ही आत्ता कसे वागत आहात त्याकडे मी तात्पुरता काणाडोळा करू शकतो. तुम्ही जे काही बडबडत आहात तेही मी क्षणभर बाजूला ठेवतो.'' मग रेनॉल्ड्सकडे पाहून तो एकदम कठोर स्वरात म्हणाला, ''ह्या माणसाच्या तोंडातून रक्तस्राव होतो आहे. अटक होताना त्याने विरोध केला होता का?''

''नाही. पण तो माझ्या प्रश्नांना खरी उत्तरे देत नव्हता आणि...''

''असं? कैद्याला प्रश्न विचारण्याचे अधिकार तुम्हाला कोणी दिले? त्याला मारहाण करून जखमी करण्याचे अधिकारही तुम्हाला कोणी दिले?'' त्या लष्करी अधिकाऱ्याने चाबकाचे फटकारे मारावेत तसे हे प्रश्न दरडावून फेकले. ''मूर्ख माणसा, तुम्ही हे काय करून ठेवलेत? अशा पद्धतीने तुम्ही केवढे नुकसान करून ठेवले आहे, याची तुम्हाला काही कल्पना आहे? तुम्ही परत एकदा तुमच्या अधिकाराबाहेर जाऊन अशी कृती करा, मग मी बघतोच तुमच्याकडे. तुम्हाला ही नोकरी सोडून उरलेले आयुष्य कॉन्स्टॅन्टा इथे काढावे लागेल अशी मी व्यवस्था करेन. समजलं?''

ते शब्द ऐकताच तो पोलीस अधिकारी मनातून हबकला. हे सारे प्रकरण गंभीर होत होत शेवटी आपल्यावरतीच शेकते आहे, याची त्याला जाणीव झाली. याचा परिणाम आपल्याला त्या 'कॉन्स्टॅन्टा' नावाच्या ठिकाणी काढावे लागणार. काळ्या समुद्राजवळील त्या ठिकाणी नको असलेल्या लोकांना ठेवले जाते. तिथे त्यांना काय केले जाते ते देव जाणे; पण तिथून कोणीही आत्तापर्यंत परत आलेले नव्हते खरे. कॉन्स्टॅन्टा हे नाव सबंध मध्य युरोपमध्ये कुख्यात होते, दहशत बसवणारे होते. म्हणजे ही नोकरी गमावून आपण मरेपर्यंतचे आयुष्य आपल्याला एका छळछावणीत काढावे लागणार. त्याच्या तोंडाला कोरड पडली. तो सारखा आपल्या ओठांवरून जीभ फिरवू लागला. भीतीने त्याच्या मनाचा पुरता कब्जा घेतला गेला.

तो म्हणाला, ''मी... मला असे वाटले की...''

''तुम्हाला जे काही वाटते, त्याच्याशी मला काहीही कर्तव्य नाही. अशा कठीण केसच्या बाबतीत तुम्हाला काय वाटते ते महत्त्वाचे नाही. अशा वेळी स्वतःचे डोके चालवीत जाऊ नका.'' मग रेनॉल्ड्सकडे आपला अंगठा करून त्याने

पुढे विचारले, ''या माणसाला बाहेर माझ्या गाडीत नेऊन ठेवा. त्याची तुम्ही झडती घेतली असणार, असे मी धरून चालू?''

''अर्थातच, सर!'' हे म्हणताना त्या पोलीस अधिकाऱ्याला कापरे भरले होते. तो पुढे चाचरत म्हणाला, ''त्याची संपूर्ण झडती झाली आहे.''

''तुम्ही ज्या तऱ्हेने बोलता आहात, त्यावरून मला तुमच्यावरती विश्वास ठेवणे कठीण जाते आहे. या माणसाची परत झडती घेणे भाग आहे.'' मग त्या तगड्या व उंच माणसाने आपली एक भुवई उंचावत रेनॉल्ड्सला विचारले, ''तुम्ही आपणहून मला सहकार्य देणार का विरोध करणार? तुमची झडती मी स्वत: घेणे हे तुम्हाला नामुष्कीचे ठरेल.''

''आले लक्षात. माझ्या हॅटमध्ये मी एक चाकू ठेवला आहे,'' रेनॉल्ड्स म्हणाला.

''थँक यू!'' असे म्हणून त्या लष्करी अधिकाऱ्याने रेनॉल्ड्सची हॅट उचलून त्यात लपवून ठेवलेला चाकू त्याने काढून घेतला. त्याचा खटका दाबून पाते उघडले व थोडा वेळ त्याचे निरीक्षण केले. मग परत तो चाकू मिटवून आपल्या खिशात घातला. आणि अशा काही नजरेने त्याने त्या पोलीस अधिकाऱ्याकडे पाहिले, की त्या अधिकाऱ्याच्या काळजाचे पाणी पाणी झाले. आपण झडती नीट घेतली नाही, हे आता यामुळे सिद्ध झाले आहे. आता हा लष्करी माणूस या गोष्टीचे भांडवल करून आपल्याला कितपत त्रास देईल, हे सांगता येत नव्हते.

''तुम्ही पोलीस खात्यात अशीच नोकरी करता वाटते? तुम्हाला का बढती मिळत नाही, हे आता कळले ना तुम्हाला?'' मग त्याने आपल्या हातातील घड्याळाकडे पाहिले. त्या सिगारेट केसप्रमाणे तेही सोनेरी रंगाचे होते. तो पुढे म्हणाला, ''चला, आता मला निघाले पाहिजे. असे करा, मला आधी 'आन्द्रेसी उट'चा नंबर लावून द्या, अन् झटपट फोन लावा.''

आन्द्रेसी उट! ते नाव ऐकताच त्या रेनॉल्ड्सच्या शंकेचे खात्रीत रूपांतर झाले. तो कोणत्या खात्यातला असावा याबद्दल त्याची जी अटकळ होती, ती 'आन्द्रेसी उट' या शब्दांमुळे पक्की झाली. त्याला एक जबरदस्त धक्का बसला. आपला चेहरा भीतीमुळे ताणला जात आहे आणि हे तो लष्करी माणूसही बघतो आहे, असे त्याच्या लक्षात आले. 'आन्द्रेसी उट' हे हंगेरियन गुप्त पोलीस खात्याच्या प्रमुख कचेरीचे नाव होते. ते गुप्त पोलीस खाते रशियन हेर संस्थेप्रमाणेच अत्यंत कुप्रसिद्ध झाले होते. माणसांचे छळ करून त्यांच्याकडून हवी ती माहिती काढून घेणे, हवे ते कबुलीजबाब घेणे, वगैरे गोष्टींच्या कहाण्या बाहेर पडलेल्या होत्या. एव्हीओ अशा आद्याक्षराने हे हंगेरियन गुप्त पोलीस खाते कुख्यात झाले होते. त्यामुळे 'आन्द्रेसी उट' या शब्दांची दहशत खूप दूरवर पोचली होती. दुसऱ्या महायुद्धानंतर पोलंड,

हंगेरी, झेकोस्लोव्हाकिया, पूर्व जर्मनी, युगोस्लाव्हिया वगैरे पूर्व युरोपीय राष्ट्रे ही सोविएत सत्तेने कम्युनिस्ट सत्तेच्या कब्जाखाली आणून त्यावरती अप्रत्यक्षरित्या आपली पकड बसवली होती. सोविएत सत्तेच्या गुप्त पोलीस खात्याकडून या राष्ट्रांवरती वचक बसवलेला होता. त्यामुळे कोणीही माणूस प्रस्थापित सत्तेविरुद्ध एक 'ब्र'ही उच्चारू शकत नसे. धाकदपटशा, जरब, दहशत, छळ, सतत गुप्त नजर, हेरगिरी, फंदफितुरी वगैरेंच्या सहाय्याने हंगेरियन गुप्त पोलीस खाते उर्फ एव्हीओ हे सोविएत सहकार्याने संपूर्ण राज्ययंत्रणेवरती आपला वचक ठेवून होते. त्यातून एकदा इम्र नाज या नेत्याच्या अधिपत्याखाली हंगेरियन जनतेने आणि सैन्याने, सोविएत सत्तेविरुद्ध उठाव केला होता. तो उठाव हंगेरीत रशियन रणगाडे घालून चिरडून टाकण्यात आला होता. त्यामुळे नंतर एव्हीओ खात्याला भलतेच महत्त्व प्राप्त झाले होते. त्यांच्या हातीच सारी सत्ता एकवटली होती. सर्व परकीय हेरांना एव्हीओच्या निर्दय छळकहाण्या जशा ज्ञात होत्या, तशाच त्या रेनॉल्ड्सलाही ठाऊक होत्या. म्हणून 'आन्द्रेसी उट' हे नाव काढताच तो दचकला होता व त्याच्या चेहऱ्यावरती तो ताण दिसू लागला होता. वाट्टेल ते करून 'आन्द्रेसी उट' ही जागा त्याला टाळायची होती; पण येथे तर सुरुवातीलाच त्या जागेकडे आपण ढकलले जात आहोत, हे त्याने ओळखले होते.

त्या लष्करी अधिकाऱ्याने रेनॉल्ड्सच्या चेहऱ्यावरचे भाव टिपले होते. तो आता हसून म्हणत होता, "हंऽऽ, म्हणजे हे नाव तुम्हाला नवीन नाही तर. मिस्टर ब्युहल, तुम्हाला आन्द्रेसी उट नाव हे काही एक चांगले लक्षण वाटत नाही तर. आश्चर्य आहे. पाश्चिमात्त्य बिझनेसमन वर्तुळात हे नाव फारसे कोणाला ठाऊक नाही." मग त्या पोलीस अधिकाऱ्याकडे वळून तो म्हणाला, "आता तुम्ही कसली वाट पहात आहात? चला, झटपट फोन लावा पाहू."

"पण... पण टेलिफोन..." अडखळत्या सुरात तो पोलीस अधिकारी काहीतरी सांगू पहात होता; पण भीतीने त्याला नीट बोलता येत नव्हते. तरीही तो कसाबसा म्हणाला, "तो फोन... तो फोन... बंद पडला आहे."

"पडणारच. इथे मला सगळीकडे अकार्यक्षमता दिसत आहे. या दुर्दैवी देशाला फक्त परमेश्वरच वाचवो." मग आपल्या खिशातून त्याने आपले पैशाचे पाकीट बाहेर काढले व ते उघडून पोलीस अधिकाऱ्यासमोर दाखवले. पाकिटावरती त्याचे आयडेंटिटी कार्ड होते. तो एव्हीओचा एक अधिकृत अधिकारी असल्याचा पुरावा होता. तो म्हणत होता, "मला वाटते, की तुमचा हा कैदी मी ताब्यात घ्यायला माझ्याकडे पुरेसे अधिकार आहेत, हे आता तरी तुम्हाला पटले असावे."

"अर्थातच, कर्नल! तुम्ही म्हणाल तसे आम्ही करू." पोलीस अधिकाऱ्याच्या तोंडून घाईघाईने ते शब्द बाहेर पडले.

''छान!'' असे म्हणून फटकन् आपले पाकीट मिटवून त्याने खिशात घातले. मग तो रेनॉल्ड्सकडे वळून उपहासगर्भ व नाटकी आवाजात म्हणाला, ''मिस्टर ब्युहल, हंगेरियन राजकीय पोलीस खात्यातील मी कर्नल स्झेन्द्रो आपली सेवा करण्यासाठी आपल्यापुढे हजर आहे. आपल्याला नेण्यासाठी मी माझी गाडी आणली आहे. आता आपल्याला ताबडतोब ब्युडापेस्टला जायचे आहे. माझे सहकारी आपली बरेच दिवसांपासून वाट पहात आहेत. आम्हाला आपल्याबरोबर खूप गोष्टींची चर्चा करायची आहे. त्यासाठी आम्ही सर्वजण उत्सुक आहोत. मग, चलता ना महाशय?''

दोन

पोलीसचौकीबाहेर मिट्ट काळोख होता; पण उघडलेल्या दारातून आणि काचेच्या खिडकीतून जो प्रकाश बाहेर पडत होता, त्यामुळे त्यांना थोडेफार दिसू शकत होते. कर्नल स्झेन्द्रोने आपली मोटरगाडी रस्त्याच्या पलीकडच्या बाजूला उभी करून ठेवली होती. ती एक काळ्या रंगाची, लेफ्ट हॅन्ड ड्राईव्ह असलेली, मर्सिडिझ सलून गाडी होती. त्यावरती आता बर्फाचा एक जाड थर चढला होता. फक्त पुढच्या बॉनेटवरती तसा थर नव्हता. याचे कारण इंजिनाच्या उष्णतेमुळे बॉनेटवर पडणारे बर्फ वितळून ओघळून जात होते. बाहेर आल्यानंतर कर्नलने त्या थांबवून ठेवलेल्या ट्रक ड्रायव्हरला सोडून देण्यास सांगितले. मात्र त्या ट्रकमध्ये मिस्टर ब्युहल यांचे काही सामान राहिले असल्यास ते शोधून देण्यास फर्मावले. त्यांना ते सामान ताबडतोब सापडलेसुद्धा. ती रेनॉल्ड्सची एक प्रवासी बॅग होती. रेनॉल्ड्सने पोलिसांना शरण जाताना जे आपले पिस्तूल त्यांच्याकडे फेकले होते, तेही त्या कर्नलला देण्यात आले. त्याने ते प्रवासी बॅगेत कोंबले.

आपल्याला कोणी गाडीत कैद करून ठेवले व गाडी चालवणारा माणूस एकटाच गाडीत असेल, तर प्रवासातील पहिल्या पन्नास मैलांच्या आत आपण सहज सुटका करून घेऊ शकतो, अशी बढाई रेनॉल्ड्स मनोमन मारीत असे. त्याच्या शेजारी आत्ता एक शस्त्रधारी पोलीस उभा होता. कर्नल स्झेन्द्रो ड्रायव्हरच्या आसनावर जाऊन बसला. त्याने समोरच्या डॅशबोर्डवरील एक कप्पा उघडला व त्यातून एक बारीक साखळीची दोन टोके बाहेर काढली. रेनॉल्ड्सला त्याच्या शेजारी बसवण्यात आले. त्याच्या आसनासमोरच तो कप्पा येत होता.

"मिस्टर ब्युहल, ही एक वेगळीच गाडी आहे, असे तुम्हाला आता कळून येईल; पण मी तरी काय करणार, प्रत्येक वेळी माझ्या कैद्यांना नेताना मला त्यांच्या मनाची पर्वा करावी लागते. 'आपण सुरक्षित आहोत' अशी त्यांची भावना होण्यासाठी ही सोय करून घ्यावी लागली आहे." मग त्याने एक साखळीचे टोक त्याच्या बेडीला अडकवून तिथे एक नवीन कुलूप लावून टाकले. दुसरी साखळी त्याने

रेनॉल्ड्सच्या पायाला गुंडाळून तिथे त्या साखळीची एक गाठ मारून तिचे टोक दाराच्या आर्मरेस्टमध्ये गुंतवून दुसरे कुलूप घातले.

मग आपले काम कसे काय झाले आहे, हे पहाण्यासाठी त्याने मागे सरकून एक दृष्टिक्षेप टाकला व तो म्हणाला, "झकास. आता तुम्हाला आपण असुरक्षित आहोत, अशी अजिबात भीती वाटणार नाही. अगदी आरामात बसा. तुमच्या कोणत्याही हालचालींना या साखळ्यांची बाधा येणार नाही, याची मी हमी देतो; पण त्याचबरोबर तुम्हाला माझ्या दिशेने फारशी हालचाल करता येणार नाही, हेही सांगून ठेवतो. तसेच, तुमच्या बाजूच्या दाराचे हॅन्डल मी काढून ठेवलेले असल्याने तुम्हाला दार उघडता येणार नाही.'' त्याच्या स्वरात अगदी सहजपणा होता. कुठेही दुष्टावा भरलेला नव्हता; पण हे सारे फसवे आहे, वरवरचे आहे, हे रेनॉल्ड्स जाणून होता. तो म्हणत होता, "तसेच त्या साखळ्या तोडण्याचा प्रयत्न करू नका, की त्यांची मजबुती आजमावयाचाही प्रयत्न करू नका. बारीक वाटल्या तरी त्या एक टन वजनाचा ताण सहज पेलू शकतात. तसेच, ती पलीकडे ज्या आर्मरेस्टला साखळी गुंतवून ठेवली आहे, तोही खास बनवलेला आहे, भक्कम आहे. या कप्प्यात साखळ्या एका कड्याला पक्क्या केल्या आहेत नि ते कडे मोटरच्या चासीसला पक्के केले आहे. आता यापेक्षा आणखी आम्ही काय करणार?''

तो पोलीस अधिकारी अजूनही तिथेच घुटमळत होता. शेवटी तो धीर करून म्हणाला, "कर्नलसाहेब, मी तुम्हाला एक गोष्ट सांगायची विसरून गेलो. या माणसाला घेऊन जाण्यासाठी मी ब्युडापेस्टला निरोप पाठवून एक गाडी मागवली होती.''

"असे?'' स्झेन्द्रोचा आवाज एकदम तीक्ष्ण झाला. तो पुढे म्हणाला, "कधी निरोप पाठवला होता?''

"दहा-पंधरा मिनिटांपूर्वी.''

"मूर्ख कुठचे. तुम्ही हे मला आधीच सांगायला हवे होते. आता त्याला फार उशीर झाला आहे; पण त्यामुळे फारसे काही नुकसान होत नाही. उलट, थोडासा वेळ वाचतो आहे आणि फायदाच होतो आहे; पण तुमच्यासारखेच तुमच्या खात्यातले ते लोक जर रेमेडोके असतील, तर या थंड रात्री इतक्या लांब गाडी पाठवायचा मूर्खपणा ते करतील.''

मग कर्नल स्झेन्द्रोने आपल्या बाजूचे दार आपटून लावून घेतले. वरच्या छतातला दिवा लावला. त्यामुळे कैद्याच्या हालचाली त्याला कळून येणार होत्या. मग वेळ न घालवता त्याने आपली गाडी ब्युडापेस्टच्या दिशेने सोडली. त्या मर्सिडीझ गाडीला बर्फावरतीही चालू शकणारे टायर्स बसवलेले होते. शिवाय, रस्त्यावरचा बर्फ घट्ट झालेला असल्याने गाडी वेगाने पळवण्यात त्याला कसलीही

अडचण येत नव्हती. तो मोठ्या कौशल्याने गाडी चालवत होता. अधुनमधून तो आपले निळे डोळे फिरवून शेजारच्या कैद्यावरती लक्ष ठेवत होता.

रेनॉल्ड्स अगदी स्तब्ध बसला होता. त्याने आपली नजर सरळ समोर ठेवली होती. त्याने त्या साखळ्यांची मजबुती केव्हाच अजमावून पाहिली होती. कर्नलने सांगितले ते खरे आहे, याची त्याने खात्री करून घेतली होती. आता यातून मार्ग कसा काढायचा, यावरती त्याने आपले लक्ष केंद्रित केले. जेव्हा ते ब्युडापेस्टला पोचतील, तेव्हा तर आपल्याला कोणताही सुटकेचा मार्ग नसणार, हे त्याने ओळखले होते. काही चमत्कार झाला, तरच तो या अडचणीच्या परिस्थितीतून निसटू शकत होता; पण एव्हीओच्या मुख्य ठाण्यातून सुटका होणे, स्टॅलिन स्ट्रीटवरच्या यातनागृहातून सहीसलामत बाहेर पडणे हे केवळ अशक्यप्राय होते. एकदा तो तिथे पोचला की संपलेच सारे. तेव्हा जे काही सुटकेचे प्रयत्न करायचे, ते आत्ताच, इथे, या मोटारीमध्ये करायला हवेत. अन् हाताशी फक्त काही तासांचा वेळ उरलेला आहे.

शेजारच्या खिडकीची काच खालीवर करण्याचे हॅन्डलही काढून टाकलेले होते. त्या कर्नलने विचारपूर्वक तसल्या गोष्टी काढून टाकल्या होत्या. जरी ती खिडकी उघडी असती, आणि दार उघडण्यासाठी त्याने खिडकीतून हात बाहेर काढून दाराचे हॅन्डल फिरवायचा प्रयत्न केला असता तरी त्या साखळ्यांची कमी लांबी आड आली असती. त्याचे हात स्टिअरिंग व्हीलपर्यंत पोचू शकत नव्हते; कारण साखळी तेवढी लांब नव्हती. त्याने याची खात्री मघाशीच करून घेतली होती. फक्त दोन इंचाने ती कमी पडत होती. आपल्या पायांचा उपयोगही तो करू शकत नव्हता; पण लाथ झाडण्यासाठी फार वरती पाय उचलता येत नव्हता. नाही तर त्याने पाय वर करून समोरच्या काचेवरती, विन्डस्क्रीनवरती लाथ मारून ती केव्हाच फोडली असती. त्याने आपले आसन थोडेसे मागे सरकवता येते का, ते पाहिले होते. काही गाड्यात असते तशी सोय; परंतु येथे तसली सोय नव्हती. या गाडीतली प्रत्येक गोष्ट ही आहे तिथे पक्की होती व ठणठणीत होती. आन्द्रेसी उट येथे गेल्यावर आपल्याला ज्या काही यातना दिल्या जातील, त्याच्या कल्पनेने तो मनातल्या मनात नुसता हादरून निघत होता. तो विचार प्रयत्नपूर्वक टाळू पहात होता, दूर ठेवू पहात होता; परंतु वेळ मात्र क्षणाक्षणाने संपत होता व तो सारखा आन्द्रेसी उटच्या जवळजवळ चालला होता. शेवटी आपण तिकडे पोचणार, आपले हाल केले जाणार आणि आपल्यासकट साऱ्या कार्याचा विनाश होणार, हे प्रखर सत्य त्याला स्वच्छ जाणवू लागले.

त्याला आपल्या खिशाची आठवण झाली. त्याच्या खिशात नेहमी काही ना काही उपयुक्त वस्तू असत. त्यातली एखादी वापरून पहाता आली तर? ती वस्तू

कोणतीही असली तरी चालेल; पण ती ठणठणीत व चांगली भरीव पाहिजे, जड हवी. मग ती वस्तू अचानक स्झेन्द्रोच्या डोक्यावर हाणली, तर काही क्षण तरी त्याचे गाडीवरचे नियंत्रण जाईल. अन् मग ही मोटरगाडी कशाला तरी जाऊन धडकेल, तिला अपघात होईल. त्या अपघातात स्झेन्द्रोला जबरदस्त दुखापत होऊ शकेल; पण दुखापत होण्याची तेवढीच शक्यता रेनॉल्ड्सच्या बाबतीतही होती; पण हे तोच घडवणार असल्याने तो आधीपासून तयारीत राहू शकत होता. त्यामुळे त्याला कमी दुखापत होऊ शकत होती; तरीही नक्की काहीच सांगता येत नव्हते. त्याला दुखापत होण्याची व न होण्याची शक्यता ही ५०:५० टक्के होती. निसटून जाण्याची अन्य कोणतीही शक्यता ही केवळ लाखात एक होती. त्यापेक्षा ही ५०:५० टक्के असणारी शक्यता चांगली नव्हे काय! स्झेन्द्रोने बेड्यांच्या किल्ल्या कुठे ठेवल्या आहेत, हे रेनॉल्ड्सने पाहून ठेवले होते.

रेनॉल्ड्स यावरती वेगाने विचार करू लागला. लवकरच त्याला या योजनेतला फोलपणा कळून चुकला. त्याच्या खिशात कोणतीही जड वस्तू फेकून मारण्यासाठी नव्हती. फक्त काही नाणी होती. त्याच्याजवळ त्यातल्यात्यात जड असलेली वस्तू म्हणजे त्याचे बूट; पण ते काढण्यासाठी त्याला वाकावे लागणार होते व बूट काढण्यात थोडा वेळ जाणार होता. तेवढ्या वेळात कर्नल स्झेन्द्रो हा काय स्वस्थ बसणार होता? तो सावध होऊन त्याला प्रतिबंध करणार होता. शिवाय, पायाला बांधलेली साखळी ही दोन्ही पायाला मिळून बांधलेली होती. आणखीही एक अतिरेकी कल्पना त्याच्या मनाला स्पर्शून गेली. ती कल्पना अतिरेकी असली, तरी त्यात यश मिळण्याची शक्यता होती. निघाल्यापासून पहिल्या पंधरा मिनिटांत जेव्हा कर्नल त्याच्याशी बोलू लागला, तेव्हाच त्याला ती कल्पना सुचली होती.

"मिस्टर ब्युहल, तुम्ही एक फार धोकादायक व्यक्ती आहात. तुम्ही उगाच फार विचार करता. कॅशिअससारखा विचार करता. कॅशिअस हा शेक्सपीयरच्या नाटकातील एक पात्र आहे. तुम्हाला ते ठाऊक असणारच म्हणा.'' कर्नल स्झेन्द्रो त्याच्याशी बोलताना सहज म्हणाला.

रेनॉल्ड्स यावरती काहीही बोलला नाही. या कर्नलच्या प्रत्येक शब्दात कोणता ना कोणता तरी सापळा लावून ठेवलेला असतो.

"माझ्या गाडीत जगातील सर्वांत मोठी धोकादायक व्यक्ती आता प्रथमच आलेली आहे. तुम्ही बसला आहात त्या जागेवरती अशाच काही, पण तुमच्यापेक्षा कमी धोकादायक व्यक्ती बसून गेल्या आहेत. तुम्ही आत्ता कोठे जाता आहात, ते तुम्हाला ठाऊक आहे? अर्थात तुम्हाला ते नक्कीच ठाऊक असणार; पण तुम्ही त्याची पर्वा करीत नाही, असे दिसते. कदाचित मनातून तसे करतही असाल.''

रेनॉल्ड्सने तरीही यावरती आपले तोंड गप्प ठेवले होते. ती योजना जोखमीची

असली तरी त्यात यशाची शक्यता दडलेली आहे, हे तो जाणून होता.

"तुमचे हे मौन आपल्यातील दुरावा कमी करणारे नाही, हे नक्की." एवढे म्हणून कर्नल स्झेन्द्रोने एक सिगारेट आगपेटीच्या काडीने पेटवली व ती काडी बाहेर भिरकावून दिली. रेनॉल्ड्स ताठ बसला. त्याला जी संधी पाहिजे होती, ती आता त्याच्याकडे आपणहोऊन कर्नलकडून चालत येत होती. कर्नल स्झेन्द्रो म्हणत होता, "तुम्ही अगदी आरामात बसला आहात, असे मी धरून चालतो."

"होय." रेनॉल्ड्स बोलला. मग थोडे थांबून पुढे म्हणाला, "पण जर तुम्ही मला एखादी सिगारेट दिलीत तर बरे पडेल."

"वा! का नाही देणार? आपल्या पाहुण्यांची यजमानाने काळजी घेतलीच पाहिजे, नाही का? त्या समोरच्या कप्प्यात पाच-सहा तरी सिगारेट्स पडलेल्या असतील; पण त्या साऱ्या स्वस्तातल्या व तेवढ्याशा चांगल्या ब्रँडच्या नाहीत; पण तुमच्या या अवस्थेत असलेल्या लोकांनी आत्तापर्यंत तरी तसल्या सिगारेट्सबद्दल काही तक्रार केली नाही. संकटात काहीही चालते म्हणा. कोणतीही सिगारेट असली तरी ती मानसिक तणाव घालवण्यासाठी उपयोगी पडतेच."

"थँक यू." असे म्हणून रेनॉल्ड्सने समोरच्या कप्प्यातील एक सिगारेट काढून घेतली. पुढे त्याने विचारले, "अन् सिगार लायटर आहे ना हा?" त्याने डॅशबोर्डवरच्या एका उंचवट्याकडे बोट दाखवून विचारले.

"होय. खुशाल वापरा."

मग रेनॉल्ड्सने आपले बेड्या घातलेले हात पुढे केले. हातातील सिगारेट त्या लायटरच्या छिद्रात काही सेकंद घालून दाबून धरली. त्या छिद्रातली विजेची तार तापून लाल झाली. सिगारेटचे टोक पेटलेले पहाताच त्याने ती काढून घेतली आणि हातातून निसटली, असे दाखवत खाली पाडली. ती सिगारेट उचलण्यासाठी तो वाकला; पण त्याचे हात साखळ्यांनी बांधल्यामुळे ते सिगारेटपर्यंत पोचू शकले नाहीत. ते एक इंचभर अलीकडे थांबले होते.

ते पाहून कर्नल जोरात हसला. अगदी खळखळून हसला. रेनॉल्ड्स उठून ताठ बसला व कर्नलकडे पाहू लागला. कर्नलच्या चेहऱ्यावरती करमणूक व कौतुक यांची संमिश्र भावना पसरली होती; पण त्यात कौतुकाची भावना जास्त होती.

"मिस्टर ब्युहल, वाऽ मानले तुम्हाला. तुमची चाल उघड झाली. आता तर तुम्ही एक धोकेबाज गृहस्थ आहात याची मला खात्रीच पटली." असे म्हणून त्याने आपल्या तोंडातील सिगारेटचा एक खोल झुरका घेतला. मग तो सावकाश म्हणाला, "सिगारेट खाली पडली किंवा पाडली, तर आता आपल्यापुढे तीन पर्याय उपलब्ध आहेत; पण त्या तिन्ही पर्यायांचा माझ्यावरती फारसा प्रभाव पडणार नाही."

"तुम्ही काय म्हणता ते माझ्या लक्षात येत नाही."

“वा:! पुन्हा एकदा झकास चाल खेळता आहात.” कर्नल हसत म्हणत होता, “तुमच्या आवाजात समजलं नसल्याची जी भावना तुम्ही दर्शवीत आहात, ती यापेक्षा जास्त प्रभावीपणे तुम्हाला दाखवता येणारच नाही. आता नीट ऐका, मी काय म्हणतो ते. तुमची पहिली चाल : खाली पडलेली सिगारेट उचलून तुम्हाला देण्यासाठी मी सभ्यपणे खाली वाकलो, की तुम्ही तुमच्या बेड्या माझ्या डोक्यात जोराने हाणणार. एवढ्या जोराने हाणणार की मी तात्पुरता बेशुद्ध नक्की होईन. त्यानंतर तुम्ही तुमच्या बेड्यांच्या किल्ल्या शोधून घेणार. त्या कुठे ठेवल्या आहेत, ते तुम्ही चाणाक्ष नजरेने सुरुवातीलाच पाहून ठेवले होते.” रेनॉल्ड्स यावरती कर्नलकडे बावळट चेहरा करून पाहू लागला. न समजल्याचा भाव त्याने चेहऱ्यावरती आणला होता; पण आपली चाल कर्नल स्झेन्द्रोने ओळखली व आपल्याला एक प्रकारे हरवले आहे, ही भावना मात्र त्याला स्पर्शून गेली.

कर्नल पुढे सांगत होता, “दुसरी तुमची चाल अशी, की मी तुम्हाला सिगारेट पेटवण्यासाठी मदत करणे. त्यासाठी तुम्ही माझ्याकडे आगपेटी मागणार व मी ती देणार. मग तुम्ही आगपेटीतील साऱ्या काड्या बाहेर काढून त्यांचा जुडगा हातात धरून त्या सर्वच्या सर्व काड्या एकदम घासून पेटवणार. मग त्या काड्या माझ्या अंगावरती फेकणार. मग मी घाबरून दचकल्यामुळे माझा गाडीवरचा ताबा जाणार. गाडी कुठेतरी आदळणार. अशा रीतीने तुम्ही सुटकेचा मार्ग शोधणार. किंवा तुमची तिसरी चाल अशी असेल : मी माझ्या लायटरने तुमची सिगारेट पेटवायला जाणार. अशा वेळी माझी बोटे पकडून ती तुम्ही अशी वाकवणार, की माझी एकदोन बोटे मोडतील. मग तुम्ही माझे मनगटही जोरदार पिरगळणार. अन् मग बेड्यांच्या किल्ल्या तुमच्या हाती सुरळीतपणे येणार. काय, बरोबर आहे ना?”

“तुम्ही काहीतरी विचित्र बडबडत आहात.” रेनॉल्ड्स म्हणाला; पण मनातून तो वरमला होता.

“मी तसा फार संशयखोर आहे; पण तरीही मी ही आगपेटी तुमच्याकडे टाकतो. तिच्यात मी फक्त एकच काडी ठेवली आहे. त्याने तुमची सिगारेट उचलून पेटवा.”

रेनॉल्ड्सने तसे केले व तो काहीही न बोलता सिगारेट ओढत बसला. आपला पराभव झाला आहे, हे त्याने मनात मान्य केले; पण हा तात्पुरता पराभव होता. संधी येताच तो पुढे परत प्रयत्न करणार होता. इतक्या सहजासहजी आपली हार तो थोडीच मानणार होता? त्या कर्नलला बऱ्याच प्रश्नांची उत्तरे आगाऊ ठाऊक आहेत; पण ते प्रश्न आपल्याला ठाऊक नाहीत, हे रेनॉल्ड्सलाही कळून चुकले होते. सुटकेचे पाच-सहा वेगवेगळे मार्ग त्याला सुचले होते. प्रत्येक मार्ग हा अफलातून होता; पण जितका अफलातून असेल, तितका तो यशस्वी होण्याची शक्यता कमी

होती. तो दुसरी सिगारेट ओढत होता. तीही आता संपत आली होती. कर्नलने तिसरा गिअर टाकला होता. खिडकीबाहेर त्याने डोकावून पाहिले आणि झटकन् ब्रेक लावून गाडीचा वेग कमी केला. मग झटपट तो एका शेजारच्या छोट्या रस्त्याला वळला. अर्धा मिनिट तो तसाच पुढे गेला. आता आजुबाजूच्या झुडपांमुळे हायवेवरून इथली त्याची गाडी दिसू शकत नव्हती. त्याने गाडी थांबवली, इंजिन बंद केले, मग पुढचे दिवे व पार्किंगचे दिवेही बंद केले. मग थंड हवेची पर्वा न करता आपली खिडकीची काचही त्याने खाली केली.

रेनॉल्ड्स विचार करू लागला. अजून ब्युडापेस्ट शहर तीस मैलांवरती राहिले आहे. तरीही हा कर्नल कशासाठी एवढी खबरदारी घेतो आहे? ब्युडापेस्टजवळ येईपर्यंत त्याला दम नाही, असे दिसते; पण त्याने काय करायचे ठरवले आहे? नक्कीच आपल्याविरुद्ध तो काहीतरी करणार. रेनॉल्ड्सला कसलीही आशा नव्हती, तो कसल्याही भ्रमात नव्हता. हंगेरियन पोलिटिकल पोलिसांबद्दलच्या महत्त्वाच्या फायली त्याने वाचल्या होत्या. विशेषत: १९५६नंतरच्या हंगेरीतील रक्तरंजित उठावानंतर त्या खात्याच्या हालचालींबद्दलच्या फाईल्स त्याने चाळल्या होत्या. त्यातून त्याला धक्कादायक माहिती मिळत गेली होती. मानववंशशास्त्राच्या दृष्टीने हंगेरियन माणसांचे नेमके स्थान काय हे त्याला कळले. एव्हीओ या संघटनेबद्दलही त्याला बरेच काही समजले. ह्या संघटनेची माणसे जिथे जिथे गेली, तिथे तिथे त्यांनी आपल्याबरोबर दहशत नेऊन पसरवली, क्रौर्याचे प्रदर्शन केले, विध्वंस घडवून आणला, 'जिवंत मृत्यू' कसा असतो ते दाखवले. सावकाश येणाऱ्या यातनामय मृत्यूचा अनुभव लोकांना दिला. हद्दपार केलेल्या निर्वासितांच्या छावण्यातील वयस्कर व्यक्तींना तशा मृत्यूची त्यांनी शिक्षा दिली, तरुणवर्गाला श्रमछावण्यात पाठवले आणि उरलेल्यांवरती खटले भरून तडकाफडकी शिक्षा दिल्या गेल्या. त्या मृत्यूच्या शिक्षा देताना अर्थातच त्यांचा अनन्वित छळ केला गेला. जणू काही या पोलिटिकल पोलिसांच्या हृदयात खरोखरीच सैतानाने संचार केला होता. त्या छळांना आधुनिक जगात कुठेही तोड नव्हती. त्यांनी हिटलरच्या गेस्टॅपो पोलिसांच्या कार्याचा अभ्यास केला, रशियन एन्केव्हीडी पोलिसांच्या छळपद्धतींचा अवलंब केला आणि या दोन्हींच्या एकत्रीकरणामधून व स्वत:च्या कल्पनांची भर घालून अशी काही यातनापद्धत शोधून काढली, की तिला आजवरच्या मानवी इतिहासात पर्याय नसेल. या छळसत्रामधील त्यांचे गुरू समजले जाणारे रशियन गुप्तचर संघटना व हिटलरचे पोलीस यांनाही या शिष्यांनी सहज मागे टाकले. मात्र दहशत, वेदना, यातना वगैरे शब्दही फिके पडावेत, अशा त्यांच्या या नवीन पद्धती होत्या. त्या कोणाला स्वप्नातही कधी सुचल्या नसत्या.

पण आता कर्नल स्झेन्द्रो तसे काही उपाय या निर्जन रस्त्यावरती करेल, असे

वाटत नव्हते. निदान तसे रेनॉल्ड्सला वाटत होते. स्झेन्द्रो फक्त बोलण्याच्या मूडमध्ये आहे, असे तो धरून चालत होता. त्याने आपल्या आसनावरतीच वळून रेनॉल्ड्सची मागच्या आसनावरील बॅग उचलून पुढे घेतली व आपल्या मांडीवरती ठेवली. ती उघडायचा प्रयत्न करू लागल्यावर त्याच्या लक्षात आले, की तिला अंगचे कुलूप असून ते बंद आहे.

"किल्ली! मला याची किल्ली हवी आहे." स्झेन्द्रो म्हणत होता, "अन् ती हरवली आहे, माझ्याजवळ नाही. असल्या सबबी मला सांगू नका. या हेरगिरीच्या खेळात आपण आता काही खालच्या इयत्तेमध्ये नाही. तेव्हा कसल्याही थापा न मारता याची किल्ली कुठे आहे, ते सांगा."

रेनॉल्ड्स म्हणाला, "माझ्या कोटाच्या आतल्या खिशात आहे."

"ती मला काढून द्या. अन् तुमच्याजवळची कागदपत्रेही मला काढून द्या."

"मला अशा बांधलेल्या अवस्थेत ते जमणार नाही."

"ठीक आहे. मीच घेतो ते." स्झेन्द्रो म्हणाला. त्याने आपले पिस्तूल बाहेर काढले व ते रेनॉल्ड्सच्या ओठांवरती टेकवले. त्या पिस्तुलाचा दाब रेनॉल्ड्सला आपल्या दातांवर जाणवला. तशीच वेळ आली तर हा राक्षस बेधडक पिस्तूल झाडेल, याची त्याला खात्री पटली. तो निमूटपणे स्वस्थ बसून राहिला. त्या कर्नलने रेनॉल्ड्सच्या कोटाच्या आतल्या खिशातून किल्ली व सर्व कागदपत्रे काढून घेतली, अत्यंत अल्लादपणे. त्याची ती सफाई पाहून रेनॉल्ड्सला वाटले, की याच्याजवळ खरोखरीच धंदेवाईक पाकिटमारांचे कौशल्य आहे. स्झेन्द्रोने मग वेळ न घालवता ती बॅग उघडली. आतील कागदपत्रे काढून तो ते वाचू लागला. त्या कागदपत्रांबरोबर रेनॉल्ड्सच्या खिशातून काढून घेतलेल्या कागदपत्रांशी तो ताडून पाहू लागला.

"वाऽऽ मिस्टर ब्युहल, हा सारा प्रकार अत्यंत मनोरंजक आहे. तुम्ही तुमचे व्यक्तिमत्व, राष्ट्रीयत्व, नाव, गाव वगैरे एका क्षणात सरड्यासारखे बदलू शकता, असे दिसते. त्यासाठी वेगवेगळ्या नावांची कागदपत्रे तुम्ही तयार करून ठेवलेली दिसत आहेत. त्यामुळे किती झटकन् तुम्हाला आपले नाव, गाव बदलता येते. वंडरफुल." मग त्याने सर्व कागदपत्रांवरून परत एकदा नजर टाकली व विचारले, "यातली खरी कागदपत्रे कोणती?"

रेनॉल्ड्स हलक्या आवाजात म्हणाला, "ती ऑस्ट्रियातली कागदपत्रे खोटी आहेत." इतका वेळ तो जर्मन भाषेत बोलत होता; पण आता प्रथमच तो अस्खलीत हंगेरियन भाषेत बोलू लागला. "माझी आई बरीच वर्षे ऑस्ट्रियामध्ये व्हिएन्ना येथे रहात होती. ती अगदी मरायला टेकली आहे, अशी मला बातमी मिळाली. म्हणून फार वेळ जाऊ नये यासाठी मला ती खोटी कागदपत्रे बनवावी लागली."

"असे का? अरे वा! अन् तुमच्या आईचे पुढे काय झाले?"

"ती आता नाही. तिच्याबद्दलची श्रद्धांजली गेल्या मंगळवारच्या वर्तमानपत्रात छापून आलेली आहे. तिचे नाव मारिया राकोसी होते."

स्झेन्द्रो आता हंगेरियन भाषेत बोलू लागला, "आता मी अशा अवस्थेला येऊन पोचलो आहे, की मला नवल वाटले नाही तरच आश्चर्य म्हणावे लागेल." कर्नल स्झेन्द्रोच्या हंगेरियन भाषेचे उच्चार हे ब्युडापेस्ट शहरात बोलल्या जाणाऱ्या उच्चारासारखे नव्हते. रेनॉल्ड्सला त्याची पक्की खात्री होती; कारण त्याने हंगेरियन भाषा ही ब्युडापेस्ट विद्यापीठाच्या एका माजी प्राध्यापकाकडून शिकली होती. त्या प्राध्यापकाने त्याला त्या भाषेतले बारकावे, खाचाखोचा, म्हणी, वाक्प्रचार आणि अगदी नव्याने प्रचलीत झालेले शब्दप्रयोगही शिकवले होते. स्झेन्द्रो म्हणत होता, "भलताच दुर्दैवी प्रकार आहे हा. मी तुमच्या आईच्या मृत्यूबद्दल फक्त शांतता पाळून दुखवटा व्यक्त करू शकेन. तेव्हा तुमचे म्हणणे असे आहे, की तुमचे खरे नाव लाजोस राकोसी आहे. हो ना? हे नाव कोणालाही ठाऊक असायला हरकत नाही, इतके ते सर्वसामान्य आहे."

"आणि तेवढेच खरेखुरे. माझे नाव, जन्मतारीख, पत्ता, लग्नाची तारीख वगैरे एकूण एक गोष्टींच्या नोंदी तुम्हाला त्या कागदपत्रात सापडतील. शिवाय, माझे–"

"जरा थांबा." असे म्हणून स्झेन्द्रोने त्याला हात करून बोलायचे थांबवले. तो म्हणत होता, "तुम्ही हे जे सांगता आहात, त्यावर मी विश्वास ठेवतो. कदाचित तुम्ही लहानपणी शाळेत ज्या बाकावर बसत होता, त्या बाकावर कोरून काढलेली अक्षरेही तिथे नेऊन दाखवाल. किंवा वर्गातल्या एखाद्या लहान विद्यार्थिनीची पुस्तके आपण एकदा घरी कशी पळवून नेली, हेही सांगाल; पण या सर्वांचा माझ्यावरती काहीही परिणाम होणार नाही. माझ्यावर प्रभाव पडला आहे तो तुम्हाला तुमच्या वरिष्ठांनी दिलेल्या प्रशिक्षणाचा. त्यांनी तुम्हाला अत्यंत तपशीलवार व अतिबारकाईने विचार करून शिकवले आहे. कितीही बारीकसारीक गोष्ट असली, तरी ती त्यांच्या नजरेतून निसटलेली नाही. त्यांच्या शिकवणुकीचे प्रतिबिंब साहजिकच तुमच्या वागण्यात उमटलेले आहे. तुमच्या वरिष्ठांचा यामागचा काय हेतू आहे, ते मला समजत नाही; पण त्यांनी घेतलेली खबरदारी, योजलेले चातुर्य व योजनेवर घेतलेले अफाट परिश्रम यांचे मला खरोखर कौतुक करावेसे वाटते. अगदी मनापासून कौतुक करावेसे वाटते. इतके चांगले योजक मी याआधी कधी पाहिले नव्हते."

"कर्नल स्झेन्द्रो, तुम्ही फार कोड्यात बोलता. मी ब्युडापेस्ट शहरातला एक साधा नागरिक आहे. अन् मी ते सहज सिद्ध करू शकतो. माझ्याजवळ ऑस्ट्रियामधली खोटी कागदपत्रं आहेत, हे मी मान्य करतो; पण तसे करण्यामागची माझी भूमिका समजावून घ्या. माझी आई ऑस्ट्रियामध्ये आजारी होती. तिचा आजार विकोपाला गेला होता. ती अगदी मरायला टेकली होती. म्हणून मग झटपट तिला भेटण्यासाठी

मला तिथे खोट्या कागदपत्रांचा आधार घ्यावा लागला; पण मी माझ्या देशाविरुद्ध तर काही गुन्हा केला नाही. तुम्हीही ही गोष्ट नीट पाहून घेऊ शकता. मला जर पळून जायचे असते, तर मी ऑस्ट्रियातून सरळ पश्चिमेकडच्या देशात नसतो का निघून गेलो? पण मी तसले काही मनातही आणले नाही. माझा देश तो माझाच देश आहे आणि ब्युडापेस्ट हे माझे घर आहे. म्हणून तर मी परत आलो.''

स्झेन्द्रो म्हणाला, ''एक छोटीशी दुरुस्ती करतो. तुम्ही ब्युडापेस्टला परत येत नसून ब्युडापेस्टला जात आहात. अन् तेही कदाचित आयुष्यात प्रथमच जात आहात.'' असे म्हणून तो रेनॉल्ड्सच्या डोळ्यांत रोखून पहात राहिला. अन् मग अचानक तो त्याला मोठ्याने म्हणाला, ''बिहाइन्ड यू!''

रेनॉल्ड्स झटकन वळून मागे पाहू लागला; पण वळतानाच त्याच्या लक्षात आले, की स्झेन्द्रो इंग्रजीमध्ये म्हणाला होता. त्याने परत समोर सावकाश वळत कंटाळवाण्या सुरात म्हटले, ''ही एक पोरकट युक्ती आहे. मला इंग्रजी भाषेचे चांगले ज्ञान आहे. ती भाषा मी उत्तम बोलू शकतो.'' आता तो सरळ इंग्रजीत बोलू लागला, ''तेव्हा माय डियर कर्नल, जर तुम्ही मूळचे ब्युडापेस्टचे रहिवासी असाल तर, तसे तुम्ही नाहीत हे माझ्या लक्षात आले आहे, तर तुम्हाला हेही ठाऊक असेल, की इंग्रजी भाषा जाणणारी व उत्कृष्ट बोलू शकणारी अशी सुमारे ५० हजार मंडळी ब्युडापेस्टमध्ये सहज सापडतील. तेव्हा तुम्ही अशा गोष्टींबद्दल उगाच कशाला संशय घेता, ते मला कळत नाही.''

यावर स्झेन्द्रोने आपल्या मांडीवर एक जोरदार थाप मारून म्हटले, ''वाऽऽ झक्कास! लाजवाब! खरोखर झकास! माझ्यासारख्या व्यावसायिकालाही हेवा वाटावा, इतकी तुमची तयारी करून घेतलेली दिसते. तुम्ही ब्रिटीश असाल किंवा अमेरिकन असाल; पण अमेरिकन नक्कीच नाही; कारण त्यांचे ते चमत्कारिक उच्चार लपवायला कठीण असल्याने सहज ओळखता येतात. तेव्हा तुम्ही मूळचे ब्रिटीश असून ब्युडापेस्टमधील ढंगाने हंगेरियन भाषा अगदी सफाईदारपणे बोलू शकता. एक कठीण गोष्ट तुम्ही खूप परिश्रमाने साध्य केली आहे, असे दिसते; पण त्याहीपेक्षा मूळचे इंग्लिशमन असून तुम्ही इंग्लिश भाषा हंगेरियन ढंगानेही बोलू शकता, हे मात्र विशेष म्हटले पाहिजे.''

''यात विशेष म्हणण्याजोगे काहीही नाही; कारण मी मुळातच हंगेरियन आहे.'' रेनॉल्ड्स हे ठासून व एकेका शब्दावर जोर देत चिडून म्हणाला.

स्झेन्द्रो आपली मान हलवीत म्हणाला, ''वाऽऽ झक्कास. तुमच्या वरिष्ठांनी अफाट बुद्धी चालवून तुम्हाला जे अप्रतिम प्रशिक्षण दिले त्याला तोड नाही, असेच मला आता म्हणावेसे वाटते. मिस्टर ब्युहल, या हेरगिरीच्या जगात तुम्ही म्हणजे एक रत्न आहात रत्न! पण तुमच्या वरिष्ठांनी तुम्हाला एक गोष्ट मात्र शिकवली

नाही; कारण ते ती गोष्ट शिकवू शकत नव्हते. अन् ती गोष्ट म्हणजे इथल्या लोकांची मानसिकता. ही बाब त्यांना मुळातच ठाऊक नाही. मग ते ती तुम्हाला कुठून शिकविणार? आपण दोघेही हेर खात्यातले आहोत व बुद्धिमान आहोत. तेव्हा काही बाबी उघडपणे एकमेकांशी बोलायला काय हरकत आहे? म्हणजे असे, की श्रमजीवी वर्गाच्या समाधानासाठी जी काही उगाच देशभक्तीच्या भावनेने भरलेली शब्दरचना वापरली जाते, ती टाळून आपण बोलूया किंवा थोडक्यात सांगायचे झाल्यास आपल्यावर केव्हाही तो सत्ताधाऱ्यांचा लांब हात पडून मृत्यूदंड दिला जाईल, अशी जी पराभूत व्यक्तींची, आम जनतेची सतत धास्तावलेली मन:स्थिती असते, ती तुम्हाला प्रशिक्षण देणाऱ्यांनी लक्षात घेतली नाही. त्यामुळेच तुम्ही धैर्याने व सहजपणे माझे म्हणणे खोडून काढता आहात, माझ्याशी प्रतिवाद करीत आहात. प्रत्येक प्रश्नाला न घाबरता उत्तरे देत आहात आणि मनामध्ये माझ्यावरती कुरघोडी करण्याची संधी शोधत आहात. अशी तुमच्यासारखी मानसिकता असलेली व्यक्ती हंगेरीतील आम जनतेपैकी असूच शकणार नाही. इथली माणसे सत्ताधाऱ्यांना, सत्तेतील वरिष्ठांना, पोलिसांना, त्यातून राजकीय पोलिसांना घाबरतात. त्यांच्यापुढे दबून रहातात, नमून असतात व भेदरून ते बोलताना तत-पप करीत चुकीची उत्तरे देत असतात.''

स्झेन्द्रोचे हे तर्कशास्त्र अचूक होते. त्याचा मुद्दा शंभर टक्के बरोबर होता, बिनतोड होता. रेनॉल्ड्सने त्याबद्दल त्याचे मनातल्या मनात कौतुकही केले. तो आश्चर्याने त्याच्याकडे पहात राहिला. हा कर्नल स्झेन्द्रो किती अफाट बुद्धिमान आहे, हे त्याने ओळखले. त्याच्याजवळ प्रचंड आत्मविश्वास आहे आणि त्याने आपल्या बोलण्यावरती बिलकुल विश्वास ठेवला नाही.

स्झेन्द्रो पुढे म्हणत होता, ''मिस्टर ब्युहल, मी आमच्या या देशातील अनेक लोकांना ताब्यात घेतलेले आहे. त्यांच्यावर मी बलप्रयोग केले, त्यांचा छळ केला, अन् त्यांना दिलेल्या यातनांची ते मरेपर्यंत परमावधी गाठली. हे करताना बहुतेकजण गर्भगळीत होऊन जायचे. काहीजण सुरुवातीलाच भयाने रडू लागायचे, तर काही थोडे लोक पराकोटीच्या भयामुळे मृत्यू पावायचे. यापैकी कोणत्याही वर्गात तुम्ही मोडत नाही; परंतु तरीही तुम्ही अशा एका वर्गात मोडता, की ज्याचा विचार तुमच्या बोलविता धन्याने केला नाही. तुम्ही थंड आहात, भावनारहित आहात. मला तुमच्यात भीतीचा लवलेशही दिसत नाही. तुम्ही सारखे आहे त्या परिस्थितीतून मार्ग काढण्यासाठी मनात काहीतरी सतत योजना आखता, तर्क करता, अंदाज घेता, गणिते करता. किंचित जरी एखादी संधी मिळाली, तरी त्यातून पुरेपूर लाभ उठवण्यासाठी आपल्याजवळ आवश्यक ती क्षमता आहे, असा तुमच्यात जबरदस्त आत्मविश्वास आहे. अन् अशी संधी तुम्ही न कंटाळता सतत शोधत असता.

सर्वसामान्य हंगेरियन नागरिक असा नसतो, हे तुमच्या वरिष्ठांच्या लक्षात आले नाही. मिस्टर ब्युहल, माणूस आपल्यालाच जेव्हा दूषणे देतो, स्वत:विरुद्ध विश्वासघात करतो, ती स्थिती कधी येते? सर्वसामान्य माणसात कधी येते आणि प्रशिक्षित माणसात कधी येते, यावर तुमच्या वरिष्ठांनी विचार केला नाही.''

स्झेन्द्रो एकदम बोलायचे थांबला. त्याने हात वर करून मंद प्रकाश देणारा आतला दिवा बंद करून टाकला. रेनॉल्ड्सच्या कानांनी एका मोटारीच्या इंजिनाचा आवाज ऐकला. तो आवाज लांबून येत मोठा मोठा होत होता. स्झेन्द्रोने आपल्या बाजूची खिडकीची काच झटपट वर फिरवत नेली. त्या मिट्ट काळोखात रेनॉल्ड्सच्या हातातील पेटत्या सिगारेटचे लाल जळके तोंड प्रखरपणे दिसत होते. त्याने ते पटकन काढून घेतले व विझवून टाकले. मुख्य रस्त्यावरून एक मोटार चालली होती. लांबून ती जवळ येत होती. झुडपांपलीकडून तिच्या दिव्यांचा प्रखर प्रकाश जाणवू लागला. अन् काही क्षणातच तो प्रकाश नाहीसा झाला. तो आवाजही लहान लहान होत विरून गेला. ती मोटार आली तशी मुख्य रस्त्यावरून निघून गेली. ते पाहून कर्नल स्झेन्द्रोने आपली गाडी पुन्हा वळवून महामार्गावर आणली व तो ब्युडापेस्टच्या दिशेने ती वेगाने पळवू लागला. बर्फवृष्टीला सुरुवात झाली होती.

त्या खराब रस्त्यामुळे त्यांना ब्युडापेस्टला पोचायला दीड तास लागला; नाही तर ते अवघ्या पाऊण तासात पोचले असते. बर्फावरून फिरणारी चाके स्वत:भोवती कितीही वेगाने फिरवली, तरी पुढे सरकायला मात्र वेळ घेत होती; कारण रस्त्यावरील बर्फ व चाके यामधील घर्षण कमी झाले होते. त्यातून मोटारीच्या दिव्यांच्या काचांवर बर्फ जमल्याने प्रकाशाचे झोत लांबवर पडत नव्हते. गाडी पुढे नेताना रस्त्याचे वळण लक्षात यायला हवे होते. तेवढ्यासाठी कधीकधी गाडी हळू न्यावी लागत होती. समोरच्या काचेवर बर्फ पडल्याने वायपर्स मोठ्या कष्टाने हलत होते. त्यांनी काचेवरून हलवलेला बर्फ हा खाली न पडता काचेवरतीच रहात होता. तिथे तो जमून राहिल्याने वायपरच्या हलण्याच्या जागेचा संकोच होत गेला. त्यामुळे समोरचे दृश्य हे स्वच्छ काचेच्या अरुंद फटीतून पहावे लागत होते. हळूहळू ही रुंदीही कमी कमी होत चालली. शेवटी शेवटी इतकी अरुंद फट झाली, की स्झेन्द्रोला गाडी थांबवून तो काचेवर जमलेला बर्फ हाताने काढावा लागला. सर्व प्रवासात त्याला असे दहा-बारा वेळा तरी करावे लागले.

ब्युडापेस्ट जवळ येऊ लागले. त्या राजधानीच्या शहराच्या अलीकडे एक-दोन मैलांवरती स्झेन्द्रोने तो महामार्ग सोडून आपली गाडी बाजूच्या रस्त्याकडे वळवली. तो रस्ता त्यांना अनेक अरुंद व कच्च्या रस्त्यांकडे घेऊन गेला. डावीकडे, उजवीकडे, परत डावीकडे असे असंख्य वेळा वळत स्झेन्द्रो वळत जाणाऱ्या अनेक

रस्त्यांवरून गाडी चालवत गेला. कधीकधी रस्ता एवढा अरुंद असे व रस्त्यालगत खोल खड्डे असत. जरा इकडे-तिकडे झाले तर गाडी सरळ त्या खड्ड्यात किंवा लांबट चरात कोसळण्याची शक्यता होती. रस्त्यावर पडलेल्या बर्फाच्या थरात कोणतीही गाडी तेथून गेल्याच्या खुणा उमटल्या नव्हत्या. बर्फवृष्टी सुरू झाल्यापासून त्यांचीच गाडी तेथून प्रथम जात होती, हे उघड समजत होते. स्झेन्द्रो अत्यंत काळजीपूर्वक व रस्त्यावरती नजर खिळवून गाडी चालवत होता; परंतु तो अधुनमधून एक ओझरता दृष्टिक्षेप रेनॉल्ड्सवरती टाकायला विसरत नव्हता. त्याची सावधानता खरोखरीच अतुलनीय होती.

कर्नल स्झेन्द्रोने मुख्य महामार्ग का सोडला, हे रेनॉल्ड्सला कळेना. तसेच यापूर्वीही त्याने एकदा महामार्ग सोडून आपली गाडी बाजूच्या रस्त्यावरती का नेली, तिथे काही वेळ थांबून परत महामार्गावरती का आणली, हेही त्याला समजेना. कदाचित त्याला कोमरोम येथून येणाऱ्या पोलिसांच्या मोठ्या गाडीला टाळायचे असावे. अन् आत्ता त्याला ब्युडापेस्ट शहराबाहेर उभे केलेले पोलिसांचे अडथळेही टाळायचे असावेत. शहराबाहेर असे अडथळे उभे केलेले आहेत, हे त्याला व्हिएन्नामध्ये सांगण्यात आले होते; पण आत्ता हा कर्नल असे का वागतो आहे, याची कारणे काहीतरी गूढ असावीत; पण काही का असेना या परिस्थितीवरती मात करून निसटायला हवे. त्यासाठी कदाचित त्याच्याजवळ फक्त दहा मिनिटांचा वेळ उरला होता.

ते आता एका जवळच्या गावातल्या रस्त्यावरून चालले होते. ते रस्ते मध्ययुगीन काळातील होते. असंख्य दगडांचे कायमचे आच्छादन रस्त्यावर घातलेले होते. हे ब्युडा गाव होते. ब्युडा गाव आणि पेस्ट गाव यांचे मिळून ब्युडापेस्ट हे शहर बनले होते. हंगेरीची ती राजधानी अशी दोन जुळ्या गावांची मिळून होती. त्या दोन गावांमधून डॅन्यूब नदी वहात गेली होती. आता बर्फवृष्टी कमी कमी होऊ लागली होती. रेनॉल्ड्स आपल्या आसनांवर सारखा चुळबूळ करीत होता. आता त्याला बाहेरच्या धूसर वातावरणात दूरवरची गिल्बर्ट टेकडी दिसली. त्या टेकडीमधले ग्रॅनाईट खडकांचे धारदार सुळके वर आलेले होते. तेवढे सोडून सारी टेकडी बर्फाने पांढरी झाली होती. तसेच, त्याला सेन्ट गेलर्ट हॉटेलची भव्य इमारतही दिसली. फेरेन्क जोसेफ पुलाकडे जाताना वाटेत सेन्ट गेलर्ट माऊंटचा उंचवटाही दिसला. याच उंचवट्यावरून इतिहासकाळात एका बिशपला त्याच्या चिडलेल्या अनुयायांनी ढकलले होते. मात्र ढकलण्यापूर्वी त्याला एका प्रशस्त लाकडी पिंपात बंद करण्यात आले होते. या पिंपात आतल्या बाजूने पुढे आलेले असंख्य टोकदार व लांबलचक खिळे होते. मग ते बिशपने भरलेले पिंप आडवे करून त्या उंचवट्यावरून ढकलून देण्यात आले. आत बसलेल्या बिशपच्या अंगात ते धारदार खिळे सारखे घुसत व

बाहेर पडत. असे ते पिंप घरंगळत घरंगळत शेवटी डॅन्यूब नदीत जाऊन पडले व बुडाले. बिचाऱ्या बिशपचे आत काय झाले असेल, याची आपण केवळ कल्पनाच करू शकतो. ज्यांना सध्याच्या आन्द्रेसी उट इमारतीमधील यातनासत्रांची कल्पना आहे, त्यांना ही शिक्षा म्हणजे अगदीच बालीश प्रकारचा छळ वाटत असेल. पहिल्या काही मिनिटांतच अंगात ते धारदार खिळे घुसून बाहेर पडल्याने बिशपचा मृत्यू झाला असणार; पण आन्द्रेसी उट इमारतीमधील यातनाघरात माणसाला असे लवकर मरण येऊ दिले जात नाही; पण जिवंत असेपर्यंत त्याला तीव्र यातना मात्र भोगायला लावतात. तिथले छळांचे प्रकार मोठ्या कल्पक रितीने निर्माण केले गेले होते.

त्यांनी एव्हाना डॅन्यूब नदी ओलांडली होती. ते आता पेस्ट गावात आले होते. मग ते डावीकडे 'कोर्सो' भागाकडे वळले. या ठिकाणी एके काळी नदीच्या काठावर ओळीने उघड्यावरील कॅफे होते. ते दिमाखदार व भपकेबाज कॅफे आता ओसाड पडले होते. आता या वेळी सर्व रस्तेही ओसाड झाले होते. एके काळचे हे सुखी व संपन्न गाव आता एक अवकळा प्राप्त झालेले, चुकून भलत्याच काळात अवतरलेले, करुण चेहरा असलेले व भूतकाळाची आठवण करून देणारे गाव वाटत होते. एक सुखी व शांत गाव आधुनिक काळात आल्याने दु:खी व दरिद्री झालेले आहे, असा भास होत होता. जुन्या ब्युडापेस्ट शहरातील मेलेली माणसे भूत होऊन आत्ता इथे आली, तर त्यांना नक्की आश्चर्य वाटले असते. अवघ्या वीस वर्षांत एकेकाळचे मुक्त वातावरण असलेले आनंदी शहर इतके ऱ्हास पावावे? त्या वेळच्या या सुखी शहराला उद्याचा काळ हा असा काही असू शकेल, याचा पुसटसाही तर्क करता आला नसेल. एके काळी व्हिएन्नापेक्षाही अप्रतिम, सुंदर, सुखी व शांत वातावरणाचे हे शहर पहायला बाहेरून पश्चिमेकडून अनेक राष्ट्रांतील पर्यटकांचे लोंढेच्या लोंढे येत अन् मग त्यातील बहुतेकजण न परतता येथलेच नागरिक बनून राहू लागत; पण आता ते सारे संपले होते. जुन्या वैभवशाली ब्युडापेस्ट शहराची स्मृतीही आता विरत चालली होती.

रेनॉल्ड्स पूर्वी कधीही या शहरात आला नव्हता; पण इतर काही नागरिकांप्रमाणे त्याला शहराचे गतवैभव व इतिहास ठाऊक होता. डॅन्यूब नदीच्या पश्चिम तीरापलीकडे रॉयल पॅलेस होता. त्याच्या भोवतालच्या कोटाचा पुढे आलेला टोकदार भाग दिसत होता. तसेच, त्या धूसर वातावरणात कॉरोनेशन चर्च हे स्वप्नातली आकृती वाटावी असे उभे होते. त्या ठिकाणी आत्ता नक्की काय चालते, तेही त्याला एखाद्या सराईताप्रमाणे ठाऊक होते. त्याच्या उजव्या बाजूला संसदगृहाची भव्य इमारत होती. तिथेच एक चौक होता. याच चौकात फार मोठ्या प्रमाणात रक्तपात झाला होता. ऑक्टोबर क्रांतीच्या वेळी हजारो हंगेरियन माणसांना इथेच पार्लमेंटच्या छतावर

बसवलेल्या अवजड मशिनगनमधून गोळ्या घातल्या होत्या. जे खाली पडले, त्यांच्यावरती आणि जीव बचावण्यासाठी जे खाली झोपले, त्यांच्यावरती बिनदिक्कत रणगाडे चालवून त्यांना चिरडून टाकण्यात आले होते.

त्या वेळचे सर्व काही तेच अजूनही होते. प्रत्येक इमारत, प्रत्येक रस्ता हा तेव्हापासून जसाच्या तसाच होता. त्याला जी माहिती दिली त्यानुसारही सारे काही जसेच्या तसेच होते; पण तरीही रेनॉल्ड्सला हे सारे कृत्रिम वाटत होते, भासमान वाटत होते. जणू काही तो या भ्रामक दृश्यात फक्त एका प्रेक्षकाची भूमिका वठवत होता. फारशी कल्पनाशक्ती जवळ नसलेला तो एक मूळचा साधा माणूस होता; पण कठोर प्रशिक्षणामुळे त्याचे एका असामान्य व्यक्तीत रूपांतर केले गेले होते. त्यालाही आपल्यात घडलेल्या या चमत्कारिक बदलांची कल्पना होती. सर्व मानवी भावनांच्या जागी तर्कसंभाव्यता, बौद्धिक निकष हे त्याच्यात येऊन बसले होते. प्रत्येक गोष्ट त्याला या कसोट्यांवरती घासून पहायची सवय लावली गेली होती. तो वृद्ध जेनिन्ज आता परत कधीही येऊ शकणार नाही, हे भावी सत्य त्याला आगाऊ ठाऊक झाल्यामुळे त्याला पराभवाची भावना आत्ता स्पर्श करीत असावी. किंवा समोरची ती शुभ्र वर्णाची सृष्टी, सततची हिमवृष्टी, थंडीमुळे अंगात शिरणारा आळस व कंटाळा, चराचरावर पसरले गेलेले पांढरे हिमवस्त्र यामुळेही त्याला निराशेची भावना आता घेरून टाकत असावी; पण या सर्वांपेक्षाही काहीतरी वेगळा व विचित्र घटक यामागे आहे, असे त्याला राहून राहून वाटत होते.

नदीच्या किनाऱ्याने जाणाऱ्या रस्त्यावरून ते जात होते; पण स्झेन्द्रोने आता रस्ता बदलला. ते आता दुतर्फा झाडी असलेल्या एका रुंद राजमार्गावरून चालले होते. हाच रस्ता त्यांना आन्द्रेसी उट इमारतीकडे नेत होता. हाच रस्ता आता भूतकाळातील रम्य स्मृतींकडे नेणारा ठरला होता. रसिकांच्या गर्दीने गजबजलेल्या रॉयल ऑपेरा हाऊस येथून ते पार शेवटच्या प्राणीसंग्रहालयापर्यंत या रस्त्यावरती 'फनफेअर' जत्रा भरायची व एक मोठे रमणीय उद्यान होते. या रस्त्यावर नेहमी आनंद लुटण्यासाठी नागरिक यायचे. नाटके, संगितिका, सभा, जत्रेतील मौजमजा, उद्यानातील निवांतपणा, प्राणिसंग्रहालयामधील विविध पशुपक्ष्यांचे दर्शन वगैरे सारे अनुभवायचे असेल, तर त्याला अनेक दिवस लागायचे. अन् दिवसाप्रमाणे इथे रात्रभर नाटके व संगीत जलसे होत रहात. सर्वजण मुक्तपणे फिरत व सुखांची लयलूट करीत. येथे कसलेही भय नव्हते, कुणाचाही धाक नव्हता, कशाचीही दहशत नव्हती. खरेखुरे स्वातंत्र्य या रस्त्यावर नागरिकांना उपभोगण्यास मिळे; पण आता ते दिवस सरले. ते स्वातंत्र्य, आनंद, नेत्रसुख, श्रवणसुख सारे काही नाहीसे झाले. जणू काही ते हवेत विरून गेले. उरले ते केवळ नागरिकांच्या जुन्या स्मृतींमध्ये. अन् जरी हंगेरीमधील नागरिकांना परत त्यांचे अनिर्बंध स्वातंत्र्य मिळाले

तरीही त्या वेळच्या वातावरणाची सर परत येणे आता नाही. आता याच रस्त्यावरती तीच ती कुप्रसिद्ध आन्द्रेसी उट ही इमारत उभी होती. दडपशाही, दहशत व यातनांचे प्रतीक बनली होती. आता रात्री-बेरात्रीही कोणाही नागरिकाचे दार ठोठावले जायचे. आत घुसून हव्या असलेल्या माणसाला उचलून बाहेर उभ्या असलेल्या तपकिरी रंगाच्या ट्रकमध्ये फेकून बंदिस्त केले जायचे. तिथून आन्द्रेसी उट, यातनाघर, तुरुंग, छळछावण्या व शेवटी देशाबाहेर असा त्या व्यक्तीचा प्रवास सुरू व्हायचा. हा प्रवास मधेच कधीतरी दयाळू मृत्यू संपवून टाकायचा. आन्द्रेसी उट ही एव्हीओ या हेरखात्याची ऊर्फ सरकारी सुरक्षायंत्रणेची मुख्य कचेरी होती.

रेनॉल्ड्सला हे सारे जरी ठाऊक होते, तरीही यापासून एक अलिप्ततेची भावना त्याला स्पर्श करून जात होती. आपण कोठे आलो आहोत, कुठे चाललो आहोत आणि आपल्या हातातील अमूल्य वेळ कसा निसटून गेला आहे, याची जाणीव त्याला होत होती. स्झेन्द्रोच्या बोलण्यावरून त्याला इथल्या रहिवाशांच्या मानसिकतेची हळूहळू कल्पना येऊ लागली होती. हे रहिवासी दीर्घकाळ दहशतीखाली वावरत होते, मृत्यूच्या छायेत रहात होते. अशा वेळी आपल्याऐवजी आत्ता इथला दुसरा कोणी नागरिक असता, तर या स्झेन्द्रोबरोबरच्या प्रवासात तो भीतीने अर्धमेला झाला असता. तटस्थपणे व केवळ तात्त्विक भूमिकेतून पहात 'आपणास त्या यातनागृहात किती काळ छळ सहन करावा लागणार आहे,' यावर तो विचार करू लागला. माणसाचा विनाश करणारी कोणती अत्याधुनिक तंत्रे आता आपल्यापुढे येतील, यावर तो तर्क करू लागला.

आता ती मर्सिडीझ गाडी आपला वेग हळूहळू कमी करू लागली. रस्त्यावरील बर्फावरून जाताना त्या गाडीचे अवजड टायर आवाज करू लागले. रेनॉल्ड्सला स्वतःची पर्वा नव्हती. वर्षानुवर्षे तो भावनारहित कामे करीत आला होता. एक प्रकारच्या तटस्थतेच्या चिलखती कोशात शिरून त्याने सभोवतालच्या जगाशी आपले भावसंबंध तोडले होते. तो पूर्णपणे निर्विकार बनला होता. तरीही.... पण तरीही, आता कुठेतरी त्याच्या मनात चोरपावलांनी भीतीची भावना आत शिरली. त्या भीतीचा स्पर्श होऊ लागताच हळूहळू त्याच्या तोंडाला कोरड पडू लागली. त्याचे ओठ शुष्क होऊ लागले. त्याच्या नाडीचा वेग वाढला, हृदय धडधडू लागले व हातापायांमध्ये एक सूक्ष्म कंप शिरू लागला. त्याच्या पोटात खड्डा पडल्यासारखे त्याला जाणवू लागले आणि छाती आवळत चालली, असेही त्याला वाटू लागले; पण शरीरातल्या या सर्व खळबळींचा पत्ता त्याने आपल्या चेहऱ्यावरती अजिबात उमटू दिला नाही. कर्नल स्झेन्द्रो आपल्या चेहऱ्याकडे बारकाईने अधुनमधून बघत असतो, हे त्याने केव्हाच ओळखले होते. आपल्या हातून काय चूक घडली ते त्याच्या आता लक्षात आले. जर आपण या शहराचा एक रहिवासी म्हणून दावा

करीत असू तर त्याला साजेसे आपले वागणे नाही, हे त्याने ओळखले. इथला रहिवासी अशा परिस्थितीत नक्कीच हादरला असता, गडबडला असता आणि भीतीने त्याची बोबडी वळली असती; पण त्याऐवजी आपण निष्पापतेचा आव आणून विचलीत न होता धैर्याने परिस्थितीला तोंड देतो आहोत. सामान्य हंगेरियन नागरिकाच्या भूमिकेशी हे किती विसंगत होते! पण तरीही तो आपली मुद्रा निर्विकार ठेवत होता; कारण मनातील भावभावनांचे प्रतिबिंब हे चेहऱ्याच्या आरशावरती चटकन उमटत असते. चेहऱ्यावरती भीती दिसणे म्हणजे त्या व्यक्तीचे धैर्य लोपले, असे होत नाही; पण जेव्हा एखादी व्यक्ती मनातून घाबरली असूनही तशी भावना चेहऱ्यावर दिसू नये म्हणून आटोकाट प्रयत्न करते, तेव्हा मात्र ती गोष्ट धोकादायक ठरते... कर्नल स्झेन्द्रो जणू काही त्याच्या मनातील विचार सहज वाचत होता.

स्झेन्द्रो म्हणत होता, "मिस्टर ब्युहल, माझ्या मनातील तुमच्याबद्दल असलेल्या साऱ्या शंका दूर झाल्या आहेत. फक्त आता काही बाबींची मला खात्री पटवून घ्यायची आहे. आपण आता कोठे आलो आहोत, हे तुम्हाला कळलेच असेल म्हणा. हो ना?"

रेनॉल्ड्स आपला आवाज शक्य तितका काबूत ठेवीत म्हणाला, "अर्थातच. मी या रस्त्यावरून आजपर्यंत हजारो वेळा चालत गेलो असेन."

"तुम्ही तुमच्या आत्तापर्यंतच्या आयुष्यात या रस्त्यावरून कधीही चालला नाहीत; पण जर या शहराचा नकाशा कागदावरती काढायला सांगितला तर मात्र तुम्ही तो सिटी सर्व्हेअरच्या अचूकतेने सहज काढून द्याल, अशी माझी खात्री आहे." मग स्झेन्द्रोने आपली गाडी थांबवली व त्याला विचारले, "ही जागा ओळखता येते का तुम्हाला?"

तिथे दीडशे फूट अंतरावरती एक इमारत रस्त्यालगत उभी होती. तिच्याकडे पहात रेनॉल्ड्स म्हणाला, "हे तर तुमचे मुख्य ठाणे आहे, हेडक्वार्टर आहे."

"बरोबर. इथेच आत गेले की तुम्हाला चक्कर येईल, भीतीने तुम्ही उन्मादावस्थेत जाल किंवा घाबरून रडत बसाल. काळजात धडकी बसवणारी ही जागा आहे. इथे आत शिरलेल्या सर्वांचे असेच होते; पण तुमचे मात्र असे होणार नाही. कारण तुम्हाला कदाचित भीती शिवत नसावी. याबद्दल मी तुमचे कौतुक करत नाही; पण तुमचा हेवा मात्र वाटतो. तुमच्यासारखी अशी व्यक्ती संपूर्ण देशात सापडणार नाही, हे नक्की. किंवा कदाचित तुम्ही मनातून घाबरतही असाल; परंतु तुम्हाला जे कठोर प्रशिक्षण दिले आहे, त्यामुळे तुम्ही त्या भीतीचा आविष्कार चेहऱ्यावरती होऊ देत नाही; पण ते काहीही असो, तुम्ही आता तावडीत सापडला आहात. आमची वक्र दृष्टी तुमच्यावर पडली आहे. यातून तुमची सुटका होणे हे केवळ अशक्य. या बाह्य

जगातील तुमचे अस्तित्व आता संपल्यात जमा आहे. तुमचे माणूस म्हणवून घेणारे आता कोणीही रहाणार नाही. तुमचे नाव कोणाच्याही तोंडात येणार नाही. फक्त आमचे पोलीसमित्र तुम्हाला उद्देशून 'घाणेरडा फॅसिस्ट हेर' असे संबोधतील. या शब्दप्रयोगातल्या पहिल्या दोन शिव्या सोडल्या, तरी 'हेर' हा शब्द येथून पुढे तुम्हाला कायमचा चिकटला गेला आहे.'' एवढे म्हणून त्याने आपल्या घड्याळात पाहिले आणि मग काहीतरी विचार मनात आणून निश्चय केल्यासारख्या दृष्टीने रेनॉल्ड्सकडे काही वेळ टक लावून बघितले. मग तो सावकाश, हलक्या व गंभीर आवाजात त्याला म्हणाला, ''मध्यरात्रीनंतर तुमच्यावरती काम चालू केले जाईल. ही वेळ 'तसले' काम करण्यास खूप चांगली असते. तुमच्यासाठी तर ही वेळ सर्वांत चांगली असणार. अन् तशीच तुम्हाला ती वागणूक देण्यासाठी एक उत्तम जागाही राखून ठेवलेली आहे. ती जागा म्हणजे आवाज बाहेर जाऊ न देणारी एक छोटी खोली आहे. जमिनीच्या खाली, खूप खालच्या पातळीवरती ती आहे. संपूर्ण हंगेरीतील फक्त तीन एव्हीओ अधिकाऱ्यांनाच ती जागा ठाऊक आहे. तुमची रवानगी आता तिथेच होणार.''

एवढे बोलून झाल्यावर कर्नल स्झेन्द्रो रेनॉल्ड्सकडे कित्येक सेकंद एकटक नजरेने बघत राहिला. त्याचे बारकाईने निरीक्षण करीत राहिला. मग एकदम भानावर येऊन त्याने आपली गाडी सुरू केली; पण त्या एव्हीओ हेरसंघटनेच्या इमारतीपाशी न थांबता ती गाडी तशीच सरळ पुढे गेली. एके ठिकाणी तिने एक डावीकडले काटकोनातले वळण भर्रकन् घेतले आणि ती आन्द्रेसी उटची इमारत रेनॉल्ड्सच्या नजरेआड झाली. ते एका अरुंद रस्त्यावरून आता चालले होते. तिथे रस्त्यावरती दिव्यांचे खांब नव्हते. सर्वत्र अंधार होता. एके ठिकाणी गाडी थांबवून स्झेन्द्रोने एक लांबलचक रेशमी रुमाल बाहेर काढला व त्याने रेनॉल्ड्सचे डोळे बांधून बंद करून टाकले. इथून पुढे रेनॉल्ड्सची अंधारयात्रा सुरू झाली.

ती अंधारयात्रा दहा मिनिटे तरी चालू होती. अनेक वळणे, उलटसुलट वळणे, वेडीवाकडी वळणे, कधीकधी पूर्णपणे उलट दिशेने प्रवास असे करीत स्झेन्द्रोने आपली गाडी चालवली. जेव्हा रेनॉल्ड्सचे जागेचे व दिशेचे भान पूर्णपणे हरले अशी खात्री स्झेन्द्रोला पटली, तेव्हाच त्याने गाडी त्या अज्ञात रस्त्यावरती घातली. आपल्याला त्यांच्या गुप्त जागेचा ठावठिकाणा कळू नये म्हणून ही धडपड चालली आहे, हे रेनॉल्ड्सने ओळखले. आता गाडी खूप खालीवर हिंदकळत चालली होती. मग ती एका लांबलचक उतारावरून कुठेतरी खाली बंदिस्त जागेत गेल्याचे त्याला जाणवले. गाडीच्या इंजिनाचा आवाज भिंतीवरून परावर्तित होऊन आल्याचे त्याला समजत होते. मग इंजिन बंद झाल्यावरती कुठेतरी आपल्या मागे दोन अवजड लोखंडी दरवाजे एकमेकांवरती खणकन आपटून बंद झाल्याचेही त्याला कळले.

काही सेकंदांनी रेनॉल्ड्सच्या बाजूचे दार उघडले गेले. मग कुणाचे तरी दोन हात त्याच्या त्याला बांधलेल्या साखळ्या सोडवू लागले. तो मोकळा होताच त्याला त्या दोन हातांनी ओढून गाडीतून बाहेर काढले. तो बाहेर पडून उभा रहाताच त्याच्या डोळ्यांवरचा रेशमी रुमाल सोडवला गेला. रेनॉल्ड्सने आपले डोळे हाताने चोळत हळूहळू उघडीत नेले.

ते एका मोठ्या गॅरेजमध्ये उभे होते. त्या गॅरेजला कुठेही खिडक्या नव्हत्या. दोन मोठ्या लोखंडी दारांनी प्रवेशद्वार बंद केले गेले होते. वरच्या दिव्याचा प्रकाश हा पांढऱ्या भिंतींवरून परावर्तित होत होता. त्याने वरच्या छताकडे पाहिले, तर तिथल्या दिव्यांच्या लखलखाटामुळे त्याचे डोळे दिपले. डोळे दिपण्याएवढा तो प्रकाश प्रखर नक्कीच नव्हता; पण बंद केलेले डोळे उघडल्यामुळे रेनॉल्ड्सला ते छत दिपवून टाकणारे भासले. त्याच्यापासून जवळच गॅरेजचे दुसरे टोक होते व तिथे एक छोटे दार होते. ते अर्धवट उघडे होते. आतमध्ये स्वच्छ प्रकाशित असा एक बोळ होता. तो त्याला येथूनही दिसला. हा बोळ नक्कीच एका अत्याधुनिक यातनाघराचा एक अविभाज्य असा भाग असणार, हे त्याने हेरले. त्यामुळे हेर खात्यामधल्या बाकीच्या कर्मचाऱ्यांशी कोणाचाही संबंध येत नव्हता. गुप्तता ही अशी पाळली जात होती.

रेनॉल्ड्सचा दंड धरून एक माणूस उभा होता. त्यानेच रेनॉल्ड्सला बांधलेल्या साखळ्या सोडवल्या होत्या. तो आता रेनॉल्ड्सकडे बराच वेळ रोखून पहात होता. तो माणूस एवढा ताकदवान होता, बलदंड होता, की एव्हीओ हेरखात्याला यातना देण्यासाठी यंत्रांची अजिबात जरुरी नव्हती. त्याच्या हातात एवढे राक्षसी बळ सामावले होते, की तो नुसत्या आपल्या हाताने कोणाचेही शरीर सहज फाडू शकत होता, अवयव उपसून वेगळे करू शकत होता. अन् तेही सावकाश, भरपूर यातना देत ते काम तो करू शकत होता. त्याची उंची रेनॉल्ड्सएवढीच होती; पण तो जाडगेला असल्याने प्रमाणबद्ध न वाटता विकृत आकाराचा वाटत होता. वरून कोणीतरी दाबून त्याची उंची कमी केली आहे, असे भासत होते. त्याचे वजन १२५ किलो तरी नक्कीच असावे. चेहऱ्यावरच्या नाकाचे हाड मोडल्याने तो कुरूप दिसत होता; पण तरीही त्याच्या चेहऱ्यावर कुठेही दुष्टपणा भासत नव्हता की रानटीपणा उमटला नाही. 'अजाण भाव असलेला असा एक विरूप चेहरा' हा शब्दप्रयोग त्याच्या बाबतीत योग्य होता; पण रेनॉल्ड्स त्यामुळे फसणार नव्हता. आपल्या सुटकेच्या मार्गात हाच माणूस मधे उभा आहे, हे त्याने ओळखले. रेनॉल्ड्सच्या या व्यवसायात चेहऱ्याला किंवा रूपाला काहीही किंमत नव्हती. पूर्वी त्याने एक अत्यंत क्रूर असा जर्मन हेर पाहिला होता. त्या कर्दनकाळ माणसाने इतकी माणसे ठार केली होती, की ती संख्या त्याची त्यालाच आठवत नव्हती. अन् त्या क्रूरकर्म्याचा चेहरा

हा चर्चमध्ये प्रार्थनागीते म्हणणाऱ्या लहान मुलासारखा होता.

कर्नल स्झेन्द्रोने मोटारीचे दार आपटून बंद केले. मग तो मोटारीला वळसा घालून रेनॉल्ड्सपाशी चालत आला. त्याने त्या जाडगेल्या माणसाकडे पाहिले आणि रेनॉल्ड्सच्या दिशेने आपली मान हलवली. कर्नल स्झेन्द्रो त्याला म्हणाला, ''सॅन्डर, हे आपले पाहुणे आहेत. लवकरच हा छोटा पोपट आपल्याला उजाडायच्या आत गाऊन दाखवणार आहे. चीफसाहेब जागे आहेत का झोपलेत?''

'हा छोटा पोपट आपल्याला गाऊन दाखवणार आहे' याचा अर्थ काय आहे ते रेनॉल्ड्स मनात उमजला. पहाटेच्या आत आपल्या तोंडून खरे काय ते वदवून घेतले जाणार होते अन् अर्थातच त्यासाठी यातना देऊन, असा त्याचा खरा अर्थ होता.

''साहेब अजून झोपले नाहीत. ते ऑफिसात तुमची वाट पहात थांबलेले आहेत.'' तो जाड्या म्हणाला. त्याचा आवाज अपेक्षेप्रमाणेच खर्जातला व गडगडाटी वाटणारा असा होता.

''उत्तम. मी काही मिनिटांत परत येतो. तोपर्यंत तुम्ही दोघेही इथेच थांबा; पण या आपल्या मित्राकडे नीट लक्ष दे हं. तो जरासा धोकेबाज आहे, असा माझा अंदाज आहे.''

''जरूर. मी बघतो यांच्याकडे.'' तो जाड्या पहिलवान बेफिकीरपणे म्हणाला. रेनॉल्ड्सची बॅग आणि कागदपत्रे हातात घेऊन स्झेन्द्रो तिथून निघून गेला. मग तो जाड्या जवळच्या भिंतीला टेकून आळसावत उभा राहिला. त्याने आपले दोन्ही हात घडी करून छातीवरती ठेवले; पण त्याने ही कृती जेमतेम केली असेल, तेवढ्यात तो चटकन भिंतीला पाठीचा रेटा देऊन सरळ उभा राहिला आणि रेनॉल्ड्सच्या दिशेने एक पाऊल टाकीत त्याने म्हटले, ''तुम्हाला काहीतरी होते आहे, असे दिसते.''

''मी.... मी ठीक आहे.'' रेनॉल्ड्स म्हणाला; पण त्याचा आवाज घोगरट झाला होता. त्याचा श्वासोच्छ्वास हा उथळ व भरभर होत होता. आपल्या पायावर तो डावीकडे व उजवीकडे असा किंचित डोलत होता. त्याने आपले बेड्या घातलेले हात आपल्या उजव्या खांद्यावर नेले, आपली मान हाताने जराशी चोळली, डोळ्यांची उघडझाप केली व म्हटले, ''माझे डोके... माझ्या डोक्याच्या मागे....''

सॅन्डरने आणखी एक पाऊल रेनॉल्ड्सच्या दिशेने टाकले आणि नंतर लगेच तो त्याच्याकडे धावला; कारण रेनॉल्ड्सची बुबुळे वर जाऊन पार पांढरी झाली होती. तो पुढे इतका झुकला होता की आता जमिनीवरती आपटणार, असे दिसू लागले. तो खाली पडायची सुरुवात झाली होती. खाली काँक्रिटच्या जमिनीवर जर त्याचे डोके आपटले तर त्याच्या डोक्याला जबरदस्त मार लागणार होता किंवा डोके फुटून मरू शकणार होता. म्हणून सॅन्डर पुढे धावला व त्याचे खाली पडणे झेलण्यासाठी त्याने आपले हात पसरले.

पण रेनॉल्ड्सने एकदम सॅन्डरला एक जबरदस्त ठोसा मारला. खाली पडण्याऐवजी किंवा सॅन्डरच्या हातात पडण्याऐवजी त्याने आपल्या उजव्या पायाची लाथ खाडकन सॅन्डरच्या बेंबीखाली जोरात मारली. एवढी जोरात मारली की तेवढ्या जोरात त्याने आजवरच्या आयुष्यात कोणालाही तशी लाथ मारली नसेल. अचानक एखादा चाबूक फटकन पुढे होऊन त्याचा फटका बसावा अशी ती लाथ होती. नंतर झटकन त्याने आपल्या दोन्ही हातांची एक मूठ करून ती वर करून खाडकन खाली आणली व तिचा तडाखा त्या पहिलवानाला दिला. त्यासाठी त्याने आपल्या शरीरातील सारे बळ एकवटले होते. त्या मुठीचा फटका सॅन्डरच्या कानशिलाखाली बसला. एखाद्या झाडाच्या खोडावरती घण हाणावा तसे रेनॉल्ड्सला वाटले. त्यामुळे उलट त्यालाच यातना झाल्या. आपल्या पंजाची बोटे बहुतेक मोडली, असे त्याला वाटले.

तो ठोसा ज्युडोच्या डावपेचातला होता. जीव घेण्यासाठी हाणलेला ठोसा होता. त्या ठोशापुढे कोणत्याही माणसाचा प्राण सहज गेला असता किंवा एखादा बलवान माणूस पार अर्धांगवायू झाल्यासारखा निपचित पडला असता व काही तास बेशुद्धावस्थेत गेला असता; पण त्या जाड्या व विरूप चेहरा असलेल्या पहिलवानावरती असा कसलाही परिणाम झाला नाही. तो नुसताच 'उफ्' असे म्हणाला आणि बसलेल्या फटक्यातून सावरण्यासाठी त्याने आपले डोके उजवीकडे व डावीकडे हलवले. मग तो रेनॉल्ड्सच्या दिशेने पुढे गेला. मात्र त्याच्या समोरून न जाता तो बाजूने गेला. पुन्हा त्याने लाथ झाडली किंवा ठोसा मारला तर तो चुकावा, या हेतूने रेनॉल्ड्सच्या बाजूने गेला. त्याने रेनॉल्ड्सला गपकन धरले व मागे ढकलत पार त्या मर्सिडिझ मोटार-गाडीवरती नेऊन दाबले, अगदी क्रूरपणे दाबले.

आता मात्र रेनॉल्ड्स शक्तिहीन झाला. अन् जरी त्याच्या अंगात अजून बळ उरले असते, तरी त्याचे मन पुन्हा हल्ला करण्यास नक्कीच धजावले नसते. आपण केलेला हा हल्ला एवढा तडाखेबंद होता की त्यापुढे जगातला कोणताच माणूस टिकला नसता, तो नक्कीच मरण पावला असता; पण त्याऐवजी हा जाड्या आपला हल्ला पचवून पुन्हा आपल्यावरच मात करतो आहे, हे पाहून रेनॉल्ड्सला आश्चर्याचा धक्का बसला, तो निराश झाला. प्रतिहल्ला चढवण्याचा विचार त्याच्या मनातून निघून गेला. सॅन्डरने आपल्या शरीराचा सारा भार रेनॉल्ड्सवरती टाकला होता. जणू काही तो त्याला मर्सिडिझ गाडीत चिणून मारणार होता. त्याने आता आपले हात खाली करून रेनॉल्ड्सचे हात कोपरांच्या पुढे पकडले आणि तो ते चमत्कारिकपणे पुऱ्या ताकदीनिशी पिरगाळू लागला; पण हे करताना सॅन्डरच्या चेहऱ्यावरती कोणतीही रागाची भावना नव्हती की सूडाची भावना नव्हती. तो अनिमिष नेत्रांनी रेनॉल्ड्सकडे पहात आपले काम थंडपणे करत होता. ते दोघे एकमेकांपासून अवघ्या तीन-चार इंच अंतरावरती होते.

रेनॉल्ड्सला आता यातना होऊ लागल्या. त्याने आपले दात व ओठ घट्ट आवळून धरले. शेवटी तशा घट्ट आवळण्यामुळे त्याचा जबडा दुखू लागला. मोठ्या कष्टाने तो आपल्या तोंडून बाहेर पडू पहाणारी किंकाळी थोपवून धरू पहात होता. एखाद्या मोठ्या यांत्रिक शेगड्यामध्ये आपला हात दाबून धरला गेला आहे, असे त्याला वाटत होते. त्या यांत्रिक शेगड्याच्या दोन्ही बाजू ह्या हळूहळू जवळ जवळ येत होत्या. आपल्या चेहऱ्यामधील रक्त ओसरत जाऊन तो पांढराफटक पडत चालला आहे, हे त्याला जाणवू लागले. कपाळावर घाम सुटला असून हातापासून खांद्यांपर्यंत कळा येत आहेत, हे त्याला जाणवले. त्या कळा वाढत चालल्या होत्या. या राक्षसाच्या पकडीतून आपले हात सुटणार नाहीत व ते कायमचे निकामी होणार, हे त्याला कळून चुकले. त्याच्या डोक्यात आता कलकल होऊ लागली. गॅरेजच्या भिंती धूसर व अंधुक होत जाताना त्याला दिसू लागल्या. समोरचं दृश्य नजरेसमोर हवेत तरंगते आहे, असा भास होऊ लागला. अन् मग अचानक सॅन्डरने आपली पकड सोडली, तो मागे सरकला व आपल्या डाव्या कानशिलाखाली तो हाताने चोळू लागला.

"पुढच्या वेळी मी याहीपेक्षा जरा जास्तच पिरगाळेन,'' सॅन्डर शांतपणे म्हणाला, "अन् मला जसे मारले तसे परत मारू नका. त्याचा माझ्यावरती काहीही परिणाम होत नाही. तेव्हा तसला मूर्खपणा परत करू नका. कसलेही कारण नसताना आपण दोघांनी एकमेकांना उगाचच इजा केली आहे.''

पाच मिनिटे होऊन गेली. तेवढ्या वेळात रेनॉल्ड्सच्या हाताच्या वेदना बऱ्याच कमी झाल्या; पण हात दुखणे मात्र थांबले नाही. तेवढ्या वेळात सॅन्डरने त्याच्यावरची आपली खिळवलेली नजर अजिबात काढून घेतली नाही. पापणीही न लवता तो एकटक त्याच्यावर नजर रोखून होता.

मागचे दार सताड उघडून एक पोरगेलासा तरुण त्यातून बाहेर पडला. त्याचे केस व डोळे काळेशार होते. त्याने आपले केस विंचरले नव्हते आणि एखाद्या घाबरलेल्या कुत्र्याप्रमाणे त्याचे डोळे सारखे आजुबाजूला भिरभिरत होते. त्याने आपल्या खांद्यावर हात नेऊन मागच्या बाजूला अंगठ्याने निर्देश करीत म्हटले, "सॅन्डर, चीफसाहेबांकडे याला न्या.''

त्या अरुंद बोळातून सॅन्डर रेनॉल्ड्सच्या दंडाला धरून घेऊन जाऊ लागला. बोळाच्या शेवटी एक छोटा जिना होता. तो जिना चढून गेल्यावरती पुन्हा एक तसलाच बोळ लागला. त्या बोळातील दोन्ही भिंतींना अनेक दारे होती. त्यातले पहिले दार उघडून सॅन्डरने रेनॉल्ड्सला आत ढकलले. रेनॉल्ड्स आत अडखळत गेला; पण त्याने लगेच स्वत:ला सावरले व तो नीट उभा राहून आजुबाजूला बघू लागला.

ती एक मोठी खोली होती. भिंतींना लाकडी पॅनेल्स होती. जमिनीवरती लिनोलियम अंथरले होते; पण ते जुने झाल्याचे जागोजाग दिसत होते. खोलीच्या एका टोकाला भिंतीजवळ एक मोठे टेबल होते व टेबलापुढे जमिनीवरती एक पातळ सतरंजी घातली होती. खोलीत छताला लावलेल्या दिव्यांमधून थोडासा मंद प्रकाश पडत होता; परंतु भिंतीपाशी लावलेल्या एका दिव्यातून प्रखर प्रकाश पडत होता. तो दिवा टेबलामागच्या एका स्टँडवरती होता. त्याच्यावर लावलेल्या शेडमुळे त्याचा प्रकाश फक्त टेबलावर व जमिनीवरती पडत होता. रेनॉल्ड्सची बॅग टेबलावरती उघडून ठेवलेली होती. आतील सामान बाहेर काढून अस्ताव्यस्तपणे विखुरलेले होते. त्यात रेनॉल्ड्सचे पिस्तूल हे प्रखर प्रकाशात उठून दिसत होते. त्या बॅगेची खूप मोडतोड झालेलीही कळून येत होती. अनेक ठिकाणी ती फाडलेली होती. बॅगेची चेन तर उचकटून काढलेली होती. कातडी हँडल चाकूने चिरून उघडून पहाण्याचा प्रयत्न केला होता. बॅगेच्या तळाशी बाहेर जी चार टेकणे होती, तीही एका पकडीने उचकटली होती. ती पक्कड तिथेच जवळ पडली होती. बॅगेतले घडीचे कपडेही आजुबाजूला विस्कटलेल्या अवस्थेत पडलेले होते. बॅगेची अशी तपासणी केलेले पाहून हे काम एखाद्या तज्ज्ञाने केलेले आहे, हे रेनॉल्ड्सने ओळखले.

टेबलापाशी कर्नल स्झेन्द्रो उभा होता. टेबलामागे खुर्चीवर बसलेल्या एका माणसाशी तो वाकून बोलत होता; पण त्या माणसाच्या चेहऱ्यावरती प्रकाश पडला नव्हता. तो दिव्याच्या शेडच्या छायेत होता; पण त्या माणसाच्या दोन्ही हातात रेनॉल्ड्सची कागदपत्रे होती. प्रखर प्रकाशात धरून ती वाचली जात होती.

पण त्या माणसाचे ते हात मात्र भयंकर होते. इतके भयानक हात त्याने आजवर कुठेही पाहिले नव्हते. किंवा माणसाच्या हाताला इतकी भयानक इजा होऊ शकते, याची त्याला कधी कल्पनाही करता आली नसती. त्या हातावर असंख्य व्रण होते. ते हात अनेकवार चिरडले गेले असावेत. हातांचा मूळचा आकार आता अजिबात उरला नव्हता. जणू काही ते शरीराचे एखादे चमत्कारिक अवयव असावेत, असे वाटत होते; पण तरीही ते अवयव 'हात' म्हणून काम करू शकत होते, हे एक आश्चर्यच होते. हाताच्या पंजांचे दोन्ही अंगठे हे चिरडून सपाट केलेले होते. बाकीच्या बोटांच्या टोकांना नखे नव्हती. त्याऐवजी तिथली टोके वेड्यावाकड्या रीतीने बोथट झालेली होती. करंगळ्या व डावी अनामिका तर नाहीशा झालेल्या होत्या. दोन्ही पंजांच्या मागच्या बाजूंवरती असंख्य व्रण होते. प्रत्येक व्रणाच्या मध्यभागी एकेक निळसर जांभळा वळ होता. मधल्या व अनामिकेच्या बोटांमागील स्नायुबंध यांच्यामधेही ते निळसर जांभळे वळ होते. रेनॉल्ड्सने त्या वळांकडे लक्षपूर्वक पाहिले आणि त्याचे अंग शहारले. त्याने असेच वळ एका मृत माणसाच्या हातावर पाहिले होते.

त्या माणसाला ठार मारायच्या आधी मारेकऱ्यांनी त्याच्या हातात खिळे ठोकले होते. म्हणून ते वळ उमटले होते. आपल्या हातांची जर अशी भयानक अवस्था झाली असती, तर आपण सरळ ते हातांचे पंजे शस्त्रक्रिया करून कापून टाकले असते, असा विचार त्याच्या मनात येऊन गेला. पण मग हा माणूस तरीही आपले पंजे का वापरतो आहे? निदान त्याने ते हातमोज्यांनी झाकून घ्यायला हवे होते. एकदम त्याला अशा या भयानक हातांचा माणूस कोण आहे, ते जाणून घेण्याची तीव्र इच्छा निर्माण झाली. पुढे होऊन त्याला उजेडात आणावे व त्याचा चेहरा नीट निरखून पहावा; पण त्याच्या मागेच सॅन्डर उभा होता, याचे त्याला भान होते. त्याची सावली त्याला दिसत होती. तो कोणत्याही क्षणी त्याला थोपवू शकत होता. समोरच्या माणसाचा चेहरा पहाण्याची उबळ त्याला आतल्या आतच जिरवून टाकावी लागली.

ते हात नावाचे अवयव आता रेनॉल्ड्सची कागदपत्रे खाली टेबलावरती ठेवत होते. त्या हातांचा मालक आता कर्नल स्झेन्द्रोशी बोलू लागला. त्याच्या आवाजात शांतपणा होता, मित्रत्व होते. तो म्हणत होता, ''ही कागदपत्रे एक प्रकारे खूपच महत्त्वाची आहेत, तशीच गमतीदारही आहेत; कारण ती खोटी आहेत व अत्यंत हुषारीने बनवलेली आहेत. इतकी सफाई सहसा कधीच कुणाला जमणार नाही. तर आता तुमचे खरे नाव तुम्ही आम्हाला सांगायला हरकत नाही.'' त्याचे शेवटचे वाक्य रेनॉल्ड्सला उद्देशून होते.

पण नंतर ती व्यक्ती एकदम बोलायची थांबली होती. रेनॉल्ड्सच्या मागे सॅन्डर आपली मान चोळत उभा होता. त्याला उद्देशून ती व्यक्ती म्हणाली, ''सॅन्डर, तुम्हाला काय झाले आहे?''

''त्यांनी माझ्यावर हल्ला केला.'' सॅन्डर अपराधी स्वरात म्हणाला, ''कुठे मारायचे आणि कसे मारायचे हे त्यांना चांगलेच ठाऊक आहे. त्यांनी जोरदार तडाखा हाणला.''

स्झेन्द्रो म्हणाला, ''पण मी तुम्हाला आधीच बजावले होते ना, की ती एक धोकेबाज व्यक्ती आहे म्हणून?''

''होय, सर; पण ते भलतेच लबाड निघाले. त्यांनी आपल्याला चक्कर येते आहे, असे नाटक केले.'' सॅन्डर तक्रारीच्या स्वरात म्हणाला.

तो टेबलामागचा खुर्चीवर बसलेला माणूस आता बोलू लागला, ''तुमच्यावर हल्ला चढवला म्हणजे या माणसाची चांगलीच प्रगती झालेली आहे. बेभान झालेली माणसे तुमच्यासारख्यांनाही मग घाबरत नाहीत.'' त्या माणसाच्या स्वरात कोरडेपणा होता. तो पुढे म्हणाला, ''पण सॅन्डर, तुम्हाला तक्रार करता येणार नाही. ज्या माणसाला पुढच्या कोणत्याही क्षणी मृत्यू येईल असे वाटते, तो मग कसलीही बंधने पाळत नाही, की कशाचीही पर्वा करीत नाही... अंऽऽ पण ते जाऊ दे. तेव्हा मिस्टर

ब्युहल, तुमचे खरे नाव प्लीज सांगा बघू.''

रेनॉल्ड्स म्हणाला, ''मी ते कर्नल स्झेन्द्रो यांना केव्हाच सांगितले आहे. आणि माझे हाल होऊ नयेत म्हणून राकोसी, लाजोस राकोसी, असे सांगितले आहे. तुमच्या समाधानासाठी मी डझनभर तरी अशी खोटी नावे सांगू शकेन; पण मी ती खोटी नावे सिद्ध करू शकणार नाही. मी फक्त 'राकोसी' हेच माझे खरे नाव सिद्ध करू शकतो.''

टेबलामागे बसलेला तो माणूस आपली मान हलवीत म्हणाला, ''मिस्टर ब्युहल, तुम्ही एक शूर व बहादूर माणूस आहात.'' मग क्षणभर थांबून तो पुढे म्हणाला, ''पण या वास्तूमध्ये धाडस व शौर्य यांचा काहीही उपयोग होत नाही. तुम्ही त्यांचा वापर करून पहा, अन् मग तुम्हालाच कळेल की शेवटी त्यामुळेच आपला घात झाला आहे. या ठिकाणी फक्त सत्य तेवढेच टिकून रहाते. तुम्हाला आधार घ्यायचाच असेल तर फक्त त्याचाच घ्या. तेव्हा, प्लीज तुमचे नाव सांगा.''

त्या माणसाला यावर काही उत्तर देण्याआधी रेनॉल्ड्स थोडेसे थांबून विचार करू लागला. जे काही घडते आहे, त्याची त्याला मौज वाटत होती; पण गोंधळ होत होता. त्याला त्या व्यक्तीच्या हातांबद्दल कुतूहल वाटत होते; परंतु तो घाबरला नव्हता, की कशाची त्याला भीती वाटत नव्हती. त्याची त्या हातांवरची नजर निघत नव्हती. आता त्या हातावरती त्याला काही गोंदलेले दिसले. नीट निरखून पाहिल्यावर तो '2' आकडा आहे, असे त्याला कळले; पण नंतर शर्टाची बाही तिथे असल्याने त्याला खात्री वाटत नव्हती. त्याच्या सभोवती जे काही चालले होते, त्याची त्याने यापूर्वी अपेक्षा केली नव्हती. अन् यामागचा अर्थही लावता येत नव्हता. प्रत्येक गोष्ट चमत्कारिक वाटत होती. एव्हीओ या हेरखात्यातील ही कसली गूढ कामे चालली आहेत? त्यांच्याबद्दल जी माहिती आपल्याला कळली, त्यानुसार हे काही चालले नाही. काहीतरी गोंधळ आहे. आपल्याबद्दल या लोकांमध्ये काहीतरी कुतूहल आहे व त्यांनी ते महत्प्रयासाने सध्या रोखून धरलेले आहे. शिवाय, ही माणसे आपल्याला एवढ्या थंडपणे आणि सौजन्याने का वागवीत आहेत? नक्कीच काहीतरी, कुठेतरी चुकले असावे; परंतु उंदराला ठार करण्यापूर्वी मांजर त्याला खेळवत असते, याही सत्याची त्याला जाणीव होती. कदाचित आपल्याशी सौजन्याने वागून आपल्यामधला विरोध आपल्या नकळत हळूहळू शोषून घेत असावेत. पुढे त्यांना जो आपल्यावरती आघात करायचा आहे, जो आपल्याला धक्का द्यायचा आहे, त्याला तोंड देण्यासाठी कदाचित ते आपल्याला अशी वागणूक देत असावेत; पण मग या लोकांबद्दलची आपल्या मनातली भीती हळूहळू कमी का होत आहे? याचे उत्तर त्याला सापडेना. कदाचित आपल्या व्यक्त मनात त्यांच्याबद्दलचा विरोध कमी कमी होत चालल्याने अव्यक्त मनातील भीतीची भावना नष्ट करण्याचे काम चालू झाले असावे; पण हा

झाला केवळ एक मानसशास्त्रीय तर्क. तो कितपत खरा असेल, याची त्यालाच शंका वाटत होती.

"मिस्टर ब्युहल, आम्ही तुमच्या उत्तराची वाट पहात आहोत." तो माणूस म्हणाला; पण इतकी वाट पाहूनही, अजूनही कसे उत्तर दिले जात नाही म्हणून त्याच्या बोलण्यात जो वैताग, उद्वेग वगैरे भावना अस्पष्ट का होईना पण उमटावयास हव्या होत्या, त्याऐवजी तो अत्यंत शांत व संयमी आवाजात विचारीत होता. ह्या संयमामागे बराच अभ्यास दिसत होता.

"मी आपल्याला फक्त खरे काय तेच सांगू शकतो. अन् ते सांगण्याचे काम मी केलेले आहे."

"ठीक आहे. आता तुमचे कपडे काढा– सगळे काढा."

"नाही." असे म्हणून रेनॉल्ड्सने आजुबाजूला पाहिले. तो आणि मागचे दार यांच्यामध्ये सॅन्डर उभा होता. म्हणजे दारातून पळून जाणे केवळ अशक्य. त्याने पुढे पाहिले, तर कर्नल स्झेन्ड्रोने टेबलावरील त्याचे पिस्तूल हातात घेतले होते. रेनॉल्ड्स निषेधाच्या सुरात म्हणाला, "मीच माझे कपडे काढले तर माझ्यासारखा मूर्ख माणूस दुसरा कोणीही ठरणार नाही."

"उगाच वेड्यासारखे काही बोलू नका," स्झेन्ड्रो कंटाळवाण्या स्वरात म्हणत होता, "माझ्या हातात एक पिस्तूल आहे आणि सॅन्डर जबरदस्तीने तुमचे कपडे उतरवेल. मग तुम्ही काय कराल? शिवाय, कपडे उतरवायची सॅन्डरची पद्धत वेगळी आहे. तो तुमच्या मागे उभा राहून मागूनच तुमचे कपडे टराटर बरोबर मध्यावरती अर्धे करून फाडेल. तुमच्या अंगावरचा कोट, शर्ट, पॅन्ट हे असे फाडले जातील. तसे काही होण्यापेक्षा तुम्हीच तुमच्या हाताने कपडे उतरवले, तर निदान ते फाटण्याचे तरी वाचेल. नाही का?"

रेनॉल्ड्स मुकाट्याने आपल्या अंगावरचे कपडे उतरवू लागला. त्याच्या हातातल्या बेड्या काढून टाकल्या गेल्या. दोन मिनिटांत त्याच्या पायाशी त्याने उतरवलेल्या कपड्यांचा एक ढीग जमला. तो आता संपूर्ण विवस्त्र होऊन कुडकुडत उभा होता. त्याच्या हातावरती उमटलेले निळे वळ दिसत होते. सॅन्डरच्या राक्षसी पिरगळण्यामुळे ते उमटलेले होते.

"सॅन्डर, ते कपडे इकडे आणा." टेबलामागच्या माणसाने त्याला हुकूम केला. मग तो रेनॉल्ड्सला उद्देशून म्हणाला, "तुमच्या मागे एक बाक आहे, त्यावरती एक ब्लँकेट आहे. ते अंगावरती पांघरून घ्या."

रेनॉल्ड्सला आश्चर्य वाटले. एकदा ही माणसे माझ्या अंगावरचे कपडे उतरवतात, तर नंतर परत माझ्या अंगावरती पांघरूण घालायला बघतात. यांना हवे आहे तरी काय? टेबलावरती नेऊन ठेवलेले त्याचे कपडे तपासले जाऊ लागले. त्या

कपड्यांना जी कारखान्यातली बारकी लेबले लावली होती, ती बारकाईने तपासण्याचे काम चालू होते. या अशा हिवाळ्यातल्या रात्री यांना हे काम करण्याची का जरुरी वाटते? शिवाय, ते करताना मला ब्लँकेट देण्याची सभ्यता ते कशी काय दाखवत आहेत? आता तो टेबलामागचा माणूस उठला. टेबलाला थोडा वळसा घालून पुढे आला. त्याच्या एका पायाला काहीतरी झाले असावे; कारण तो असा काही चालला होता, की त्याचा एक पाय वाकू शकत नव्हता, कडक सरळ ताठ राहिला असावा.

रेनॉल्ड्स हा परिस्थिती जोखण्यात अत्यंत निष्णात होता. त्याला त्या दृष्टीनेही प्रशिक्षण दिले होते. माणसांचे चेहरे कसे पहावेत, त्यावरील सूक्ष्म बदल कसे हेरावेत, त्यामागचे अर्थ कसे काढावेत, त्या व्यक्तीच्या मनातील विचारांचा कसा वेध घ्यावा, त्याची प्रवृत्ती, स्वभाव कसे ओळखावे वगैरेंमध्ये त्याला तज्ज्ञ करून सोडले होते. अशा प्रकारचे अंदाज करताना थोडीफार चूक होऊ शकते; पण आजच्याएवढी मोठी चूक त्याच्या हातून कधीही झाली नव्हती. टेबलामागच्या त्या माणसाचा चेहरा आता पूर्णपणे प्रकाशात आला होता. त्या भयानक हातांच्या माणसाचा चेहरा त्या हातांना पूर्णपणे विसंगत होता. अगदी ठार विसंगत होता. त्या चेहऱ्यावरती थकल्या-भागल्याच्या रेषा होत्या. तो एक मध्यमवयीन चेहरा होता; पण तरीही डोक्यावरचे केस पांढरेशुभ्र झाले होते. त्या चेहऱ्यावरती अफाट अनुभवांच्या, भोगलेल्या दुःखांच्या व यातनांच्या खुणा स्पष्टपणे उमटल्या होत्या. तो चेहरा आश्वासक वाटत होता, सभ्य होता, सुसंस्कृत दिसत होता. शहाणपणा, मुत्सद्दीपणा, सहनशीलता आणि समंजसपणा हे गुण त्या चेहऱ्यातून व्यवस्थित प्रगट होत होते. रेनॉल्ड्सने असा चेहरा यापूर्वी कधी पाहिला नव्हता. ज्याने जगातील सारे बरेवाईट पाहिले आहे, अनुभवले आहे, ज्याला बहुतेक सर्व ज्ञान झाले आहे आणि तरीही ज्याचे मन लहान मुलासारखे निर्मळ आहे, असा तो चेहरा होता.

रेनॉल्ड्स त्या बाकावरती हळूहळू बसला. त्याने आपल्या अंगाभोवती ते ब्लँकेट लपेटून घेतले. त्याच्या मनातील गोंधळ वाढला होता. एव्हीओ या क्रूर हेर संघटनेबद्दलच्या त्याच्या कल्पनांना तडाखे बसत होते; पण त्या संघटनेबद्दलची जी माहिती त्याला होती, तीही तेवढीच खरी होती. अजूनही खरी होती. त्याने आपले मन सभोवतालच्या परिस्थितीपासून वेगळे केले आणि आत्तापर्यंत जे जे पाहिले, त्या घटना, अनुभव व निष्कर्ष एकत्र जुळवून त्यातून काही सुसंगत चित्र तयार होत आहे की नाही ते तो पाहू लागला; पण तरीही त्या सज्जन माणसाचे एव्हीओ हेरखात्यातील अस्तित्व हे त्याला खटकू लागले. या गोष्टीचा वारंवार त्याच्या विचारचक्रात अडथळा येऊ लागला. तो खरोखरच चक्रावून गेला. हे सारे चालले आहे तरी काय, हे त्याला कळेना. त्याचे तर्कशास्त्र कोलमडले. त्याची मती गुंग झाली. त्याची निष्कर्षशक्ती बधीर झाली. त्याला सारखे एकामागोमाग एक असे दोन-तीन धक्के

बसले होते. त्यातून त्याला नीट सावरता येत नव्हते. अशा वेळी त्याला आणखी एक धक्का बसला. या चौथ्या धक्क्याने मात्र त्याच्या साऱ्या प्रश्नांना उत्तरे मिळाली. त्याचा विचारांचा गोंधळ संपला.

बाजूचे दार उघडून एक तरुण मुलगी खोलीत चालत आली. एव्हीओकडे तरुण पोरी कामाला असल्या तर नवल नव्हते; पण इथे तशा पोरी असणे याचा अर्थ छळ करण्यात त्या अत्यंत निष्णात असल्या पाहिजेत. मध्यम उंचीची ती तरुणी होती. आपल्या अंगावरती तिने उबेसाठी एक शालीसारखे वस्त्र गुंडाळून ते एका हाताने कमरेपाशी घट्ट धरून ठेवले होते. तिचा चेहरा तरुण, ताजातवाना व निष्पाप वाटत होता. त्या चेहऱ्यावरती कोणताही दुष्ट भाव किंचितही दिसत नव्हता. तिचे पिवळसर सोनेरी केस हे एखाद्या मक्याच्या कणसाला असणाऱ्या धाग्यांसारखे वाटत होते. आपले निळे डोळे ती एका हाताने चोळीत होती. यावरून ती नुकतीच झोपेतून उठून आली असली पाहिजे, असा सहज तर्क करता येत होता. जेव्हा ती बोलू लागली, तेव्हाही तिचा आवाज झोपेतून उठल्यासारखा येत होता; पण तरीही त्या आवाजातली मृदुता आणि माधुर्य लपून रहात नव्हते.

"तुम्ही अजून जागे का आहात? कसली चर्चा करीत आहात? रात्रीचा एक वाजून गेला आहे अन् मला अजून झोप काढायची आहे." ती म्हणाली; पण तिचे बोलणे झाल्यावर तिची दृष्टी टेबलावरील कपड्यांच्या ढिगाकडे गेली. मग एकदम ती मागे वळून बाकावर बसलेल्या रेनॉल्ड्सकडे पाहू लागली. रेनॉल्ड्सने फक्त एक जुने ब्लँकेट पांघरून घेतलेले तिने पाहिले. ते पाहून तिचे डोळे विस्फारले व ती काही पावले मागे सरकली. आपले ते शालीसारखे वस्त्र घट्ट धरून तिने विचारले, "जान्स्की, हा... हा माणूस इथे कुठून आला?"

■

तीन

"जान्स्की!" असे म्हणून रेनॉल्ड्स आपल्या बाकावरून उठला. त्याच्या हातून ही कृती आपोआप झाली होती. हंगेरियन माणसांच्या हातात पडल्यापासून त्याने आत्तापर्यंत आपल्या चेहऱ्यावरती प्रयत्नपूर्वक शांतपणाचा मुखवटा धारण केला होता. चेहरा कायम निर्विकार ठेवला होता. कोणतेही भाव चुकूनही उमटणार नाहीत याची त्याने काळजी घेतली होती; पण आता त्याच्या चेहऱ्यावरील तो कृत्रिम शांतपणा, निर्विकारपणा, थंडपणा हे गळून पडले. त्याऐवजी त्याच्या डोळ्यांत उत्सुकता प्रगट झाली. त्याने साऱ्या आशा सोडून दिल्या होत्या; पण त्या आता जागृत झाल्या होत्या. आपल्या अंगावरचे घसरणारे ब्लँकेट सावरत तो चटकन त्या तरुण मुलीच्या दिशेने दोन पावले पुढे झाला आणि म्हणाला, "तुम्ही 'जान्स्की' असे म्हणालात?"

"मग त्यात काय बिघडले? तुम्ही असे का विचारता आहात?" तिने भीतीने मागे सरकत सरकत त्याला विचारले. रेनॉल्ड्स जसजसा तिच्या दिशेने पुढे जात होता, तसतशी ती मागे सरकत होती. शेवटी ती मागे उभ्या असलेल्या सॅन्डरवरती धडकली. तिने सॅन्डरचा दंड आधारासाठी पकडून ठेवला. तो आधार मिळताच तिच्या डोळ्यांत प्रगटलेली भीती नाहीशी झाली. ती आता रेनॉल्ड्सकडे पहात त्याला विचारू लागली, "होय, मी 'जान्स्की' म्हणाले. का बरे?"

"जान्स्की!" रेनॉल्ड्सने परत तो शब्द अत्यंत सावकाश उच्चारला. एकेक शब्द त्याने अविश्वासाने उच्चारला. जणू काही एखाद्या अतर्क्य व असंभाव्य गोष्टीवरती त्याला विश्वास ठेवावा लागत आहे. अशा पद्धतीने त्याने तो शब्द उच्चारला. मग तो त्या टेबलाच्या दिशेने चालत गेला. त्या माणसासमोर उभा राहून त्याच्या त्या विकृत हाताकडे पहात राहिला. रेनॉल्ड्सच्या डोळ्यात शंका व आशा ह्या भावना आलटून-पालटून उमटत होत्या.

त्याने विचारले, "म्हणजे तुमचे नाव जान्स्की आहे तर?" रेनॉल्ड्सच्या आवाजात शांतपणा होता, अविश्वास होता.

"होय, माझेच नाव जान्स्की आहे." तो वृद्ध माणूस आपली मान हलवित म्हणाला. त्याच्या डोळ्यांत कसलातरी अंदाज प्रगट झाला असावा, असे रेनॉल्ड्सला वाटले.

"म्हणजे एक चार एक चार एक आठ दोन," रेनॉल्ड्स त्याच्याकडे पापणीही न हलवता रोखून पहात म्हणाला. समोरच्या व्यक्तीच्या चेहऱ्यावर आणि डोळ्यांत आपल्या शब्दांची अगदी सूक्ष्म जरी प्रतिक्रिया उमटली तरी ती पहाण्यासाठी तो बारकाईने निरखून पहात होता. कदाचित हा म्हातारा हे मान्य करील काय? त्याने पुन्हा विचारले, "हो ना? बरोबर आहे ना?"

"काय बरोबर, मिस्टर ब्युहल?"

"जर तुम्ही जान्स्की असाल, तर एक चार एक चार एक आठ दोन," रेनॉल्ड्सने परत ते आकडे उच्चारले. मग त्याने आपला हात सावकाश त्याच्या दिशेने पुढे नेला. त्याच्या या कृतीला कोणीही विरोध केला नाही. त्या वृद्धाच्या डाव्या हातावरील बाही त्याने हळूच मागे सारली. तिथे एक संख्या गोंदलेली होती. ती संख्या आजच गोंदली असावी इतकी स्पष्ट होती. 1414182 हा आकडा त्या हातावरती होता.

रेनॉल्ड्स टेबलाच्या एका कोपऱ्यावर टेकला. तिथे त्याला एक सिगारेटचे पाकीट दिसले. त्याने त्या पाकिटातील एक सिगारेट काढून घेतली. स्झेन्द्रोने एक आगपेटी हातात घेऊन आतली काडी बाहेर काढून पेटवली. त्या शांततेत काडी पेटण्याचा भर्रर आवाज जरासा मोठाच वाटला. त्याने रेनॉल्ड्सची सिगारेट पेटवून दिली. रेनॉल्ड्सने एक-दोन झुरके ओढताच त्याचे थंडीने कुडकुडणे कमी झाले.

शेवटी जान्स्कीने ती शांतता मोडीत त्याला विचारले, "असे दिसते की तुम्हाला माझ्याबद्दल काही माहिती आहे." त्याने हळुवारपणे रेनॉल्ड्सला म्हटले.

"मला आपल्याबद्दल बरीच काही माहिती आहे." रेनॉल्ड्स म्हणाला. आता त्याच्या अंगातली थंडी निघून गेली होती. त्याच्या मनाचा ढासळलेला तोल सावरला गेला होता. त्याने आजुबाजूला पाहिले. स्झेन्द्रो, सॅन्डर, ती मुलगी आणि मघाशी गॅरेजमध्ये निरोप घेऊन आलेला तो पोऱ्या तिथे उभे होते. त्या सर्वांच्या चेहऱ्यावरती गोंधळ व उत्सुकता होती. "ही सारी माणसे तुमची मित्रमंडळी आहेत का? तुमचा जर त्यांच्यावरती विश्वास असेल तर तुम्ही कोण आहात, म्हणजे खरोखरीचे कोण आहात, हे त्यांना ठाऊक असणारच."

"त्यांना ते सारे ठाऊक आहे. तुम्ही खुशाल त्यांच्यादेखत बोलू शकता."

"मग सांगतो मी. जान्स्की हे तुमचे दुसरे नाव आहे. तुमचे खरे नाव 'इल्युरिन' हे आहे." रेनॉल्ड्स हे आधी पाठ केल्यानुसार बोलत असावा किंवा त्याने ही महिती कधीतरी आत्मसात करून ठेवली असावी आणि आता तो आपल्या स्मृतीमधून ती

बाहेर काढत असावा. तो पुढे सांगू लागला, "मेजर जनरल ॲलेक्सिस इल्युरिन. जन्म रशियातील युक्रेन प्रांतातील कलीनोव्हका या गावातला. जन्मतारीख १८ ऑक्टोबर १९०४. विवाह १८ जून १९३१ मध्ये झाला. पत्नीचे नाव कॅथेरिन आणि कन्येचे नाव ज्युलिया." मग त्या तरुण पोरीकडे दृष्टिक्षेप टाकत तो पुढे म्हणाला, "बहुतेक हीच ती ज्युलिया असावी; कारण हिचे वय ज्युलियाच्या वयाएवढे आहे. कर्नल मॅकिन्टॉश म्हणतात, की त्यांना त्यांचे बूट परत हवे आहेत. म्हणजे काय ते मला ठाऊक नाही."

"तो एक जुना विनोद आहे." असे म्हणून जान्स्की उठून टेबलाला वळसा घालून त्याच्यापाशी आला व वाकून हसत पुढे म्हणाला, "वेल, वेल. म्हणजे माझा जुना दोस्त पीटर मॅकिन्टॉश हा अजून जिवंत आहे तर. बेटा खरोखर अविनाशी आहे. तसा तो नेहमीच होता. तर तुम्ही त्यांच्यासाठी काम करता आहात. मिस्टर... अं..."

"रेनॉल्ड्स. मायकेल रेनॉल्ड्स. होय, मी त्यांच्यासाठीच काम करतो."

"मग मला त्यांचे वर्णन करून सांगा बरं." जान्स्कीने किंचित कठोरपणे म्हटले. तो पुढे म्हणाला, "त्याचा चेहरा, शरीराची ठेवण, तो वापरतो ते कपडे, त्याचा इतिहास, कौटुंबिक पार्श्वभूमी— सारे सारे सांगा."

रेनॉल्ड्सने त्याप्रमाणे कर्नल मॅकिन्टॉशचे व्यवस्थित वर्णन केले. तो न अडखळता सतत पाच मिनिटे यावरती बोलत होता. शेवटी जान्स्कीने त्याला हाताने खूण करून त्याचे बोलणे थोपवले.

जान्स्की म्हणत होता, "पुरे. तुम्हाला ते चांगले ठाऊक आहेत. तुम्ही त्यांच्यासाठी काम करता आणि तुमचा स्वत:च्या ओळखीबद्दलचा दावा हे सारे खरे आहे, असे मी मानतो; पण त्याने तुम्हाला पाठवून एक मोठी जोखीम घेतली, फार मोठी जोखीम घेतली. त्याने ही चूक केली आहे. हे वागणे माझ्या जुन्या मित्राप्रमाणे नक्कीच नाही."

"म्हणजे मी कदाचित पकडला जाईन, मला बोलते केले जाईल अन् त्यामुळे तुमचेही जबरदस्त नुकसान होईल. अशीच ही जोखीम आहे ना?"

"यंग मॅन, तुम्ही खूप उतावळे आहात. फार घाईघाईने निष्कर्ष काढता."

रेनॉल्ड्स शांतपणे सांगू लागला, "कर्नल मॅकिन्टॉश यांनी पूर्ण विचार केला आहे. कसलीही जोखीम त्यांनी उचलली नाही. मला फक्त तुमचे नाव व गोंदलेला नंबर वगैरे किरकोळ माहितीच ठाऊक होती; पण तुम्ही नक्की कुठे रहाता, कसे दिसता वगैरे काहीही मला सांगण्यात आले नाही. तुमच्या हातांबद्दलही मला सांगितले गेले नाही. कारण तसे सांगितले गेले असते तर मी त्याकडे पहाताच तुम्हाला ओळखले असते."

"अन् मग तुम्ही माझ्याशी कसा संपर्क साधणार होता?"

"मला एका कॅफेचा पत्ता सांगण्यात आला." तो पत्ता त्याने सांगितला व पुढे म्हणाला, "मला त्या कॅफेत विशिष्ट टेबलावरील विशिष्ट खुर्चीत रात्री बसून वाट पहायची होती. रोज न कंटाळता वाट पहायची होती. अगदी तुमच्याकडून संपर्क साधला जाईपर्यंत."

"मग त्यासाठी ओळख पटविण्याच्या काहीही खुणा सांगितल्या गेल्या नाहीत?" स्झेन्द्रो आपल्या भुवया उंचावित म्हणाला.

"परवलीची खूण म्हणजे माझा टाय होता."

स्झेन्द्रोने टेबलावर पडलेल्या रेनॉल्ड्सच्या किरमिजी रंगाच्या टायकडे पाहिले, आपल्या डोळ्यांची उघडझाप केली आणि मान हलवली; पण स्झेन्द्रोच्या बोलण्यात त्याला किंचित रागाची छटा उमटल्याचे जाणवले.

"तुम्हाला जर ती खूण ठाऊक आहे तर मला परत का विचारता?" रेनॉल्ड्स म्हणाला.

"त्यामुळे फारसे काहीही बिघडत नाही, स्झेन्द्रो." मग जान्स्की रेनॉल्ड्सला म्हणाला, "हे असे संशय पार अनंत काळापर्यंत घेता येतील, मिस्टर रेनॉल्ड्स, आपल्यामुळेच आम्ही आता जिवंत राहू शकणार आहोत. आम्हाला प्रत्येकाचा संशय येतो. जो कोणी जिवंत आहे, जो कोणी हालचाल करतो, त्या प्रत्येकाचा आम्हाला संशय येतो. तो संशय दर मिनिटाला व दर तासाला येत असतो; पण तरीही आम्ही टिकून राहिलो, जिवंत राहिलो हे तुम्हाला दिसतेच आहे. आम्ही त्या कॅफेमध्ये तुमच्याशी संपर्क साधावा असे आम्हाला सांगण्यात आले होते. गेले तीन दिवस इम्र हा आमचा माणूस तिथे न कंटाळता पाळत ठेवून आहे. तशी विनंती आम्हाला व्हिएन्नामधून केली गेली होती; पण त्या विनंतीमध्ये कर्नल मॅकिन्टॉशचा कुठेही उल्लेख नव्हता. तो माझा फार फार जुना मित्र आहे. तो एक... अन् कॅफेमध्ये तुम्ही कधी संपर्क साधावा असे ठरले होते?"

"मला असे सांगितले गेले होते, की संपर्क साधणारे मला तुमच्याकडे घेऊन जातील. तुमच्याकडे किंवा 'हिदास' अथवा 'व्हाईट हाऊस' यांच्याकडे."

जॉन्स्की यावर म्हणाला, "वा:! हा एक चांगला शॉर्टकट आहे; पण तुम्हाला हिदास किंवा व्हाईट हाऊस या दोघांपैकी कोणीही भेटू शकणार नाही."

"का बरे? ते ब्युडापेस्टमध्ये आता रहात नाहीत?"

"व्हाईट हाऊसची रवानगी सैबेरियात झाली आहे आणि तो आपल्याला आता परत कधीही दिसणार नाही. हिदास तीन आठवड्यांपूर्वीच मृत्यू पावला. येथून तीन किलोमीटर अंतरावरच्या एव्हीओच्या यातनाघरात तो मेला. त्याने एका बेसावध क्षणी एका अधिकाऱ्याचे पिस्तूल म्यानातून काढून घेतले व आपल्या तोंडात नळी

घालून त्याने पिस्तुलाचा चाप दाबला. मरताना त्याला समाधान वाटले होते.

"पण– पण तुम्हाला कसे हे कळले?"

"कारण कर्नल स्झेन्द्रो त्या वेळी तिथे हजर होता. त्याने तो सारा प्रकार स्वत:च्या डोळ्यांनी पाहिला. स्झेन्द्रोचे पिस्तूल त्याने हिसकावून घेतले होते."

ते ऐकताच रेनॉल्ड्सने आपल्या हातातील सिगारेटचे थोटूक ॲश ट्रेमध्ये काळजीपूर्वक विझवले. मग त्याने मान वर करून एकदा जान्स्कीकडे पाहिले, एकदा स्झेन्द्रोकडे पाहिले. मग परत जान्स्कीकडे पाहिले. जान्स्कीचा चेहरा कोरा होता.

तो सांगू लागला, "स्झेन्द्रो एव्हीओमध्ये गेले दीड वर्ष काम करतो आहे." जान्स्की शांतपणे सांगत होता, "स्झेन्द्रो हा त्यांचा एक अत्यंत कार्यक्षम व आदरणीय अधिकारी समजला जातो. जेव्हा त्यांच्याकडे काहीतरी गूढपणे गडबड होते आणि शेवटच्या क्षणी कैदी पळून जातो, त्या वेळी स्झेन्द्रो एवढा संतापतो व थयथयाट करतो की तेवढा दुसरा कोणीही करत नसेल. त्या वेळी तो हाताखालच्या माणसांना अशी काही कामे करायला लावतो, की ते दमून कोसळतात. एव्हीओमध्ये भरती होणाऱ्या नवीन उमेदवारांपुढे तो अप्रतिम भाषणे देतो. एव्हीओने त्याच्या भाषणांचे एक पुस्तकही काढले आहे. तो एव्हीओमध्ये 'चाबूक' या नावाने ओळखला जातो. फर्मिन्ट हा त्याचा वरिष्ठ अधिकारी आहे. तिथे धरून आणलेल्या आपल्याच हंगेरियन देशबांधवांबद्दल, जरी ते सरकारविरोधी कृत्यात सामील झालेले असले, तरी त्यांचा तो एवढा द्वेष का करतो, हे कोडे त्याला अजून उलगडले नाही; पण तरीही तो त्याची स्तुती करतो. त्याचे स्झेन्द्रोबद्दल असे मत आहे, की ब्युडापेस्टमधील राजकीय पोलीस खात्यातील तोच फक्त एकमेव असा परिपूर्ण अधिकारी आहे. त्याच्यावाचून हे खाते चालणे अशक्य आहे... पण त्याचबरोबर हेही तितकेच खरे आहे, की येथे असलेली व पश्चिम युरोपात असलेली शेकडो हंगेरियन माणसे ही आज केवळ कर्नल स्झेन्द्रो ह्याच्यामुळेच जिवंत राहू शकली आहेत."

रेनॉल्ड्सने स्झेन्द्रोकडे पाहिले. त्याच्या चेहऱ्यावरची रेषन्‌रेष तो निरखून पाहू लागला. जणू काही तो त्याचा चेहरा प्रथमच पहात होता. हा माणूस अशा दुहेरी व परस्परविरुद्ध कार्यात कसा काय काम करू शकतो? अशी परिस्थिती तर अत्यंत धोकादायक असते. त्याच्यावर कदाचित पाळत असेल, कदाचित कोणाला तरी त्याच्या निष्ठेबद्दल संशय येत असेल किंवा कोणीतरी त्याच्याच विश्वासातले माणूस त्याचा विश्वासघातही करीत असेल. कुणी सांगावे, कदाचित खांद्यावर मागून पडलेला हात हा त्याच्या मारेकऱ्याचा असेल. अन् तो मारेकरी कदाचित त्याचाच सहकारी किंवा मित्रही असू शकेल. या असल्या व्यवसायात कशाचाही नेम नसतो; पण जान्स्की याच्याबद्दल जे म्हणतो आहे ते मात्र नक्कीच खरे आहे. जर आपल्याला

आज या माणसाने पकडले नसते, तर एव्हाना आपण एव्हीओच्या यातनाघरातील कोठडीत तीव्र छळामुळे किंकाळ्या फोडत सुटलो असतो. त्या स्टॅलिन स्ट्रीटवरती तळघरात ती कोठडी आहे....

"जनरल इल्युरिन, तुम्ही म्हणता तसे स्झेन्द्रोसाहेब आहेत खरे. ते खूप मोठमोठ्या जोखिमा घेतात, असे दिसते."

"मला जनरल इल्युरिन म्हणू नका. जान्स्की म्हणा. नेहमी जान्स्कीच म्हणत जा. मेजर जनरल इल्युरिन हा मेला, संपला, पार नाहीसा झाला."

"आय ॲम सॉरी.... पण मग स्झेन्द्रो यांनी मला आज रात्री कसे काय पकडले? त्याबद्दल काय खुलासा कराल?"

"ते सोपे आहे. त्यांना एव्हीओमधल्या सर्व गोष्टी जाणून घेता येतात. काही खास मास्टर फायलीही वाचण्याची त्यांना मुभा आहे. शिवाय ब्युडापेस्ट आणि पश्चिम युरोप इथे घडविल्या जाणाऱ्या साऱ्या घडामोडी, योजना, बेत जाणून घेण्याचे अधिकार त्यांना मिळालेले आहेत. त्यांना आज रात्री रस्त्यावरती केली जाणारी नाकेबंदी, सरहद्द काही काळ बंद केली, ह्याचीही माहिती ठाऊक होती... शिवाय, तुम्ही इकडे हंगेरीत यायला निघालात हेही त्यांना आगाऊ कळले होते."

"कळले असणारच. म्हणून तर ते मला पकडू शकले; परंतु केवळ मला पकडण्यासाठी इतक्या मोठ्या प्रमाणावरती रस्त्यावरील नाकेबंदी, सरहद्दही बंद करणे वगैरे खटाटोप केला गेला? मला पटत नाही हे."

स्झेन्द्रो सांगू लागला, "रेनॉल्ड्स, उगाच स्वतःला एवढे महत्त्व देऊ नका." मग त्याने आपल्या हातातील सिगारेट होल्डरमध्ये तपकिरी व काळ्या रंगाची सिगारेट नीट खोचली. ते पाहून रेनॉल्ड्सने ओळखले, की हा माणूस दिवसभरात एकापाठोपाठ अशा अनेक सिगारेटी चेन स्मोकर असल्याप्रमाणे ओढत असला पाहिजे. मग आगपेटीतील काडी ओढत स्झेन्द्रो पुढे बोलू लागला, "पण त्याचबरोबर तुम्हाला मी काही फार मोठ्या योगायोगाने पकडले असेही नाही. ही नाकेबंदी, ट्रक्सची तपासणी तुमच्यासाठी चालली नव्हती. ते फक्त ट्रक्स थांबवून तपासत होते. हंगेरीत मोठ्या प्रमाणात फेरो-वोल्फ्राम हे एक टंगस्टनचे खनिज चोरून आणले जाते. उद्योगधंद्यात याला खूप मागणी असते. त्याची तपासणी करण्यासाठी एक देशव्यापी मोहीम हाती घेतली आहे. म्हणून ती तपासणी चालली होती."

"म्हणजे मी जर तुमच्या एव्हीओच्या हातात सापडलो असतो तर त्यांना या मोहिमेचे एकदम सार्थक झाल्यासारखे वाटले असते."

"खरे आहे." स्झेन्द्रो हसत म्हणाला. रेनॉल्ड्सने त्याला प्रथमच हसताना पाहिले. त्याचे दात पांढरे स्वच्छ व ओळीने एकसारखे असे होते. हसताना त्याचे डोळे असे बारीक होत की त्यातला थंडपणा एकदम निघून जाई. तो सांगत होता,

"दुर्दैवाने अशा मोहिमांसाठी पसरलेल्या तपासणीच्या जाळ्यात अनेकदा अनपेक्षितपणे इतर गोष्टीही अडकून मिळतात."

"म्हणजे माझ्यासारखी हेर माणसे?"

"होय. म्हणून मी एक माझ्यापुरता असा प्रघात पाडला, की नेहमी अशा मोहिमांच्या वेळी जिथे जिथे पोलिसांची नाकेबंदी असेल, तिथे टेहेळणी करीत रहायचे. बहुतेक अशा टेहेळणीचा उपयोग होत नाही; परंतु एखाद्या वेळी तुमच्यासारखी व्यक्ती मिळून जाते. गेल्या वर्षभरात असे पाच वेळा घडले आहे; पण आता ही शेवटचीच वेळ आहे. त्या पाचहीजणांना पोलिसांच्या ताब्यातून सोडवून माझ्या ताब्यात घेतले होते. मागच्या वेळी तर मी पोलिसांना बजावून सांगितले होते, की झाला प्रसंग हा कुठेही बोलायचा नाही, की नोंदवायचा नाही. मला व या कैद्याला विसरून जायचे; पण आज रात्री मात्र पोलिसांच्या हेडक्वार्टरकडून सर्व पोलीसठाण्यांना कळवले जाईल, की कोणीतरी तोतया एव्हीओ अधिकारी पोलिसांच्या कामात हस्तक्षेप करून जातो आहे. तेव्हा सर्वांनी सावध रहावे."

ते ऐकल्यावरती रेनॉल्ड्स त्याच्याकडे पहातच राहिला. तो म्हणाला, "बाप रे! पण आज त्या पोलीसचौकीत किमान पाचजणांनी तरी तुम्हाला पाहिलेले आहे., तुमचा चेहरा त्यांच्या नक्की लक्षात राहिलेला आहे. उद्या तुमच्या चेहऱ्याचे वर्णन हे ब्युडापेस्टमध्ये—"

"उफ्!" असे म्हणून स्झेन्द्रोने आपली सिगारेटची राख एक बोट आपटून निष्काळजीपणे झटकली. तो पुढे म्हणाला, "उलट त्यामुळे त्यांनाच धडा मिळेल. त्यातून मी काही तोतया नाही. मी एक खराखुरा एव्हीओ अधिकारी आहे. तुम्हाला तरी याबद्दल शंका वाटायला नको."

"छे छे, अजिबात नाही."

स्झेन्द्रो टेबलाच्या कडेवर बसत म्हणाला, "मिस्टर रेनॉल्ड्स, तुम्हाला इकडे आणताना मी तुम्हाला भीती दाखवण्याची जी वागणूक दिली, त्याबद्दल मला माफ करा. एव्हीओच्या दृष्टीने मी परदेशी हेराला पकडले आहे की नाही हे महत्त्वाचे आहे. जर तसा तो माणूस नसेल तर मी त्याला वाटेत कोठेतरी उतरवून सोडून दिले तर मला कोणीही बोलणार नाहीत; पण जेव्हा मी शहरात शिरलो, तेव्हा काही वेळाने माझ्या मनात एक भीतीदायक शंका येऊन गेली."

"म्हणजे जेव्हा तुम्ही आन्द्रेसी उट इमारतीच्या जवळ थांबलात तेव्हा ना? मला त्याच वेळी ती शंका आली; कारण तुमचा चेहरा व बोलणे हे मला एकदम वेगळेच वाटले." रेनॉल्ड्स म्हणाला.

"होय, बरोबर आहे. तुम्ही कोणी परदेशी हेर नसून तुम्हाला एव्हीओनेच परदेशी हेराचे सोंग घ्यायला लावून हंगेरीत घुसवलेले असेल. आपल्या देशात

घुसणाऱ्या हेरांना कोणीतरी सोडवत असतो, अशी शंका जर त्यांना आली असेल, तर त्याचा शोध घेण्यासाठी त्यांनी ह्या खोट्या हेराचे नाटक घडवले असेल. मग आपोआपच सोडवणारा कोण ते त्यांना कळू शकेल. त्यामुळे मी तुम्हाला आन्द्रेसी उट इमारतीकडे नेण्यात धोका नव्हता; पण ही गोष्ट खूप आधी माझ्या डोक्यात यायला हवी होती. अन् जेव्हा मी तुम्हाला एका गुप्त तळघरातील खोलीकडे नेणार असे म्हणालो, तेव्हा पुढे काय घडणार ते तुम्ही एव्हीओचा माणूस असता तर तुमच्या चटकन लक्षात आले असते. आता आपले हाल केले जाणार आणि जीव घेतला जाणार, या कल्पनेने तुम्ही घाबरला असता, त्यानुसार काहीतरी याचना केली असती; परंतु तुम्ही काहीच बोलला नाहीत. कारण तुम्हाला त्या गुप्त तळघरातील यातनाघराची कल्पना नव्हती. याचाच अर्थ एव्हीओने तुम्हाला पाठवले नव्हते. तुम्ही एक परकीय हेर असला पाहिजे.'' मग जान्स्कीकडे वळून तो म्हणाला, ''जान्स्की, मी यांची फक्त अजून दोन मिनिटे घेतो. कशासाठी ते तुम्हाला ठाऊक आहेच. चालेल ना?''

''जरूर घ्या; पण लवकर आटपा. मिस्टर रेनॉल्ड्स हे इंग्लंडहून इथे आले आहेत, ते काही टुरिस्ट म्हणून आलेले नाहीत. आपल्याला ते बरेच महत्त्वाचे सांगणार आहेत.'' जान्स्की म्हणाला.

''पण कर्नल मॅकिन्टॉश यांच्या सूचनेनुसार ती माहिती फक्त तुमच्यासाठीच आहे, इतरांसाठी नाही.'' रेनॉल्ड्स म्हणाला.

''मिस्टर रेनॉल्ड्स, कर्नल स्झेन्द्रो हे माझा उजवा हात आहेत.''

''ठीक आहे, मग मी फक्त तुम्हा दोघांशीच बोलेन.''

स्झेन्द्रोने वाकून जान्स्कीला अभिवादन केले व तो खोलीबाहेर निघून गेला. मग जान्स्की आपल्या कन्येकडे वळून म्हणाला, ''ज्युलिया, एखादी वाईनची बाटली आण. एखादी विलान्यी फर्मिन्ट बाटली उरली असेल ना?''

''मी जाऊन बघते.'' असे म्हणून ती जायला निघाली; पण जान्स्कीने तिला थांबवत म्हटले, ''एक मिनिट. मिस्टर रेनॉल्ड्स, तुम्ही आज दिवसभरात कधी खाल्ले होते?''

''सकाळी दहा वाजता.''

''म्हणजे तुम्हाला आता चांगलीच भूक लागलेली असणार.'' मग ज्युलियाकडे वळून ते म्हणाले, ''काय काय आणायचे ते तुला आता सांगायला नकोच.''

''मी बघते आता.'' असे म्हणून ती तेथून निघून जाऊ लागली.

जान्स्की तिला म्हणाला, ''पण प्रथम वाईन आण बघ.'' मग त्याने दूरवर घुटमळणाऱ्या त्या पोऱ्याला हाक मारून म्हटले, ''इम्र, बघ बाहेर सगळे काही ठीक आहे ना. अन् सॅन्डर, त्या गाडीच्या नंबरप्लेट्स जाळून टाका. तिथे नवीन नंबरप्लेट लावा.''

सॅन्डर व तो इम्र नावाचा पोऱ्या निघून गेल्यावर रेनॉल्ड्सने जान्स्कीला विचारले, ''जाळून टाकायच्या? पण त्या जळणार कशा?''

जान्स्की यावरती हसून म्हणाला, ''आमच्याकडे बऱ्याच नंबरप्लेट्स आहेत. त्या साऱ्या प्लायवुडच्या आहेत. त्या सहज जळून जातात.''

ज्युलिया खोलीत परतलेली पहाताच जान्स्की म्हणाला, ''अरे वा, विलान्यी मिळाली वाटतं.''

''ही आता शेवटची बाटली आहे.'' ती म्हणाली. तिने आता आपले केस नीट विंचरले होते. रेनॉल्ड्सकडे पहाताना तिच्या चेहऱ्यावरती स्मित होते अन् निळ्या डोळ्यांत सारे काही समजल्याचा व कुतूहलाचाही भाव होता. तिने त्याला विचारले, ''मी वीस मिनिटात काहीतरी खायला आणते. चालेल ना?''

तो हसत म्हणाला, ''चालवून घेणे भाग आहे. तेवढा वेळ मी कसाबसा दम धरेन.''

''मी अगदी लवकर आणेन.'' असे म्हणून ती निघून गेली.

तिने जाताना आपल्यामागे दार लावून घेतले. ते पाहून जान्स्कीने वाईनच्या बाटलीचे सील उघडले आणि ती व्हाईट वाईन तो दोन ग्लासात ओतू लागला. मग आपला ग्लास उंचावीत तो म्हणाला, ''टू युवर हेल्थ, मिस्टर रेनॉल्ड्स अॅन्ड टू अवर सक्सेस.''

''थॅन्क यू!'' असे म्हणून रेनॉल्ड्सने आपला ग्लास उंचावला आणि तो वाईनचे घुटके घेऊ लागला. तो अत्यंत सावकाश व चवीने पीत होता; पण पिताना त्याला कळले, की किती वेळ आपल्या घशाला फार मोठी कोरड पडली होती. तिथेच टेबलावरती एक चांदीच्या फ्रेममधे छोटे छायाचित्र होते. त्याकडे पहात तो म्हणाला, ''या फोटोमध्ये आणि तुमच्या कन्येमध्ये बरेच साम्य आहे. शिवाय, फोटोही अप्रतिम काढला आहे. इतकी चांगली फोटोग्राफी ब्युडापेस्टमधील फोटोग्राफरच करू शकतात. त्यांनी कधी तुमच्या कन्येचा फोटो काढला?''

जान्स्की हसत म्हणाला, ''हा फोटो मी स्वत: काढला आहे. असा फोटो काढून मी त्या व्यक्तीला न्याय दिला आहे की नाही? तुमचे याबद्दलचे प्रामाणिक मत मला द्या. प्रत्येक माणसाची जाणीव व सूक्ष्मपणे वेध घेण्याची दृष्टी वेगवेगळी असते.''

रेनॉल्ड्सने त्याच्याकडे किंचित आश्चर्याने पाहिले. मग तो वाईनचा एक घुटका घेत त्या छायाचित्राकडे लक्षपूर्वक व काहीही न बोलता पाहू लागला. त्याने त्या छायाचित्रातील केसांच्या छटा व लाटा नीट निरखून पाहिल्या. लांबट पापण्यांच्या वरती असलेल्या रुंद व बारीक भुवया पाहिल्या. स्लाव्ह वंशातील लोकांच्या गालाची हाडे जशी किंचित वर आलेली असतात, तशीच ती वर आलेली तिथे

दिसत होती; पण तिथून त्यांचा वक्रभाग हा खाली ओठांना येऊन मिळाला होता. ते ओठ हसरे होते. त्या खाली असलेली हनुवटी गोल होती व त्याही खाली एक किंचित फुगीर भाग गळ्यावरती आलेला समजत होता. त्याला वाटले, की हा चेहरा किती लक्षणीय आहे, यात कितीतरी वैशिष्ट्ये सामावलेली आहेत, हा चेहरा प्रसन्न आहे, त्यात उत्सुकता भरलेली आहे आणि जगण्याची ऊर्मी व जोष ओतप्रोत भरलेला दिसतो आहे. हा चेहरा कोणाच्याही लक्षात....

"मग मिस्टर रेनॉल्ड्स, तुम्हाला काय वाटते?" जान्स्की त्याला विचारीत होता.

"या फोटोने तुमच्या कन्येला न्याय दिला आहे, असेच म्हटले पाहिजे." आपण हे विधान पाहिजे तेवढे विचारपूर्वक करीत नाही, याचे त्याला भान होते. म्हणूनच तो तसे चाचरत म्हणाला. त्याने जान्स्कीकडे पाहिले. त्या म्हाताऱ्याच्या शिणलेल्या डोळ्यांत शहाणपण, मुत्सद्देगिरी व परिपक्वता पुरेपूर भरलेली दिसत होती. त्याला फसवणे हे निरर्थक आहे हे कळून चुकले; पण आता रेनॉल्ड्सने विधान केले होते ते त्याला मागे घेता येत नव्हते. म्हणून तो ठासून म्हणाला, "खरे म्हणजे या फोटोने तुमच्या कन्येला जास्तच न्याय दिला आहे."

"असं?"

"हो ना. चेहऱ्याच्या हाडांची रचना, सर्व ठळक लक्षणे अन् ते स्मितहास्य हे सारे हुबेहूब प्रगट झाले आहे; परंतु या फोटोत आणखीही काही जादा आहे. यात चेहऱ्यावरती जादा परिपक्वता व खूप अनुभव घेतलेले भाव आहेत. दोन वर्षांनी किंवा कदाचित तीन वर्षांनी हा फोटो तुमच्या कन्येचा अधिक खराखुरा वाटू लागेल. भावी काळात तुमच्या कन्येच्या चेहऱ्यावर उमटणारे भाव या फोटोत आधीच दृश्यमान झाले आहेत. मला वाटते ते असे आहे. तसेच का वाटते हे मला सांगता येणार नाही." रेनॉल्ड्स म्हणाला.

"त्याचे कारण मी तुम्हाला सांगतो. अन् ते अगदी सोपे आहे. तो फोटो ज्युलियाचा नाही, तो माझ्या पत्नीचा आहे."

"तुमची पत्नी! गुड लॉर्ड, काय कमालीचे साम्य आहे!" रेनॉल्ड्स आश्चर्याने उडाला होता. आपण या फोटोबद्दल आत्ता काही वेळापूर्वी जे जे काही बोललो ते तो आठवू लागला. आपल्या तोंडून काही आक्षेपार्ह शब्द निसटले नाहीत ना हे तो बघू लागला; पण तसे त्याला काहीही आठवेना. मग तो जरा शांत होऊन म्हणाला, "आपल्या पत्नी आत्ता इथे आहेत?"

"नाही, ती इथे नसते." जान्स्की आपल्या हातातील ग्लास खाली ठेवीत म्हणाला. मग तो ग्लास आपल्या बोटात धरून फिरवीत फिरवीत तो पुढे म्हणाला, "ती कोठे आहे ह्याचा मला पत्ताच नाही."

"आय ॲम सॉरी." रेनॉल्ड्स त्यावरती आपली एवढीच प्रतिक्रिया व्यक्त करू शकला.

"तसा काही गैरसमज करून घेऊ नका." जान्स्की हळुवार आवाजात बोलू लागला होता, "तिला काय झाले असावे, याची आम्हाला कल्पना आहे. तपकिरी लॉरीज! म्हणजे काय ते तुम्हाला कळले असेलच. हो ना?"

"म्हणजे गुप्त पोलिसांची धाड."

"बरोबर." जान्स्की आपली मान गंभीरपणे हलवीत म्हणाला. तो सांगू लागला, "अशाच तपकिरी लॉरीजमधून पोलंडहून लक्षावधी माणसे उचलून नेली गेली. पाच लाख माणसे बल्गेरियातून नेली. रुमानियातही तेच घडले. या सर्वांना गुलाम करून त्यांना शेवटी मृत्यूच्या स्वाधीन केले गेले. याच लॉरींमधून बाल्टिक राष्ट्रातील सारा मध्यमवर्ग उचलून नेला गेला व पार नष्ट केला गेला. त्यामध्ये एक लाख हंगेरियन माणसे होती. त्या हंगेरियन माणसात कॅथेरिन होती. कॅथेरिन– माझी पत्नी! इतक्या लक्षावधी माणसांमधील एक व्यक्ती. जर हाल हाल होऊन मृत्यू पावली असेल, तर त्या व्यक्तीच्या दुःखाला किती महत्त्व द्यायचे?"

"मला वाटते, की ही गोष्ट १९५१च्या उन्हाळ्यातील असावी. हो ना?" रेनॉल्ड्सला जान्स्कीच्या सांगण्यावरती काय प्रतिक्रिया करावी ते न कळल्याने तो फक्त एवढेच म्हणू शकला. त्याला हेही ठाऊक होते, की यानंतर ब्युडापेस्टमध्ये मोठ्या प्रमाणावरती धरपकड होऊन सर्वांना देशातून हद्दपार केले गेले होते.

"होय, आम्ही म्हणजे मी आणि माझी पत्नी येथे रहात होतो. ती घटना अडीच वर्षांपूर्वी घडली. ज्युलिया एका खेड्यात तिच्या मैत्रिणीकडे रहायला गेली होती. म्हणून ती वाचली. थँक गॉड! मी रात्री बारा वाजता बाहेर पडलो होतो. माझी पत्नी कॉफी करण्यासाठी स्वयंपाकघरात गेली असता शेगडीतला गॅस पेटू शकला नाही. याचा अर्थ धाड पडत होती; पण तिला तो अर्थ समजला नाही. शेवटी व्हायचे तेच झाले. ते तिला पकडून घेऊन गेले."

"पण... पण इथे गॅसचा कुठे संबंध येतो?"

"म्हणजे तुम्हाला ते ठाऊक नाही तर. एव्हीओची माणसे जेव्हा धाड घालून एखाद्याला पकडून घेऊन जातात, तेव्हा आधी त्या घराचे गॅसच्या पाईपचे कनेक्शन बंद करून टाकतात. कारण पकडले गेल्यावरती पुढे एवढ्या अनन्वित छळाला तोंड द्यावे लागणार, या कल्पनेने माणसे भीतीने गर्भगळीत होतात. एव्हीओच्या क्रूर यातनांपासून बचाव करण्याचा त्यांच्या हातात एकच उपाय असतो. तो म्हणजे आत्महत्या करणे. स्वयंपाकाच्या ओट्याच्या खाली ओव्हन असतो. त्या ओव्हनमध्ये एक उशी ठेवून त्यावरती आपले डोके ठेवून आत्महत्या करणारा ओव्हनमधला गॅसचा नळ उघडा करून ठेवतो. काही मिनिटांतच गुदमरून त्याचा मृत्यू होतो. रात्री

अपरात्री दारावर थाप पडली, की 'आली आपल्यावर धाड' असे समजून घाबरलेली माणसे दार न उघडता आत्महत्या करून मोकळी व्हायची. एव्हीओला हे अनुभवाने कळल्यावरती ते धाड घालण्याआधी त्या घराचा गॅस तोडू लागले. एव्हीओचे सार्वत्रिक छळ जसजसे वाढत गेले, तसतसे आत्महत्यांचे प्रमाणही वाढत गेले. मग केमिस्टच्या दुकानातून विकल्या जाणाऱ्या विषारी रसायनांच्या विक्रीवरती बंदी घातली गेली. फार काय त्यांनी एकदा तर दाढीच्या पात्यांवरही बंदी घातली होती; कारण माणसे आपल्या मनगटाच्या रक्तवाहिन्या दाढीच्या पात्याने कापून आत्महत्या करू लागली होती. त्यांना फक्त उंच इमारतींवरून उड्या टाकण्यावर बंदी घालता आली नाही.''

''पण मग धाड आली तेव्हा तुमच्या पत्नीला आधी काही तशी सूचना मिळाली नाही?''

''कसलीही सूचना नाही. तिच्या हातात फक्त एका निळ्या कागदावर छापलेली नोटीस ठेवली, एक छोटी सूटकेस तिला बरोबर घेऊ दिली व खाली उभ्या असलेल्या तपकिरी लॉरीत नेऊन तिला टाकण्यात आले. मग अशी गोळा केलेली 'माणसे' नावाची जनावरे रेल्वेच्या मालगाडीच्या डब्यात कोंबून दूर अज्ञात ठिकाणी पाठवून देण्यात आली.''

''म्हणजे कदाचित तुमची पत्नी अजूनही जिवंत असेल. तुम्हाला तिच्याबद्दल काहीही कळले नाही?''

''नाही. काहीही कळले नाही. ती कुठेतरी जिवंत असेल अशी आशा करणे एवढेच आमच्या हाती उरले आहे. त्या ट्रकमध्ये एवढी माणसे कोंबलेली असतात, की त्यातले बरेचजण वाटेत गुदमरून व घुसमटून मरण पावतात. थंडीमध्ये तर काहीजणांचा गोठून मृत्यू होतो, तर जिवंत उरलेल्यांना पुढे कामावर जुंपले जाते. तिथे शेतात, खाणीत किंवा कारखान्यात त्यांचा मृत्यू होतो. कारण त्यांच्यावर जुलूम जबरदस्ती करून कामे करून घेतली जातात. मग अतिश्रमाने दुसरे काय होणार? माझ्या बायकोला क्षय झाला होता. त्यासाठी तिच्या फुफ्फुसावरती एक गंभीर शस्त्रक्रिया केली गेली होती. रुग्णालयातून तिला नुकतेच घरी पाठवण्यात आले होते. अन् तेवढ्यात ती धाड घालून त्यांनी तिला नेले. ती आजारातून बरी झालेली नव्हती.''

ते ऐकून रेनॉल्ड्स हादरून गेला. या अशा गोष्टी सध्याच्या काळात किती सारख्या ऐकू येऊ लागल्या आहेत अन् त्याही अगदी सहजगत्या सांगितल्या जात आहेत. अन् तरीही माणसे अशा घटना ऐकल्यावर व वाचल्यावर किती झटपट त्या विसरून जातात; पण जेव्हा त्यांनाच अशा प्रसंगाला सामोरे जावे लागते तेव्हा मात्र माणूस किती वेगळ्या तऱ्हेने वागू लागतो!

“पण मग तुम्ही तुमच्या बायकोचा शोध घेतला की नाही?” रेनॉल्ड्सने तटकन् विचारले. त्याच्या विचारण्यात थोडीशी कठोरता होती; पण त्या पद्धतीने त्याला तसे विचारायचे नव्हते.

“मी तिचा शोध घेतला, खूप घेतला; पण मला तिचा ठावठिकाणा लागू शकला नाही.” जान्स्कीने अगदी सहजपणे उत्तर दिले.

त्याच्या स्वरातील सहजता पाहून रेनॉल्ड्सला त्याचा राग आला. हा माणूस प्रत्येक गोष्ट अशी सहजतेने का घेतो? त्याच्या पत्नीची ही शोकांतिका सहजतेने, थंडपणे व अजिबात विचलीत न होता कशी काय सांगू शकतो?

रेनॉल्ड्सने विषय लावून धरीत म्हटले, “पण एव्हीओला ठाऊक असणार ना? त्यांच्याकडे उचलून नेलेल्या प्रत्येक व्यक्तीची काळजीपूर्वक नोंद असते, त्यांच्या नावांची यादी असते. शिवाय कर्नल स्झेन्ड्रो—”

“त्यांना एवढ्या गुप्त फायली पहाण्याचे अधिकार नाहीत.” जान्स्की रेनॉल्ड्सचे वाक्य तोडीत म्हणाला. मग तो हसून सांगू लागला, “त्याचा हुद्दा हा मेजरचा आहे. कर्नलचा हुद्दा आणि नाव हे त्याने आज रात्रीपुरते घेतलेले आहे. ते बनावट आहे. मला वाटते, की तोच आत्ता येतो आहे.”

—पण स्झेन्ड्रोऐवजी तो मघाचा काळे केस असलेला तरुण पोऱ्या आला होता. दारातून त्याने आतमध्ये डोकावले आणि बाहेर सारे काही आलबेल आहे हे सांगितले. एवढे सांगून तो तिथून निघून गेला; परंतु तेवढ्या थोड्या काळातही रेनॉल्ड्सला त्याच्या डाव्या गालावर भीतीची एक थरथर उमटलेली दिसली. शिवाय, त्याचे डोळे सारखे इकडे-तिकडे भिरभिरत होते.

जान्स्कीने रेनॉल्ड्सच्या चेहऱ्यावर उमटलेले भाव पाहिले असले पाहिजेत. कारण तो जेव्हा बोलू लागला, तेव्हा त्याच्या स्वरात थोडीशी क्षमायाचनेची भावना होती. तो म्हणत होता, “बिचारा इम्र! तो नेहमी इतका अस्वस्थ झालेला नसतो, मिस्टर रेनॉल्ड्स.”

“अस्वस्थ! तो अस्वस्थ असण्याबद्दल माझी काही हरकत नाही; परंतु माझ्या योजनेत ‘सुरक्षितता’ महत्त्वाची आहे. त्याकडे मला दुर्लक्ष करून चालणार नाही. त्यामुळे तो एक मनोरुग्ण आहे, त्याच्या मेंदूत बिघाड झालेला आहे, ह्या गोष्टींची मला दखल घेणं भाग आहे.” असे म्हणून रेनॉल्ड्सने जान्स्कीकडे रोखून पाहिले; परंतु जान्स्कीवरती त्याचा परिणाम झाला नाही. त्याच्या चेहऱ्यावरील मृदूपणा व सभ्यपणा किंचितही कमी झाला नाही. रेनॉल्ड्स पुढे बोलला, “या अशा कामांच्या कार्यपद्धतीत हा माणूस बसू शकत नाही. त्याच्यामुळे आपल्या कामांना फार मोठा धोका उत्पन्न होऊ शकतो.”

“खरे आहे. मला ते का ठाऊक नाही?” जान्स्की नि:श्वास टाकत बोलू

लागला, "तुम्ही त्याला दोन वर्षांपूर्वी पहायला हवे होते. तेव्हाचा उठाव चिरडण्यासाठी रशियाने रणगाडे पाठवले होते. त्या वेळी तो कॅसल हिल्स भागात रशियन रणगाड्यांशी झुंज देत होता. कोपऱ्यावरती रस्त्यावर तो साबणाचे द्रावण जमिनीवरती पसरून देई. मग त्या डोंगराळ भागातील रस्त्यावरून आलेला रणगाडा या रस्त्यावर वळे तेव्हा तो निसरड्या जमिनीवर उतारावरून घसरत जात उलटे. त्याने एकट्याने असे अनेक रणगाडे उलथवून लावले आहेत. कधीकधी तो रस्त्यावरच्या काही टाईल्स काढायचा. तिथे बारीक व खोल खड्डे करायचा. त्यात पेट्रोल भरून ठेवायचा. मग या खड्ड्यांवरून रणगाडा जाऊ लागला, की तो ते पेट्रोल पेटवून द्यायचा. हे काम एकट्याने करण्यात त्याला तोड नव्हती; पण कधीकधी तो धसमुसळेपणा करायचा. एक टी-५४ जातीचा अवाढव्य रणगाडा त्याने असाच जायबंदी केला. आत बसलेले सर्वजण गारद झालेले होते. रणगाड्याचे ते धूड उतारावरून मागे मागे घसरत त्याच्याकडे येत गेले. शेवटी ते एका घराच्या भिंतीला जाऊन धडकले. अन् बिचारा इम्र हा रणगाडा व भिंत यामध्ये सापडला. त्या वेळी तो सुदैवाने ओणवा झालेला होता; परंतु जरी तो चिरडला गेला नाही तरी तो त्या पोकळीत चिणला गेला. तब्बल ३६ तास इम्रने तशा अवस्थेत तिथे काढले. तेवढ्या काळात त्या रणगाड्यावरती दोन वेळा रशियन विमानांनी रॉकेटचा मारा केला. आपले रणगाडे हंगेरियन लोकांच्या हातात पडून त्यांचे लष्करी बळ वाढू नये, म्हणून रशियन सैन्याकडून ही काळजी घेतली जात होती."

"माय गॉड! ३६ तास! अन् तरी तो जिवंत कसा राहिला?" रेनॉल्ड्स डोळे विस्फारीत म्हणाला.

"होय. त्याच्या शरीरावर जरासाही ओरखडा उमटला नाही. शेवटी सॅन्डरने त्याला बाहेर काढले. सॅन्डरने एक कटावणी कुठून तरी पैदा केली नि ती घराची भिंत मागून फोडून काढून तिला भगदाड पाडले. त्या भगदाडातून इम्र बाहेर आला. सॅन्डरची व इम्रची अशी प्रथम गाठ पडली. मी त्या वेळी तिथे होतो. सॅन्डर आपल्या ताकदीने ती दगडी भिंत कशी फोडत होता व एकेक भलेमोठे गडगे कसे दूर करीत होता, ते पाहून मी थक्क झालो. इम्रला बाहेर काढून आम्ही त्याला एका जवळच्या घरात ठेवले. जेव्हा परत येऊन पाहिले, तेव्हा त्या घराच्या पार ठिकऱ्या ठिकऱ्या उडाल्या होत्या. रशियनांना प्रतिकार करणाऱ्या गटाने त्या घराच्या आधारे आपला गोळीबार चालू ठेवला होता. रशियन लोकांच्याकडे एक मंगोलियन रणगाडा होता. त्या रणगाड्याने त्या घराच्या तळमजल्यावर तोफा डागून तो मजला पार भुईसपाट केला. साहजिकच, वरचे मजले धडाधड खाली कोसळून साऱ्याच घराचा चक्काचूर झाला. त्या ढिगाऱ्यात इम्र अडकला; पण आम्ही मोठ्या खटपटीने तो ढिगारा उपसून त्यातून त्याला बाहेर काढले. पुन्हा त्याच्या शरीरावरती एकही ओरखडा

उमटला नव्हता; पण त्याच्या मनावर फार मोठे आघात झाले होते. नंतर तो कित्येक महिने आजारी होता. आत्ता तो खूपच सुधारला आहे, असे म्हणायला हवे.''

''म्हणजे सॅन्डर आणि तुम्ही त्या रशियनांविरुद्धच्या उठावात भाग घेतला होता?''

''सॅन्डरने भाग घेतला होता. एका पोलाद कारखान्यात तो इलेक्ट्रिकल फोरमन होता. आपले कारखान्यातील ज्ञान व तंत्रकौशल्य त्याने त्या उठावात वापरले. फक्त हातात दोन लाकडी काठ्या घेऊन त्याला उच्च दाबाच्या विजेच्या केबल्स हाताळताना पहाणे हे एक मोठे थरारक दृश्य असे, मिस्टर रेनॉल्ड्स.''

''विजेच्या केबल्स? अन् त्या रणगाड्यांविरुद्ध?''

''रणगाड्यांतल्या लोकांना विजेचा मोठा धक्का देऊन मारण्यासाठी तो त्यांचा वापर करायचा. रणगाड्यात अशी वीज सोडून त्याने तीन रणगाडे बंद पाडले होते. एकदा त्याने एका इन्फन्ट्रीमनला ठार केले आणि त्याच्याजवळचे फ्लेम थ्रोअर मशीन त्याने घेतले. मग बेधडक एका रणगाड्यासमोर धावत जाऊन ड्रायव्हर ज्या फटीतून बाहेर बघतो, त्या फटीतून आत जाळ सोडला. कधीकधी तो रणगाड्यात मोलोटोव्ह कॉकटेल टाकायचा. मोलोटोव्ह कॉकटेल म्हणजे कोणत्याही बाटलीत पेट्रोल भरून त्यातून एक वात बाहेर काढून पेटवायची, की झाला एक हातबॉम्ब तयार. रणगाड्याच्या घुमटावर चढून सॅन्डर वरची झडप उघडायचा व आत तो मोलोटोव्ह कॉकटेल भिरकावून द्यायचा. ती बाटली आत पडून फुटायची व आतले पेट्रोल पेटायचे; पण त्याआधीच ती वरची झडप लावून सॅन्डर त्यावर बसून रहायचा. आत जळणाऱ्या माणसांना तो बाहेर पडू द्यायचा नाही. सॅन्डरसारख्या पहिलवानाची ती झडपेवरची बैठक पार पक्की होती. मला कळले त्यापेक्षा त्याने अधिक रणगाडे निरनिराळ्या युक्त्यांनी जायबंदी केले आहेत.''

ते ऐकून रेनॉल्ड्स थक्क झाला. आपला हात खाजवू लागला. मग अचानक एक विचार त्याच्या मनात डोकावला. तो जान्स्कीला म्हणाला, ''रशियनांविरुद्धच्या उठावात सॅन्डरने भाग घेतला; पण तुम्ही भाग घेतला होता का?''

''नाही!'' जान्स्की आपले उध्वस्त हात उलथे ठेवीत म्हणाला. आता रेनॉल्ड्सला दिसून आले, की त्या हातांच्या पंजातून एकेकाळी खिळे ठोकल्याच्या खुणा होत्या. तो म्हणत होता, ''मी त्यात भाग घेतला नाही; पण जे काही चालले होते ते थांबवायचा मी आटोकाट प्रयत्न केला.''

रेनॉल्ड्सने न बोलता त्याच्याकडे पाहिले. त्याच्या करड्या व निस्तेज झालेल्या डोळ्यांतील भाव वाचायचा त्याने प्रयत्न केला. चेहऱ्यावरील सुरकुत्यांच्या जाळ्यातून तर त्याला काहीही समजेना. उलट, त्याचा गोंधळ होऊ लागला. शेवटी तो म्हणाला, ''तुम्ही भाग घेतला नाहीत, यावर विश्वास ठेवणे कठीण आहे.''

''पण तुम्हाला तो ठेवलाच पाहिजे.''

खोलीत आता शांतता पसरली. दूरवर कोठेतरी स्वयंपाकघरात चिनी मातीच्या प्लेटचे आवाज होत होते. ते त्याला ऐकू येऊ लागले. ज्युलिया काहीतरी खाण्याचे पदार्थ करीत असावी. काय बोलावे ते त्याला कळेना; पण शेवटी त्याने जान्स्कीकडे रोखून पहात म्हटले, ''याचा अर्थ तुम्ही स्वत: लढ्यात भाग न घेता इतरांना आपल्यासाठी लढायला लावत होता. हो ना?'' त्याच्या आवाजात नाराजी होती नि ती त्याने लपवायचा अजिबात प्रयत्न केला नाही. त्याला राग आलेला होता, हे सहज कळत होते. ''पण का असे केलेत तुम्ही? तुम्ही काहीतरी करायला हवे होते.''

''का? मी सांगतो का मी प्रत्यक्ष भाग घेतला नाही ते.'' जान्स्की कसनुसे हसला. मग आपला एक हात उंचावून त्याने आपल्या डोक्यावरील पांढऱ्या केसांना लावला. तो पुढे बोलू लागला, ''पोरा, माझ्या या पांढऱ्या केसांवरती तू जाऊ नकोस. मी तेवढा वृद्ध नाही; पण मी तुझ्यापेक्षा नक्कीच वृद्ध आहे व आयुष्याचे अनेक पावसाळे पाहिलेला आहे; पण त्याचबरोबर माझे वय हे उगाच आत्महत्या करू नये, असाही मला सल्ला देते. तो उठाव जरी भव्यदिव्य वाटत असला तरी निरर्थक होता. ती एक पोकळ कृती होती. विचार न करता बेधडक साहसी कृत्यात भाग घेणे ह्याचे तरुण पोरांना आकर्षण असते. त्यात थरार असतो आणि त्याला मोजाव्या लागणाऱ्या किमतीची पर्वा न करण्याची त्यांची मानसिकता असते. याचे कारण अन्यायाविरुद्धची चीड, राग, संताप व्यक्त करण्यामध्ये एक प्रकारचा झगमगाट असतो. हा झगमगाट तरुणांना आकर्षित करून घेत असतो; पण त्याचबरोबर यामुळे एवढे डोळे दिपून जातात, की न्याय, अन्याय व त्याची कारणमीमांसा बघताना याच डोळ्यांना मग काहीही दिसत नाही. अन्यायाविरुद्धचे लढे, उठाव वगैरेंमधील आतषबाजी ही कवींना व स्वप्नाळू लोकांना भावत असेल. जे लोक आपला उज्ज्वल भूतकाळ आठवतात, एके काळी आपण गाजवलेले असीम शौर्य आठवतात, त्यांनाही तो भावतो. सोनेरी भविष्यकाळाची स्वप्ने पहाणाऱ्यांनाही अशा उठावांचे आकर्षण असते; पण मी फक्त आजची परिस्थिती व वर्तमानकाळ पहातो. त्याला प्रथम महत्त्व देतो.'' मग आपले खांदे उडवीत तो पुढे म्हणाला, ''द चार्ज ऑफ द लाईट ब्रिगेड! लाईट ब्रिगेडने केलेल्या हल्ल्याचे वर्णन तुम्ही वाचले असेलच. त्यामध्ये माझ्या आजोबांनी भाग घेतला होता. तुम्हाला या संघर्षावरती केलेला ऊहापोह आठवत असेल. त्याबद्दल त्यात म्हटलेले आहे, की 'तो एक अप्रतिम उठाव होता, शत्रूवर निधड्या छातीने केलेला घाला होता; पण ते युद्ध नव्हते.' हंगेरी देशात जो काही 'ऑक्टोबर क्रांती' या नावाने उठाव झाला, त्याबद्दल असेच म्हणता येईल.''

“वा:! सुरेख भाष्य आहे.” रेनॉल्ड्स थंडपणे म्हणाला, “तुमचे भाष्य व त्यातील शब्द हे नक्कीच अप्रतिम आहेत. एखाद्या हंगेरियन पोराच्या पोटात रशियन संगीन खुपसल्यावर त्याला हे शब्द ऐकवले, तर नक्कीच त्याचे दु:ख हलके होईल.” रेनॉल्ड्स उपरोधाने म्हणाला.

“खरं सांगू का? कुणी माझ्यावर असा शाब्दिक हल्ला चढवला, तर त्याचा प्रतिवाद करण्याइतपतही माझ्यात त्राण राहिले नाही.” जान्स्की मलूलपणे म्हणाला. तो पुढे सांगू लागला, “माझे आता एवढे वय झाले आहे, की हिंसा, खून, रक्तपात हे मला पटेनासे झाले आहेत. नाईलाज म्हणून, शेवटचा उपाय म्हणून ते वापरावेत या मताचा मी झालो आहे. जेव्हा आपल्या साऱ्या आशा मावळून गेल्या असतात, तेव्हा शेवटचा एक, जीव एकवटून केला जाणारा प्रयत्न म्हणून हिंसाचाराचा आधार घ्यावा. शिवाय मिस्टर रेनॉल्ड्स, हिंसाचार व खूनखराबा यात जरी काहीही तथ्य नसले, तरी त्या मार्गाने जाऊन एखाद्या माणसाचा प्राण घेण्याचा आपल्याला काय अधिकार आहे? आपण सारी त्या परमेश्वराची लेकरे नाही का? मानवातला बंधुभाव हा परमेश्वराच्या विरोधी कसा असू शकेल?”

“तुम्ही हे सारे एखाद्या शांततावादी किंवा अहिंसावादी माणसासारखे बोलता आहात. अशी माणसे शत्रुपुढे लोटांगण घालून त्याच्या बुटाच्या पायाखाली स्वत:ला आनंदाने तुडवून घेतात. एवढेच नव्हे, तर आपल्याबरोबर आपली बायको व मुले यांनाही तुडवू देतात.”

“असंच काही नाही, मिस्टर रेनॉल्ड्स.” जान्स्की हळुवारपणे म्हणाला, “मला जसे व्हायचे होते, तसा मी स्वत:हून बनलो नाही. पण जर कोणी माझ्या ज्युलियावरती एक बोट जरी उचलले तरी मी त्याला स्वत: ठार मारेन.”

क्षणभर रेनॉल्ड्सला त्या म्हाताऱ्याच्या निस्तेज डोळ्यांत एक चमक तरळून गेल्याचे दिसले. कदाचित फायर प्लेसमधील जाळाचे ते क्षणभर दिसलेले प्रतिबिंबही असू शकेल. त्याला कर्नल मॅकिन्टॉशचे बोलणे आठवले. त्याने रेनॉल्ड्सला सांगितले होते, तसाच हा एक अद्भुत म्हातारा समोर आहे. फक्त त्याला समजावून घेताना रेनॉल्ड्सचा गोंधळ होत होता.

“पण तुम्ही तर असे म्हणाला होतात की—”

“मी तुम्हाला फक्त एवढेच सांगत होतो, की मी हंगेरीतील उठावात का भाग घेतला नाही.” जान्स्की पुन्हा आपल्या मृदू भाषेत बोलू लागला, “जर अन्य मार्ग उपलब्ध असतील, तर हिंसाचाराचा मार्ग का पत्करायचा? शिवाय, आपल्या कृतीसाठी आपण कोणता काळ, कोणती वेळ निवडतो आहोत, तेही महत्त्वाचे आहे ना? आणखी एक गोष्ट मी तुम्हाला सांगतो. मी रशियन जनतेचा अजिबात द्वेष करीत नाही. उलट, मला ती माणसे आवडतात. अन् मिस्टर रेनॉल्ड्स, तुम्ही हेही

विसरू नका, की मी स्वत:ही एक रशियन आहे. मी एक युक्रेनियन असूनही मी रशियनच आहे. याबद्दल मला माझे युक्रेनियातील देशबांधव काहीही म्हणोत.''

''तुम्हाला रशियन माणसे आवडतात? जरी ते तुमचे भाईबंद असले तरी?'' रेनॉल्ड्सने आपले प्रश्न आदरभावनेत शक्य तितके गुंडाळून विचारले; पण तरीही आपल्या प्रश्नातील अविश्वास त्याला लपविता आला नाही. त्याने पुढे तशाच स्वरात विचारले, ''रशियनांनी तुमच्या कुटुंबाची जी वाताहात केली, तरीही तुम्ही असे म्हणता?''

''मी त्यांना 'राक्षस' असे संबोधले तर ते बायबलनुसार माझे पाप ठरेल. आपल्या शत्रुवरही प्रेम करा, असे बायबलमधे म्हटले आहे; पण या विधानाला मर्यादा आहेत. त्या मर्यादा बायबलच्या पुस्तकातल्याच आहेत. मुखपृष्ठ व मलपृष्ठ यांच्याबाहेर हे विधान व्यवहारात चालत नाही. वेडी, मूर्ख व आततायी माणसेच बायबल उघडून त्यातील ही तत्त्वे व्यवहारात राबवण्याचे धाडस करतील; पण ह्या वेड्या माणसांनी असली काही कृत्ये केली नाहीत तरीही महासत्तांमध्ये होणारा सर्वंकष संघर्ष हा हमखास होईल.'' मग जान्स्कीने आपला स्वर बदलत शांतपणे म्हटले, ''मिस्टर रेनॉल्ड्स, मला रशियन माणसे आवडतात. ते खरोखरीच आवडण्याजोगे आहेत. ते नेहमी उत्साही असतात, आनंदी रहातात. अन् जेव्हा तुम्ही त्यांना जाणून घेता, तेव्हा तुम्हाला असे कळते, की या लोकांइतकी स्नेहपूर्ण माणसे सबंध पृथ्वीतलावर नसतील. रशियन जनता ही बहुतांशाने तरुण आहे, खूप तरुण आहे. त्यामुळे त्यांचे स्वभाव हे लहान मुलांसारखे आहेत. मग लहान मुलांप्रमाणे असल्याने त्यांच्यात खूप भ्रमिष्ट कल्पनाही आहेत. त्यामुळे त्यांचे विचार संदिग्ध असतात. परिणामी, अनेकदा ते उत्क्रांतीच्या सुरुवातीच्या टप्प्यांवर असल्यासारखे वागतात. मग त्यांच्या हातून क्रूरपणा घडतो. त्यांचे कष्ट, हालअपेष्टा, यातना हे ते फारसे कधी मनावरती घेत नाहीत. आपल्या हालअपेष्टा ते लवकर विसरतात; पण तरीही ही तरुण जनता उत्साहाने सळसळते. त्यांना सुरेख काव्य आवडते, संगीत आवडते, नृत्यकला आवडते, गाणी गायला आवडतात, लोककथा ते आवडीने सांगतात, मूकनृत्य पहायला आवडते, संगीत जलशांना जाऊन ते मन:पूर्वक ऐकत बसतात आणि संगीत नाटकेही आवर्जून पहातात. त्यांच्या या स्वाभाविक आवडींच्या व अभिरुचींच्या तुलनेत पाश्चिमात्त्य संस्कृतीमधील सर्वसाधारण माणसे ही खूप कमी पडतात व अनेकदा तर मला ती मागासलेली वाटतात. सांस्कृतिकदृष्ट्या मृत झालेली वाटतात.''

रेनॉल्ड्स जान्स्कीचे बोलणे तोडीत मधेच म्हणाला, ''पण तेवढीच ती क्रूर आहेत, रानटी आहेत व त्यांना मानवी आयुष्याची पर्वा वाटत नाही.''

''हे कोणीच नाकारीत नाही; पण त्याचबरोबर हेही विसरू नका, की पाश्चिमात्त्यांचे

जगही नेमके असेच आहे. विशेषत: जेव्हा ते राजकीयदृष्ट्या लहान असतात, जसे आत्ताचे रशियन राष्ट्र आहे, तेव्हा ते असेच वागतात. म्हणून ही राजकीय पातळीवरची रशियन माणसेही असंस्कृत वाटतील, मागासलेली वाटतील आणि चटकन प्रतिक्रिया करणारी असतील. ते पाश्चिमात्त्यांची भीती बाळगतात आणि त्यांचा तिरस्कार करतात; कारण त्यांना तसे करावयास सांगितले गेलेले आहे; पण तुमच्या व्यक्तिस्वातंत्र्याचा उद्‌घोष करणाऱ्या लोकशाह्याही अशाच वागू शकतात, हे ध्यानात असू द्या.''

''बाप रे!'' असे म्हणून रेनॉल्ड्‌सने अस्वस्थ होत चिडून आपले सिगारेटचे थोटूक चिरडले व तो पुढे म्हणाला, ''तुम्ही मला काही शिकवण्याचा–''

''पोरा इतका भाबडेपणा बरा नाही. अन् मी काय म्हणतो ते ऐक.'' असे म्हणून जान्स्की थोडासा हसला. याचा अर्थ त्याच्या तोंडून आता तीक्ष्ण शब्द उमटणार नव्हते. तो म्हणत होता, ''मी जे काही सांगायचा प्रयत्न करतो आहे ते असे आहे. बुद्धीच्या निकषांवरती तपासून न पाहिलेल्या व भावनेला आवाहन करून तसा लोकांचा दृष्टिकोन बनवण्याची प्रवृत्ती ही पूर्वेसारखीच पश्चिमेकडे पण आहे. उदाहरणार्थ, असे पहा, तुमच्या इंग्लंड राष्ट्राचे रशियाबद्दलचे गेल्या वीस वर्षांतील दृष्टिकोन पहा. दुसऱ्या महायुद्धाच्या सुरुवातीला रशियाबद्दलचे प्रेम तुमच्या देशात टिपेला पोचले होते. नंतर तो रशिया व जर्मनी यांच्यातला मॉस्को-बर्लिन करार झाला. त्यामुळे तुमच्या देशाचे मत एकदम रशियाविरुद्ध झाले. तुम्ही तर त्या वेळी रशियनांविरुद्ध लढण्यासाठी फिनलंडमध्ये ५०,००० सैनिक पाठवण्याच्या बेतात आला होता. नंतर हिटलरने आपला करार तुडवून रशियावरती हल्ला केला. मग एकदम ब्रिटिश वृत्तसृष्टीला रशियाचा कळवळा आला. 'गुड ओल्ड ज्यो! आपला जुना दोस्त' अशी संबोधने वापरली जाऊ लागली. जगभर प्रत्येकजण रशियन नागरिकांबद्दल सहानुभूती व्यक्त करू लागला; पण आता ते चक्र फिरून पुन्हा एक वर्तुळ पूर्ण होत आहे आणि पुन्हा एक बेभान झुंड त्वेषाने रशियावरती तुटून पडण्याच्या बेतात असावी; पण कुणी सांगावे, पाच वर्षांनी पुन्हा इंग्लंड व रशिया हसत हसत एकमेकांच्या गळ्यात गळे घालतील. इंग्लंड म्हणजे एक वाऱ्याची दिशा दाखवणारे वातकुक्कुट आहे. तसेच, रशिया हेही एक वातकुक्कुट आहे; परंतु मी कोणालाच दोष देत नाही, देशांना देत नाही, की त्यातील जनतेला देत नाही. कारण वातकुक्कुट फक्त वाऱ्याची दिशा दाखवतो, वारा फिरवीत नाही. वाराच वातकुक्कुटाला फिरवतो.''

''अन् आमची सरकारेसुद्धा हे वारे फिरवतात?''

''होय, हे वारे तुमची सरकारेही फिरवतात. तशीच तुमची वृत्तसृष्टीसुद्धा. हीच वृत्तसृष्टी आपल्या मतांचा मारा करून जनतेची मते बनवण्यास कारणीभूत असतात; परंतु वाऱ्याचा परिणाम हा मुख्यत्वेकरून सरकारवरती होतो.''

आता रेनॉल्ड्स बोलू लागला; पण सावकाश बोलू लागला.

"आम्हा पाश्चिमात्त्यांची सरकारे ही खराब असतात. बहुतेक वेळा ती तशीच असतात. ते आपली कर्तव्ये करताना अडखळतात, चुकीचे अंदाज करतात, मूर्खासारखे निर्णय घेतात. या सरकारात संधीसाधू असतात, राजकीय कर्तृत्वे दाखवू इच्छिणारे असतात, सत्तालोभी असतात; पण अशी मंडळी काही प्रमाणात सरकारात असण्याचे कारण ही सरकारे मानवी असतात. त्यामुळे त्यात मानवी गुणदोष असणारे सारेजण असतात; पण यामुळे फारसे काही बिघडत नाही. हीच सरकारे आपल्याकडून चांगले काही घडवण्यासाठी धडपडत असतात. मुख्य म्हणजे त्या सरकारांना लहान मूलसुद्धा भीत नाही. त्याचे कारण ती पूर्णपणे मानवी आहेत."

रेनॉल्ड्सने जान्स्कीचा अंदाज घेण्यासाठी त्याच्याकडे क्षणभर पाहिले. मग तो पुढे बोलू लागला, "तुम्हीच आत्ता म्हणालात ना, की रशियन पुढाऱ्यांनी गेल्या काही वर्षांत लक्षावधी माणसे तुरुंगात पाठवली, गुलामीत ठेवली आणि मारूनही टाकली. जर तुम्ही म्हणता, तशी तीही म्हणजे रशियन सरकारेही माणसे असतील, तर मग ते असे पूर्णपणे वेगळे का वागतात? माझ्या मते, याचे उत्तर एकच आहे. ते म्हणजे कम्युनिझम. त्यामुळेच ते असे वागतात."

जान्स्की आपली मान हलवत म्हणाला, "कम्युनिझम आता कायमचा गेला आहे, विलय पावला आहे, विरून गेला आहे. आज फक्त त्याबद्दलच्या कथा उरल्या आहेत. तो एक इतिहास झाला आहे. क्रेमलिनमधल्या निर्दय राज्यकर्त्यांना पूर्वीच्या क्रौर्याला, छळाला, दृष्कृत्यांना एकच सबब सध्या सापडते. ती म्हणजे कम्युनिझम. जणू काही, या साऱ्या गोष्टी एकाच 'कम्युनिझम' शब्दात सामावल्या आहेत. अजूनही कम्युनिझमच्या जुन्या पठडीतील काही बुजुर्ग हे रशियातील सत्तेत तग धरून आहेत. हे जुने ओल्ड गार्ड्स अशी स्वप्ने पहात आहेत, की पुन्हा एकदा जगात कम्युनिझम वाढेल, फुलेल व पसरेल; पण अशी मंडळी संख्येने हाताच्या बोटावर मोजण्याएवढीच आहेत. जर एखादे जागतिक महायुद्ध झाले तरच त्यांची ध्येये कदाचित साध्य होऊ शकतील; पण क्रेमलिनमध्ये जी वास्तववादी मंडळी सध्या सत्तेवर आहेत, त्यांचा दृष्टिकोन भलताच प्रखर वस्तुनिष्ठ आहे. रशियाच्या नाशाची बीजे असलेले कोणतेही धोरण ते स्वीकारत नाहीत. याचे कारण त्यांची दृष्टीही धंदेवाईक माणसांची आहे. कारखान्याखाली टाईमबॉम्ब लावून ठेवून तो उडायच्या आत भरपूर उत्पादन करून नफा मिळवला पाहिजे, असली चमत्कारिक धोरणे ते कधीच मान्य करीत नाहीत."

"पण त्यांचे क्रौर्य, रानटीपणा, माणसांचा छळ, गुलामी, मोठ्या प्रमाणातली हत्याकांडे हे सारे कशातून उगम पावले? नक्कीच जगावर आपल्या तत्त्वप्रणालीचे अधिराज्य पसरवण्याच्या राक्षसी महत्त्वाकांक्षेतून ना?" रेनॉल्ड्सने विचारले खरे;

पण त्याच्या विचारण्यात ठामपणा नव्हता. आपल्या प्रश्नाला आपणच दिलेल्या उत्तराबाबत त्याला संदेह होता. म्हणूनच त्याच्या भुवया अर्धवट उंचावलेल्या होत्या. तो विचारत होता, "माझी कारणमीमांसा बरोबर आहे ना?"

"असं?"

"जगावर सत्ता गाजवण्याच्या लालसेतूनच हे असले प्रकार—"

"नाही. रशियाच्या बाबतीत तसे नाही. त्यांचे हे क्रौर्य, जुलूम, जबरदस्ती हे सारे भीतीपोटी उद्‍भवलेलं आहे. 'उरात धडकी बसवणारी भीती' ही सध्याच्या आधुनिक काळातील कोणत्याही सरकारला तोडीस तोड असलेली एक जबरदस्त प्रतिस्पर्धी शक्ती असते. एकदा का आपल्या नेतृत्वाचा पाया ढासळला की तो परत कधीही सावरता येत नसतो, या सत्याला सर्व नेते भितात, घाबरतात व धसका घेतात. या संदर्भात १९५३ साली रशियन नेता मॅलेन्कोव्ह याने का सवलती दिल्या होत्या, ते कळेल. १९५६ मध्ये क्रुश्चेव्ह याने जे प्रसिद्ध स्टॅलिनविरोधी भाषण रशियन संसदेत दिले, ते आठवा. त्याच्याही मागचे रहस्य हेच आहे. कम्युनिझमसाठी सर्व उद्योगधंद्यांवरती जे मध्यवर्ती नियंत्रण घातलेले होते, ते क्रुश्चेव्हने उठवून सर्व उद्योगांचे विकेंद्रीकरण जबरदस्तीने केले; कारण तसे करण्यावाचून गत्यंतर नव्हते. नाहीतरी उद्योगधंद्यातली कमी होऊ लागलेली उत्पादकता आणि घसरू लागलेला दर्जा हा सावरणे कालत्रयी शक्य नव्हते. जनता हुषार होती. तिला या बदलत्या धोरणात स्वातंत्र्याचा वास आला. रशियन नेतृत्व भिण्याचे आणखी एक कारण म्हणजे त्यांचे एनकेव्हीडी हे गुप्त पोलीसदल चुका करू लागले, गंभीर चुका करू लागले. त्याचा परिणाम काय झाला, तर एनकेव्हीडीचा प्रमुख बेरिया याचा मृत्यू ओढवला गेला. आत्ताची हंगेरियातील एव्हीओ ही गुप्तपोलीस संघटना घाबरणार नाही एवढी एनकेव्हीडी त्या वेळी घाबरली होती. जेव्हा जनतेचा राज्यकर्त्यांच्या ताकदीवरचा विश्वास उडून जातो, तेव्हा 'आपल्याला शिक्षा होईल, आपला छळ होईल,' ही जनतेच्या मनातील भीतीही गळून पडते."

वाईनचा एक घोट घेऊन जान्स्की पुढे बोलू लागला, "अन् असे झाले, की राज्यकर्ते घाबरतात, हादरून निघतात. त्यांना आपल्याच लोकांची भीती वाटू लागते; पण त्याहीपेक्षा त्यांना जेव्हा बाहेरच्या जगाची जी भीती वाटते, ती सर्वोच्च भीती असते. त्यापुढे आपल्या जनतेच्या भीतीची फारशी फिकीर नसते. मरण्याआधी स्टॅलिन म्हणाला होता, 'मी मेलो तर या रशियाचे कसे होईल? ही रशियन जनता आंधळी आहे. नुकत्याच जन्मलेल्या मांजराच्या पिलांसारखी ती आंधळी आहे. त्यांना आपले शत्रू कसे ओळखावे ते समजत नाही. त्यामुळे माझ्यामागे ते शत्रू रशियाचा नाश करतील.' आपले हे शब्द एवढे प्रखरपणे खरे ठरतील, हे खुद्द स्टॅलिनला त्या वेळी कळले नाही. ज्यांना आपले शत्रू ओळखता येत नाहीत, त्यांच्यापुढे एकच

पर्याय असतो, तो म्हणजे आपल्या देशाखेरीज बाहेरचे सारे जग हे शत्रू मानले म्हणजे धोका संपला. मग ते बिनघोर होतात. मग ते सुरक्षित होतात. म्हणजे तसे केवळ त्यांना वाटते. अन् रशियाबाहेरचे जग म्हणजे विशेषकरून पाश्चिमात्त्यांचे जग. त्यांची त्यांना सर्वांत अधिक भीती वाटते. आपल्या दृष्टिकोनातून ते विचार करीत असल्याने त्यांना अशी शेकडो कारणे भीतीमागे दिसतात. त्यांना वाटते, की हे पाश्चिमात्त्यांचे जग मित्रत्वाचे नाही, ते वैऱ्यांचे आहे आणि ते आपला घास घ्यायला टपले आहे. मिस्टर रेनॉल्ड्स, मला एक सांगा की जर तुमची सर्व बाजूने कोंडी केली, तुम्हाला तुमच्या शत्रूंनी गराडा घातला, तर कसे वाटेल? तुम्ही किती घाबराल? किती धास्तावाल? आज रशियाचे तसेच झाले आहे. त्यांना गराडा घातला गेला आहे. इंग्लंड, युरोप, उत्तर आफ्रिका, मध्यपूर्व आणि जपान अशा सर्व बाजूने या देशात रशियाविरुद्ध अणुशस्त्रांचे, प्रक्षेपणास्त्रांचे तळ उभे केलेले आहेत. जर कुठे काही जागतिक तणाव वाढला तर रशियाविरोधी बॉम्बर विमानांचे ताफे बरोबर घेऊन ताबडतोब विमानवाहू जहाजे मोक्याच्या ठिकाणी पाठवली जातात. रशियाभोवतालच्या देशातील रडारवरती अशी विमाने ताबडतोब दिसू लागतात. अमेरिकेची स्ट्रॅटेजिक एअर कमांडची ५०० ते १००० बॉम्बर विमाने ही सतत हवेत उडत असतात. कोणत्याही दिवशी, कोणत्याही रात्री, कोणत्याही क्षणाला सूचना मिळताच ती हवेत उडत असतानाही लगेच रशियाच्या दिशेने आपला रोख धरू शकतात. या विमानात हायड्रोजन बॉम्ब आहेत. ही विमाने वातावरणाच्या बाहेरच्या थरातील स्ट्रॅटोस्फिअरमधून उडत जातात. ती कोणत्याही क्षणाला जय्यत तयार असतात नि ती फक्त रशियाकडे जाण्याच्या सूचनेची वाट पहात असतात. मिस्टर रेनॉल्ड्स, तुमच्या देशाकडे महाभयानक संहारक अशी क्षेपणास्त्रे आहेत. एकेक क्षेपणास्त्र हे हजार बॉम्बर विमानांपेक्षा अधिक विश्वासार्ह आहे. ते पाडता येणे केवळ अशक्य आहे. बटन दाबताच काही मिनिटांत ते रशियातील आपल्या लक्ष्यावरती जाऊन कोसळू शकते. जर इंग्लंडभोवती रशियाने असाच अण्वस्त्रधारी क्षेपणास्त्रांचा गराडा घातला, घेराव केला तर तुम्हाला कसे वाटेल? किंवा रशियाने दक्षिण आयर्लंडमध्ये खूप शस्त्रास्त्रांचा साठा करून ठेवला तर कसे वाटेल? किंवा अमेरिकेविरुद्ध मेक्सिकोच्या आखातात रशियाने हायड्रोजन बॉम्बने भरलेल्या विमानवाहू बोटी पाठवल्या तर अमेरिकेला कसे वाटेल? मिस्टर रेनॉल्ड्स, या सर्व गोष्टींच्या तुम्ही नुसत्या कल्पना करून पहा. अन् मग तुम्हाला कदाचित वास्तवतेचे भान येऊ लागेल. रशियाला कसे वाटते ते कळू लागेल.''

जान्स्की थोडा थांबला. ग्लास उचलून त्याने परत वाईनचा एक मोठा घोट घेतला. तो परत पुढे बोलू लागला, ''अन् रशियनांना वाटणारी भीती नुसती इथे थांबत नाही. काही लोक आपल्या विशिष्ट सांस्कृतिक दृष्टिकोनातून जेव्हा सर्वच

गोष्टींचा अर्थ लावतात, तेव्हा त्यांचीही भीती रशियन सत्ताधाऱ्यांना वाटते. ह्या लोकांच्या मते, जगातील सर्व माणसे मूलतः सारखीच आहेत. हे एक सर्वत्र आढळणारे विधान आहे. तसेच, ते मूर्खपणाचे व धोक्याचेही आहे. पाश्चात्त्य संस्कृतीमधील माणसे आणि स्लाव्ह वंशातील माणसे यांच्या मानसिकतेमध्ये फरक आहे. दोन्ही संस्कृतीमधील माणसांच्या विचारांच्या वेगवेगळ्या पद्धती आहेत, त्यांच्या वर्तनात, संस्कृतीत व असंख्य बाबींत जबरदस्त फरक आहे. अन् दुर्दैवाने हे सत्य अजून कोणीच ओळखले नाही.''

जान्स्की बोलायचे थांबला. कदाचित त्याला इतका वेळ बोलण्याचे थोडेसे श्रम झाले असावे. तरीही तो पुन्हा बोलू लागला; पण आता शांतपणे, जरा खालच्या आवाजात तो बोलू लागला. तो म्हणत होता, ''रशियनांना पाश्चात्त्य कल्पना आपल्या देशात घुसतील म्हणूनही भीती वाटते. म्हणून आपल्या सभोवताली अनेक छोट्या कम्युनिस्ट राष्ट्रांची साखळी त्यांनी उभी केली आहे. ही साखळी त्यांना अत्यंत महत्त्वाची वाटते. अशा अंकित राष्ट्रांचा वेढा आपल्याभोवती असल्यावर त्यांना ते रशियाभोवतालचे सुरक्षाकवच वाटते. भयंकर धोकादायक भांडवलशाही राष्ट्रांच्या प्रभावाला प्रतिबंध करणारे कवच आहे, असे त्यांना वाटते. अशा या सुरक्षाकवचाला कुठेतरी फट पडली किंवा छिद्र पडले तर त्यांना कसे आवडणार? दोन वर्षांपूर्वी ऑक्टोबरमधील हंगेरीमधील उठाव म्हणजे रशियन राष्ट्रांभोवतालच्या सुरक्षाकवचाला गेलेला एक तडा होता. मग साहजिकच त्यांनी जीव एकवटून हा तडा बुजवला. तो उठाव दडपून टाकला. त्यासाठी वाटेल ती किंमत त्यांनी मोजली. भयभीत होऊन तो उठाव दडपताना रशियन नेतृत्वामधील क्रौर्य, जुलूम, दडपशाही, अत्याचार, अनन्वित छळ वगैरे सारे काही वाईट दुर्गुण जोराने उफाळून वरती आले. असे का व्हावे? याचे कारण त्यांनी पाहिले की हंगेरीतील उठावामुळे पुढे ज्या घटनामालिका होणार होत्या, त्या त्यांना दिसल्या. जर हा उठाव किंचित जरी यशस्वी होऊन मग दडपला गेला असता, तर साखळीतील बाकीच्या अंकित कम्युनिस्ट राष्ट्रांमध्येही त्याचीच नक्कल उत्साहाने केली गेली असती. अन् अशी उठावांची मालिका सुरू झाली असती. प्रत्येक उठाव हा आधीच्या उठावाची आवृत्ती ठरली असती; पण ती सुधारीत आवृत्ती झाली असती. अन् कुणी सांगावे, प्रत्येक उठावातून स्फूर्ती घेत गेल्याने त्याची लागण खुद्द रशियातही झाली असती. आपल्या भोवतालच्या संपूर्ण अंकित देशांची साखळी गेली, एक संरक्षक कवच गेले, सारी मांडलिक राष्ट्रे स्वतंत्र झाली, की त्याचा जबरदस्त धक्का रशियाला बसला असता. अन् नंतर कुठेतरी खुद्द रशियात बंडखोरीचा प्रादुर्भाव झालेला पाहून दुसरा प्रचंड धक्का रशियाला बसला असता. बाल्टिक समुद्रापासून काळ्या समुद्रापर्यंत अशी पडझड होत गेल्यास अमेरिकेने ही सुवर्णसंधी सोडली नसती. काहीतरी निमित्त

काढून स्वातंत्र्याचा उद्घोष करीत शोषितांचा कळवळा काढत 'दुर्बल राष्ट्रांना नेहमीच आपला पाठिंबा असतो' असे सांगत, जगाला तिसऱ्या भयानक महायुद्धापासून वाचवण्यासाठी आपल्या कृतीचे समर्थन करीत अमेरिका अधिकृतपणे मधे पडली असती. त्यांनी आपली स्ट्रॅटेजिक एअर कमांडची हवेत फिरत रहाणारी, अणुबॉम्ब पोटात घेतलेली बॉम्बर विमाने नुसती रशियाच्या दिशेने वळवली असती. आपले सहावे आरमार गल्फच्या आखातात पाठवले असते. अन् हे सारे पहिल्या उठावात किंचित जरी तिथल्या जनतेला म्हणजे हंगेरियन्सना यश मिळाले असते तर घडत जाणार होते. रशियन नेतृत्वाने हा पुढचा भयानक भविष्यकाळ नजरेसमोर आणला. कुणाला ही अतिशयोक्ती वाटेल; पण अन्य कोणाला काही वाटण्यापेक्षा रशियन नेत्यांनी पुढचे काय पाहिले, ते लक्षात घ्या. तुमच्या कल्पनेतले सत्य विचारात घेण्यापेक्षा रशियाच्या कल्पनेतले भीती वाटणारे सत्य विचारात घ्या.''

जान्स्की परत एकदा थांबला. त्याने ग्लासातील उरलीसुरली वाईन पिऊन टाकली आणि रेनॉल्ड्सकडे तो बारकाईने पहात म्हणाला, ''मला असे वाटते, की मी काय म्हणतो ते तुमच्या लक्षात आले असावे. मी हंगेरीच्या उठावात का भाग घेतला नाही हे आता तुम्हाला कळू लागेल. तो उठाव, ते बंड किंवा ती स्वातंत्र्याची चळवळ काय वाटेल ते करून रशिया दडपणारच होता. तो उठाव किंवा बंड जितके व्यापक प्रमाणात होईल, त्याच्या शतपटीने रशिया ते दडपणार हे मला उघड दिसत होते. अन् जितका उठाव अधिक तितके मग क्रौर्य, जुलूमजबरदस्ती, विनाश, छळ, मृत्यूसंख्या वाढणार. रशिया हे इतक्या भयानक रीतीने घडवणार; कारण त्यातून आपल्या भोवतीच्या अंकित राष्ट्रांमध्ये अशा कल्पना पुन्हा कधीही उद्भवणार नाहीत किंवा त्यांचा प्रादुर्भाव होणार नाही, हे तो पहाणार. तसेच, अशा गोष्टींपासून स्फूर्ती घेऊन रशियातही कोणी तसे काही भविष्यात करू पहाणार नाही, हे तो बघणार. त्यामुळे अशा बंडात, उठावात किंवा चळवळीत फारसे तथ्य नाही, हे तुमच्या लक्षात येईलच. अशा चळवळी केल्यामुळे आपल्याच जनतेचा विनाश होतो. हंगेरीमधील लक्षावधी माणसांचे जीव यात गमावले गेले. २०,००० घरे उध्वस्त झाली, त्यापाठोपाठ चलनफुगवटा आला, मग अन्नधान्याची टंचाई निर्माण झाली आणि हंगेरीच्या अर्थकारणाला एक जोरदार तडाखा बसला. स्वातंत्र्य चळवळीच्या शेवटातून असे निर्माण व्हायला नको होते; पण शेवटी तसेच झाले. भीती व निराशा यांतून निर्माण झालेला संताप हा नेहमीच आंधळा असतो. सात्त्विक संताप हा नेहमीच सन्माननीय असतो; पण चीड, उद्वेग, सूड, संपूर्ण विनाशाचा इरादा यातून जन्म पावलेल्या संतापामुळे फार तोटेच होत असतात.''

रेनॉल्ड्स यावरती काही बोलला नाही. क्षणभर तो सुन्न होऊन बसला होता. काय बोलावे हे त्याला कळत नव्हते. तिथे आता एक शांतता पसरली; पण ती

स्मशानशांतता नव्हती, हे नक्की. तो आपल्या अंगावरती कपडे चढवू लागला. जान्स्की आपल्या खुर्चीतून उठला, खोलीतील दिवा त्याने बंद केला व त्याने तिथल्या एकुलत्या एक खिडकीपाशी जाऊन बाहेर पाहिले. मग परत खिडकीवरचा पडदा सारून ठेवला आणि खोलीतला दिवा लावला. त्याने हे सारे केवळ सवयीमुळे केले. आपल्यावर बाहेरून कोणी पाळत ठेवते आहे का, किंवा छापा घालण्यासाठी कोणी आले आहे का, हे पहाण्यासाठी त्याने ही सावध सवय मुद्दाम लावून घेतली असावी. रेनॉल्ड्स आता आपल्या बुटाच्या नाड्या बांधत होता. त्याने आपली सारी कागदपत्रे घेऊन कोटाच्या खिशात ठेवली. टेबलावरील आपले पिस्तूल उचलून काखेतल्या कातडी म्यानात नीट ठेवून दिले.

दारावरती टकटक झाली व त्यापाठोपाठ ज्युलिया आत आली. शेगडीपाशी बराच वेळ काम करीत राहिल्याने तिचा चेहरा धगीमुळे थोडासा लाल झाला होता. तिच्या हातात एक ट्रे होता. त्यात एक सूपचे बाऊल होते. नुसत्याच उकडलेल्या भाज्या होत्या. खिम्यासारखा कसलातरी पदार्थ होता आणि वाईनची एक बाटली होती. तिने ते सारे टेबलावरती ठेवून दिले.

जान्स्की खुर्चीत बसत म्हणाला, "घ्या, मिस्टर रेनॉल्ड्स. हे आमचे दोन हंगेरियन पदार्थ आहेत. 'गुल्यास' सूप आणि 'तोकानी' खिमा. सूप तुम्हाला थोडेसे तिखट वाटेल आणि खिम्यामध्ये जरासा लसूण जास्त वाटेल; पण आम्हा हंगेरियन लोकांना हे पदार्थ असेच आवडतात."

ज्युलिया ओशाळवाणे स्मित करीत म्हणाली, "जे काही उरले होते, त्यातून मला एवढेच बनवता आले. या वेळी आता दुसरे काहीच करता येत नाही."

"वा:ऽ! पण यांचा वास तर झकास येतो आहे." रेनॉल्ड्स तिला पुढे म्हणाला, "या अपरात्री तुम्हाला माझ्यामुळे त्रास झाला ना?"

यावर ती कोरडेपणे म्हणाली, "मला आता याची सवय झाली आहे. नेहमी पाच-सहा माणसे अचानक अपरात्री येतात. विशेषत: पहाटे चार वाजता त्यांचे आगमन होत असते. अवेळी येणे हे तर आमच्या वडिलांच्या पाहुण्यांचे वैशिष्ट्य आहे."

"खरं आहे, पोरी." जान्स्की तिला म्हणाला, "पण आज हा आलेला आपला पाहुणा बघ कसा आजवरच्या पाहुण्यांपेक्षा देखणा व रुबाबदार आहे. त्यामुळे आपल्याला त्रास पडला तरी हरकत नाही."

ज्युलियाचे गाल किंचित अधिक लाल झाले. ती म्हणाली, "तुम्ही उगाच काही वाटेल ते बोलत जाऊ नका."

"बरोबर आहे. मी असे काही म्हणायला नको होते," जान्स्की म्हणत होता, "ज्युलियाच्या कल्पनेतले जग हे पाश्चात्त्य देशातले आहे. ऑस्ट्रिया देशाच्या

पलीकडच्या देशातील काहीही कोणी सांगत बसले तर ती तासन्तास ते ऐकत बसेल; पण त्या जगातल्या काही गोष्टी तिला माहिती व्हायला नकोत. तसल्या गोष्टी तिच्या कल्पनेतही धोक्याच्या आहेत. तर ज्युलिया, ठीक आहे, तू आता झोपायला गेलीस तरी चालेल.''

''बरं.'' असे म्हणून ती आज्ञाधारकपणे खुर्चीतून उठली व आपल्या वडिलांच्या गालावर आपले ओठ हलकेच टेकवले. मग रेनॉल्ड्सकडे पाहून ती हसली व तेथून निघून गेली. जान्स्कीने टेबलावरच्या दुसऱ्या वाईनच्या बाटलीकडे आपला हात नेला व ती घेऊन तिच्या झाकणाचे सील तोडले.

रेनॉल्ड्सने त्याला विचारले, ''तुम्ही असा हा धोक्याचा व्यवसाय पत्करलात. धोक्याचे जीवन जगता आहात; पण त्यामुळे तुमच्या कन्येच्या जिवाला धोका नाही का निर्माण होणार? तुम्हाला तिची काळजी नाही का वाटत?''

जान्स्की यावरती शांतपणे म्हणाला, ''तिची काळजी फक्त देवालाच. तिच्या या अशा वयात हे असले जिणे वाट्याला यावे ही एक दुर्दैवाची बाब आहे. जर इथे छापा पडून मी पकडलो गेलो तर माझ्याबरोबर तिलाही पकडले जाईल. अगदी नक्की.''

''मग तुम्ही तिला दुसरीकडे किंवा देशाबाहेर का नाही पाठवून देत?''

''तुम्हाला तसा प्रयत्न करून पहायचा आहे का? त्याचा काहीही उपयोग होणार नाही. मी उद्या तिला सरहद्दीपलीकडे गुपचूप व अत्यंत सुरक्षितपणे सहज पाठवून देऊ शकतो. ही गोष्ट तर मला सहज शक्य आहे. अशा गोष्टीत मी अगदी प्रावीण्य मिळवलेले आहे. मला त्यात कसलीही अडचण येणार नाही; पण ती इथून हलणार नाही. माझ्यापासून दूर जाणार नाही, अजिबात जाणार नाही. ती एक आज्ञाधारक व गुणी मुलगी आहे. तुम्ही पाहिलेच म्हणा ते. पण एका मर्यादेपर्यंत. त्या मर्यादेपलीकडे मात्र ती एकदम ताठ होते. कुणाचे ऐकत नाही. इथे रहाण्यात काय धोका आहे, तो तिला चांगला ठाऊक आहे; पण तरीही ती माझ्यापाशी रहाते. 'आपली आई सापडेपर्यंत मी तुमच्यापासून कधीही दूर होणार नाही' असे ती म्हणते. पण तरीही–''

जान्स्की बोलायचे एकदम थांबला. दार उघडून एक अनोळखी व्यक्ती आत चालत आली. ताबडतोब आपल्या खुर्चीत वळून रेनॉल्ड्सने आपले पिस्तूल बाहेर काढले व त्या व्यक्तीवरती रोखून धरले. त्या माणसाला त्याने जागच्या जागी खिळवले. त्याची ही कृती एखाद्या मांजरासारखी झटपट झाली होती. सेफ्टी कॅच मागे ओढल्याचा आवाज सर्वांनी ऐकला. रेनॉल्ड्स त्या व्यक्तीकडे रोखून पाहू लागला. त्या व्यक्तीचा गरुडासारखा चेहरा, कपडे, डोक्यावरील काळे व उलटे फिरवलेले केस, उंच कपाळ वगैरे पाहून तो किंचित गोंधळला. असा चेहरा आपण

पूर्वी कोठे पाहिला होता ते तो आठवू लागला. पोलंडमधील उमराव मंडळींसारखा तो चेहरा होता; परंतु रेनॉल्ड्स पुढे काही करण्याअगोदर जान्स्कीने आपला हात लांब करून रेनॉल्ड्सचा पिस्तुलाचा हात खाली हलकेच दाबला.

"स्झेन्द्रोने तुमच्याबद्दल सांगितले ते खरे आहे तर. तुमची कृती ही एखाद्या सापासारखी चपळ असते; पण माय डियर रेनॉल्ड्स, हे गृहस्थ आपले दोस्त आहेत, चांगले दोस्त आहेत. हे काउन्ट आहेत." जान्स्की म्हणाला.

रेनॉल्ड्सने आपले पिस्तूल खिशात घातले, मग तो उठून चालत त्या काउन्टपाशी गेला आणि त्याच्याशी त्याने हस्तांदोलन केले. त्याने काउन्टला विचारले, "आपले नाव काय, काउन्ट?"

"मला नुसते काउन्टच म्हणा. वाटल्यास माझे नाव 'काउन्ट' हेच आहे असे समजा." तो नवीन गृहस्थ म्हणत होता.

रेनॉल्ड्सला शंका आली. या माणसाचा आवाज पूर्वी कुठेतरी ऐकला होता. नक्कीच. अगदी नक्की! तो त्याला हसून म्हणाला, "म्हणजे कर्नल स्झेन्द्रो ना?"

"दुसरे कोण असणार?" काउन्टने रेनॉल्ड्सचे म्हणणे मान्य करीत म्हटले; पण त्याच्या या शब्दांबरोबरच त्याच्या आवाजात किंचित बदल झाला होता; पण तो बदल आता पूर्ण झाला होता. त्याच्या बदललेल्या चेहऱ्यासारखाच त्याचा आवाज पूर्णपणे बदलला गेला होता. तो म्हणत होता, "मी फुशारकी मारीत नाही; पण चेहरे व आवाज बदलण्यात माझ्यासारखा दुसरा कोणीही नाही. तुम्ही पूर्वी मला कर्नल स्झेन्द्रोच्या रूपात पाहिले. ते एक बनावट रूप होते. त्या वेळी चेहऱ्यावरती इकडेतिकडे दोन-तीन व्रण घेतले होते. एव्हीओला माझा तोच चेहरा ठाऊक आहे. आता तुमच्या लक्षात येईल की ओळखले जाण्याची भीती मला का वाटत नव्हती."

"अन् तुम्ही इथेच रहाता? जान्स्की यांच्याबरोबर तसे रहाणे धोक्याचे नाही का?"

"ब्युडापेस्टमधील क्रमांक दोनच्या हॉटेलात मी रहातो. माझ्या दर्जाच्या अधिकाऱ्याला तिथे रहाणे शोभून दिसते. मी ब्रह्मचारी आहे. तेव्हा अनेकदा मी रात्री-अपरात्री हॉटेल सोडून दुसरीकडे असू शकतो. त्यामुळे याबद्दलही कोणाला संशय घेता येत नाही..." मग जान्स्कीकडे वळून तो म्हणाला, "मी बराच वेळ आत्ता इथे नव्हतो, त्याबद्दल सॉरी."

"पण त्यामुळे फारसे काही बिघडले नाही. मी मिस्टर रेनॉल्ड्स यांच्याबरोबर जरासा महत्त्वाच्या गोष्टींवर वादविवाद करत होतो." जान्स्की म्हणाला.

"म्हणजे रशियनांबद्दलच असणार."

"अर्थातच. तशी चर्चा होणे अटळ होते."

"अन् मिस्टर रेनॉल्ड्स हे रशियनांच्या क्रौर्याबद्दल सतत बोलत होते ना?"

“थोडेफार तसेच.” जान्स्की म्हणत होता, “पण तुम्हाला पटायला जेवढा वेळ लागला, तेवढा वेळ मात्र आम्हाला लागला नाही.”

“तो त्या त्या वेळच्या वयाचा परिणाम असतो.” असे म्हणून काउन्टने भिंतीपाशी जाऊन तिथल्या एका कपाटाचा खण उघडला व त्यातून एक गडद रंगाची बाटली बाहेर काढली. एका जाडजूड ग्लासात त्याने ती ओतून ग्लास पूर्ण भरला आणि मग रेनॉल्ड्सकडे पहात तो म्हणाला, “ही ‘बराक’ आहे. जरदाळूपासून बनवलेली ब्रॅन्डी. भलतीच कडक असते. तुम्ही कधी घेतली नसेल तर इथून पुढे घेऊच नका. तिच्यापासून दूर रहा. इतकी ती सहन न करता येण्याजोगी कडक आहे. ह्या बाटलीतील ‘बराक’ घरी बनवलेली आहे.” रेनॉल्ड्स त्याच्या पिण्याकडे पहात राहिला. त्याने न थांबता ती ब्रॅन्डी गटागट पिऊन संपवली आणि परत आपला ग्लास भरून घेतला. रेनॉल्ड्स आश्चर्याने ते पहात राहिला. तो आता म्हणाला, “पण तुम्ही हंगेरीत कशासाठी आलात, काय काम घेऊन आलात, त्याबद्दल अजून बोललाच नाहीत.”

“मी आता त्याकडेच वळणार होतो.” असे म्हणून रेनॉल्ड्सने आपली प्लेट बाजूला सारली, थोडी वाईन प्यायली व तो पुढे सांगू लागला, “तुम्ही सर्वांनी कदाचित डॉ. हेराल्ड जेनिन्ज हे नाव ऐकले असेल. ऐकले आहे?”

जान्स्कीने आपले डोळे बारीक केले. तो म्हणाला, “होय. आम्ही ते ऐकले आहे. ते इतके प्रसिद्ध नाव आहे की कोणाला ते ठाऊक नसणार?”

“ठीक आहे. मग ही व्यक्ती कशी आहे, याची तुम्हाला कल्पना येईल. वयस्कर, सत्तरीच्या पुढचा, जवळचेच बघू शकणारा, मनमिळाऊ स्वभावाचा, थरथरत चालणारा आणि विसराळू प्राध्यापक असलेला हा एक शास्त्रज्ञ आहे. त्यांचा मेंदू म्हणजे एक संगणक आहे आणि तोफगोळे, क्षेपणास्त्रे, अग्निबाण आदी हवेतून वेगाने जाणाऱ्या गोष्टींमध्ये जगातील क्रमांक एकची तज्ज्ञ व्यक्ती म्हणून त्यांना समजले जाते.”

“हं, म्हणून त्यांना रशियाला सामील होण्यासाठी भाग पाडले गेले ना?” काउन्ट खेदाने म्हणाला.

“नाही. ते रशियाला फितूर झाले नाही की सामील झाले नाहीत. सबंध जगाला तसे वाटते आहे; पण ते चूक आहे.” रेनॉल्ड्स निक्षून म्हणाला.

“तुमची खात्री आहे का याबद्दल?” जान्स्कीने विचारले. तो आपल्या खुर्चीत खूप पुढे सरकून उत्सुकतेने ऐकत होता.

“अर्थातच. कशी ते ऐका. जेव्हा काही ब्रिटिश वैज्ञानिक रशियाला सामील होऊ इच्छित होते, तेव्हा याच वृद्ध जेनिन्जने दुर्दैवाने त्यांच्या बाजूने आवाज उठवला. त्यांनी म्हटले की, ‘राष्ट्र ही संकल्पना आता खूप जुनी झाली असून ती

मोडीत काढण्याची वेळ आली आहे... प्रत्येक माणसाला त्यांच्या सद्सद्‌विवेकबुद्धीनुसार, मानसिक प्रेरणेनुसार आणि आपल्या कल्पनांनुसार वागण्याचा हक्क आहे.' त्यांनी असे वक्तव्य केल्यावर ताबडतोब रशियनांनी त्यांच्याशी संपर्क साधला; पण त्याने त्यांना वाटाण्याच्या अक्षता देऊन त्यांना धुडकावून लावले. 'रशियनांचे राष्ट्रीयत्व हे ब्रिटिश राष्ट्रीयत्वापेक्षा भयानक आहे' असेही ते म्हणाले.''

''पण ते नेमके त्यांच्याशी असेच म्हणाले, हे तुम्ही कशावरून सांगता? त्या वेळी तिथे कोणी साक्षीदार होते?''

''साक्षीदार कोणी नसले तरी असे संवाद झडले हे खरे आहे. कारण आम्ही त्यांच्या घरात सर्वत्र छुपे मायक्रोफोन्स बसवून त्यांचे बोलणे टेप केलेले आहे; पण ह्या टेप्स आम्ही जाहीर केल्या नाहीत. अन् जेव्हा जेनिन्ज रशियाला जाऊन मिळाले तेव्हा खूप उशीर झाला होता. जेनिन्ज रशियाच्या विरुद्ध आधी असे काही बोलले असतील, यावर नंतर कोणीही विश्वास ठेवला नसता.''

''अर्थातच!'' जान्स्कीने दुजोरा दिला. तो पुढे विचार करीत म्हणाला, ''जेनिन्ज यांच्या रशियाविरोधी वक्तव्यानंतर तुम्ही त्यांच्या घरावरची पाळत उठवली असेल ना?''

''होय.'' रेनॉल्ड्स मान्य करीत म्हणाला, ''त्यामुळे आमची अशी समजूत झाली की जेनिन्ज हे रशियाला कधीच जाऊन मिळणार नाहीत. ते रशियाच्या विरुद्ध आहेत. आम्ही उगाचच त्यांच्यावरती पाळत ठेवत होतो, असे आम्हाला वाटले. त्यानंतर दोन महिन्यांनी जेनिन्ज यांनी आपल्या सोळा वर्षांच्या मुलाला सुट्टीवरती स्वित्झर्लंडला पाठवून दिले. त्या मुलाचे नाव ब्रायन. जेनिन्ज यांचे उशिरा लग्न झालेले असल्याने हा मुलगा लहान होता. ब्रायनबरोबर त्याची आई मिसेस जेनिन्ज याही गेल्या होत्या. जेनिन्जही त्यांच्याबरोबर जाणार होते; पण शेवटच्या क्षणी काही महत्त्वाच्या कामामुळे ते मागे राहिले. नंतर दोन-तीन दिवसांनी ते त्यांना झुरीच येथल्या हॉटेलात जाऊन मिळणार होते. तसे ते नंतर तिथे गेले; पण त्यांना कळून चुकले की आपली पत्नी आणि मुलगा हे नाहीसे झाले आहेत.''

ते ऐकून जान्स्की सावकाश म्हणाला, ''थोडक्यात, त्यांचे अपहरण केले गेले. तिथून जवळच ऑस्ट्रियाची सरहद्द आहे. ती ओलांडणे हे जिवावर उदार झालेल्यांना सहज जमते; पण त्यांना बहुधा रात्रीच्या वेळी बोटीतून नेले असावे.''

रेनॉल्ड्स मान डोलावीत म्हणाला, ''आम्हालाही असेच वाटले होते. कॉन्स्टन्स सरोवरावरून त्यांना नेले असावे, असे आम्ही धरून चालत होतो. ते असो; पण जेव्हा जेनिन्ज हॉटेलात पोचले, तेव्हा काही मिनिटांतच त्यांना ही त्यांच्या कुटुंबाला पळवून नेल्याची बातमी देण्यात आली. आपल्या बायकोला व मुलाला रशियात नेण्यात आले हे त्यांनी ओळखले. जर आपण आता लवकर रशियात गेलो नाही

तर त्यांचे त्या पोलादी पडद्याआड पुढे काय होईल, या कल्पनेने त्यांना भीती वाटू लागली. ते ताबडतोब रशियाला गेले.''

''अन् आता तुम्हाला ते परत हवे आहेत. हो ना?''

''होय, आम्हाला ते आता परत हवे आहेत.''

यावर जान्स्की मंदपणे हसला. तो म्हणाला, ''मिस्टर रेनॉल्ड्स, जेनिन्ज यांना सोडवण्यासाठी आता तुम्ही आम्हाला काय सुचवणार ते ऐकण्याची मला उत्सुकता आहे. अर्थातच नुसत्या जेनिन्ज यांची सुटका करून चालणार नाही, तर त्यांची पत्नी व मुलगा ह्यांनाही सोडवावे लागणार आहे. नाहीतर त्यांच्या एकट्याच्या सुटकेला काहीही अर्थ उरणार नाही. मिस्टर रेनॉल्ड्स, एक वृद्ध, त्याची पत्नी व एक मुलगा अशा तिघांना हजारो मैल दूर असलेल्या मॉस्को शहरामधून सोडवायचे आणि परतीच्या प्रवासात मैदानातील बर्फ तुडवत यायचे, ही काही सोपी गोष्ट नाही. केवळ अशक्य!''

''आपल्याला तिघांना सोडवायचे नसून फक्त एकाच व्यक्तीला सोडवायचे आहे. ती व्यक्ती म्हणजे प्राध्यापक जेनिन्ज. अन् हजारो मैलांवरील मॉस्को येथे त्यासाठी जाण्याचे आपल्याला कारण नाही. आपण बसलो आहोत येथून अवघ्या दोन मैलांपेक्षा कमी अंतरावरती आपल्याला जायचे आहे.''

जान्स्कीला रेनॉल्ड्सच्या सांगण्याचे आश्चर्य वाटले. तो म्हणाला, ''इथे? ब्युडापेस्टमध्ये आपल्याला प्रयत्न करायचे आहेत? तुमची खात्री आहे का तशी?''

''कर्नल मॅकिन्टॉश यांची खात्री आहे.''

''मग जेनिन्ज इथे आले असणार नक्कीच.''

आपल्या खुर्चीत वळून तो काउन्टला म्हणाला, ''तुमच्या कानावर आली का तशी काही बातमी?''

''छे! एक शब्दसुद्धा आला नाही. आमच्या ऑफिसात कोणालाच त्याबद्दल ठाऊक नाही.''

''ही बातमी सर्व जगाला पुढच्या आठवड्यात कळेल,'' रेनॉल्ड्स शांतपणे व ठामपणे सांगत होता, ''जेव्हा येत्या सोमवारी आंतरराष्ट्रीय विज्ञान परिषद येथे भरेल, तेव्हाच ते सर्वांना जाहीर होईल. कारण तिथे जेनिन्ज हेच प्रथम आपला शोधनिबंध वाचणार आहेत. त्या परिषदेत ते एकदम हिरो बनणार आहेत. त्यांना 'उत्सवमूर्ती' बनवण्याचे प्रयत्न आत्तापासून चालू झाले आहेत. कित्येक वर्षांत झाला नाही असा कम्युनिस्टांचा धडाकेबाज प्रचार त्या वेळी होणार आहे.''

''आय सी, आय सी...'' असे म्हणत जान्स्की आपली बोटे टेबलावरती आपटत विचार करू लागला. मग काही सेकंदांनी झटकन आपली मान वर करून तो म्हणाला, ''तुम्हाला फक्त प्राध्यापक जेनिन्ज यांचीच सुटका करायची आहे.

असेच तुम्ही म्हणालात ना?''

रेनॉल्ड्सने यावरती आपली मान डोलवली.

"फक्त प्राध्यापक.'' जान्स्की त्याच्याकडे रोखून पहात म्हणू लागला, ''बाप रे! अरे माणसा, नुसते प्राध्यापकांना सोडवून नेले, तर त्यांच्यामागे त्यांच्या बायकोमुलांचे काय होईल, याची कधी कल्पना केली आहे का? तुम्ही इतके निर्दयी असाल असे वाटले नव्हते. तेव्हा या बाबतीत तुम्हाला आमचे सहकार्य अजिबात–''

"प्राध्यापकांची पत्नी आत्ता लंडनमध्ये आहे,'' आपला एक हात वर करून जान्स्कीचा प्रश्न थोपवीत रेनॉल्ड्स पुढे म्हणाला, ''अडीच महिन्यांपूर्वी त्या गंभीररित्या आजारी पडल्या. मग तिला उपचारासाठी लंडनला जाऊ द्यावे म्हणून जेनिन्ज यांनी रशियनांकडे आग्रह धरला. जोपर्यंत जेनिन्ज यांची बुद्धी व काम करण्याची क्षमता नाहीशी होत नाही, तोपर्यंत त्यांच्यासारख्या निर्धारपूर्वक वागणाऱ्या माणसाला छळता येत नाही, यातना देता येत नाहीत, त्यांच्यावर दडपण आणता येत नाही, की त्यांचे ब्रेनवॉश करता येत नाही. आपली मागणी जोपर्यंत मान्य होत नाही, तोपर्यंत आपण काम करणार नाही, असा निर्वाणीचा इशारा त्यांनी दिल्यावर शेवटी कम्युनिस्टांनी त्यांच्यापुढे मान तुकवली.''

"शाबास! प्राध्यापक चांगलेच कणखर आहेत, असे दिसते.'' काउन्ट त्यांचे कौतुक करीत म्हणाला.

"जेव्हा जेनिन्ज ठामपणे मनात आणतात तेव्हा त्यांच्यापुढे कोणाचे काही चालत नाही. त्यांच्या सात्त्विक संतापापुढे कोणीही टिकू शकत नाही,'' रेनॉल्ड्स स्मित करीत सांगत होता, ''परंतु नुसती एवढी मागणी पदरात पाडून घेतल्याने फारसा काही फरक पडत नाही. रशियनांचे त्यात काहीही नुकसान होत नाही. जेनिन्ज यांचे काम सुरळीत चालू आहे, तोपर्यंत त्यांचा फायदाच होतो आहे. त्यातून त्यांचा मुलगा रशियात आहे, तेव्हा प्राध्यापकांच्या पत्नीला लंडनला जाऊ दिल्याने काही बिघडत नव्हते. त्या परत नवरा व मुलगा यांच्या ओढीने जेनिन्जकडे येणार, याची रशियनांना खात्री आहे. नव्हे, त्यांना तसे येणेच भाग आहे. जेनिन्ज आणि त्यांचा मुलगा अशी दोन हुकमाची पाने रशियाच्या हातात असल्याने त्यांना चिंता नाही. त्यातून जेनिन्ज यांनीच ही बातमी गुप्त ठेवण्याचा आग्रह धरला होता. लंडनमध्ये फक्त दहा-बारा लोकांनाच मिसेस जेनिन्ज आल्याचे ठाऊक आहे. फार काय, ज्या डॉक्टरांनी त्यांच्यावर दोन मोठ्या शस्त्रक्रिया केल्या, त्यांनाही आपल्या रुग्णाचे खरे नाव ठाऊक नाही.''

"मग त्यांच्यावरची शस्त्रक्रिया ठीक झाली ना? त्या बऱ्या झाल्या का?''

"त्या अक्षरश: थोडक्यात वाचल्या. त्यांच्या जिवावरचे संकट टळले. आता हळूहळू त्यांची प्रकृती सुधारते आहे.''

जान्स्की म्हणाला, "बिचाऱ्या जेनिन्जना यामुळे किती बरे वाटेल नाही? त्यांची बायको रशियाला कधी परतणार आहे?"

"कधीच नाही." रेनॉल्ड्स कठोरपणे म्हणाला. तो सांगू लागला, "अन् जेनिन्ज यांना बरे वाटण्याजोगे किंवा आनंद वाटण्याजोगेही काही कारण नाही. त्यांना अजूनही असे वाटते, की आपली पत्नी अगदी जीवनमरणाच्या सीमारेषेवरती घुटमळते आहे. जी काही थोडीफार आशा त्यांच्या मनात आहे तीही झपाट्याने ओसरत चालली आहे. याचे कारण त्यांना आम्हीच तशी ती बातमी दिली आहे."

"काय? काय म्हणालात?" जान्स्की एकदम उठून उभा रहात म्हणाला. त्याच्या डोळ्यांत एकदम कठोर भाव उमटले. तो पुढे म्हणाला, "रेनॉल्ड्स, तुम्ही माणसे आहात का राक्षस आहात? तुम्ही बेधडक ती बाई मरणाच्या दारात उभी आहे, अशी बातमी त्या बिचाऱ्या म्हाताऱ्याला दिली? अमानुषपणा आहे हा."

"असे पहा, प्राध्यापक जेनिन्ज हे आम्हाला परत आमच्या देशात हवे आहेत. अगदी कोणत्याही परिस्थितीत. आम्हाला त्यांची तातडीने गरज आहे. आमचा एक फार मोठा प्रकल्प अडचणीत सापडून ठप्प झाला आहे. आमच्या एकूणएक शास्त्रज्ञांना त्यातून कसा काय मार्ग काढावा ते सुचत नाही. तो मार्ग फक्त जेनिन्ज हेच दाखवू शकतात, असे मत सर्व शास्त्रज्ञांचे झाले आहे."

"अन् म्हणून तुम्ही अशी नीच युक्ती वापरलीत? मृत्यूशी झुंजत असलेल्या बायकोला भेटायला जेनिन्ज हमखास येणार हे तुम्हाला ठाऊक असल्याने असला क्रूर खेळ त्यांच्याशी खेळत आहात?" जान्स्की चिडून बोलत होता.

त्यांचे बोलणे थोपवीत रेनॉल्ड्स म्हणाला, "हा लक्षावधी लोकांच्या जगण्याचा प्रश्न बनला आहे, जान्स्की. त्यांच्याही जीवन-मरणाचा हा प्रश्न आहे. म्हणून जेनिन्ज परत येण्यासाठी प्रत्येक भल्याबुऱ्या मार्गांचा वापर आम्ही करू. अगदी बिनदिक्कत करू."

"तुम्हाला हे सारे नैतिक आहे असे वाटते? तुमचे हे मार्ग समर्थनीय–"

"हे समर्थनीय आहे का नाही, नैतिक आहे का नाही, याच्याशी मला काहीही कर्तव्य नाही." रेनॉल्ड्स तटस्थपणे बोलत होता, "या मार्गाचे, युक्तीचे विश्लेषण मी करत नाही नि करणारही नाही. या धोरणाचे सर्व प्रकारे मूल्यांकन करण्याचे काम आमच्या खात्यातील वरिष्ठांचे आहे, माझे नाही. माझ्यावरती एक काम सोपवलेले आहे व ते पार पाडण्याची जबाबदारी माझी आहे, एवढेच फक्त मी समजतो. शक्य असलेल्या कोणत्याही मार्गाने मी माझी जबाबदारी पार पाडणार आहे, अगदी टोकाला जाऊनही."

काउन्ट म्हणाला, "तुम्ही खरोखरीच एक निर्दयी, क्रूर व धोकेबाज गृहस्थ आहात. माणसे ठार करण्याचे एक यंत्र आहात; पण प्रत्येक वेळी तुम्ही कायद्याच्या बाजूने असता एवढेच."

रेनॉल्ड्सवरती त्या दोघांच्या चिडण्याचा किंवा संतापाचा काहीही परिणाम झाला नाही. तो थंडपणे बोलू लागला, ''आणखीही एक बाब आहे. बुद्धिमान व प्रतिभाशाली माणसे जशी भाबडी असतात, त्यांना त्यांच्या विषयापलीकडे कसलीही दूरदृष्टी नसते, व्यावहारिक जाणीव नसते, तसेच जेनिन्ज हे आहेत. त्यांच्या बायकोकडून आम्हाला कळले, की रशियनांनी त्यांना असे आश्वासन दिले आहे, की त्यांच्यावर सोपवलेल्या प्रकल्पाचा शेवटी फक्त शांततामय कामासाठीच उपयोग केला जाईल. जेनिन्ज यांचा या आश्वासनावरती विश्वास बसला आहे. कारण मनाने ते खरोखरीच शांततावादी आहेत.''

''सर्व थोर शास्त्रज्ञ हे मनाने शांततावादीच असतात.'' जान्स्की खाली बसत म्हणाला; पण त्याच्या डोळ्यांतील रागाची भावना अजून गेली नव्हती. ''जगातील कोणताही श्रेष्ठ माणूस घ्या, तो नेहमी शांततावादीच असतो.''

''त्याबद्दल माझे आपल्याशी मतभेद नाहीत. मी आपल्याला एवढेच सांगतो, की जेनिन्ज हे आता अशा पायरीवरती येऊन ठेपलेत, की येथून पुढे ते रशियनांनी ठरवून दिलेला प्रकल्प सुरू करण्याच्या बेतात आहेत. आपण आपल्या लोकांसाठी काम करीत नसलो तरी एका जागतिक शांततेच्या महान कार्याला मदत करतो आहोत, अशी त्यांची भावना झालेली आहे. जर त्यांना कळले की आपण प्रत्यक्षात युद्धोपयोगी कार्याला हातभार लावीत आहोत, तर मग मात्र त्यांच्या हातून काम पुढे रेटणे कठीण होणार आहे. परिणामी, रशियन त्यांना काम करायला लावण्यासाठी वाटेल ते उपाय योजण्यास मागे-पुढे पहाणार नाहीत.''

''यापुढे त्यांच्या मुलाच्या भवितव्याला काहीही किंमत उरत नाही.'' काउन्ट हताशपणे आपला हात हवेत हलवत म्हणत होता, ''जेव्हा प्रचंड काहीतरी पणाला लावले जाते–''

''ब्रायन, म्हणजे जेनिन्ज यांचा मुलगा काल पोलंडमधील पोझ्नान शहरी होता,'' रेनॉल्ड्स काउन्टचे बोलणे तोडीत सांगत होता, ''कसल्यातरी युवक चळवळीतर्फे तो सध्या अभ्यासदौऱ्यावरती हिंडतो आहे. आमची दोन माणसे ब्रायन जिथे जाईल तिथे त्याच्या मागे मागे सावलीसारखी हिंडत आहेत. उद्या दुपारी, म्हणजे आजच तो स्टेटिन शहरात असेल. चोवीस तासांनी त्यांचा गट हा स्वीडनमध्ये असेल.''

''अस्सं. रेनॉल्ड्स तुम्हाला ब्रायनच्या बाबतीत पुढे काय घडेल याबद्दल बराच आत्मविश्वास दिसतो आहे. रशियन लोकांची ब्रायनवरती नजर नाही, असे वाटते का? त्यांचे हेर खाते इतके बावळट नाही.'' काउन्ट आपल्या हातातील ब्रॅन्डीच्या ग्लासावरून रेनॉल्ड्सकडे पहात म्हणाला. मग थोडे थांबून तो पुढे म्हणाला, ''अन् तुमचे ते पाळतीवरचे दोन हेर हे कदाचित अयशस्वीही ठरतील. हेरांच्या हातून अनेकदा असे घडते.''

"पण ही आमची दोन माणसे आपल्या कामात आजवर कधीच अपयशी ठरली नाहीत. युरोपातील आमची ती सर्वांत उत्तम माणसे आहेत. उद्या ब्रायन स्वीडनमध्ये पोचेल. आमच्या माणसांचा रोजच्या रोज वायरलेसने लंडनशी संपर्क असतो. दररोज त्यांचे गुप्त संकेत बदलले जात असतात. ते आपल्या परीने संपूर्ण काळजी घेत पाठलागावरती आहेत. आपण जोपर्यंत जेनिन्ज यांची सुटका करीत नाही, तोपर्यंत ती माणसे ब्रायनच्या बाबतीत काहीही करणार नाहीत."

"नशीब! तुमच्यात थोडी तरी माणुसकी शिल्लक आहे म्हटले पाहिजे." काउन्ट म्हणाला.

"माणुसकी! मानवतावाद!" जान्स्की थंडपणे पण उपरोधिकपणे म्हणाला. त्याला अजूनही ब्रिटिश हेर खात्याच्या या योजनेचा राग येत असावा. तो म्हणत होता, "बिचारा म्हातारा जेनिन्ज! आपल्या कामासाठी तुम्ही त्याचा विचार न करता काय वाटेल ते कराल. जर ब्रायनला रशियात मृत्यू आला, तर जेनिन्ज मग मात्र काम करायचे नक्की नाकारेल, याची तुम्हाला खात्री आहे. वेळप्रसंगी तुम्ही तसेही घडवून आणाल. तुमचा काही नेम नाही."

काउन्टने ब्रँडी संपवून आता सिगारेटी ओढायला सुरुवात केली होती. त्याने एक नवीन तपकिरी रंगाची रशियन सिगारेट पेटवली. एक झुरका घेऊन तो म्हणाला, "कदाचित आपण अति वास्तववादी विचार करीत असू. कदाचित स्वार्थ आणि मानवता असे दोन्हीही एकाच वेळी साध्य करायला आपण बघत असू; पण मी हे सारे 'कदाचित' या शब्दापुढे म्हणतो आहे. अन् कदाचित ऐन वेळी प्राध्यापक जेनिन्ज यांनी, त्यांची आपण सुटका करीत असताना आपल्याबरोबर यायला नकार दिला तर?"

"तर मग आम्ही त्यांचा नाद सोडून देऊ. त्यांना जिकडे जायचे तिकडे आम्ही त्यांना जाऊ देऊ." रेनॉल्ड्सने खुलासा केला.

"वंडरफुल! वंडरफुल! आमचे सन्माननीय ब्रिटिश मित्र जेनिन्ज यांना रशियाच्या सरहद्दीपलीकडून ओढत आहेत, जीव एकवटून खेचत आहेत आणि जेनिन्ज प्राणपणाने आपला विरोध करीत आहेत, असे व्यंगचित्र मग मॉस्कोतल्या 'प्रावदा' या मुखपत्रात छापून येईल. त्याखाली मथळा असेल : 'ब्रिटिश हेरखात्याचा एका पाश्चिमात्त्य शास्त्रज्ञाला मुक्त करण्याचा प्रयत्न.' तुम्हाला नाही वाटत असे, मिस्टर रेनॉल्ड्स?"

यावर रेनॉल्ड्सने फक्त आपले खांदे उडवले व तो गप्प बसला. गेल्या पाच मिनिटात इथले वातावरण बदलले आहे, ते आपल्या विरोधात गेले आहे, याची त्याला पूर्ण जाणीव झाली होती; पण तरीही त्याला जान्स्कीचे सहकार्य मिळवायलाच हवे होते. त्यासाठी जान्स्कीला सारे काही सांगायलाच पाहिजे. कर्नल मॅकिन्टॉशने

त्याला तसे निक्षून बजावले होते. जान्स्कीची मदत हवी असेल तर त्याला तसे करणे भाग पडणार होते. जान्स्कीची मदत आता अधांतरी लोंबकळत होती. त्या मदतीवाचून काहीही करता येत नव्हते. ती मदत मिळणार नाही याची खात्री असती तर त्याला येथे पाठवायचे हेर खात्याने कष्ट घेतले नसते. ज्याअर्थी इकडे आपल्याला पाठवले आहे, त्याअर्थी नक्की ही मदत मिळण्याची दाट शक्यता आहे, असे त्याला वाटले; पण प्रत्यक्षात आता उलटेच काहीतरी घडत होते. रेनॉल्ड्स आशा-निराशेच्या हिंदोळ्यावर मागे-पुढे होऊ लागला... दोन मिनिटे अशीच शांततेत गेली. त्याच्या मनावरचा तणाव वाढत चालला. जान्स्की आणि काउन्ट एकमेकांकडे बघत होते. त्यांनी एकमेकांकडे पाहून किंचित मान हलवली. इतकी किंचित की ती गोष्ट रेनॉल्ड्सला अजिबात कळली नाही. मग जान्स्की रेनॉल्ड्सकडे निर्विकारपणे पाहू लागला.

शेवटी तो त्याला म्हणाला, "असे पहा मिस्टर रेनॉल्ड्स, जर तुमच्या देशातील सर्व माणसे ही तुमच्यासारखीच असती, तर मी तुमच्यापुढे मदतीचे बोटही पुढे केले नसते. जर तुमच्या देशातील सर्व लोक हे थंड रक्ताचे, निर्दय, कठोर, क्रूर असते; ज्यांना योग्य-अयोग्य यातला भेद कळत नसता, माणसांची दु:खे ही त्यांच्या दृष्टीने असलीच तर केवळ अभ्यासाचे विषय असते, अन्याय होत असताना त्याला मूक संमती देणारे असते, तर आम्ही तुम्हाला मदत केली नसती; पण मला ठाऊक आहे, की तुमची जनता अशी नाही. शास्त्रज्ञांचे रूपांतर युद्धाला मदत करणाऱ्या यंत्रात करणारी नाहीत. कर्नल मॅकिन्टॉश हे माझे जुने स्नेही होते, आहेत. त्यांच्या मनातला हेतू काहीही असो, पण एका वृद्ध माणसाच्या नशिबी परकीय भूमीवरती मृत्यू येऊ नये, अनोळखी व काळजी न घेणाऱ्या माणसांच्या गराड्यात जीव जाऊ नये, आपल्या कुटुंबापासून आणि मित्रांपासून कायमची दूर जाण्याची वेळ येऊ नये, अशी माझी इच्छा आहे. आमच्या हातात जेवढे काही आहे, तेवढी मदत आम्ही तुम्हाला करू. जर परमेश्वराची साथ मिळाली, तर तुमचा हा वृद्ध शास्त्रज्ञ पुन्हा आपल्या माणसांत परतेल.''

चार

काउन्टच्या तोंडात तोच तो एकमेव रशियन सिगारेट होल्डर होता व त्यात तीच ती रशियन सिगारेट खोचून ठेवली होती. त्याने वाकून व आपला पूर्ण भार देऊन आपले कोपर समोरच्या काऊंटरवरच्या बझरच्या बटनांवरती घट्ट दाबून ठेवले. मध्यरात्र उलटून गेलेली होती व तो त्या आलिशान हॉटेलात आला होता. हॉटेलातील रिसेप्शन काऊंटरवरती रात्री कोणी नसेल तर बोलावण्यासाठी एका बझरचे बटण ठेवलेले असे. काउन्टने ते बटण दाबून धरले होते. काही वेळातच आपल्या बाह्या दुमडलेल्या शर्टातील एक माणूस डोळे चोळत चोळत तिथे आला. हॉटेलच्या रिसेप्शन काऊंटरपलीकडे एक छोटे क्युबिकल होते. तिथे तो बसलेल्या अवस्थेत झोपला होता. काउन्टने त्याच्याकडे फारसे लक्ष दिले नाही. तो फक्त त्याला एवढेच म्हणाला, "रात्रपाळीच्या नोकरांनी दिवसा झोप घ्यायची असते." मग थंडपणे त्याने त्याला एकदम हुकूम सोडला, "ताबडतोब मॅनेजरला बोलावून आणा."

"मॅनेजर? अशा अपरात्री?" तो रात्रपाळीचा कर्मचारी मोठ्या अविश्वासाने समोरच्या घड्याळात पहात म्हणाला. त्याने आता काउन्टकडे आपली नजर वळवली. काउन्टने एक करड्या रंगाचा सूट अंगात घातला होता. त्यावरती एक रेनकोट होता. आपल्या आवाजातील उद्धटपणा न लपवता तो कर्मचारी म्हणाला, "मॅनेजरसाहेब झोपलेत. तुम्ही सकाळी या."

त्याचे ते वाक्य संपते न संपते तोच टारकन कापड फाडल्याचा आवाज आला. त्यामागोमाग एक वेदनामय चीत्कार उमटला. काउन्टने त्या कर्मचाऱ्याची गचांडी धरून दोन्ही हातांनी त्याच्या अंगातील शर्ट फाडून काढला होता. मग त्याची कॉलर एवढी गच्च आवळली, की तो वेदनेमुळे ओरडला. तो कर्मचारी म्हणजे तिथला एक हॉटेलबॉय होता. अचानक झालेल्या हल्ल्यामुळे तो प्रथम गोंधळला, नंतर घाबरला. काउन्टच्या हातात जणू काही जादूने उगवावे तसे त्याचे पाकीट उगवले. त्यावरती त्याचे आयडेन्टिटी कार्ड होते. ते त्याने हॉटेलबॉयपुढे धरताच तो आणखीनच भेदरून गेला, भीतीने थिजून गेला. मग काउन्टने त्याला जोरात मागे ढकलून दिले.

तो हेलपाटत मागच्या असंख्य कप्पे असलेल्या फडताळावर जाऊन आदळला.

"माफ करा, कॉम्रेड. माझी चूक झाली. मोठी चूक झाली." नाकातून रक्त गळत असलेला तो हॉटेलबॉय अजीजीने म्हणत होता. त्याचे तोंड व ओठ एकदम कोरडे होऊन गेले होते. तो म्हणत होता, "मला– मला ठाऊक नव्हते–"

"असं? ठाऊक नव्हते?" काउन्ट खालच्या आवाजात उपरोधिकपणे त्याला विचारीत होता, "या अशा अपरात्री इथे आमच्याखेरीज दुसरे कोण येणार रे बेटा?"

"कुणी नाही. कुणी नाही, कॉम्रेड! मला वाटले, की मघाशी वीस मिनिटांपूर्वीच तुम्ही आपली माणसे घेऊन येऊन गेलात–"

"मी? मी इथे आलो होतो मघाशी?" काउन्ट आपल्या भुवया उंचावून त्याला विचारीत होता. त्याच्या आवाजातली जरब जाणवून तो पोऱ्या आणखीनच घाबरला.

"नाही. म्हणजे तुम्ही नाही. पण– पण तुमची माणसे. ती येऊन गेली. त्यामुळे मला वाटले, की आता दुसरेच कोणी–"

"अरे बारक्या, मीच ती माणसे पाठवली होती." असे म्हणून काउन्टने कंटाळा आल्यासारखा आपला हात हवेत हलवला. मग तो हॉटेलबॉय आपल्या मॅनेजरला बोलवायला तिथून वेगाने गेला.

दूरवर बसलेला रेनॉल्ड्स उठून चालत चालत काउन्टरपाशी आला व हळू आवाजात म्हणाला, "वा:ऽ! काय झकास तमाशा केलात. क्षणभर मीच हादरून गेलो."

काउन्ट अगदी सहज खालच्या स्वरात म्हणाला, "त्याला खूप सराव करावा लागतो. यामुळे माझा धाक टिकून रहातो. मी त्यांना कायमची दुखापत होईल असे मात्र काही करीत नाही. त्यांना घाबरवून सोडले की त्यांच्या तोंडून मग 'कॉम्रेड' हा शब्द बाहेर पडतो... तो हे म्हणालेला ऐकले ना तुम्ही?"

"होय. अन् तोही शब्द त्याच्या तोंडून चटकन बाहेर पडला."

"जीव वाचवण्यासाठी ते आपोआप तसे वागतात. आमच्या खात्याच्या माणसांनी एव्हाना शहरातील बहुतेक हॉटेल्स तपासत आणलेली असणार. हॉटेलात कोण कोण उतरले आहे, कशासाठी उतरले आहे, संशयास्पद काही आहे काय वगैरे ते तपासतात. सकाळपर्यंत त्यांची तपासणी पूर्ण होईल. ते अगदी कसून तपासणी करतात; पण त्यामुळे तुमची स्थिती आता दुप्पट सुरक्षित झाली. जान्स्कीच्या घरातल्यापेक्षा तर तिप्पट सुरक्षित झाली. आता या हॉटेलात तुम्ही खुशाल रहा."

रेनॉल्ड्सने यावरती आपली मान डोलवली, पण तो बोलला नाही. तो पुन्हा मघाच्या कोचावर जाऊन बसला व विचार करू लागला. जान्स्कीच्या घरातून तो अवघ्या अर्ध्या तासापूर्वी निघाला होता. जान्स्की व काउन्टने ठरवले की रेनॉल्ड्सने तिथे रहाणे हे खूप धोक्याचे होते, गैरसोयीचे होते. त्याने ताबडतोब ते घर

सोडायलाच हवे. म्हणून काउन्टने त्याला घेऊन या हॉटेलात प्रवेश केला होता. जान्स्कीचे घर हे तसे बाजूला व फारशी वर्दळ नसलेल्या ठिकाणी होते. अशा ठिकाणी रेनॉल्ड्ससारखी अपरिचित व्यक्ती वाटेल त्या वेळी व रात्री-अपरात्री दिसणे हे कोणाचेही लक्ष वेधून घेणारे ठरले असते. शिवाय, शहराच्या केंद्रभागापासून हे ठिकाण खूपच दूर होते. जेनिन्ज त्या केंद्रभागातील कोणत्यातरी हॉटेलात उतरण्याची दाट शक्यता होती. म्हणून जान्स्कीच्या घरी रहाण्यात गैरसोयीचे ठरले असते. त्यातून त्याच्या घरी टेलिफोन नव्हता. ताबडतोब कुठे संपर्क साधायचा असेल, तर टेलिफोनची सोय अत्यावश्यक होती.

जान्स्कीच्या घरी रहाणे आणखीही एका अर्थाने धोकादायक होते. आपल्या घरावर पाळत ठेवली जात आहे, हे त्याच्या लक्षात आले होते. सॅन्डर आणि इम्र यांनी गेल्या दोन दिवसांत दोन निरनिराळ्या व्यक्तींना आपल्या घरावरून जाताना पाहिले होते. ते दोघे वेगवेगळ्या वेळी एकेकटे जातात, हेही त्यांच्या लक्षात आले होते. सावकाश चालत, रेंगाळत, घराकडे मधूनच बारकाईने लक्ष ठेवीत, समोरून कोणी येताच नजर एकदम सरळ करीत तो पाळतीवरचा माणूस जात असे. अशी माणसे 'निष्पाप नागरिक' या सदरात नक्कीच मोडत नव्हती. हंगेरीमधील प्रत्येक शहर हे 'पोलीसराज' झाले होते. अनेकजण स्वेच्छेने खबऱ्यांचा धंदा पत्करीत. पोलिसांना खबर दिली, की त्याचे त्यांना दर खबरीमागे पैसे दिले जात. मात्र खबर पक्की निघाल्यावरच पैसे दिले जाई. गेल्या दोन दिवसांपासून अशा ह्या 'स्वयंसेवक खबऱ्यां'ची वर्दळ वाढल्याचे लक्षात आले होते. अशा ह्या घरात जान्स्की थंडपणे कसा रहातो, ह्याचे रेनॉल्ड्सला नवल वाटत होते. त्या घरातून इकडे हॉटेलकडे येताना काउन्टने गाडीत त्याला हे सारे सांगून वरती म्हटले होते, की जान्स्कीला धोक्याची जाणीव आधी करून देणारे जणू काही एक सहावे इंद्रिय आहे. आत्तापर्यंत त्याने अनेकदा तशी जाणीव झाल्याबरोबर दुसरीकडे जाऊन आपला जीव वाचवला होता. धोक्याबरोबर रहाण्याची त्याला जणू काही सवय झाली होती. जान्स्की, ज्युलिया, सॅन्डर व इम्र यांची शहरात लपून रहाण्याची सहा वेगवेगळी ठिकाणे होती. शिवाय, त्यांचे मुख्य ठाणे हे शहरात नसून दूरवर कुठेतरी खेड्यात होते.

रिसेप्शन हॉलचे दार कोणीतरी उघडून आतून आले. दाराच्या आवाजाने रेनॉल्ड्सची तंद्री भंग पावली. एक माणूस घाईघाईने चालत येत होता. त्याच्या बुटांचे नाल खालच्या गुळगुळीत टाईल्सवरती आपटून आवाज होत होता. त्याची चाल हसू यावी अशा विदुषकी थाटाची होती. आपल्या चुरगाळलेल्या शर्टावरून त्याने एक जाकीट चढवले होते. त्याच्या गुंड्या त्याने अर्धवट लावल्या होत्या. त्याच्या चष्मा चढवलेल्या डोळ्यात मूर्तिमंत भीती व चिंता उमटली होती.

"कॉम्रेड, माफ करा. अगदी शंभर वेळा मी तुमची माफी मागतो." तो

अजीजीने म्हणू लागला व आपल्यामागून येणाऱ्या त्या हॉटेलबॉयकडे त्याने नजर टाकली. तो हॉटेलबॉय हळूहळू चालत बरेच अंतर ठेवून येत होता. "मी आमच्या ह्या हॉटेलबॉयला आज–"

"तुम्ही मॅनेजर आहात का?" त्याचे बोलणे तोडत काउन्टने त्याला दरडावून विचारले.

"होय, होय, साहेब."

"त्या हॉटेलबॉयला जायला सांगा. मला फक्त तुमच्याशीच बोलायचे आहे."

मग त्या मॅनेजरने हाताने खूण करून हॉटेलबॉयला आत निघून जाण्यासाठी सांगितले. तो जाईपर्यंत काउन्ट थांबला होता. मग त्याने आपल्या खिशातून सोनेरी रंगाची सिगारेट केस बाहेर काढली. त्यातून त्याने काळजीपूर्वक एक सिगारेट निवडून घेतली. ती त्याने जवळ धरून बारकाईने निरखून पाहिली व ती सिगारेट होल्डरमध्ये घातली. दुसऱ्या खिशातून त्याने जरासा वेळ लावत आगपेटी शोधून बाहेर काढली. अखेर त्याने शांतपणे आपली सिगारेट पेटवली. रेनॉल्ड्सने मनातल्या मनात त्याच्या ह्या नाटकी कृतीला मनापासून दाद दिली. वाऽ! काय झकास अभिनय केला. दरम्यान, त्या मॅनेजरची भीती पार कळसाला पोचली होती. तसे व्हावे म्हणूनच काउन्टने असा वेळ काढला होता.

तो मॅनेजर आवंढा गिळीत बोलू लागला, "कॉम्रेड, आमचे काय चुकले?" त्याच्या आवाजात कंप सुटल्याचे जाणवत होते व तो मोठ्या मुष्कीलीने आपला आवाज काबूत ठेवू पहात होता. त्याने आपल्या वाक्याची सुरुवात मोठ्या आवाजात केली होती; पण त्याचा शेवट अत्यंत मंद आवाजात झाला होता. तो पुढे म्हणाला, "एव्हीओला जर माझ्याकडून काही मदत हवी असेल, तर मी तयार–"

"मी जेव्हा विचारेन तेव्हाच फक्त आपले तोंड उघडत जा. एरवी ते बंद ठेवा." काउन्टने हे संथ व खालच्या आवाजात त्याला सुनावले; पण त्यामुळेच तो मॅनेजर आणखी खचला. काउन्टने विचारले, "तुम्ही माझ्या माणसांशी मघाशी बोललात ना?"

"होय, होय. मी बोललो त्यांच्याशी. मी झोपलो नव्हतो. अजूनपर्यंत जागाच–"

"फक्त मी विचारलेल्या प्रश्नांना उत्तरे देत जा." काउन्ट शांतपणे एकेक शब्द ठासून व सावकाश उच्चारत म्हणाला. तो पुढे म्हणाला, "मला ही गोष्ट परत परत सांगायला लावू नका... त्यांनी तुम्हाला या हॉटेलात नवीन प्रवासी कोणी आला का, नुसते बुकिंग करून ठेवले आहे का, असे विचारून तुमचे रजिस्टर तपासले, काही खोल्यांची झडती घेतली आणि मग एक टाईप केलेले पत्रक देऊन ते निघून गेले ना? त्या पत्रकात कोणत्या तरी माणसाचे वर्णन करून त्याचा शोध घ्यावा, असे

सुचवले आहे ना?''

"माझ्याकडे आहे ते पत्रक." असे म्हणून मॅनेजरने आपल्या खिशातून ते पत्रक काढून काउन्टकडे दिले.

"यात वर्णन केलेल्या माणसासारखा कोणी इथे आला तर 'ताबडतोब फोन करा' म्हणूनही तुम्हाला सांगितले ना?''

मॅनेजरने आपली मान डोलावली.

मग काउन्ट त्याला हुकूम देत म्हणाला, "विसरा हे सारे. परिस्थिती झपाट्याने बदलली आहे व बदलत आहे. यात वर्णन केलेला तो संशयित माणूस इकडेच येणार आहे आणि त्याच्या माणसाशी संपर्क साधणार आहे, अशी आम्हाला बातमी लागली आहे. ती व्यक्ती या हॉटेलातच रहाते आहे. येत्या चोवीस तासांत तो संशयित येथे येण्याची शक्यता आहे." असे म्हणून काउन्टने एक मोठा झुरका घेऊन तोंडातून लांबवर धूर सोडला. मग तो मॅनेजरकडे जराशा संशयाने पहात म्हणाला, "आमची अशी खात्री पटली आहे की या हॉटेलात अशी नको असलेली व्यक्ती चौथ्यांदा उतरली आहे. याचा अर्थ, तुमचे हॉटेल हे देशाच्या शत्रूंचे आश्रयस्थान बनले आहे.''

"इथे? या हॉटेलात असे कोणी येते?'' त्या मॅनेजरचा चेहरा आता पांढराफटक पडला होता. तो म्हणत होता, "कॉम्रेड, मी अगदी देवाशपथ सांगतो–''

"देवाशपथ?'' काउन्टने कपाळाला आठ्या घालीत विचारले, "कोण देव? कुठला देव? कोणाचा देव?''

आता मॅनेजरचा चेहरा आणखी उतरून तो करड्या रंगाचा दिसू लागला. रेनॉल्ड्सला ते पाहून त्या मॅनेजरची मोठी दया आली; पण त्याचा नाईलाज होता. काउन्टचा उद्देश हा त्याच्यावरती दहशत बसवण्याचा होता. तशी ती एकदा बसली की मग माणसे आंधळेपणे दिलेले हुकूम पाळतात. आत्ताही तसेच होत होते.

"कॉम्रेड, चुकून तोंडातून तसे गेले." मॅनेजर चाचरत चाचरत बोलला. त्याच्या हातापायाला सुटलेला कंप दिसत होता. तो पुढे म्हणाला, "कॉम्रेड, मी वचन देतो की–''

"छे! छे! तुम्ही कसले वचन देताय, त्याऐवजी मीच तुम्हाला एक आश्वासन देतो." काउन्टच्या आवाजात आता धार येत चालली होती. तो पुढे म्हणाला, "तुमच्या तोंडातून पुन्हा असे काही चुकीचे शब्द निसटले तर तुम्हाला एक खास प्रशिक्षण आम्ही देऊ. म्हणजे तुमच्या मेंदूमधील ती सनातनी विचारांची जळमटे साफ धुतली जातील. आत्ता तुमच्या त्या तसल्या विचारांमुळेच तुम्ही आपल्या देशाच्या पाठीत खंजीर खुपसणाऱ्यांना आश्रय देत आला आहात." आपल्यावर होत असलेल्या या भलत्या आरोपांमुळे मॅनेजर चक्रावून गेला. असला गंभीर गुन्हा आपण

कधीच केला नसल्याने तो निषेधाच्या स्वरात काही बोलू पहात होता; पण प्रत्यक्षात त्याच्या तोंडून कोणताच शब्द बाहेर पडेना. त्याचे ओठ नुसतेच हलत राहिले.

काउन्ट पुढे बोलत गेला; पण आता तो थंडपणे व ठामपणे बोलू लागला. त्याच्या प्रत्येक शब्दात एक धमकी भरून राहिली होती. तो म्हणाला, ''येथून पुढे माझ्या सूचना तंतोतंत पाळा. जर काहीही भलतेसलते घडले, किंचित जरी वेगळे घडले, तर त्याबद्दल आम्ही तुम्हालाच जबाबदार धरू. मग ती चूक तुमच्या हातून झाली की अन्य कशामुळे झाली, हे बघितले जाणार नाही. तेव्हा इथून पुढे तुम्ही एक तर माझा मित्र म्हणून रहाल, नाहीतर तुमची पाठवणी ब्लॅक-सी कॅनॉलकडे केली जाईल. समजलं?''

ब्लॅक-सी कॅनॉलपाशी ती खास उभारलेली सरकारी छळछावणी होती. तिथले भयानक यातनाप्रकार हे साऱ्या जनतेला ठाऊक होते. त्यामुळे 'ब्लॅक-सी कॅनॉल' हे शब्द ऐकताच त्या मॅनेजरचे उरलेसुरले अवसान गळाले. तो घाबरून थरथरू लागला. त्याचे पाय लटपटू लागून तोल जाऊ लागला. पडू नये म्हणून त्याने आधारासाठी हाताने टेबल गच्च धरून ठेवले. तो कसाबसा काउन्टला म्हणाला, ''सर, तुम्ही म्हणाल तसा मी वागेन. तुम्ही सांगाल ते मी करीन. अगदी काहीही करेन. वाटल्यास मी शपथ घेतो.''

''ही तुमची शेवटची संधी आहे.'' काउन्ट आपली मान हलवीत म्हणाला. मग रेनॉल्ड्सच्या दिशेने हात करून तो पुढे बोलू लागला, ''तो एक माझा माणूस आहे. ज्या हेराला आम्ही शोधतो आहोत, त्याच्यासारखीच शरीरयष्टी असलेला व त्याच्यासारखाच दिसणारा तो आहे. आम्ही त्याच्यात थोडासा बदल केला आहे. तो तुमच्या हॉटेलात लपून राहील, वावरेल; पण त्याचे नाव कुठल्याही रजिस्टरमध्ये नोंदवायचे नाही. इथल्या लाऊंजमधल्या एखाद्या अंधाऱ्या कोपऱ्यात बसून तो गुप्तपणे येणाऱ्या-जाणाऱ्यांवरती नजर ठेवेल. शत्रूचा माणूस मग फसून त्याला आपलाच समजेल, त्याच्यापाशी निरोप ठेवेल, माहिती देईल. मग आम्हाला हवा असलेला शत्रूचा हेर आमच्या जाळ्यात आपोआप येईल.''

रेनॉल्ड्स लांबून काउन्टकडे रोखून पहात होता. काउन्टने बोलताना शेवटपर्यंत आपला चेहरा निर्विकार ठेवला होता. या व्यवसायात अनेक वर्षे निर्ढावल्यावर अशी सवय लागते, हे रेनॉल्ड्सच्या मनात आले. काउन्टचा अभिनय व धिटाई याला खरोखरीच मर्यादा नाही, असेही त्याला वाटले; परंतु बेफिकिरपणे व्यक्त केल्या जाणाऱ्या उद्धटपणामध्येच सुरक्षितता लपलेली आहे, हेही त्याच्या ध्यानात आले.

काउन्ट त्याला पुढे सांगत होता, ''पण जे काही घडत जाईल, त्याच्याशी तुमचा संबंध नसेल. फक्त आम्ही दिलेल्या सूचना तुम्ही तंतोतंत पाळा म्हणजे झाले. त्या सूचना आता मी सांगतो. नीट लक्ष देऊन ऐका. आमच्या माणसाला,

त्याला आपण सोयीसाठी राकोसी म्हणू, येथे एक खोली हवी आहे. तुमच्याकडची सर्वांत चांगली खोली हवी. तिथे स्वतंत्र बाथरूम हवी, आणीबाणीत निसटण्याचा मार्ग, एक फायर एस्केप हवा, एक रेडिओ, फोन, गजराचे घड्याळ हे सारे हवे. शिवाय, या हॉटेलात असलेल्या सर्व मास्टरकीच्या डुप्लिकेट चाव्याही हव्यात. मुख्य म्हणजे अत्यंत निवांतपणा हवा. उगाच कोणत्यातरी टेलिफोन ऑपरेटरने त्याचे फोनवरचे बोलणे ऐकता कामा नये. अर्थात तुम्हाला हे वेगळे सांगायला नकोच. आमच्याकडे तशी यंत्रे आहेत. त्यामुळे एखाद्या लाईनवरचे संभाषण कोणी चोरून ऐकू लागले, की आम्हाला ते ताबडतोब समजते. आमच्या माणसाच्या खोलीत कोणत्याही हॉटेल नोकराला झाडण्यासाठी, पुसण्यासाठी पाठवायचे नाही. वायरमन, प्लंबर किंवा तसलेच कोणी त्या खोलीच्या जवळपाससुद्धा फिरकायचे नाही. खोलीत जेवण पाठवायचे असेल, तेव्हा तुम्ही ते स्वत: घेऊन गेले पाहिजे. जेव्हा राकोसी यांना वाटेल, तेव्हाच ते तिथे खोलीत असतील. एरवी ते तिथे असणार नाहीत. त्यांचे तिथले अस्तित्व कोणाला कळता कामा नये. खुद्द तुम्हालाही ते ठाऊक नाही, असे समजा. मी या बाबतीत तुम्हाला भेटलो आहे व तुमच्याशी बोललो आहे, हेही तुम्ही विसरून गेले पाहिजे. हे सगळे नीट समजले ना? का परत जरा वेगळ्या भाषेत सांगू?''

मॅनेजरला त्या धमकावणीचा अर्थ पुरेपूर समजला होता. आपण सहकार्य केले नाही तर काय होऊ शकते, हे त्याला समजले होते. तसेच, आपण सहकार्य केले तर या समोरच्या माणसाकडून कसलाही त्रास होणार नाही, हेही त्याला कळले. तो आपल्याला देत असलेली ही शेवटची संधी आहे, हे त्याच्या लक्षात आले. ही संधी हातून निसटू नये म्हणून तो घाईघाईने म्हणाला, ''कॉम्रेड, तुम्ही म्हणता तसेच सारे होईल. अगदी तंतोतंत होईल. मी त्याबद्दल माझा शब्द देतो.''

''ठीक आहे. अजून बऱ्याच उतारूंना या हॉटेलात लुबाडण्यासाठी तू जगशील, बेटा.'' मग काउन्टने आपला आवाज खाली आणून धमकावीत पुढे म्हटले, ''त्या तुमच्या हॉटेलबॉयला सांगा, की याबद्दल कुठे तोंड उघडून बोलू नकोस. नाहीतर त्याचे थोबाडच काय, पण त्याचे सबंध शरीर आम्ही फोडून काढू. आणखी एक सूचना– आपल्यात झालेला हा व्यवहार आमच्या खात्याच्या माणसांनाही कळता कामा नये. काय? अन् आता ती खोली मला दाखवा.''

पाच मिनिटांनी फक्त ते दोघे त्या खोलीत उभे होते. रेनॉल्ड्सला दिलेली खोली फार मोठी नव्हती; पण तिथे रेडिओ, टेलिफोन वगैरे सर्व सोयी होत्या. संकटकाळी निसटून जाण्याचा फायर एस्केपचा मार्ग शेजारच्या बाथरूमच्या बाहेरच होता. काउन्टने त्या खोलीवर नजर फिरवून समाधानाने आपली मान हलवली.

काउन्ट त्याला म्हणाला, "तुम्ही येथे काही दिवस आरामात काढू शकाल. अन् 'काही दिवस' म्हणजे फक्त दोन-तीन दिवस. जास्त नाही. कारण त्यापेक्षा जास्त दिवस येथे काढणे धोक्याचे आहे. आत्ताचा मॅनेजर बोलणार नाही; पण कोणीतरी घाबरट माणूस किंवा भाडोत्री खबऱ्या ही बातमी फोडू शकतो.''

"अन् नंतर?''

"म्हणून तुम्ही आत्तापासूनच कोणीतरी बनले पाहिजे. आता मी काही तास झोप घेतो व नंतर माझ्या एका मित्राला जाऊन भेटतो. तो अशा गोष्टीतला तज्ज्ञ आहे.'' असे म्हणून काउन्टने आपली टोकदार हनुवटी चोळली. तो थोडा वेळ विचार करीत राहिला व नंतर म्हणाला, "जर्मन. बरोबर, तुम्ही जर्मन बनणेच योग्य ठरेल. रुहर, डार्टमुंड किंवा एस्सेन यांपैकी कोणत्याही जर्मन शहरामधून आलेला माणूस अधिक योग्य ठरेल. मला वाटते रुहर शहरच सर्वांत योग्य ठरेल. ऑस्ट्रियन असण्यापेक्षा जर्मन बनणे हे येथे खपून जाईल. सध्या बंदी असलेल्या असंख्य कच्च्या मालाचा चोरटा व्यापार तेजीत चालू आहे. तो आता इतक्या प्रचंड रकमेचा व मोठा झाला आहे, की खुद्द मूळ उत्पादक व साखळीतील शेवटचे गिऱ्हाईक यांच्यातच आता हे चोरटे व्यवहार थेटपणे होऊ लागले आहेत. अनेक पश्चिम युरोपातील देशांनी पूर्वेकडच्या कम्युनिस्ट देशांमध्ये विविध प्रकारची उत्पादने निर्यात करण्यास कायद्याने बंदी घातली आहे. त्यामुळे कच्च्या मालाचे उत्पादक म्हणजे मूळ मालक हे पश्चिम युरोपातील आहेत व शेवटचे गिऱ्हाईक म्हणजे खुद्द हंगेरियन सरकार. स्विस व ऑस्ट्रियन मध्यस्थांचे महत्त्व व काम फार कमी झाले असून त्यांना मिळणारे कमिशनही खूप कमी झाले आहे. अशी दलाली करणारी माणसे कमी झाल्याने तुम्हाला एखादा दलाल बनवणे हे धोक्याचे ठरेल. तुमच्याकडे मग हेर खात्याचे लक्ष वेधले जाईल; पण तरीही सरकारची तीव्र गरज लक्षात घेता मी तुम्हाला ॲल्युमिनियम व तांबे हे दोन धातू पुरवणारा चोरटा पुरवठादार बनवतो. यावरची सारी माहिती एका सरकारी पुस्तकात आहे. मी ते पुस्तक तुम्हाला आणून देतो. तुम्ही   ते वाचून ठेवा. आमचे सरकार उघड उघड अशा चोरट्या आयातीला उत्तेजन देते; कारण तशी गरज आहे ना!''

"पण ॲल्युमिनियम व तांबे हे धातू किंवा यांची उत्पादने खरोखर बंदी घातलेल्या मालात येतात? पश्चिमेकडील राष्ट्रांनी यावरती निर्यातीला बंदी घातली आहे?''

"अर्थातच. हेच काय, पण अशा शेकडो प्रकारच्या उत्पादनांवरती बंदी घातली गेली आहे; परंतु तरीही या अशा मालांचा, उत्पादनांचा एक मोठा नायगरा धबधबा आमच्या देशात चोरट्या मार्गाने मधली पोलादी भिंत भेदून ओतला जातो आहे. तुम्हाला ठाऊक आहे? दर वर्षी सुमारे १० कोटी पौंड किंवा २० कोटी डॉलर्स

किमतीचा माल अशा रीतीने आमच्याकडे येत असतो; पण बाहेर फारसे कोणाला हे कळत नाही.''

''बाप रे!'' रेनॉल्ड्सने आश्चर्य व्यक्त केले; पण चटकन भानावर येत तो म्हणाला, ''अन् यात मी आता आणखी काही भर टाकायची? पण हे सारे कसे काय इकडे आणले जाते?''

''सोप्या गोष्टींचा सहज तर्क करता येतो, माय बॉय. असं पहा, तुमचा माल तुम्ही हॅम्बुर्ग किंवा कोणत्याही फ्री पोर्टला पाठवायचा. त्या मालाच्या पेट्यांवरती अर्थातच खोटा व फसवा मजकूर उमटवला असेल. ही गोष्ट कारखान्यामध्येच करायची. हा माल रशियन जहाजावरती चढवायचा किंवा त्याहीपेक्षा सोपे म्हणजे सरळ सरहद्दीपलीकडे फ्रान्सला हा माल पाठवायचा. तिथे पेट्या उघडून पुन्हा नवीन पेट्यांत माल भरायचा व तिथून तो बेधडक झेकोस्लोव्हाकिया, पोलंड, हंगेरी अशा पूर्व युरोपीय कम्युनिस्ट देशांना पाठवून द्यायचा. यासाठी १९२१मध्ये झालेल्या एका आंतरराष्ट्रीय कराराचा आधार आहे. त्यानुसार 'अ' राष्ट्राचा माल 'ब' राष्ट्रामधून 'क' राष्ट्राला पाठवता येतो. 'ब' राष्ट्रातील कस्टम्सच्या अधिकाऱ्यांना तो माल In transit म्हणजे प्रवासातला असल्याने करारानुसार त्याची तपासणी करता येत नाही, की त्यावरती अबकारी कर आकारता येत नाही. किती सोपे आहे ते. हो ना?''

''होय. आहे खरे सोपे.'' रेनॉल्ड्स मान्य करीत म्हणाला, ''खरोखर, माणसांच्या अक्कलहुषारीपुढे मोठमोठ्या राष्ट्रांनाही काही करता येत नाही.''

''राष्ट्रे!'' असे म्हणून काउन्ट हसला. तो पुढे म्हणाला, ''माय डिअर रेनॉल्ड्स, जेव्हा एखाद्या राष्ट्राची आर्थिक भरभराट होऊ पहात असते, त्या वेळी त्या राष्ट्राच्या सरकारला दृष्टिदोषाचा विकार होतो. हा विकार कधीही बरा होणारा नसतो. चोरटी निर्यात केल्याने आर्थिक स्थिती सुधारते आहे ना, मग बास. मग भले तो मार्ग कसला का असेना, अशी वृत्ती होऊ लागते. तुम्हाला ठाऊक आहे, की पूर्वी हे सारे बघून सहन न झालेल्या एका देशभक्त जर्मन नागरिकाने काय बरं त्याचे नाव... हं, वेहनेर. हर्बर्ट वेहनेर. पश्चिम जर्मनीमध्ये एक समाजवादी पुढारी होता तो. त्याने खूप शोध घेऊन आपल्या सरकारला देशातील सुमारे सहाशे कारखान्यांची यादी दिली. हे कारखाने कम्युनिस्ट देशांना चोरटी निर्यात करीत होते; पण याचा परिणाम काय झाला?''

''काय झाला?''

''तर त्या सहाशे कारखान्यांनी आपापल्या कंपन्यांमधील सहाशे अधिकाऱ्यांना कामावरून काढून टाकले. त्यांनी चोरटी निर्यात केली म्हणून नाही, तर ही चोरटी निर्यात करताना पाहिजे तेवढी गुप्तता राखली नाही म्हणून. कारण म्हणून तर हर्बर्ट

वेहनेरला त्या कारखान्यांची ती बेकायदा निर्यात समजू शकली होती. आता बोला!''

रेनॉल्ड्सचे डोळे आश्चर्याने विस्फारले. काउन्ट पुढे सांगत राहिला, ''धंदा म्हणजे धंदा. अन् नफा म्हणजे नफा. त्यात नैतिक, अनैतिक असे काहीही मानले जात नाही. जगभर सर्वत्र हे असेच चालले आहे. तेव्हा आमचे हंगेरियन सरकार तुमच्यासारख्यांचे आनंदाने दोन्ही हात पसरून स्वागत करेल. अर्थात, जर तुम्ही त्यांना जे काही हवे आहे ते पुरवावयास तयार असाल तर. म्हणून एका मोठ्या फर्मचा प्रतिनिधी किंवा भागीदार म्हणून भूमिका करणे हे उत्तम. मला वाटते की पश्चिम जर्मनीमधील रुहर शहरातील एका मोठ्या मेटल कंपनीचे प्रतिनिधित्व तुम्ही करावे.''

''म्हणजे एखाद्या खऱ्या कंपनीचे प्रतिनिधित्व?''

''अर्थातच. त्या कंपनीला तुम्ही जरी ठाऊक नसला, तरी काहीही बिघडत नाही. कारण मुळात तुम्ही त्यांना ठाऊक नसल्याने ते तुमच्याविरुद्ध काय करू शकतील?'' असे म्हणून काउन्टने आपल्या मागच्या खिशातून स्टेनलेस स्टीलची एक चपटी बाटली बाहेर काढली व रेनॉल्ड्सला विचारले, ''तुम्ही माझ्याबरोबर थोडी घेणार?''

''नाही.'' रेनॉल्ड्स म्हणाला. त्या रात्री काउन्टने पाऊण बाटली ब्रॅन्डी प्यायली, हे त्याने पाहिले होते; पण तरीही त्याच्यावरती कसलाही परिणाम झालेला बाहेरून तरी दिसून येत नव्हता. काउन्टची मद्य पचवण्याची शक्ती अफलातून होती. ही व्यक्ती मुळातच एक कोडे वाटावी अशी होती. काउन्टच्या अंगी असलेले सर्व गुणधर्म हेही त्यामुळे त्याला कोड्यात टाकणारे वाटत होते. एरवी काउन्ट शांत, हजरजबाबी असा जरी वाटत असला, तरी जेव्हा जेव्हा तो स्वस्थ असे, तेव्हा त्याच्या चेहऱ्यावरती कुठेतरी अलिप्त, एकाकी व विरक्त भाव दाटून आलेले आहेत, असे रेनॉल्ड्सला वाटे. काउन्टच्या नेहमीच्या वागण्याला किंवा स्वभावधर्माला हे विसंगत होते. निदान रेनॉल्ड्सला तरी तसे वाटत होते. किंवा कदाचित काउन्टचा विरक्त भाव हा त्याच्या व्यक्तिमत्वाचा मूळचाच भागही असू शकेल.

''ठीक आहे.'' असे म्हणून काउन्टने खोलीतला एक ग्लास घेतला व त्यात ब्रॅन्डी ओतली. मग एका घोटात ती त्याने घशात ओतली. तो म्हणाला, ''मी ब्रॅन्डी जेवढी जास्त घेईन व तुम्ही जेवढी कमी घ्याल, तेवढ्या आपल्या दोघांच्या भूमिका ह्या नैसर्गिक वाटतील. खरे ना? आता सकाळी पहिली गोष्ट म्हणजे तुम्हाला एखादे नाव, गाव वगैरे दिले पाहिजे. मग मी 'आन्द्रेसी उट' येथे जाईन व परिषदेला हजर रहाण्यासाठी रशियन प्रतिनिधी तिथे आले आहेत की नाही, ते जाऊन पाहीन. कदाचित ते 'थ्री क्राउन्स' या हॉटेलातही उतरलेले असतील; पण तिथे आमच्या खात्याच्या माणसांचा सुळसुळाट आहे. कदाचित आणखीही कुठेतरी दुसरीकडे ते

उतरलेले असतील.'' एवढे म्हणून त्याने खिशातून एक छोटी वही व पेन्सिल बाहेर काढली, वहीत काही मिनिटभर खरडले. मग तो म्हणाला, ''ही सात-आठ हॉटेलांची नावे. यांपैकी एका हॉटेलात ते नक्की उतरले असणार. मी सर्व हॉटेलला क्रमांक देण्याऐवजी A पासून H पर्यंत अशी सुरुवात केली आहे. जेव्हा मी तुम्हाला फोन करेन तेव्हा तुम्हाला एखाद्या नावाने संबोधेन, तेव्हा त्या नावातील पहिले आद्याक्षर लक्षात घ्या. त्या आद्याक्षराने सुरू होणारे यादीतील नाव हेच ते खरे हॉटेल असेल. त्याच हॉटेलात रशियाहून आलेली प्रतिनिधी मंडळी उतरलेली असणार. समजले ना?''

रेनॉल्ड्सने आपली मान हलवली.

''जेनिन्ज त्याच हॉटेलात असणार. त्यांच्या खोलीचा क्रमांकही मी तुम्हाला सांगेन. तसे थेट सांगता येणार नाही; पण मी त्यातील आकडे उलट क्रमांकाने सांगेन. अन् तेही काहीतरी आर्थिक उलाढालीच्या संदर्भात किंवा तुमच्या निर्यातीच्या धंद्याच्या संदर्भात असेल.'' एवढे बोलून काउन्टने आपल्या खिशात ती चपटी बाटली ठेवली व तो उठून उभा राहिला. तो पुढे म्हणाला, ''मिस्टर रेनॉल्ड्स, मी तुमच्यासाठी एवढेच करू शकतो. बाकीचे सारे कसे निभावून न्यायचे ते तुमचे तुम्ही पहा. जेनिन्ज ज्या हॉटेलात उतरले आहेत, त्याच्या जवळपाससुद्धा मी कदाचित फिरकू शकणार नाही; कारण तिथे आमचीच माणसे सर्वत्र नजर ठेवून असणार. शिवाय आज दुपारी, संध्याकाळी व रात्री दहा वाजेपर्यंत मी कामावरती असणार. अन् जरी मी त्या हॉटेलपाशी आलो तरीही त्याचा काही उपयोग होणार नाही. मी जरी जेनिन्जपर्यंत पोचलो, तरी जेनिन्ज मला परका माणूस समजणार. फक्त तुम्हीच असे एकजण आहात की तुम्ही जेनिन्जच्या पत्नीला पाहिलेले आहे व सर्व संदर्भ तुम्हाला ठाऊक आहेत.''

''तुम्ही आत्तापर्यंत माझ्यासाठी जे काही केले आहे तेच खूप आहे.'' रेनॉल्ड्स म्हणत होता, ''म्हणून तर मी अजूनपर्यंत जिवंत राहू शकलो आहे. हो ना? अन् तुमच्याकडून काही कळेपर्यंत मी ही खोली सोडून जाणार नाही.''

''एक पाऊलसुद्धा तुम्ही बाहेर टाकू नका. आता मी थोडीशी झोप घेईन व नंतर कामावर जाईन. तिथे माझे हडेलहप्पी करण्याचे काम व काही किरकोळ कामे चालू रहातील.'' मग काउन्ट कोरडेपणे हसून म्हणाला, ''मिस्टर रेनॉल्ड्स, तुम्हाला कल्पनाही करता येणार नाही की तुमचे व माझे स्नेहसंबंध असे अचानक जुळल्याने मला किती आनंद होतो आहे तो. बरंय, ऑरिव्हॉ!''

काउन्ट गेल्यानंतर रेनॉल्ड्सने झटपट हालचाली सुरू केल्या. खरे म्हणजे तो पार दमून गेला होता. त्याच्या अंगात त्राण उरले नव्हते; पण तरीही या नवीन जागेत आपण गाफील राहून चालणार नाही, हे त्याने ओळखले. त्याने प्रथम खोलीचे दार

लावून आतून लॅचचे कुलूप घातले. लॅचमध्ये जरी किल्ली ठेवली, तरी बाहेरून कोणी छिद्रात काडी घालून ती आत पाडू नये म्हणून तशी तजवीज केली. मग एक खुर्ची घेऊन ती दाराची मूठ व जमीन यामध्ये अशी तिरपी घट्ट बसवून ठेवली. बाथरूम व खिडक्या यांची दारे बंद केली. खिडकीमध्ये त्याने काचेचा पेला व इतर किरकोळ गोष्टी रचून ठेवल्या. झोप लागल्यावर कोणी बाहेरून खिडकी उघडून आत प्रवेश करायचा प्रयत्न केला तर त्या वस्तू खोलीत पडून आवाज होईल व चटकन जाग येईल. रेनॉल्ड्सची ही युक्ती नेहमीच परिणामकारक ठरत आली होती. त्याने आपले पिस्तूल उशीखाली ठेवले, अंगावरचे कपडे उतरवले व तो समाधानाने अंगावर पांघरूण घेऊन पलंगावरती पडून राहिला. गेल्या काही तासांत घडलेल्या घटनांवरती दोन-एक मिनिटे त्याचे विचार भरकटत राहिले. त्याच्या नजरेसमोर शांतपणे व सभ्यपणे वागणारा जान्स्की आला. गेल्या काही तासांत जो काही हिंसाचार त्याने अनुभवला, त्या पार्श्वभूमीवरती जान्स्कीचे दर्शन आणि त्याचे तत्त्वज्ञान ही गोष्ट अगदीच विसंगत ठरत होती. उत्साहाने सळसळणारा काउन्ट, जान्स्कीची कन्या, तिचे ते निळे डोळे व सोनेरी केस, आपल्या मालकासारखाच तो पोलादी सॅन्डर आणि सतत आपले डोळे भिरभिरत फिरवणारा इम्र ही सारी किती विसंगत व्यक्तिमत्वाची माणसे एकत्र आली होती!

तो दुसऱ्या दिवसाचा विचार करू लागला. दुसरा दिवस आजच उजाडत होता. पहाट थोड्या वेळातच संपणार होती. त्या वृद्ध प्राध्यापकाला भेटता येईल का? जर भेट झाली तर त्याच्याशी नीट संवाद साधता येईल का? सगळे प्रश्न 'जर' ह्या शब्दाने सुरू होत होते व कोणत्याच प्रश्नाचे उत्तर सापडत नव्हते. त्याच्या मनात विचार उमटत होते, बदलत होते व विरून जात होते. शोभादर्शक यंत्रातून जसा कोणताही आकार किंवा नक्षी दिसते, तसे त्याचे विचार वाटेल ते रूप धारण करून त्याच्यासमोर प्रगट होऊन जात होते. त्यात कोठेही सुसंगती नव्हती. हळूहळू ती विचारचित्रे अंधुक होत गेली. शेवटी तो दमून निद्रेच्या समुद्रात बुडाला, पार तळाशी गेला.

त्याने लावून ठेवलेल्या घड्याळाचा गजर खणखणत होता. तो खडबडून जागा झाला व चटकन त्याने तो गजर बंद केला. फार वेळ गजर वाजत रहाणे हे त्याचे तिथले अस्तित्व जाहीर करणारे ठरले असते. आपण चार तास झोपलो होतो, हे त्याला कळले; परंतु त्याला जास्त वेळ झोपेची गरज होती. अर्धवट झोपेतून उठल्यामुळे त्याला मरगळ आलेली होती. ती घालवण्यासाठी त्याने मॅनेजरला फोन करून दाराबाहेर कॉफी आणून ठेवण्यास सांगितले. मग अंगावर कपडे चढवून त्याने एक सिगारेट पेटवली. दाराबाहेर कॉफीचा ट्रे ठेवल्याचा आवाज ऐकल्यावर

त्याने दार उघडून तो ट्रे आत घेतला. दार व कुलूप बंद करून तो पलंगावर येऊन बसला. आपल्या कानावर त्याने हेडफोन चढवले व रेडिओची बटणे फिरवून त्याने बीबीसीचे स्टेशन लावले. तिथे आता थोड्याच वेळात बातम्या सुरू होणार होत्या.

ब्रायनचे स्वीडनमध्ये सुरक्षित आगमन झाल्याचे त्याला त्या बातम्यांतून एका सांकेतिक शब्दाद्वारे कळणार होते. तो शब्द म्हणजे निवेदकाने एक ठरवून केलेली चूक असणार होती. बातम्या वाचणारा निवेदक असे म्हणणार होता : ''आज रात्री.... माफ करा हं. उद्या रात्री....'' कोणालाही ऐकताना ते खटकणार नव्हते, की त्यात काही सांकेतिक अर्थ दडला आहे असे चुकूनसुद्धा वाटणार नव्हते. बीबीसीच्या शॉर्टवेव्ह न्यूज ट्रान्समिशन यंत्रणेलाही याचा पत्ता लागणार नव्हता. त्याने शेवटपर्यंत बातम्या ऐकल्या; पण कुठेही आधी ठरवलेली ती वाचण्यातली चूक केली गेली नव्हती. याचा अर्थ ब्रायनने अजून स्वीडनमध्ये प्रवेश केला नव्हता. त्याने आपल्या कानावरून हेडफोन काढून ठेवले. अपेक्षित बातमी कळली नाही म्हणून त्याने फारसे मनावर घेतले नाही; कारण ती घटना इतक्या लवकर घडणार नाही, हे त्याला ठाऊक होते. तो सावकाश कॉफी पिऊ लागला. पिऊन झाल्यावर पुन्हा त्याचे डोळे झोपेने मिटू लागले. मग कसलाही विचार न करता तो झोपी गेला.

तो जेव्हा जागा झाला, तेव्हा दुपारचा एक वाजून गेला होता. झोप पूर्ण झाल्याने त्याला आता ताजेतवाने वाटत होते. त्याने उठून दाढी केली, आंघोळ केली व परत खाली फोन करून दुपारच्या जेवणाची ऑर्डर दिली. अंगावर नीट कपडे चढवून तो खिडकीसमोर उभा राहिला. बाहेर इतकी थंडी होती की खिडकीच्या काचा अद्यापही गोठलेल्या पाण्यामुळे धूसर झालेल्या होत्या. बाहेरच्या हवेचा अंदाज घेण्यासाठी त्याने सहज खिडकी उघडली. एकदम बाहेरून थंड हवेचा एक झोत आत घुसला. त्या झोतामधील बोचरा गारवा त्याच्या शर्टामधून चाकूसारखा आत घुसला. हा असा गार वारा, मधूनच भुरुभुरू होणारी बर्फवृष्टी, शास्त्रज्ञांची परिषद, हॉटेलमधील ही गुप्त खोली सारे कसे गुप्तहेरीला पूरक वातावरण आहे; पण गुप्तहेराला या मोहिमेत मृत्यू आला तर मात्र या वातावरणाचा काय उपयोग? असे विचार रेनॉल्ड्सच्या मनात तरळून गेले.

वातावरणात आता गारवा वाढला. बाहेर हिमवृष्टी वाढू लागली. बर्फाचे पातळ पापुद्रे हवेतून भिरभिरत जमिनीकडे येऊ लागले. रेनॉल्ड्स एकदम थरथरला. त्याने झटपट खिडकी लावून घेतली. त्याच वेळी दारावरती कोणीतरी ठोठावले.

त्याने दार उघडून पाहिले तर दारात मॅनेजर उभा होता. त्याच्या हातात खाण्याच्या पदार्थांनी भरलेला ट्रे होता. ट्रेवरती एक झाकण घातले होते. जर मॅनेजरला हे हॉटेलबॉयचे हलके काम आपल्याला सक्तीने करणे भाग पाडले गेले

आहे, असे वाटत असेल तर तो मनातून नक्कीच चिडला असेल; पण त्याच्या चेहऱ्यावर तसले भाव दिसत नव्हते. कदाचित त्याने त्यासाठी संयमही केला असेल; पण उलट तो जादा तत्परता दर्शवतो आहे, असे रेनॉल्ड्सला वाटले; कारण आणलेल्या खाद्यपदार्थांत एक इंपिरियल अस्झू मद्याची बाटली होती. ते एक उंची हंगेरियन मद्य होते. सोनेरी कडा असलेल्या अक्षरांचे लेबल त्या बाटलीवर चिकटवलेले होते. मॅनजर घाबरल्याने तो आपल्याला खूष करू पहातो आहे, हे त्याने ओळखले. ही बाटली आणल्याबद्दल मॅनेजरचे आभार मानले पाहिजेत; परंतु रेनॉल्ड्सने तसे करण्यापासून स्वत:ला मोठ्या संयमाने थोपवले. एव्हीओची माणसे इतकेसुद्धा सौजन्य दाखवीत नाहीत, हे त्याला आठवले. त्याने त्याच्या हातून ट्रे घेतला, खोलीतील टेबलावर ठेवला आणि हाताने झटकून त्याला तिथून जाण्याची खूण केली; पण तिथून न हलता मॅनेजरने खिशात हात खुपसून कागदाचे एक पाकीट बाहेर काढले व ते त्याच्यापुढे केले. त्या बंद पाकिटावर पुढच्या व मागच्या बाजूवरती काहीही लिहिले नव्हते.

मॅनेजर सांगत होता, "मिस्टर राकोसी, हे पाकीट तुम्हाला द्यायला सांगितले आहे."

"मला?" रेनॉल्ड्स तीक्ष्णपणे म्हणाला; परंतु त्याने आवाजात उत्सुकता किंवा चीड आणली नाही. "हे कधी आणून दिले गेले?"

"पाच मिनिटांपूर्वी, सर."

"पाच मिनिटांपूर्वी!" रेनॉल्ड्स मॅनेजरकडे थंडपणे टक लावून पहात म्हणाला; पण हे दोन शब्द उच्चारताना त्याने आपला आवाज नाट्यपूर्णरित्या एवढा खालच्या पट्टीत आणून असा अविर्भाव केला की त्या मॅनेजरला आपल्या हातून काही घोर अपराध घडला आहे, असे वाटू लागले. त्याची ती घाबरलेली अवस्था पाहून रेनॉल्ड्सला वाटले, की दहशतीच्या छायेखाली नेहमी वावरणाऱ्या या देशातील जनतेला किती क्षुल्लक उपायाने हादरवून सोडता येते. मग रेनॉल्ड्स त्याला पुढे म्हणाला, "मग पाच मिनिटांपूर्वीच मला हे पाकीट का आणून दिले नाही?"

"आय ॲम सॉरी, कॉम्रेड!" मॅनेजर थरथरत्या आवाजात म्हणत होता, "तुमचे जेवणाचे पदार्थ तयार होत आले होते म्हणून मी विचार केला, की दोन्ही एकदमच..."

"तुम्हाला विचार करायची काहीही गरज नाही. पुढच्या वेळी असा काही कोणी निरोप, चिठ्ठी, पत्र आणून दिले तर ते तात्काळ माझ्याकडे पोचवा. हे पाकीट कोणी आणून दिले?"

"एक... एक मुलगी... म्हणजे एका बाईने ते आणून दिले."

"तिचे वर्णन करा."

"तसे सांगणे मला कठीण आहे." तो चाचरत सांगू लागला, "तिने एक

रेनकोट घातला होता. रेनकोटला पट्टा होता. रेनकोटच्या अंगचीच डोक्याला टोपी होती. ती तशी उंच नव्हती, बुटकीच म्हटली पाहिजे; पण बांधा मजबूत होता. तिचे बूट–''

''मूर्ख!'' रेनॉल्ड्स आवाज चढवून म्हणाला, ''तिचा चेहरा सांगा. तिचे केस सांगा.''

''त्या रेनकोटाच्या टोपीमुळे केस झाकलेले होते. त्यामुळे ते कसे होते ते मला कळले नाही. तिचे डोळे निळे निळे होते. गर्द निळे होते.'' मॅनेजर इथेच बोलायचा थांबला. पुन्हा तो बोलू लागला; पण खालच्या आवाजात तो सांगत होता, ''कॉम्रेड, मला माफ करा. मी.... मी तिला एवढेच पाहिले.''

रेनॉल्ड्सने त्याला हातानेच जाण्याची खूण केली. त्याला कळलेले त्या व्यक्तीचे एवढे वर्णन ओळखायला पुरेसे होते. जान्स्कीच्या मुलीशी जुळणाऱ्या त्या खाणाखुणा होत्या; पण त्याची पहिली प्रतिक्रिया ही त्याच्या मनात तिच्याबद्दल थोडासा राग येण्याची होती. या पोरीने आपला जीव धोक्यात घालण्याची एवढी जोखीम घ्यायला नको होती. पण तिच्याबद्दल आपल्याला एवढे राग येण्याजोगे तरी एकदम का वाटले? तिच्या काळजीपोटी? पण का? त्याला स्वत:बद्दलच नवल वाटले. तरीही झाली ही गोष्ट ठीक नाही असेच त्याला वाटले. तिने निरोप देण्याच्या कामगिरीची जोखीम उचलायला नको होती; परंतु तरीही तिच्याकडे दोष जात नव्हता. निरोप देण्यासाठी तिला नाईलाजाने पाठवले गेले असणार; कारण खुद्द जान्स्की निरोप देण्यासाठी घराबाहेर पडू शकणार नव्हता. त्याचा चेहरा शेकडो लोकांना ठाऊक असल्याने अशा कामात ते धोकादायक होते. सॅन्डर आणि इम्र हेही त्यांच्या वैशिष्ट्यांमुळे सहज ओळखू शकले जात होते, लक्षात ठेवले जाऊ शकत होते. त्यातून ऑक्टोबरच्या उठावात त्यांनी केलेल्या कामगिरीमुळे ते जनमानसात ओळखीचे झालेले होते; पण एक तरुण मुलगी काही निरोप, चिठ्ठ्या देते यात कोणालाच विशेष वाटले नसते. त्यातून तिच्या वर्णनासारख्या हजारो तरुणी होत्या. थोडक्यात सारा विचार करून त्यांनी तिला पाठवले होते.

त्याने पाकिटाची कड फाडून उघडले. आतला निरोप अगदीच माफक होता. जरूर तेवढेच शब्द त्यात होते. तो निरोप कोणाच्याही हस्ताक्षरात नव्हता. टाईपरायटरवरती छापलेला तो निरोप होता. त्यात म्हटले होते : 'आज रात्री घरी येऊ नका. व्हाईट एन्जल्स कॅफेमध्ये आठ ते नऊच्या दरम्यान भेटा– J' शेवटचे J हे अक्षर जान्स्की किंवा ज्युलिया या दोघांपैकी कोणाचे असेल? अर्थातच ज्युलियाचे. जो जान्स्की रस्त्यावरही बाहेर पडण्याचा धोका पत्करू शकत नव्हता, तो गजबजाट असलेल्या व्हाईट एन्जल्स कॅफेमध्ये कसा येईल? आज रात्री त्याने घरी जाऊन जान्स्कीला दिवसभराच्या प्रगतीचा अहवाल द्यायचा होता; पण आता

त्या योजनेत बदल झालेला दिसतो आहे. कदाचित जान्स्कीच्या घरावर पाळत ठेवली गेली असेल. कदाचित पोलीस तिथे पोचलेही असतील किंवा आणखीही काही डझनभर कारणे असतील. म्हणून हा योजनेत बदल केलेला असावा; पण फार तर्क करून काहीही कळणार नव्हते. उगाच वेळ मात्र वाया जाणार होता. म्हणून त्याने त्यावर विचार करणे सोडून दिले. त्या पोरीची गाठ पडल्यावर खरे कारण नाहीतरी कळणारच होते. त्याने ते पत्र व पाकीट बाथरूममध्ये जाऊन जाळून टाकले. त्याची राख बेसिनमध्ये टाकून पाणी सोडून पार अदृश्य करून टाकली. मग तो खोलीत येऊन दुपारचे जेवण जेवू लागला.

जेवण झाल्यानंतर तो काय करू शकणार होता? केवळ वाट पहाणे त्याच्या हातात होते. काउन्टच्या निरोपाची वाट पहायची होती. एकेक तास नव्याने येई व निघून जाई. दुपारचे दोन वाजले. नंतर तीन वाजले. चार पण वाजून गेले; पण काउन्टकडून काहीही निरोप, बातमी, सूचना येत नव्हती. त्याला हवी असलेली माहिती काढण्यात अडचण येत असली पाहिजे. अन् हीच शक्यता जास्त होती किंवा मिळालेली माहिती कळवण्यात त्याला अडचण येत असावी. रेनॉल्ड्स खोलीत येरझाऱ्या घालत राहिला. अधुनमधून थांबून तो खिडकीतून बाहेर पाही. बाहेर अजूनही हिमवृष्टीची भुरभुर आवाज न करता चालू होती. पूर्वीपेक्षा ती वाढली होती. बाहेरून अन्य आवाजही येत नव्हते. हळूहळू अंधार पडू लागल्याची लक्षणे दिसू लागली. उजेडाची तीव्रता कमी होऊ लागली. तो अस्वस्थ होऊन निरोपाची वाट पाहू लागला. प्राध्यापक जेनिन्ज कुठे उतरले आहेत, हे काउन्ट शोधत असेल काय? ते ठिकाण जर त्याला कळले असेल तर त्याने त्यांची गाठ घेतली असेल काय? हंगेरीच्या सरहद्दीबाहेर ऑस्ट्रियात पळून जाण्यास जेनिन्जचे मन वळवण्यात त्याला यश आले असेल काय? का त्यांना घेऊन तोही व्हाईट एन्जल्स कॅफेमध्ये येणार असेल काय? प्रश्न, प्रश्न, प्रश्न! विचार करून करून तो पार वैतागून गेला. टेलिफोन डिरेक्टरीमधून त्याने कॅफेचा पत्ता शोधून काढला; पण आता फार वेळ हातात उरला नव्हता.

पाच वाजले. तो आणखी अस्वस्थ झाला. साडेपाच वाजले. मग पावणेसहा वाजता त्याच्या त्या शांत खोलीतील टेलिफोनची घंटा एकदम खणखणली. 'खणखणली' म्हणण्यापेक्षा 'घणघणली' असे म्हणायला पाहिजे. कारण त्या नि:शब्द शांततेत तो आवाज त्याला दचकवून टाकण्याइतपत मोठा वाटला. रेनॉल्ड्सने दोन ढांगा टाकून झटकन रिसीव्हर उचलून कानाशी लावला.

"मिस्टर ब्युहल? जॉन ब्युहल?" कोणीतरी बारीक आवाजात पलीकडून विचारीत होते; पण आवाज बारीक असला तरी तो काउन्टचा आवाज त्याने

ओळखला. ते ओळखण्यात त्याची कोणतीही चूक होत नव्हती.

मग तोही तेवढ्यात खालच्या व हळू आवाजात म्हणाला, ''ब्युहल बोलतोय.''

''उत्तम. मिस्टर ब्युहल, तुमच्यासाठी एक चांगली बातमी आहे. मी आज दुपारी मंत्रालयात गेलो होतो. तिथल्या अधिकाऱ्यांना तुमचा माल खरेदी करण्यात, विशेषत: रोल्ड ॲल्युमिनियम खरेदी करण्यात खूपच रस आहे. त्यांना तुमच्याशी या बाबतीत चर्चा करायची इच्छा आहे. त्यांनी देऊ केलेली जास्तीतजास्त किंमत ही पंचाण्णव आहे. ती जर तुम्हाला मान्य असेल तर अगदी आत्तासुद्धा ते तुमच्याशी चर्चा करायला तयार आहेत.''

''मला वाटते, की माझी कंपनी या किमतीला सहसा नकार देणार नाही.''

''तर मग हा धंदा होऊन जाईल. आपण रात्रीच्या जेवणाच्या वेळी यावरती चर्चा करूच. मग कधी येता आहात? साडेसहाला येऊ शकाल? का ही वेळ फार लवकरची वाटते आहे?''

''नाही. तसे काही नाही. मी येतो तिकडे. तिसरा माळा ना?''

''दुसरा. मग साडेसहा वाजता भेटूच आपण. गुडबाय.''

पलीकडून फोन खाली ठेवल्याचा आवाज ऐकल्यावर रेनॉल्ड्सने पण आपला फोन खाली ठेवून बंद केला. काउन्टच्या बोलण्यात त्याने साडेसहाच्या वेळेवरती आग्रह धरलेला दिसत होता. अन् त्याने झटपट बोलणे उरकून फोन बंद केला. म्हणजेच फोनवरचे संभाषण ऐकले जाण्याची भीती त्याला वाटत असली पाहिजे. परंतु त्याने हवी ती सारी माहिती काढलेली आहे. त्याने 'ब्युहल' नावाने आपल्याला संबोधले. या नावाची सुरुवात 'B' अक्षराने सुरू होते. वर्णमालेत हे दोन नंबरचे अक्षर आहे. म्हणजे काउन्टने दिलेल्या यादीतले दोन नंबरचे हॉटेल. त्याने यादी वाचली. त्यात एकाखाली एकेक नावे लिहिलेली होती. दुसऱ्या ओळीत 'थ्री क्राउन्स' हे हॉटेलचे नाव होते. त्याने दुसरा माळा सांगितला होता. मालाची किंमत ९५ म्हणाला. या आकड्याची उलटापालट केल्यावर ५९ आकडा येतो. म्हणजे त्या प्राध्यापक शास्त्रज्ञाच्या खोलीचा नंबर ५९ आहे. या आकड्याआधी मजल्याचा आकडा लावण्याची प्रथा असल्याने त्यांच्या खोलीवरती २५९ हा क्रमांक असणार. साडेसहाची जेवायची वेळ ही त्या शास्त्रज्ञाची आहे. थोडक्यात, 'थ्री क्राउन्स' हॉटेलात दुसऱ्या मजल्यावरती खोली क्र. २५९ मध्ये संध्याकाळी साडेसहा वाजता प्रा. जेनिन्ज आपले जेवण घेणार आहेत. त्या वेळी त्यांची खोली रिकामी असेल, अशी गुप्त बातमी काउन्टने पाठवली आहे. रेनॉल्ड्सने आपल्या घड्याळात किती वाजले ते पाहिले आणि मग मात्र त्याने अजिबात वेळ घालवला नाही. त्याने आपला ट्रेन्च कोट अंगावर चढवला, डोक्यावरती फेल्ट हॅट चढवून ती थोडीशी पुढे खाली ओढली, आपल्या बेल्जियम ऑटोमॅटिक पिस्तुलावरती सायलेन्सर फिरवून बसवला,

उजव्या खिशात ते पिस्तूल टाकले, दुसऱ्या खिशात रबराने मढवलेला एक टॉर्च टाकला आणि पिस्तुलाच्या गोळ्यांच्या दोन जादा क्लिप्स कोटाच्या आतल्या खिशात टाकल्या. मग त्याने फोन करून मॅनेजरला सांगितले, की येथून पुढे चार तास तरी आपल्याकडे फोनकॉल्स, निरोप वगैरे पाठवू नये, की कोणीही संपर्क साधून आपल्याला त्रास देऊ नये. नंतर त्याने खोलीच्या दाराचे लॅच आतून कुलूपबंद केले. किल्ली तशीच छिद्रात राहू दिली. म्हणजे बाहेरून कोणी किल्लीच्या छिद्रातून आत डोकावले तर त्याला दिसू शकणार नव्हते. नंतर तो बाथरूममध्ये गेला व तिथल्या बंद खिडकीची खिट्टी आतून काढून ठेवली. बाथरूमला मागच्या बाजूलाही एक दार होते. ते उघडल्यावर खाली जाणारा जिना होता. आग लागली तर निसटण्याचा तो संकटकालीन मार्ग होता. त्या इमर्जन्सी फायर एस्केपमधून बाहेर पडून तो खाली निघून गेला. आपल्यामागे त्याने खोलीतील दिवे तसेच जळत ठेवले होते. त्यामुळे तो अजूनही खोलीत आहे, असा गैरसमज बाहेरच्या माणसाचा होणार होता.

बाहेर आता लवकर अंधार झाला होता. हवेत कडाक्याचा गारठा पसरला होता. जमिनीवरती घोट्याइतका बर्फाचा थर साठला होता. हिमवृष्टी चालूच होती. तो ५०० फूट चालत गेल्यावर त्याच्या अंगावरती हिमकणांचा थर साठून तो नखशिखांत पांढरा होऊन गेला; परंतु एका दृष्टीने ही कडाक्याची थंडी तशी लाभदायक ठरू शकणार होती. कारण अशा भयानक गारठ्यात सुरक्षा यंत्रणा शिथील पडते. पोलीस व गुप्त पोलीस यांची रस्त्यावरील गस्त ढिली होते. त्याच्या अंगावरील बर्फाच्या थरामुळे तो एक प्रकारे कोशात गुरफटला गेला होता. त्यात त्याचे व्यक्तिमत्व लपून गेले होते. रस्त्यावरील बर्फाच्या थरामुळे पावलांचा आवाजही दबून जात होता. अशी ही रात्र एखाद्याची शिकार करायची असेल तर चांगली असते, असे त्याला गंभीरपणे वाटून गेले.

'थ्री क्राउन्स' हॉटेलपाशी तो दहा मिनिटांत पोचला. त्या हिमवृष्टीच्या अंधुक वातावरणातसुद्धा त्याला ते हॉटेल सहज शोधता आले. इतके सहज की जणू काही तो ब्युडापेस्टचा रहिवासी होता. हॉटेलपाशी तो आला तरीही तो न अडखळता, आपला चालण्याचा वेग यत्किंचितही कमी न करता तसाच पुढे चालत गेला. त्याला प्रथम बाहेरून त्या हॉटेलची पहाणी करायची होती; परंतु तो हॉटेलच्या बाजूने न चालता समोरच्या फूटपाथवरून किलकिल्या डोळ्यांनी निरीक्षण करीत गेला.

ते एक मोठे हॉटेल होते. विस्तृत अशा जमिनीवरती हॉटेलची भव्य वास्तू उभी होती. प्रवेशद्वार हे काचेच्या दोन दरवाजांचे होते. तेही भलेमोठे होते. त्या प्रवेशद्वारामागे पुन्हा एक काचेचा फिरता दरवाजा होता. तेथून एका छोट्या बोळातून जाणारा मार्ग दिसत होता. तिथला सारा भाग हा फ्लोरोसंट ट्यूबलाईटच्या प्रकाशाने नुसता

ऱ्हाऊन निघालेला दिसत होता. प्रवेशद्वाराच्या मागे दोन पहारेकरी पहारा देत उभे होते. ते अधुनमधून आपले पाय आपटायचे, हात झाडायचे. थंडीला तोंड देण्याची त्यांची ही धडपड चाललेली होती. त्यांच्या अंगावरती गणवेश होते व कमरेला पिस्तुले लटकावलेली होती. त्यांच्या हातात एकेक दंडा होता. नक्की ती एव्हीओची माणसे असणार, हे रेनॉल्ड्सने ओळखले. त्याला त्या हॉटेलात प्रवेश करायचा होता; पण तो प्रवेशद्वारातून आत जाऊ शकणार नव्हता. रेनॉल्ड्सने हे सारे निरीक्षण आपल्या डोळ्यांच्या कोपऱ्यातून जाता जाता केले होते. त्या वेळी आपले डोके त्याने खाली झुकवले होते व तो तरातरा चालत होता. लांबून पहाणाऱ्याला वाटावे की हा माणूस नक्की आपल्या घरी चालला आहे. या हिमवृष्टीतून कधी एकदा घर गाठून शेकोटीच्या उबेत बसतो आहे असे त्याला झाले आहे. काही अंतर चालून गेल्यावरती त्याने आपला वेग आणखी वाढवला आणि हॉटेलच्या दोन्ही अंगांचे निरीक्षण केले; परंतु कुठेही त्याला आत शिरकाव करण्यासाठी फटीएवढीही जागा दिसली नाही. तळमजल्यावरच्या सर्व खिडक्या बंद होत्या आणि त्यांना जाडजूड लोखंडी गज आडवे मारले होते. वरच्या मजल्यांवरच्या खिडक्यांपर्यंत पोचण्यासाठी कुठेही पाईप लाईन, वायरिंग, इमारतीचे पुढे आलेले कोपऱ्यासारखे भाग किंवा कडा असे काहीही नव्हते. थोडक्यात, आता फक्त मागच्या बाजूनेच प्रवेश करणे एवढीच शक्यता उरली होती.

रेनॉल्ड्स त्वरेने मागच्या बाजूला गेला. तिथे एक आत जाणारा रस्ता त्याला दिसला. हॉटेलातील नोकरांना व हॉटेलात माल आणण्यासाठी तो एक रस्ता होता. त्यावरती कमानीसारखे एक छत होते. एखादा ट्रक आत जाऊ शकेल एवढी त्या रस्त्याची रुंदी होती. त्या रस्त्यापलीकडे एक अंगण होते. संपूर्ण हॉटेलची इमारत ही चौकोनी होती व मधे ते मोकळे अंगण होते. हिमवर्षावाने ते पांढरेशुभ्र झालेले होते. पुढच्या मुख्य प्रवेशद्वाराची मागची बाजू इथून दिसत होती. तिथेच दोन-तीन मोटारी उभ्या करून ठेवल्या होत्या. एक दिवा तिथे लावून ठेवला होता. हॉटेलच्या दर्शनी बाजूचा मागचा भाग आता त्याला स्पष्ट दिसू लागला. तिथल्या तळमजल्यावरच्या बऱ्याच खिडक्यांतून अंगणात प्रकाश येत होता. वरून नागमोडी वळणे घेत आलेले तीन जिने त्याला दिसले. आग लागल्यावर निसटून जाण्यासाठी ते जिने होते.

रेनॉल्ड्स हॉटेलच्या मागच्या बाजूला आला होता; पण तो पलीकडच्या बाजूला होता. सबंध रस्ता निर्मनुष्य होता. त्याने झटकन रस्ता ओलांडला व तो हॉटेलच्या मागच्या भिंतीपाशी आला. भिंतीला धरून चालत चालत तो त्या आत नेणाऱ्या मार्गाच्या कोपऱ्यापाशी आला. आपली हॅट आणखी खाली ओढून त्याने आत डोकावले.

क्षणभर त्याला आत काहीही दिसेना. कारण त्याच्या डोळ्यांसमोर एकदम

झगझगाट झाला होता. परंतु सेकंदभरातच त्याला दिसू लागले. आतला एक पहारेकरी अंगणात गस्त घालीत मागच्या बाजूला येत होता. त्याच्या खांद्यावरील पट्ट्याला ॲटोमॅटिक कार्बाईन बंदूक लोंबकळत होती. उजव्या हातात एक टॉर्च होता व त्या टॉर्चचा प्रकाश तो कुठेही पाडीत चालला होता. याच टॉर्चचा प्रकाश बाजूला लपून आत डोकावून पहाणाऱ्या रेनॉल्ड्सच्या चेहऱ्यावर पडला होता व त्यामुळे त्याचे डोळे दिपले होते.

हळूहळू त्याच्या डोळ्यांच्या संकोचलेल्या बाहुल्या पुन्हा विस्तारू लागल्या. काय झाले ते त्याच्या लक्षात आले. सुदैवाने तो पहारेकरी टॉर्चच्या झोतात न बघता भलतीकडेच बघत होता, म्हणून रेनॉल्ड्स बचावला. तो पहारेकरी संपूर्ण अंगणाला प्रदक्षिणा घालीत हिंडत होता.

रेनॉल्ड्सने मग धाडस करून इमारतीमधून जाणाऱ्या त्या रस्त्यावरती आपले पाऊल ठेवले. शांतपणे त्याने तीन ढांगा टाकून थोडे अंतर कापले. आगीसारख्या संकटकाळात वापरावयाच्या जिन्यावरती तो पहारेकरी आता टॉर्चचा प्रकाश टाकीत चालला होता. त्या जिन्यांच्या पायऱ्यांवरती साचलेला बर्फ प्रकाशात चमकून उठत होता. रेनॉल्ड्सला कळेना की ते जिने हा पहारेकरी का तपासतो आहे? येथून कोण इमारतीमध्ये शिरणार? का इमारतीमधून कोणी त्या मार्गाने बाहेर पडू नये म्हणून तो नजर ठेवीत आहे? त्याला ही दुसरी शक्यताच जास्त खरी वाटली. काउन्टने त्याला सांगितले होते, की या परिषदेमध्ये बरेच शास्त्रज्ञ आपल्याला कम्युनिस्ट राष्ट्रे सोडून पश्चिमेकडील राष्ट्रांमध्ये जायला मिळेल या आशेने आले आहेत. कारण जेव्हा भांडवलशाही राष्ट्रे व कम्युनिस्ट राष्ट्रे यांच्यातील शास्त्रज्ञ अनेकदा दुसऱ्या राष्ट्रात स्वत: पळून जातात किंवा पळवले जातात. पुढे कधी त्यांचा भ्रमनिरास होतो. मग अशा वेळी आपले पळवलेले शास्त्रज्ञ परत आणण्यासाठी पुन्हा आपल्या देशात जाऊ इच्छिणाऱ्या शास्त्रज्ञांचा उपयोग केला जातो. बदल्यात काही पळवलेल्या शास्त्रज्ञांना परत आणण्यात यश येते. कोणी सांगावे, अशा वेळी आपल्याला अनुकूल संधी लाभली तर? आपले नाव त्या यादीत आले तर? या आशेने अनेक शास्त्रज्ञ आले होते; परंतु ते जिने उतरून कोणीही पळून जाणे शक्य नव्हते. शिवाय, जिन्यावर साचलेल्या बर्फात पावले उमटली जाऊन माग लागण्याची शक्यता होती; पण गरज नसली तरीही जादा खबरदारी घेणे, हे एव्हीओसारख्या गुप्त पोलीस खात्याला शोभून दिसणारे होते.

तो पहारेकरी पुढे चालला होता तेव्हा हीच संधी आहे, असे समजून रेनॉल्ड्स पुढे सरकला. भिंतीला चिकटून तो सरकत होता. त्याच्यापासून थोड्या अंतरावरतीच पहारेकरी होता. त्याची पाठ रेनॉल्ड्सला दिसत होती. जणू काही तो त्या पहारेकऱ्याची सावली बनून त्याच्या मागोमाग जात होता. अचानक रेनॉल्ड्स थांबला. आपले हात

आडवे पसरून तो भिंतीला चिकटून उभा राहिला. डोकेही त्याने त्या दगडी भिंतीला दाबून धरले. त्याची ती मऊ फेल्ट हॅट पार चुरमडून गेली. त्याची नाडी जोरजोरात धावू लागली. आपण दिसू नये म्हणून तो आटोकाट प्रयत्न करीत होता. शक्य असते तर तो त्या दगडी भिंतीत शिरून लुप्त झाला असता.

परंतु काही सेकंदातच काय झाले त्याचा रेनॉल्ड्सला उलगडा झाला. एका साध्या व क्षुल्लक कृतीला आपण किती घाबरलो हे समजून तो स्वत:वरती चिडला, संतापला व चरफडला. पुढे चालत जाणाऱ्या त्या पहारेकऱ्याने आपल्या हातातील जळत्या सिगारेटचे थोटूक समोर बघत मागे भिरकावून दिले होते. हवेतून एक लालबुंद, वक्राकार रेष आपल्या दिशेने येताना पाहून रेनॉल्ड्सच्या हातून एक प्रतिक्षिप्त क्रिया घडली. तिथे कुठेही लपण्याची जागा नसल्याने तो बाजूच्या भिंतीला चिकटून उभा राहिला. त्या पहारेकऱ्याने सहज ते थोटूक मागे फेकले होते का सवयीने फेकले होते, ते रेनॉल्ड्सला समजेना. पहारा करताना पाठीमागची बाजू नेहमी असुरक्षित असल्याने गस्त घालताना हातातील जळती सिगारेट टाकायची असल्यास मागच्या बाजूला उडवावी, असा दंडक एव्हीओने आपल्या पहारेकऱ्यांना प्रशिक्षणाच्या वेळी नक्की दिला असावा. त्यामुळे मागून हल्ला करायला येणाऱ्या शत्रूवर अचानक एक जळती वस्तू पडल्यावर तो दचकतो, अडखळतो, तोंडाने आवाज करतो. अशा रीतीने गस्त घालणाऱ्याला संकटाची आगाऊ सूचना मिळते. एव्हीओच्या सर्व पहारेकऱ्यांनी स्वत:ला ही सवय लावून घेतली होती; पण त्यांच्या या साध्या युक्तीला आपण कसे फसलो, याचे वैषम्य मात्र त्याला वाटत राहिले. या गुप्तहेरीच्या व्यवसायात आपण अगदीच नवशिके ठरलो. त्याच्यापासून दोन फुटांवरती ते जळते थोटूक विझत चालले होते.

इमारतीखालच्या मार्गात बाजूला एक पहारेकऱ्याची छोटी खोली किंवा 'सेन्ट्री बॉक्स' उभी होती. तो पहारेकरी त्या खोलीत वाकून काहीतरी करीत होता. त्याचे निम्मे शरीर आत व निम्मे बाहेर होते. रेनॉल्ड्स आता त्याच्यापासून अवघ्या दोन-अडीच फुटांवरती पोचला होता. पहारेकऱ्याच्या श्वासाचा आवाजही त्याला ऐकू येऊ लागला. अधुनमधून तो पहारेकरी आपल्या शरीराचा भार एका पायावरून दुसऱ्या पायावरती बदलत होता. तो त्या लाकडी खोलीत किंवा उभ्या छोट्या कपाटात जी काही खुडबूड करीत होता, त्याचा मोठा आवाज बाहेर येत होता. त्याचे काम झाल्यावरती तो केव्हाही नीट ताठ उभा रहाणार होता.

आपल्याला फारच थोडे सेकंद मिळालेले आहेत, हे रेनॉल्ड्सला कळून चुकले. अशी संधी क्वचित उपलब्ध होते. जर त्या पहारेकऱ्याने आपले डोके काही इंच जरी सरकवून डावीकडे नजर टाकली तर आपण त्याला सहज दिसू, हे रेनॉल्ड्सला कळले. समजा, जरी त्याने तसे पाहिले नाही तरी त्याचा सहकारी पहारेकरी तिथून

पुढे काही फुटांवरती गस्त घालीत होता. त्याच्या टॉर्चच्या झोतात मग रेनॉल्ड्स सहज सापडला असता. रेनॉल्ड्सचे मन आता वेगाने विचार करू लागले. त्याच्यासमोर निसटण्याचे तीन पर्याय त्याला दिसले. पहिल्या पर्यायानुसार तो सरळ पाठ वळवून तिथल्या अंधारातून बाहेर धूम ठोकणार होता. त्याचे बर्फात उमटलेले पावलांचे ठसे हे चालू असलेल्या हिमवृष्टीमुळे काही मिनिटांत अदृश्य होऊन गेले असते. त्यामुळे त्याचा माग काढता आला नसता व त्याचा शोध थांबला असता; परंतु मग तिथल्या पहाऱ्यात एवढी वाढ झाली असती की परत आत शिरून जेनिन्ज यांची सुटका करण्याची संधी कायमची हुकली असती. अशा रीतीने ब्रिटनने आपला एक शास्त्रज्ञ कायमचा गमावला असता.

दुसऱ्या पर्यायानुसार त्या दोन्ही पहारेकऱ्यांना गोळ्या घालून ठार करणे. पिस्तुलाला सायलेन्सर लावलेले असल्याने गोळ्या झाडल्याचे आवाजही होणार नव्हते. त्या दोघांनी त्याच्याशी झटापट केली तरीही तो त्यांना सहज ठार करू शकत होता. त्याची तेवढी क्षमता नक्कीच होती; परंतु त्यांना ठार मारल्यावरती त्यांच्या प्रेतांची विल्हेवाट ताबडतोब लावायला हवी. नाही तर काही वेळातच त्यांचे देह सुरक्षा रक्षकांना सापडून सर्वत्र सावधानतेचा इशारा दिला गेला असता. त्या वेळी तो हॉटेलमध्येच अडकला असता. शेवटी जेनिन्जची सुटका कधीच झाली नसती.

आणखीही एक पर्याय होता. त्या पर्यायानुसार यशाची शक्यता होती. कदाचित याहीपेक्षा अधिक पर्याय असूही शकतील; परंतु तेवढा विचार करायला आता वेळ कोठे होता? शिवाय, विचार करून जरी एखादा चांगला पर्याय सापडला तरी तोपर्यंत उशीरही झालेला असेल.

त्याने आपले पिस्तूल बाहेर काढले. उंच हात करून त्याने दोन्ही हातात पिस्तुलाची मूठ घट्ट पकडली. हात स्थिर रहावा म्हणून उजव्या हाताचे कोपर त्याने भिंतीला घट्ट दाबून धरले. डावा डोळा मिटून त्याने पिस्तुलाच्या नळीवरून वेध घेतला; परंतु नळीला लावलेल्या जाडजूड सायलेन्सरमुळे ते नीट जमत नव्हते. शिवाय, अंगणात पडत असलेल्या हिमवृष्टीमुळे वातावरण धूसर झाले होते; परंतु तरीही त्याला ती संधी घेणेच प्राप्त होते. तो दुसरा पहारेकरी पहिल्या पहारेकऱ्याच्या जवळ दहा फुटांवरती आला होता. त्याला काहीतरी सांगण्यासाठी पहिल्या पहारेकऱ्याने सरळ उभे रहात त्याच्याकडे पाहिले व आपला घसा साफ केला. त्याच वेळी रेनॉल्ड्सने आपल्या पिस्तुलाचा घोडा दाबला.

'प्लॉप' असा दबका आवाज झाला आणि तो प्रवेशद्वाराच्या बाजूकडचा टांगलेला दिवा खळकन आवाज करून फुटला. रेनॉल्ड्सच्या पिस्तुलातून धुराचा एक छोटा ढग बाहेर पडला. त्या दिव्याच्या काचेचे असंख्य तुकडे झाले व ते बाजूच्या भिंतीवरती किणकिणत आपटले. तेथून ते खाली बर्फात पडताना मात्र

त्यांचा आवाज झाला नाही. त्या पहिल्या पहारेकऱ्याच्या कानावरती प्रथम पिस्तुलाचा दबका आवाज पडला व पाठोपाठ काचा फुटल्याचा आवाज त्याला ऐकू आला. दोन्ही आवाजांमध्ये काही शतांश सेकंदाचा फरक होता; पण तेवढा फरक कोणत्याही माणसाच्या कानाला समजणे शक्य नव्हते. आपल्या कानावरती सर्वांत मोठ्या आवाजाची छाप अधिक प्रभावी ठरत असते. तो पहिला पहारेकरी आता लगबगीने प्रवेशद्वाराच्या दिशेने पळू लागला. दुसरा पहारेकरीही त्याच्याबरोबर तिकडेच धावू लागला.

रेनॉल्ड्सही काही अंतरावरून त्यांच्यामागे जात राहिला. त्याने ती पहारेकऱ्याची छोटी खोली ऊर्फ उभे लाकडी खोके ओलांडले. मग तो झटकन उजवीकडे वळाला. भिंतीच्या आधाराने दबकत पळत त्याने तो संकटकालीन जिना गाठला. जिन्याचा लोखंडी कठडा पकडून तो काळजीपूर्वक पावले टाकीत वर चढू लागला; परंतु त्या अतिगार पडलेल्या लोखंडी कठड्याला त्याचा हात काही क्षण चिकटून बसला. त्याने झटकन आपला हात काढून घेतला. जिन्याच्या पायऱ्यांवरती बर्फ साठलेले होते. म्हणून पावले अगदी कडेला टाकीत तो वर निघाला. कडेला बर्फ जवळजवळ नव्हताच. त्यामुळे पावले उमटण्याचा प्रश्न येणार नव्हता. त्याला वेगाने दुसऱ्या माळ्यावरती जायचे होते. पहिल्या माळ्यावर आल्यावर त्याला दिसले की ते दोन पहारेकरी बोलत बोलत मागे फिरले आहेत. गरम झालेला दिवा थंडीमुळे कसा फुटला याची वर्णने करीत ते चालत होते. त्या दिव्यामागे ग्रॅनाईटचा पृष्ठभाग होता. त्यावरती पिस्तुलाची गोळी आपटून परावर्तित झाली होती; परंतु ग्रॅनाईट हा अत्यंत कठीण दगड असल्याने तो गोळीमुळे खरवडला जाणार नव्हता, की त्यावर खोल ओरखडा उमटणार नव्हता. परावर्तित झालेली गोळी कुठेतरी अंगणात जाऊन पडली, बर्फाच्या थरात जाऊन लुप्त झाली. तिचे अस्तित्व आता कित्येक दिवसांनी उघड होऊ शकेल किंवा सफाई कामगार ती गोळी कचऱ्यात लोटून देण्याची शक्यता होती. त्या पहारेकऱ्यांनी रेनॉल्ड्स चढत असलेल्या जिन्यावरती आपापल्या टॉर्चचे झोत फिरवले. रेनॉल्ड्स एकदम खाली बसला. आपले अंग चोरून आपला आकार शक्य तितका कमी ठेवायचा प्रयत्न त्याने केला. सुदैवाने त्याच्या अंगावर झोत पडले नाही. ते दोन्ही पहारेकरी आपापली वरवरची पहाणी करून मागच्या दरवाजाकडे निघून गेले. रेनॉल्ड्स मग झपाट्याने वरच्या दुसऱ्या माळ्यावरती पोचला.

तो एका बंद काचेच्या दाराआड उभा होता. त्याने जोर लावून ते दार उघडायचा आटोकाट प्रयत्न केला; परंतु काही केल्या ते दार उघडले जाईना. दाराखालचा बोल्ट आतून बंद होता. मग खिशातून त्याने आपला खटक्याचा चाकू बाहेर काढला. खटक्याचे बटण न दाबता चाकूचे पाते त्याने नखाने ओढून बाहेर काढले.

दाराच्या खालून चाकूचे पाते सरकवून तो खटपट करू लागला. थंडीमुळे त्याच्या हाताची बोटे बधीर झाली होती. त्यामुळे नीट काम करणे त्याला जमत नव्हते. शिवाय, किंचितही बारीक आवाज होऊ नये म्हणून तो खबरदारी घेत होता. काही सेकंदातच रेनॉल्ड्सने दार उघडून आत प्रवेश केला व आपल्यामागे दार बंद करून त्याचा बोल्ट लावून टाकला.

त्याचा प्रवेश कोणत्यातरी खोलीत झाला होता. त्या खोलीत मिट्ट काळोख होता. त्याने हाताने भिंत चाचपडली. ती भिंत सर्वत्र सारखी सपाट होती. पायाखालच्या फरशा गुळगुळीत होत्या. त्याने त्याचा अर्थ ओळखला. आपण एका बाथरूममध्ये प्रवेश केला आहे, हे त्याला समजले. लवकरच त्याच्या हाताला संगमरवरी वॉश बेसिन लागल्यावर त्याची खात्रीच पटली. त्याने प्रवेश केलेल्या दारावरचे पडदे काळजीपूर्वक ओढले. खालून ते दोन पहारेकरी कधी वरती टॉर्चचे झोत मारतील, याचा नेम नव्हता; पण त्याहीपेक्षा या बाथरूममध्ये दिवा लावला तर खालच्या पहारेकऱ्यांना तो कळायला नको होता. त्याने चाचपडत बटण शोधून काढले आणि ते दाबले. बाथरूममध्ये लख्ख प्रकाश पडला.

ती एक जुन्या पद्धतीची व आकाराने मोठी अशी बाथरूम होती. तीन भिंतींना चकचकीत टाईल्स लावल्या होत्या. चौथ्या भिंतीला कपाटे होती. त्या कपाटात काय आहे ते त्याने वेळ न घालवता झटपट पाहिले. त्याने बेसिनमधला गरम पाण्याचा नळ सोडला आणि त्याखाली आपले बधीर झालेले व गारठलेले हात त्याने धुतले. या पद्धतीमुळे हातातील रक्तप्रवाह चटकन सुरू होतो; परंतु त्याच वेळी हातात बोचऱ्या वेदनाही उमटतात; पण आत्ता वेदनेला महत्त्व नव्हते, वेळेला होते. त्याच्या हाताला सुया टोचल्यासारख्या वेदना झाल्या. त्या त्याने कशाबशा सहन केल्या. नंतर त्याच्या हाताला मुंग्या आल्यासारखे झाले. तिकडे लक्ष न देता त्याने आपले हात कोरडे केले. खिशातून पिस्तूल काढून हातात घेतले व बाथरूममधला दिवा त्याने मालवून टाकला. मग हळूच पुढे होऊन त्याने बाथरूमचे प्रवेशद्वार उघडून किलकिले केले. त्या फटीतून बाहेरचे निरीक्षण केले.

बाहेर एक लांबलचक गालीचा घातलेला प्रशस्त कॉरिडॉर होता. त्या बोळाच्या टोकाला ही बाथरूम होती. हे हॉटेल एव्हीओतर्फे चालवले जात होते. त्यांच्या प्रत्येक हॉटेलची रचना अशीच होती. कॉरिडॉरच्या दोन्ही अंगांना एकापाठोपाठ एक अशा दारांच्या ओळी होत्या. त्याच्या समोरच्या दारावरील नंबर त्याने पाहिला. तो २५६ होता. त्यानंतरच्या दारावरती २५७ नंबर होता. याचा अर्थ आपले नशीब जोरावरती आहे, असे त्याने मानले. जेनिन्जची खोली ज्या कक्षात आहे त्याच कक्षात नेमके आपण येऊन पोचलो, या योगायोगाचे त्याला समाधान वाटले. कदाचित आणखीही काही महत्त्वाच्या शास्त्रज्ञांना याच कक्षात खोल्या दिल्या

असतील, असा अंदाज त्याने केला. त्याने आपली नजर कॉरिडॉरच्या शेवटच्या टोकापर्यंत नेली आणि एकदम त्याने आपले ओठ घट्ट मिटून घेतले. अतिशय सावधगिरीने तो मागे सरकला आणि ते दार अजिबात आवाज न करता अल्लाद लावून घेतले. तो नकळत दाराबाहेर पडणार होता; पण कॉरिडॉरच्या शेवटी एक गणवेशातला सुरक्षा रक्षक पाहिल्यावर त्याने माघार घेऊन दार लावून टाकले. जर आपण बाहेर पडलो असतो तर काय झाले असते, या विचाराने त्याच्या अंगावरती शहारे आले. ज्या अर्थी तो सुरक्षा रक्षक येथे आहे त्या अर्थी येथे तसे अनेक रक्षक जागोजागी पेरलेले असणार.

रेनॉल्ड्स तिथल्या टबच्या कडेवर बसला. त्याने एक सिगारेट काढून पेटवली. तिचे झुरके ओढत पुढची हालचाल काय करायची, यावरती तो विचार करू लागला. जे काही करायचे ते वेगाने करणे भाग होते; कारण हाताशी फार थोडा वेळ उरला होता; परंतु ती कृती धसमुसळेपणेही करता येत नव्हती. त्यामुळे उलट काम न होता संकटात पडण्याची दाट शक्यता होती.

त्याने पाहिलेला तो सुरक्षा रक्षक तिथेच रहाणार होता. तिथून अजिबात हलणार नव्हता. त्यासाठीच तर त्याला तिथे नेमले होते. अन् जोपर्यंत तो तिथे उभा आहे, तोपर्यंत रेनॉल्ड्सला २५९ नंबरच्या खोलीत प्रवेश करण्याची आशा करता येत नव्हती. त्या १२० फूट लांबीच्या प्रकाशाने न्हाऊन निघालेल्या कॉरिडॉरमधून धावत जाऊन किंवा दबक्या पावलाने जाऊन त्या रक्षकावरती हल्ला करणे हीपण एक अशक्य कोटीतली गोष्ट होती. तसे करणे म्हणजे नुसताच मूर्खपणा नव्हता तर ती एक आत्महत्या करण्याजोगी गोष्ट होती. त्या रक्षकानेच आपणहोऊन त्याच्याकडे यायला हवे होते आणि तेही त्याला कसलाही संशय न येता. अचानक रेनॉल्ड्सला एक कल्पना सुचली व त्याच्या चेहऱ्यावरती एक स्मित हास्य उमटले. त्याने आपल्या हातातील सिगारेटचे जळते थोटूक खाली टाकून बुटाने चिरडून टाकले. तो उठून उभा राहिला. आपली ही कल्पना काउन्टला कळल्यावर तो नक्की आपली पाठ थोपटेल, याची त्याला खात्री वाटली.

मग त्याने डोक्यावरची हॅट काढली, अंगावरचा ट्रेन्च कोट, टाय, शर्ट, पॅन्ट काढून बाजूला टाकले. तिथला एक साबण घेऊन तो त्याने आपल्या तोंडावर भरपूर चोळला. गरम पाण्याने तोंड धुवून साबणाच्या फेसाने आपला चेहरा अर्धवट झाकून टाकला. एव्हीओ काही स्वस्थ बसणारे खाते नव्हते. एव्हाना आपली माहिती अगदी छायाचित्रासकट खात्यातील साऱ्या माणसांकडे फिरवली असणार, असा त्याने तर्क केला होता. अन् तो तर्क अजिबात चुकीचा नव्हता. त्यामुळे आपला चेहरा ओळखू येऊ नये एवढा झाकणे त्याला भाग होते. मग त्याने आपले हात कोरडे केले, हातात पिस्तूल घेतले. त्यावरती एक टॉवेल टाकला आणि त्याने दार उघडून

बाहेरच्या कॉरिडॉरमध्ये प्रवेश केला. कॉरिडॉरच्या मध्यभागी उभे राहून दूरवर टोकाशी असलेल्या त्या रक्षकाला हाक मारली, अगदी बेधडक. त्याने ती खालच्या आवाजात हाक मारली होती; परंतु त्यात काहीतरी आणीबाणी असल्याचा स्वर होता.

तो रक्षक कॉरिडॉरकडे पाठ करून उभा होता. त्याला ती हाक ऐकू जाताच तो गर्रकन वळला आणि अभावितपणे त्याचा हात पिस्तुलाकडे गेला. खालच्या आवाजात रेनॉल्ड्सने मारलेली हाक अत्यंत स्पष्ट उच्चारातली होती. त्या शांततेत ती त्याला ऐकू गेली होती. तसेच, त्या हाकेच्या आवाजातली तातडीची भावनाही त्याला कळली होती. जेव्हा त्याला फक्त अंडरवेअरवरती उभा असलेला माणूस फेसाने भरलेल्या चेहऱ्याने आपल्याला जवळ येण्याची खूण करतो आहे, हे पाहून त्याची काळजी एकदम कमी झाली. हा एक निरुपद्रवी माणूस कशाला बोलावतो आहे? आता त्याने काहीतरी विचारण्याकरता आपले तोंड उघडले; पण रेनॉल्ड्सने 'गप्प रहा' या अर्थाची ती ओठांवर एक बोट ठेवण्याची जागतिक खूण त्याला घाईघाईने केली. 'झटपट इकडे या' अशा अर्थानेही रेनॉल्ड्सने हात हलवला. तो रक्षक पळत पळत त्याच्याकडे येऊ लागला. त्याच्या बुटांचा आवाज खालच्या जाड गालीच्यामध्ये शोषला जात होता. त्याने हातात पिस्तूल धरले होते.

तो जवळ येताच रेनॉल्ड्स त्याला कुजबुजत म्हणाला, "तिथे बाहेरच्या फायर एस्केपमध्ये एक माणूस आहे." रेनॉल्ड्सने घाबरल्याचा अविर्भाव केला होता. आपल्या हातातील पिस्तूल त्याने टॉवेलखाली झाकून टाकले होते. त्या थरथरण्यात त्याने पिस्तूल डाव्या हातातून टॉवेलसकट उजव्या हातात घेतले. नळी उजव्या हातात येताच पिस्तुलाचा दस्ता पुढे झाला. तो त्या रक्षकाला सांगत होता, "तो माणूस बळजबरीने दार उघडू पहात होता."

"तुमची खात्री आहे तशी?" त्या रक्षकानेही खर्जातल्या आवाजात खालच्या स्वरात त्याला विचारले, "तुम्ही पाहिलेत त्याला?"

रेनॉल्ड्स कुजबुजत आणि थरथरणाऱ्या आवाजात त्याला म्हणाला, "होय, मी पाहिले त्याला. त्याला आतले दिसत नव्हते. कारण दारावरती पडदे होते ना!"

मग त्या रक्षकाने आपले डोळे बारीक केले. त्याचे जाड ओठ हसण्यासाठी थोडे मागे गेले. त्याच्या चेहऱ्यावर आता एक लांडग्याचे हास्य प्रगट झाले. बहुतेक त्याला आता बढतीची स्वप्ने पडत असावीत. त्याच्या मनात काहीही विचार असले तरी समोरच्या व्यक्तीबद्दलचा संशय व एक नेहमीची सावधगिरी त्याला सोडून गेली. त्याने रेनॉल्ड्सला एका हाताने बाजूस सारले व बाथरूमचे दार ढकलून तो आत शिरला. रेनॉल्ड्सही त्याच्या मागोमाग आत शिरला. पण आता त्याने पिस्तुलावरचा टॉवेल दूर केला होता. उजव्या हातात नळी होती तर पिस्तुलाचा दस्ता पुढे होता. मग फटकन त्याने हात उंचावून पिस्तुलाच्या दस्त्याचा तडाखा या रक्षकाच्या

कानामागे जरा खाली मारला. दुसऱ्या क्षणाला तो रक्षक खाली कोसळून पडला.

रेनॉल्ड्सने बाथरूममधले ते कपाट उघडले. आतमध्ये घड्या केलेल्या चादरी, अभ्रे इत्यादी होते. एक चादर फाडून त्याच्या अनेक पट्ट्या केल्या आणि त्या बेशुद्ध झालेल्या रक्षकाचे हातपाय त्याने बांधून टाकले. त्याचे तोंडही पट्टी बांधून बंद केले. मग कपाटातील आणखी काही सटरफटर सामान काढून रेनॉल्ड्सने त्या बेशुद्ध रक्षकाला आत कोंबले व बाहेरून कपाटाचे दार बंद करून टाकले. हे सर्व करायला त्याला अवघी दोन मिनिटे लागली.

दोन मिनिटांनी रेनॉल्ड्स तेथून बाहेर पडला. त्याच्या हातात हॅट होती व हातावरती तो ट्रेन्च कोट होता. हॉटेलातील एखादा उतारू हा बाहेरून येऊन जसा आपल्या खोलीकडे चाललेला असतो, तशा अविर्भावात तो चालला होता. तो आता २५९ क्रमांकाच्या खोलीच्या बाहेर उभा होता. त्याच्या हातात किल्ल्यांचा एक जुडगा होता. त्या आधीच्या हॉटेल मॅनेजरकडून घेतलेल्या होत्या. त्यात चार मास्टर किल्ल्या होत्या. बाकीच्या किल्ल्या तशा किरकोळ होत्या; पण त्यांपैकी कोणतीही किल्ली त्या दाराच्या अंगच्या कुलूपाला लागेना.

काय करावे ते न सुचून तो स्तब्ध उभा राहिला. महत्प्रयासाने सरहद्दीपासून अनेक अडथळे पार करीत तो चोवीस तासांत जेनिन्जच्या खोलीसमोर येऊन उभा राहिला होता; पण आता त्या कुलपाच्या अडथळ्यावर त्याला मात करता येईना. हा शेवटचा अडथळा होता. असे काही होईल याची त्याने कल्पना केली नव्हती. दारावर धक्के मारून कुलूप तोडून तो आत शिरू शकला असता; पण मग पुन्हा ते दार बंद करता आले नसते. प्रा. जेनिन्ज जेव्हा परत येतील, तेव्हा त्यांच्याबरोबर एखादा रक्षक असणार. मग संशय, शोधाशोध, धरपकड वगैरे गोष्टींची मालिका लगेच सुरू झाली असती.

रेनॉल्ड्स शेजारच्या दाराकडे गेला. त्या दारावरती खोलीचा क्रमांक लिहिलेला नव्हता. सर्व क्रमांक होते ते एकाआड एक अशा दारांवरती होते. याचा अर्थ ज्या दारांवरती क्रमांक नव्हते, ती दारे बाथरूम्सची होती. प्रत्येक खोलीशेजारी एक स्वतंत्र बाथरूम होते. त्या बाथरूममध्ये जाण्यासाठी खोलीतून दार होते. याखेरीज बाथरूमला जे आणखी एक दार होते, ते बाहेर कॉरिडॉरमध्ये उघडत होते. सफाई कामगार आपल्याजवळील किल्लीने ते दार उघडून आतली सफाई करून निघून जात. उतारूंच्या खोलीमधून सफाई कामगाराने जा-ये करणे त्यामुळे वाचत होते आणि उतारूला निवांतपणा व खाजगीपणा लाभत होता. स्वतंत्र व खाजगी बाथरूम असणे ही सोय कम्युनिस्ट देशातील फक्त उच्चपदस्थांनाच होती. शास्त्रज्ञ, सिनेमानट, वरिष्ठ सरकारी अधिकारी यांनाच फक्त त्याचा लाभ होई. याखेरीज त्या बाथरूमला मागच्या बाजूला आणखी एक दार होते. ते बाहेर एका अरुंद व्हरांड्यात उघडत

होते. तो व्हरांडा शेवटी एका जिन्याला जाऊन मिळत होता. अचानक आग लागल्यास बाथरूमच्या या दरवाजातून निसटून जाता येत होते. अशा रीतीने प्रत्येक बाथरूमला तीन दारे होती. शेवटच्या खोलीच्या बाथरूमचे मागचे दार हे जिन्यात उघडत होते. रेनॉल्ड्स तिथूनच आत शिरला होता. हे सारे त्याच्या लक्षात येताच तो त्वरेने २५९ क्रमांकाच्या शेजारच्या दाराकडे गेला व हातातील किल्ल्या दाराला चालवून पाहू लागला.

एका मोठ्या हॉटेलातील अनेक खोल्या असलेला कॉरिडॉर रिकामा असणे ही एक अशक्य गोष्ट होती. आत्ता तिथे कोणीही जरी नसले तरी कोणी ना कोणीतरी तिथे कोणत्याही क्षणी येण्याची शक्यता होती. रेनॉल्ड्स हा एकामागोमाग एकेक किल्ली झटपट कुलपात घालून चालवून पहात होता; पण घाईघाईने किल्ली वाटेल तशी फिरवली जाते, याचे त्याला भान होते. तो किल्ली काळजीपूर्वक फिरवीत होता. तिच्यावरती हवा तेवढाच दाब देत होता; पण प्रत्येक किल्लीमागे आपल्या पाठीमागे नशीब नाही, हेच त्याच्या प्रत्ययाला येत होते. शेवटी त्याने खिशातून टॉर्च बाहेर काढला, खाली गुडघ्यावर टेकून तो बसला आणि दाराची चौकट व दार यांच्या फटीत टॉर्चचा प्रकाश टाकून तो शोध घेऊ लागला. या वेळी मात्र त्याच्या नशिबाने त्याला साथ दिली. जर आतला कुलूपाचा अडसर किंवा दांडा हा जर दाराच्या चौकटीवर बसवलेल्या लोखंडी खाचेत जात असता, तर तो फटीतून काही ना काही पाते सारून मागे हटवणे अशक्य होते. युरोपातील दारांवरचे आतले लॅच किंवा तसली कुलूपे ही अशी असतात; पण जर कुलपाचा सरकणारा अडसर हा दाराच्या चौकटीला पाडलेल्या छिद्रात सरकणारा असेल, तर मात्र बाहेरून काही पाते आत सारून तो अडसर मागे हटवणे सोपे होते. रेनॉल्ड्सजवळ तसले लवचिक प्लॅस्टिकचे हत्यार होते; परंतु त्या कुलपाची रचना कशी आहे त्यावरती ते कुलूप उघडणे अवलंबून होते. रेनॉल्ड्सच्या नशिबाने कुलूपाचा अडसर हा दाराच्या चौकटीला पाडलेल्या छिद्रात सरकत होता. त्यामुळे त्याचे पुढचे काम आता सोपे झाले होते. त्याने खिशातून ते प्लॅस्टिकचे हत्यार बाहेर काढले आणि दार व चौकट यांच्यामध्ये त्याचे पाते आत सारले. त्या पात्याकडून तो अडसर पकडल्यावरती तो त्याला कुलपाच्या दिशेने रेटू लागला. दार एका हाताने थोडे आपल्याकडे ओढून धरले. त्यामुळे त्याचा दांड्यावरती पडणारा दाब नाहीसा झाला. मग त्याने एक थोडासा धक्का दाराला दिला. दाराची मूठ फिरवण्याचा प्रयत्न केला. असे करताच तो अडसर मागे कुलपाकडे सरकला. दार कुलपाच्या बंधनातून मोकळे झाले व उघडले गेले. दुसऱ्या क्षणाला रेनॉल्ड्स आत शिरला होता.

आत शिरल्यावर त्याने आपल्यामागे पटकन दार लावून टाकले. त्याने त्या बाथरूमचे नीट निरीक्षण केले. पहिल्या बाथरूमसारखीच ती होती. फक्त दोन्ही

कपाटांची जागा वेगळी होती. तो आत शिरलेल्या दाराशेजारीच ती जागा होती. त्या कपाटाच्या दाराच्या आतमध्ये एक तेवढ्याच उंचीचा आरसा होता. मात्र ते पुरुषभर उंचीचे कपाट पूर्ण रिकामे होते. त्याने त्या कपाटाचे दार लावून टाकले.

मग तो खोलीला जोडणाऱ्या दाराकडे गेला. दाराच्या लॅचच्या किल्लीच्या छिद्रातून त्याने आत पाहिले. खोलीत अंधार होता. त्याने दार उघडले व तो खोलीत शिरला. हातातल्या छोट्या टॉर्चचा प्रकाश त्याने खोलीभर फिरवून पहाणी केली. खोली खरोखरीच रिकामी होती. जेनिन्जच्या गैरहजेरीत एव्हीओचा माणूस आत शिरून लपून बसला नव्हता. तो खिडकीपाशी गेला. खिडक्यांवर पडदा सारलेला होता. त्या जाड पडद्यातून व खिडकीच्या बंद दारातून किंचितसाही प्रकाश बाहेर पडणार नाही, याची खात्री त्याला पटताच तो खोलीच्या दारापाशी गेला. तिथले बटण दाबताच खोलीत दिवे लागले. सर्वत्र स्वच्छ प्रकाश पडला. त्याने दाराच्या आतील मुठीवरती आपली हॅट ठेवून किल्लीचे छिद्र झाकून टाकले. आता बाहेरून छिद्रातून कोणीही आतले दृश्य पाहू शकणार नव्हते.

शोध घेण्याचे प्रशिक्षण रेनॉल्ड्सने घेतले होते. त्या कामात तो वाकबगार होता. भिंती, तसबिरी, छत यांचे त्याने बारकाईने निरीक्षण केले. कुठेही खोलीत बाहेरून आत बघण्यासाठी छिद्र नव्हते. त्याच्या पहाणीत त्याला कुठेही मायक्रोफोन लपवून ठेवलेला आढळला नाही. खिडकीच्या वरती हवेचे येणे-जाणे सुलभ व्हावे म्हणून एक जाळी होती. तिथेही चढून त्याने तपासणी केली. मग त्याने आपले लक्ष बाथरूमकडे वळवले. तिथली तपासणी तर त्याने काही सेकंदात केली. बेसिन, कपाट, नळ यांच्यामागे किंवा आसपास काहीही नव्हते. शॉवर घेताना जो प्लॅस्टिकचा पडदा लावतात, तो पडदा आत्ता सारून ठेवला होता. त्या पडद्यामागेही मायक्रोफोन नव्हता. फक्त वरती शॉवरच्या फवाऱ्याच्या नळीचे तोंड उघडलेले होते. ती नळी पार छतात जाऊन लुप्त झाली होती.

पडदा परत सारून ठेवत असताना त्याला बाहेरचा पावलांचा आवाज ऐकू आला. कोणीतरी कॉरिडॉरमधून चालत येत होते. दारापासून ती व्यक्ती काही फुटांवरती आली असावी. खालच्या गालीच्यामुळे पावलांचे आवाज दबके येत होते. तो झपाट्याने खोलीत घुसला, दारावरची आपली हॅट त्याने काढून घेतली, दिवे विझवले आणि तो बाथरूममध्ये परतला. बाथरूमचे दार त्याने लावून टाकले. बाथरूममधील दिवेही त्याने विझवले.

त्याने आपले कान बाहेरच्या आवाजासाठी टवकारले. कोणीतरी बोलत बोलत येत होते. ती एक व्यक्ती नसून ते दोघेजण होते. त्यांच्या बोलण्याच्या आवाजात त्यांनी दाराला किल्ली चालवल्याचा आवाज बुडून गेला. प्रा. जेनिन्ज आत आले. त्यांच्यामागून आणखीही एक माणूस आत आला. बाथरूमच्या दाराच्या छिद्रातून

रेनॉल्ड्स खोलीत बघत होता. तो दुसरा माणूस ठामपणे पावले टाकीत होता. तो चांगला उंचापुरा व धिप्पाड होता. अंगावरती त्याने तपकिरी रंगाचा सूट चढवलेला होता. तो माणूस एव्हीओचा होता का जेनिन्न्ज यांचा नवा सहकारी होता, याचा तर्क रेनॉल्ड्सला करता येईना; पण त्याच्या येण्याने एक गोष्ट मात्र स्पष्ट झाली. त्याच्या हातात एक बाटली होती व दोन नक्षीदार ग्लास होते. याचा अर्थ तो इथे आता बराच वेळ थांबणार होता.

■

पाच

रेनॉल्ड्सने नकळत आपले पिस्तूल हातात घेतले होते. जर ह्या जेनिन्जच्या मित्राने किंवा सहकाऱ्याने बाथरूम तपासण्याचे ठरवले तर? तर मग आपल्याला फक्त त्या मोठ्या कपाटात जाऊन लपावे लागेल; पण मग त्याने कपाट उघडले तर? तर मग किंवा त्याच्यावर हल्ला करण्यावाचून दुसरा कोणताही पर्याय आपल्यासमोर नाही, हे त्याला कळून चुकले होते; पण मग नंतर त्याला तेथून पळून जावे लागणार होते. म्हणजे ज्या कामासाठी तो येथे आला, त्या कामाचा पुरता धुव्वा उडणार. जेनिन्जची मग ते एवढी बारकाईने काळजी घेतील, प्रचंड खबरदारी घेतील, की त्यांना सोडवणे हे १०० टक्के अशक्य होऊन बसेल. इंग्लंडला जेनिन्जचा नाद कायमचा सोडून द्यावा लागेल. अन् हे केवळ आपल्या एकट्यामुळे घडेल. यावर आणखी एक उपाय होता. जेनिन्जच्या त्या सहकाऱ्याला बेशुद्ध केले किंवा गारद केले तर खुद्द जेनिन्ज यांनाच पटवून आपल्याबरोबर घेऊन जाणे. त्यांनी येण्यास नकार दिला तर बळजबरीने त्यांना आपल्याबरोबर यायला भाग पाडणे. मग भले त्यांना ते आवडो वा न आवडो. तरीही समस्या संपत नाही. या 'थ्री क्राउन्स' हॉटेलमधील कडेकोट बंदोबस्तातून त्यांना बाहेर कसे काढणार? सर्वत्र आपल्यावर बंदुका व पिस्तुले रोखलेली असताना एका माणसाला त्याची संमती नसताना अंधारलेल्या शहरातून कसे काय सहीसलामत बाहेर घेऊन जायचे? रेनॉल्ड्ससमोर अशा अनेक समस्या एकामागोमाग उभ्या रहात होत्या.

पण जेनिन्जबरोबर आलेल्या त्या माणसाने बाथरूममध्ये शिरण्याचे सूचित केले नाही की तशी हालचाल त्याने केली नाही. लवकरच असे लक्षात आले की तो माणूस जेनिन्जचा गुप्तरक्षक नाही, एव्हीओचा माणूस नाही. त्याचे जेनिन्जबरोबर चाललेले संभाषण मित्रत्वाच्या नात्याचे होते. जेनिन्ज त्याला 'जोझेफ' नावाने संबोधत होते. त्यांचे संभाषण इंग्रजीत चालले होते व ते कोणत्यातरी उच्च शास्त्रीय विषयावरती होते. रेनॉल्ड्सला तो विषय कोणता असावा, हे अजिबात समजू शकले नाही. त्यांचे सर्व बोलणे त्याच्या डोक्यावरून जात होते. याचा अर्थ, तो माणूस हा

जेनिन्जचा खराखुरा मित्र होता, ह्यात कसलाच संशय नव्हता. क्षणभर रेनॉल्ड्सला रशियन सरकारचे आश्चर्य वाटले. त्यांनी या दोन शास्त्रज्ञांना एकत्र कसे येऊ दिले? त्यातला एकजण परकीय असतानाही इतक्या दिलखुलासपणे त्यांना कसे काय बोलू दिले जाते? याचा अर्थ, या खोलीत कुठेतरी नक्कीच गुप्त मायक्रोफोन त्यांनी पेरलेला असणार. मग त्याला फारसे आश्चर्य वाटेनासे झाले. बोलण्याचे बहुतेक सारे काम तो ब्राऊन सुटातला माणूसच करीत होता. रेनॉल्ड्सला याचे फार आश्चर्य वाटले. कारण खुद्द हेरॉल्ड जेनिन्ज हे खूप बडबडे म्हणून प्रसिद्ध होते. ते कमी महत्त्वाच्या गोष्टींवरही नको तितके बडबडत असत. कधीकधी ते आपला मुद्दा तुटेपर्यंत ताणत नेत; पण कोणत्याही परिस्थितीत ते माघार घेत नसत; परंतु आता येथे पहावे तो खूपच उलटा प्रकार दिसत होता. रेनॉल्ड्स किलकिल्या दाराच्या फटीतून त्यांच्यावर लक्ष ठेवून होता. जेनिन्ज कल्पनातीत बदललेले दिसत होते. जेनिन्जचा चेहरा व शरीरयष्टी रेनॉल्ड्सच्या स्मृतीत पक्की होती. त्यांची त्याने शेकडो छायाचित्रे अनेकवार न्याहाळली होती. याच देशापासून दोन वर्षे ते दूर राहिले; पण त्या दोन वर्षांत त्यांचे वय दहा वर्षांनी वाढलेले दिसत होते. त्यांच्या शरीराचा संकोच झाल्याने ते खूप वाळल्यासारखे किंवा बारीक झालेले दिसत होते. पूर्वी त्यांच्या डोक्यावरती भरपूर केस होते. मानेवरती ते रूळत असत. आता डोक्यावरचे केस विरळ होत चालले होते. त्यातून टक्कल उगवत होते. त्यांचा चेहरा फिकुटलेला दिसत होता. फक्त त्यांचे डोळे तसेच काळे होते. सुरकुत्यांनी भरलेल्या चेहर्‍यामध्ये ते बुडालेले होते; परंतु तरीही त्यांच्या चेहर्‍यावरचे ते आत्मविश्वासाचे आणि अधिकाराचे भाव मात्र पूर्वीसारखेच जसेच्या तसे होते. हा माणूस 'मोडेन पण वाकणार नाही,' अशा वृत्तीचा होता. रेनॉल्ड्सच्या चेहर्‍यावरती स्मित उमटले. रशियनांनी या वृद्ध शास्त्रज्ञाला काहीही केलेले असो; पण म्हातारा चिवट निघाला आहे. जेनिन्ज रशियनांपुढे नक्कीच नमले नसणार.

रेनॉल्ड्सने आपल्या घड्याळात पाहिले. मग मात्र त्याच्या चेहर्‍यावरचे स्मित लोपले. वेळ भराभरा निघून जात होता. तो जोझेफ का कोण, तो जेनिन्जचा मित्र हटण्याची चिन्हे दिसत नव्हती. त्यातून त्याने बरोबर वाईनची बाटली आणलेली दिसते. रेनॉल्ड्सला फार काळ वाट पहाता येणार नव्हती. वाटेल ते करून जेनिन्जची व त्याची गाठ पडायला हवी होती. अन् तीही एकट्याशीच. त्या एका मिनिटामध्ये त्याच्या डोक्यात पाच-सहा युक्त्या– कल्पना– येऊन गेल्या; पण त्याने त्या सर्व कल्पना फेटाळून लावल्या. कारण एक तर त्या अव्यवहार्य होत्या किंवा धोकादायक होत्या. तो ब्राऊन सुटातील माणूस कितीही जेनिन्जच्या जवळचा असला, मित्र असला, तरी शेवटी तो एक रशियन माणूस आहे. म्हणजेच तो शत्रूच्या गोटातला आहे.

शेवटी त्याला एक युक्ती सुचली. तो उठून उभा राहिला. त्या युक्तीला यश मिळण्याची माफक शक्यता होती. ती युक्ती फसण्याचीही तेवढीच शक्यता होती; पण तरीही ती संधी घ्यायलाच हवी होती. आवाज न करता तो लहान कपाटापाशी गेला. त्यातून एक साबण त्याने शोधून बाहेर काढला. मग त्या उंच कपाटापाशी जाऊन त्याने त्याचे दार उघडले. दाराच्या आतल्या बाजूला पुरुषभर उंचीचा आरसा लावला होता. त्या आरशावरती त्याने हातातल्या साबणाच्या तुकड्याने लिहिण्याचा प्रयत्न केला.

परंतु तसे लिहिणे नीट जमत नव्हते. मधेच साबण उमटे, मधेच न उमटे. ह्या गुळगुळीत पृष्ठभागावर काहीही लिहिणे कठीण आहे, हे त्याच्या लक्षात आले. क्षणभर त्याने विचार केला व तो सावकाश बेसिनपाशी गेला. त्याला तो साबण थोडासाच ओला करायचा होता; पण आता बेसिनचा नळ सोडल्यावरती वहात्या पाण्याचा आवाज होईल व तो बाहेरच्या खोलीत ऐकू जाईल. म्हणून तो सावकाश नळ फिरवीत गेला. अगदी तसूतसूने फिरवीत गेला. जेव्हा नळातून एकेक पाण्याचा थेंब बाहेर पडू लागला, तेव्हाच तो थांबला. तेवढ्या त्या पाण्याच्या गळतीखाली त्याने हातातला साबण धरून संपूर्ण ओला होऊ दिला. मग त्या ओल्या साबणाने तो आरशाच्या काचेवरती लिहू लागला. या वेळी अक्षरे व्यवस्थित उमटत होती. त्याने इंग्रजीत कॅपिटल लिपीमध्ये लिहिले :

I AM FROM ENGLAND
GET RID OF YOUR FRIEND
AT ONCE

मग तो बाथरूमच्या कॉरिडॉरमध्ये उघडणाऱ्या दारापाशी गेला. अत्यंत हळुवार हाताने त्याने दाराची मूठ फिरवली. बिजागरीचा किंवा कोणताही धातूचा बारीकसाही आवाज होऊ नये म्हणून अतोनात खबरदारी घेत त्याने ते दार उघडले. उघडले म्हणण्यापेक्षा ते किलकिले करून एक किंचित फट त्याने निर्माण केली. त्यातून बाहेर पहात हळूहळू ती फट मोठी केली व आपले डोके बाहेर काढून तो कॉरिडॉरमध्ये डोकावला. त्याने कॉरिडॉरच्या दोन्ही टोकांना पाहिले. संपूर्ण कॉरिडॉर निर्मनुष्य होता. मग आणखी दार उघडून दोन पावले टाकून तो बाहेर आला. अल्लाद पावले टाकीत जेनिन्जच्या खोलीच्या दारासमोर जाऊन तो उभा राहिला. दरवाजाच्या लाकडावरती त्याने बोटाने हलकेच दोनदा टक टक असा आवाज केला आणि तो चटकन परत बाथरूममध्ये आला. आपल्यामागे बाथरूमचे दार त्याने परत आवाज न करता लावून टाकले. हातात आपला छोटा टॉर्च घेऊन परत खोलीत

उघडणाऱ्या दारापाशी गेला. त्याच्या किल्लीच्या छिद्रातून तो बाहेर पाहू लागला.

तो तपकिरी रंगाचा सूट घातलेला माणूस आता उठून उभा राहिला होता. चालत चालत तो दारापाशी गेला. त्याच वेळी रेनॉल्ड्सने बाथरूमचे दार अर्धवट उघडले. एक बोट आपल्या दोन्ही ओठांवरती त्याने ठेवले व हातातील टॉर्चचा रोख जेनिन्जच्या दिशेने करून त्याचे बटण एकदाच दाबून सोडून दिले. तो बारीक प्रकाशझोत जेनिन्जच्या डोळ्यांवरती क्षणभरच पडला; पण त्यांचे लक्ष वेधून घेण्यास तेवढा पुरेसा होता. जेनिन्ज दचकला व त्याने पाहिले तर एक माणूस गप्प रहाण्याबद्दल त्याला खूण करीत होता. तो तपकिरी सुटातला माणूस खोलीचे दार उघडून कॉरिडॉरमध्ये दोन्ही बाजूला पहात होता. शेवटी दार बंद करून चालत जेनिन्जकडे आला. "प्रोफेसर, काय झाले काय तुम्हाला?" त्याने जेनिन्जच्या चेहऱ्यावरील भाव पाहून घाबरून विचारले.

जेनिन्जने आपली मान हलवत त्याला म्हटले, "ही ती माझी अर्धशिशी पुन्हा उसळली आहे. त्यामुळे मला किती त्रास होतो याची तुम्हाला कल्पनाही येणार नाही– बाहेर कोण आले होते?"

"कोणी नाही– अगदी कोणी नाही. कमाल आहे. मी तर टकटक केल्याचा आवाज स्पष्टपणे ऐकला होता. पण प्रोफेसरसाहेब, तुम्हाला बरे वाटत नाही का?"

"अं? तसेच काही नाही. एक मिनिट हं." असे म्हणून जेनिन्ज उठून बाथरूममध्ये गेले. जाताना ते म्हणत होते, "मी माझ्या त्या अर्धशिशीवरच्या गोळ्या पाण्याबरोबर घेतो."

रेनॉल्ड्स त्या पुरुषभर उंचीच्या कपाटात एव्हाना जाऊन उभा राहिला होता. त्याने दार किलकिले करून ठेवले होते. फक्त जेनिन्ज आत आल्यानंतर त्याने ते सताड उघडले. दाराला आतून लावलेला आरसा त्यांना आता स्पष्ट दिसला. त्यावर मोठ्या अक्षरात लिहिलेला तो निरोपही त्यांनी वाचला आणि 'समजले' या अर्थी मान हलवीत ते तसेच पुढे बेसिनपाशी गेले; परंतु हे करताना त्यांनी आपली चाल किंचितही खंडित केली नव्हती, की मंदावली नव्हती. अशा प्रसंगात वावरायची सवय नसलेल्या वृद्ध जेनिन्जची खरोखरीच कमाल आहे, असा विचार करून रेनॉल्ड्सने त्यांना मनातल्या मनात दाद दिली.

जेनिन्जचा मित्र आत येतो आहे असे पाहून रेनॉल्ड्सने कपाटाचे दार पटकन लावून घेतले.

त्यांचा मित्र आत येऊन जेनिन्जना म्हणाला, "मी हॉटेलच्या डॉक्टरला बोलवून घेऊ का?"

"नको, नको. तेवढी गरज नाही." जेनिन्ज एक गोळी पाण्याच्या घोटाबरोबर गिळत म्हणाले. ते थोडे थांबून पुढे म्हणाले, "माझी अर्धशिशी ही काय चीज आहे,

ते डॉक्टरपेक्षा मलाच जास्त ठाऊक आहे. या तीन गोळ्या खायच्या व नंतर तीन तास अंधारात झोपून रहायचे, हाच त्यावरचा एकमेव उपाय आहे. जोझेफ, आय ॲम रिअली सॉरी. आपली चर्चा ही नुकतीच कुठे रंगू लागली होती; पण आता मला....''

''अर्थात, आपण आज इथेच थांबूया. तुमची अवस्था मला चांगली समजलेली आहे. काहीही झाले तरी तुम्ही सोमवारच्या उद्‌घाटनाच्या भाषणासाठी ठणठणीत बरे होऊन तयार रहायला हवे.'' तो तपकिरी सुटातला माणूस अत्यंत अदबीने बोलत जेनिन्जना धीर देत होता. मग आणखी काही सहानुभूतीचे शब्द बोलून त्याने त्यांचा निरोप घेतला व तो तेथून निघून गेला.

खोलीचे दार बंद झाल्याचा आवाज आला. मग तेथून दूर जाणाऱ्या पावलांचा आवाज कमी कमी होत बंद झाला. जेनिन्जच्या चेहऱ्यावरती उपमर्द झाल्याची भावना, भीती आणि अपेक्षा असे संमिश्र भाव उमटले होते. ते आता काहीतरी बोलणार होते; पण रेनॉल्ड्सने एक हात वर करून त्यांना गप्प रहाण्याची सूचना दिली. मग तो बाहेरच्या खोलीत गेला. कॉरिडॉरमध्ये उघडणारे दार आतून कुलूपबंद केले. बाथरूममध्ये येऊन त्याने आपल्यामागे तिथलेही दार बंद करून घेतले. आता इथले आवाज बाहेरच्या खोलीत जाणार नव्हते. त्याने खिशातून आपले सिगारेटचे पाकीट बाहेर काढले व ते प्राध्यापक महाशयांपुढे धरले. त्यांनी एक हात हलवून सिगारेटला नकार दिला.

''तुम्ही कोण आहात? आणि माझ्या खोलीत काय करीत आहात?'' प्रा. जेनिन्ज खालच्या आवाजात त्याला विचारीत होते; पण त्यांच्या आवाजात कडवटपणा भरून राहिला होता. त्या कडवटपणाला भीतीचा स्पर्श झाल्याचे कळत होते.

सिगारेटचा एक झुरका ओढून त्याचा धूर सोडून रेनॉल्ड्स म्हणाला, ''माझे नाव मायकेल रेनॉल्ड्स आहे. अठ्ठेचाळीस तासांपूर्वी लंडन सोडले. चोवीस तासांपूर्वी मी हंगेरीत प्रवेश केला. तेव्हा सर, मला तुमच्याशी काही बोलायचे आहे.''

''मग माझ्या खोलीत आरामात बसून का नाही बोलता येणार?'' असे म्हणून जेनिन्ज वळले; पण रेनॉल्ड्सने झटकन त्यांचे दंड पकडून त्यांना थोपवले.

आपली मान हलवीत तो म्हणाला, ''सर, तुमच्या खोलीत नको. तिथल्या खिडकीच्या वरती असलेल्या व्हेन्टिलेटरच्या जाळीत एक मायक्रोफोन लपवून ठेवलेला आहे.''

''तिथे मायक्रोफोन? यंग मॅन, तुला कसे ते कळले?'' जेनिन्ज रेनॉल्ड्सच्या जवळ सावकाश येत म्हणाले.

''तुम्ही खोलीत यायच्या आधी मी सर्व खोली नीट धुंडाळली होती.'' रेनॉल्ड्स जरासा अपराधी स्वरात म्हणाला, ''तुम्ही यायच्या आधी– फक्त एकच मिनिट आधी.''

"अन् एवढ्या कमी वेळात तुम्हाला तिथे मायक्रोफोन सापडला?'' जेनिन्जच्या स्वरात ओतप्रोत अविश्वास भरला होता. शिवाय ते म्हणावे तेवढ्या अदबीने त्याच्याशी बोलायला तयार नव्हते, असे लक्षात येत होते.

"मला तो झटकन सापडला. अशा गोष्टींचा शोध घेणे हा एक माझ्या व्यवसायाचा भाग आहे.''

"बरोबर आहे, बरोबर आहे. नाहीतर तुम्ही दुसरे कोण असू शकणार? घातपाती कृत्ये करणारा हेर किंवा प्रति-घातपाती कृत्ये करणारे हेर. दोन्हींचा अर्थ एकच. तर तुम्ही ब्रिटिश सिक्रेट सर्व्हिसकडून आला आहात.''

"होय. ते एक चुकीचे असले तरी लोकप्रिय नाव आमच्या खात्याला–''

"हुडूत! काहीही म्हटले तरी तेच ते.'' जेनिन्ज म्हणाले. आपण ऐकला होता तसा पीळ अजूनही या माणसात असून त्या पिळाचे धागे आपण अनुभवतो आहोत, असे रेनॉल्ड्सला वाटले. जेनिन्ज त्याला विचारीत होते, "मग तुम्हाला माझ्याकडून काय पाहिजे आहे?''

"आम्हाला 'तुम्ही' हवे आहात.'' रेनॉल्ड्स शांतपणे म्हणाला, "आम्हाला म्हणजे ब्रिटिश सरकारला तुम्ही हवे आहात. मला दिलेल्या सूचनांनुसार मी आपल्याला इंग्लंडला नेण्याचे सरकारतर्फे–''

"वाऽ! असामान्य सभ्यपणा व्यक्त करणारे हे ब्रिटिश सरकारचे निमंत्रण आहे. असे कधीतरी घडेल याची मला खात्रीच होती. मी तशी वाट पहात होतो. माझा अंदाज बरोबर निघाला.'' जेनिन्ज आपला ब्रिटिश सरकारवरचा राग उपहासाने व्यक्त करीत धुसफुसत म्हणाले. जेनिन्ज हा एक ड्रॅगन असता तर आत्ता दहा फुटांच्या परिघातली प्रत्येक वस्तू ही जळून खाक झाली असती, असे रेनॉल्ड्सला भासले. जेनिन्ज पुढे रागात म्हणाले, "मिस्टर रेनॉल्ड्स, ब्रिटिश सरकारला माझ्या शुभेच्छा आहेत. तेव्हा प्लीज, त्यांना सांगा की तुम्ही खुशाल नरकात जा. तिथे हे आत्ताचे सरकार पोचले की ते परत आपले यातना देणारे यंत्र दुरुस्त करू पहातील. त्यासाठी कोणाची तरी मदत त्यांना लागेल; पण ती मदत माझ्याकडून कधीही होणार नाही.''

"सर, देशाला आज तुमची गरज आहे, नितांत गरज आहे.''

"म्हणजे मला केलेली ही एक विनवणी आहे. शेवटची विनवणी आहे आणि ती केविलवाणी आहे.'' वृद्ध जेनिन्ज आपला राग न लपवता उघड उघड बोलत होता, "जीर्णशीर्ण झालेल्या राष्ट्रवादाचे हे टाकाऊ शब्द आहेत. तुमच्या त्या रिकाम्या डोक्याच्या लोकांनी झेंडे फडकावीत खोट्या राष्ट्रवादाचे आवाहन करण्यासाठी सोडलेले हे लोभस शब्दांचे नुसते बुडबुडे आहेत. या बुडबुड्यांना या जगातील फक्त लहान मुले फसतील हे लक्षात घ्या, मिस्टर रेनॉल्ड्स. तसेच, मतिमंद व्यक्ती,

स्वार्थी माणसे व फक्त युद्धावरती जगणारे एवढेच लोक या शब्दांकडे आकृष्ट होतील. मी स्वत: फक्त जगातील शांततेसाठीच काम करत रहाणार आहे.''

''बरोबर आहे तुम्ही म्हणता ते, सर.'' इंग्लंडमधील लोकांनी जेनिन्ज ह्यांना नीट समजावून घेतले नाही, असे रेनॉल्ड्सला आता वाटू लागले. भोळेपणाने का होईना, जेनिन्जच्या आत्यंतिक सिद्धांतवादातील गूढपणा प्रगट होतो आहे; पण त्यांची ही मते मायदेशात कोणालाही नीट कळली नाही. जान्स्की जे म्हणत होता त्याच मतांचे प्रतिध्वनी कुठेतरी या वृद्ध शास्त्रज्ञाच्या बोलण्यात उमटत आहेत. त्याने जेनिन्जकडे पहात म्हटले, ''सर, तुमचा निर्णय हा सर्वस्वी तुमच्याच हातात आहे.''

''काय?'' जेनिन्जला आता आश्चर्याचा झटका बसला होता. त्यांना वाटणारे आश्चर्य त्यांना लपवता येत नव्हते. ते म्हणत होते, ''म्हणजे? म्हणजे माझी मते तुम्ही मान्य केलीत? इतक्या सहजासहजी मान्य केलीत? अन् तेवढ्यासाठी तुम्ही इकडे आलात?''

रेनॉल्ड्स खांदे उडवीत म्हणाला, ''डॉ. जेनिन्ज, मी फक्त एक निरोप्या आहे.''

''निरोप्या काय? अन् मी जर तुमची ती चमत्कारिक सूचना मान्य केली तर?''

''—तर मग अर्थातच मी तुम्हाला माझ्याबरोबर इंग्लंडला घेऊन जाईन.''

''मिस्टर रेनॉल्ड्स, तुम्ही काय बोलत आहात हे तुमचे तुम्हाला तरी कळते आहे का? या... या ब्युडापेस्ट शहरातून मला बाहेर काढणे, हंगेरीतून प्रवास करणे, सरहद्दीपर्यंत पोचणे, ती ओलांडणे....'' जेनिन्ज यांचा आवाज हळूहळू शून्यात विरत गेला. जेव्हा त्यांनी मान वर करून पाहिले, तेव्हा त्यांच्या डोळ्यांत परत भीती प्रगटली होती.

ते आता कुजबुजत म्हणत होते, ''मिस्टर रेनॉल्ड्स, तुम्ही काही एक सामान्य निरोपे नाही. तुमच्यासारखी माणसे ही कधीही निरोपे बनत नाहीत.'' अचानक त्यांच्या मनात काहीतरी पटल्याचे रेनॉल्ड्सला जाणवले. त्यांच्या ओठांच्या दोन्ही कोपऱ्यातून एकेक पांढरी रेष उमटत गेली. ते म्हणाले, ''तुम्ही मला ब्रिटनला येण्याचे निमंत्रण दिले नाही, मिस्टर रेनॉल्ड्स. तुम्ही मला येथून तिकडे नेण्याबद्दल बोलता आहात. मला इंग्लंडला आणण्याच्या सूचना तुम्हाला देण्यात आल्या आहेत. खरे ना?''

''सर, असे काही बोलणे किंवा शब्दच्छल करणे हा थोडासा वेडेपणा ठरतो ना?'' रेनॉल्ड्स शांतपणे म्हणाला, ''जरी मी तुमच्यावरती सक्ती केली तशी मी ती अजिबात करणार नाही हे वेगळे अन् तुमचे हातपाय बांधून तुम्हाला अगदी फरफटत इंग्लंडला घेऊन गेलो तरी तिकडे गेल्यावर तुम्हाला तिथे डांबून ठेवणे व

तुमच्या मर्जीविरुद्ध तुम्हाला काम करायला लावणे असे कधीतरी शक्य होईल काय? तुम्ही तिकडून निसटून बाहेर पडाल किंवा काम टाळाल किंवा कामात मुद्दाम चुका कराल. नाना तऱ्हेने तुमच्यावरील बळजबरी तुम्ही सहज झुगारून देऊ शकता. अंकित राष्ट्रातील गुप्त पोलिसांच्या बरोबर आपले झेंडे फडकवणाऱ्यांविषयी उगाच मनात कशाला आपण गोंधळ करून घ्यायचा?''

''तुम्ही मला बळाचा वापर करून परत मायदेशाला न्याल, असे मला क्षणभरही वाटले नव्हते. कृपा करून तसा गैरसमज करून घेऊ नका, मिस्टर रेनॉल्ड्स.'' जेनिन्जच्या डोळ्यांत अजूनही भीती दाटलेली होती. त्याच्या जोडीला आता थोडीशी उत्सुकतेची व निराशेची भावनाही प्रगट झाली. ते विचारीत होते, ''मिस्टर रेनॉल्ड्स, माझी– माझी पत्नी अजून जिवंत आहे का हो?''

''लंडन विमानतळ सोडण्यापूर्वी दोन तास आधी मी त्यांना पाहिले होते.'' रेनॉल्ड्सच्या प्रत्येक शब्दात खरेपणा ठासून भरलेला होता; पण त्याने आजवर जेनिन्जच्या पत्नीला आयुष्यात कधीही पाहिलेले नव्हते. तो पुढे म्हणाला, ''त्या स्वत:ची काळजी स्वत: घेतात, असे मला वाटते.''

''म्हणजे... म्हणजे ती अजूनही खूप आजारी आहे?''

रेनॉल्ड्स खांदे उडवीत म्हणाला, ''मी यावर काय बोलणार? त्याबद्दल डॉक्टरच काय ते मत देऊ शकतील.''

''अरे बाबा, नीट सांगशील की नाही? अर्धवट सांगून मला यातना देऊ नको रे. डॉक्टर काय म्हणतात ते मला सांग आधी.''

''खरे सांगू? त्या सस्पेन्डेड ॲनिमेशनमध्ये गेल्या आहेत; पण हे माझे मत नाही. सर्जन बाथर्स्ट यांचे मत आहे. त्यांनी तुमच्या पत्नीचे ऑपरेशन केले होते. आपल्या पत्नीची जाणीव जागृत आहे. त्यांना थोड्याशा वेदना होतात. अन् स्पष्ट शब्दांत सांगायचे झाल्यास त्या विलक्षण अशक्त झाल्या आहेत आणि आणखी कठोर शब्दांत सांगायचे झाल्यास डॉक्टरांच्या मते त्यांची जगण्याची इच्छाच नाहीशी झाली आहे.''

''माय गॉड! माय गॉड!'' असे म्हणत जेनिन्जने खिडकीच्या धूसर काचेतून बाहेर शून्यात आपली नजर लावली. काही क्षणानंतर ते एकदम रेनॉल्ड्सकडे वळले. त्यांचा चेहरा विदीर्ण झाला होता. त्यांच्या त्या गडद डोळ्यांत पाणी तरळले होते. ते म्हणत होते, ''मिस्टर रेनॉल्ड्स, माझा यावरती विश्वासच बसत नाही, अगदी बसत नाही. हे शक्यच नाही. माझी कॅथेरिन ही एक लढाऊ बाण्याची बाई आहे. ती अशी झुंज न देता सहजासहजी हरणारी स्त्री नाही. ती नेहमी–''

त्यांचे वाक्य तोडून टाकीत रेनॉल्ड्स फटकन म्हणाला, ''याचा अर्थ तुमचे मन मी सांगतो त्यावरती विश्वास ठेवायला नकार देत आहे.'' त्याच्या आवाजात आता

कठोरपणा व थंडपणा आला होता. तो म्हणत होता, ''स्वत:ची फसवणूक करून घेतल्याने फारसे काही बिघडत नाही. जोपर्यंत तुमची सद्सद्विवेकबुद्धी तुम्हाला तसे करायला परवानगी देत आहे, तोपर्यंत असे करण्याने तुम्हाला समाधान लाभेल. तसे असेल तर आपल्या स्वत:च्या माणसांचा बेधडक विश्वासघात करून त्यांना वाऱ्यावर सोडून देऊन त्याबदली सहअस्तित्वाची मल्लीनाथी करणारी टाळीची वाक्ये म्हणायलाही तुमची हीच अमोल सद्सद्विवेकबुद्धी तुम्हाला परवानगी देईल. आपला नवरा व मुलगा पोलादी पडद्यामागे कधीही परत न येण्यासाठी गेलेले आहेत, हे ज्या बाईला ठाऊक आहे, ती बाई कशाच्या जोरावरती जिवंत रहाण्याची इच्छा धरेल?''

''तुम्हाला असे बोलण्याचे धाडस–''

''छे! तुमचे विचार ऐकून माझी फार फार निराशा होते आहे.'' रेनॉल्ड्स त्यांचे वाक्य तोडत म्हणाला. एका अजाण व प्रतिकारहीन वृद्ध शास्त्रज्ञाला आपण इतके टाकून बोलायला नको, असे क्षणभर रेनॉल्ड्सला वाटून गेले; पण लगेच त्याने आपल्या मनातील ही भावना दडपून टाकली. तो बोलू लागला, ''तुम्ही येथे श्रोत्यांना भारावून टाकणारी भाषणे देण्यासाठी व्यासपीठावरती उभे रहाणार आहात; परंतु व्यासपीठाऐवजी तुम्ही आपल्याच सुंदर तत्त्वांना गाडून त्यावरती उभे राहून भाषणे देणार आहात. आणि तिकडे लंडनच्या हॉस्पिटलमध्ये तुमची प्रिय पत्नी मृत्यूशय्येवरती आहे. ती मृत्यूपंथाला लागली आहे. अन् तरीही जणू काही तुम्ही तिच्या शेजारी उभे राहून तिचा बळी घेण्यासाठी–''

''बास! बास! पुरे करा हे. मला ऐकवत नाही.'' जेनिन्ज ओरडून कानावर हात ठेवीत म्हणाले. ते आपले डोके दु:खाने हलवीत होते. त्यांनी आपले दोन्ही हात मानेमागे घेतले आणि ते म्हणाले, ''रेनॉल्ड्स, तुमचे बरोबर असेल. काय चूक, काय बरोबर ते शेवटी वरचा परमेश्वरच ठरवेल. मी तिला भेटायला जाईन; पण या प्रश्नाला आणखीही काही गोष्टी चिकटल्या आहेत. एखाद्याची पत्नी झपाट्याने मृत्यूकडे चालली असताना तुम्ही त्या माणसाला 'पत्नी हवी का एकुलता एक मुलगा हवा?' असा प्रश्न कसा विचारू शकता? यातून कुणाला कधी निवड करता येईल? माझ्यापुढे अशी समस्या आहे. मला एक मुलगा–''

''डॉ. जेनिन्ज, आम्हाला तुमच्या मुलाबद्दल सारे काही ठाऊक आहे. आमच्यातही माणुसकी आहे.'' रेनॉल्ड्सचा आवाज आता खाली आला होता. त्यात मार्दव आले होते व तो समजावणीच्या सुरात बोलत होता, ''काल तुमचा मुलगा ब्रायन हा पोझ्नान शहरात होता. आज दुपारी तो स्टेटिन शहरात गेला असेल आणि उद्या सकाळी तो स्वीडनमध्ये गेला असेल. या बाबतीत मला एकदा लंडनहून वायरलेसने नक्की कळले, की मग आपण येथून निघू. अर्थातच चोवीस तासात निघू.''

''छे, छे! आज मला काय काय ऐकायला मिळते आहे. माझा कशावरती विश्वासच बसेनासा झाला आहे.'' त्या वृद्ध शास्त्रज्ञाच्या सुरकुतलेल्या चेहऱ्यावरती आशा आणि अविश्वसनीयता यांचा संघर्ष स्पष्टपणे उमटला होता. या संघर्षात कोणत्या भावनेचा विजय होईल ते रेनॉल्ड्सला कळेना. जेनिन्ज म्हणत होते, ''पण कशावरून तुम्ही हे-''

पुन्हा त्यांचे वाक्य तोडत कंटाळून रेनॉल्ड्स म्हणाला, ''मी जे म्हणालो ते आत्ता इथे सिद्ध करू शकणार नाही. माझ्याकडे कोणताही पुरावा जवळ नाही. अन् सर, तुमच्याबद्दल मला खूप आदर आहे, तरी मी आपली आगाऊ माफी मागून असे विचारतो, की 'तुमच्याजवळच्या त्या प्रखर बुद्धिमत्तेला काय झाले आहे?' तुम्हाला हेही ठाऊक आहे, की जगातील प्रत्येक सरकारला तुम्ही त्यांच्यासाठी काम करावे असे वाटते. अन् आत्ताच्या तुमच्या आश्रयदात्यांना तुम्ही काय आहात, कसे आहात, हे सारे ठाऊक आहे. त्यांना हेही ठाऊक आहे की जर तुम्ही स्वगृही– मायदेशी– परतलात आणि आता आपला मुलगा अजूनही रशियात कैदीच आहे असे तुम्हाला समजले, तर तुम्ही जन्मात त्यांच्यासाठी काम करणार नाही. अन् असे घडू नये म्हणून तर ते शेवटपर्यंत धडपडणार.''

आपले काय चुकते आहे, याचे भान जेनिन्ज यांना हळूहळू येत गेले. आता आलेले हे भान मात्र ओसरून जाणार नव्हते. जेनिन्ज यांच्या चेहऱ्यावर आता हळूहळू चैतन्य पसरत चालल्याचे रेनॉल्ड्सला दिसले. चिंता, दु:ख व भीती यांची जागा आता एक ठाम निर्णय घेत होता. कोणत्यातरी मानसिक तणावातून किंवा दडपणाखालून आपण सुटल्याचे त्यांना वाटू लागले. त्यांना एकदम मोठ्याने मनमोकळेपणे हसावेसे वाटले. ताण हा घटक किती जबरदस्त असतो ते त्यांना आता कळले. आणखी पाच मिनिटे गेली आणि रेनॉल्ड्सच्या प्रश्नांना त्या शास्त्रज्ञाने आता पटापटा उत्तरे देत हवी ती माहिती पुरवली. जेनिन्ज महाशय खुषीत आले. आपल्या बायकोला व मुलाला काही दिवसांत भेटता येणार म्हणून त्यांना आनंद झाला. त्यांची तर आज रात्रीच निघण्याची मनाची तयारी झाली होती; पण अजून काही काळ त्यांना संयम धरावा लागणार होता. रेनॉल्ड्सने तेवढ्यातल्या तेवढ्यात एक निसटण्याची योजना आखली. ती योजना त्याने थोडक्यात त्यांना ऐकवली; पण त्याआधी महत्त्वाचा भाग असा होता, की जेनिन्ज यांचा मुलगा ब्रायन सुखरूप निसटल्याची बातमी रेडिओवरून कळायला हवी होती. त्याखेरीज इथे काहीही हालचाल करता येत नव्हती. ती बातमी आली म्हणजे जेनिन्जचा जीव भांड्यात पडणार होता. पुढच्या सूचनांची वाट पहाण्याची तयारी त्यांनी दर्शवली. जान्स्कीच्या घराचा पत्ता त्यांनी अनेकवार मोठमोठ्याने म्हणून पाठ केला; पण अति आणीबाणीचा प्रसंग असेल तरच त्या पत्त्याचा वापर करायचे वचन त्यांच्याकडून रेनॉल्ड्सने

घेतले. कदाचित एव्हाना पोलीस त्या पत्त्यावरती पोहोचलेही असतील, असा रेनॉल्ड्सला संशय होता. दरम्यानच्या काळात जेनिन्ज यांनी आपली ठरलेली कामे व कार्यक्रम नेहमीच्याच पद्धतीने पार पाडावीत, असे ठरले.

रेनॉल्ड्सने जेनिन्जचा दृष्टिकोन एवढा बदलून टाकला होता, की ते त्याच्यावरती खूष होऊन आपल्याबरोबर एक ड्रिंक घ्यायला आग्रह करू लागले; पण रेनॉल्ड्सने त्यांना सौजन्यपूर्वक नकार दिला. तसे पाहिले तर आत्ता साडेसात वाजले होते आणि एन्जल कॅफेमध्ये जायला अजून बराच वेळ होता. आपण आपले नशीब अजमावण्यासाठी नको तितके ते ताणलेले आहे. आता जास्त ताणण्यात अर्थ नाही, हे त्याने ओळखले. त्या बेशुद्ध केलेल्या रक्षकाला कपाटात जर लवकर शुद्धी आली तर? तर तो सारखा कपाटाला आतून लाथा मारून आवाज करीत राहील किंवा त्याचा सुपरवायझर ठराविक वेळाने चक्कर टाकून सर्व काही ठीक आहे की नाही, हे पहाण्यासाठी उगवला तर गायब झालेला रक्षक लक्षात येणार होता. मग शोधाशोध चालू झाली असती. रेनॉल्ड्स तेथून त्वरेने निघाला; पण या वेळी तो मागच्या त्या संकटकालीन फायर एस्केपच्या जिन्याने जाणार नव्हता; कारण तिथे सारखे अधुनमधून पहारेकऱ्यांच्या बॅटऱ्यांचे झोत मारले जात होते. जेनिन्जच्या खोलीतील चादरी गोळा करून त्या एकमेकाला बांधून त्यांचा एक दोर त्याने केला. तो खिडकीतून खाली सोडून त्या आधारे तो सपाट्याने खाली उतरला. एव्हाना बाहेर खूपच काळोख झाला होता. त्याचे दोरावरून निसटणे हे क्वचित लक्षात येऊ शकत होते. त्या दोराची लांबी फार नव्हती. तो फक्त खालच्या मजल्यापर्यंत कसाबसा पोचला होता. तिथे पोचल्यावर रेनॉल्ड्सने पहिल्या मजल्यावरील खिडकीचे आडवे गज पकडले. दोराला एक हिसका दिला. ती खूण समजून जेनिन्जने तो दोर वर ओढून घेतला. पहिल्या मजल्यावरून खाली तळमजल्याची जमीन ही अवघी बारा फुटांवरती होती. रेनॉल्ड्सची उंची सहा फूट होती. म्हणजे त्याची पावले जमिनीपासून फक्त सहा फूट उंचावरती लोंबकळत होती. त्याने बेधडक हात सोडून खाली जमिनीवरती उडी घेतली. इकडे वरती जेनिन्ज दोर ओढून घेऊन सर्व चादरी सुट्या करायच्या आत रेनॉल्ड्स अंधारात मागच्या दाराने बाहेर पसार झाला होता. जणू काही रेनॉल्ड्स नावाचे एक भूत त्या काळ्या अंधारात विरघळून नाहीसे झाले होते.

व्हाईट एन्जल कॅफे हा डॅन्यूब नदीच्या पूर्व काठावरती होता. नदीमधील सेन्ट मार्गिट बेटासमोर तो येत होता. रेनॉल्ड्सने त्या कॅफेच्या झुलत्या काचेच्या दरवाजातून आत प्रवेश केला. त्याच वेळी जवळच्या चर्चमधील घंटेचे टोले पडू लागून आठ वाजल्याचे जाहीर झाले.

त्या झुलत्या दाराने दोन जगांमधील एक सीमारेषा आखली होती. बाहेरच्या

जगात हाडे फोडणारी थंडी, हिमवृष्टी, अंधार, धूसरपणा, बोचरे वारे व निर्मनुष्य अवकाश व स्मशानशांतता होती; पण दार ओलांडल्यावरती एका वेगळ्या व उलट जगात प्रवेश होत होता. आतमध्ये ऊब होती, लखलखाट होता, माणसे होती, चैतन्यदायी आवाज होते व संगीत होते. तिथे स्त्री-पुरुष नि:संकोचपणे मुक्त हास्य करीत होते, मोठमोठ्याने बडबडत होते आणि धूम्रपान करीत मद्य पीत होते. दोन परस्परविरुद्ध जगातील सरहद्द म्हणजे ते काचेचे झुलते दार होते. बाहेरच्या कठोर व वास्तव जगापासून काही तास जर सुटका करून घ्यायची असेल, तर व्हाईट एन्जल कॅफेमध्ये जावे. थोडा वेळ तरी तिथे भ्रामक का होईना, पण माणसाला मुक्त स्वातंत्र्य मिळत होते. शिवाय, माणूस हा एक समाजप्रिय प्रवृत्तीचा प्राणी आहे. त्याची ही नैसर्गिक भावना तिथे शमत होती.

गूढ, गंभीर व पोलादी करड्या शिस्तीखाली समाजावर वचक ठेवणाऱ्या पोलीस राज्यातील त्या व्हाईट एन्जल कॅफेमधील मुक्त व रंगीबेरंगी वातावरण हे एक ओॲसिस होते. रेनॉल्ड्सला ते पाहून धक्काच बसला; परंतु त्याचा धक्का व आश्चर्य काही वेळातच ओसरले. कम्युनिस्ट राज्यात अशा कॅफेसारख्या रेस्टॉरन्ट्सना उत्तेजन दिले जात असते, हे त्याला आठवले. जर माणसांना एकत्र येऊन खाण्यापिण्याची चैन करू दिली नाही, तर हीच नैसर्गिक गोष्ट माणसे चोरून-मारून गुपचूप करू लागतील. त्यातूनच सरकारविरोधी विचार, गुप्त कट, कारस्थाने उदयास येऊन क्रांतिकारी चळवळी जन्म घेतात. त्यापेक्षा जनतेला उघडपणे एकत्र येऊ दिले की त्यांच्या हालचालीवर, संभाषणावरती गुप्तपणे नजर ठेवणे सरकारला सोपे जाते. असे कॅफे म्हणजे सेफ्टी व्हॉल्व्ह आहेत. सामाजिक तणावाचे विरेचन त्यातून होते व पुढचे उद्रेक टळतात, असे विचार रेनॉल्ड्सच्या मनात येऊन गेले.

आत पाऊल टाकताच तो जागच्या जागी थांबला होता; पण क्षणभरच. नंतर मात्र तो नेहमीच्या चालीने पुढे जाऊ लागला. हालचालीत कसलीही घाई त्याने केली नाही. तशी केली असती तर त्याच्याकडे लक्ष वेधले गेले असते. दरवाजाजवळच्या दोन टेबलांभोवती रशियन सैनिकांची गर्दी झाली होती. ते हसत होते, खिदळत होते, मधूनच गाणी म्हणत होते, आपापले ग्लास टेबलावरती आपटत होते. मोठ्या मजेत त्यांचे पिणे चालले होते. हे सैनिक निरुपद्रवी आहेत असे रेनॉल्ड्सला वाटले. ते आपल्यावरती पाळत ठेवणार नाहीत, हे नक्की. अन् म्हणून तर इथेच भेट घेण्याचे ज्युलियाने किंवा तिच्या वडिलांनी ठरवले असावे. या रशियन सैनिकांच्या, पिणाऱ्यांच्या जमावात पाश्चात्त्य देशातील हेर असण्याचा संशय कोणालाही येणार नव्हता; पण रेनॉल्ड्स रशियनांच्या जमावात प्रथमच सापडत होता. पुढचा अंदाज करणे शक्य नव्हते. म्हणून येथे फार वेळ रेंगाळायचे नाही असे त्याने ठरवले.

तो आणखी आत शिरला, तेव्हा लांब भिंतीपाशी बसलेली ज्युलिया त्याला

एकदम दिसली. दोन माणसांच्यासाठी असलेल्या एका छोट्या टेबलापाशी ती एकटी बसली होती. तिच्या अंगात एक रेनकोट होता. त्याला कमरेचा पट्टा लावला होता. त्या हॉटेल मॅनेजरने वर्णन केल्याबरहुकूम तिचा पोषाख होता; पण तिने आता डोक्यावरती काहीही घातले नव्हते. डोके व तिचा गळा एवढेच फक्त उघडे होते. तिच्या डोळ्यांनी त्याची नजर पकडली; परंतु तिने चेहऱ्यावरती कोणतेही ओळखीचे भाव दाखवले नाहीत. याचा अर्थ रेनॉल्ड्सने ताबडतोब ओळखला. तिच्या आसपास पाच-सहातरी टेबले होती. काही रिकामी तर काही अर्धवट रिकामी होती. म्हणजे तिथे फक्त एखाद्-दुसरेच गिऱ्हाईक बसले होते. आपल्याकडे लक्ष वेधले जाणार नाही असे कोणते लांबचे टेबल निवडावे याचा विचार करीत तो क्षणभर उभा राहिला. शेवटी काहीतरी निश्चय करून तो ज्युलियाच्या टेबलाकडे निघाला.

''मी तुमच्या इथे बसलो तर तुमची काही हरकत नाही ना?'' त्याने मोठ्याने तिला विचारले.

तिने त्याच्याकडे काही सेकंद टक लावून पाहिले आणि मग दूर कोपऱ्यात एक टेबल रिकामे होते तिकडे रोखून पाहिले. मग पुन्हा तिने त्याच्याकडे पाहिले. कपाळावरती आठ्या घालून ती खुर्चीतल्या खुर्चीत आपली पाठ त्याच्याकडे अर्धवट वळवून बसली. ती त्याच्याशी काहीही बोलली नाही; पण रेनॉल्ड्सला मागच्या टेबलाकडून आपल्याबद्दलच काही आक्षेपार्ह कुजबूज झाल्याचे ऐकू आले. तो सरळ तिच्या समोरच्या खुर्चीवरच बसला व आपली खुर्ची तिच्या दिशेने त्याने बरीच सरकवली.

त्याने ओठ न हलवता अगदी खालच्या आवाजात तिला हळूच विचारले, ''काही अडचण?''

''माझ्या पाळतीवर एकजण आहे.'' तीही त्याच्यासारखीच हळू आवाजात पुटपुटत म्हणाली. तिने आपला चेहरा त्याच्या दिशेने वळवला. त्या चेहऱ्यावरती अजूनही नापसंतीचे व शत्रुत्वाचे भाव होते. चारचौघांत संशय येऊ नये म्हणून कसा अभिनय करायचा ते या पोरीला चांगलेच ठाऊक आहे, असे रेनॉल्ड्सच्या लक्षात आले. त्याला तिचे कौतुक वाटले.

त्याने मघासारख्याच पद्धतीने तिला विचारले, ''तो इथे आहे?''

यावर तिने आपली मान किंचित, अगदी किंचित हलवली.

''कुठे आहे?''

''दाराजवळचे टेबल. सैनिकांपाशी.''

रेनॉल्ड्सने दाराकडे आपली मान हलवली नाही. तो तसाच तिच्याकडे पहात म्हणाला, ''त्याचे वर्णन कर.''

''मध्यम उंची, ब्राऊन रेनकोट. हॅट नाही. काळ्या मिशा. सडपातळ चेहरा.''

ती ही माहिती पुटपुटत त्याला देताना आपल्या चेहऱ्यावर मात्र तिने चिडल्याचे, संतापल्याचे भाव ठेवले होते. रेनॉल्ड्सला त्यामुळेच तिचा अविर्भाव हा अत्यंत विनोदी वाटत होता.

रेनॉल्ड्स बोलू लागला, ''त्याची ब्याद संपवली पाहिजे. बाहेर ते करू. प्रथम तू बाहेर पड. मी शेवटी येईन.''

पुन्हा तिने यावरती आपली मान किंचित हलवली.

मग तो पुढे वाकला. तिचा हात हातात घेतला. नंतर तिच्या डोळ्यांत धुंद नजरेने बघत तो बोलू लागला; पण या वेळी तो मघासारखे बोलत नव्हता. इतर माणसांसारखे स्पष्ट व मोठ्याने बोलत होता. तो नाटकीपणे म्हणाला, ''अगं पोरी, मी केव्हापासून तुला घेऊन जाण्यासाठी पहातो आहे. अन् आता मी तुला अयोग्य वाटणारी जी मागणी तुझ्याकडे केली आहे, त्याला तू कसा प्रतिसाद देशील?''

''असा!'' असे म्हणून तिने त्याच्या तोंडात फाडकन एक मुस्कटात भडकावली. पोकळ हात करून मारलेल्या त्या चपराकीचा आवाज एवढा मोठा झाला की कॅफेमधले सर्वांचे बोलणे एकदम थांबले. प्रत्येकाची नजर त्या दोघांकडे वळली. मग ती ताडकन् उठून उभी राहिली. आपली पर्स व हातमोजे तिने गोळा केले व ती ताडताड तेथून निघाली. जाताना तिने आपल्या डावीकडे किंवा उजवीकडे कुठेही वळून पाहिले नाही. ती सरळ नाकासमोर पहात चालत चालत कॅफेतून बाहेर पडली. ती बाहेर पडल्यावरती जणू काही सिग्नल मिळावा, तशी सर्व माणसे एकदम बोलू लागली, हसू लागली, खिदळू लागली. बहुतेकांचे हसणे हे आपल्याला उद्देशून आहे, हे रेनॉल्ड्सच्या लक्षात आले.

त्याने एक हात उचलून आपला गाल चोळला. बापरे, त्या पोरीने आपला अभिनय वास्तवतेच्याही पलीकडे नेला आहे. ती गेली त्या दिशेने आपली मान वळवली. अजूनही कॅफेची दारे तिच्यामागे झुलत राहिली होती; पण दाराजवळ बसलेला एक माणूस घाईघाईने उठला. आपल्या टेबलावरच्या बशीत त्याने काही पैसे टाकले व तोही तिच्यामागोमाग बाहेर पडला. त्याने ती कृती एवढ्या घाईघाईने केली, की तिच्यामागोमाग ती झुलणारी दारे बंद व्हायच्या आत तो त्यातून बाहेर गेला.

रेनॉल्ड्स आता ताडकन उठला. तोही तिथून घाईघाईने बाहेर पडू लागला. त्याच्याकडे कॅफेमधील सर्वांचे लक्ष वेधले होते. आपला पराभव व पाणउतारा झाल्यावर कोण बरे येथे थांबेल? अशीच भावना तिथल्या प्रत्येकाच्या मनात रेनॉल्ड्सकडे पहाताना होती. जेव्हा त्याने आपल्या ओव्हरकोटाची कॉलर उंच केली व डोक्यावरची हॅट बरीच खाली ओढली, तेव्हा अनेकांच्या तोंडून दाबून धरलेले हसू एका वेळी बाहेर पडले. एका सडक-सख्याहरीची, रोड-रोमिओची,

उत्साही प्रेमवीराची झालेली फजिती त्यांनी पाहिलेली होती. एक जिवंत तमाशा त्यांना फुकटात पहायला मिळाला होता. तो जेव्हा दारापाशी पोचला, तेव्हा तिथे बसलेला एक रशियन सैनिक उठून उभा राहिला. मद्य प्यायल्यामुळे आणि हसून हसून बेजार झाल्यामुळे त्याचा चेहरा लालबुंद झाला होता. त्या सैनिकाने रशियन भाषेत काहीतरी म्हटले आणि हसत हसत रेनॉल्ड्सच्या पाठीवरती जोरदार थाप मारली. ती थाप एवढी जोरदार होती, की रेनॉल्ड्स हेलपाटत एका टेबलापाशी धडपडत गेला. मग पुन्हा एक हास्यकल्लोळ उठला. या रशियन पद्धतीच्या चेष्टेला नेमकी कशी प्रतिक्रिया व्यक्त करावी, हे त्याला कळेना. संताप किंवा भीती यांपैकी एक भावना तो व्यक्त करू शकत होता. कपाळावर आठ्या घालीत व कसनुसे हसत त्याने त्या सैनिकाला वाकुल्या दाखवल्या. अन् नंतर परत तो सैनिक हल्ला करण्याच्या आत घाबरलेला चेहरा करून तो झटकन तेथून बाहेर पडला.

बाहेरच्या हिमवृष्टीचा जोर कमी झाला होता. भुरुभुरू करीत हिमकण हवेत तरंगत सावकाश खाली येत होते. ज्युलिया व तिच्या मागे लागलेला तो गुप्त पोलीस हे कोणत्या दिशेला गेले, हे त्याने सहज हुडकले. कॅफेच्या डाव्या बाजूने एक रस्ता जात होता. त्या रस्त्याने ज्युलिया जात होती व तिच्यामागे तो माणूस जात होता. रेनॉल्ड्सने काही अंतर ठेवून त्यांचा पाठलाग सुरू केला. चालता चालता ज्युलिया एकदम एका ट्रॅमच्या स्टॉपवरती थांबली. त्या स्टॉपला वरती छप्पर होते व तिन्ही बाजूंनी भिंती होत्या. दर्शनी बाजूला काचेची भिंत व एक दार होते. त्यामुळे पाऊस व हिमवृष्टी यांपासून बचाव करण्यासाठी तिथे आश्रय घेता येत होता. ज्युलिया त्या आश्रयस्थानात शिरल्याचे त्याने पाहिले. तिच्या मागावरचा माणूस त्या आश्रयस्थानाच्या मागे गेला. मग झटपट चालत रेनॉल्ड्स त्या स्टॉपमध्ये शिरला आणि तिला पुटपुटत म्हणाला, "तो इथेच मागे आहे. मवाली म्हणून तू त्याला चोपू शकशील?"

त्याला चोपण्याची कल्पना ऐकून तिच्या अंगावरती शहारे आले. ती कुजबुजत म्हणाली, "तो एक एव्हीओचा माणूस आहे. अन् ही माणसे फार धोकेबाज व वाईट असतात. आपल्याला खूप काळजी घेतली पाहिजे." ती घाबरत म्हणत होती.

"धोकादायक! मग तर त्याला संपवलेच पाहिजे. रात्रभर त्याला फिरवीत ठेवणे आपल्याला जमणार नाही. चल माझ्याबरोबर," असे म्हणून त्याने तिच्या रेनकोटाची बाही पकडली व ते दोघे बाहेर पडले.

त्यांच्या मागावरील माणूस एखाद्या छायेसारखा त्यांचा पाठलाग करीत होता. त्याने पाहिले की तोच तो मघाचा कॅफेमधला सडक सख्याहरी हा त्या पोरीच्या कोटाला धरून खेचून नेतो आहे. रेनॉल्ड्स तिला म्हणत होता, "तुला काय वाटले, मी तुला तशी सोडून देईन? थांब तुझा आता गळाच घोटतो. मग बघू तू मदतीसाठी

कशी ओरडशील?'' त्या एव्हीओच्या माणसाला आता दिसले, की तो प्रेमवीर कॅफेमधील अपमानाचा बदला घेण्यासाठी दोन्ही हाताने तिचा गळा दाबू बघत आहे आणि ती त्याचे हात झिडकारू पहात आहे. या झटापटीत त्या पोरीचा जीव गेला तर? तिच्यावर पाळत ठेवल्याचा मग काय उपयोग झाला? शिवाय, आपल्या डोळ्यांदेखत तिला ठार केले गेले, तर मग आपले वरिष्ठ त्याचा ठपका आपल्यावरतीच ठेवणार. तो धावत पुढे निघाला आणि त्या साध्या युक्तीला फसला. त्याने आपल्याजवळचे पिस्तूल बाहेर काढून पाठमोऱ्या रेनॉल्ड्सवरती रोखले. तो आता केव्हाही पिस्तुलाचा चाप दाबू शकणार होता; पण ज्युलियाने त्याच्याकडे बोट केले ती जोरात ओरडली. मग अचानक रेनॉल्ड्स गर्रकन वळला व त्याने आपले कोपर त्याच्या बरगड्यांच्या खाली जीव एकवटून मारले. मग त्याने आपल्या हाताचा एक जबरदस्त फटका त्याच्या गळ्यावरती मारला. त्या दोन फटक्यात तो माणूस बेशुद्ध होऊन खाली कोसळला. रेनॉल्ड्सने मग झटपट त्याला ओढत ओढत ट्रॅमच्या आश्रयस्थानात आणले. त्याचे खिसे तपासून आतमध्ये असलेले काडतुसे भरलेले कॅनव्हासचे नळकांडे त्याने बाहेर काढले व ते आपल्या खिशात घातले. शुद्धीवर आल्यावर तो प्रसंग त्याला आठवला, तर रस्त्यावरील त्या प्रेमवीराने आपल्याजवळील काडतुसे चोरून नेली, असे त्याला वाटणार होते. म्हणजे एक फालतू, मवाली, चोर व प्रेमवीर अशा वर्णनाखाली रेनॉल्ड्सची किंमत केली जाणार होती व त्या प्रसंगाचे महत्त्व कमी केले जाणार होते. त्याला तिथेच सोडून रेनॉल्ड्स ज्युलियाला घेऊन तिथून झटपट निघून गेला.

ज्युलिया जोरजोरात थरथरत होती व रेनॉल्ड्स अंधारातही तिच्याकडे डोळे फाडफाडून आश्चर्याने पहात होता. ते दोघे नदीच्या किनाऱ्यावर असलेल्या पहारेकऱ्याच्या एका लाकडी खोक्यात होते. आतली जागा खूप कमी असली तरी त्यांचा बाहेरच्या हिमवृष्टीपासून आणि झोंबऱ्या वाऱ्यापासून बचाव होत होता. त्या अरुंद जागेत त्या दोघांना एकमेकांना चिकटून बसावे लागले होते. रेनकोटामधूनही ज्युलियाच्या शरीराची ऊब त्याला जाणवत होती. दहा मिनिटांपूर्वीच ते येथे आले होते. आपली हॉटेलातली कामगिरी त्याने तिला थोडक्यात सांगितली. आपल्या हातातील हातमोजे काढून दोन्ही हात जोरजोरात एकमेकांवरती ती चोळत होती. त्याने तिचे हात पकडण्याचा प्रयत्न केला. पण जणू काही एखाद्या ज्वालेचा चटका बसावा तसे त्याचे हात तिने झटकन झिडकारून टाकले.

''काय झालंय काय तुला?'' रेनॉल्ड्सने कोड्यात पडून तिला विचारले. तिची ती प्रचंड थरथर अजून थांबत नव्हती. ''खूप थंडी वाजते आहे का?''

''नाही. मला थंडी नाही वाजत.'' तिची थरथर थोडी कमी झाली; पण काही

सेकंदात ती परत थरथरत म्हणाली, ''तुम्ही, तुम्ही या थरथरीला जबाबदार आहात. तुम्ही अमानुष आहात. मी अशा लोकांना घाबरते.''

''मला घाबरतेस?'' रेनॉल्ड्सचा तिच्या बोलण्यावर विश्वास बसेना. तो पुढे समजावणीच्या सुरात तिला म्हणाला, ''माय डियर चाईल्ड, मी तर तुझ्या केसालाही धक्का लावला नाही नि लावणार नाही.''

''मला 'चाईल्ड' म्हणू नका.'' मग थोडा वेळ ती थांबली व पुढे म्हणाली, ''तुम्ही तसे काहीही करणार नाही याची मला खात्री आहे.''

''मग मी तुला काय करायचे? तुझ्याशी कसे वागायचे?'' तो थोडासा चिडून म्हणाला.

''कसेही नाही. हाच तर मुद्दा आहे. तुम्ही काय करता ह्यापेक्षा काय करत नाही, हे महत्त्वाचे आहे. तुम्हाला जे करायचे आहे, ते तुम्ही करून दाखवत नाही.'' ती कोड्यात घातल्यासारखे बोलली. तिचे हे बोलणे त्याला अजिबात समजले नाही. तो त्यावरती गप्प बसला. थोड्या वेळाने तीच पुढे बोलू लागली, ''तुम्ही कोणत्याच भावना व्यक्त करीत नाही. भावना नाही की कशामध्ये रस दाखवत नाही. कशाविषयीही आपुलकी दाखवीत नाही. कशाशीही आपला संबंध नाही असे तुम्ही वागता. अत्यंत अलिप्त असता. फक्त तुमच्यावर सोपवलेले काम करण्यात तुम्हाला रस असतो. त्याबद्दलही माझी हरकत नाही की तक्रार नाही; पण तुमच्या कामाची पद्धत अजब आहे. तुम्ही अलिप्तपणे तुमची कामगिरी पार पाडत असता. ती कामगिरी संपेपर्यंत तुम्ही नेहमी तसेच वागत रहाता. काउन्ट म्हणतो की तुम्ही म्हणजे एक यंत्रमानव आहात. एक ठराविक काम करण्यासाठी तयार केलेले यंत्र आहात. ज्याच्यात जीव नाही, प्राण नाही, मन नाही असे एक जिवंत यंत्र तुम्ही आहात. काउन्टच्या मते, तुम्ही फक्त एक असे माणूस आहात की कशालाही भीत नाही. अशा माणसांना काउन्टसुद्धा भीत असतो. खुद्द काउन्टही भितो यावरून तुम्ही तुमच्याबद्दल कल्पना करू शकता.''

''....कल्पना करू शकता,'' रेनॉल्ड्सने तिचेच शब्द पुटपुटत उच्चारले.

''माझे बाबासुद्धा तुमच्याबद्दल तसेच बोलतात.''

''जान्स्की?'' नकळत रेनॉल्ड्स म्हणाला.

''होय. ते म्हणतात की तुम्ही धड नीतीला धरून वागत नाही, की अनीतीला धरून वागत नाही. तुमचे वागणे हे नीती-अनीतीविरहित असते. फक्त अशा वागण्याचा कल जरासा ब्रिटिशांच्या बाजूचा असतो एवढेच. कम्युनिस्ट विरोधातल्या तुमच्या प्रतिक्रिया ह्या तशा निरर्थकच असतात. तुम्ही एखाद्याला ठार मारले की नाही मारले ही गोष्ट योग्य-अयोग्य या निकषावर आधारलेली नसते. आपल्याला काय परिणाम घडून यायला हवे आहेत, यावरती ते काम तुम्ही केलेले असते.

रशियन गुप्तहेर संघटना एनकेव्हीडी, जर्मन हेरसंघटना वाफेन एसएस आणि अशाच इतर संघटनांमध्ये तुमच्यासारखे शेकडो तरुण त्यांनी पाहिले होते, असे ते सांगत होते. हे तरुण दुसऱ्यांचे खून पाडायचे ते केवळ त्यांना तसे करायला सांगितले गेले म्हणून. मग ते योग्य आहे का अयोग्य आहे, याचा विचार करीत बसायचे नाहीत. ते केवळ आंधळेपणे ती भीषण कामे करायचे; पण माझे बाबा म्हणतात, की फक्त त्या तशा माणसात व तुमच्यात एकच असा फरक आहे की तुम्ही अविचाराने तसले काही करीत नाही.''

''पण मी जिथे जिथे जातो, तिथे माणसे जोडतो. अनेक नवीन मित्र मला होतात.'' रेनॉल्ड्स आपली बाजू मांडीत म्हणाला.

''तेच ते. असे का होते? तर तुमच्यापासून प्रत्येकाला भीती वाटते म्हणून. तुमच्यापासून धोका होऊ नये म्हणून माणसे तुमच्याशी मैत्री करतात. ती काही निःस्वार्थी मैत्री नसते. तुम्हाला हात लावण्याची कोणाचीच हिंमत नाही. आजचेच उदाहरण पहा. तुम्ही एका माणसाला फटका मारून बेशुद्ध केले व त्याच्या मुसक्या बांधून कपाटात कोंबले. कदाचित एव्हाना तो गुदमरून मेलाही असेल. नंतर दीड तासात तुम्ही आणखी एका माणसाला बेशुद्ध करून रस्त्यावरती सोडून दिलेत. या कडाक्याच्या थंडीत तो वीस मिनिटांपेक्षा जास्त वेळ तग धरू शकणार नाही. तुम्ही–''

''मी त्या हॉटेलातल्या माणसाला ठार करू शकलो असतो,'' रेनॉल्ड्स शांतपणे म्हणाला, ''माझ्या पिस्तुलाला सायलेन्सर लावलेले असल्याने तसे करणे मला सहज शक्य होते. त्या दुसऱ्या माणसाकडे तर पिस्तुलाबरोबर काडतुसांनी भरलेली एक पिशवी होती. मी त्याला जसे केले तसे त्याने मला केले नसते. त्याने मला बेशुद्ध करून रस्त्यावर थंडीत सोडून दिले नसते. बेधडक मला ठार मारले असते. त्याने तसे करायच्या आधी सुदैवाने मला तशी प्रथम संधी मिळाली म्हणून मी त्याच्यावर मात करू शकलो.''

''तुम्ही उगाच मुद्दा सोडून भरकटत जात आहात. परंतु सर्वांत कळस म्हणजे तो बिचारा वृद्ध शास्त्रज्ञ. जेव्हा तो इंग्लंडला परतेल तेव्हा त्याचे काय होईल? त्याला वाटते आहे, की त्याची आजारी पत्नी मृत्यूशय्येवरती आहे. तो मायदेशी जाईपर्यंत तुम्ही त्याच्या मनावर सतत बिंबवत रहाणार, की त्यांची पत्नी जर मृत्यू पावली तर अप्रत्यक्षरित्या तिचा खून त्यांच्या हातून झाला असे होईल. का तुम्ही त्यांच्याशी असा जीवघेणा खेळ खेळता, मिस्टर रेनॉल्ड्स?''

''का? या प्रश्नाचे उत्तर तुला ठाऊक आहे. तूच तर आत्ता मला म्हणालीस की, 'नीती-अनीतीच्या पलीकडे गेलेला, माणसांना ठार करणारे यंत्र असलेला, सांगितल्याबरहुकूम कामाचा फडशा पाडणारी एक भावनारहित व्यक्ती.' तेव्हा

तुझ्या 'का?' या प्रश्नाचे उत्तर तू आधीच दिले आहेस. प्रश्न मात्र नंतर विचारलास.''

''म्हणजे मी बोललेले सारे वाया गेले तर. हो ना?'' तिचा आवाज खूप पडलेला होता.

''नाही.'' रेनॉल्ड्स त्या अंधारात हसत म्हणाला, ''तू रात्रभर बोलत राहिलीस, तरी तुझा आवाज ऐकत रहाण्याची माझी तयारी आहे. ज्या अर्थी तू इतक्या कळकळीने मला उपदेश करते आहेस, त्या अर्थी तुला माझ्यात कोठे तरी सुधारणा होण्याची आशा वाटते आहे.''

''तुम्ही मला हसत असाल ना?''

''हो!'' रेनॉल्ड्स हसत हसत म्हणाला. एकदम त्याने तिचा हात पकडून कुजबुजत म्हटले, ''गप्प बस, अन् अजिबात हालचाल करू नकोस.''

''काय–'' रेनॉल्ड्सने तिच्या तोंडावरती एक हात दाबून धरला तरी तिच्या तोंडून एक शब्द निसटलाच. ती त्याचा हात काढण्यासाठी धडपडू लागली; पण एकदम ती सैल पडली, स्तब्ध झाली. जणू काही तिच्यातील चैतन्य हरपून गेले होते. कारण तिलाही तो आवाज ऐकू आला होता. बर्फाच्या थरातून चालत येणाऱ्या पावलांचा खचखच आवाज ऐकू येत होता. कोणीतरी त्यांच्याजवळ येत होते. शिवाय, ती पावले एकापेक्षा अधिक माणसांची होती. ते दोघे अगदी स्तब्ध बसून राहिले. किंचितही हालचाल करीत नव्हते. नाईलाज म्हणून श्वासोच्छ्वास करीत होते. समोरून तीन पोलीस चालत आले आणि गस्त घालीत त्यांच्या अंगावरून निघून गेले. तिथून जवळच एक मोठा ओटा घातलेला होता. त्यावरती अनेकदा कॅफे थाटले जायचे. तोही ओटा पार करून ते गेले. त्या बर्फाच्छादित किनाऱ्यावरून ते पुढे पुढे जात अदृश्य झाले. पुढे मोकळ्या जागा होत्या. ओकची झाडे ओळीने उभी होती. ती झाडे एका मोठ्या हिरवळीभोवती लावलेली होती. त्याच्याही पलीकडे ते गेले असावे.

''ह्या मार्गिट बेटासमोरच्या किनाऱ्याच्या भागावर कोणीही नसते, असे तू म्हणाली होतीस.'' तो थोडासा चिडून कुजबुजत म्हणाला, ''इकडे हिवाळ्यात कोणीही फिरकत नसते ना?''

''होय, यापूर्वी तरी तसेच असायचे.'' ती म्हणत होती, ''इथे गस्त असते हे मला ठाऊक होते; परंतु या बाजूने पोलीस येतील, असे मला वाटले नव्हते. हरकत नाही, ते आता तासभर तरी इकडे येणार नाहीत. माझी तशी खात्री आहे; कारण ही किनारपट्टी खूप लांबलचक आहे. या टोकापासून त्या टोकापर्यंत जाऊन यायला बराच वेळ लागतो.''

ज्युलियाचे दात कुडकुडत होते. थंडीपासून सुरक्षित अशी व खाजगी बोलण्यासाठी एक जागा तिला हवी होती. म्हणून तिने व्हाईट एन्जल कॅफे निवडले होते. त्या

भागात उशिरापर्यंत उघडे असलेली ती एकमेव जागा होती; पण शेवटी तिथेही एव्हीओचा माणूस टपकलाच. त्याला निपटल्यावर त्या दोघांनी निवांत जागेचा शोध घेतला; पण ती कुठे मिळेना. म्हणून शेवटी तिने नदीचा किनारा सुचवला. त्याचाही काही भाग हा आम जनतेसाठी बंद होता. ठराविक तासांनी तिथे कर्फ्यू चालू व्हायचा; पण त्या कर्फ्यूची तेवढी कडक अंमलबजावणी व्हायची नाही; कारण गस्तीचे पोलीस हे साधे पोलीस होते. त्यांचा एव्हीओशी काहीही संबंध नव्हता. त्या दोन खात्यांची तुलना करताना लोक एव्हीओला खडूसारखे कडक म्हणून खडूस म्हणायचे, तर पोलीस खात्याला चीजसारखे मवाळ म्हणायचे. दोघांच्या तुलनेत आपोआपच एक मवाळ ठरत होता. खडू आणि चीज, जनतेत एक सांकेतिक भाषा उदयास येत होती.

रेनॉल्ड्सही ज्युलियासारखाच गार पडला होता. त्यामुळे जेव्हा तिने त्याला पहारेकऱ्याचे उभे रिकामे खोके दाखवले, तेव्हा त्याने चटकन मान्य करून त्यात आश्रय घेतला. आजुबाजूला रस्ता खात्याचे दुरुस्तीचे सामान पडले होते. डांबराची पिंपे, ग्रॅनाईटचे दगड, टिकाव, खोरी, फावडी वगैरे तिथे होते. थंडीचा जोर वाढताच सारे काम थांबवून कामगार मंडळी ते सामान आहे तिथे टाकून निघून गेली होती. रेनॉल्ड्सला चर्चा करण्यासाठी ती जागा आदर्श वाटली.

त्या लाकडी खोक्यात बसून ज्युलियाने त्याला जान्स्कीच्या घरात नुकतेच काय घडले, ते सांगितले. त्या घरावर जाता-येता दोन माणसे संशयाने पहायची व कडक पाळत ठेवायची; पण त्यांच्यापैकी एकाने चूक केली. ती त्याची शेवटची चूक ठरली. त्या माणसांमध्ये हळूहळू जादा आत्मविश्वास येत गेला. ते नेहमी समोरच्या बाजूने पहात जायचे. आता ते घराच्या बाजूने रस्त्यावरून जाऊ लागले. जाता-येता ते गॅरेजवर पाळत ठेवू लागले. एकदा गॅरेजचे उघडे दार पाहून एकाने उत्सुकतेपोटी आत डोकावण्याचे धाडस केले. इथेच त्याने चूक केली. त्याच क्षणी सॅन्डरने त्याचे डोके धरून त्याला आत खेचले व त्याची मान मोडली. मग बाहेरून गॅरेजला कुलूप ठोकून देण्यात आले. आता त्या घरी जायला हरकत नाही. तिथे जाऊन जेनिन्जला कसे सोडवून आणायचे, याची योजना रेनॉल्ड्स आता आखू शकत होता; पण कोणत्याही परिस्थितीत रात्री बाराच्या आत घराकडे फिरकायचे नाही, असे जान्स्कीने बजावले होते.

तिने एवढी माहिती सांगितल्यावरती रेनॉल्ड्सने आपल्या बाजूने काय काय घडले, हे तिला सांगितले. त्यानंतर एवढ्यातच ते तीन गस्तीचे पोलीस येथून गेले होते. तो आता अंधारात तिच्या दिशेने पहात बसला. तिचा हात अजूनही त्याच्या हातात होता; पण तिला त्याचे भान नव्हते. अजूनही तो हात कडक होता व ती तो हलवत नव्हती.

तो शांतपणे तिला म्हणाला, ''मिस इल्युरिन, खरे म्हणजे या अशा प्रकारची गुप्त कामे तुझ्या लायकीची नाहीत. फारच थोडे लोक अशी धोकादायक कामे करू शकतात. असे काम करणे तुला नक्कीच आवडणारे नाही. तरीही तू व तुझे वडील या शहरात राहून का धोका पत्करता? का तुला ही असली कामे करायला आवडतात?''

''आवडतात? कोणाला आवडतील असली कामे? असले आयुष्य कोण पत्करेल? भूक, भीती, दडपण, दहशत, निराशा आणि सतत रहाण्याची जागा बदलणे. कोणी आपला पाठलाग करते आहे काय, या भीतीपोटी सारखे मागे वळून पहाणे. अयोग्य स्थल व अयोग्य काळ असेल तर काहीही बोलायचे नाही, की हसायचे नाही–''

''पण इथे रहायच्याऐवजी पश्चिमेकडच्या देशात का नाही स्थलांतर करीत? उद्यासुद्धा तू जाऊ शकशील.''

''नाही, नाही. मी जाणार नाही. असं पहा–''

''याला कारण तुझी आई. हो ना?''

''माझी आई!'' तिने हताशपणे म्हटले. मग काही क्षणांनी अंधारात रोखून पहात ती म्हणाली, ''माझी आई केव्हाच वारली आहे, मिस्टर रेनॉल्ड्स.''

रेनॉल्ड्स आश्चर्याने म्हणाला, ''वारली? पण तुझे वडील तसे काही म्हणाले नाहीत.''

''मला माहिती आहे ते. अन् ते तसे कधीच म्हणणार नाहीत.'' तिच्या आवाजात आता खूप हळवेपणा आला होता. ती पुढे म्हणाली, ''बिचारे बाबा. आई वारली हे ते कधीच मानणार नाहीत. त्यांनी जेव्हा तिला पकडून नेले तेव्हाच ती मृत्यूपंथाला लागली होती. तिचे एक फुफ्फुस त्या वेळी पार निकामी झाले होते. तिला धरून नेल्यानंतर फार तर दोन-चार दिवस ती जिवंत राहिली असेल; पण बाबांचा यावर कधीही विश्वास बसणार नाही. ते शेवटच्या श्वासापर्यंत ती जिवंत सापडेल, या आशेवर रहातील.''

''पण तुझाही यावरती विश्वास आहे, असे कसे तू त्यांना सांगतेस?''

''होय. मी तसेच त्यांना सांगते, त्यांच्या म्हणण्याला दुजोरा देते; कारण बाबांचे आता या जगात माझ्याखेरीज कोण राहिले आहे? म्हणून मी त्यांना सोडून कधीही जाणार नाही. मी नुसते त्यांना सोडून निघून जायचे ठरवले तर दुसऱ्या दिवशी ते सरहद्द ओलांडून मला ऑस्ट्रियात पाठवण्याची व्यवस्था करू शकतात. माझ्या आयुष्याच्या बाबतीत ते कधीच जोखीम पत्करणार नाहीत. म्हणून मग त्यांच्यापाशी रहाण्यासाठी मीही म्हणते, 'मीपण आईची वाट पाहीन.' मी वेगळे काय बोलू शकते?''

“अस्सं.” रेनॉल्ड्स म्हणाला. तोही यापेक्षा वेगळे काय म्हणू शकत होता? तिच्या जागी आपण असतो तर आपणही तेच केले असते. त्याला जान्स्कीचे बोलणे आठवले; पण त्याला कुठेतरी सारखे वाटत होते की जान्स्की आपल्या पत्नीच्या भवितव्याबद्दल तटस्थ आहे, निर्विकार आहे. म्हणून त्याने तिला विचारले, “तुझ्या वडिलांनी कधी तुझ्या आईचा शोध घ्यायचा प्रयत्न केला?”

“तसा प्रयत्न केला नसेल असे वाटते तुम्हाला? कारण बाबा नेहमी बोलताना तसा भ्रम निर्माण करतात. तसे ते का करतात, देव जाणे! पण ऐकणाऱ्याला वाटते की त्यांनी आपल्या पत्नीचा शोध घेणे सोडून दिले असावे.” क्षणभर ती बोलायचे थांबली. मग ती सावकाश बोलू लागली, “तुम्ही याच्यावर विश्वास ठेवणार नाही, तसा तो कोणीच ठेवणार नाही म्हणा; परंतु हे जे मी सांगणार आहे ते खरे आहे, सत्य आहे. हंगेरीमध्ये एकूण नऊ यातना-छावण्या आहेत. अन् गेल्या दीड वर्षात बाबांनी पाच छावण्या माझ्या आईचा शोध घेण्यासाठी तपासल्या. कल्पना करा की त्यांनी आत प्रवेश कसा मिळवला असेल आणि आश्चर्य म्हणजे ते सहीसलामत बाहेर कसे पडले असतील! केवळ अशक्य असलेली गोष्ट त्यांनी करून दाखवली. हे फक्त बाबांनाच जमू शकते.”

“खरे आहे. ही अशक्य गोष्ट फक्त त्यांनाच जमू शकते.” रेनॉल्ड्स तिला प्रतिसाद देत म्हणाला.

“याखेरीज त्यांनी हजारापेक्षा जास्त सामुदायिक शेतीचे फार्मस जागेवर जाऊन तपासले. अर्थात ही ऑक्टोबरच्या उठावाआधीची गोष्ट आहे; पण इतका प्रयत्न करूनही त्यांना माझी आई सापडली नाही. त्यांना ती कधीच सापडणार नाही; पण तरीही ते सतत तिचा शोध घेत रहातात आणि शोध घेत रहातील; पण त्यांना ती कधीही सापडणार नाही.”

तिच्या आवाजात काहीतरी बदल झाला. रेनॉल्ड्सचे त्यामुळे तिकडे लक्ष गेले. तिचे शेवटचे वाक्य तुटक तुटक व कंपित स्वरात उमटले होते. त्याने आपला हात पुढे करून तिचा गाल हळुवारपणे थोपटला. तो गाल अश्रूंनी ओला झाला होता. त्याचा स्पर्श झाला तरी तिने तोंड फिरवले नाही. त्याने स्पर्श केल्यामुळे ती चिडली नाही की तिला राग आला नाही.

“मिस इल्युरिन.” त्याने तिच्या आडनावाने तिला संबोधत पुढे म्हटले, “म्हणून म्हणतो की ही असली धोकादायक कामे करणे तुझ्या अवाक्याबाहेरचे आहे.”

“ज्युलिया, ज्युलियाच माझे नाव आहे. ते इल्युरिन नाव कधीही उच्चारत जाऊ नका.... अगदी मनातसुद्धा त्याचा विचार करत जाऊ नका. पण.... पण.... मी हे सारे तुम्हाला का सांगते आहे?”

"कोणास ठाऊक? पण मला सांग, आणखी सांग... जान्स्कीबद्दल सांग. मी त्यांच्याविषयी फारच थोडे ऐकले होते."

"काय सांगणार मी? तुम्ही 'थोडेसे' हा शब्द वापरलात; पण मला– खुद्द त्यांच्या मुलीला– आपल्या बाबांविषयी एवढीच माहिती आहे. पूर्वी जे घडले, त्याबद्दल ते कधीही बोलत नाहीत नि बोलणार नाहीत. अन् का बोलणार नाहीत याचेही कारण सांगणार नाहीत. मला वाटते की ते आता केवळ शांतता प्रस्थापित करण्यासाठी जगत आहेत. त्यांना स्वत:ला शांतता हवी आहे म्हणून ते मागच्या आठवणी काढत नाहीत. ज्यांना स्वत:ची स्वत:ला मदत करता येत नाही, त्यांना मदत करण्यासाठी ते जगत आहेत. मी अशा अर्थाचे ते बोलताना एकदा ऐकले होते. मला वाटते की जुन्या स्मृती जागल्या तर त्यांना फार यातना होतात. त्यांनी आत्तापर्यंत खूप भोगले व खूपजणांना ठारही केले आहे."

रेनॉल्ड्सने यावर आपले मत दिले नाही की प्रतिकिया व्यक्त केली नाही. तो गप्प बसला. तिच्या आवेगाने बोलण्यात खंड पाडणे योग्य नाही, असे त्याला वाटले.

तीही थोडे थांबून पुढे बोलू लागली, "बाबांचे वडील, म्हणजे माझे आजोबा हे युक्रेन प्रांतात एक कम्युनिस्ट पुढारी होते. ते एक चांगले कम्युनिस्ट होते आणि चांगले माणूसही होते. १९३८ मध्ये ते आणि युक्रेनमधले जवळजवळ सर्व कम्युनिस्ट पुढारी नष्ट झाले, मृत्यू पावले; कारण त्या सर्वांना किएव्ह शहरातील गुप्त पोलिसांनी तळघरात हालहाल करून मारून टाकले. तिथून तर हे सारे सुरू झाले. बाबांना ती बातमी कळल्यावर ते चिडले. त्यांनी त्या छळणाऱ्या बहुतेक साऱ्या गुप्त पोलिसांना ठार केले. यातनेची व मृत्यूदंडाची शिक्षा ठोठावणाऱ्या काही न्यायाधीशांनाही त्यांनी ठार मारले; पण ते कितीजणांना असे एकट्याने मारू शकणार होते? त्यांच्याविरुद्ध अवघे पोलीस खाते उभे राहिले होते. त्यांनी बाबांना पकडले व सैबेरियात पाठवून दिले. अगदी पूर्वेला टोकाशी असलेल्या व्ह्लाडीव्होस्ताक शहरात त्यांना सहा महिने एका तळघरातील अंधारकोठडीत तात्पुरते ठेवले होते. तो एक ट्रॅन्झिट कॅम्प होता. नंतर तिथून त्यांना दुसरीकडे हलवायचे होते. जिथे पाठवायचे तिथे फक्त बोटीनेच जाता येत होते. अन् त्या भागातला सारा समुद्र गोठून गेला होता. तो वितळण्याची वाट पहाण्यासाठी सहा महिने त्या तळघरात नाईलाजाने ठेवावे लागले होते. तेवढ्या काळात त्यांना कधीही सूर्यप्रकाशाचे दर्शन झाले नाही, की दुसऱ्या माणसाचेही दर्शन झाले नाही. त्या अंधारकोठडीमध्ये त्यांना जे अन्न पुरवले जायचे, ते पचायला कठीण असे. पावाच्या दोन्ही बाजूंचे कडक काप आणि पावाच्या माथ्यावरचा कठीण ब्राऊन भाग मुद्दाम त्यांना दिला जायचा. कसलीतरी आमटी म्हणा, सार म्हणा, सूप म्हणा किंवा स्वयंपाकघरातील भांडी

विसळलेले पाणी हे त्या कडक तुकड्यांबरोबर द्यायचे. मात्र हे देणारा दिसू नये म्हणून एका झडपेमधून ती थाळी आत सारली जायची. आतला कैदी कोण आहे हे त्यांना चांगले ठाऊक होते. म्हणून हा कैदी बराच काळ झिजत झिजत मगच मरून जावा, याची ते काळजी घेत होते. त्यांच्या कोठडीत झोपण्यासाठी पलंग नव्हता की ओटा नव्हता. थंडीचे दिवस आहेत म्हणून त्यांनी ब्लँकेटेही दिली नाहीत. हवेचे तापमान शून्याखाली घसरलेले होते. जमिनीखाली असल्याने थंड व जड हवा तिथे कायमची साठून रहायची. छत, चार भिंती व जमीन अशी सहा बाजूंनी बंदिस्त असलेली ती अंधारकोठडी होती. वारा, प्रकाश व आवाज यांना तिथे प्रवेश करायला बंदी होती. शेवटच्या महिन्यात तर त्यांनी पाणी देणेही बंद केले. मग लोखंडी दाराच्या पत्र्यावर गोठून बसलेले बर्फाचे पातळ थर चाटून चाटून बाबा आपली तहान भागवायचे. जान्स्की नावाचा माणूस हा अविनाशी आहे, हे सत्य तिथले पहारेकरी व तुरुंगातील अधिकारी आता शिकू लागले होते.''

ती बोलायची थांबली. आपल्या वडिलांना दिलेल्या यातनांच्या आठवणीने ती घुसमटत चालली होती, तर रेनॉल्ड्स तो अमानुष छळ ऐकून प्रभावित होत चालला होता. जान्स्कीचे पुढे काय झाले? हा माणूस कसा वाचला? तिथून कसा निसटला असेल? त्याची ती रोमहर्षक कहाणी ऐकताना तिच्या गप्प रहाण्यामुळे खंड पडला होता. त्याने तिचा हात घट्ट पकडून म्हटले, ''सांग, पुढे सांग. सांगत रहा. पुढे काय झाले?''

आपला हात त्याने घट्ट पकडला आहे, याकडे तिचे अजिबात लक्ष गेले नाही. त्यालाही आपण नकळत तिचा हात पकडून धरला आहे समजले नाही. ती पुढे सांगत राहिली, ''मग कधीतरी ती मालवाहू बोट आली. त्यात बाबांना घातले आणि ते कोलीमा पर्वताकडे त्यांना घेऊन गेले. त्या पर्वतभागात गेलेली कोणतीही व्यक्ती कधीही परत येत नसे; पण बाबा आले. तिथून परत आले.'' ती हे सांगत असताना तिच्या आवाजात आपल्या वडिलांबद्दलचा दरारायुक्त आदर प्रगटला होता. ही कहाणी तिने आजवरती शेकडो वेळा अनेकांना ऐकवली असेल, हजारो वेळा मनात साठवली असेल; पण तरीही तोच तो दरारायुक्त आदर याही वेळी तिच्या आवाजात व्यक्त होत होता. ती सांगत होती, ''त्यांच्या आयुष्यातील तो सर्वांत कठीण व यातनामय काळ होता. बाबांच्याखेरीज दुसरा कोणी कैदी त्यातून जिवंत राहिला असेल असे मला वाटत नाही. पुढे नक्की काय घडत गेले, ते मला ठाऊक नाही; पण अनेकदा ते झोपेतून दचकून जागे होतात. त्या वेळी त्यांचा चेहरा पांढराफटक झालेला असतो. ते पुटपुटत असतात, 'दवाय! दवाय!' चला, पुढे चला. पुढे चला. अन् कधी कधी म्हणतात, 'बिस्त्र्ये, बिस्त्र्ये!' भरभर, भरभर. मला वाटते की कदाचित कुत्र्यांकडून ओढली जाणारी पट्ट्यांची घसरगाडी चालवताना तसले म्हणले

जात असावे. तशा घसरगाड्यांना छोट्या घंटा बांधलेल्या असतात; पण बाबा आता घुंगरांचा आवाज झाला की कावरेबावरे होतात. दोन्ही कानावर हात दाबून धरून ते आवाज बाबा ऐकत नाहीत. तुम्ही त्यांच्या हातावरची बोटांची थोटके पाहिलीत ना? बोटे कशी तुटली गेली असतील? तुम्हाला त्याची कल्पनाही करता येणार नाही. त्या वेळी एनकेव्हीडीच्या माणसांचा म्हणजे त्या वेळच्या रशियन गुप्त पोलिसांचा एक आवडता खेळ होता. काही काही बर्फावरच्या घसरगाड्यांना पुढे ओढणारी कुत्री जोडत नाहीत. त्याऐवजी पेट्रोल इंजिनावर चालणारा पंखा मागे लावतात. हा फिरणारा पंखा हवा मागे ढकलू लागला की ती घसरगाडी पुढे सरकते. ती पोलिसांची माणसे त्या घसरगाडीत बसायची. अनवाणी कैद्याच्या कंबरेला दोरी बांधून तिचे एक टोक घसरगाडीला मागे बांधायचे. मग गाडी सुरू केली, की पंखा फिरू लागून गाडी पुढे जाऊ लागे व मागचा कैदी पुढे ओढला जाई. आपण खाली पडून फरफटत जाऊ नये म्हणून तो पळू लागे. त्याच्या पळण्याचा वेग इतपत वाढवू दिला जाई, की हळूहळू तो कैदी व घसरगाडी यातील अंतर कमी कमी होत जाई. पळताना तो पुढे वाके. आपल्या वाकलेल्या शरीराचा तोल सांभाळण्यासाठी तो दोन्ही हात पुढे करून पळत राही. हळूहळू तो फिरणाऱ्या पंख्याजवळ येई. पंख्याची पाती फिरत असल्याने केव्हाच अदृश्य झालेली असत. त्यामुळे अनेकदा पळण्याच्या नादात पंख्याच्या पात्यांचे अस्तित्व कैदी विसरे. मग तो पुरेसा जवळ आला आहे, असे वाटताच गाडीचा वेग अनपेक्षितपणे कमी केला जाई. परिणामी, हात पुढे करून गाडीमागोमाग येणाऱ्या कैद्याचे हात पंख्यामध्ये घुसत. मग त्या पंख्यांची पाती खटकन त्या कैद्याच्या हाताची बोटे कापून उडवून लावीत. आपल्या हाताला काय झाले आहे, हे क्षणभर कैद्याला समजून येत नसे. जेव्हा आपले रक्ताळलेले हात तो पाही, तेव्हा त्याला काय झाले याची जाणीव होऊन तो किंचाळू लागे. मग घसरगाडीत बसलेली ती माणसे एकदम खदखदा हसू लागत. कधीकधी ते मागच्या कैद्याची दोरी एकदम ओढून त्याला पंख्यामध्ये घुसवीत. मग हातांऐवजी त्या कैद्याचा चेहरा .....'' ती गप्प बसली. आपले ओठ तिने घट्ट मिटले होते. एक-दोन मिनिटांनी ती परत बोलू लागली; पण आता तिचा आवाज अस्थिर होता. ती म्हणत होती, ''तुम्ही कदाचित मनामध्ये माझ्या बाबांना नशीबवान समजत असाल. कारण त्यांची फक्त बोटेच छाटली गेली आहेत. अन् त्यांच्या हातांवरचे व्रण कसे निर्माण झाले असतील? माहिती आहे तुम्हाला?''

त्याने आपली मान नकारार्थी हलवली; पण अंधार होता तरीही तिला त्याची ती हालचाल समजली.

ती सांगू लागली, ''लांडगे– लांडग्यांमुळे ते व्रण निर्माण झाले आहेत.''

त्याला तिच्या बोलण्याचा अर्थ समजला नाही. त्याने गोंधळून विचारले, ''लांडगे?''

"होय, लांडगे. भुकेने वखवखलेले लांडगे. तिथले रखवालदार त्यांना सापळ्यात जिवंत पकडतात. काही दिवस उपाशी ठेवतात. मग त्या लांडग्यांना एका खोल खड्ड्यात टाकतात. अगदी शेवटी कैद्याला त्या खड्ड्यात भिरकावून देतात. लांडग्यांशी झुंज द्यायला त्या बिचाऱ्या कैद्याकडे शस्त्र नसते, फक्त हात असतात. बाबांच्याकडेही फक्त हात होते. अन् तेही बोटे नसलेले. त्यांचे कोपरापर्यंतचे हात, दंड, खांदे, त्यांचे सारे शरीर हे शेकडो व्रणांनी नुसते भरून गेले आहे."

"बाप रे! असे काही घडले असेल हे खरे नाही वाटत. माझा यावरती विश्वास बसत नाही. भयानक आहे हे. शक्य असेल हे?" तो धक्का बसून पुटपुटत होता.

"कोलीमा पर्वतभागात काहीही अशक्य नाही; पण मी हे जे सांगितले ते काहीच नाही इतक्या परमावधीच्या यातना दिल्या जातात. बाबा त्या सगळ्या अघोरी प्रकारातून गेले आहेत; पण मला मात्र त्यांनी तेवढे सांगितले नाही."

"अन् त्यांच्या हातांच्या पंज्यांवरती खिळे घुसवल्याच्या खुणा आहेत. त्या कशा काय? का येशू ख्रिस्तासारखे त्यांच्या हातात खिळे ठोकून क्रूसावर चढवले होते?"

"त्यांना क्रूसावर चढवले नव्हते. फक्त हातात खिळे ठोकल्याने एखाद्याला मरण येत नाही. बायबलमधील चित्रांवरती जाऊ नका. ती सर्व चुकीची आहेत. बाबांनी त्या लोकांना 'काहीतरी' भयंकर केले असणार. म्हणून ते त्यांना तैगाच्या जंगलात खूप आत घेऊन गेले. त्या भर हिवाळ्यात त्यांनी बाबांच्या अंगावरचे सारे कपडे काढून टाकले. शेजारी शेजारी वाढलेल्या दोन झाडांमध्ये त्यांना उभे केले. दोन्ही हात पसरायला लावून त्यांच्या हाताच्या पंजांमधून खिळे ठोकून ते झाडात पक्के केले. बस्स. मग ते तिथून निघून गेले. त्यांना ठाऊक होते, की काही मिनिटांतच येथे लांडगे येऊन त्यांच्या शरीराचा फडशा पाडतील. समजा, जरी लांडगे आले नाही तर कडाक्याच्या थंडीत हा उघडाबंब माणूस काही मिनिटांत गोठून मरण पावेल. कोणत्याही परिस्थितीत मृत्यू अटळ होता– कडाक्याच्या थंडीने का लांडग्यांमुळे? एवढाच प्रश्न होता."

ती बोलायची थांबली. कदाचित पुढची अघोरी घटना वर्णन करण्यासाठी तिला धैर्य एकवटावे लागत असेल, असा त्याने अंदाज केला; पण ती एकदम सांगू लागली, "पण तरीही बाबा निसटले. तिथून निसटले, पळाले आणि त्यांनी आपली सुटका करून घेतली. कशी करून घेतली, ते फक्त देवालाच ठाऊक. आपले कपडे कुठे फेकून दिले आहेत, ते त्यांनी लक्षात ठेवले होते. त्यांनी ती जागा शोधून कपडे घेतले व अंगावरती चढवले. शेवटी कोलीमा पर्वतभागामधून बाबा बाहेर पडले; पण बोटे गमावलेली, पंज्यांना भोके पडलेली, पायाच्या बोटांची नखे गळून पडलेली आणि त्या बोटांमधली जाणीव नष्ट झालेली अशा अवस्थेत ते खुरडत

खुरडत जात होते. त्यांची पायाची बोटे अजूनही तशीच आहेत. तुम्ही जर त्यांना आत्ताही चालताना पाहिले तर ते त्यांचे नैसर्गिक चालणे नाही, असे तुमच्या लक्षात येईल.''

''होय.'' तो म्हणाला. पाय ताठ असल्यासारखे ते चालतात हे त्याला आता आठवले. जान्स्कीचा चेहराही त्याच्या नजरेसमोर आला. असंख्य व्रण व वण यांनी तो चेहरा भरून गेला तरीही त्यावरती अपार मार्दव पसरलेले होते. त्यामागच्या इतिहासाच्या पार्श्वभूमीवरती तो चेहरा कितपत प्रतिनिधिक ठरेल, याचा तो अंदाज घेऊ लागला. तो म्हणाला, ''ज्युलिया, हे सारे विश्वास ठेवायला कठीण जाते आहे. जर हे सर्व खरे असेल, तर..... तर जान्स्की अविनाशी आहेत असेच म्हटले पाहिजे.''

''होय. मलाही तसेच वाटते. पुढे तिथून ते दक्षिण दिशेने चालत निघाले. वाटेत कोठेतरी पूर्व-पश्चिम पसरलेली ट्रान्स सैबेरियन रेल्वेलाईन लागणार, अशी त्यांची अटकळ होती. शेवटी चार महिन्यांनी त्यांना ती रेल्वेलाईन लागली. जेव्हा त्यांनी एक रेल्वेगाडी थांबवली, तेव्हा ते पार वेडे झाले होते. त्यांना भ्रम झाला होता. सारखे असंबद्ध बरळत होते. कसेबसे ते युक्रेनमध्ये– आपल्या प्रांतामध्ये– परतले. कालांतराने बरेसुद्धा झाले. आता १९४१ साल उजाडले होते. युद्धाची धामधूम सुरू झाली. माणसे मारली जाऊ लागली. सैनिक मरू लागले. त्यांची संख्या कमी होऊ लागल्यावरती लष्करभरती सुरू झाली. ती संधी बाबांनी घेतली. ते सैन्यात शिरले. वर्षभरात ते मेजरच्या पदापर्यंत चढले. युक्रेनमधली अनेक माणसे जशी एका खास हेतूने सैन्यात शिरली त्याच हेतूने ते सैन्यात शिरले. येणाऱ्या संधीची ते व त्यांच्या विचारांची सैन्यात भरती झालेली अनेक माणसे वाट पाहू लागली. अन् तशी संधी आली. जर्मनांनी रशियावरती हल्ला चढवला. आता युक्रेनियन रेजिमेंटला रशियाच्या लाल सैन्यावर चढाई करायची संधी प्राप्त झाली.''

ती बोलायचे थांबली. कदाचित बोलून बोलून ती दमली असावी किंवा जुन्या आठवणींमुळेही तिच्यावरती खूप ताण पडला असावा. आजुबाजूला पाहून ते गस्तीचे पोलीस परत येत आहेत की नाही, याचा तिने एकदा अंदाज घेतला व ती परत बोलू लागली, ''आम्हाला हे सारे आत्ता ठाऊक होत आहे; पण त्या वेळी बाहेरच्या जगाला रशियाने या बंडखोरीबद्दल काय सांगितले ते ठाऊक नाही. आम्हाला फक्त द्नीपर नदीवर परत रशियन सैन्य कसे तुटून पडले, तुंबळ रणकंदन माजून जमीन पार भाजून निघाली आणि किएव्ह शहरासाठी झालेली शर्थीची लढाई, एवढेच सांगितले गेले. सगळे काही काल्पनिक, खोटे, असत्य होते. अन् तरीही बाहेरच्या जगाला खरी गोष्ट अजूनही कळलेली नाही याचे आश्चर्य वाटते.''

ती मागच्या आठवणींचा मनामध्ये शोध घेत असावी. कारण तिचा आवाज

आता मंद झाला होता. ती पुढे सांगू लागली, "जर्मनांनी जेव्हा आमच्या युक्रेन प्रांतावर आकम्रण केले तेव्हा आम्ही त्यांचे स्वागत केले, जंगी स्वागत केले. आम्ही त्यांना अन्न दिले, वाईन दिली, सारे रस्ते सजवले, जर्मन स्टॉर्मट्रूपर्सच्या गळ्यात फुलांचे हार घातले. एकही गोळी न झाडता किएव्ह शहर त्यांच्या ताब्यात आले. कारण शहरातील सैन्याने, पोलिसांनी व नागरिकांनी जर्मनांचे स्वागत केले होते. युक्रेनियन सैन्याच्या रेजिमेन्ट्स, डिव्हिजन्स या आपणहोऊन जर्मनांना जाऊन मिळत होत्या. 'इतक्या प्रचंड प्रमाणावर आक्रमण करणाऱ्यांना सैन्याने जाऊन मिळणे ही गोष्ट इतिहासात अभूतपूर्व होती,' असे बाबा म्हणतात. मग लवकरच संयुक्त सैन्याचे बळ दहा लाखांच्या पुढे गेले. जनरल आंद्रे व्ह्लासोव्ह याच्या नेतृत्वाखाली ते लढू लागले. माझे बाबा या सैन्यात होते. ते आता मेजर जनरलच्या हुद्द्यापर्यंत चढले. जनरल व्ह्लासोव्हच्या जवळच्या माणसांपैकी ते एक होते; पण हळूहळू जर्मनांना व या नवीन सैन्याला माघार घेत मागे मागे पश्चिमेकडे सरकत जावे लागले. शेवटी ते विनित्सा शहरापाशी १९४३ साली सरकले. या ठिकाणी आल्यावरती मात्र बाबांच्यात एकदम बदल झाला. येथून पुढे त्यांनी न लढण्याचा निश्चय केला. कोणालाही ठार न करण्याची प्रतिज्ञा केली. त्यांनी त्यांची प्रतिज्ञा अजूनही पाळली आहे."

"विनित्सा? हे कोणते गाव? अन् असं काय तिथे घडले त्यामुळे तुझ्या बाबांमध्ये परिवर्तन घडून आले?" रेनॉल्ड्सची उत्सुकता आता वाढली होती.

"तुम्ही– तुम्ही कधी या गावाचे नाव ऐकले नाही?" तिने आश्चर्याने त्याला म्हटले.

"नाही. कधीच नाही."

"बाप रे!" ती पुटपुटत म्हणत होती, "अन् मला वाटत होते, की विनित्सा गाव नि तिथल्या घटना साऱ्या जगाला ठाऊक आहेत."

"सॉरी. मला अजिबात ठाऊक नाही. विनित्साला काय झाले?" त्याने अधीर होऊन विचारले.

"मला– मला ते विचारू नका. मला ते सांगणे जमणार नाही." तिच्या आवाजात कंप आला होता. ती आता कोणत्याही क्षणी हुंदके देईल असे त्याला वाटले. तिच्या डोक्यात कुठेतरी आठवणींचे मोहोळ जागे झाले होते. थरथरत एक दीर्घ निःश्वास तिने सोडला. ती पुटपुटत म्हणाली, "तुम्ही ते दुसऱ्या कोणाकडून ऐका."

"ठीक आहे, ठीक आहे." रेनॉल्ड्स घाईघाईने म्हणाला. ती निःशब्दपणे हुंदके देत असून तिचे सारे शरीर थरथरत आहे, हे त्याला जाणवले. त्याने तिच्या खांद्यावर थोपटत पुढे म्हटले, "जाऊ दे ते सारे. विसरून जा सगळे."

तिचा गळा दाटून आला होता. त्याच आवाजात ती म्हणाली, ''तर हे असे घडत गेले, मिस्टर रेनॉल्ड्स.'' बराच वेळ ती गप्प बसली. मग हिय्या करून ती पुढे बोलू लागली. ''विनित्सा गावापर्यंत माघार घेतल्यावर बाबा गावातील आपल्या घरी गेले. अन्... अन् रशियन माणसे तिथे त्यांची वाट पहात होती. ती खास माणसे खूप दिवस चिकाटीने प्रतीक्षा करीत होती. त्यांनी बाबांना पकडून नेले......''

पुन्हा तिला दुःखाचा उमाळा आला होता; पण एवीतेवी एवढे सांगितले आहे, तर बाकीचेही सांगून टाकावे असा तिचा निश्चय झाला असावा. ती पुढे बोलत गेली, ''जे जे युक्रेनमधले सैनिक जर्मनांना मिळाले होते, त्यांपैकी बरेचसे अशा रीतीने परत मिळवले होते. त्यांची एक वेगळी रेजिमेन्ट त्यांनी उभी केली. त्या रेजिमेन्टला त्यांनी शस्त्रे व दारूगोळा पुरवला; परंतु ती शस्त्रे हलक्या दर्जाची, वापरात नसलेली होती; परंतु गणवेष दिले नाहीत. अशा एका रेजिमेन्टचे नेतृत्व त्यांनी बाबांकडे सोपवले. बंडखोरातून उभ्या केलेल्या तुकड्या त्यांनी मग जर्मनांशी लढण्यासाठी पाठवल्या. अंगावर गणवेष नसलेले व जुनाट शस्त्रांच्या सहाय्याने जर्मनांशी कसा मुकाबला करणार? त्यांना जर्मन सैन्यावर सोडणे म्हणजे आत्महत्या करायला लावण्यासारखे होते. रशियनांना हेच हवे होते. ते मारले गेले तर त्यांच्या बंडखोरीची शिक्षा त्यांना मिळाली, असे ते समजले असते. ते जर पकडले गेले असते, तर 'ते आमचे सैनिक जर्मनांना फितूर झालेले होते.' म्हणूनही त्यांनी कांगावा केला असता. अशा पेचात युक्रेनच्या सैनिकांना जीव बचावण्यासाठी एकच मार्ग उरतो. तो म्हणजे जिवाच्या करारानिशी जर्मन सैन्याशी झुंज देऊन त्यांच्यावरती मात करायची. तसे झाले तर रशियनांच्या दृष्टीने सोन्याहून पिवळे होणार होते. किती हुषारीने युक्रेनच्या सैनिकांना त्यांनी पेचात टाकले होते. अन् असे कित्येक हजार सैनिक त्यांनी जर्मनांवरती सोडले होते. अशा या धामधुमीत बाबांनी हातातील शस्त्रे फेकून दिली व ते सरळ चालत चालत जर्मन आघाडीसमोर गेले. त्यांना पकडण्यात आले. त्यांची ओळख पटल्यावर त्यांना जनरल व्हलासोव्हकडे नेण्यात आले. मग युद्ध संपेपर्यंत ते त्यांच्याबरोबरच लढत राहिले. युद्ध संपल्यावर जर्मनांकडे जी युक्रेनियन लिबरेशन आर्मी होती, तिचे अनेक विभाग पाडण्यात आले. त्यातले काही विभाग तर अजूनही रशियाविरुद्ध छुपे युद्ध खेळत आहेत. कदाचित तुमचा यावरती विश्वास बसला नसेल. तर त्यांच्यापैकी एकाशी बाबांची दोस्ती झाली. ती व्यक्ती म्हणजेच काउन्ट. तेव्हापासून आत्तापर्यंत त्यांची दोस्ती अभंग आहे.''

''काउन्ट! काउन्ट हे मूळचे पोलंडमधले ना? जन्मानेही ते 'पोल' आहेत ना?'' रेनॉल्ड्सने विचारले.

''होय. बाबांची व त्यांची पोलंडमध्येच गाठ पडली होती.''

''पण ते खरोखरीच कोण आहेत?''

यावर तिने काहीच न बोलता आपली मान हलवली. अंधारातही त्याला ते कळले. ती म्हणाली, "ते सारे बाबांना ठाऊक आहे; पण त्यांच्यासारखा अफलातून माणूस मी आजवर कधीही पाहिला नाही. त्या दोघात कसलातरी समान धागा आहे, हे नक्की. मला वाटते, की त्या दोघांनी आजवर आपल्या हाताने अनेक माणसे ठार केली आहेत किंवा गेली बरीच वर्षे त्यांनी अजिबात कोणाची हत्या केली नाही. यापैकी काहीही असू शकेल; पण ते दोघेही अत्यंत निष्ठावान आहेत व आपले जीवन समर्पितपणे जगत आहेत."

"ते खरोखरीचे काउन्ट म्हणजे एखादा सरदार आहेत काय?"

"होय. पण तेवढेच मला ठाऊक आहे. त्यांची मालमत्ता अफाट होती. राजवाड्यासारखी घरे होती. त्याभोवती बागा, तळी, कुरणे, जंगले सारे काही त्यांच्या मालकीचे ऑगस्टॉ इथे होते. हे 'ऑगस्टॉ' गाव प्रशिया व लिथुआनिया यांच्या सरहद्दीपाशी कुठेतरी येते. आता ती सरहद्द अस्तित्वात नाही. काउन्ट जर्मनांशी १९३९मध्ये लढले. नंतर ते भूमिगत होऊन लढू लागले. त्यानंतर कधीतरी त्यांना जर्मनांनी पकडले. मग जर्मन लोकांना एक कल्पना सुचली. पूर्वीच्या पोलंडमधल्या एका उमरावाला आता जर गुलामासारखे वेठबिगार मजुराचे काम करावे लागले तर किती मजा येईल? शेवटी त्यांना ते काम दिले गेले. वॉर्सा शहरातील हजारो प्रेते हलवण्याच्या कामाला त्यांना जुंपण्यात आले. त्यातली प्रेते ज्यू लोकांच्या वसाहतीमधील होती. ती सफाई करण्याआधी जर्मन सैन्य रणगाडे घेऊन त्या वस्तीवरती हल्ला करीत. इमारती जमीनदोस्त करीत. पडलेल्या ढिगाऱ्यातून कोणी जिवंत बाहेर पडला, तर त्याला गोळ्या घालून ठार करीत. मग सफाईकाम करणाऱ्या कैद्यांना बोलावून प्रेते हलवली जात. या कैद्यांमध्ये काउन्ट होते. एके दिवशी त्यांनी व त्यांच्या बरोबरीच्या कैद्यांनी आपल्या जर्मन अधिकाऱ्यांना ठार केले आणि ते जर्मनांविरुद्ध लढणाऱ्या पोल लोकांना जाऊन मिळाले. त्या संघटनेचे नाव होते 'पोलिश रेझिस्टन आर्मी.' कुणीतरी जनरल बोर नावाचा माणूस तिचे नेतृत्व करीत होता. जेव्हा रशियन सैन्य पुढे सरकत सरकत वॉर्सा शहरापाशी आले, तेव्हा ते तिथेच थांबून राहिले. मार्शल रोस्कोव्हस्की याने मुद्दाम आपले सैन्य बाहेर ठेवले. आत शहरामध्ये जर्मन आणि भूमिगत पोलिश संघटना यांच्यात जोरदार संघर्ष चालू होते. एकमेकांशी लढून ते दोघेही मरावेत, असा विचार करून रोस्कोव्हस्कीने आपले सैन्य आत शिरू दिले नाही. शेवटी खूप संहार होऊन सारे रस्ते प्रेतांनी भरून गेल्यावरती आतल्या लढाया व चकमकी थांबल्या. मग वॉर्साला वेढा घालून बसलेल्या मार्शल रोस्कोव्हस्कीने आत प्रवेश केला."

"मला ठाऊक आहे तो इतिहास. तो एक भयानक संघर्ष होता. पोलंडच्या नागरिकांची अतिमोठ्या प्रमाणात कत्तल झाली होती. त्यांची प्रेते जमिनीखालच्या

बोगद्यासारख्या त्या भव्य गटारात टाकून देण्यात आली. शेवटी ती सारी गटारेही प्रेतांनी खचाखच भरून गेली होती. सारे जग त्या बातमीमुळे स्तंभित झाले होते.''

''वॉर्सात फारच थोडी जिवंत माणसे उरली होती. काउन्ट त्यांपैकी एक होते; पण त्या सर्वांना पकडून जर्मनांनी छळ-छावण्यांकडे नेले. ऑशवित्झ येथे ज्यू माणसांना विषारी वायू सोडून ठार मारले जाई, तिथल्या छावणीकडे त्यांना नेले. प्रत्येक कैद्याच्या हातावरती क्रमांक घालण्यात आले. तो कसा घातला ते मला ठाऊक नाही; पण काउन्टच्या हातावर आतल्या बाजूला कोपरापासून मनगटापर्यंत जे आकडे आहेत, ते सारे असंख्य फोडांनी टरारून उठले आहेत. ते फोड सुकले; पण त्या फुगीर खुणा कायमच्या उरल्या आहेत. ते दृश्य भयानक दिसते.'' एवढे बोलून तिचे अंग शहारले.

''मग काउन्टची व तुझ्या वडिलांची गाठ पडली?''

''होय. ते दोघेही व्ह्लासोव्हची माणसे होती; पण ते फार काळ एकत्र राहू शकले नाहीत. अविरत चालणारा मनुष्यसंहार, माणसांची निर्बुद्धपणे केली जाणारी कत्तल, खूनखराबा या साऱ्यांचा त्यांना वीट आला. हे कधी थांबेल ते त्यांना समजेना. त्यांनी आता रशियन कम्युनिस्टांवरती सूड घ्यायचा प्रयत्न चालवला. रशियन अधिकाऱ्यांचे गणवेष घालून ते पोलंडमधल्या कोणत्याही आगगाडीत आडवाटेला कुठेही चढायचे. ज्या प्रवाशांजवळ कम्युनिस्ट पक्षाची सभासदपत्रे आहेत त्यांना वेचून बाहेर काढायचे व गोळ्या घालून त्यांना संपवून टाकायचे. त्यांना ह्या वेळी कळत नव्हते की कित्येकांना जिवंत रहाण्यासाठी ती सभासदपत्रांची कार्डे घ्यावी लागत. असे अनेकजण बिचारे हकनाक बळी पडले. कधीकधी ते गावात जायचे. स्टॅरवानोव्हाईट लोकांना शोधून काढायचे. या कम्युनिस्टधार्जिण्या लोकांना उघडे करून बर्फावरती फेकून देत. याचाही पुढे त्यांना कंटाळा आला. मग ते झेकोस्लोव्हाकियात गेले. तिथे स्लोव्हाक पक्षाच्या कट्टरवाद्यांना जाऊन मिळाले. हा स्लोव्हाक पक्ष व कम्युनिस्ट सत्ताधारी यांच्यात सतत भीषण चकमकी, झगडे, संघर्ष वगैरे सतत होत असे.''

''होय, मी इंग्लंडमध्ये त्यांच्यामधील लढायांबद्दल खूप ऐकले होते. स्लोव्हाक पक्षाची मंडळी ही मध्य युरोपातील स्वतंत्रपणे लढे देणारी अतिजहालवादी म्हणून ओळखली जायची.''

''माझे बाबा व काउन्ट यांचेही तेच मत आहे. स्लोव्हाकची माणसे लढाई करीत ती काही मिळवण्यासाठी नसे, तर केवळ लढाई करण्यात, संघर्ष करण्यात त्यांना रस होता म्हणून ते तसे करीत. जेव्हा कुठेही कसलाच विरोध होत नसे, संघर्ष करायला निमित्तही मिळत नसे, तेव्हा ते आपापसात मारामाऱ्या करीत. त्यामुळे बाबा व काउन्ट यांना लवकरच या संघटनेचा कंटाळा आला व दोघेही तिथून निघून

हंगेरीमध्ये आले. आता ते सात वर्षे येथे आहेत. बहुतेक वेळ ते ब्युडापेस्टच्या बाहेरच असतात.''

''अन् तू केव्हापासून येथे आली आहेस?''

''त्याच वेळेपासून हंगेरीत येण्याआधी ते दोघे युक्रेनला गेले. तिथे बाबांनी माझ्या आईला व मला बरोबर घेतले व झेकोस्लोव्हाकियामार्गे इकडे आणले. या मार्गावरील निसर्ग हा भलताच सुंदर आहे. त्यातून त्या वेळी उन्हाळा चालू होता. स्वच्छ सूर्यप्रकाशाने सारे काही न्हाऊन निघाले होते. ते सौंदर्य आई डोळे मोठे करून पहायची. बाहेरच्या जगाचे तिला प्रथमच दर्शन होत होते. वाटेत बाबांना माणसे भेटायची. ती माणसे त्यांनी मित्रमंडळी होती. त्यांचे मित्र कुठे नाहीत? ते सर्वत्र पसरलेले आहेत. संपूर्ण प्रवासभर आई खूष होती. एवढी खुषीत असलेली आई मी प्रथमच पहात होते.''

''होय.'' मग या कौटुंबिक विषयावरून दुसरीकडे गाडी वळवण्यासाठी रेनॉल्ड्स म्हणाला, ''बाकीचे सारे मला ठाऊक आहे. काउन्टला एव्हीओमध्ये नोकरी मिळाली. गुप्त पोलीस आता कोणाला उचलणार याची आगाऊ बातमी काउन्टला कळायची. ती बातमी जान्स्की यांना दिल्यावर ते त्या व्यक्तीला आधीच घराबाहेर काढून हंगेरीबाहेर पाठवून द्यायचे. जे इंग्लंडला आले, त्यांच्यापैकी दहा-बाराजणांशी तरी मी बोललो आहे. आश्चर्य म्हणजे ते सारे रशियाचा अजिबात द्वेष करीत नव्हते. ते सारे शांततावादी बनले होते. जान्स्कीने त्यांना तसे पटवून दिले होते. माझ्याशी बोलतानाही जान्स्कीने आपली ही मते मला पटवण्याचा प्रयत्न केला होता.''

मग ती मृदू आवाजात त्याला म्हणाली, ''मी म्हणाले नाही का की माझे बाबा म्हणजे एक अफलातून माणूस आहे म्हणून.'' एवढे बोलून ती थांबली. मिनिटभर थांबली. दोन मिनिटे होऊन गेली, तरी ती गप्पच होती. मग अचानक ती म्हणाली, ''मिस्टर रेनॉल्ड्स, तुमचे लग्न झाले नाही ना? हो ना?''

''अं? काय म्हणालीस?'' तिने अचानक एक अगदी वेगळाच प्रश्न विचारल्यामुळे त्याने दचकून म्हटले.

''म्हणजे असे, की तुमचे लग्न झालेले नसेल तर घरी पत्नी नाही. मग तुमची एखादी प्रेयसी आहे का? एखादी मैत्रीण आहे का? अन् तसे जर काहीही नसेल तर कृपा करून 'नाही, अन् तूही ती जागा घेऊ नकोस' असले काही बोलून मला उपदेश करू नका. तसले बोलणे हे सवंग असते, क्रूर असते. अन् तुम्ही तसले काही बोलणाऱ्यातले नाही हे मी धरून चालते.''

''पण मी अजून माझे तोंडही उघडलेले नाही.'' रेनॉल्ड्स निषेध व्यक्त करीत म्हणाला, ''प्रश्न तू विचारलास आणि उत्तरही तूच दिलेस. ते उत्तर काय असेल, हे तूच ओळखलेस. कोणालाही ते ओळखता येईल. स्त्रिया आणि माझे आत्ताचे जीवन

ह्या दोन्ही गोष्टी एकमेकांना पूरक नसून परस्परविरुद्ध आहेत, हेही तुझ्या लक्षात आले असेल.''

''होय.'' ती मंद आवाजात म्हणत होती, ''मला हेही ठाऊक आहे की या संध्याकाळी माझ्या तोंडून नको त्या विषयाला वाचा फुटू नये म्हणून तुम्ही दोन-तीन वेळा खुबीने त्याला बगल दिलीत. अमानवी व्यक्तींना 'त्या' विषयात रस नसतो. 'आज या माणसाबरोबर काय होणार' अशी चर्चा होते तेव्हा नेहमी काउन्ट आणि बाबा यांचेच बरोबर ठरते. कारण माणसांच्या बाबतीत त्यांची पारख अचूक असते, तर माझी तेवढी नसल्याने माझा तर्क चुकीचा ठरतो; पण आज मात्र तुमच्या बाबतीत माझा तर्क अचूक ठरला. बाबा आणि काउन्ट यांच्याही आधी मी तुम्हाला अचूक ओळखले.''

''तू काय म्हणते आहे ते तुझे तुला तरी नीट कळते आहे ना?'' रेनॉल्ड्सने गोंधळून पण अदबीने विचारले.

''अन् आता मी जेव्हा घरी सांगेन, की 'आज मी रेनॉल्ड्स यांच्याबरोबर बराच वेळ बसले होते व त्यांनी तब्बल दहा मिनिटे आपला हात माझ्याभोवती टाकला होता,' त्या वेळी त्या दोघांचे चेहरे पहाण्यालायक असतील.'' तिच्या आवाजात एक उत्साही, खेळकरपणा आला होता. ती सांगत होती, ''मी रडते आहे असे वाटून तुम्ही तुमचा हात माझ्याभोवती टाकला होता. मग मी तरी काय करणार? मलाही रडण्याचे सोंग करावे लागले.''

रेनॉल्ड्स विचार करू लागला. सतत जागा बदलणे, गुप्त पोलिसांची पाळत चुकवणे, वडिलांची काळजी वहाणे, यामुळे तिला मित्र-मैत्रिणी जोडता आल्या नाहीत. वडील घरी नसले की ती एकटी पडते. त्या एकलकोंड्या परिस्थितीचा भेद तिला करता येत नाही. त्यातून ती वयात आलेली आहे. या सर्व गोष्टींमुळे ती प्रेम जमवायला उत्सुक आहे; पण तिच्या सहवासात येतात ती सारी आपल्यासारखी गुप्तहेर संस्थेतील माणसे. ते या भानगडीत न पडता तिला उपदेश करून जातात. त्यामुळे आत्तापर्यंत तिच्या वाट्याला निराशा येत गेली आहे. आपला हात तिच्याभोवती नकळत गेला, तिला सहानुभूती दर्शविण्यासाठी गेला. थंडीने हाताचा पंजा बधीर झाला होता. त्यातली संवेदना कमी झाली होती. त्यामुळे तो परत मागे घेण्याचे भान आपल्याला राहिले नाही; पण त्याचा किती वेगळा अर्थ तिने काढला!

आपला हात सोडवून घेत असताना तो एकदम थांबला, स्तब्ध झाला. जणू काही सेकंद त्याचा एक पुतळा बनला. मग त्याने हात काढून घेण्याऐवजी पुन्हा तिच्याभोवती लपेटला. खाली वाकून त्याने तिच्या कानापाशी आपले ओठ नेले व तो कुजबुजला, ''कुणीतरी येते आहे.''

त्याने आपल्या डोळ्यांच्या कोपऱ्यातून पाहिले आणि त्याच्या अतिसंवेदनशील

कानांनी जो आवाज टिपला. तो बरोबर टिपला होता याची त्याला खात्री पटली. हिमवृष्टी आता थांबली होती आणि वातावरण स्वच्छ झाले होते. लांबून तिघाजणांच्या आकृत्या स्पष्ट होत होत जवळ येत होत्या. ते सावकाश पण निश्चितपणे त्यांच्याच दिशेने येत होते. ते बहुधा शंभर फुटांवरती येऊन ठेपले असावेत. त्या रात्री ज्युलियाचा पोलिसांबद्दलचा अंदाज पुन्हा एकदा चुकला होता. ते वेळेपेक्षाही आधी येत होते. अन् या वेळी पळून जाता येत नव्हते. तसे झाले तर लगेच त्यांना ते कळून ते धावत निघाले असते. त्यांचा रोख आपल्याकडेच आहे हे पाहिल्यावर त्यांना आपले अस्तित्व कळून चुकले आहे, हे त्याने ओळखले.

मग रेनॉल्ड्सने न कचरता आपला दुसरा हात तिच्या कंबरेभोवती टाकला आणि तो वाकून तिचे चुंबन घेऊ लागला. सुरुवातीला ती त्याला ढकलू पहात होती. आपला चेहरा तिने वळवला होते. तिचे शरीर एकदम कडक बनले; पण ती तिची प्रतिक्षिप्त क्रिया होती. मग एकदम तिचा विरोध मावळला. ती त्याच्या मिठीत सैल पडली. याचा अर्थ तिला प्रसंगाचे गांभीर्य कळले, हे रेनॉल्ड्सने ओळखले. मग तिनेही त्याच्या अंगाभोवती आपले हात लपेटले.

दहा सेकंद गेले. आणखीही सेकंद पुढे चालले होते; पण तरीही त्या पोलिसांनी आपल्याला अजून का हटकले नाही? ते नक्कीच जवळ येऊन उभे राहिलेले असणार; परंतु त्याला जाणवले की ते जरी निरीक्षण करीत असले तरी ते आपल्याला अपराधी समजत नाहीत.

त्यांच्या अंगावरती टॉर्चचा एक प्रखर झोत पडला व कोणीतरी उत्साही स्वरात म्हटले, ''स्टीफन, लोक काहीही म्हणो; पण या नवीन पिढीचे वागणे निसर्गाला धरून आहे. आता बघ टेम्परेचर शून्याखाली वीस अंश आहे. अन् अशा या कडाक्याच्या थंडीत पहा, ही दोन पाखरे कशी उन्हाळ्यातल्यासारखी वागत आहेत.'' मग तो पोलीस पुढे रेनॉल्ड्सला उद्देशून म्हणाला, ''ए पोरा, एवढ्यात जोरात जाऊ नको.'' मग कोणाचा तरी हात आपल्या खांद्यावर पडून आपल्याला ढकलले असल्याचे त्याला जाणवले. तो धडपडत मागे पडला व उठून उभा राहू लागला. तो पोलीस जरा आवाज चढवून त्याला विचारू लागला, ''काय करता आहात इथे? रात्री या जागेत यायला बंदी आहे, हे ठाऊक नाही का?''

''हो, माहिती आहे,'' रेनॉल्ड्स अपराधी स्वरात म्हणाला. आपल्या चेहऱ्यावरती भीती व संकोच या दोन्ही भावना त्याने झकास प्रगट केल्या होत्या. तो पुढे म्हणाला, ''मग काय करणार? आम्हाला कुठेच आडोसा सापडेना.''

''मूर्ख! इथून जवळ 'व्हाईट एन्जल' आहे. तिथे छोट्या छोट्या फॅमिली रूम्स आहेत. तिकडे का नाही गेलात?''

''आम्ही गेलो होतो तिकडे.''

तेवढ्यात दुसरा पोलीस म्हणाला, ''चला, तुमची ओळखपत्रे दाखवा. जवळ ठेवली आहेत ना?'' ह्या पोलिसांच्या आवाजात जरब होती, थंडपणा होता, दमदाटी होती.

''हो, आहेत.'' रेनॉल्ड्स आपल्या खिशात हात घालीत म्हणाला. त्याची बोटे खिशातील पिस्तूल चाचपडत होती.

पहिला पोलीस म्हणाला, ''स्टीफन, उगाच लावून धरू नकोस. तू काय रहस्यकथा वाचून ड्यूटी करतो का? तुला काय वाटले, की हा माणूस हेर म्हणून परदेशातून इथे आला आहे? पुढचा उठाव ज्या वेळी होईल, त्या वेळी ब्युडापेस्टमधील पोरी कितपत साथ देतील, याची चाचपणी हा करतो आहे काय?'' असे म्हणून त्याने एक गडगडाटी हास्य केले व आपल्या मांडीवरती जोरदार थाप मारली. मग आपल्याच विनोदातून भानावरती येत तो म्हणाला, ''चला, बाहेर या पाहू दोघे.''

ज्युलिया व रेनॉल्ड्स बाहेर येऊन उभे राहिले. रेनॉल्ड्सच्या चेहऱ्यावर एकाने इतक्या जवळून टॉर्चचा प्रकाश सोडला की रेनॉल्ड्सने आपले डोळे गच्च मिटून घेतले. त्यांनी इतक्या जवळून का टॉर्चचा झोत मारला, हे रेनॉल्ड्सला लवकरच कळले; कारण तो पोलीस दुसऱ्या पोलिसाला म्हणत होता, ''हे बघितले. याच्या चेहऱ्यावरती ओरखाडे आहेत. बघितलेस पोरी कशा सुरुवातीला विरोध करतात ते.'' मग आपल्या टॉर्चचा झोत ज्युलियावर त्याने सोडला. ती आपल्या पापण्यांची फडफड करीत उभी होती. तो पुढे म्हणाला, ''तशी ही पोरगी बॉक्सर असेल असे वाटणार नाही; पण या पठ्ठ्याला तिने चांगलाच हात दाखवला असणार. मग तो रेनॉल्ड्सकडे वळून खोट्या खोट्या गंभीर आवाजात म्हणाला, ''पोरा, जरा बेताने घेत जा. तुझी निवड चांगली आहे; पण तुझ्या चेहऱ्याची तिने पार वाट लावली आहे. आत्ता ती जाड असली, तरी विशीतली वाटते आहे; पण चाळिशीत गेल्यावर कशी होईल ती? एकदा माझी बायको बघ, मग कळेल तुला.'' एवढे म्हणून पुन्हा त्याने हसण्याचा एक गडगडाट केला. त्याचे हसणे थांबल्यावरती तो हाताने त्यांना जाण्याविषयी खूण करीत म्हणाला, ''चला, पळा दोघे. परत इथे सापडलात तर मात्र तुम्हाला चौकीत नेऊ.''

पाच मिनिटांनी ते पोलीस पुलापलीकडे जाऊन दिसेनासे झाले. आता परत हिमवृष्टीला सुरुवात होऊ लागली. रेनॉल्ड्सने आपल्या घड्याळातील चमकणारे काटे पाहून वेळ बघितली. तो म्हणाला, ''नऊ वाजले आहेत. अजून बरोबर तीन तासांनी मी तुमच्या घरी येईन ठरल्याप्रमाणे.''

''आम्ही तुमची वाट पाहू. तेवढ्या वेळात मी तुमच्याबरोबर काय काय घडले, ते तपशीलवार घरी सांगेन. मी तुम्हाला कशी तोंडात मारली ते सांगेन. अन् हे तथाकथित अमानवी निर्विकार असे यंत्र तब्बल दहा मिनिटे माझ्या गळ्यात हात

घालून कसे बसले होते, हेही सांगेन. शिवाय, पूर्ण एक मिनिटभर मला श्वासही घेऊ न देता ते माझे कसे कडकडून चुंबन घेत होते, हेही सांगेन.''

''मिनिटभर नाही, फक्त तीस सेकंद.'' तो निषेध व्यक्त करीत म्हणाला.

''बरं, दीड मिनिट म्हणू हवे तर. पण तसे का करावे लागले याचे कारण मात्र मी त्यांना सांगणार नाही. त्यामुळे त्यांचा अंदाज चुकल्याचा धक्का बसून त्यांचे चेहरे पहाण्यालायक होतील. मला ते पहाण्याची आत्तापासून उत्सुकता लागून राहिली आहे.''

''काय वाटेल ते सांग. सारे काही तुझ्या मर्जीवरती अवलंबून आहे; पण तू चाळिसाव्या वर्षी किती जाड होणार आहेस, हेही त्यांना सांगायला विसरू नकोस.''

''बरं. नाही विसरणार. तेही सांगेन.'' ती म्हणाली. ती त्याच्याशेजारी उभी होती. तिच्या डोळ्यांत खट्याळपणा भरून राहिलेला होता. ती पुढे म्हणाली, ''आपल्यात जे काही घडले, त्यानंतर तुमचा निरोप घेताना शेकहॅण्ड करणे हा फारच मिळमिळीतपणा होईल.'' एवढे म्हणून तिने आपल्या टाचा उंचावल्या व त्याच्या गालाचे एक हलकेसे चुंबन घेतले. मग मात्र ती झपाट्याने त्या अंधारात नाहीशी झाली.

ती गेली त्या दिशेने रेनॉल्ड्स पूर्ण एक मिनिट बघत राहिला. मग त्याने विचारपूर्वक आपला गाल पुसून काढला व मनात कसलातरी निश्चय केला. हिमवृष्टीमुळे त्याने आपली हॅट आणखी पुढे ओढून धरली आणि तो विरुद्ध दिशेने चालू लागला.

रेनॉल्ड्स आपल्या हॉटेलात मागच्या बाजूने शिरला. ज्या संकटकाळातल्या जिन्याने तो बाहेर पडला होता त्याच जिन्याने वर जाऊन तो आपल्या खोलीत सावधानतेने शिरला. तो खूप गारठून गेला होता व त्याला अत्यंत भूक लागली होती. त्याने खोलीतील हीटर चालू केला. आपल्या गैरहजेरीत खोलीत कोणी येऊन गेले काय याची नीट पहाणी केली. मग मॅनेजरला त्याने फोन केला. त्याला भेटायला कोणीही आले नव्हते, कोणाचीही चिठ्ठीचपाटी आली नव्हती की फोनही आला नव्हता. एवढे सांगून मॅनेजरने आपणहूनच 'जेवण घेणार का?' म्हणून त्याला विचारले. कारण आता आचाऱ्याची ड्यूटी संपत आलेली होती. या एव्हीओच्या पाहुण्याला उशिरासुद्धा जेवण पुरवून खूष करण्यासाठी तो उत्सुक होता. जेवणात काय काय हवे? अशी तो जेव्हा चौकशी करू लागला, तेव्हा 'जे असेल ते ताबडतोब पाठवा' असे उत्तर त्याने तुटकपणे देऊन फोन खाली ठेवला. एव्हीओची माणसे अशीच वागतात ना!

ते जेवण चवदार होते. बरोबर 'सोप्रानी' ही हंगेरीमधील उंची मद्याची बाटली

होती. तो भरपेट जेवला व तृप्त झाला. आत्ता अकरा वाजले होते. जान्स्कीच्या घरी बारा वाजेपर्यंत पोचायचे होते. काउन्टच्या मर्सिडीझमधून तो इथे दहा मिनिटांत येऊन पोचला होता; पण आता पायी जायचे असल्याने तेवढ्याच अंतराला तासभर तरी सहज लागणार होता. तेव्हा लगेच निघायला हवे, असा विचार करून तो उठला. त्याने आपले कपडे बदलले. कोट, टाय, शर्ट हे नीट घडी करून ठेवले. परत या खोलीत आपण येऊ की नाही, याची त्याला खात्री नव्हती. अनिश्चितता हा त्याच्या व्यवसायाचा एक भाग झाला होता. अंगावरती ओव्हरकोट चढवून ज्या मार्गाने तो आत आला होता, त्याच मार्गाने तो बाहेर पडला. रस्त्यावर आल्यावर त्याला आपल्या खोलीतून वरून फोनची घंटा वाजत असल्याचा आवाज ऐकू आला. ती घंटा सतत वाजत होती, थांबत नव्हती; पण वरती बऱ्याच खोल्या असल्याने आपल्याच खोलीतली घंटा कशावरून वाजत असेल? असा विचार करून तो शेवटी रस्त्याला लागला.

जान्स्कीच्या घराच्या समोरच्या रस्त्यावर येईपर्यंत त्याचा कोणीही पाठलाग केला नाही. तो येताना जरी भराभर पावले टाकीत होता, तरीही तो पार गारठून गेला होता. तो रस्ता रिकामा होता. जान्स्कीच्या घरातील गॅरेजची दारे सताड उघडी होती. याचा अर्थ, जान्स्की आपली वाट पहात होता. बारा वाजून काही मिनिटे झाली होती. म्हणजे तो वेळेवर पोचला होता. तो सरळ दारांमधून आत चालत गेला. आतमध्ये अंधार होता. तरीही आत्मविश्वासाने कॉरिडॉरच्या दाराच्या दिशेने चालत निघाला. अचानक तिथला अंधार जाऊन तिथे लख्ख प्रकाश पडला. कोणीतरी दिव्याचे बटन दाबले होते. त्याच्यामागे गॅरेजची दोन लोखंडी दारे खणकन आवाज करून बंद झाली.

रेनॉल्ड्स थिजून गेला. एखाद्या गोठलेल्या पुतळ्यासारखा स्तब्ध राहिला. आपले हात त्याने अंगापासून थोडे दूर ठेवले होते. त्याने सावकाश आपले डोळे फिरवून सभोवती पाहिले. गॅरेजच्या प्रत्येक कोपऱ्यात एकेक माणूस उभा होता. प्रत्येकाच्या खांद्यावरून गेलेल्या एका पट्ट्याला सब-मशीनगन लावलेली होती. अन् प्रत्येकाने ती त्याच्याकडेच रोखली होती. ती एव्हीओची माणसे होती. त्यांच्या चेहऱ्यांवरती छद्मी हास्य पसरले होते. अंगावरती ट्रेन्च कोट होते. डोक्यावरती गणवेषाची टोपी होती. अशी माणसे जेव्हा दिसतात, तेव्हा रांगडे क्रौर्य, वखवखलेली नजर, समाजाच्या तळागाळात असलेली, दुसऱ्याचा छळ करण्यात धन्यता मानणारी विकृत वासना या गोष्टींचे दर्शन होते. जगातील कोणत्याही कम्युनिस्ट राष्ट्रात जेव्हा सरकार गुप्त पोलीसखाते उघडते, तेव्हा या साऱ्या गोष्टी आपोआप तिथे जाऊन बसतात.

कॉरिडॉरच्या दारात एक पाचवा माणूस उभा होता. तो बुटका होता, सडपातळ

होता व त्याचा चेहरा रापलेला होता. त्यांच्यातला तो एकमेव असा बुद्धिमान माणूस होता. जेव्हा रेनॉल्ड्सचे त्याच्याकडे लक्ष गेले तेव्हा त्याने आपल्या हातातील पिस्तूल कातडी म्यानात खोचून म्यानाचे बटण लावून टाकले.

मग तो दोन पावले टाकून पुढे आला, थोडेसे हसला, नाटकीपणे रेनॉल्ड्सपुढे झुकून वाकला आणि म्हणाला, ''ब्रिटिश सिक्रेट सर्व्हिसमधल्या कॅप्टन मायकेल रेनॉल्ड्स यांचे स्वागत असो. वक्तशीरपणाबद्दल आपली ख्याती आहे आणि आपल्या या गुणाची आम्ही कदर करतो. कारण आम्हा एव्हीओच्या माणसांना वाट पहात बसायला कधीही आवडत नाही.''

■

सहा

त्या अंगणामध्ये रेनॉल्ड्स मध्यभागी स्तब्ध उभा राहिला होता. तो कसलीही हालचाल करीत नव्हता की आवाज करीत नव्हता. तो तिथे नुसता उभा राहून परिस्थिती जोखू पहात होता. किती वेळ आपण असेच पुतळ्यासारखे उभे आहोत, हे त्याला समजेना. अनंत काळापासून आपण उभे आहोत असे त्याला वाटू लागले. सुरुवातीला त्याच्या मनाला जबरदस्त धक्का बसला होता. जे घडले, ते त्याला पूर्णपणे अनपेक्षित होते; पण नंतर कटु वास्तवाचे भान त्याला येत गेले. असे का घडले, याचा शोध तो मनामध्ये वेगाने घेऊ लागला. आपली इथली दोस्तमंडळी कुठे गेली? एव्हीओचे लोक अचानक कसे आले? हा पत्ता त्यांना कसा कळला? तो चक्रावून गेला होता. त्याचा काळ थांबून राहिला होता; परंतु काळ गोठलेला नव्हता, की तो अनंत काळापासून थांबला नव्हता. अवघी १५ सेकंदे उलटली होती. जसजशी सेकंदे जाऊ लागली, तसतसा त्याचा जबडा खाली खाली जात वासू लागला. त्याचे डोळे हळूहळू विस्फारीत गेले. त्या डोळ्यांत भयाची भावना स्पष्टपणे प्रगट होऊ लागली.

"रेनॉल्ड्स?" तो हळू आवाजात पण मोठ्या कष्टाने बोलू लागला. जणू काही हंगेरियन माणसांना हे नाव चमत्कारिक असल्याने अडखळत व अवघडत त्याचा उच्चार करावा लागत होता. तो म्हणत होता, "मायकेल रेनॉल्ड्स, तुम्ही– तुम्ही काय म्हणत आहात, ते मला समजत नाही. कॉम्रेड, काय झाले आहे? ह्या– ह्या बंदुका, पिस्तुले कशासाठी? मी– मी काहीही केले नाही. माझे– माझे काय चुकले आहे? मी शपथेवर सांगतो मी काहीही केले नाही." त्याने आपले दोन्ही हात एकमेकांना पकडले होते. त्याचा प्रत्येक पंजा दुसऱ्या मनगटावरून पिळल्यासारखा फिरत होता. त्याच्या आवाजात भीतीमुळे कंप उमटला होता.

त्या दोन सशस्त्र माणसांनी आपापल्या जाड भुवया उंचावून एकमेकांकडे पाहिले. त्यांच्या चेहऱ्यावरती कोड्यात पडल्याचे भाव सावकाश उमटत गेले; पण तिथे तो जो एक बुटका ज्यू माणूस उभा होता, त्याच्या रापलेल्या चेहऱ्यावर मात्र

कसलाही गोंधळ दिसत नव्हता. त्याची पक्की खात्री झालेली होती.

मग तो बुटका माणूस म्हणाला, "अरेरे, तुम्हाला स्मृतिभ्रंश झालेला दिसतो. जबरदस्त धक्का बसल्याने तुम्हाला आपले स्वत:चे नावही आठवत नाही असे दिसते; पण तरीही तुमच्या प्रयत्नाला व धाडसाला दाद दिली पाहिजे. अन् जर तुमची ओळख मला इतक्या खात्रीने पटली नसती तर मीही माझ्या या दोन माणसांसारखा गोंधळून गेलो असतो. मग तुमच्या बोलण्यावर माझा निम्म्यापेक्षा अधिक विश्वास बसला असता. वा:! काय झकास परिस्थिती उगवली आहे! ब्रिटिश एस्पिऑनेज सर्व्हिसचे आमच्यावरती मोठेच उपकार आहेत, असे म्हटले पाहिजे. त्यांनी आपल्याजवळचा सर्वोत्कृष्ट माणूस पाठवला. अन् तसे ते योग्यच आहे. नाही का? कारण प्रोफेसर हॅराल्ड जेनिन्ज यांच्यासाठी असाच माणूस लागणार की नाही?"

रेनॉल्ड्सला आपल्या पोटात खड्डा पडल्यासारखे वाटू लागले. इतकी धडपड करून शेवटी पराभव झाला. निराशेची एक चमत्कारिक चव त्याच्या तोंडात तरळू लागली. बाप रे! शेवटी तो ज्या गोष्टीला भीत होता तेच घडले. आपली सारी योजना उद्ध्वस्त झाल्याचे त्याला जाणवले. त्यांना आपण जेनिन्ज यांच्या संदर्भात आल्याचे ठाऊक झाले आहे. याचा अर्थ त्यांना एकूण एक गोष्टी समजल्या असणार. आता शेवट जवळ आला; परंतु तरीही त्याच्या चेहऱ्यावर त्याने भीतीचे व बावळटपणाचे भाव तसेच ठेवले. जणू काही ते भाव त्याच्या चेहऱ्यावरती कायमचे चिकटून बसले होते. त्याने मग आपण हादरून निघाल्याचे भाव आणले. भीतीचे भाव टाकून दिले व तो हिंस्रपणे सभोवताली बघू लागला.

तो ओरडत बोलू लागला, "मला जाऊ द्या, मला जाऊ द्या. मी काहीही केले नाही. मी तुम्हाला परत सांगतो मी काहीही केले नाही. मी एक चांगला कम्युनिस्ट आहे. कम्युनिस्ट पक्षाचा सभासद आहे." त्याचे तोंड सतत थरथरू लागले. तो म्हणत होता, "मी ब्युडापेस्टचा नागरिक आहे, कॉम्रेड. माझ्याजवळ माझी कागदपत्रे आहेत. माझे सभासदत्वाचे कार्डही जवळ आहे. मी तुम्हाला ते दाखवतो. इथेच माझ्याजवळ ते सारे आहे." त्याचा हात आपल्या कोटाच्या आतल्या खिशाकडे जाण्यासाठी वरवर जाऊ लागला; पण त्या एव्हीओ अधिकाऱ्याच्या तोंडून एकच शब्द बाहेर पडल्यावरती रेनॉल्ड्स थांबला, थबकला व गोठून त्याचा पुतळा बनला. त्या एव्हीओ अधिकाऱ्याने तो शब्द हळू आवाजात उच्चारला होता; पण एखाद्या चाबकाच्या फटकाऱ्यासारखा त्याचा परिणाम झाला होता.

तो बुटका अधिकारी म्हणाला होता, "थांबा!" रेनॉल्ड्सचा कोटाकडे जाणारा हात खाली पडला. मग तो अधिकारी समाधानाने हसला.

तो बुटका अधिकारी बोलू लागला, "कॅप्टन रेनॉल्ड्स, मला तुमच्याबद्दल खूप

वाईट वाटते आहे. तुमच्या देशातील हेर खात्यामधून सेवानिवृत्त होण्याचे पहाण्यासाठी तुम्ही जिवंत रहाणार नाही, याबद्दल मला खेद होतो. मला तुमची दया येते. तुम्ही त्या हेर खात्यात नोकरी धरली म्हणून दया येते. आपल्यासारख्या एका अभिनयपटूची स्मृती ही पुढे फक्त एखाद्या नाटकात किंवा चित्रपटात राहू शकेल, हे नक्की. मला तशी खात्री आहे.'' मग रेनॉल्ड्सच्या मागे दरवाजापाशी उभ्या असलेल्या एका माणसाला उद्देशून तो पुढे म्हणाला, ''कोको, कॅप्टन रेनॉल्ड्स हे आत्ता एखादे पिस्तूल किंवा तत्सम घातक शस्त्र बाहेर काढण्याच्या विचारात होते. त्यांना तसली ऊर्मी परत होणार नाही, असे बघा.''

मग रेनॉल्ड्सला खालच्या काँक्रीटच्या जमिनीवरती जाड बुटांची पावले वाजत जवळ येत असल्याचे ऐकू येऊ लागले. मग आपल्या पाठीत किडनीच्यावरती रायफलीच्या दस्त्याचा फटका बसल्याचे त्याला जाणवले. भोवळ आल्यासारखा तो उभ्याने थोडासा डोलला. पाठीत तीव्र कळा येत असतानाही त्याच्या लक्षात आले की कुणाचे तरी दोन हात आपले खिसे चाचपडत आहेत. आपली अंगझडती घेतली जात आहे.

तो बुटका अधिकारी चुकचुकत म्हणाला, ''कॅप्टन रेनॉल्ड्स, खरे म्हणजे तुम्ही आमच्या कोकोला क्षमा केली पाहिजे. नेहमी तो सरळ हडेलहप्पीपणे आपली कामे करत जातो. तरीही कैद्यांची झडती घेताना त्याला अनुभवाने हेही ठाऊक झाले आहे की उगाच तोंडी धमक्या देत बसण्यापेक्षा आपल्या हातांचा उपयोग केला, तर मात्र कैद्याची आक्षेपार्ह वागणूक एकदम थांबवता येते.'' मग त्याचा आवाज थोडासा बदलला. रेनॉल्ड्सकडे सापडलेले पिस्तूल पहात तो म्हणाला, ''पुरावा क्रमांक एक आणि अत्यंत महत्त्वाचा पुरावा! एक बेल्जियम सिक्स पॉईंट थर्टीफाइव्ह पिस्तूल. त्याला सायलेन्सर लावलेले. हंगेरीमध्ये कुठेही उपलब्ध नसणारे हे ऑटोमॅटिक पिस्तूल. हं, आता तुम्ही म्हणणार की तुम्हाला ते रस्त्यात सापडले म्हणून.'' रेनॉल्ड्सकडचे पिस्तूल त्या कोको नावाच्या माणसाने बाहेर काढले. ती काडतुसांची काळी पिशवीही त्याने बाहेर काढली. त्या दोन्ही वस्तू त्याने त्या अधिकाऱ्याकडे फेकल्या होत्या. त्या झेलून तो अधिकारी पुढे बोलू लागला, ''पहा, मी आधीच म्हटले ना पुरावा क्रमांक एक कोणता आहे तो! आता पुरावा क्रमांक दोन पहा. हीच ती ब्लॅकजॅक पिशवी. काडतुसांची पिशवी. हीपण तुम्हाला रस्त्यातच सापडली ना? ओळखता येते?''

तो कोको नावाचा माणूस म्हणाला, ''मला वाटते की हीच ती पिशवी. अगदी नक्की!'' मग तो पर्वतासारखा आडदांड माणूस रेनॉल्ड्सच्या समोर आला. चांगला सहा फूट चार इंच उंचीचा तो माणूस रेनॉल्ड्स निरखून पाहू लागला. त्याचे नाक कधीतरी मोडले असावे. त्याच्या रानटी चेहऱ्यावर असंख्य व्रण होते. तो म्हणत

होता, "कर्नल, हीच ती हर्पिंड यांची पिशवी. त्याच्यावर तळाशी त्यांच्या नावाची आद्याक्षरेही आहेत. हर्पिड माझा चांगला दोस्त आहे." मग रेनॉल्ड्सकडे वळून तो खेकसत म्हणाला, "तुला कुठे सापडली रे ही पिशवी?"

"ती मला पिस्तुलाबरोबरच सापडली." रेनॉल्ड्स आपला चेहरा पाडून पुढे म्हणाला, "ब्रॉडी सेडॉर स्ट्रीटवरती कोपऱ्यात एक पार्सल होते. त्यात मला हे सारे मिळाले. आणि–"

तेवढ्यात त्या कोको नावाच्या माणसाने ती पिशवी कर्नलच्या हातून स्वत:कडे घेतली व आतल्या काडतुसांसकट ती पिशवी रेनॉल्ड्सच्या तोंडावरती फाडकन मारली. रेनॉल्ड्स बेसावध होता. खाली वाकून पिशवीचा प्रहार चुकवायचा त्याने प्रयत्न केला; पण त्याला उशीर झाला होता. तो तडाखा एवढा जबरदस्त होता की तो हेलपाटत मागे गेला व मागच्या भिंतीवर जाऊन आदळला. भिंतीला पाठ घासत तो हळूहळू खाली बसला. त्याच्या ओठातून रक्त गळू लागले होते. ते रक्त जमिनीवर गळते आहे, हे त्याला जाणवले. तसेच, आपला पुढचा एक दातही सैल झाला आहे, हेही त्याला जाणवले.

"च् च् च्." तो बुटका अधिकारी ऊर्फ कर्नल हिडास चुकचुकत बोलू लागला, "कोको, असे करू नये. दे ती पिशवी माझ्याकडे." मग ती पिशवी हातात घेऊन तो बोलू लागला, "कॅप्टन रेनॉल्ड्स, तुम्ही केवळ स्वत:च्या नशिबाला दोष द्या, कोकोला दोष देऊ नका. हार्पिड कोकोचे दोस्त आहेत किंवा होते, हे मला आत्तापर्यंत ठाऊक नव्हते. ते आता हॉस्पिटलमध्ये आहेत. अजून जिवंत आहेत की नाही, ते मला ठाऊक नाही. तुम्ही त्यांना ज्या ट्रामच्या स्टॉपवर सोडून दिलेत, तिथेच आम्हाला ते सापडले." मग कोकोच्या खांद्यावर थोपटत कर्नल हिडास म्हणाला, "कॅप्टन रेनॉल्ड्स, कोकोला नीट जाणून घेत जा. ते दिसतात तसे नाहीत. त्यांचे नाव हे रंगभूमीवरील एका विदुषकाचे असले तरी ते तसे नाहीत बरं का. ते तसे खूप विनोदी आहेत व कार्यक्षमही आहेत. त्यांची कार्यक्षमता ही स्टॅलिन स्ट्रीटवरच्या तळघरात त्यांच्या सहकाऱ्यांना नेहमी दिसून येते. त्यांच्या कामाची तंत्रेही विविध आहेत. ती पाहिली की त्यांच्या सहकाऱ्यांचे चेहरे जरासे चमत्कारिक होतात व त्यांच्या अंगावर शहारे येतात."

रेनॉल्ड्सने यावरती कसलीही प्रतिक्रिया व्यक्त केली नाही. त्याला एवढेच समजून चुकले, की कर्नल हिडास हा आपल्या हाताखालच्या या विकृत मनोवृत्तीच्या कोको नावाच्या राक्षसाला कैद्यांचा छळ करायला मुक्तपणे परवानगी देत असला पाहिजे. त्यांचे ते यातनाघर स्टॅलिन स्ट्रीटवरील कुठेतरी तळघरात आहे. आपल्याला ही माहिती मुद्दामच पुरवली जात आहे, हेही त्याच्या लक्षात आले. कर्नल हिडास हा समोरच्या माणसांच्या चेहऱ्यावरती काय प्रतिक्रिया निर्माण होत आहे, ते

अजमावीत असला पाहिजे. अशा मारहाणीच्या पद्धतीला शत्रूचा माणूस कितपत टिकतो, कितपत विरोध करतो, कितपत घाबरतो, हे तो बघत असला पाहिजे. हिडासला काय वाट्टेल ते करून झटपट काहीतरी साध्य करायचे होते. जर त्याला वाटले की रानटीपणा आणि मारहाण करण्याच्या मार्गाने रेनॉल्ड्ससारख्या माणसाकडून पाहिजे ते मिळत नसेल, तर मग तो उगाच आपला वेळ वाया घालवीत बसणार नाही. तो अन्य काही सुधारीत उपाय शोधेल. कर्नल हिडास हा एक भयंकर माणूस होता. तो खुनशी होता आणि चिडखोर होता; पण या माणसात रेनॉल्ड्सला कुठेही विकृती दिसेना.

हिडासने आपल्या दुसऱ्या माणसाला खूण करून जवळ बोलावले. तो जवळ आल्यावर त्याला म्हटले, "या रस्त्याच्या शेवटी एक फोनचे बूथ आहे. तिथे जाऊन एक व्हॅन इकडेच मागवून घ्या. आपण कुठे आहोत तो पत्ता त्यांना सांगायची गरज नाही. त्यांना ठाऊक आहे ही जागा." मग रेनॉल्ड्सकडे वळून चेहऱ्यावर एक हसू खेळवीत कर्नल हिडास पुढे म्हणाला, "आपल्याला ती व्हॅन दुर्दैवाने बाहेर रस्त्यावर दारासमोर थांबवता येणार नाही. उगाच कुणाला संशय यायला नको. हो ना, मिस्टर रेनॉल्ड्स?" मग आपल्या मनगटी घड्याळात पाहून तो पुढे म्हणाला, "ती व्हॅन येथे दहा मिनिटांत पोचायला हवी. फार वेळ लागता कामा नये. तेवढ्या दहा मिनिटांचा इथे आपल्याला चांगला उपयोग करून घेता येईल. कॅप्टन रेनॉल्ड्स यांना आत्तापर्यंतच्या घडामोडी लिहून देण्यात व त्याखाली सही करून देण्यात नक्कीच रस असला पाहिजे. अर्थातच ते आपल्याला खरे काय घडले तेच लिहून देतील. उगाच काल्पनिक कथा रचून सांगणार नाहीत. तेव्हा चला, आपण त्यांना आत नेऊया."

रेनॉल्ड्सला आत नेले गेले. एका टेबलामागच्या खुर्चीवरती हिडास जाऊन बसला. रेनॉल्ड्सला समोर उभे करण्यात आले. टेबलावरच्या दिव्याची शेड अशी तिरपी करण्यात आली, की सारा प्रकाश दोन फुटांवर उभ्या असलेल्या रेनॉल्ड्सच्या चेहऱ्यावरती पडेल.

कर्नल हिडास बोलू लागला, "कॅप्टन रेनॉल्ड्स, आपण आधी एक गाणे गाऊ. मग त्या गाण्याचे शब्द कागदावरती उतरवू. चालेल ना?" गाणे म्हणजे जबानी, कबुलीजबाब. कर्नल हिडास जे सांगेल, त्याचा शब्द न् शब्द कागदावरती उतरवून त्याखाली सही करायची. रेनॉल्ड्सला पुढचा सारा प्रसंग समजला. हिडास पुढे बोलला, "हा तुमचा कागद पुढच्या पिढीसाठी उपयोगी पडेल. निदान तो आमच्या जनता न्यायालयात तरी नक्कीच उपयुक्त ठरेल. तुमच्यासाठी आता एक रास्त खटला वाट पहात आहे. दुटप्पी अर्थाने बोलणे, खोटे बोलणे किंवा उगाच वेळ लावणे यामुळे तुम्हाला काहीही साध्य करता येणार नाही. आम्ही जे सांगू तेच जर

तुम्ही झटपट कबूल करून लिहून दिलेत तर कदाचित तुमचा जीव वाचण्याची शक्यता आहे. आम्हाला उगाच ही घटना आंतरराष्ट्रीय स्वरूपाची करायची इच्छा नाही. अन् कॅप्टन रेनॉल्ड्स, हे लक्षात असू द्या की आम्हाला सर्व काही ठाऊक आहे. अगदी सर्व काही.''

मग आपले डोके हलवीत, काहीतरी आठवीत आश्चर्य वाटल्यासारखे दाखवीत तो पुढे म्हणाला, ''तुमच्या त्या मित्राने–'' मग एक चुटकी वाजवून तो म्हणाला, ''मला त्याचे नाव आठवत नाही. तोच हा तो माणूस, ज्याचा चेहरा बसकट व चपटा आहे, दोन्ही खांदे म्हणजे एखाद्या कोठाराची रुंद दारे आहेत, कोण बरे तो? त्याने आम्हाला किती झटपट लिहून दिले!'' एवढे म्हणून त्याने टेबलाचा ड्रॉवर उघडून त्यातून एक कागद बाहेर काढला व रेनॉल्ड्सच्या समोर धरला. त्या कागदावरती काहीतरी खरडले आहे, हे त्याला दिसले. हिडास सांगत होता, ''तसे हे अक्षर ठीक नाही; पण त्याचा हात त्या वेळी स्थिर नव्हता ना. अशा प्रसंगात माणसाचा हात थोडाच स्थिर राहू शकतो? कोर्टात न्यायाधीशांना याची कल्पना असते. त्यामुळे हा कागद ते मान्य करतीलच. उगाच खळखळ करणार नाहीत, की हस्ताक्षराबद्दल संशय घेणार नाहीत.''

रेनॉल्ड्सच्या पाठीत खोलवर कळा उमटत होत्या. ओठावर वेदनांच्या लाटा येऊन जात होत्या; पण तरीही त्याला मनातून एकदम बरे वाटले. आपला आनंद चेहऱ्यावर दिसू नये म्हणून त्याने तोंडात साठलेले रक्त जमिनीवरती थुंकले. तो गिचमीड अक्षरात लिहिलेला कागद पहाताच त्याला कळून चुकले, की ही एव्हीओ हेरखात्याची नेहमीची युक्ती आहे. त्यांनी आपल्यापैकी कोणालाही पकडले नाही व कोणीही कबुलीजवाब दिला नाही. सारेजण निसटलेले दिसत आहेत. सॅन्डरच्या गॅरेजपाशी काही खबरे पोचले होते. एवढे त्याला आठवले होते. त्यांनी दिलेल्या माहितीनुसार ही मंडळी जान्स्कीपर्यंत येऊन पोचली; परंतु त्यांना जान्स्की व त्याची माणसे सापडली नाहीत. हिडासच्या बोलण्यात बरीच काही गफलत होते आहे, हे नक्की.

सॅन्डर त्यांच्या हातात सापडला नसल्याने त्याने काही लिहून देण्याचा प्रश्नच येत नाही. हिडासला काहीही नीट कळलेच नाही, म्हणून ते जाणून घेण्यासाठी तो आपल्याला फसवून आपल्या तोंडून काही ना काही माहिती बाहेर काढायचा प्रयत्न करतो आहे. सॅन्डर, जान्स्की, जान्स्कीची कन्या, इम्र यांच्यापैकी कोणीही हिडासच्या ताब्यात आले असते तरी त्यांच्या नावाचा उपयोग आपल्याकडून माहिती काढून घेण्यासाठी त्याने नक्कीच केला असता. त्यातून हिडासची स्मरणशक्ती दांडगी असल्याने तो आज संध्याकाळी कळलेले नाव विसरण्यातला नव्हता. शिवाय, सॅन्डरसारखा दणकट पहिलवान माणूस शारीरिक छळाखाली इतक्या लवकर काही

कबुलीजवाब देईल, हे कदापि संभवनीय नव्हते. त्याच्यासारख्या माणसाला वाकवायला काही दिवस लागले असते. सॅन्डरच्या तावडीत जर हिडास सापडला असता तर तो वाचलाच नसता. रेनॉल्ड्स हिडासच्या डोळ्यांत काही भाव दिसतात का, ते अजमावून पहात होता. त्याने टेबलावरील तो कागद रोखून पाहिला व मग सावकाश त्याने आजुबाजूला पाहिले. जर सॅन्डरचा येथे छळ केला गेला असता तर त्याने एवढा धुमाकूळ घातला असता, की इथल्या भिंती तरी एव्हाना उभ्या राहिलेल्या दिसल्या नसत्या. निदान या भिंतीवरती त्या धुमाकुळाच्या खुणा दिसल्या असत्या.

हिडास बोलू लागला, "अंऽ आपण कुठून बरे सुरुवात करायची? हं, असंच करू या. प्रथम तुम्ही या देशात कसा प्रवेश मिळवलात ते आम्हाला आधी सांगा. गोठून गेलेल्या कालव्यांचा उपयोग रस्त्यासारखा करून तर तुम्ही आला नाहीत ना?"

"या देशात प्रवेश केला? कालव्यावरून?" रेनॉल्ड्स विचारीत होता. त्याचा आवाज जड व ओठ सुजल्यामुळे अर्धवट बोबडा असा येत होता. त्याने आपली मान हलवीत सावकाश म्हटले, "मला काही समजत नाही. तुम्हाला कशाबद्दल विचारायचे आहे ते कळत नाही–"

पण त्याचे बोलणे अर्धवट राहिले. तो एकदम बाजूला उडाला व वळला. त्याच्या कुशीतून एक तीव्र कळ उमटली. कोकोने त्याला जबरदस्त लाथ हाणली होती. समोरचे दृश्य थोडेसे धूसर झालेले होते; पण तरीही वळता वळता त्याने पाहिले की हिडासने आपली मान किंचित लववून कोकोला इशारा केला होता. आता कोकोने आपली मूठ उगारून त्याच्यावर आणली. त्याने ती चुकवली खरी; पण जाता जाता कोकोच्या बोटातील अंगठीची खरबरीत कड त्याच्या चेहऱ्याला घासून गेली. मग कपाळापासून हनुवटीपर्यंत वेदनेची एक जळजळीत रेष त्याला जाणवली. कोकोचा तोल गेला होता; पण तरीही त्याने जाता जाता रेनॉल्ड्सच्या चेहऱ्यावर आपले कोरीव काम केले.

हिडास आता उठून उभा राहिला. आपले पिस्तूल त्याने बाहेर काढले. समोरचे मूकनाट्य तो पाहू लागला. नक्की त्याने त्याच्या दोन माणसांना काहीतरी इशारा केला असावा. हातात कार्बाईन बंदूक घेतलेली हिडासची दोन माणसे तयारीत जवळ येऊ लागली. रेनॉल्ड्स एका पायावरती वाकला होता. जणू काही त्याचा दुसरा पाय मोडला आहे, असे दिसत होते. मग जवळ आलेल्या कोकोला अशी काही एक सणसणीत लाथ त्याने घातली, की तो उडून खाली पडला व लोळत दूर गेला. त्याच्या शरीरात वेदनेने शिरकाव करून त्याला विव्हळायला लावले; पण तरीही तो जरासे हसला.

कर्नल हिडास म्हणाला, "कॅप्टन रेनॉल्ड्स, हे तुमचे काय चालले आहे? दुर्दैवी कोकोच्या जागी जर ब्युडापेस्टमधला एखादा निष्पाप नागरिक असता तर त्या बिचाऱ्याचे काय झाले असते, याचा जरा विचार करा. इथल्या शाळांमधून आम्ही कराटे वगैरे शिकवीत नाही, हे तुम्हाला ठाऊक नाही असे वाटते." रेनॉल्ड्सच्या लक्षात आले, की आत्ताचा प्रसंग हा हिडासने मुद्दाम घडवून आणला होता. आपल्याला मुद्दाम कोकोवर हल्ला करायला उद्युक्त केले गेले. हिडासची ती एक युक्ती होती. त्यासाठी आपल्या हाताखालच्या माणसाला दुखापत झाली तरी त्याला पर्वा नव्हती. तो म्हणत होता, "कॅप्टन रेनॉल्ड्स, मला जे काही हवे होते ते आता समजले आहे. मी त्याबद्दल आपले आभार मानतो. तुमची हाडे कोकोने मोडायला नको होती. उगाच त्यात वेळ गेला. तेव्हा कॅप्टन रेनॉल्ड्स, आपण आता स्टॅलिन स्ट्रीटला जावे, हे उत्तम. मग तिथे तुमचे मन वळवण्यासाठी काही सौम्य उपाय आपण योजूया."

रेनॉल्ड्सला हिडासची चाल कळली. आपण खरोखरीच एक प्रशिक्षित हेर आहोत की नाही, याची खात्री करून घेण्यासाठी आपल्याला कोकोकडून मार दिला गेला आणि नंतर त्याच्यावर हल्ला करण्यासाठी संधी दिली गेली. आपल्या ठिकाणी एखादा सामान्य नागरिक असता तर त्याने असा उलट हल्ला चढवला नसता.

तीन मिनिटांनी ते सर्वजण एका व्हॅनमध्ये चढले. ती व्हॅन आत गॅरेजमध्ये आणली गेली होती. राखाडी रंगाचा तो राक्षस कोको जोरजोरात श्वासोच्छ्वास करीत होता. आतल्या एका बाकावर त्याने सरळ आडवे होऊन ताणून दिले होते. त्याच्या समोरच्या बाकावरती कर्नल हिडास आणि त्याचा एक सशस्त्र माणूस बसला होता, तर रेनॉल्ड्सला खाली जमिनीवरती ड्रायव्हरच्या केबिनला पाठ लावून बसवण्यात आले होते. ड्रायव्हरशेजारी हिडासचा चौथा माणूस बसला होता.

ती व्हॅन त्यांना घेऊन निघाली; पण काही सेकंदात ती कशाला तरी धडकली. मग करकचून ब्रेक्स दाबले गेले. हिडासचा एक माणूस तोल जाऊन पुढे रेनॉल्ड्सच्या अंगावरती आदळला. गॅरेजमधून बाहेर पडलेली व्हॅन पुढे पहिल्या वळणावरती वळत असताना हे घडले. निघाल्यापासून अवघ्या वीस सेकंदात ते घडले. त्या धडकेची आधी कोणालाही कल्पना आली नाही. त्यामुळे सारेजण बेसावध होते. एकदम ब्रेक्स मारल्याचा आवाज आणि व्हॅनची चाके रस्त्यावरून घासत गेल्याचा आवाज आणि साऱ्यांचे तोल जाऊन आदळणे. बस्स! काय होत आहे, हे कळायच्या आत व्हॅनमध्ये घडले. मग ती व्हॅन विरुद्ध बाजूच्या फुटपाथला सावकाश जाऊन भिडली.

त्या व्हॅनमध्ये सारेजण जमिनीवरती हातपाय पसरलेल्या अवस्थेत पडलेले होते. भानावर येऊन काहीतरी हालचाल करायच्या बेतात होते. बसलेल्या धक्क्यातून

स्वत:ला सावरू पहात होते. त्या क्षणाला व्हॅनची मागची दारे खाडकन अचानक उघडली गेली. आतले दिवे विझवले गेले. एकदम सर्वत्र अंधार झाला. काही सेकंदात त्या अंधाराला छेद देऊन दोन प्रखर टॉर्चेसचे झोत आत घुसले. त्या झोतात पिस्तुलाच्या दोन नळ्या पुढे आलेल्या दिसू लागल्या. पाठोपाठ कोणीतरी घोगरट आवाजात सर्वांना सोडलेला हुकूमही व्हॅनमध्ये उमटला, "सर्वांनी आपापले हात डोक्यावर धरून ते एकमेकांना घट्ट पकडून ठेवावेत." अशी ती आज्ञा होती. बाहेर रस्त्यावरती कोणीतरी दोन माणसे आपापसांत कुजबुजत बोलत होती. त्यांच्या हातातही पिस्तुले व टॉर्चेस होते. ते दोघेजण एकमेकांपासून दूर झाले. काही क्षणातच पुढे ड्रायव्हरशेजारी बसलेल्या त्या चौथ्या माणसाला व्हॅनमध्ये मागे आणून जमिनीवरती फेकून देण्यात आले. त्याचा लोळागोळा झालेला देह तिथे वेडावाकडा पडून राहिला. त्याच्यामागोमाग व्हॅनचा ड्रायव्हर आत धडपडत आला. त्यानंतर व्हॅनची मागची दारे दाणकन लावून टाकण्यात आली. व्हॅनच्या इंजिनाने गुरगुराट करीत वेगाने व्हॅन मागे नेली. क्षणभर थांबून पुन्हा सरळ समोर वळत जाऊन ती रस्त्यावरून वेगाने धावू लागली. हे एवढे साध्य करायला पुरते अर्धे मिनिटही लागले नाही. किती वेगाने व सफाईने मात केली गेली होती! ज्यांनी कोणी हे घडवून आणले, त्यांचे रेनॉल्ड्सने मनातल्या मनात कौतुक केले. ती माणसे अशी कामगिरी पार पाडण्यात खूपच कार्यक्षम व तज्ज्ञ असली पाहिजेत.

ती माणसे कोण असावीत, याचा तो अंदाज करीत असतानाच कोणाचा तरी हात त्याला दिसला. आत घुसलेल्या एका पिस्तुलधाऱ्याचा तो हात होता. टॉर्चच्या प्रकाशात त्या हातावरचे गोंदण त्याला अर्धा क्षणच पहायला मिळाले. तो हात त्याने पूर्वी पाहिला होता. त्यामुळे त्याला आश्चर्याचा धक्का बसला. तो हात जान्स्कीचा होता. एका वयस्कर माणसाचा होता. रेनॉल्ड्सच्या शरीरातून एक सुटकेच्या भावनेची लाट लहरत गेली. त्याचे शरीर व मन सैल पडले. तळघरातल्या यातनागृहाकडे जाताना एवढा वेळ आपले शरीर किती कडक व ताठर बनले होते, हे त्याला आत्ता कळाले. त्याच्या तोंडात व पाठीत आता परत वेदना सुरू झाल्या. त्यांची तीव्रता दुपटीने वाढली होती; परंतु त्याच्यासमोर आलेला तो भयप्रद भविष्यकाळ एकदम नाहीसा झाला होता. तो वर्तमानकाळाचा शांतपणे विचार करू शकत होता. त्याच्या पोटात मळमळण्याची भावना सुरू झाली. डोक्यात घण मारल्यासारखे आवाज त्याला ऐकू येऊ लागले; परंतु त्याला तेवढ्यातल्या तेवढ्यात हेही समजून चुकले, की आपण आता क्षणभर जरी शिथील व्हायचे ठरवले, तर बेशुद्धीच्या समुद्रात ताबडतोब ओढले जाऊ; पण तसे आत्ता घडायला नको होते. आता आपण काहीतरी हालचाल केली पाहिजे, असे त्याने ठरवले.

त्याने मोठ्या मुष्कीलीने आपले दात घट्ट दाबून तोंडातून बाहेर पडणारा

विव्हळण्याचा आवाज रोखून धरला. आपल्या अंगावर कोसळलेल्या माणसाला त्याने दूर सारले व तो उठून उभा राहिला. मग त्याने त्या माणसाची कार्बाईन काढून घेऊन ती शेजारच्या बाकावरती ठेवून जोरात व्हॅनच्या दाराच्या दिशेने सारली. अंधारात कुणाच्या तरी हाताने ती उचलली गेली. कोलमडलेली माणसे भानावर येण्यासाठी धडपडत होती; पण त्यांना काही कळायच्या आत त्याने त्यांच्या दोन कार्बाईन व हिडासचे पिस्तूल असेच काढून घेतले व ती तिन्ही शस्त्रे एकामागोमाग मघाच्याच तऱ्हेने मागे ढकलून दिली. हिडासने घेतलेले त्याचे पिस्तूल व सायलेन्सर हेही त्याच्याच हातात आले. ते खिशात घालून तो कोकोसमोर बाकावरती बसला.

काही मिनिटांनंतर व्हॅनच्या इंजिनाच्या आवाजात फरक पडलेला त्याला कळला. काही सेकंदात व्हॅनला ब्रेक्स लावले जाऊन ती थांबवली गेली. मग व्हॅनमधले पिस्तुले रोखलेले हात आणखी पुढे झाले. त्याचा अर्थ हिडास आणि मंडळींना कळला. कोणीतरी घोगरट आवाजात 'अजिबात आवाज करू नका' असे म्हणाले. रेनॉल्ड्सने आपल्या कोटाच्या खिशातून आपले पिस्तूल बाहेर काढले. त्याच्या नळीच्या तोंडावरती सायलेन्सर फिरवीत बसवला आणि उठून हिडासच्या मानेवरती ते पिस्तूल दाबून धरले. आत घुसलेल्या व्यक्तींनी त्याच्या त्या कृतीचे कुजबुजत्या आवाजात कौतुक केले.

बाहेर कोणीतरी अज्ञात व्यक्ती चौकशी करीत असावी. त्या व्यक्तीला मोठ्या अधिकारवाणीने कुणीतरी ड्रायव्हरच्या केबिनमधून चटकन उत्तर दिल्याचे ऐकू आले. ते संवाद फार छोटे होते. नंतर 'ठीक आहे' अशा अर्थी बोलल्याचा आवाज ऐकू आला. एअर ब्रेक्स खुले केल्याचा हिस्स् आवाज आला व परत व्हॅन सुरू झाली. रेनॉल्ड्सने आपले पिस्तूल आपल्या खिशात ठेवून दिले आणि एक नि:शब्दपणे आपला श्वास सोडला. हिडासच्या मानेवरती पिस्तुलाचे सायलेन्सर खूप जोरात दाबून धरलेले होते. तिथे आता एक लाल वर्तुळ उमटले होते. आत्ताचा क्षण हा किती तणावपूर्ण होता, हे त्यावरून सहज कळू शकेल.

पुन्हा एकदा व्हॅन अडवली गेली. पुन्हा रेनॉल्ड्सने आपले पिस्तूल बाहेर काढले व हिडासच्या मानेवर जिथे आधी रोखले होते, तिथेच त्याने ते दाबून धरले; परंतु आत्ता व्हॅन थोडा वेळच अडवली गेली होती. यानंतर मात्र परत तिला कुठेही अटकाव झाला नाही. आता व्हॅन ज्या रस्त्यावरून धावत होती, तो रस्ता वळणावळणाचा होता; परंतु दुतर्फा इमारती, भिंती वगैरे नसल्याने इंजिनाच्या आवाजाचा प्रतिध्वनी उमटत नव्हता. त्यावरून रेनॉल्ड्सने ओळखले, की आपण ब्युडापेस्ट शहराबाहेर पडलो आहोत. त्याला झोप येऊ लागली. मोठ्या कष्टाने तो स्वत:ला जागे ठेवू लागला. जाणिवेच्या एका बारीक धाग्याला तो चिकटून रहायला पाहू लागला. त्यासाठी आपली नजर सारखी इकडेतिकडे फिरवीत पाहू लागला. त्याचे डोळे आता

व्हॅनमधल्या अंधाराला सरावले. मागच्या बाजूला कोण कोण आहेत, ते पहाण्याचा तो प्रयत्न करू लागला. जे कोणी दोघे बसले होते, त्यांनी आपल्या डोक्यावरच्या हॅट्स खूप खाली कपाळावरती ओढून घेतल्या होत्या. एखाद्या पुतळ्यासारखे ते स्तब्ध बसले होते. त्यांच्या हातातील टॉर्च व पिस्तुले किंचितही हलत नव्हती की थरथरत नव्हती. त्यांचा पहारा किती परिपूर्ण होता, ते यावरून समजत होते. जान्स्की आणि मंडळी इतकी वर्षे जुलूमशाहीतून कशी वाचत आली, त्याची थोडीतरी कल्पना आता रेनॉल्ड्सला येऊ लागली.

हिडास व त्याची तीन माणसे ही व्हॅनने ब्रेक्स मारल्यावर पुढे जाऊन कोसळली होती. आपापल्या बाकावरून ती खाली व्हॅनच्या जमिनीवरती पडली होती. पिस्तुलाच्या धाकाने त्यांना तिथेच बसवून ठेवण्यात आले होते. या अचानक व अनपेक्षित हल्ल्याने ती हादरून गेली होती. त्यांचे खांदे व हात भीतीने थरथरत होते. आपल्या डोक्यावर दोन्ही हात धरून बराच वेळ बसावे लागल्यामुळे ते आता दुखू लागले होते. प्रत्येकाच्या चेहऱ्यावरती भीतीचे दर्शन उमटले होते. फक्त हिडासचा चेहरा हा कसलेच भाव दाखवीत नव्हता. तो अगदी स्थिर बसला होता. आपल्या हाताखालच्या माणसांच्या वेदनांकडे त्याने थंडपणे दुर्लक्ष केले होते. भीती व स्वत:बद्दलची करुणा यापासून तो अलिप्त आहे, हे रेनॉल्ड्सला कळून चुकले. त्याच्या मनाच्या या खंबीरपणाला रेनॉल्ड्सने मनातल्या मनात दाद दिली. हिडासने कसलीही खळखळ न करता, भावनाविवश न होता, आपला पराभव थंडपणे मान्य केलेला दिसत होता.

व्हॅनच्या मागच्या बाजूला बाकावर बसलेल्या एकाने आपला टॉर्च लावून मनगटावरील घड्याळात किती वाजले ते पाहिले. त्याने आपल्या तोंडावरती रुमाल बांधला होता. तो आता बोलू लागला; पण रुमालातून येणारा त्याचा आवाज थोडासा घुसमटलेला असल्याने त्या माणसाची ओळख पटणे शक्य नव्हते. तसला आवाज कोणाचाही असू शकतो.

तो माणूस म्हणत होता, "सर्वांनी आपापले बूट काढा. एका वेळी एकानेच काढावेत. सर्व बूट बाकावरती ठेवून द्या." क्षणभर असे वाटले, की हिडास हा हुकूम धुडकावून लावणार. अन् तसे न जुमानण्याइतपत त्याच्यात तेवढे धाडस नक्कीच होते; पण पुन्हा रेनॉल्ड्सने आपले पिस्तूल त्याच्या मानेत खुपसल्याने विरोध करण्यात अर्थ नाही, हे त्याला पटले असावे. आता कोकोही मुकाट्याने आपल्या बुटांचे बंद सोडवू लागला. अर्ध्या मिनिटात त्या चौघांनी आपापले बूट काढून बाकावरती ठेवले.

"उत्तम!" पुन्हा तो रुमालातला आवाज व्हॅनमध्ये उमटला. "आता आपापले ओव्हरकोट काढून ठेवा. बास. मग त्यानंतर काहीही करू नका." त्या चौघांनी तसे

केल्यावर तो आवाज पुढे बोलू लागला, ''थँक यू. आता नीट लक्ष देऊन ऐका. आपण आता शहराबाहेरील एका निर्मनुष्य रस्त्यावरून जात आहोत. थोड्या वेळात एका झोपडीपाशी व्हॅन थांबेल. ही झोपडी छोटी आहे. त्या झोपडीपासून जवळचे घर हे तीन मैलांवरती आहे. कोणत्या दिशेला ते आहे, ते मात्र सांगणार नाही. बाहेरच्या बर्फात तुम्हाला अनवाणी तेवढे अंतर तुडवायचे असेल तर खुशाल तुडवा. रात्रीच्या अंधारात तिथे पोचेपर्यंत जर पोचलात, तर तुमचे पाय पार बधीर होऊन गोठून गेलेले असतील. शेवटी हिमदंश झाल्याने तुमचे पाय नंतर कापून टाकावे लागतील. ही काही धमकी नाही; परंतु एक वस्तुस्थितीची जाणीव तुम्हाला करून देत आहोत. इतकेही करून अंधारात कडाक्याच्या थंडीत अनवाणी तुम्ही खुशाल चालू शकता. त्याऐवजी झोपडीत रात्रभर थांबलात, तर तुमचा जीव वाचेल. तिथे लाकडाचा भरपूर साठा आहे. रात्रभर शेकोटी करीत बसा. आत थांबल्याने बर्फवृष्टीपासून व गार वाऱ्यापासून तुमचा बचाव होईल. उजाडल्यावर तुम्हाला जाणारी-येणारी एखादी गाडी किंवा शेतकऱ्याचा खटारा पकडता येईल.''

''तुम्ही असे का करत आहात?'' हिडासने शांतपणे पण कंटाळवाण्या सुरात विचारले.

''मधेच कुठेतरी सोडून देण्याबद्दल विचारीत आहात, का तुमचे क्षुद्र जीव वाचवण्याबद्दल विचारीत आहात?'' त्या भरदार आवाजाने विचारले.

''दोन्हीही समजा.''

''तुम्ही त्याबद्दल साधा तर्क करू शकता. आम्ही ही एव्हीओची व्हॅन पळवली आहे, हे अजूनही कोणाला ठाऊक नाही. जर तुम्हाला शहरात सोडले तर तुम्ही फोनवरून मदत मागवू शकाल; पण तुम्हाला इथे अडकवून ठेवले तर आम्ही तेवढ्या काळात ऑस्ट्रियाच्या सरहद्दीपर्यंत सहज पोहचू शकतो. तेथवर आम्हाला वाटेत कोणीही अडवणार नाही. कारण ही व्हॅन म्हणजे आमचा पासपोर्ट आहे. सरकारी व्हॅनला, त्यातून एव्हीओच्या व्हॅनला कोण अडवणार? तुम्हाला गोळ्या न घालता आम्ही जीवदान का देतो आहोत त्याबद्दलचा खुलासा ऐका. जे लोक नेहमी जवळ शस्त्रे बाळगतात, त्यांचा मृत्यू हा शस्त्रानेच होत असतो. तुम्हालाही तसाच मृत्यू कधीतरी गाठणार आहे, याची आम्हाला खात्री आहे. मग ते काम आम्ही कशाला करू? कारण आम्ही तुमच्यासारखी खुनी माणसे नाहीत.''

हातात टॉर्च धरलेला तो माणूस बोलायचा थांबला. त्याच वेळी व्हॅनही थांबली. काही सेकंद शांतता पसरली. बाहेर पडलेला बर्फ तुडवीत चालल्याचा आवाज आला. व्हॅनच्या मागच्या बाजूला कोणीतरी आले आणि व्हॅनची मागची दारे खाडकन उघडली गेली. दोन माणसांच्या आकृत्या उभ्या असलेल्या रेनॉल्ड्सला दिसल्या. त्यांच्या मागे एक झोपडी होती. मग कुणीतरी दरडावून बाहेर पडण्याचा

हुकूम दिला. हिडास व त्याची माणसे एकामागोमाग रांगेने बाहेर पडली. कोकोला अजून नीट चालता येत नव्हते. तो लंगडत बाहेर पडला. त्याच्या साथीदाराने त्याला आधार देऊन चालवले होते. ड्रायव्हरच्या केबिनची मागची खिडकी उघडल्याचा आवाज रेनॉल्ड्सला ऐकू आला. त्याने मान वळवून तिकडे पाहिले; पण आत बघणारा चेहरा नीट दिसत नव्हता. त्याऐवजी तिथे एक अंधुक करड्या रंगाची डोक्याची आकृती दिसत होती. मग त्याने परत मागच्या दारातून बाहेर पाहिले. एव्हीओची माणसे एकेक करीत त्या झोपडीत शिरत होती. ती सर्व माणसे आत गेल्यावर झोपडीचे दार बाहेरून धाडकन लावले गेले व नंतर खिट्टी घातल्याचा आवाज ऐकू आला. मग ताबडतोब बाहेरून तीन माणसे व्हॅनमध्ये शिरली व त्यांनी व्हॅनची मागची दारे आतून लावून घेतली. ताबडतोब व्हॅन सुरू होऊन तिथून वेगाने निघाली.

व्हॅनच्या आतील दिव्याची बटणे खटाखट दाबली गेली. सगळीकडे प्रकाश पडला. आत चढलेल्या तीनही माणसांनी आपापले चेहरे रुमालाने झाकून घेतले होते. आता त्यांचे हात रुमाल सोडवू लागले. 'हुश्श' आवाज करीत एका तरुण मुलीने आपल्या चेहऱ्यावरचा रुमाल काढला. दुसऱ्या माणसानेही आपला रुमाल दूर केला. तो काउन्ट होता.

काउन्ट त्याला म्हणाला, ''आज तुम्हाला त्यांनी नक्की एखाद्या बसखाली टाकून चिरडून संपवले असते. नाही तर कोको तुमचा अर्धा तास तरी छळ करीत स्वत:ची करमणूक करून घेत बसला असता.''

''तुम्हाला तो माणूस ठाऊक आहे?'' रेनॉल्ड्सने विचारले. त्याचा आवाज नेहमीसारखा न येता घोगरट व अस्पष्ट असा झाला होता.

''एव्हीओमधल्या सर्वांना तो चांगलाच ठाऊक आहे आणि ब्युडापेस्टमधील निम्म्या नागरिकांनाही त्याची ओळख आहे; पण ही ओळख होताना त्यांना मोठी किंमत मोजावी लागली. कोकोची दहशत एवढी आहे की तो जिथे जिथे जातो, तिथे त्याच्याशी माणसे मैत्री करतात; पण या आमच्या कोकोला असे लंगडायला का झाले? नेहमीसारखा बेटा खुषीत दिसला नाही.''

''मी त्याला मारले.''

''तुम्ही त्याला मारले?'' काउन्टने आपल्या भुवया उंचावीत म्हटले. त्याला मोठे आश्चर्य वाटले. तो पुढे म्हणाला, ''कोकोच्या अंगाला नुसते बोट लावले तरी ती धाडसी वृत्ती ठरेल. मग त्याला मारणे म्हणजे 'अतिभयंकर धाडस केले' असे म्हणावे लागेल.''

''आता जरा तुम्ही गप्प बसा.'' ज्युलिया म्हणाली. तिच्या आवाजात थकवा व भीतीची भावना होती. ती पुढे म्हणाली, ''त्यांचा चेहरा बघा. आपण काहीतरी

केले पाहिजे.''

"तू म्हणतेस ते खरे आहे. त्यांचा चेहरा भलताच बिघडला आहे.'' असे म्हणून काउन्टने आपल्या मागच्या खिशातून एक चपटी बाटली काढली व तो पुढे म्हणाला, "यावरती ताबडतोब करण्याजोगा हा एकच जागतिक उपाय आहे.''

काउन्टने रेनॉल्ड्सला ती बाटली दिली. रेनॉल्ड्स त्यातील हंगेरीचे 'बराक' मद्य घशात ओतू लागला. ते जळजळीत मद्य घशातून जाताना त्याला झिणझिण्या येत होत्या. तो खोकू लागला व अधुनमधून घोट घेऊ लागला. आपले डोळे घट्ट मिटून तो पीत होता. त्याच्या चेहऱ्यावर वेदना प्रगट होत होत्या.

ते पाहून जान्स्की म्हणाला, "मिस्टर रेनॉल्ड्स, तुम्हाला खूप लागलेले दिसते आहे. नक्की काय झाले? अन् हे सारे कुठे घडले?''

मग रेनॉल्ड्सने काय काय घडत गेले ते सारे त्यांना ऐकवले. ते ऐकून काउन्ट म्हणाला, "रेनॉल्ड्स, मी तुमची याबद्दल माफी मागतो. असे काही घडेल याची मला आधी कल्पना यायला हवी होती. तो कोको.... साला. पण जाऊ दे. आणखी थोडे बराक प्या. पिताना थोडेसे जळजळते; पण त्याचा उपयोग होतो.''

व्हॅन थांबली. जान्स्कीने बाहेर उडी टाकली व तो मिनिटभराने परतला. त्याच्या हातात एका एव्हीओ माणसाचा ओव्हरकोट होता. बर्फाने तो भरून गेला होता. जान्स्की म्हणत होता, "आता हे काम बायकांचे आहे.'' एवढे म्हणून त्याने तो ओव्हरकोट तिला दिला. मग थोडे थांबून तो तिला म्हणाला, "ज्युलिया, आपले रेनॉल्ड्ससाहेब बरे दिसतील, असा मेकअप त्यांना कर बरं.''

तिने रूमाल हातात घेतला व ती रेनॉल्ड्सकडे वळली व अत्यंत हळुवारपणे त्याचा चेहरा पुसू लागली; परंतु तरीही चेहऱ्याला चिकटलेले काही हिमकण रेनॉल्ड्सच्या जखमांना लागून जायचे, तेव्हा त्याला वेदना होई. त्याच्या गालावरची व ओठांवरची कातडी काही ठिकाणी फाटली होती. ती त्या जखमेतून बाहेर पडणारे रक्त, साकळलेले रक्त, किंचित धरलेली खपली सारे काही नीट टिपून दूर करीत होती. त्या वेळी रेनॉल्ड्स अधुनमधून हायहुय करीत विव्हळे. एकदा तर तसे करताना त्याने चक्क तिच्याकडे पाहून आपला एक डोळा मिचकावला.

काउन्ट ते पाहून खाकरला व ज्युलियाला म्हणाला, "यापेक्षा सरळ थेट पद्धत वापरून पहा. जेव्हा बीचवर पोलीस तुमच्याकडे पहात असताना तू कशी तीन मिनिटे धसमुसळेपणाने वागलीस तशी पद्धत वापर बघ. मिस्टर रेनॉल्ड्स, तिने आम्हाला सांगितले, की–''

"खऱ्या-खोट्याची ती एक सरमिसळ होती.'' एवढे म्हणून त्याने हसण्याचा प्रयत्न केला; पण तेवढ्या प्रयत्नामुळेही त्याला वेदना झाल्या. तो पुढे सांगू लागला, "केवळ पोलिसांना फसवण्यासाठी तीस सेकंद मला चुंबनाचे नाटक करावे लागले.''

मग जान्स्कीकडे पाहून तो म्हणाला, ''ते जाऊ दे; पण आज रात्री त्यांनी कसा काय छापा मारला? काय चुकले होते?''

जान्स्की शांतपणे सांगू लागला, ''तुम्ही हा प्रश्न विचारणार याची कल्पना होतीच म्हणा. त्याचे उत्तर असे आहे : सारेच काही चुकत गेले होते आणि प्रत्येकजण चुकत गेला. तुम्ही चुकलात, आम्ही चुकलो आणि एव्हीओसुद्धा चुकली. प्रत्येक गोष्ट चुकत गेली. पहिली चूक आमच्याकडून झाली. आमच्या घरावरती पाळत होती. आम्हाला ते ठाऊक होते; पण नेहमीच्या भुरट्या खबऱ्यांची ती पाळत आहे, असे आम्हाला वाटले. इथेच आमची चूक झाली. ती पाळत खास एव्हीओने ठेवली होते. सॅन्डर्सने ती दोन माणसे पकडली. मग काउन्ट जेव्हा आपली ड्यूटी संपवून कामावरून परतला, तेव्हा त्याने ती दोन माणसे ओळखली. दरम्यान ज्युलिया तुम्हाला भेटायला गेली होती. त्यामुळे तिच्यामार्फत आम्हाला निरोप पाठवून सावध करता आले नाही. नंतर खूप विचार करून आम्ही ठरवले की आता फार चिंता करायची नाही. एव्हीओ पुढे काय करणार याची काउन्टला कल्पना होती. जर त्यांना घरावर छापा मारायचा असेल, तर ते उद्याच्या पहाटेचीसुद्धा वाट पहाणार नाहीत. ते नेहमी झटपट कामे करतात. आम्ही मध्यरात्रीच घर सोडायचे ठरवले.''

''याचा अर्थ, तुमच्या घराच्या बाहेर जो माणूस पाळतीवर होता, तोच ज्युलियाच्या मागोमाग 'व्हाईट एन्जल' रेस्टॉरन्टपर्यंत पाठलाग करीत आला. हो ना?''

''बरोबर. अन् तुम्ही त्या माणसाची फार त्वरेने विल्हेवाट लावून टाकलीत. उत्तम काम केलेत. आमच्या अपेक्षेपेक्षाही झटपट केले; पण त्याआधी तुम्ही एक फार मोठी चूक केलीत. अगदी घोडचूक म्हणाना. ज्या वेळी तुम्ही डॉ. जेनिन्ज यांच्याशी बोलत होता त्याच वेळी ती चूक झाली.''

''डॉ. जेनिन्जशी बोलताना? मी नाही समजलो. कसली चूक झाली माझ्या हातून?'' रेनॉल्ड्सने गोंधळून विचारले.

''त्या चुकीला खरे म्हणजे मीच जास्त जबाबदार आहे.'' काउन्ट सांगू लागला, ''मी– मीच तुम्हाला आधी नीट कल्पना द्यायला हवी होती.''

''कशाबद्दल बोलता आहात तुम्ही?''

''मायक्रोफोन्स. लपवलेले मायक्रोफोन्स.'' जान्स्की बोलू लागला, ''तुम्ही जेनिन्ज यांच्या खोलीत त्या मायक्रोफोन्सचा नीट शोध घेतलात?''

''हो. मी सगळीकडे पाहिले. विशेषत: व्हेन्टिलेटर्समध्येही पाहिले.'' रेनॉल्ड्स म्हणाला.

''अन् बाथरूममध्ये शोध घेतला?'' जान्स्कीने विचारले.

''हो. तिथे कुठेही ते लपवले नव्हते.''

''मला वाटलेच ते. हीच मोठी गफलत झाली. तिथेच मायक्रोफोन लपवला

होता. तो शॉवरमध्ये बसवला होता. काउन्टच्या म्हणण्यानुसार हॉटेलमधल्या प्रत्येक बाथरूममधील शॉवरमध्ये असे मायक्रोफोन्स लपवलेले आहेत. म्हणून तर त्यातून पाणी येत नाही. सर्वांना वाटते, की शॉवर बिघडला आहे. तुम्हालाही तसेच वाटले असेल.''

ते ऐकताच रेनॉल्ड्स एकदम दचकून ताठ बसला. एका हाताने ज्युलियाला बाजूस सारीत म्हटले, ''माय गॉड! ओ, माय गॉड!''

''हंऽ म्हणजे शेवटी नको ते घडले तर.'' जान्स्की सुस्कारा टाकीत म्हणाला.

''म्हणजे... म्हणजे माझे डॉ. जेनिन्जबरोबर झालेले सारे संवाद त्या मायक्रोफोनने टिपले. आम्ही दोघे नेमके त्याच्या खालीच उभे राहून बोलत होतो–'' रेनॉल्ड्सने आपले वाक्य अर्धवट सोडून दिले. त्या बातमीचा त्याला मोठा धक्का बसला होता. तो टेकून बसला. त्याचे खांदे खाली पडले. आपली नजर शून्यात लावीत झालेल्या नुकसानीचा तो अंदाज घेऊ लागला. सारेच नुकसान झाले होते. आपल्या शत्रूला आपल्या सर्व योजना कळून चुकल्या. त्याचे सारे मनोरथ ढासळले. हिडास नेमका जान्स्कीच्या घरी का पोचला, तेही त्याला कळले. जान्स्कीचा पत्ता त्याने डॉ. जेनिन्जकडून दहा वेळा मोठ्याने वदवून पाठ करून घेतला होता. आपले नाव व कामाचे स्वरूप हिडासला कसे कळले हेही त्याला उमगले. आता डॉ. जेनिन्ज यांची सुटका केवळ अशक्य झाली. साराच बेत पूर्णपणे धुळीला मिळाला. इंग्लंडच्या हेर खात्याचा पूर्ण पराभव झाला. प्रत्येक आघाडीवर आपल्याला अपयश आले आहे, हे त्याला कळून चुकले. पराभवाची एक कडू चव त्याच्यात उतरू लागली. तो हताश झाला.

''आपल्याला एक जबरदस्त धक्का बसला आहे.'' जान्स्की म्हणाला.

ज्युलिया त्याला म्हणत होती, ''तुम्ही तुमच्याकडून जितके प्रयत्न करायचे होते तितके केलेत. तुमची काहीही चूक नाही.''

आता कोणीच बोलेना. त्या शांततेत ती व्हॅन अंधारात धडपडत ठेचकाळत पुढे चालली होती. त्याच्या कुशीतल्या, पाठीतल्या व डोक्यातल्या वेदना आता कमी होऊ लागल्या होत्या; पण अधुनमधून त्या तालबद्ध रीतीने ठसठसू लागल्या.

तो म्हणाला, ''आता जेनिन्ज यांच्यावरचा पहारा अधिक कडक होईल. कदाचित एव्हाना त्यांची रशियाला पाठवणीही झाली असेल.'' मग जान्स्कीकडे वळून तो म्हणाला, ''मी ब्रायनबद्दल जेनिन्ज यांच्यापाशी बोललो. त्या पोरालाही त्यांनी स्टेटिन गावातून रशियाला पाठवून दिले असेल. चला, संपले सारे. सारा खेळ खतम झाला.'' तो बोलायचे थांबला. त्याच्या जिभेने तोंडात हलणारे दोन दात शोधून काढले. कोकोच्या तडाख्यामुळे ते हलू लागले होते. तो पुढे बोलू लागला, ''शेवटी त्यांनी जिंकले, आपण हरलो; पण निदान मी इतर कोणाची नावे बोलताना

घेतली नाहीत. तुम्हा तिघांची तर मुळीच नाही. फक्त तुमच्या घराचा पत्ता जेनिन्ज यांना दिला; पण त्यामुळे एव्हीओला फारसा काही बोध होणार नाही. तुमची नावे एव्हीओला ठाऊक न झाल्याने तुम्ही दुसरीकडे अजून उजळ माथ्याने वावरू शकता; पण एक-दोन मुद्दे मला खटकत आहेत.''

''ते कोणते?''

''पहिला मुद्दा. मी जेनिन्ज यांच्या खोलीत आहे, हे कळताच त्यांनी मला तिथल्या तिथे का पकडले नाही? मला तिथून का निसटू दिले?''

''याचे कारण अगदी सोपे आहे. प्रत्येक खोलीतील मायक्रोफोन हा टेपरेकॉर्डरला जोडलेला असतो. त्यामुळे जेव्हा ती टेप वाजवली जाईल, तेव्हाच त्यांना तुमचे संभाषण कळणार. बाकी त्या वेळी त्यांचे चेहरे बघण्याजोगे झाले असतील.'' काउन्ट म्हणाला.

''पण मग तुम्ही नंतर माझ्या हॉटेलच्या खोलीत फोन करून मला का थोपवले नाही? ज्युलियाकडून तुम्हाला समजलेच असणार की थ्री क्राउन्स हॉटेलवर जेनिन्ज यांच्याशी मी कसे व कुठे बोललो ते?''

''तिने ती सारी हकीगत आम्हाला सांगितली. पुढे आता काय होणार हे आम्ही ओळखले. आम्ही ते घर ताबडतोब सोडले. त्यानंतर दहा मिनिटांत हिडासने छापा मारला. तेवढ्या वेळात आम्ही तुमच्या हॉटेलच्या खोलीत फोन केला; पण तुमच्याकडून फोन उचलला जात नव्हता.''

''मी नुकताच बाहेर पडलो होतो.'' रेनॉल्ड्‌सला त्या फायर एस्केपच्या तळाशी पोचल्यावर खोलीतील फोनची घंटी वाजत असल्याचे ऐकू येत होते, ते आठवले. तो पुढे म्हणाला, ''मी तुमच्या घराकडेच निघालो होतो. तुम्ही निदान मला रस्त्यातच अडवायला हवे होते.''

''होय, तसे शक्य होते.'' जान्स्की आता बोलू लागला, ''पण त्यामागे एक कारण होते. काउन्ट, मला वाटते की ते तूच चांगले सांगू शकशील.''

''ठीक आहे.'' काउन्ट म्हणाला. तो आता काय बोलणार ते रेनॉल्ड्‌स उत्सुकतेने ऐकण्याच्या तयारीत बसला; पण त्याला असे दिसले की काउन्टला ते कारण सांगणे मोठे जिवावर आले होते. काहीतरी अप्रिय गोष्ट सांगताना जसे अवघडल्यासारखे होते, तसे त्याला झाले होते.

काउन्ट आता बोलू लागला; पण आडवळणाने बोलू लागला, ''आज तुमची व ज्या हिडासची गाठ पडली, तो हिडास हा एव्हीओ संघटनेमध्ये दुसऱ्या क्रमांकाच्या पदावरती आहे. त्याच्याइतका हुषार व भयानक माणूस सबंध ब्युडापेस्टमध्ये कोणी नसेल. आपल्या कामावरती त्याची खूप निष्ठा आहे. त्याच्याइतके यश पोलीसखात्यात दुसऱ्या कोणालाही सबंध हंगेरीत आजपर्यंत लाभलेले नाही. अत्यंत

हुषार, चाणाक्ष, कल्पक व भरपूर ज्ञान असलेला तो माणूस आहे. भावना त्याच्या कामात कधीही आड येत नाहीत. आपल्या कामाचा पिच्छा तो शेवटपर्यंत पुरवतो. त्यामुळे अर्थातच मला त्यांच्याबद्दल नेहमीच आदर वाटत आला आहे; पण त्यामुळेच आज रात्री त्यांची व माझी गाठ पडणे, मग भले मी वेषांतर केले असले तरी, मला धोक्याचे वाटत होते. शिवाय, ऑस्ट्रियन सरहद्दीकडे आजच्या आज पळ काढण्यास जान्स्की हेही नाखूष होते. आपण आत्ता त्या दिशेने जात नाही हेही जाता जाता मी तुम्हाला सांगून ठेवतो.''

रेनॉल्ड्स अस्वस्थ होत म्हणाला, ''सरळ मुद्द्यावरती या.''

''होय. मी आता तिकडेच वळतो. गेली अनेक वर्षे आमच्या चालणाऱ्या हालचाली, कृत्ये, कारवाया वगैरे हिडासला खूप बोचणारे होते. त्याला आमचा शोध लागत नव्हता की माग लागत नव्हता. अलीकडे मला असा संशय येऊ लागला, की हिडास माझ्यात किंचित अधिक रस घेतो आहे; पण त्याने असे काही करणे गैर समजले जात नाही; कारण एव्हीओमधल्या अधिकाऱ्यांवर पाळत ठेवली जाते, त्यांचा वेळोवेळी पाठलाग केला जातो वगैरे गोष्टी नेहमीच्याच आहेत; पण मीच जरा जादा संवेदनशील झाल्यामुळेही मला आपल्याकडे हिडासचे संशयाचे बोट वळले आहे, असे वाटू लागले असेल. मी अधुनमधून सरहद्दीवरील पोलीसचौक्यांना ज्या गुपचूप भेटी देऊन बाहेरच्या हेरांना सोडवून आणतो ते कुणाच्या लक्षात येत नसेल, असे वाटत होते; पण आता मला हिडासबद्दल शंका येऊ लागल्याने तो मला पुराव्यानिशी पकडायला तर धडपडत नसेल ना, असे वाटू लागले. त्यासाठी सरळ आपल्याच माणसाला परदेशी हेराचे सोंग देऊन बाहेरून आत आणायचे व मग त्याला सोडवायला कोण पुढे येतो ते पहायचे, असा त्याचा डाव असावा. अन् कुणी सांगावे, तुम्हीच ते कशावरून नाही?'' एवढे बोलून काउन्ट कसनुसे हसला. रेनॉल्ड्स आणि ज्युलिया यांच्या चेहऱ्यावरती आश्चर्याचे भाव प्रगटले होते. तो पुढे सांगू लागला, ''आम्हाला जरा जरी संशय आला की आम्ही ताबडतोब सावध होऊन खबरदारी घेतो. त्यामुळेच आम्ही इतकी वर्षे टिकून आहोत. कदाचित आमच्या त्या अतिसावधगिरीला भेद करायचा असेल तर एकच मार्ग उरतो. तो म्हणजे एखाद्या परदेशी हेराला आमच्यामध्ये घुसवणे. ती शक्यता, मग ती तात्त्विकदृष्ट्या का होईना, पण तशी दिसताच मला तुमचा संशय येऊ लागला. त्यातून जेनिन्जसारखा शास्त्रज्ञ येथे आल्यावर त्यांना सोडवायला परदेशी हेर येणार. म्हणून मग आम्हाला अजिबात संशय येणार नाही. तुम्ही ज्युलियाला संध्याकाळी आमच्याबद्दल व आमच्या संघटनेबद्दल जे प्रश्न विचारलेत, ते जरी कुतूहलापोटी असले, तरी त्यामुळे माझा संशय अधिकच बळावला. शिवाय, गस्तीच्या पोलिसांनी तुम्हाला इतके सहजासहजी कसे सोडून दिले, हाही प्रश्न माझ्यासमोर घोळू लागला.''

ज्युलियाला आता राग आला होता. तिचे गाल लाल झाले होते. ती म्हणाली, ''पण हे तुम्ही मला का नाही बोलून दाखवले?''

मग काउन्ट तिला म्हणाला, ''अन् जर हे सारे खरे निघाले असते तर? म्हणून कठोर वस्तुस्थिती तुझ्यापासून लपवावी, असे जान्स्कीचे व माझे ठरले...... तर मिस्टर रेनॉल्ड्स, जेव्हा आम्ही तुम्हाला फोन केल्यावर तुमच्याकडून तो उचलला जाईना, तेव्हा तुम्ही दुसरीकडे कुठेतरी कदाचित आन्द्रेसी उटमध्ये एव्हीओच्या ऑफिसमध्ये असाल, असा आम्हाला संशय आला. शेवटी आम्ही अशा निर्णयाला आलो की तुम्हाला सरळ आमच्या घरी हिडासने लावलेल्या सापळ्यात जाऊ द्यावे. जर तुम्ही हिडासच्या बाजूचे असाल तर तिथे जाऊन त्याच्याशी बोलणी कराल. जर तुम्ही खरोखरीच एक परदेशी हेर असाल तर तुम्हाला तिथे थोडी मारहाण होईल, अडकविले जाईल व तेथून व्हॅनने नेले जाईल. मग वाटेत तुम्हाला सहज सोडवता येईल. तुम्ही ज्या वेळी आमच्या घराकडे जात होता, त्या वेळी आम्ही तुम्हाला पाहिलेसुद्धा. लांबवर एक मोटार ठेवून त्यात खाली बसून आम्ही तुमची हालचाल न्याहाळीत होतो. जेव्हा तुमची व्हॅन बाहेर आली, तेव्हा इम्रने तीच मोटार सरळ व्हॅनवरती नेऊन धडकवली.'' मग थोडे थांबून काउन्ट खेदयुक्त स्वरात म्हणाला, ''जे झाले ते असे झाले. माफ करा; पण आमचा नाईलाज होता.''

''पण परत असे काही करून मला मार खायची वेळ येऊ देऊ नका.'' असे म्हणून रेनॉल्ड्सने आपल्या तोंडातील एक हलणारा दात बाहेर काढला. त्याकडे थोडे निरखून पाहिले व तो जमिनीवरती फेकून दिला. मग तो म्हणाला, ''तुमचे माझ्याबद्दल समाधान झाले असेल, असे मी गृहीत धरून चालतो.''

''आता तरी तुमची त्यांच्याबद्दल खात्री पटली ना?'' असे म्हणून ज्युलियाने जान्स्कीकडे व काउन्टकडे रागाने पाहिले. मग ती रेनॉल्ड्सच्या मार खाल्लेल्या तोंडाकडे पाहून म्हणाली, ''शेवटी तुम्हाला निष्कारणच छळ सहन करावा लागला.''

''पण याखेरीज दुसरे काय घडू शकणार होते?'' रेनॉल्ड्सने तिला मंद स्वरात विचारले, ''अन् आता त्याबद्दल मी काउन्टचे दात पाडून त्याला थोडीच शिक्षा करू शकतो? त्यांच्या जागी मी असतो तर मीही तेच केले असते.''

''ही तुमची व्यावसायिक जाण आहे.'' जान्स्की हळू आवाजात म्हणाला, ''पण तरीसुद्धा आम्ही तुमची माफी मागितली पाहिजेच.'' मग थोडे थांबून तो पुढे म्हणाला, ''मिस्टर रेनॉल्ड्स, आता पुढचा विचार करायला हवा. त्या टेपरेकॉर्डिंगमुळे एक फार मोठे शोधसत्र आता छेडले जाईल. ते काही महिने चालेल. ऑस्ट्रियन सरहद्दीपाशी तर ताबडतोब पोलीस धावतील. कुणास ठाऊक काय होईल?''

रेनॉल्ड्स त्या दोघांकडे पहात राहिला. त्यांचा थरारक भूतकाळ आठवत राहिला. थोड्या वेळाने त्याने तोंडात बोटे घालून आणखी एक दात पिळून उपटला

व बाहेर काढला. मग तो दात निरखून पहात जान्स्कीला तो म्हणाला, ''पुढे काय होईल, ते मी डॉ. जेनिन्ज यांच्यापर्यंत किती वेळात पोचेन, त्यावरती सारे अवलंबून आहे.''

अशीच काही मिनिटे गेली. बर्फाळलेल्या जमिनीवरून टायरचा घासून होणारा भर्रर्र आवाज येत राहिला. ड्रायव्हरच्या केबिनमध्ये सॅन्डर आणि इम्र मोठ्या आवाजात बोलत होते; पण मागे व्हॅनमध्ये ते आवाज खूपच कमी ऐकू येत होते. मग ज्युलियाने आपले दोन्ही हात पुढे करून रेनॉल्ड्सचा चेहरा आपल्या दिशेने वळवला. ती बोटांच्या टोकांनी त्याचा सुजलेला चेहरा व त्यावरील जखमा हळुवारपणे कुरवाळू लागली.

ती त्याच्याकडे निरखून बघत होती. शेवटी ती म्हणाली, ''कशाला त्यांना विरोध करायचा वेडेपणा केलात?''

काउन्टने खिशातून परत ती चपटी बाटली बाहेर काढली व तिचे बूच काढून आतील मद्याचा एक घोट घेतला. तो म्हणाला, ''कशाला का असेना; पण आज रेनॉल्ड्स हे मोठ्या धकाधकीच्या प्रसंगातून गेले आहेत.''

''वेडेपणा! विवेकभ्रष्टता!'' जान्स्की मंद आवाजात म्हणत होता, ''याच्याइतका प्रभावी संसर्गजन्य रोग दुसरा कोणताच नाही. म्हणून आपण सगळे चुका करीत गेलो.''

''हो ना. म्हणून तर सारे काही वेगाने घडत गेले.'' काउन्टने दुजोरा देत म्हटले.

ज्युलिया बराच वेळ त्या तिघांकडे बघत राहिली. तिच्या चेहऱ्यावरती खूप गोंधळलेले भाव होते; पण हळूहळू त्या चेहऱ्यावर उमगत गेल्याचे भाव उमटत गेले. मग तिची खात्री पटताच तिला पुढचाही अंदाज येऊ लागला. तो अंदाज भीषण होता. त्यामुळे तिच्या गालावरचे रंग झरझरा उतरत गेले. तिच्या निळ्या डोळ्यांत हळूहळू पाणी जमू लागले. शेवटी ते इतके भरले की डोळ्यांच्या कडांवरून आता ते खाली ओघळू लागले. तिने कोणताही अविर्भाव केला नाही की येणाऱ्या संकटाबद्दल नापसंतीचा किंवा निषेधाचा साधा स्वर काढला नाही. तिच्या डोळ्यांतील पहिला अश्रू जेव्हा ओघळला, तेव्हा तिने आपली मान फिरवून त्या तिघांपासून आपला चेहरा लपवला.

रेनॉल्ड्सला तिची मन:स्थिती समजली. तिचे सांत्वन करण्याच्या हेतूने त्याने आपला हात पुढे केला; पण तिला स्पर्श करून थोपटावे, की न थोपटावे अशा संभ्रमात तो क्षणभर पडला. त्याने जान्स्कीकडे पाहिले. जान्स्कीच्या नजरेतही गोंधळल्याचे भाव होते. मग त्यानेही समजल्यासारखी आपली मान त्याच्याकडे पाहून किंचित हलवली आणि आपला हात मागे घेतला.

आपल्या खिशातून सिगारेटचे एक पाकीट त्याने बाहेर काढले. त्यातली एक सिगारेट त्याने शिलगावली व तो तिचे झुरके ओढू लागला; पण त्या सिगारेटची चव आता त्याला जळक्या कागदासारखी वाटू लागली.

सात

रेनॉल्ड्सला जाग आली तेव्हा उजाडले नव्हते, काळोख होता; पण उजाडण्यापूर्वीची अंधुक करडी छटा सांगू लागली होती की आता लवकरच झुंजूमुंजू होणार आहे. पूर्वेकडच्या खिडकीतून ती करडी छटा खोलीत घुसत होती; पण तोपर्यंत तरी त्याला आपण कोठे येऊन पडलो आहोत याचा अजिबात पत्ता नव्हता. काल रात्री दोन वाजता ते एका फार्महाऊसमध्ये आले होते. हे आडबाजूचे फार्महाऊस सोडून दिलेले होते, ओसाड होते. त्यासाठी त्यांना मैलभर बर्फ तुडवीत यावे लागले होते. त्या फार्महाऊसच्या खिडक्यांना दारे नसल्याने जान्स्कीने त्यांना कुठेही दिवा लावायचा नाही, अशी सक्त ताकीद दिली होती. तिथली प्रत्येक खोली अशी बिनदारांच्या खिडक्यांची होती. त्याची खोली वरच्या मजल्यावरची होती.

तो जिथे झोपला होता तिथून त्याला संपूर्ण खोली मान अजिबात न हलवता न्याहाळता येत होती. याचे कारण ती खोली रेनॉल्ड्सच्या बिछान्याच्या एकूण दुप्पट आकाराएवढीच होती. बिछाना म्हणजे एक अरुंद नवारीच्या पट्ट्यांची कॉट होती. एक खुर्ची, एक वॉश बेसिन आणि एक पारा उडालेला आरसा एवढेच बाकीचे सामान त्या खोलीत होते. यापेक्षा जास्त काही ठेवण्यास तिथे जागाच उरली नव्हती.

त्या वॉश बेसिनच्यावरती भिंतीत एक काच होती. त्यातून बाहेरचा प्रकाश आता हळूहळू झिरपू लागला होता. त्यातून रेनॉल्ड्सला बाहेरचे दृश्य पाव मैलापर्यंतचे दिसत होते. बाहेर सर्वत्र बर्फ पडले होते. पाईन वृक्षांच्या फांद्यांवरती बर्फाचे थर जमले होते. मात्र त्याला त्या झाडांचे शेंडे दिसत नव्हते. कारण ते त्याच्या नजरेच्या पातळीच्या वर होते. हवा कमालीची स्वच्छ होती. इतकी, की त्याला लांबूनही झाडांच्या फांद्यांचा बारीकसारीक तपशील स्पष्ट कळत होता. आकाशाचा करडा रंग हळूहळू फिकट निळा होऊ पहात होता. आकाशात ढग नव्हते नि आता हिमवृष्टीही होत नव्हती. प्रथमच त्याला हंगेरीतील ते स्वच्छ आकाश– नव्हे, त्याचा एक तुकडा त्या काचेतून दिसत होता. कदाचित हा एक शुभशकुन असेल, असे त्याला वाटले. अन् इथून पुढे तर त्याला आता वारंवार शुभशकुनांची गरज लागणार होती.

वारा पडला होता. सर्वत्र सारे कसे स्तब्ध, निवांत व अत्यंत थंड होते. तापमान शून्याखाली घसरले होते अन् जमिनीवरती कित्येक फूट उंचीचा बर्फाचा थर साठला होता.

त्या नीरव शांततेला एकदम तडा गेला. कुठेतरी आसुडाचा आवाज व्हावा, तसा दूरवर कुठेतरी एक रायफल कडाडल्याचा आवाज झाला. निदान त्याला तरी तसा भास झाला. हळूहळू त्याच्या लक्षात आले, की त्या आवाजामुळे किंवा तसल्या भासामुळे आपल्याला जाग आली आहे. पुन्हा त्याला तसलाच आवाज ऐकू आला. या वेळी तो आवाज आणखी जवळ झाल्यासारखा वाटला. मग काही क्षणात पुन्हा त्याला तो आवाज स्पष्टपणे ऐकू आला. त्या आवाजाचा शोध लावलाच पाहिजे असे ठरवून त्याने चादरीखालून आपले पाय बाहेर काढून हवेत भिरकावले.

पण एका सेकंदाच्या आत त्याचा विचार बदलला. त्याने हवेतले पाय पुन्हा चादरीमध्ये ओढून घेतले. याचे कारण त्याच्या पाठीत एकदम तीव्र कळ उमटली होती. एखादा राक्षसी हूक पाठीत घुसून त्याने सर्व शक्तिनिशी खेचावे तसे त्याला वाटू लागले. त्या वेदनेपुढे आवाजाचा शोध घेणे महत्त्वाचे नव्हते. हवेत एकदम पाय फेकल्यामुळे कदाचित ती कळ आली असेल, असे त्याला वाटून गेले. आपण एकदम हालचाली करायला नकोत. आधी शरीरात किती मोडतोड झाली आहे, याचा नीट अंदाज घेतला पाहिजे. तो बाहेरचा आवाज वाट पहात थांबेल. त्याची चिंता आपण कशाला करायची? त्या खोलीत उष्णता निर्माण करण्याची कोणतीही साधने नव्हती. शेगडी, भिंतीतली शेकोटी वगैरे काहीही नव्हते. सर्वत्र तीच ती गारठणक हवा पसरून राहिली होती.

तो पाठीवर पडून आढ्याकडे पहात राहिला. काल रात्री आपल्याला इथे सोडल्यावर इम्र आणि काउन्ट हे दोघे ब्युडापेस्टला नीट पोचले असतील की नाही, याबद्दल तो विचार करू लागला. ती व्हॅन शहरात कुठेतरी लवकर सोडून द्यायला हवी; पण जवळच्या एखाद्या रिकाम्या गल्लीत सोडून देणे धोकादायक होते. जान्स्की म्हणाला होता की सकाळपासून त्या व्हॅनचा शोध पश्चिम हंगेरीत चालू होईल. शहरातल्या रिकाम्या गल्ल्या तर ते आधी धुंडाळतील. जर डॉ. जेनिन्ज यांना पळवले जात आहे असा संशय आला, तर ते ताबडतोब त्यांना हॉटेलातून हलवतील किंवा सरळ रशियाला पाठवून देतील. उगाच हॉटेलमध्ये कडक सुरक्षेखाली त्यांना ठेवण्याची जोखीम ते नक्की पत्करणार नाहीत. शिवाय, काउन्ट सुखरूप पुन्हा कामावरती हजर व्हायला हवा. आपल्याकडे संशयाचे बोट वळले आहे याबद्दल काउन्टची आता जवळजवळ खात्रीच पटली होती. काउन्टला आज दुपारनंतर कोणत्याही परिस्थितीत कामावरती हजर व्हायलाच पाहिजे. तो जर गेला नाही तर त्याच्यावरचा संशय पक्का होईल. अन् ऑफिसात गेला तरी त्याच्यावरचा

संशय तसाच चालू रहाणार होता; पण आता याला कसलाही पर्याय उरला नव्हता.

उगाच भलत्यासलत्या कल्पना करून रेनॉल्ड्स स्वत:ची फसवणूक करून घेणारा नव्हता. जान्स्की व काउन्ट यांची मदत ही जगातील सर्वांत अमोल मदत आहे, हे त्याला ठाऊक होते; पण तरीही या प्रकरणात आपल्याला शेवटी यश प्राप्त होण्याची शक्यता अत्यंत कमी आहे, हेही त्याने ओळखले होते. सर्व गोष्टींची आगाऊ कल्पना मिळणे, माहिती होणे हे म्हणजे ती मोहीम जिंकण्यासारखे असते. आपण व जेनिन्ज यांच्यातले संपूर्ण संवाद कम्युनिस्टांनी ऐकले. त्यातून आपल्या मोहिमेचा सारा तपशील त्यांना कळला. जेनिन्जला ते बंदोबस्तात ठेवतीलच; परंतु आपल्यालाही अडकवतील. त्यासाठी ते सारे आकाशपाताळ एक करतील. ब्युडापेस्टमधून बाहेर जाणारे सारे रस्ते बंद करून ते मोठ्या प्रमाणात शोधसत्र सुरू करतील. साऱ्या घटना कशा एकात एक गुंतलेल्या आहेत. आपल्याला आत्ता जरी हवी ती मदत व सुरक्षितता मिळाली, तरीही आपण डॉ. जेनिन्ज यांना पळवून नेऊ शकत नाही. कारण त्यांच्या मुलाची सुरक्षितता त्यात अडकली आहे. जोपर्यंत स्टेटिन गावात त्यांचा मुलगा रशियनांच्या तावडीतून मुक्त होत नाही, तोपर्यंत आपण जेनिन्ज यांना घेऊन जाऊ शकत नाही. आपली मोहीम तसूभरही पुढे सरकू शकत नाही. साऱ्या मोहिमेला चालना देणारी ती मूळ घटना अजून घडत नाही. स्टेटिन गाव हे एक बंदर आहे. तिथे त्या दोन रशियन एजंटांच्या नजरेखाली तो पोरगा आहे. त्या दोघांच्या हातून किंचित जरी काही चूक झाली तरच त्या पोराला सोडवता येईल; पण तसे झाल्यावर पोलंडमधील शेकडो गुप्त पोलीस तात्काळ ते बंदर, गाव पार विंचरून काढतील; पण ते सारे पुढचे पुढे. मुळात ती घटना घडली तर मोहिमेचे जाळे आवळता येईल. अन् ती घटना येथून शेकडो मैलांवरती घडणार आहे. आपण तोपर्यंत येथे काय करू शकतो?

त्याच्या पाठीतली ती वेदना हळूहळू शमत गेली. बाहेर पुन्हा तो चाबूक फटकारल्यासारखा आवाज झाला. आता तर तो खिडकीबाहेर झाला. एका मिनिटात असे आवाज अनेकवार होऊ लागले. रेनॉल्ड्सला आपली उत्सुकता आता अधिक दाबून धरता येईना. शिवाय, त्याला आता आंघोळ करण्याचीही गरज वाटू लागली. मग अत्यंत काळजीपूर्वक त्याने आपले पाय बाहेर काढून ते सावकाश जमिनीवरती सोडले. तो उठून कॉटच्या कडेवर बसला. सावकाश उठून उभा राहिला आणि त्याने खिडकीबाहेर पाहिले.

त्याने पाहिले ते एक अद्‌भुत दृश्य होते किंवा अद्‌भुत नसले तरी ते अत्यंत अनपेक्षित असे नक्कीच होते. त्याच्या खिडकीखाली एक पोरगेलेसा तरुण होता. तो नुकताच वयात येत होता. रुमानियन विनोदी संगितिकेच्या रंगभूमीवरून तो थेट इकडेच अवतरल्यासारखा दिसत होता. त्याच्या डोक्यावर उंच व निमुळती होत

गेलेली एक हॅट होती. त्याच्या अंगात पिवळ्या रंगाचा एक पायघोळ अंगरखा होता. पायात एखाद्या गमबुटासारखे बूट होते व त्यावरती अप्रतीम कलाकुसरीचे नक्षीकाम केलेले होते. दोन्ही बुटांच्या टाचेच्या मागे बारीक दातेरी चक्रे लावलेली होती. पांढऱ्या हिमपृष्ठावरती ती चाके उठून दिसत होती. तसले ऐतिहासिक पद्धतीचे बूट आता केवळ नाटकातच दिसून यायचे. कम्युनिस्ट देशात असले जुने कपडे घातलेली व्यक्ती पहायला मिळणे, हे दुर्मिळ होते.

तो पोरगेलासा तरुण एकटाच काहीतरी खेळ खेळत होता. त्याच्या मोजे घातलेल्या हातात एक लांबलचक दोरी असलेला चाबूक होता. ती दोरी पातळ होती व जवळजवळ पंधरा फूट लांबीची होती. पंधरा फुटांवर जमिनीवरती एक मोठे बूच पडले होते. तो ते बूच आपल्या चाबकाच्या टोकाने हलवू पहायचा. त्याने असा काही चाबूक फटकारला की ते बूच एकदम आपल्या जाग्यावरून उडाले व डावीकडे जाऊन पडले. मग त्याने पुन्हा आपला चाबूक फटकारला व ते बूच उडवले. ते आता अचूक परत पहिल्या मूळ जागी येऊन पडले. त्याची ही नेमबाजी भलतीच अचूक होती. ती पाहून रेनॉल्ड्स थक्क झाला. तो ज्या सहजतेने आपल्या मनगटाची जराशीच हालचाल करे, ते पाहूनही रेनॉल्ड्सला आश्चर्य वाटले. त्या चाबकाच्या फटक्यांचे अधुनमधून आवाज येत होते. ज्या वेगाने ती चाबकाची दोरी हलवली जाई, तो वेग डोळ्याला समजत नव्हता. असे वाटे, की एकदम आवाज होऊन दृश्य बदलले गेले आहे. त्या तरुणाची अचूकता, विजेच्या वेगाची चपळाई आणि सहजसुलभता पाहून रेनॉल्ड्सने त्याला मनातल्या मनात दाद दिली.

रेनॉल्ड्स तो खेळ पहाण्यात एवढा गर्क झाला होता, की आपल्यामागे खोलीचे दार वाजलेलेही त्याला ऐकू आले नाही; पण कोणीतरी दचकून 'ओह!' असा उद्गार काढल्याचे ऐकू येताच त्याने गर्रकन मागे वळून पाहिले; पण त्या झटपट केलेल्या हालचालीमुळे त्याच्या पाठीत परत पुन्हा एक कळ जोरदारपणे उठली.

"माफ करा हं," ज्युलिया खोलीत येऊन बोलत होती, "तुम्हाला मी–"

तिचे वाक्य तोडीत तो म्हणाला, "ठीक आहे, ठीक आहे. ये, इकडे ये. माझ्या या बेडरूममध्ये परवानगी न घेता आल्याबद्दल काहीही वाईट वाटून घेऊ नको. आम्हा हेरांना थोडेच खासगी जीवन असते? आमच्या बेडरूममध्ये तर अनेकजणींना आश्रय द्यावा लागण्याची आमच्यावरती वेळ येत असते." ज्युलियाच्या हातात एक ट्रे होता. तो घेऊन ती कॉटपाशी आली व कॉटवरती एका टोकाला तिने तो ठेवला. त्याने ट्रेकडे पाहून म्हटले, "जीव टिकवून धरण्यासाठी आवश्यक ती सामुग्री आणली आहेस, त्याबद्दल धन्यवाद!"

ज्युलियाच्या अंगावरती आता वेगळेच कपडे होते. निळ्या लोकरीच्या कपड्यांवरती तिने कमरेला पट्टा बांधला होता. गळ्यापाशी व मनगटापाशी मात्र त्या कपड्याचा

पांढरा रंग होता. आपले सोनेरी केस तिने खूप वेळा विंचरले असावेत. कारण आता ते चमकत होते. चेहरा स्वच्छ धुतलेला होता. तिने पुढे होऊन त्याच्या पाठीवरील मार बसल्याची जागा पाहिली. तांबड्या, निळ्या व जांभळ्या रंगाच्या छटा तिथे एकाभोवती एकेक उमटलेल्या होत्या. आपल्या नाजूक बोटांच्या टोकांनी तिने तिथे स्पर्श करताच त्याने एकदम आपला श्वास जोरात आत ओढून घेतला.

ती म्हणाली, "बाप रे! मिस्टर रेनॉल्ड्स, तुम्हाला ताबडतोब एका डॉक्टरची गरज आहे. ही भलतीच दुखापत झालेली दिसते आहे. खूप दुखते आहे ना?"

"जेव्हा मी हसतो तेव्हाच तिथे दुखते व कळा येतात."

मग तिने त्याचा दाढी वाढलेला चेहरा पाहिला व म्हटले, "तुम्ही अजूनही विश्रांती घ्या. पडून रहा."

त्याने खिडकीबाहेर पहात म्हटले, "बाहेर तो सर्कशीतला माणूस कोण आहे?"

तिने हसून म्हटले, "तो कोसॅक आहे. माझ्या बाबांच्या माणसांपैकी तो एक आहे."

"कोसॅक?"

"बाबा त्याला याच नावाने हाक मारतात. त्याचे खरे नाव आहे अलेक्झांडर मोरीत्झ. तो आपले हे नाव कधीच सांगत नाही. नेहमी गुप्त ठेवतो. त्याला वाटते, की आम्हाला कुणाला ते ठाऊक नाही; पण आम्हाला त्याच्याबद्दल एकूणएक माहिती आहे. तसेच त्यालाही आमच्याबद्दल सर्व काही ठाऊक आहे. त्याला वाटते, की अलेक्झांडर हे एखाद्या बायल्या माणसाचे नाव आहे, म्हणून तो स्वतःला 'कोसॅक' म्हणवून घेतो. तो अवघा अठरा वर्षांचा आहे."

"पण मग त्याने तो विनोदी पोषाख अंगावरती का चढवला आहे?"

"तसा काही तो विनोदी पोषाख नाही. रशियातील कोसॅक जमात ही एक ग्रामीण भागातील काऊबॉयसारखी जमात आहे. पुस्झा भागात ती असते. हा सारा भाग गवताळ आहे. तिथे सर्वचजण असला पोषाख करतात. प्रत्येकाच्या हातात चाबूक हा असतोच. माझ्या बाबांनी इथे आलेल्या या कोसॅक लोकांबद्दल बरेच काही केले आहे. जेव्हा या लोकांची उपासमार होऊ लागते, तेव्हा बाबा त्यांना काहीतरी खाण्यासाठी देत रहातात. हिवाळा आल्यावरती हंगेरीमध्ये उपासमार सुरू होते. शेतकऱ्यांकडून सरकारने मोठ्या प्रमाणात शेतावरील बटाटे, डुकरे वगैरे आधीच नेलेले असते. गव्हाची शेती असेल तर सारा धान्यसाठा सरकार उचलून नेते. इथला शेतसारा हा असला जबरदस्त आहे. मग शेतकऱ्यांजवळ फारच थोडा धान्यसाठा व बटाट्यांचा साठा उरलेला असतो. हिवाळा येईपर्यंत तो संपून जातो. एकदा तर ही अवस्था संपूर्ण ग्रामीण हंगेरीत इतकी झाली होती, की शेवटी ब्युडापेस्टमधील

नागरिक आपल्याजवळील पाव ग्रामीण भागात पाठवू लागले. सरहद्दीपलीकडे कोणत्या सरकारी शेतावर डुकरे, बकरे, गायीगुरे आहेत, ती माहिती बाबा काढतात व कोसॅकना सांगतात. मग कोसॅक तिकडे जातात व रात्रीच्या वेळी ती गुरे सरळ पळवून आणतात. अनेकदा सरहद्दीपलीकडील सरकारी शेतांवरील गुरेही पळवून आणतात. काल रात्रीच बाबा सरहद्दीपलीकडे जाऊन आले होते.''

''ते सारे इतके सोपे आहे?''

''होय, कोसॅक लोकांना सोपे आहे. गुरांना हाताळण्याची त्यांच्याकडची कला अजब आहे. बहुतेक वेळा ते झेकोस्लोव्हाकियात जाऊन येतात. इथून अवघ्या पंधरा मैलांवरती ती सरहद्द आहे. सरहद्दीवरच्या पहारेकऱ्यांना कोसॅक मंडळी क्लोरोफार्मने बेशुद्ध तरी पाडतात किंवा कडक दारू पाजतात. मग ते अर्धवट शुद्धीत असताना सरळ सरहद्द ओलांडून काय पाहिजे ते घेऊन येतात. आपण जितक्या सहजतेने रस्ता ओलांडतो, तितक्या सहजतेने ते सरहद्द ओलांडतात.''

''बाप रे! जगण्यासाठी या कोसॅक मंडळींना असले काही करावे लागते, याबद्दल मला त्यांची दया येते.''

''बाबा त्यांना मदत करत असल्याने ही माणसेही बाबा व काउन्टच्या माणसांना मदत करतात.'' एवढे म्हणून तिने बाहेर काही वेळ पाहिले व नंतर आपले निळे डोळे रेनॉल्ड्सवरती रोखून म्हटले, ''मिस्टर रेनॉल्ड्स, मी–''

तिने आपले वाक्य तसेच सोडले. तिला काय म्हणायचे आहे, हे त्याने ओळखले होते. तो हेतू मनात घेऊन ती खोलीत आली होती. काल रात्रीच रेनॉल्ड्सला ते कळून चुकले होते. त्याने तिला म्हटले, ''माझे नाव मायकेल आहे. म्हण बरं, मायकेल.''

''मिखाईल.'' ती म्हणाली.

''नाही, मायकेल.'' तो खेकसून तिला म्हणाला.

''मि– मायकेल.'' शेवटी तिने तो उच्चार केला.

मग त्याने अगदी सहजतेने म्हटले, ''माझा हा पाठीवर फाटलेला शर्ट, सुजलेला व दाढी वाढलेला चेहरा यामुळे मी कोणालाही सभ्य वाटणार नाही; पण तरीही मी सभ्यपणेच वागेन.'' एवढे म्हणून तो हसला.

तिचे खांदे आता पडले होते. तिच्या मनातील हेतू विरून नाहीसा झाला. निराशेने ती म्हणाली, ''काही नाही.'' पण हे म्हणताना तिच्या आवाजात जीव नव्हता. क्षणभर तिचे डोळे त्याच्या नजरेला भिडले. त्या निळ्या डोळ्यांत एक मूक याचना त्याला दिसत होती. तिने त्याच्याकडे एकदम पाठ फिरवली व म्हटले, ''मी एखाद्या डॉक्टरला बोलावून आणते. बाबा आता वीस मिनिटांत येतील.''

ते ऐकताच रेनॉल्ड्स चमकून म्हणाला, ''अरे खरेच, ती वेळ जवळ आली.

रेडिओवरील बातम्यांचे मी विसरूनच गेलो होतो.''

यावर ती मंदपणे हसली व तिथून निघून गेली. जाताना आपल्यामागे तिने दार लावून टाकले.

रेडिओवर बीबीसी स्टेशन लावून तो बातम्या ऐकू लागला. जान्स्कीही ते ऐकण्यासाठी येऊन बसला. पण शेवटपर्यंत हवी ती बातमी सांकेतिक स्वरुपात सांगितली गेली नाही.

जान्स्की सावकाश उठून उभा राहिला. त्याने रेडिओ बंद केला व मग खाली पाहून तो रेनॉल्ड्सला म्हणाला, ''तुमची निराशा झाली असेल ना?''

''हं!'' असे म्हणून रेनॉल्ड्सने खुर्चीतल्या खुर्चीत थोडीशी हालचाल केली. आपल्या दुखणाऱ्या पाठीला बरे वाटावे, अशी एक आरामशीर स्थिती त्याने धारण केली. अंगातले कपडे काढून बदलताना, गरम पाण्याने अंग पुसताना आणि जिना उतरून खाली येताना त्याला खूपच त्रास झाला होता. तेवढ्या श्रमानेही त्याला थकवा आला होता. आता तर त्याच्या पाठीत सतत कळा येऊ लागल्या होत्या. तो मोठ्या कष्टाने म्हणाला, ''ते खुणेचे शब्द आजच सांगितले जाणार होते. तसे ठरले होते.''

''कदाचित स्वीडनमध्ये डॉ. जेनिन्ज यांचा मुलगा उशिरा पोचला असेल, कदाचित पोचल्याची बातमी उशिरा पाठवली गेली असेल.'' जान्स्की आपल्या शंका बोलून दाखवीत होता.

''नाही, तसे काहीही झालेले नसणार. काहीतरी वेगळेच कारण असावे.'' तो म्हणाला. आजच्या बातमीच्या आधारे त्याला पुढची हालचाल ठरवता येणार होती. त्यावरती तो खूप विसंबून होता. त्यामुळे त्याची निराशा होणे साहजिक होते. स्वीडनमधल्या वकिलातीकडून तो निरोप सांकेतिक शब्दांद्वारे आला, की रेडिओच्या बातम्यांत एक चुकीचा शब्द घालून ती बातमी कळवली जाणार होती.''

''तुम्ही जे हेर या कामासाठी सोडले आहेत, ते तुम्ही म्हणता तसे हुषार असतील, तर गेले दोन दिवस त्यांनी संशयास्पद अशी हालचाल केली नसणार. ते रशियन सुरक्षा रक्षक ढिले पडण्याची अजूनही वाट पहात असणार. मगच ते संधी साधतील.''

''आपण तर्क करण्यापलीकडे दुसरे काय करू शकतो?... छे! मी त्या शॉवरमधल्या मायक्रोफोनखाली बोलण्याची केवढी मोठी चूक केली. सारा मामला त्यामुळे फिसकटून गेला.'' तो चरफडत म्हणाला.

''आपल्याला वाट पहाण्याखेरीज काहीही गत्यंतर नाही. आपल्या व्यवसायात हे असे नेहमीच घडते. तेव्हा तुम्ही आता फक्त विश्रांती घ्या. त्याची तुम्हाला नितांत गरज आहे. आता लवकरच इथे एक डॉक्टर येईल. माझा तो गेल्या अनेक वर्षांचा

मित्र आहे.'' मग रेनॉल्ड्सच्या चेहऱ्यावरील शंकेचा भाव पाहून तो म्हणाला, ''काळजी करू नका, आपण त्याच्यावरती शंभर टक्के विश्वास टाकू शकतो.''

वीस मिनिटांनी एक डॉक्टर आला. तो एक लठ्ठ व लालसर चेहऱ्याचा माणूस होता. त्याच्या मिशा अगदी टोकदार होत्या. त्याच्या व्यावसायिक आवाजात उत्साह भरलेला होता. त्यामुळे त्याच्या रोग्यांना त्या डॉक्टराचे आश्वासनदायक बोलणे ऐकून बरे वाटे व 'आपण लवकरच बरे होणार' असा आत्मविश्वास त्यांना येई. त्याच्या शब्दातल्या जादूमुळे निम्मे दुखणे आपोआप पळून जाई. जगातल्या सगळ्याच डॉक्टरांना तसे उत्साहदायी बोलावे लागते म्हणा. अन् इतर डॉक्टरांप्रमाणेच त्याची मतेही अत्यंत ठाम होती आणि तो ती बेधडक बोलून दाखवीत असे. खोलीत प्रवेश केल्यापासून पहिल्या एका मिनिटातच त्याने दहा-बारा वेळा कम्युनिस्टांना शिव्या घातल्या.

त्याच्या त्या शिव्या ऐकून रेनॉल्ड्सने विचारले, ''तुम्ही कम्युनिस्टांचे एवढे पक्के विरोधक असूनही कसे काय इतकी वर्षे टिकून राहिलात? तुम्ही जर तुमची अशी मते व्यक्त करू लागलात–''

''छ्याऽऽऽ! माझी कम्युनिस्टांबद्दलची काय मते आहेत ते प्रत्येकाला ठाऊक आहे; पण माझ्यासारख्या छोट्या डॉक्टरांना, त्यांच्या मते वैदूंना, ते काहीही किंमत देत नाहीत. माझ्या हाताला गुण असल्याने रोगी बरे होतात, या गोष्टींचा त्यांनाही उपयोग होतो. म्हणून ते मला हात लावीत नाहीत. त्यांना तुम्ही काय वाटू देऊ शकता, यावरती सारे जगण्याचे रहस्य अवलंबून आहे.''

त्या डॉक्टराने अखंड बडबडत आपली तपासणी पूर्ण केली; पण त्याची तपासणी ही एखाद्या तज्ज्ञाला साजेशी अशी होती.

शेवटी त्याने जाहीर केले, ''बेटा, घाबरू नकोस. तू जगणार, मरणार नाहीस. बरा होशील, शंभर टक्के बरा होशील. आतमध्ये थोडासा रक्तस्राव झाला आहे, पण थोडासाच. सूज मात्र बऱ्यापैकी आली आहे. कातडीही चांगलीच फाटली आहे. जान्स्की, एखादा उशीचा अभ्रा घ्या बरं इकडे. तुमच्या वेदना वाढत जाऊन कळसाला पोचतील; पण जसजसा उपचार होत राहील, तसतशा त्या आपोआप कमी कमी होत नाहीशा होतील.'' मग त्याने कसलेतरी मलम त्याच्या जवळच्या डबीतून एका चमच्याने बाहेर काढले. त्या उशीच्या अभ्र्यावरती त्याने ते मलम चोपडले. बरेच चमचे मलम अभ्र्याला लावले. चमच्याने ते सर्वत्र सारखे केले. तो पुढे सांगू लागला, ''हे एक हॉर्स लिनिमेन्ट आहे. गेली कित्येक शतके हे मलम या कामासाठी वापरले जाते. सगळीकडे हेच वापरतात. मलमावर पेशंट मंडळींचाही विश्वास आहे. त्या विश्वासामुळे माझेही काम सोपे होते. उगाच हल्लीचे ते आधुनिक

महागडे उपचार काटेकोरपणे पाळण्याचे माझेही काम त्यामुळे वाचते. शिवाय, त्या कम्युनिस्टांच्या तावडीतून ही एक जुनी गोष्ट तरी वाचली आहे. नाहीतर ते साऱ्या जुन्या गोष्टींचा विध्वंस करीत चाललेत.''

तो अभ्रा रेनॉल्ड्‌सच्या पाठीला लावून चिकटवण्यात आला. त्याला आता आपल्या कातडीमध्ये शेकडो सुया जागोजागी टोचल्या जात आहेत, असे वाटू लागले. त्याच्या कपाळावरती घाम फुटला होता. ते पाहून तो डॉक्टर समाधानाने हसला. तो म्हणू लागला, ''आज होईल जरा त्रास. होईना का. सहन करा म्हणजे झाले; पण उद्या बघा, तुम्ही कसे ठणठणीत बरे व्हाल ते. मी या पांढऱ्या गोळ्या देतो. त्या दर आठ तासाने एक घेत चला. त्यामुळे वेदना कमी होतील. अन् ही निळी गोळी घेतली, की तुम्हाला गाढ झोप लागेल. आता दहा मिनिटांत बघा, त्या मलमाचा परिणाम. तुम्हीच ते काढून टाकाल बघा. इतके ते झटपट गुणकारी आहे.''

अन् खरेच तसे घडत गेले. त्याच्या वेदना कमी होत गेल्या आणि निद्रा त्याचा ताबा घेऊ लागली. त्याने त्या डॉक्टराचे शेवटचे जे बोलणे ऐकले, त्यात तो कम्युनिस्टांना पुन्हा नव्याने व तावातावाने शिव्या घालीत होता. नंतरचे बारा तास तो एका प्रदीर्घ झोपेत शिरला होता.

जेव्हा त्याला जाग आली तेव्हा रात्र झाली होती. तो वरच्या मजल्यावरती होता. आपण येथे जिना चढून कधी आलो व झोपलो, हे त्याला आठवेना. तसेच, खिडकीवरती आता एक पडदा बांधलेला होता. खोलीत एक तेलाचा छोटासा दिवा जळत होता. जाग आल्यावर भानावरती येण्यास त्याला फक्त काही सेकंद पुरले. त्याने तशी ती सवयच लावून घेतली होती. त्या सवयीनुसार त्याने किंचितही हालचाल केली नाही की आपल्या श्वासोच्छ्वासाचा वेगही बदलला नाही. त्याने सावकाश आपल्या पापण्या किलकिल्या केल्या. त्याच्या नजरेला ज्युलियाचा चेहरा दिसला. तिच्या चेहऱ्यावरचे भाव मात्र त्याने पूर्वी कधी पाहिले नाही, असे होते. सेकंदभर त्याला त्याचा अर्थ कळेना. तो जागा होऊन आपल्याकडे पहातो आहे, हे तिच्याही ध्यानात आले होते. तिने त्याच्या खांद्याला आपल्या हाताने हलवून जागे केले होते. आता ती आपला हात मागे घेत होती. त्याने आपले मनगट फिरवून घड्याळात पाहिले. मग तो तिच्या चेहऱ्याकडे टक लावून पहात राहिला.

''आठ वाजून गेलेत.'' असे म्हणत तो एकदम बिछान्यात उठून बसला. एकदम अशी हालचाल केली की पाठीत कळ येते, याची त्याला आठवण झाली. आत्ता तशी कळ आली नाही, याचे त्याला आश्चर्य वाटले. त्याच्या चेहऱ्यावरती ते आश्चर्य पसरले होते.

''आता कसे वाटते?'' ती स्मित करीत विचारीत होती, ''पूर्वीपेक्षा बरे आहे ना?''

"पूर्वीपेक्षा बरे? अगं 'चमत्कार' म्हण चमत्कार! आता अजिबातच दुखत नाही." आपल्या पाठीची आग चालू आहे, हे त्याला समजत होते; पण वेदना मात्र पुसटशीही नव्हती. "आठ वाजून गेलेत. म्हणजे बारा तास झोपलो होतो?"

"हो ना. पण त्यामुळे तुम्हाला किती बरे वाटते आहे! तुमचा चेहराही आता चांगला दिसतो आहे." मग ती थोडे थांबून म्हणाली, "रात्रीचे जेवण तयार आहे. मी आणू का वर ते?"

"नको. मीच उलट दोन मिनिटात खाली येतो." तो म्हणाला.

तो खाली आला. त्या छोट्या स्वयंपाकघरात एक मोठे लाकूड शेकोटीत जळत ठेवले होते. एक जुनाट व मोडके टेबल तिथे होते. पाचजणांचे ते टेबल होते. सॅन्डर आणि जान्स्की तिथे आले. त्यांनी त्याला अभिवादन केले, त्याच्या प्रकृतीची विचारपूस केली. त्याची प्रगती ऐकून त्यांना बरे वाटले. मग त्यांनी त्या सकाळच्या कोसॅकला बोलवून त्याची ओळख करून दिली. तो कोसॅक काही बोलला नाही; पण त्याने रेनॉल्ड्सशी हस्तांदोलन केले, आपली मान 'ठीक आहे' या अर्थी हलवली व तो सरळ जेवायला बसला. सूप व पाव यांचा समाचार घेऊ लागला. त्याचे जेवण होईपर्यंत तो काहीही न बोलता खाली मान घालून निमूटपणे जेवत होता. त्याच्या मानेवरती केस रुळत होते. ते सर्व काळे केस त्याने कपाळापासून मागे विंचरून नेले होते. शेवटचा घास तोंडात कोंबून तो उठला व जान्स्कीकडे पाहून काहीतरी पुटपुटला. त्या वेळी रेनॉल्ड्सने प्रथमच त्याचा पोरगेलासा व तरतरीत चेहरा नीट न्याहाळला. त्याने आपल्या चेहऱ्यावरचा राग मोठ्या कष्टाने लपवला होता. ती भावना आपल्यासाठी आहे नक्की, असे रेनॉल्ड्सला कळून चुकले. हा पठ्ठ्या का आपल्यावर चिडला, ते त्याला कळेना. जाताना त्याने आपल्यामागे दार जोरात आपटून लावले. त्यानंतर काही मिनिटातच मोटरसायकल सुरू केल्याचा आवाज ऐकू आला. तो पोरगा तुफान वेगाने तिथून निघून गेला. पुन्हा तिथे शांतता पसरली. रेनॉल्ड्सने टेबलापाशी बसलेल्या बाकीच्यांकडे प्रश्नार्थक नजरेने पाहिले.

पण कोणीच काही बोलत नव्हते. रेनॉल्ड्सची नजर सर्वांना समजली होती. शेवटी तो म्हणाला, "मी काय केले आहे? माझ्या हातून काय चुकले आहे? तो पोरगा एवढ्या जळजळीत नजरेने माझ्याकडे का पहात होता?"

त्याने जान्स्कीकडे पाहिले; पण जान्स्की आपला पाईप पेटवण्याच्या प्रयत्नात गर्क झाला होता. सॅन्डर हा शेकोटीतल्या आगीकडे टक लावून पहात होता. तो आपल्या विचारात बुडून गेला आहे, हे स्पष्ट कळत होते. शेवटी ज्युलियाने त्याला खुलासा केला. तिच्या आवाजात चीड आणि वैताग पुरेपूर भरला होता. तिचा असा आवाज त्याने कधीही ऐकला नव्हता. त्यामुळे रेनॉल्ड्स तिच्याकडे आश्चर्याने पाहू लागला.

ती सांगू लागली, "या दोघांना ते सांगण्याची भीती वाटत असेल तर मीच ते तुम्हाला सांगते. त्या कोसॅकला राग येण्याचे कारण तुमचे येथे असलेले अस्तित्व हेच आहे. असं पहा...." ती जरासे चाचरत पुढे बोलू लागली, "त्याला असे वाटते, की.... म्हणजे तो तसा कल्पनाविलास करतो आहे की त्याचे माझ्यावरती प्रेम बसले आहे. जरी मी त्याच्यापेक्षा सहा वर्षांनी मोठी असले तरी...."

"पण सहा वर्षांनी मोठे असणे हा काही गुन्हा–" रेनॉल्ड्स नकळत त्याची बाजू घेऊन बोलत होता; पण आपण काय बोलत आहोत याचे भान येताच तो एकदम बोलायचे थांबला.

"थांबा, आधी ऐकून तर घ्या नीट. काउन्टची दारूची एक बाटली इथे विसरलेली होती. एका रात्री त्या कोसॅकने त्यातली संपूर्ण दारू पिऊन टाकली. मग त्याला नशा चढली. नशेमध्ये तो माझ्याशी बोलू लागला. त्याने आपले माझ्यावरचे प्रेम व्यक्त केले. मला ते ऐकताच आश्चर्य वाटले व मी गोंधळून गेले; पण तो इतका चांगला मुलगा आहे की त्याची कानउघाडणी करण्यास माझे मन धजावेना. मी त्याला म्हणाले, की 'बेटा, अजून तू लहान आहेस. तू मोठा झाल्यावर आपण या गोष्टीकडे पाहू.' असले काहीतरी मी त्याला बोलले. तो मग एकदम चिडला....."

रेनॉल्ड्सने आपल्या भुवया उंचावत विचारले, "पण या साऱ्या गोष्टीचा येथे कुठे संबंध येतो?"

"तुमच्या कसे लक्षात येत नाही? त्याला असे वाटते, की त्याच्या प्रेमात तुम्ही एक स्पर्धक आहात."

"शेवटी दोघांपैकी जो चांगला असेल, तोच स्पर्धेत जिंकणार!" रेनॉल्ड्स गंभीरपणे, पण विनोद करण्याच्या हेतूने बोलला. जान्स्कीला आपला पाईप ओढताना एकदम ठसका लागला. सॅन्डरने आपल्या मोठ्या पंजाने आपले तोंड झाकून घेतले. आता तिथे एक चमत्कारिक शांतता पसरली. आता रेनॉल्ड्सलाही दुसरीकडे कुठेतरी आपली नजर लावावी, असे वाटू लागले. काय करावे व यावरती काय बोलावे ते त्याला सुचेना; पण शांतता ताणली जात होती. त्याला ज्युलियाकडे नजर टाकण्याचे धैर्य होईना; पण काही क्षणांनी त्याने तेही केले. तिच्या चेहऱ्यावरती राग नव्हता की लाजल्याची छटा नव्हती. एक अत्यंत संयमी भाव तिने धारण केला होता. आपल्या हातावरती तिने आपली हनुवटी ठेवली होती. ती नक्कीच आपल्याबद्दल विचार करीत आहे, हे त्याने ओळखले. आपली कशी पंचाईत झाली आहे याबद्दल तिच्या चेहऱ्यावरती खट्याळ भाव सूक्ष्मपणे उमटला आहे, असा त्याला भास झाला; पण हा भासच आहे. शेवटी ती जान्स्कीची मुलगी आहे. तिच्याबद्दल काहीही चुकीचे वाटून घेणे किंवा तिचा अंदाज नीट न घेणे हा आपला मूर्खपणा ठरेल, हे त्याने मनोमन ओळखले. सर्वजण मुकाट्याने जेवत होते. सर्वांची जेवणे झाल्यावरती

शेवटी ज्युलिया बशा गोळा करू लागली.

रेनॉल्ड्स जान्स्कीला म्हणाला, "तो कोसॅकच मोटरसायकलवर निघून गेला ना? कुठे गेला तो?"

"ब्युडापेस्टला. तो काउन्टला शहराबाहेर कुठेतरी ठरलेल्या जागी भेटणार आहे."

"काय? ती तसली जबरदस्त मोटरसायकल चालवताना तिचा आवाज कित्येक मैल दूरवर जातो. अन् त्याच्या त्या तसल्या कपड्यात तो लांबूनही उठून दिसेल."

"ती तशी जबरदस्त मोटरसायकल नाही. तशी ती छोटीच आहे. फक्त त्याने तिचा सायलेन्सर काढून टाकला आहे, म्हणून मोठा आवाज होतो. आपल्याकडे लोक पुरेसे लक्ष देत नाहीत, अशी त्याची तक्रार होती. म्हणून त्याने पूर्वीच तो सायलेन्सर काढून टाकला. त्याच्यात ते तरुण रक्त सळसळत आहे ना! उलट, त्या मोटरसायकलचा मोठा आवाज आणि त्याचे विचित्र कपडे यामुळेच तो सुरक्षित आहे. तो एवढा सहज कळून येतो की त्यामुळेच कोणीही त्याच्या बाबतीत संशय घेणार नाही. गुप्त गोष्टी करणारे लोक असे कपडे व मोटरसायकल वापरत नाहीत, असा विचार केला जातो."

"त्याला किती दूर जावे लागेल?"

"रस्ता चांगला असेल तर तो अर्ध्या तासात परतेल. आपण ब्युडापेस्टपासून अवघे दहा मैल दूर आहोत; पण आजच्या रात्री मात्र त्याला कदाचित दीड तास लागू शकेल." जान्स्की गंभीर होत म्हणाला.

पण प्रत्यक्षात दोन तास लागले.

ते दोन तास रेनॉल्ड्स विसरू शकत नव्हता. जान्स्की त्याच्याशी सर्व वेळ बोलत राहिला होता. रेनॉल्ड्स केवळ ऐकण्याची भूमिका पार पाडत होता. आपल्याला उगाचच महत्त्व दिले जात असल्याने हे सारे ऐकलेच पाहिजे, असा विचार करून तो ऐकत होता व अधुनमधून जान्स्कीला प्रतिसाद देत होता. तो विचार करीत होता की या जान्स्कीचा दृष्टिकोन किती विशाल आहे, किती बारीकसारीक गोष्टीही तो विचारात कसे काय घेतो, इतके करूनही थंडपणे प्रत्येक बाजू जोखून पहातो. छे! असा माणूस पहायला मिळणेही दुर्मिळ आहे. ते दोन तास ज्युलिया त्याच्याशेजारी बसली होती; पण तिच्या डोळ्यांतला तो खट्याळपणा व हसरेपणा आता निघून गेला होता. ती गंभीर झाली होती व हसत नव्हती. ते दोन तास तिचे डोळे सतत आपल्या वडिलांवरती खिळलेले होते. अधुनमधून ती त्यांच्या हातांच्या छिन्न पंजांकडे बघे. तीही रेनॉल्ड्सप्रमाणे आपल्या वडिलांच्या बोलण्यावरती भारावून गेली होती. अशी थोर व्यक्ती जगात कुठेही पहायला मिळणार नाही, असे तिला वाटत असावे. रेनॉल्ड्सला आदल्या रात्रीचे व्हॅनमधले तिचे डोळे आठवले. त्यात थंड भाव

होते. ही मुलगी म्हणजे खरोखरीच एक गूढ आहे, रहस्य आहे, असे त्याला वाटू लागले.

जान्स्की स्वतःबद्दल सांगत नव्हता, की आपल्या संघटनेबद्दलही बोलत नव्हता. गरज पडली तर तेवढ्यापुरता तो संदर्भ सांगे. त्यांच्या संघटनेचे मुख्य ठाणे हे इथे नसून दुसऱ्याच कुठल्यातरी एका फार्महाऊसवरती आहे, असे रेनॉल्ड्सला त्या बोलण्यातून कळले. ते ठिकाण ऑस्ट्रियन सरहद्दीपासून फार दूर नाही व टेकड्यांमध्ये आहे, हेही त्याला समजले. आपण कसे शेकडो लोकांना भयमुक्त करून मदत केली हे न सांगता जान्स्की केवळ जागतिक शांततेबद्दल बोलत राहिला. जगातल्या दर हजार माणसांपैकी एकाने जरी शांततेसाठी काम केले तरी जगात नक्कीच शांतता कशी अवतरेल, हे जान्स्की सांगत होता. तो कम्युनिस्टांबद्दल बोलला, कम्युनिस्ट नसलेल्यांबद्दल बोलला. त्या दोघांमध्ये असलेला फरक काय आहे आणि तो   फक्त माणसांच्या चिमुकल्या मनातच कसा आहे, हे त्याने सांगितले. दुसऱ्यांबद्दल दाखवल्या जाणाऱ्या असहिष्णुतेबद्दल बोलला, आपल्यापेक्षा भिन्न विचारसरणी न   मानणाऱ्यांबद्दल बोलला; पण प्रत्येक माणूस हा दुसऱ्यापासून वेगळा असल्याने त्याची विचारसरणीही भिन्न राहू शकेल, हे कसे ध्यानात येत नाही? ते ध्यानात न घेतल्यामुळे असहिष्णुता फोफावते. प्रत्येक माणूस हा वेगळा आहे. त्याचा वंश वेगळा, धर्म वेगळा, भाषा वेगळी व विचारसरणीही वेगळी. परमेश्वर सांगतो, की प्रत्येक माणूस हा दुसऱ्याचा भाऊ आहे; पण माणसाला इतके साधे विधानही नीट समजत नाही. आपापल्या मतांचा आग्रह धरल्याने इतिहासात किती मोठमोठ्या शोकांतिका घडल्या, हे त्याने उदाहरणे घेऊन सांगितले. रशियाची शोकांतिका   अशीच कशी होत आहे, हेही त्याने नीट समजावले.

जान्स्की कोणतेच तत्त्वज्ञान पटवून देत नव्हता. तो फक्त आपल्या मनातले विचार जसे उमटतील तसे प्रगट करीत होता. बोलता बोलता तो मधेच तरुणाईकडे वळला. हा मुद्दा येथे अप्रस्तुत वाटत होता; पण जान्स्की हा बोलताना उगाच भरकटत जाणारा नव्हता. त्याने प्रगट केलेला प्रत्येक मुद्दा, प्रत्येक मत, प्रत्येक विचार हे शेवटी कुठेतरी एकत्र येत होते. त्याला आपल्या सांगण्याचे भान होते, समोरच्या श्रोत्याचे भान होते. त्याचा सर्व मानवांच्या एकतेवरती विश्वास होता, श्रद्धा होती, अतूट श्रद्धा होती. त्याचे सारे मुद्दे, सारे उपमुद्दे, उदाहरणे ही त्यासाठी तो देत होता. शेवटी तो येथेच येत होता, मानवतेवरती भर देत होता. जेव्हा तो युक्रेनमधील त्याच्या बालपणाबद्दल व नंतरच्या तरुण वयाबद्दल बोलू लागला, त्या वेळी ऐकताना असे वाटे, की हे वर्णन तर कोणत्याही देशातील माणसांना लागू पडते आहे. तो किती रसभरीत भाषेत ती वर्णने करीत होता! एका सुखी देशातील

सुखी काळाची ती वर्णने आहेत, असे वाटत होते. तो आपल्या मायदेशाचे– युक्रेनचे– वर्णन करीत होता, ते अशा भावपूर्ण रीतीने करत होता; पण आता तसे तिथे राहिलेले नाही. भावनाविवशता ही तिथली एकेकाळची खूण होती; पण पूर्वीच्या साऱ्या खुणा पुसत चालल्या असून नव्या युगाचा उदय झाला आहे. अन् जरी काळ बदलला, परिस्थिती बदलली, माणसे बदलली, तरीही काहीतरी तेच आहे. तेच 'काहीतरी' काय आहे, ते जान्स्की मनापासून समजावून देत होता; पण माणूस जे काही महत्त्वाचे आहे तेच गमावत चालला आहे आणि परत वेड्यासारखा त्याचा शोध घेत चालला आहे. बिचारा स्वत:लाच फसवतो आहे. जान्स्कीच्या विचारात व सांगण्यात सर्व गोष्टींची दखल घेतलेली होती. जीवनातील खडतरपणा तो नाकारीत नव्हता. शेतीच्या कामात रोज घातलेले सोळा सोळा तास, कधी ना कधी तरी सर्वांना ग्रासणारा दुष्काळ, ग्रीष्माचे रणरणते ऊन, वैशाख-वणवा आणि सैबेरियातील हाडे फोडणारी थंडी, तिथले धुमाकूळ घालणारे बोचरे गार वारे, सारी जीवसृष्टी निपटून टाकण्याच्या आवेशाने आलेल्या हिमवृष्टीतही प्रत्येक जीव, अगदी सूक्ष्म जीवकण व पेशीसुद्धा जिवाच्या आकांताने कशी संकोचून स्वत:चे रक्षण करून अस्तित्व टिकवू पहाते, हे तो सांगत होता. अशा या विस्तीर्ण प्रदेशातही किती सुखाची भांडारे भरलेली आहेत. क्षितिजाच्या कडेपर्यंत पसरलेली गव्हाची सोनेरी शेती व त्यातली वाऱ्यावर डोलणारी पिके, अमाप पिके काढल्यावर आनंदाने व मुक्तपणे गाणारा, नाचणारा व डोलणारा सारा समाज, सर्वत्र हास्यविनोदाच्या फैरी, आपल्या छोट्या घंटा किणकिणत जाणाऱ्या घोडागाड्या, गळ्यात फरची कातडी असलेल्या तीन तीन घोडे जुंपलेल्या आलिशान 'त्रॉयका' बग्ग्या, रात्रीच्या निरभ्र आकाशातील चांदण्यांखालून धावत होणारा त्यांचा प्रवास, उन्हाळ्यातील उबदार रात्री, द्नीपर नदीतून संथपणे मार्गक्रमण करणाऱ्या व आपल्यामागे पाण्याच्या खळखळाटाचे संगीत सोडत जाणाऱ्या वाफेवरच्या बोटी... जान्स्की भूतकाळातील कितीतरी गोष्टी सांगत होता. जेव्हा तो रात्री पसरणाऱ्या सुगंधाबद्दल बोलू लागला, गव्हाच्या शेतावरून वाऱ्याबरोबर येणारा तो विशिष्ट वास, गवत कापल्यावरती त्यातून बाहेर पडणारा असाच आणखी एक वेगळा वास, रात्री फुलणाऱ्या चमेलीचा वास, मधाच्या पोळ्याचा वास, असे तो जेव्हा एकामागोमाग एक दरवळणाऱ्या रात्रींचे सुगंध सांगू लागला, तेव्हा ज्युलिया ताडकन उठून उभी राहिली व 'कॉफी' असे पुटपुटत तिथून निघून गेली. ती जात असताना रेनॉल्ड्सने तिच्याकडे एक ओझरता दृष्टिक्षेप टाकला. तिच्या डोळ्यांत काठोकाठ पाणी भरले होते.

ते भारावलेले वातावरण भंगले; पण तरीही जान्स्कीच्या बोलण्याचा जादुई परिणाम अजून मागे रेंगाळत होता. जान्स्की जे काही सर्वसमावेशक बोलत होता ते आपल्याला उद्देशून होते, याची रेनॉल्ड्सला जाणीव होती. रेनॉल्ड्सच्या मनातील

मते, द्वेष, पूर्वग्रह या सर्वांना जान्स्की सुरुंग लावत गेला होता. तो त्याला याच जगाचे पण एका वेगळ्या दृष्टिकोनातून दर्शन करवीत होता. सुखी व समाधानी माणसांचे जीवन आणि जगातील क्रांत्यांमुळे नंतर चालून येणाऱ्या विषारी प्रचारांची राळ यांच्यातील फरक त्याला दाखवायचा होता. जेव्हा आपण काहीतरी मोठ्या प्रमाणात बदल करायला जातो, त्यासाठी क्रांती घडवून आणतो, तेव्हा असा बदल खरोखरीच घडू शकेल का? तो टिकून राहील का, या शक्यतेचा विचार करीत नाही. तसा विचार करणे हे अत्यंत महत्त्वाचे आहे, असे जान्स्कीला रेनॉल्ड्सच्या मनावरती बिंबवायचे होते. क्रांतीच्या विचारांवरती माणसाची एकदा श्रद्धा बसली की पुढे त्याच्या मनाची दारे बाकी विचारांना बंद केली जातात. तसे होऊ नये यासाठी जान्स्की रेनॉल्ड्सचे प्रबोधन करीत होता. तीच गोष्ट क्रांतीविरोधी विचारांची. त्यावरही माणसांची श्रद्धा बसते. मग मनाची दारे अशीच अन्य विचारांना बंद केली जातात. रेनॉल्ड्सपुढे एक मानवतेवरती आधारलेले छोटे विश्व उभे करून आपण सारे त्या विश्वाचा एक भाग आहोत, असे जान्स्कीला रेनॉल्ड्सच्या मनावरती ठसवायचे होते. काही प्रमाणात जान्स्की त्या प्रयत्नात यशस्वी झाला होता तर रेनॉल्ड्स अस्वस्थ झाला होता. राजकीय तत्त्वप्रणालींबद्दल आता त्याच्या मनात अर्धवट शंका उद्भवू लागल्या. त्याने त्या निग्रहाने बाजूला सारल्या. आपला साहेब कर्नल मॅकिन्टॉश आणि जान्स्की यांची फार जुनी दोस्ती असली तरी आजच्या रात्रीच्या या विचारमंथनामुळे त्यात काही अडथळा येईल काय, अशी भीती रेनॉल्ड्सच्या मनात हळूहळू निर्माण होऊ लागली. कर्नल मॅकिन्टॉशला आपल्या हेरांच्या मनात वैचारिकदृष्ट्याही अस्थितरता आलेली आवडली नसती. आपल्या हेरांनी फक्त ठरवून दिलेल्या लक्ष्यावरतीच आपले विचार व मन केंद्रित करावेत, अशी त्याची नेहमी अपेक्षा असे. हातात घेतलेले काम पुरे करावे, त्यातून निर्माण झालेल्या अन्य काही समस्या असतील तर त्याकडे दुर्लक्ष करावे, असा दंडक मॅकिन्टॉशने आपल्या हेरांना घालून दिला होता. रेनॉल्ड्सने शेवटी तेच केले. त्याने आपल्या मनातील वैचारिक शंका, मते वगैरे सर्व काही बाजूस सारले.

आता जान्स्की व सॅन्डर एकमेकांशी हलक्या आवाजात बोलत होते. त्यांचे संवाद मित्रत्वाच्या भावनेतून चालले होते. त्या दोघांच्या एकमेकांच्या संबंधांबद्दल आपली गैरसमजूत झाली आहे, असे रेनॉल्ड्सच्या लक्षात आले. त्यांचे संबंध हे मालक-नोकर अशा स्वरूपाचे नव्हते. ते एकमेकांशी अगदी सहजपणे व खेळीमेळीत संवाद करीत होते. एकमेकांचे विचार ते काळजीपूर्वक ऐकत होते. रेनॉल्ड्सच्या लक्षात आले, की त्या दोघांत एक अतूट नाते निर्माण झाले आहे. त्या दोघांची एकच आदर्श विचारसरणी असल्याने निर्माण झालेले हे बंधुत्वाचे नाते आहे, हे रेनॉल्ड्सने ओळखले. रेनॉल्ड्सचा स्वभाव हा हेराच्या व्यवसायाला लागणाऱ्या

आवश्यक त्या गुणांमुळे घडवला गेला होता. शेवटपर्यंत आपले म्हणणे, आपले विचार व आपले ध्येय सोडायचे नाही, असा त्याचा स्वभाव झाला होता; परंतु दुसऱ्या एखाद्याचा स्वभाव हा किती स्फूर्तीदायक असतो व नकळत समोरच्या माणसाला तो आपल्यावर निष्ठा ठेवायला लावतो, हे त्या दोघांवरून त्याला समजले. जान्स्कीच्या स्वभावाचे व बोलण्याचे आकर्षण किती प्रभावी आहे, हे रेनॉल्ड्ससारख्या पक्क्या विचारांच्या माणसालाही जाणवले.

रात्रीचे अकरा वाजले. धाडकन दारे उघडून कोसॅक आत आला. त्याच्याबरोबर बर्फकणांची धूळही आत येऊन खोलीत गारवा शिरला. त्याने आपल्या हातातील एक मोठे कागदी पार्सल कोपऱ्यात ठेवून दिले आणि आपले मोजे घातलेले दोन्ही हात एकमेकांना घट्ट पकडून तो उभा राहिला. थंडीमुळे त्याचा चेहरा निळा पडला होता; पण त्याला त्याची पर्वा नव्हती. शेकोटीपाशी जाऊन त्याला ऊब घ्यावीशीही वाटली नाही. तो टेबलाजवळच्या एका खुर्चीवरती बसला व खिशातून एक सिगारेट काढून ती पेटवून ओढू लागला. नंतर त्याने ती सिगारेट ओठांची हालचाल करीत फिरवीत फिरवीत ओठांच्या कोपऱ्यात नेऊन ठेवली. तो भराभर झुरके मारीत होता. वर जाणाऱ्या त्या धुराचा त्याला त्रास होऊन त्याच्या डोळ्यांत पाणी येऊ लागले; पण त्याने ते पाणी पुसले नाही. त्याने आणलेली माहिती सांगितली. पाल्हाळ न लावता मुद्देसूदपणे त्याने ती सांगितली.

तो काउन्टला भेटला होता. आता डॉ. जेनिन्ज हे त्या हॉटेलात नसून 'ते आजारी असावेत' अशी एक अफवा उठलेली आहे. कदाचित ही अफवा मुद्दाम पसरवण्यात आली असावी. जेनिन्ज नक्की कुठे आहे ते काउन्टला ठाऊक नाही; पण एव्हीओच्या मुख्य कार्यालयात ते नाहीत एवढे नक्की, असे काउन्ट म्हणाला होता. ब्युडापेस्टमधील एव्हीओच्या कोणत्याच ठाण्यात ते नाहीत, अशी ग्वाही काउन्टने दिली होती. कदाचित त्यांना रशियाला परत पाठवले असेल किंवा कदाचित त्यांना ब्युडापेस्टच्या बाहेर कुठेतरी अज्ञात स्थळी सुरक्षित ठेवले असावे. ती जागा शोधून काढण्याचे काउन्टने ठरवले होते; पण त्याला तशा कमीच आशा वाटत होत्या. स्टेटिन गावात सहलीला गेलेला जेनिन्ज यांचा मुलगा सुखरूप असून अद्यापही त्याच्यावरती रशियनांचा ताबा आहे, अशी बातमी कळेपर्यंत जेनिन्ज यांना सुरक्षित स्थळी ठेवून दिले जाईल, अशीही काउन्टची अटकळ होती. जोपर्यंत जेनिन्ज यांचा मुलगा ताब्यात आहे, तोपर्यंत रशियन अधिकारी त्यांना कॉन्फरन्समध्ये भाग घेऊ देण्यास परवानगी देतील. मात्र त्याआधी ते जेनिन्ज यांना आपल्या मुलाशी फोनवरून बोलू देतील; पण जर जेनिन्ज यांचा मुलगा हरवला, पळवला गेला किंवा नाहीसा झाला, असे रशियनांना कळले, तर ते त्यांना ताबडतोब

रशियात पाठवतील. ब्युडापेस्ट हे रशियन सरहद्दीपासून तसे फारसे दूर नसल्याने ही गोष्ट सहज शक्य होईल; पण काय वाट्टेल ते झाले तरी जेनिन्ज यांना गमावणे हे रशियाला परवडणारे नव्हते. काउन्टने आपली माहिती, मते व अंदाज हे असे पाठवले होते. आणखीही एक अस्वस्थ करणारी बातमी त्याने पाठवली होती. इम्र नाहीसा झाला होता आणि काउन्टला तो कुठेही सापडत नव्हता.

दुसरा दिवस उजाडला. तो प्रदीर्घ काळ चालणारा, उत्साही असा रविवार होता. निरभ्र आकाश, स्वच्छ सूर्यप्रकाश आणि नि:स्तब्ध हवा यामुळे जमिनीवरचे सृष्टीसौंदर्य अप्रतिमपणे प्रगट झालेले दिसत होते. ख्रिसमसच्या भेटकार्डावरती असावी तशी सृष्टी, बर्फाचे थर, जमलेल्या पाईन वृक्षांच्या फांद्या, पाण्याचे खळाळते प्रवाह दिसू लागले. हे सृष्टीसौंदर्य इतके स्वच्छपणे रेनॉल्ड्स प्रथमच पहात होता. असे वाटत होते की आपण कोणत्यातरी परीकथेत येऊन ठेपलो आहोत.

त्याच्या जखमा व पाठीचे दुखणे अजून नीट बरे झाले नव्हते. डॉक्टरांनी ते 'हॉर्स लिनिमेन्ट' नावाचे जे मलम लावले, ते भलतेच गुणकारी निघाले होते. त्यामुळे त्याच्या वेदना थांबल्या होत्या; परंतु तरीही त्याची पाठ बरी झाली नव्हती. अधुनमधून पाठ ठणकू लागे. त्याचा जबडाही बरा होत आला होता; पण मधेच उठणारी कळ ही आपले दात कोठून निखळून पडले, याची आठवण त्याला करून देत; परंतु त्याच्याहीपेक्षा त्याला आपल्या कामाची चिंता वाटत होती. त्यामुळे तो प्रचंड अस्वस्थ झाला होता. तो एका जागी स्वस्थ बसत नव्हता. सारखा येरझाऱ्या मारीत होता. घरातल्या घरात येरझाऱ्या मारण्याचा कंटाळा आल्यावरती त्याने घराबाहेर येरझाऱ्या मारण्यास सुरुवात केली. ते पाहून सॅन्डरने त्याला विश्रांती घेण्याची कळकळीने विनंती केली.

सकाळी सात वाजता बीबीसी स्टेशन रेडिओवरती लावून बातम्या ऐकण्यात आल्या; पण कुठेही त्यात खुणेचे शब्द पेरलेले नव्हते. याचा अर्थ स्वीडनमध्ये 'ब्रायन जेनिन्ज' हा अद्याप आला नव्हता. रेनॉल्ड्सला आता फारशी आशा वाटेनाशी झाली. यापूर्वी तो अनेक अशा मोहिमांवरती गेला होता. अनेकदा या मोहिमा फत्ते झाल्या नव्हत्या. सपशेल अपयश पदरात पडले होते; पण त्या अपयशांमुळे तो कधीच खचून गेला नव्हता. त्याला जान्स्कीबद्दल वाईट वाटले. शेवटी ही कामगिरी अयशस्वी होणार असे दिसते; पण जान्स्कीने आपली सारी ताकद पणाला लावली होती. त्याने आपली सारी माणसे, सर्व ठिकाणचे गुप्त संपर्क, सर्व काही वापरले होते. कम्युनिस्ट हंगेरीमध्ये असलेल्या एका महत्त्वाच्या शास्त्रज्ञाला त्याच्याभोवती असलेल्या कडक सुरक्षा कवचाला भेद करून पळवून आणण्याची अशक्यप्राय कामगिरी स्वीकारली होती. यात जान्स्कीचा काय फायदा

होता? तरीही तो ती कामगिरी निष्ठेने राबवीत होता; पण शेवटी अपयशच येणार ना? परंतु जान्स्कीसारख्या सज्जन माणसाने कष्ट घेऊनही त्याला अपयश येते आहे म्हणून केवळ आपल्याला वाईट वाटत नाही, तर जान्स्कीची मुलगी ज्युलिया हिच्यावर जान्स्कीच्या अपयशाचा फार गंभीर परिणाम होईल, याची आपल्याला भीती वाटते आहे. या मोहिमेसाठी जान्स्कीने आपला प्राण पणाला लावला आहे. अपयश येणे म्हणजे जान्स्कीचा मृत्यू होणे. अन् जान्स्कीच्या मृत्यूमुळे ज्युलिया उन्मळून पडेल. जान्स्की हाच तिच्या कुटुंबातील एकमेव सभासद उरला होता. तो तिचे सर्वस्व होते. ती आपल्या वडिलांची मनातल्या मनात अक्षरश: पूजा करीत असते. जर जान्स्की मृत्यू पावला तर त्याच्या मृत्यूला ती आपल्यालाच जबाबदार धरणार. निदान आपण निमित्तमात्र तरी होणार. आपली आठवण ही नेहमी जान्स्कीच्या मृत्यूशी जोडली जाणार. अन् हीच गोष्ट आपल्या मनाला बोचते आहे. आपल्या मनाचे खरे दुखणे हेच आहे. मग तिच्यात व आपल्यात जन्मभर एक अभेद्य भिंत उभी राहील. तिच्या ओठांच्या कोपऱ्यातून निघणारी स्मितरेषा, तिच्या डोळ्यांत जमलेले गोंधळाचे भाव रेनॉल्ड्सच्या डोळ्यांसमोर शेकडो वेळा येऊन गेले असतील. काल ते बराच वेळ एकमेकांच्या सहवासात होते. तिच्या चेहऱ्यावर हळूहळू उगवत जाणारे स्मित आणि 'मायकेल' उच्चार करताना झालेला तिचा गोंधळ हे दृश्य त्याच्या नजरेसमोरून जात नव्हते. तिने जेव्हा एकदा 'मायकेल'चा उच्चार 'मिखाईल' असा करून स्मित केले, तेव्हा त्याने खेकसून 'मायकेल' असे म्हटले, त्या वेळी तिच्या डोळ्यांत एकदम दुखावले गेल्याचे भाव उमटले होते. तिच्या चेहऱ्यावरचे हसू एकदम मावळले. त्या क्षणी त्यालाही आपल्या खेकसण्याचे वाईट वाटले. नंतर बराच वेळ त्याला अपराधी भावनेने पछाडले गेले होते. 'भावनेला जराही थारा न देता आपले काम करणारा कर्तव्यकठोर हेर' असे जे कर्नल मॅकिन्टॉश यांचे आपल्याबद्दल मत आहे, ते नीट पहाता किती चुकीचे आहे!

शेवटी तो प्रसन्न वातावरण घेऊन आलेला दिवस मावळण्याच्या दिशेने हळूहळू वाटचाल करीत गेला. टेकड्यांपलीकडे जाऊन पोचलेल्या सूर्याची लाल किरणे आकाशात पसरली. त्या लाल प्रकाशात पाईन वृक्षांच्या फांद्यांवर जमलेल्या बर्फाला लालसर झळाळी प्राप्त झाली. हळूहळू त्या वृक्षांचे शेंडे हे सोनेरी प्रकाशाचे झाले. ते अद्‌भुत दृश्य पहाणाऱ्याला अंधार किती हळुवारपणे जमिनीवर उतरत गेला, ते समजले नाही. आता फक्त गोठून गेलेला आसमंत, काळोखी वातावरण व वरच्या काळ्या आकाशात चमचमणारे तारे एवढेच दृश्य तिथे उरले. कालच्यासारखीच रात्रीची जेवणे नि:शब्दपणे उरकली गेली. नंतर जान्स्कीने व ज्युलियाने त्या कोसॅकने काल आणून टाकलेले पार्सल उघडले. आतमध्ये एव्हीओ अधिकाऱ्यांचे दोन गणवेश होते. जान्स्कीने व रेनॉल्ड्सने ते आपल्या अंगावरती चढवले. त्यासाठी

ज्युलियाने त्या दोघांना मदत केली. एव्हीओ अधिकाऱ्यांचे गणवेश वापरून शत्रूच्या गोटात शिरायचे ही जान्स्कीची कल्पना म्हणजे एक जुगार खेळण्यासारखी गोष्ट होती. त्याची जान्स्कीलाही कल्पना होती; पण जेनिन्जची सुटका करण्यासाठी हा जुगार खेळायला जान्स्की तयार झाला होता. ते गणवेश अंगावर चढवले की हंगेरीमधील कोणतीही दारे 'तिळा उघड' म्हटल्यासारखी खाडकन उघडली जाणार होती. ते गणवेश दोघांच्याही अंगावरती व्यवस्थित बसले. सॅन्डरच्या अंगावरती तो गणवेश बसूच शकला नसता. बसवायचा प्रयत्न केला असता तर ताणून फाटला गेला असता.

रात्री नऊ वाजल्यानंतर तो कोसॅक पोऱ्या आपल्या मोटरसायकलवरून आवाज करीत निघून गेला. त्याच्या अंगावरती तेच ते भडक कपडे होते. प्रत्येक कानावरती त्याने एकेक सिगारेट खोचून ठेवली होती. शिवाय, तोंडात ओठांच्या कोपऱ्यात एक न पेटवलेली सिगारेट होतीच. तो अत्यंत खुशीत होता. रेनॉल्ड्स व ज्युलिया यांच्यामध्ये थोडासा तणाव संध्याकाळी निर्माण झाला होता. कदाचित त्याने ते पाहिलेले असल्यामुळेही तो खुशीत आला असावा.

रात्री अकरा वाजेपर्यंत तो परतण्याची अपेक्षा होती. फार तर बारा वाजेपर्यंत तरी तो परतायला हवा होता; परंतु तो परतला नाही. शेवटी एक वाजल्याचा ठोका पडला. मग अर्ध्या तासाने दीडचा ठोका पडला. त्याची वाट पहाणाऱ्यांच्या काळजीचे रूपांतर आता निराशेत झाले. दोन वाजायला काही मिनिटे बाकी असताना तो आला. नेहमीप्रमाणे मोटरसायकलवरून आवाज करीत तो आला नव्हता. या वेळी तो एका 'ओपेल कपितान' या मोटरगाडीतून आला. ब्रेक्स दाबून त्याने गाडी थांबवली व इंजिन बंद करून तो रुबाबात बाहेर पडला. त्याच्या चेहऱ्यावर कसलाही गंभीर भाव नव्हता, बेफिकिरी होती. याचे कारण त्याने आयुष्यात प्रथमच मोटार चालवली होती. हातात गाडी आल्यावर त्याने खूप भटकंती केली व नंतरच तो इकडे आला. त्याच्या उशिराचे हे खरे कारण होते.

त्या कोसॅकने एक चांगली बातमी व एक वाईट बातमी आणली होती. चांगली बातमी अशी होती, की जेनिन्ज यांचा ठावठिकाणा काउन्टला लागला होता. त्याला ती माहिती अत्यंत सहजतेने मिळाली होती. एव्हीओचा प्रमुख फर्मिन्ट हा काउन्टशी बोलत असताना त्याच्या तोंडून ती माहिती सहज बाहेर पडली; पण वाईट बातमी अशी होती, की ब्युडापेस्टपासून १०० किलोमीटर अंतरावर स्झारहाजा येथील तुरुंगात जेनिन्ज यांना डांबून ठेवले होते. हा तुरुंग हंगेरीतील सर्वांत अभेद्य व खतरनाक समजला जात होता. सर्वसाधारणपणे तिथे राजकीय कैद्यांना ठेवले जाई. या तुरुंगात एकदा कैद्याला टाकले की तो नंतर कुणाला कधीही दिसत नसे. या बाबतीत काउन्ट हा दुर्दैवाने कसलीही मदत करू शकत नव्हता. कर्नल हिडासने

काउन्टकडे आता गोडोलो शहरातील काही असंतुष्ट गटांचा बंदोबस्त करण्याचे काम दिले होते. दुसरी एक वाईट बातमी अशी होती की इम्रचा पत्ता अजून लागत नव्हता. त्याबद्दल काउन्टला अशी भीती वाटत होती की इम्रची मन:स्थिती बिघडली असावी. मग त्याचा तोल जाऊन त्याने चिडून सरकारविरुद्ध काहीतरी आतताईपणा केला असावा.

काउन्टचे कार्यक्षेत्र हे ब्युडापेस्ट व हंगेरीचा वायव्य भाग हे होते. त्यामुळे त्याला स्झारहाजा येथील तुरुंगाची कसलीही माहिती नव्हती. त्याने त्या तुरुंगाला कधीही भेट दिली नव्हती. त्यामुळे तुरुंगाची नेमकी जागा, आतली रचना, तिथली सुरक्षा व्यवस्था त्याला अजिबात ठाऊक नव्हती; पण ती माहिती काउन्टच्या मते तेवढी महत्त्वाची नव्हती. अशा वेळी परिस्थितीवर मात करण्यासाठी काहीतरी फसवणुकीची युक्ती वापरली तरच आशा करता येत होती. म्हणून त्याने काही कागद पाठवून दिले होते. त्या कागदांवरती खोटी माहिती लिहून पाठवलेली होती. शिवाय त्या दोघांची बनावट ओळखपत्रेही पाठवली होती. आणखीही एक सरकारी कागद असा होता की ज्याची नक्कल केली जाऊ शकत नव्हती. त्यावरती एव्हीओचा प्रमुख फर्मिन्ट याची सही होती. शिवाय, जोडीला एका कॅबिनेट मंत्र्याचीही सही होती. तो एक हुकूमनामा होता व त्यावरती दोन्ही कार्यालयांचे योग्य ते शिक्के होते. हुकूमनाम्याच्या त्या कागदात स्झारहाजा येथील तुरुंगाधिकाऱ्याने प्रोफेसर हॅरॉल्ड जेनिन्ज यांना हा हुकूमनामा घेऊन येणाऱ्यांना ताब्यात द्यावे, अशा आशयाचा मजकूर होता. अजून जेनिन्ज यांच्यावरती कसलाही आरोप ठेवलेला नसल्याने त्यांची अशा मार्गाने मुक्तता होण्याची शक्यता असू शकते. म्हणून त्याचा फायदा आपण उठवायचा. बेधडक कोणी त्या अभेद्य तुरुंगात घुसू शकणार नाही अशी सरकारची समजूत असल्याने सरळ ह्या मार्गाने प्रयत्न करावा, असे काउन्टला वाटत होते. त्याची ही कल्पना खरोखरीच अजब होती.

काउन्टने पुढे असेही सुचवले होते, की कोसॅक व सॅन्डर यांनी त्या तुरुंगापासून ५ मैलांवर असलेल्या पेटोली नावाच्या खेड्यात जाऊन तिथल्या एका हॉटेलात थांबावे. त्यांना तिथे टेलिफोनने सूचना दिली जाईल. सर्वजण तिथेच एकमेकांना भेटतील. जान्स्की व रेनॉल्ड्स जेनिन्जना घेऊन तिथेच येतील. सर्वजणांना यामुळे एकमेकांशी टेलिफोनने संपर्क साधता येईल. हे काम पार पाडण्याकरता काउन्टने कुठूनतरी एक मोटरगाडी मिळवून ती कोसॅकमार्फत पाठवून दिली होती. मात्र ती गाडी कोठून मिळवली, एवढे मात्र त्याने सांगितले नव्हते.

रेनॉल्ड्सला या साऱ्या गोष्टींचे आश्चर्य वाटून त्याने आपली मान हलवली. तो जान्स्कीला म्हणाला, ‘‘हा काउन्ट म्हणजे खरोखरीच एक अद्‌भुत व्यक्ती आहे, असे दिसते. एका दिवसात त्याने हे सारे कसे काय जमवून आणले, ते समजत

नाही. तुम्हाला काय वाटते?'' त्याने जान्स्कीला विचारले.

जान्स्की शांतपणे म्हणाला, ''आपल्याला काउन्टने सांगितल्याप्रमाणे करणे भाग आहे.'' जान्स्की रेनॉल्ड्सकडे पाहून बोलत होता; पण रेनॉल्ड्सला ठाऊक होते की तो ज्युलियाला उद्देशून बोलत आहे. जान्स्की म्हणत होता, ''जर स्वीडनहून काही चांगली बातमी आली तर आपल्याला त्या तुरुंगात जाऊन जेनिन्जला सोडवावे लागणार. बिचारा जेनिन्ज हा एक वृद्ध माणूस आहे. आपल्या मातृभूमीपासून आणि कुटुंबापासून दूर राहून मरेपर्यंत एखाद्या तुरुंगात सडत पडण्याचे दुर्भाग्य अशा म्हाताऱ्या व्यक्तीच्या नशिबी येणे हे अमानुष ठरेल. जर आपण त्या तुरुंगात गेलो नाही...'' एवढे बोलून तो मधेच थांबला आणि मग पुढे हसत म्हणाला, ''मी जर असे काही केले नाही तर तो परमेश्वर किंवा सेंट पीटर किंवा जो कोणी असेल, तो मला मृत्यूनंतर म्हणेल, जान्स्की, तुला इथे स्वर्गात जागा नाही. तू आमच्याकडून दयेची अपेक्षा करू नकोस. हेरॉल्ड जेनिन्ज यांच्या बाबतीत तुला कुठे दया वाटली होती?''

रेनॉल्ड्सने जान्स्कीकडे पाहिले. काल रात्रीचा बोलणारा जान्स्की त्याला आठवला. आपल्या माणसांबद्दल मनात कणव बाळगणारा जान्स्की त्याने पाहिला होता. या विश्वातील यच्चयावत वस्तूमात्रांवरती, माणसांवरती मनात प्रेम बाळगणारा जान्स्की त्याने पाहिला होता. असे प्रेम, करुणा, दया मनात बाळगली म्हणूनच तो इतके दिवस जिवंत राहू शकला होता; पण आत्ता तो जे बोलला ते मात्र खरे नव्हते. ज्युलियासाठी तो सफाईने खोटे बोलला होता. त्याने ज्युलियाकडे पाहिले. तिलाही तसेच जाणवत आहे, हे त्याच्या लक्षात आले. शेवटी जान्स्की हा एक मोठ्या धोक्याला सामोरे जात आहे, याची तिला खात्री पटली होती; कारण तिचे डोळे अधिक गहिरे झाले होते, त्यात भय दाटलेले होते.

बीबीसी रेडिओवरती सकाळच्या सात वाजताच्या बातम्या दिल्या जात होत्या :

''....पॅरिसमधली परिषद आज संध्याकाळी संपणार आहे. त्यानंतर एक अधिकृत पत्रक काढले जाईल. इंग्लंडचे परराष्ट्र मंत्री हे आज रात्री– माफ करा हं– उद्या रात्री विमानाने परततील आणि मंत्रिमंडळाला आपला अहवाल सादर करतील. तथापि, अद्यापही हे स्पष्ट झाले नाही की....''

जान्स्कीने व्हॉल्युम कंट्रोलचे बटण फिरवून बंद केले. निवेदकाचा आवाज लहान लहान होत शेवटी बंद झाला. तिथे शांतता पसरली. बराच वेळ कोणीच बोलत नव्हते की एकमेकांकडे पहात नव्हते. शेवटी ज्युलियाच बोलली. तिचा

आवाज कमालीचा शांत होता.

ती म्हणाली, ''तर हेच ते परवलीचे शब्द होते ना? त्याचीच आपण गेले दोन-तीन दिवस वाट पहात होतो. 'आज रात्री– माफ करा हं– उद्या रात्री' हेच ते शब्द. शेवटी तो पोरगा– जेनिन्ज यांचा मुलगा– मुक्त झाला तर! स्वीडनमध्ये तो आता सुरक्षित असेल. तेव्हा आता तुम्हाला मोहिमेवरती निघाले पाहिजे. अगदी ताबडतोब.''

''होय,'' रेनॉल्ड्स उठून उभे रहात म्हणाला. त्याला त्या बातमीने फारसे काही बरे वाटले नव्हते. जरी शेवटी त्यांच्या मोहिमेला हिरवा कंदील दाखवला गेला तरी म्हणावा तेवढा आनंद त्याला झाला नव्हता. त्याचे मन जड झाले होते. आता 'ऐलतीर किंवा पैलतीर' अशी वेळ आली होती. पुढे नक्की काय होईल? एव्हीओच्या भक्कम व अभेद्य तुरुंगातून जेनिन्ज यांची सुटका करणे हे खरोखरीच सोपे नव्हते. तो म्हणाला, ''जेनिन्जच्या मुलाच्या सुटकेची बातमी आपल्याप्रमाणेच हंगेरीतही येऊन पोचली असणार. मग ते आता झटपट त्यांना रशियात पाठवून देणार. केव्हाही, कोणत्याही क्षणी. आपल्याला आता अजिबात वेळ घालवून चालणार नाही.''

''खरे आहे,'' असे म्हणून जान्स्की आपल्या अंगावरती तो गणवेशाचा कोट चढवू लागला. रेनॉल्ड्सने तो केव्हाच आपल्या अंगावरती चढवला होता. जान्स्कीने आपल्या हातात ते लष्करी मोजे चढवले व तो ज्युलियाला म्हणाला, ''माय डिअर, प्लीज, आमची काळजी करू नकोस. इथून पुढे चोवीस तास तू येथेच आपल्या या हेडक्वार्टरमध्ये थांबून रहा. ब्युडापेस्टकडे मात्र चुकूनही फिरकू नकोस किंवा त्यातील रस्त्यानेही जाऊ नकोस.'' एवढे म्हणून त्याने तिच्या गालाचा एक हलकासा पापा घेतला. रेनॉल्ड्सही तिच्याकडे अर्धवट वळला; पण जरासा कचरला. कारण तिने आपली मान मुद्दाम वळवली होती व ती शेकोटीमधल्या जाळाकडे टक लावून पहात होती. शेवटी तिच्याशी एक शब्दही न बोलता तो बाहेर पडला. बाहेर ती ओपेल मोटरगाडी तयार होती. रेनॉल्ड्स मुकाट्याने त्यात जाऊन बसला. सॅन्डर व जान्स्की आधीच बसले होते. तो कोसॅक तरुण शेवटी जाऊन बसला. ड्रायव्हरच्या आसनावर बसल्यावर त्याला खूप आनंद झाला होता.

तीन तासांनी त्यांची गाडी रस्त्यावरती एके ठिकाणी थांबली. सॅन्डर व कोसॅक त्यातून खाली उतरले. ते दोघे पोटेली गावातील त्या विशिष्ट हॉटेलकडे निघून गेले. तिथून ते जवळच होते. संपूर्ण प्रवासात काहीही घडले नाही. वाटेत पोलिसांनी अडथळे उभे केलेले असतील, असे त्यांना वाटले होते; पण तसे ते कुठेही नव्हते. याचा अर्थ, एव्हीओला त्यांच्या आगमनाचा पत्ता नव्हता.

जान्स्की आता गाडी चालवायला बसला. दहा मिनिटातच त्या तुरुंगाची भव्य व करड्या रंगाची इमारत लांबून दिसू लागली. ती एक जुनी इमारत होती.

तिच्याभोवती एक उंच भिंत तर होतीच; पण त्या इमारतीला एकाभोवती एक अशा तीन काटेरी तारांच्या कुंपणांचे वेढे होते. मधल्या तारेतून नक्कीच विजेचा प्रवाह सोडलेला असणार. शिवाय, कुंपणाखालच्या जमिनीत सुरुंगही पेरून ठेवलेले असणार, यात शंकाच नव्हती. बाहेरच्या तारेच्या कुंपणापाशी व आतल्या तारेच्या कुंपणापाशी लाकडी मनोरे उभे होते. त्यात पहारेकरी हातात मशीनगन घेऊन पहारा देत उभे होते. त्याकडे बघताच रेनॉल्ड्सला प्रथमच भीतीचा स्पर्श झाला. अशा या कडेकोट बंदोबस्ताचा आपण भेद करतो आहोत हा केवढा वेडेपणा होतो आहे, असे त्याला वाटून गेले.

जान्स्कीने आपल्या भावना काबूत ठेवल्या होत्या; तो काहीही बोलत नव्हता. शेवटच्या अर्ध्या मैलात तर त्याने गाडीचा वेग वाढवला होता. शेवटी तुरुंगाच्या प्रवेशद्वाराची ती कमान येताच त्याने ब्रेक्स दाबून आपली गाडी थांबवली. आभाळ भरून आले होते. कोणत्याही क्षणी बर्फवृष्टी सुरू होण्याची अवस्था होती. त्यांची गाडी थांबताच एक पहारेकरी हातात बंदूक घेऊन धावत आला. जवळ जाऊन, ओरडून तो त्यांना आपली ओळखपत्रे दाखवण्याची मागणी करणार होता; पण गाडीतून एव्हीओ अधिकाऱ्याच्या गणवेशातील दोन माणसे बाहेर पडताच तो एकदम थबकला व एक पाऊल मागे हटला. त्या गणवेशाची ती जादू होती. त्या गणवेशातून मूर्तिमंत दरारा प्रगट होत होता. तो गणवेश पहाताच हंगेरीतील कोणत्याही माणसाच्या मनात भीती व दहशत आपोआप उत्पन्न होई. गणवेशातले जान्स्की व रेनॉल्ड्स हे पाच मिनिटांत मुख्य तुरुंगाधिकाऱ्याच्या कार्यालयात पोचले.

रेनॉल्ड्सने त्या तुरुंगाधिकाऱ्याला पाहिले. तो एक अत्यंत उग्र व क्रूर माणूस आहे, हे पहाताक्षणीच त्याला कळून चुकले. उंचापुरा व डोके वरती थोडेसे निमुळते होत गेलेला तो माणूस चेहऱ्यावरती बुद्धिमान वाटत होता. अन् तो खरेच होता. त्याचे हात हे एखाद्या सर्जनचे किंवा शास्त्रज्ञाचे कुशल हात असावेत, असे रेनॉल्ड्सला वाटले. प्रत्यक्षात तो दोन्हीही होता. रशियाच्या बाहेर असलेला तो एकमेव असा माणूस होता की मानसशास्त्रीय छळाच्या पद्धती व शारीरिक छळाच्या पद्धतींमध्ये तो तज्ज्ञ होता.

त्याने त्या दोघांचे स्वागत केले व "काही पेयही घेणार का?" म्हणून अगत्याने विचारले. त्या दोघांनी त्याच्या विनंतीला सौजन्यपूर्वक नकार दिला. मग त्याने आसनाकडे बोट करताच दोघेजण खाली बसले. जान्स्कीने आपल्या कोटाच्या खिशात हात घालून आवश्यक ती कागदपत्रे काढली व त्या तुरुंगाधिकाऱ्याला ती दिली.

"हंऽऽऽ! ही कागदपत्रे अस्सल दिसत आहेत. हो ना, जेन्टलमेन?" रेनॉल्ड्स 'जेन्टलमेन' या शब्दावर किंचित दचकला. त्याच्या मनात शंकेची पाल चुकचुकली.

हा अधिकारी नेहमीप्रमाणे 'कॉम्रेड्स' असे न संबोधता आपल्याला 'जेन्टलमेन' का संबोधतो आहे? त्याने तो शब्द सहजगत्या न वापरता मुद्दाम वापरला आहे, असे त्याला वाटले. तो मुख्य तुरुंगाधिकारी ऊर्फ कमांडंट म्हणत होता, "मी फर्मिन्टकडून असे कागदपत्र येतील, याचीच वाट पहात होतो. आजच ती शास्त्रज्ञांची परिषद सुरू होणार आहे ना? प्रोफेसर जेनिन्जसारख्या शास्त्रज्ञाची त्यात उपस्थिती नसणे हे काही बरे दिसले नसते. त्यांच्यासारखा माणूस आपल्याकडे असणे म्हणजे मुगुटात एखादा लखलखणारा हिरा जडवल्यासारखे आहे. अर्थात आता ही एक उपमा जुनाट झाली आहे; पण मला सुचले ते मी बोलून दाखवले, इतकेच. अन् जेन्टलमेन, तुमच्याकडे तुमची स्वत:ची कागदपत्रे असतीलच ना?"

"अर्थातच!" असे म्हणून जान्स्कीने आपल्याजवळची तीही कागदपत्रे काढून दिली. ती कागदपत्रे निरखून त्या तुरुंगाधिकाऱ्याने मान हलवली. त्याला वरवर तरी समाधान झाले आहे असे दिसत होते. त्याने एकदा जान्स्कीकडे पाहिले व एकदा फोनकडे पाहून मान हलवली.

"तुम्हाला हे ठाऊकच असेल, की आमची एक फोनलाईन ही थेट आन्द्रेसी उट इथे पोचलेली आहे. तेव्हा जेनिन्जसारखा महत्त्वाचा कैदी तुमच्या ताब्यात देण्याआधी मी ऑफिसकडून खात्री करून घेतली तर चालेल ना? तुमची काही हरकत नाही ना? मी फोनवरून या हुकूमनाम्याची व तुमच्या ओळखपत्रांची खात्री करून घेतो."

रेनॉल्ड्सच्या हृदयाचा एक ठोका चुकला. आपल्या चेहऱ्यावरची कातडी ताणली जात आहे, असे त्याला वाटू लागले. खात्री करून घेण्याची शक्यता ते ही योजना आखताना विसरलेच कसे? या परिस्थितीतून कसा मार्ग काढावा, ते रेनॉल्ड्सला सुचेना. त्याने त्या कमांडंटच्या पिस्तुलाकडे पाहिले. त्या खोलीत तेवढेच एकमेव शस्त्र होते. अन्य शस्त्रे कुठेतरी असतीलही; पण जर झटकन हालचाल केली व आपल्याजवळची पिस्तुले आपण त्याच्यावरती रोखली व त्याला ताब्यात घेतले तर आपला हेतू साध्य होईल. पिस्तुलाच्या धाकाने आपण जेनिन्जचा ताबा मागू. रेनॉल्ड्सचा हात आपल्या पिस्तुलाकडे जाऊ लागला; पण तेवढ्यात जान्स्की बोलू लागला. त्याच्या आवाजात किंचितही चिंतेची छटा नव्हती.

जान्स्की म्हणाला, "अर्थातच कमांडंट! जेनिन्जसारख्या महत्त्वाच्या कैद्याच्या बाबतीत अशी खबरदारी घेतलीच पाहिजे. आमचीही तीच अपेक्षा होती."

"पण आता तशी गरज उरलेली नाही." कमांडंट हसत हसत म्हणाला. त्याने आपल्या पुढ्यातील कागद बाजूला सारले. रेनॉल्ड्सला एकदम हायसे वाटले. आपला ताणला गेलेला प्रत्येक स्नायू सैल पडू लागला आहे, हे त्याला जाणवले. त्याच्या शरीरातून एक सुटकेची लहर गेली. जान्स्कीच्या शब्दांची काय जादू असते

याचा त्याला आता अनुभव येऊ लागला. त्याच्यासारखे बोलणे आपल्याला जमले नसते, याची त्याने मनातल्या मनात स्वत:ला कबुली दिली.

मग त्या कमांडंटने एक कागद घेतला व त्यावरती तो काही खरडू लागला. ते झाल्यावर त्याने त्या कागदावरती आपल्या कार्यालयाचा एक शिक्का मारला. टेबलावरची घंटा वाजवून त्याने एका वॉर्डरला आत बोलावले. त्याच्याजवळ तो कागद देऊन त्याला जाण्याची त्याने हातानेच खूण केली.

"जेन्टलमेन, फक्त तीन मिनिटे लागतील, जास्त नाही. येथून ते फार दूर नाहीत.''

पण त्या कमांडंटचा अंदाज चुकला. तीन मिनिटात नव्हे तर अवघ्या तीस सेकंदात त्याच्या खोलीचे दार उघडले गेले. ते दार जेनिन्जसाठी उघडले गेले नव्हते, तर सात-आठ सशस्त्र पहारेकरी ते दार उघडून आत आले. आत शिरल्यावर त्यांनी झटपट आपली शस्त्रे जान्स्की व रेनॉल्ड्स यांच्यावर रोखून त्यांना आपल्या आसनात खिळवून ठेवले. काय होत आहे, हे त्या दोघांना कळायच्या आत ते घडून गेले होते.

जेव्हा त्यांच्या लक्षात आले, तेव्हा कमांडंट चुकचुकत हसला व म्हणाला, "माफ करा, जेन्टलमेन. तुमच्या योजनेत काही फटी राहिल्या होत्या. त्यामुळे मला हे वाईट काम करावे लागते आहे, बघा. आत्ता जो कागद मी लिहून बाहेर पाठवला होता त्यावरती जेनिन्ज यांच्या सुटकेचा हुकूम मी लिहिला नव्हता, तर मी त्यावरती तुम्हा दोघांच्या अटकेचा हुकूम लिहिला होता.'' एवढे म्हणून त्याने आपला हातरुमाल बाहेर काढला व त्याने तो आपल्या चष्म्याच्या काचा पुसू लागला. मग एक सुस्कारा सोडत तो म्हणाला, "कॅप्टन रेनॉल्ड्स, तुम्ही एक असामान्य चिकाटीचे तरुण गृहस्थ आहात.''

शेवटी शिकारी स्वत: सापळ्यात सापडले!

■

आठ

रेनॉल्ड्सला एक जबरदस्त धक्का बसला होता. पहिल्या काही क्षणात त्याच्या साऱ्या भावना ओसरून गेल्या. त्याच्या हातांना धातूच्या बेड्यांचा स्पर्श झाल्यावर तर प्रतिकाराची क्षमताही आपल्यामधून ओसरून गेली आहे, असे त्याला वाटले. त्यानंतर त्याला बधीर करणारी, त्याचे मन सुन्न करणारी अविश्वासाची लाट येऊन गेली. त्याचा हिरमोड झाला. पुन्हा हे असे घडावे असे त्याला वाटले. मग त्या वेळी आपण किती त्वरेने तशा प्रसंगांवरती मात करू, हे तो मनातल्या मनात अजमावू लागला; पण साऱ्या विचारकल्लोळातून तो लवकरच बाहेर पडला. शेवटी त्याला ते कटु सत्य कळून चुकले. ते सत्य असह्य होते तरीही त्याला ते मानावेच लागले. त्यांनी किती सहजतेने व संपूर्णपणे आपल्यावर मात करून आपल्याला पकडले. आपल्याला जराही शंका आली नाही. त्या समोरच्या तुरुंगाधिकाऱ्याने तर आपल्याशी असे काही संवाद केले, की खुद्द जान्स्कीसारखा माणूसही हातोहात फसला. आता आपण या अभेद्य तुरुंगात कैदी होऊन बसलो आहोत. येथून या जन्मात तरी बाहेर पडू की नाही, याची त्याला शंकाच होती. अन् जरी ते कधीकाळी जिवंत बाहेर पडले तरी ते ओळखू येणार नव्हते. एवढा त्यांच्यात बदल झालेला असेल. त्यांच्या शरीरातील अनेक हाडे मोडलेली व पिचलेली असतील. त्या हाडांप्रमाणेच त्यांची मनेही पिचलेली व भंगलेली असतील. शेवटी ते दोघे मानवी टरफले बनून बाहेर येतील.

त्याने शेजारी बसलेल्या जान्स्कीकडे पाहिले. आपल्याला दिला गेलेला हा जबरदस्त तडाखा त्याने कसा काय झेलला असेल? आपल्या एकूणएक योजनेचा पराभव, सपशेल पराभव, आपल्याला अप्रत्यक्षपणे सुनावलेली मृत्युदंडाची शिक्षा याचा त्याच्यावरती काय परिणाम झाला असेल? परंतु जान्स्कीने आपल्या चेहऱ्यावरती कसलीही प्रतिक्रिया उमटू दिली नव्हती. त्याचा चेहरा शांत होता व तो समोरच्या तुरुंगाधिकाऱ्याकडे विचारपूर्वक पाहून त्याचा अंदाज घेत होता, त्याचे पाणी जोखत होता. तो तुरुंगाधिकारीही कदाचित अशाच दृष्टीने जान्स्कीकडे पहात असावा, असे रेनॉल्ड्सला वाटले.

त्या दोघांच्या हातात जशा बेड्या पडल्या, तशाच त्यांच्या पायातही बेड्या घातल्या गेल्या. त्या बेड्या खुर्चीच्या पायांना जखडण्यात आल्या. ते काम उरकल्यावर पहारेकरी आपल्या साहेबाकडे 'पुढे काय करायचे?' या नजरेने पाहू लागले. तो तुरुंगाधिकारी उर्फ कमांडंट म्हणाला, "त्यांना पक्के जेरबंद केले ना?"

"होय सर, अगदी पक्के!"

"ठीक आहे. तुम्ही जा आता."

पण त्या पहारेकऱ्यांचा प्रमुख चाचरत म्हणाला, "सर, ही माणसे धोकेबाज आहेत."

"मला ठाऊक आहे ते." कमांडंट शांतपणे म्हणाला, "पण तुम्ही का काळजी करता? तुम्ही त्यांना बेड्या घातल्या आहेत, पायाच्या बेड्या खुर्च्यांना जखडल्या आहेत आणि खुर्च्या जमिनीला बोल्टने पक्क्या केल्या आहेत. यातूनही ते निसटू शकतील, असे वाटते तुम्हाला?"

यावर त्या पहारेकऱ्याने काहीही युक्तिवाद केला नाही. ते शांतपणे एकामागोमाग खोलीबाहेर पडले. शेवटचा माणूस बाहेर पडून त्याने आपल्यामागे दार लावताच कमांडंट त्यांच्याशी बोलू लागला, आपल्या नेहमीच्या ठाम व शांत स्वरात बोलू लागला, "जेन्टलमेन, तुम्ही कोणत्या परिस्थितीत स्वत:हून अडकलात, ते पहा. एक प्रख्यात ब्रिटिश हेर मिस्टर रेनॉल्ड्स हा एका शास्त्रज्ञाला पळून जायला उद्युक्त करतो. याचा पुरावा त्या हेरानेच स्वत:च्या तोंडाने दिला व त्याचे ध्वनिमुद्रणही झाले. उद्या आमच्या लोकन्यायालयात जेव्हा आम्ही तुमच्यावरती खटला भरू, तेव्हा या पुराव्यामुळे केवढी आंतरराष्ट्रीय खळबळ उडेल, याची कल्पना करा. त्याचबरोबर हंगेरीतून बाहेर पळून जाणाऱ्यांना मदत करणारा गट आणि कम्युनिस्टविरोधी संघटना या दोघांनाही यामुळे एक जबरदस्त तडाखा बसणार आहे. अक्षरश: एका दगडात दोन पक्षी मारले जातील. तरीही आम्ही ते ध्वनिमुद्रण पुढे आणण्याच्या विचारात नाही. असले पुरावे हे निष्क्रीय व षंढ लोकांना उगाच चघळायला बरे वाटत असतात. आम्ही त्यात वेळ वाया घालवीत बसणार नाही." मग थोडेसे मंद हसून तो पुढे म्हणाला, "पण तरीही तो पुरावा हा तुमच्यासारख्या बुद्धिवादी हेरांना खेळवायला आम्हाला चांगला वाटतो. जेव्हा तुमच्यासारखे हेर मग 'आपलेच कसे चुकले' वाटून आपला ऊर पिटतील, तेव्हा ते पहायला आम्हाला मजा वाटेल; पण तरीही तुम्ही 'आपण कसे निर्दोष आहोत, निष्पाप आहोत' हे घसा फोडून सांगणार. आम्हाला या साऱ्या गोष्टींची कल्पना आहे."

थोडे थांबून तो पुढे बोलू लागला, "मला उगाच नाट्यमय केलेल्या घटना पार कळसाला पोचून तिथे लावलेला वेळकाढूपणा, उगाचच वाढवलेली रहस्यमयता किंवा गुप्तता हे असले काही आवडत नाही. आपल्याजवळ असलेला जो वेळ

आहे, तो अत्यंत मौल्यवान आहे आणि तो वेळ वाया घालवणे हा एक अक्षम्य अपराध आहे. मिस्टर रेनॉल्ड्स, तुमच्या मनात आलेला पहिला विचार मी सांगतो. आपल्याला घातलेल्या बेड्या किती भक्कम आहेत, याची खातरजमा करून घेण्याऐवजी आपण आपल्या मित्राप्रमाणे उगाच स्वतःला दुखापत करून घेऊ नये, असा विचार तुमच्या मनात आला; कारण तुमच्या मित्रामुळेच तुम्ही या अडचणीत सापडला आहात. तुमचा तो बुद्धिमान व धैर्यवान मित्र हा इतके दिवस वेष पालटून यशामागोमाग यश मिळवीत होता; पण मला सांगायला खेद होतो की, शेवटी ज्या तुमच्या मित्रावर तुम्ही विश्वास टाकला, त्या मेजर हॉवर्थने तुमचा विश्वासघात केलाच.'' रेनॉल्ड्सने प्रथमच काउन्टच्या खऱ्या नावाचा उल्लेख ऐकला. तरीही तो कमांडंट बोलतो ते सर्वच खरे असेल, असे नव्हते.

त्यानंतर तिथे बराच वेळ शांतता होती. कोणीच बोलत नव्हते. रेनॉल्ड्सने कमांडंटकडे थंडपणे पाहिले, मग जान्स्कीकडे पाहिले. जान्स्कीने आपल्या चेहऱ्यावरती प्रथमपासून संयमी भाव ठेवले होते. रेनॉल्ड्स अखेर म्हणाला, ''शक्य आहे. कधीकधी असेही घडू शकते. अनवधानाने का होईना, पण तसे घडू शकते.''

''घडू शकते नव्हे, खरोखरीच घडले आहे.'' कमांडंट आता ठासून बोलू लागला, ''कर्नल हिडास हे तर तुम्हाला ठाऊक आहेतच. त्यांचा सहवासही तुम्हाला काही काळ लाभला होता. त्यांना तुमच्या मित्राचा म्हणजे मेजर हॉवर्थचा संशय आला होता.'' एवढे बोलून तो थांबला व समोरच्या माणसांची काय प्रतिक्रिया होते आहे, ते अजमावू लागला. हिडासने आपल्याला पकडले होते, याची आठवण कमांडंट देत होता; परंतु त्या दोघांनी आपले चेहरे मख्ख ठेवले होते. कमांडंट पुढे सांगू लागला, ''कर्नल हिडासला अलीकडे त्याचा संशय वारंवार येत होता. काल त्याला तसा संशय आला आणि त्याची खात्रीच पटली. मग कर्नल हिडासने आणि माझा दोस्त फर्मिन्ट यांनी तुम्हाला सापळ्यात अडकविण्याची एक योजना तयार केली. त्यानुसार मेजर हॉवर्थला सारी बनावट कागदपत्रे करण्यासाठी एक संधी उपलब्ध करून दिली. त्यासाठी आम्ही त्याला फर्मिन्टच्या खोलीत जाऊ दिले. आमचे तिकडे लक्ष नाही, असे दाखवले. त्याने ती बनावट कागदपत्रे करून त्यावरती शिक्केही मारले. ती तुमच्यापर्यंत पोचताच तुम्ही घाई करून आमच्या या तुरुंगात आलात. आत्ता तीच ही कागदपत्रे माझ्यासमोर आहेत. वाऽ! काय डोकेबाज योजना; पण शेवटी तुमचे मेजर हॉवर्थ फसलेच ना? अखेर आपण सारी माणसेच आहोत. आपल्या हातून चुका होणारच.''

''मग ते एव्हाना ठार झाले असतीलच.''

''नाही. ते जिवंत आहेत. त्यांची प्रकृती अगदी ठणठणीत आहे; पण आपल्यामागे इथे काय झाले हे त्यांना ठाऊक नाही. त्यांच्यावर आता आमचा घाला पडणार आहे

याची बिचाऱ्यांना बिलकुल कल्पना नाही. अज्ञानात सुख असते, असे म्हणतात ना. आज त्यांना आम्ही दुसऱ्या एका कामगिरीवरती पाठवून दिले आहे. त्यामुळे ते इथे लुडबूड करू शकणार नाहीत. कर्नल हिडास यांचा त्यांना स्वत: जाऊन अटक करण्याचा मानस आहे, असे माझ्या कानावरती आले आहे. दुपारी ते इकडे येतील. हॉवर्थ यांनाही आज धरले जाईल. मग मध्यरात्री त्यांच्यावरती आन्द्रेसी उट येथे कोर्ट मार्शल चालवले जाईल आणि ताबडतोब त्यांना सुनावलेली शिक्षा अंमलात आणली जाईल. मला एवढीच भीती वाटते की त्यांची शिक्षा कदाचित तडकाफडकी निकालात निघणार नाही.''

जान्स्की गंभीरपणे म्हणाला, ''बरोबर आहे. त्यासाठी वेळ लागणारच. कारण शहरातील साऱ्या एव्हीओ अधिकाऱ्यांना एकत्र जमवून त्यांच्यासमोर ती शिक्षा अंमलात आणली जाईल. मरायला असा कितीसा वेळ लागणार; पण त्यामुळे पहाणाऱ्यांवरती केवढी दहशत बसेल. ते कधीही तशी कृत्ये करणार नाहीत; कारण ते सर्वजण मूर्ख आहेत, आंधळे आहेत, सत्य शोधणारे नाहीत. तरीही परत कुणीतरी असेच कृत्य करेल, हे त्यांना समजत नाही का? यामागचे खरे कारण शोधण्याचा प्रयत्नही ते करणार नाहीत; कारण ती माणसे आंधळी, बावळट व वेडपट आहेत.''

''दुर्दैवाने तुमचे म्हणणे खरे आहे; पण माझा त्या गोष्टीशी कधीही थेट संबंध येत नाही; पण ते असो, आपले नाव काय?''

''जान्स्की म्हटले तर चालेल.''

''तेव्हा मिस्टर जान्स्की, एक गोष्ट मला सांगा. तुम्हाला आमच्या राजकीय पोलिसांपैकी कोणकोणत्या प्रकारचे अधिकारी ठाऊक आहेत? निदान माझ्या पातळीवरचे अधिकारी तरी तुम्ही सांगू शकाल काय?''

''तुम्हीच ते मला का सांगत नाही? तुम्हाला तर अधिकाऱ्यांचे सगळे प्रकार ठाऊक असणारच.''

''होय. जरी तुम्हाला ते ठाऊक असले तरीही मी सांगतो तुम्हाला. माझ्या पातळीवरील काही उच्चपदस्थ अधिकाऱ्यांमध्ये सत्तेची लालसा आहे. या अधिकाऱ्यांची संख्या अत्यंत थोडी आहे, नगण्य आहे; पण थोडेसेच असले तरी असे अधिकारी अस्तित्वात आहेत खरे. अपरिपक्व मेंदूची ती माणसे आहेत. त्यांना आमच्यासारख्यांची कामे– खरे म्हणजे आमची 'सेवा' असे म्हटले पाहिजे– गरजेची वाटत नाही. ही माणसे विकृत आहेत. त्यांचे स्वभाव असे आहेत की त्यांना अन्य मुलकी नोकऱ्या कधीही मिळू शकणार नाहीत. हे अधिकारी फार काळ सरकारी सेवेत आहेत. ते पूर्ण व्यावसायिक बनले आहेत. हीच माणसे एकेकाळी जर्मन गेस्टॅपोंच्या सेवेत होती. त्या वेळी ते जी कामे करीत होते, तीच कामे आज आमच्यासाठी करीत आहेत.

म्हणजे तीच ती कामे– नागरिकांना झोपेतून खेचून फरपटत ओढत न्यायचे, वगैरे वगैरे. आणखीही काही अधिकारी असे आहेत की त्यांच्यावरती एकेकाळी 'समाजाविरुद्ध कामे करणारे' असे शिक्के मारलेले होते. कर्नल हिडास हाही त्यांच्यापैकी एक आहे, तो ज्यू आहे. या ज्यू समाजाचा मध्य युरोपात दुसऱ्या महायुद्धापूर्वी अनन्वित छळ केला गेला होता. असा हा ज्यू समाजातील हिडास आता आमच्या एव्हीओमध्ये सामील झाला आहे. आणखीही काही अधिकारी आहेत. त्यांचा कम्युनिझमवरती विश्वास आहे; पण हे लोक अल्पसंख्य आहेत. तरीही ते अत्यंत धोकेबाज आहेत, भयानक आहेत. कारण त्यांना सत्तेची एवढी हाव आहे, की सारी सत्ता आपल्याकडेच एकवटली जावी, असे त्यांना वाटते. तसे झाले तर त्यांना वाटणाऱ्या तथाकथित नैतिक कल्पनांवरती ते संपूर्ण राज्य चालवतील. मग सारा हंगेरी देश हा राजकीयदृष्ट्या कायमचा स्थगित केल्यासारखा होईल. 'सस्पेन्डेड ॲनिमेशन' असे इंग्रजीत म्हणा हवे तर. फर्मिन्ट हा अशा मताचा आहे आणि आश्चर्य असे की हिडासचीही मते अशीच आहेत.''

''तुम्ही हे जे सांगता आहात, त्यावरून तुमची तशी बालंबाल खात्री झालेली आहे, असे दिसते.'' रेनॉल्ड्स प्रथमच आपणहोऊन सावकाश बोलला.

''याचे कारण ते इथले प्रमुख तुरुंगाधिकारी आहेत म्हणून असे बोलू शकतात.'' जान्स्कीने रेनॉल्ड्सच्या शंकेला उत्तर दिले. मग तो पुढे म्हणाला, ''पण तुम्ही का हे सारे आम्हाला सांगता आहात? तुम्हाला उगाच वेळ वाया घालवणे आवडत नाही, असे मघाशी म्हणाला होतात ना?''

''होय, तेही बरोबर आहे; पण मला आधी हा मुद्दा संपवू द्या. जेव्हा दुसऱ्या कोणाचा विश्वास कमावण्याचा नाजूक प्रश्न निर्माण होतो, तेव्हा एक गोष्ट लक्षात घ्यावी लागते. अन् ती गोष्ट आत्ता मी सांगितलेल्या प्रकारातील सर्व माणसांमध्ये अंतर्भूत आहे. हिडास वगळता बाकीचे सर्वजण हे कोणत्या ना कोणत्या तरी राजकीय तत्त्वज्ञानाचे गुलाम आहेत, जुन्या चालीरीती उराशी कवटाळून धरून पुराणमतवादाचे गुलाम आहेत. त्यांच्या निष्ठा अविचल आहेत. आपल्या मतांबद्दल ते नेहमी दुराग्रह धरतात. अन् माणसांच्या हृदयापर्यंत पोचण्याचे जे मार्ग आहेत–''

''ही सारी अलंकारिक व जड भाषा पुरे झाली.'' रेनॉल्ड्स म्हणत होता, ''थोडक्यात, तुम्हाला असे म्हणायचे आहे की जर त्यांना एखाद्या माणसाच्या तोंडून सत्य बाहेर काढायचे असेल तर त्याला ते एवढे छळतात, की शेवटी ते सत्य ओकले जाते.''

''ही फारच रांगडी भाषा झाली; पण काही का असेना, तुम्ही थोडक्यात सारे सांगितलेत. वेळ वाचवण्यासाठी असली भाषा उपयोगी पडते म्हणा. तेव्हा तसल्याच स्पष्ट व कठोर भाषेत पुढे सांगायचे झाल्यास, जेन्टलमेन, माझ्यावरती तुमचा

विश्वास संपादन करण्याची जबाबदारी सोपवण्यात आली आहे. थोडक्यात, कॅप्टन रेनॉल्ड्स, मला तुम्हा दोघांचा कबुलीजबाब हवा आहे. जान्स्कीचे खरे नाव हवे आहे. तुमची संघटना किती मोठी आहे, त्यात कोण कोण आहेत, तुमचे कार्य कसे चालते, वगैरे वगैरे सर्व काही माहिती हवी आहे. आता ही माहिती तुमच्याकडून आमचे मित्र कशी काढून घेतील, याची तुम्हाला कल्पना आहे. त्याच त्या खास खोल्या, भिंतींना पांढरा रंग दिलेला. सर्वत्र प्रखर दिव्यांचा झगझगीत प्रकाश. सतत एकामागोमाग विचारली जाणारी व कधीही न संपणारी प्रश्नमालिका, नंतर खुणा रहाणार नाही असे अधुनमधून पाठीवर दिले जाणारे तडाखे, दात उपटून काढणे, नखे उपसून काढणे, बोटांची टोके स्क्रूमध्ये घालून ठेचणे अशी मध्ययुगीन काळातील अनेक यातनापद्धती व तंत्रे!''

''घृणास्पद!'' जान्स्की न रहावून पुटपुटत म्हणाला.

''अगदी बरोबर बोललात बघा. मलाही ते सारे घृणास्पद वाटते आहे. त्यातून मी ब्युडापेस्ट विद्यापीठात व अनेक रुग्णालयात एकेकाळी मज्जाशास्त्राचा प्राध्यापक म्हणून काम केलेले आहे. तेव्हा माझ्यासारख्याला ह्या मध्ययुगीन यातनापद्धती अत्यंत घृणास्पद वाटल्या तर नवल नाही. खरे सांगायचे तर प्रश्नांचा भडिमार सतत करून एखाद्याच्या तोंडून कोणत्याही पद्धतीने वदवून घेणे हेच मला आवडत नाही; पण मला या तुरुंगात मज्जाशास्त्रातील अनेक बिघाड, विकृती वगैरे खूप वेळा दिसल्या आहेत. मानवी मज्जासंस्थेचे कार्य हे खूप गुंतागुंतीचे आहे. त्यात खोलवर डोकावून पहाण्याची संधीही मला खूप वेळा मिळाली आहे. मी त्या आधारे नवीन पद्धती विकसित केल्या आहेत. कदाचित भावी पिढ्यांना त्या पद्धती आवडणार नाहीत; पण या बाबतीत तुरुंगामधला केवळ मी एकटाच वैद्यकीय अधिकारी नाही; पण तरीही वरिष्ठांनी माझ्या तंत्रांचा अनेकवार उपयोग करून घेतला आहे.'' एवढे बोलून तो थांबला व थोडासा संकोच दर्शवणारे हास्य त्याने केले.

रेनॉल्ड्स व जान्स्की यांनी त्याच्या बोलण्यावरती प्रतिक्रिया व्यक्त केली नाही. ते दोघे अंदाज घेत होते. त्याच्या बोलण्यातून काही नवीन माहितीचा सुगावा लागतो आहे का ते पहात होते. कमांडंट परत बोलू लागला, ''जेन्टलमेन, माफ करा. पण माझ्या कामाबद्दलच्या उत्साहाच्या भरात मी फार बोलत बसतो व त्यात उगाच वेळ खर्च करतो. तेव्हा आता मी मुद्द्यावर येतो. तुम्ही आम्हाला तुमच्याजवळची फक्त माहिती द्यायची आहे. अन् ती माहिती काढून घेण्यासाठी मी ती मध्ययुगीन काळातील तंत्रे वापरणार नाहीत. कर्नल हिडास यांच्याकडून मला असे समजले आहे की कॅप्टन रेनॉल्ड्स हे हिंसेला खूप तीव्र प्रतिक्रिया व्यक्त करतात. तेव्हा तशी पद्धत त्यांच्या बाबतीत वापरणे हे जरासे कठीण ठरेल. अन् तुमच्या बाबतीत म्हणायचे झाल्यास....'' एवढे म्हणून त्याने जान्स्कीकडे सावकाश पाहिले व पुढे म्हटले,

"तुमच्यासारखा चेहरा मी आजवर कुठेही पाहिला नाही. या चेहऱ्यावरती भूतकाळातील अनेक यातना, छळ, दु:खे उमटलेली आहेत. तेव्हा छळ, वेदना इत्यादी तुमच्या दृष्टीने फारसे महत्त्वाचे नसणार. मी आपल्या बाबतीत शारीरिक छळाची कल्पनाही मनात आणणार नाही व वापरणार नाही."

कमांडंट बोलायचे थांबला. तो आपल्या खुर्चीत मागे रेलून आरामात बसला. एक लांबलचक सिगारेट काढून त्याने ती शिलगावली आणि तो रेनॉल्ड्स व जान्स्की यांच्यावर आपल्या बोलण्याचा काय परिणाम झाला आहे, याचा अंदाज घेऊ लागला. दोन मिनिटे तशीच शांततेत गेली. मग तो पुढे झुकून वाकला व प्रेमळ स्वरात म्हणाला, "मग जेन्टलमेन, तुम्ही माहिती सांगायला सुरुवात करणार ना? त्यासाठी स्टेनोग्राफरला बोलवू ना?"

"आपल्याला जे हवे ते आपण करू शकता." जान्स्की नम्र स्वरात बोलू लागला, "पण आम्हाला याचे दु:ख होते आहे, की आत्ता जसा तुमचा वेळ उगाच वाया गेला, तसाच आणखीही वेळ वाया जाईल."

"तुम्ही असले काही सांगाल याची मला कल्पना होतीच म्हणा." मग त्याने एक बटण दाबले व एका मायक्रोफोनमध्ये तो वाकून म्हणाला, "आपल्याला पाव्हलोव्ह हा रशियन मानसशास्त्रज्ञ ठाऊक असेलच. हो ना?"

जान्स्की पुटपुटत म्हणाला, "एव्हीओ खात्याचा तर तो देव आहे."

"अरेरे! काय बोलता आहात तुम्ही? मार्क्सच्या तत्त्वज्ञानात 'देव' ही कल्पना बसत नाही. तुम्हाला वाटतो तसा पाव्हलोव्ह नाही; पण तुम्हाला काय म्हणायचे आहे त्याचा अर्थ मला समजला आहे आणि एका दृष्टीने तुमचे तसे बरोबरही आहे. पाव्हलोव्ह हा वैद्यकीय मानसशास्त्रातला पहिला माणूस. त्यामुळे त्यांची काही तंत्रेही तशी बरीच रांगड्या स्वरूपाची आहेत; पण तरीही हा शास्त्रज्ञ आपल्यापुढे गेला आहे, आघाडीवरचा आहे, हे आपण मान्य केलेच पाहिजे. विशेषत: दुसऱ्याच्या मनातील माहिती बाहेर काढून घेणाऱ्यांनी तरी त्याचे ऋण मानले पाहिजेत–"

कमांडंटचे बोलणे तोडीत रेनॉल्ड्स म्हणाला, "आम्हाला पाव्हलोव्हने कुत्र्यांवर केलेले प्रयोग व त्यातून काढलेले निष्कर्ष एवढेच ठाऊक आहेत. प्राण्यांच्या मनाला कशा सवयी लावायच्या, त्यांच्या मनातला सुप्त विरोध कसा मोडून काढायचा, याची तंत्रे ढोबळपणे माहिती आहेत; पण हा एक माणसांचा तुरुंग आहे. हे काही ब्युडापेस्ट विद्यापीठ नाही. तेव्हा ब्रेनवॉशिंग किंवा मनपरिवर्तन यावरती कृपा करून आम्हाला व्याख्यान देऊ नका."

कमांडंटने आपल्या चेहऱ्यावरती कमालीचा शांतपणा धारण केला होता; पण तो शांतपणा प्रथमच थोडासा भंग पावला. त्याचा चेहरा किंचित लाल झाला; पण लगेच त्याने स्वत:ला सावरून घेतले व परत मुद्रेवरती शांतपणा धारण करून तो

रेनॉल्ड्सला म्हणाला, "अर्थातच, कॅप्टर रेनॉल्ड्स. तुम्ही म्हणता ते बरोबर आहे. या शास्त्राकडे एखाद्या तत्त्ववेत्त्याच्या वृत्तीने व तटस्थपणे पाहिले पाहिजे. कारण– पण जाऊ दे ते. पुन्हा मी बोलण्यात वहावत चाललो. मला तुम्हाला एवढेच सांगायचे आहे, की पाव्हलोव्हची तंत्रे आणि आघाडीवरचे सध्याचे विज्ञान यांचा मिलाफ करून आम्ही ज्या पद्धती विकसित केल्या आहेत त्यांचा तुम्हाला लवकरच परिचय होईल. अशा पद्धतींमधून आम्हाला खरोखरीच आश्चर्यजनक निष्कर्ष मिळतात." कमांडंट बोलायचे थांबला. त्याच्या बोलण्यात थंडपणा आला होता नि त्या थंडपणात काहीतरी भयानक दडलेले होते. तो सांगत होता, "कितीही निगरगट्ट, मुर्दाड व खंबीर माणूस असला तरी आम्ही त्याला सहज वाकवू शकतो, मोडू शकतो. शेवटी त्याला आपल्या मनात दडवलेली सारी माहिती बाहेर ओकून टाकावीच लागते; पण हे करताना त्याच्या शरीरावरती कसल्याही खुणा उमटत नाहीत. आता एखादी व्यक्ती जर आधीच वेडी झाली असेल, भ्रमिष्ट झाली असेल व तिचे वेड हे बरे होण्यापलीकडचे असेल, तरचा भाग वेगळा; पण बाकी कोणतीही व्यक्ती आमच्यासमोर अजिबात टिकत नाही, हेही तितकेच खरे. तुमच्या त्या इंग्लिश कादंबऱ्यांत ओठ घट्ट मिटून छळ सहन करणाऱ्या व एकही शब्द बाहेर पडू न देणाऱ्या व्यक्तीसुद्धा याला अपवाद नाहीत. आम्ही अशा व्यक्तींना तर बोल बोल म्हणता वाकवतो. ब्रेनवॉशिंगला तोंड देण्यासाठी अमेरिकन सरकार आपल्या माणसांना काही प्रशिक्षण देते; पण त्याचा काहीही उपयोग होत नाही. खरे म्हणजे आम्ही ब्रेनवॉशिंग करतच नाही. आम्ही फक्त त्या व्यक्तीच्या मनाची नीट हवी तशी पुनर्रचना करतो, त्यांना नवीन व्यक्तिमत्व देतो. ती कार्डिनल माइन्डस्झेन्टी यांची केस तुम्हाला ठाऊक असेलच. आम्ही त्यांच्या मनाचा ताबा अवघ्या चौऱ्याऐंशी तासांत मिळवला. आमच्यापुढे जगातील कोणतीही व्यक्ती टिकू शकत नाही."

कमांडंट बोलायचे थांबला; कारण आता खोलीत तीन माणसे शिरली होती. पांढऱ्या ओव्हरकोटातील त्या माणसांच्या हातात काचपात्रे, कप आणि एक छोटी धातूची पेटी होती. खोलीत शिरल्यावर त्यांनी एका काचपात्रामधून कसला तरी द्रव पदार्थ दोन कपात ओतला. तो द्रव पदार्थ म्हणजे कॉफी होती. निदान त्याच्या वासावरून व रंगरूपावरून तरी तसे वाटत होते.

"तर जेन्टलमेन, ही माझी मदतनीस मंडळी. त्यांच्या अंगावरील पांढऱ्या ओव्हरकोटावरती तुम्ही जाऊ नका. उगाच ते मानसशास्त्रज्ञ आहेत असे वाटण्यासाठी ते कोट त्यांनी अंगावरती चढवले आहेत एवढेच. बऱ्याच पेशंट्सना तसे वाटावे म्हणून ते कोट घातले जातात. तेव्हा आता तुम्ही ती कॉफी पिणार ना? तुम्हाला नक्की आवडेल ती."

"मी मुळीच पिणार नाही." रेनॉल्ड्स थंडपणे म्हणाला.

"अरेरे, असे करू नका. मग आम्ही तुमच्या नाकाला चाप लावून ते बंद करू. मग तुम्हाला तुमचे तोंड उघडावेच लागेल. ती कॉफी जबरदस्तीने पाजली जाईल. असे करण्यात तुम्हालाही त्रास होणार व आम्हालाही होणार. तेव्हा कृपा करून असला काही पोरकटपणा करू नका. मग पिताय ना?" कमांडंट मृदूपणे म्हणाला.

रेनॉल्ड्सपुढे दुसरा काही पर्याय नव्हता. त्याने मुकाट्याने हात पुढे करून तो कप घेतला व त्यातली कॉफी पिऊन टाकली. त्याच्यानंतर जान्स्कीनेही तसेच केले. तो द्रव खरोखरीच कॉफीसारखा लागला; पण चव जराशी तीव्र व अधिक कडवट होती.

कमांडंट हसत म्हणाला, "अगदी अस्सल कॉफी आहे ती. फक्त तिच्यात एक रसायन अत्यंत कमी मात्रेमध्ये घातले आहे. तसे खास, वेगळे व विशेष असे ते रसायन नाही. त्याचे नाव आहे 'ॲक्टिड्रॉन'. सर्वांना ठाऊक आहे ते. पण जेन्टलमेन, त्याच्यामुळे होणाऱ्या परिणामांना फसू नका. पहिली पाच मिनिटे ते एक उत्तेजक म्हणून काम करेल. तुम्हाला खूप उत्साह वाटेल. विरोध करण्याचा तुमचा निर्धार पक्का होईल. कशालाही तोंड देण्यास तुम्ही तयार व्हाल. त्यानंतर हळूहळू तुमचे डोके दुखू लागेल, गरगरल्यासारखे होईल, पोटात मळमळू लागेल, स्नायू सैल सोडता येणार नाहीत, डोक्यात खूप गोंधळ माजेल. मग आम्ही पुन्हा तुम्हाला एक तसलाच डोस प्यायला लावू." आत आलेल्यांपैकी एकाच्या हातात एक इंजेक्शनची सिरिंज होती. त्याच्याकडे पाहून कमांडंटने आपली मान हलवली. मग तो परत बोलू लागला, "ते एक मेस्कालाईन नावाचे इंजेक्शन आहे. त्यामुळे माणसाची मनःस्थिती छिन्नविच्छिन्न होऊन जाते. सिझोफ्रेनियाच्या जवळपास तो पोचतो. सध्या हे इंजेक्शन तुमच्या पाश्चात्त्य जगातील कलावंत, लेखक, तरुण पोरे यांच्यात खूप लोकप्रिय होत चालले आहे. याच्या चोरट्या बाजारात भरपूर नफा सामावलेला आहे; पण हे इंजेक्शन घेणाऱ्यांनी ॲक्टिड्रॉनबरोबर ते घेऊ नये. तसे ते घेत नसावेत."

रेनॉल्ड्स त्याच्याकडे रोखून पहात होता. अंग थरथरू पहात होते; पण तो मोठ्या कष्टाने ते थरथरणे रोखण्याचा प्रयत्न करीत होता. कमांडंट त्यांच्याशी नम्रपणे, विनोद करीत व समजावून सांगण्याच्या पद्धतीत शांतपणे बोलत होता; पण त्या बोलण्यात काहीतरी दडलेले होते. ते जे 'काहीतरी' होते त्यात दुष्टपणा भरला होता, काहीतरी अमानवी होते; कारण तो तसे मुद्दाम बोलण्याचा प्रयत्न करीत होता. त्यात थंडपणा, तटस्थता व निर्विकारता होती. त्याने हे तंत्र पूर्णत्वाला नेले होते. जन्मभर केलेल्या संशोधनाचे फलित तो पहात होता. मानवी भावनेला त्याच्या मनात कणभरही जागा नव्हती.

कमांडंट परत बोलू लागला, "आता नंतर मी तुम्हाला एक वेगळे इंजेक्शन देणार आहे. ते इंजेक्शन हा माझा शोध आहे. नुकताच मी तो लावला आहे. मी त्या

इंजेक्शनच्या रसायनाला अजून नाव दिले नाही. 'स्झार्हजाईन' असे काहीतरी नाव ठेवावे, असे मी म्हणतो. कारण या तुरुंगातच मी तो शोध लावला आहे; परंतु यापेक्षा दुसरे अधिक चांगले नाव सापडले तर बरे होईल. काही वर्षांपूर्वी जर हा शोध मला लागला असता तर किती बरे झाले असते. मग त्या उठावानंतर कार्डिनलवरती मला हा प्रयोग करता आला असता. ८४ तासांऐवजी २४ तासांत मी त्याचे मन सहज फिरवू शकलो असतो. ॲक्टिड्रॉन व मेस्कालाईन यांच्याबरोबर हे इंजेक्शन दिले, की तिन्हींचा मिळून होणारा एकत्रित परिणाम हा तुमचे मन पार उद्ध्वस्त करून टाकतो. मन थकते, भांबावते आणि शेवटी कोसळते. तुमचा निर्धार, खंबीरपणा, विरोध आमच्याबद्दलचा द्वेष सारे सारे काही या तीन रसायनांपुढे पार वाहून जाते. तुमच्या तोंडून मग तुमच्या मनात जे काही आहे, ते आपोआप बाहेर पडते, अगदी अलगदपणे. ते 'सत्य' आम्हाला कळल्यावर आम्ही त्यात भर घालतो. आमच्या मर्जीनुसार ती भर केली जाते. मग तीही गोष्ट तुम्ही 'सत्य' म्हणून स्वीकारता.''

जान्स्कीने त्याला सावकाश विचारले, ''पण हे सारे तुम्ही आम्हाला का ऐकवता?''

''का ऐकवता? का नाही ऐकवणार? कारण तुम्हाला कितीही आगाऊ सूचना यातून मिळाली तरी शेवटी आम्हाला पाहिजे तेच घडणार आहे. त्यामुळे आम्ही नि:शंक आहोत, निर्धास्त आहोत.'' कमांडंटच्या बोलण्यातील शांतपणा त्याच्या विधानातील खरेपणाची ग्वाही देत होता. मग आपला हात हलवून त्याने पांढऱ्या ओव्हरकोटातील त्या तिघांना निघून जाण्याची खूण केली व टेबलावरील एक बटण दाबले. ते तिघे निघून गेले.

''उठा, जेन्टलमेन. आता तुम्हाला तुमच्या रहाण्याच्या जागेत पोचवले पाहिजे.'' कमांडंट त्या दोघांना म्हणाला.

एकदम दार उघडून काही पहारेकरी आत आले. त्या दोघांचे हात व पाय खुर्च्यांना साखळ्यांची जखडलेले होते. एकेक करीत त्यांनी त्या साखळ्या सोडवल्या. हातातील बेड्या व पायातील बेड्या ह्या साखळ्यांनी जोडून टाकल्या. ते काम त्यांनी अत्यंत त्वरेने व सफाईने केले. तसे करत असताना त्यांनी एवढी काळजी घेतली होती की रेनॉल्ड्स व जान्स्की यांनी कितीही सुटकेची धडपड केली तरी ते शक्य नव्हते. जान्स्की व रेनॉल्ड्स उठून उभे राहिल्यावर कमांडंट त्यांच्यापुढे जाऊन उभा राहिला व आपल्यामागून येण्याची त्याने खूण केली. प्रत्येकाच्या शेजारी एकेक पहारेकरी उभा राहिला होता. शिवाय, मागे एकजण पिस्तूल तयारीत ठेवून उभा होता. रेनॉल्ड्स व जान्स्कीला सुटकेची कसलीही संधी घेता येत नव्हती. कमांडंटची खबरदारी अगदी पक्की होती.

ती सर्व वरात चालत चालत त्या इमारतीच्या मधल्या बाजूने अंगणात गेली. सर्वत्र बर्फ पडले होते; पण बऱ्याच दिवसांचे ते बर्फ आता दाबले जाऊन घट्ट झाले होते. अंगण ओलांडून जाताच एक भिंत समोर आली. तिच्या प्रवेशद्वारावरती कडक पहारा होता. त्यातून आत गेल्यावर एक नवीन इमारत समोर दिसली. त्या इमारतीला खिडक्या नव्हत्या. म्हणजे ज्या होत्या त्या कायमच्या बंद करून त्यावरती लाकडी पट्ट्यांच्या फुल्या ठोकून मारल्या होत्या. इमारतीत शिरल्यावरती एक अरुंद बोळ लागला. बोळातील दिवे मंद प्रकाश बाहेर टाकीत होते. निम्मे अंतर गेल्यावर खाली जमिनीखाली जाण्याचा एक दगडी जिना लागला. त्यावरून ते सर्वजण खाली उतरले. आतमध्ये अंधुक प्रकाश होता. धूसर वातावरण होते. कोणत्यातरी एका दारासमोर जाऊन कमांडंट उभा राहिला व त्याने एका पहारेकऱ्याला खूण केली.

मग वळून त्या दोघांकडे तोंड करून तो उभा राहिला व त्यांना म्हणाला, "जेन्टलमेन, तुम्हाला या तळघरात आणून शेवटचे एक खास दर्शन घडवणार आहोत. इथून पुढे तुमचे अस्तित्व हे फक्त काही तासांचेच असणार आहे." त्या पहारेकऱ्याने कुलूपात किल्ली घालून ती फिरवली. खट्ट आवाज करून कुलूप उघडले गेले. मग कमांडंटने ते दार पायाने आत ढकलले व तो रेनॉल्ड्स व जान्स्की यांना म्हणाला, "आपण आधी आत प्रवेश करावा."

जखडलेले साखळदंड घेऊन रेनॉल्ड्स व जान्स्की अडखळत आत शिरले. खोलीत समोर एक जुन्या पद्धतीचा लोखंडी पलंग होता. त्यावर एक माणूस डुलक्या घेत बसला होता. त्याला पाहून रेनॉल्ड्सला बिलकुल आश्चर्य वाटले नाही. कमांडंट आत न येता दाराबाहेरच थांबला होता. त्यावरून आपल्याला कोणाचे दर्शन होणार आहे, हे रेनॉल्ड्सने आधीच ओळखले होते. पलंगावरती तोच तो वृद्ध शास्त्रज्ञ डॉ. जेनिन्ज निजला होता. त्यांना दोन दिवसांपूर्वी रेनॉल्ड्सने पाहिले होते. त्यापेक्षाही आत्ता ते अधिकच वृद्ध दिसत होते. त्यांचा चेहरा निस्तेज पडला होता. खांदे खाली झुकले होते. त्या पलंगावरती गवताच्या पेंढ्यांनी भरलेली एक घाणेरडी गादी होती. त्या गादीवर झोपून डुलक्या घेणारे डॉ. जेनिन्ज खाडकन जागे झाले. त्यांनी एकदम डोळे उघडले. ते पहाताच रेनॉल्ड्सला खूप बरे वाटले. सुदैवाने यांना अजून जिवंत ठेवले आहे तर. त्यांना जरी कैदेत ठेवले होते तरी त्यांचा कसलाही छळ केलेला दिसत नव्हता.

त्या वृद्ध शास्त्रज्ञाच्या डोळ्यांत चेतना प्रगटली. तो उठून बसला. आता तो इंग्रजीत बोलू लागला, "आता आणखी काय करायला तुम्ही इथे आला आहात?" मागे उभ्या असलेल्या कमांडंटच्या कानावर ते शब्द जात होते. त्याला नक्की इंग्रजी येत असले पाहिजे असा कयास रेनॉल्ड्सने केला. डॉ. जेनिन्ज म्हणत होते, "अरे

मवाल्यांनो, तुम्ही दोन दिवस मला....'' पण एकदम ते बोलायचे थांबले. त्यांनी आता रेनॉल्ड्सला ओळखले. मग त्याच्याकडे रोखून पहात ते पुढे म्हणाले, ''म्हणजे शत्रूने तुम्हालाही गाठले तर.''

''शेवटी ते अपरिहार्य होते. नाही का?'' कमांडंट सफाईदार इंग्रजीत बोलला. मग रेनॉल्ड्सकडे वळून तो त्याला म्हणाला, ''केवळ डॉ. जेनिन्जं यांना पहाण्यासाठी तुम्ही लंडनहून प्रवास करीत येथवर आलात. झाले ना तुम्हाला त्यांचे दर्शन? आता त्यांना 'गुडबाय' म्हणा आणि चला इथून. दुपारी म्हणजे अजून तीन तासांनी, आम्ही जेनिन्ज यांची रशियाला पाठवणी करणार आहोत.'' मग जेनिन्जकडे वळून कमांडंट म्हणाला, ''सध्या रस्त्यांची अवस्था पार खराब झाली आहे. म्हणून आम्ही तुम्हाला रेल्वेत बसवून देणार. एक वेगळा डबा त्यासाठी पेक्सला जाणाऱ्या गाडीला जोडला जाईल. त्या डब्यात तुम्हाला खूप आराम मिळेल.''

''पेक्स? हे भलतेच ठिकाण कुठले काढलेत? तिकडे मी का जायचे?'' जेनिन्ज चिडून म्हणाले.

''इथून ते दक्षिणेला १०० किलोमीटरवरती आहे. ब्युडापेस्टचा विमानतळ तुफान हिमवृष्टीमुळे तात्पुरता बंद केला आहे; पण पेक्सचा विमानतळ मात्र अजून चालू आहे, अशी ताजी बातमी हाती आली आहे. तुमच्यासाठी तिथे एक खास विमान तयार ठेवले आहे. त्यातून तुमच्यासारख्याच आणखी खास माणसांनाही रशियाला पाठवले जाईल.''

जेनिन्जनी कमांडंटच्या बोलण्याकडे दुर्लक्ष केले. ते वळून रेनॉल्ड्सकडे पाहू लागले व त्याला म्हणाले, ''माझा मुलगा ब्रायन हा आता इंग्लंडमध्ये सुखरूप परतला आहे, असे मी धरून चालू?''

रेनॉल्ड्सने यावरती आपली मान नुसतीच हलवली.

''अन् मग तरीही मी अजून इथे हंगेरीतच कसा आहे? पण माझ्या पोराला तुम्ही वाचवलेत. झकास वाचवलेत. आता इथून पुढे काय घडेल, ते परमेश्वरच जाणे!''

''सर, आपल्याबद्दल मला खूप वाईट वाटते.'' रेनॉल्ड्स चाचरत म्हणाला. मग कसलातरी निश्चय करून तो पुढे म्हणाला, ''तुम्हाला आणखीही एक बातमी मला सांगावीशी वाटते. ही बातमी सांगण्याचा अधिकार जरी मला दिलेला नसला, तरी मी त्याची आता बिलकुल पर्वा करणार नाही. तुमच्या पत्नीवरची शस्त्रक्रिया ही शंभर टक्के यशस्वी झाली असून त्यांची तब्येत एव्हाना पूर्णपणे सुधारली आहे.''

''काय! काय सांगता काय!'' असे म्हणून जेनिन्जने रेनॉल्ड्सच्या कोटाचे टोक पकडले. तो रेनॉल्ड्सला गदगदा हलवू लागला. त्याच्या त्या अशक्त देहात कोठून एवढी ताकद आली, देव जाणे. जेनिन्ज म्हणत होते, ''तुम्ही खोटे तर बोलत नाही ना? कारण सर्जन तर म्हणत होते की–''

''आम्ही जे बोलायला सांगितले तेच सर्जनने तुम्हाला त्या वेळी सांगितले होते.'' रेनॉल्ड्स त्यांचे बोलणे तोडून टाकीत बोलू लागला होता, ''तुमच्याशी आम्ही खोटे बोललो याचे आम्हाला वाईट वाटते; पण तुम्हाला मायदेशी परत आणण्यासाठी आम्हाला सर्व तऱ्हेने तुमचे मन वळवायचे होते. त्यासाठी ती थाप आम्ही मारली; पण त्यामुळे फारसे काही बिघडले नाही.''

''माय गॉड!'' इतके दिवस आपल्याला खोटे सांगून फसवल्याबद्दल जेनिन्जसारख्या वृद्धाची प्रतिक्रियाही रेनॉल्ड्सला अपेक्षित अशीच होती. त्या शास्त्रज्ञाला आपली फसवणूक केल्याचा राग आला होता. त्याचा राग एवढा होता, की तो एकदम अंथरुणावरती पडला. जणू काही त्याला आपल्या दुबळ्या शरीराचे वजन पेलवत नव्हते. त्यांच्या डोळ्यांची उघडझाप होत होती. त्यातून अश्रू पाझरू लागले होते. जेनिन्ज पुढे म्हणाले, ''धिस इज वंडरफुल! आय कान्ट टेल यू हाऊ वंडरफुल.... काही तासांपूर्वीच मी निराश झालो होतो. सारी आशा सोडून दिली होती. आजच्याइतका आनंद मला याआधी कधीही झाला नव्हता.''

''खरंय, खरंय!'' कमांडंट पुटपुटत म्हणत होता, ''अन् पाश्चिमात्त्य आमच्यावरती अमानुषतेचा आरोप करण्याचा उद्धटपणा दाखवतात, यावरती परत एकदा विचार केला पाहिजे. आम्हाला वाटले, की जेनिन्ज यांची पत्नी सरकारने ओलीस म्हणून ठेवलेली आहे.''

जान्स्की हळू आवाजात म्हणू लागला, ''पण निदान पाश्चिमात्त्य लोक आपल्या बळींच्या शरीरात ॲक्टिड्रॉन आणि मेस्कालाईन तरी सोडत नाहीत.''

जेनिन्ज एकदम मान वर करून म्हणाला, ''काय? काय म्हणालात? कोणी शरीरात काय सोडले?''

जान्स्की मंद आवाजात बोलू लागला, ''आम्हा दोघांच्या शरीरात ती इंजेक्शने सोडली आहेत; कारण आमच्यावर आता खटले भरून उद्या सकाळच्या आत आम्हाला गोळ्या घातल्या जातील; पण आता तसे घडेल की नाही याची शंका वाटते.''

जेनिन्जने जान्स्की व रेनॉल्ड्स यांच्याकडे काही क्षण रोखून पाहिले व नंतर कमांडंटकडे वळून ते म्हणाले, ''हे खरे आहे? ही माणसे जे सांगत आहेत ते खरे आहे?''

कमांडंट आपले खांदे उडवीत म्हणाला, ''नाही, म्हणजे त्यात तेवढे तथ्य नाही. थोडीशी अतिशयोक्ती आहे. पण–''

''म्हणजे ते सारे खरेच आहे.'' जेनिन्ज शांतपणे म्हणाले, ''मिस्टर रेनॉल्ड्स, तुम्ही माझ्या पत्नीबद्दल जे सांगितले त्याबद्दल मी तुमचा आभारी आहे; पण आता फार उशीर झाला आहे. येथून पुढे मी, माझी पत्नी व माझा मुलगा यांना कायमचा अंतरलो आहे. ते आता मला मरेपर्यंत कधीच दिसणार नाहीत.''

जान्स्की हळू आवाजात म्हणाला, ''तुम्ही जरूर पहाल त्या दोघांना.'' जान्स्कीच्या आवाजात खात्री होती, दिलासा होता व असे घडणारच यावरती त्याचा ठाम विश्वास होता. तो एवढा ठाम होता की बाकीचे सारे त्याच्याकडे पाहू लागले. काहीतरी जान्स्कीला ठाऊक असून त्या माहितीच्या आधारावरती तो हे बोलत आहे, असेच

सर्वांना त्यामुळे वाटले. जान्स्की पुढे म्हणाला, ''डॉ. जेनिन्ग्ज, असेच घडणार. मी तुम्हाला याबद्दल वाटल्यास वचन देतो.''

त्या वृद्ध माणसाने जान्स्कीकडे थोडा वेळ टक लावून पाहिले व पुढे म्हटले, ''माय फ्रेन्ड, तुम्ही खूप दयाळू दिसता; पण एखाद्या घटनेवर श्रद्धा ठेवणे व तसे खरोखर घडणे यात फरक आहे. शिवाय, श्रद्धा हा एक धार्मिक–''

जान्स्की त्यांचे वाक्य तोडून टाकीत म्हणाला, ''तुम्ही पहाल, या जगात असे काही घडू शकते हे पहाल आणि तेही लवकरच पहाल.''

कमांडंटने बाहेर पाहून आपल्या पहारेकऱ्याला म्हटले, ''या माणसाला वेड लागत चालले आहे. याला ताबडतोब येथून न्या.''

मायकेल रेनॉल्ड्स हा हळूहळू वेडा होत चालला होता. भ्रमिष्टावस्थेच्या मार्गावरती त्याची पावले पडू लागली होती. यातली सर्वांत वाईट गोष्ट ही की आपण या मार्गावरती चालू लागलो असून लवकरच ठार वेडे होणार आहोत, हे त्याला समजत होते. त्यामुळे त्याला दु:ख होत होते. ते तिसरे खास इंजेक्शन देण्यासाठी त्या दोघांना एका तळघरात नेण्यात आले होते. आत्ता तो व जान्स्की यांना दोन खुर्च्यांवरती जखडलेले होते. हात व पाय हे कातडी पट्ट्यांनी बांधले गेले होते. ते तिसरे इंजेक्शन जबरदस्तीने देऊनही झाले होते. त्याचा प्रभाव त्या दोघांवरती हळूहळू, पण निश्चितपणे होऊ लागला होता. त्या इंजेक्शनच्या विरुद्ध शरीराने लढा देता येत नव्हता, फक्त मनाने देता येत होता; पण एकटे मन शरीराच्या सहाय्यावाचून फक्त इच्छा करू शकत होते. अन् नुसत्या इच्छेला काडीचीही किंमत नसते हे ठाऊक असूनही त्यांच्या हातात तेवढेच असल्याने आपली इच्छाशक्ती त्या इंजेक्शनच्या प्रभावाविरुद्ध ते वापरीत होते. त्यासाठी ते इंजेक्शनची वाढती लक्षणे हताशपणे पहात होते; पण त्या इंजेक्शनचे रसायन त्यांच्या इच्छाशक्तीविरुद्ध, मनाविरुद्ध निर्दयपणे काम करीत राहिले. त्यांच्या मनात ते शिरले, मनाच्या गाभ्याच्या दिशेनेही त्या इंजेक्शनचे रासायनिक पंजे सरकू लागले. जाता जाता त्यांचे मन उद्ध्वस्त करत चालले. लवकरच आपण वेडाच्या गर्तेत कोसळणार, याची जाणीव त्यांना सारखी होत होती.

रेनॉल्ड्सला एका उंच पाठीच्या खुर्चीत बसवण्यात आले होते. त्याची मनगटे व मांड्या हे खुर्चीला कातडी पट्ट्यांनी पक्के आवळून धरले गेले होते. ते पट्टे

तोडण्याइतपत त्याच्यात शारीरिक बळ उरले नव्हते. त्याने निरनिराळ्या पद्धतीने त्या पट्ट्यांना हिसके देऊन पाहिले. शरीरातील प्रत्येक स्नायू ताणून पाहिले, वळवून पाहिले; पण ती कातडी पट्ट्यांची बंधने चिवट होती. ती तोडण्यासाठी त्याने जवळचे सर्व काही देऊ केले असते. मनुष्याच्या शरीराच्या पृष्ठभागावरती एकूण १०,००० मज्जातंतूंची टोके उघडलेली असतात. ती सारीच्या सारी उद्दीपित झाली होती. त्यामुळे सर्व अंगाला एक भयंकर खाज सुटली होती. ती खाज शमवण्यासाठी त्याने शरीराला आळोखेपिळोखे देण्याचा प्रयत्न केला. सारी शक्ती एकवटून आपले शरीर खुर्चीतून उडवून देण्याचाही प्रयत्न त्याने करून पाहिला. जर खरोखर तसे घडले असते तर त्याचे शरीर समोरच्या भिंतीवर जाऊन धडकले असते किंवा खालच्या फरशीवर आपटले असते; पण एक वेळ त्या धडकण्याच्या, आपटण्याच्या वेदना परवडल्या; पण ही खाज नको. ती खाज नव्हती, तर एक महाकंड होता. शरीरात जे अनैसर्गिक रसायन घुसले, त्याला त्याचा मेंदू व सारी मज्जाव्यवस्था आटोकाट विरोध करीत होती; पण तरीही ते रसायन मेंदूत पोचले. तिथे सर्वत्र व्यापून राहिले आणि आता ते मनाच्या गाभ्याच्या दिशेने चालले होते. व्यक्त सृष्टीतले एक रसायन अव्यक्त मनाचा ताबा घेऊ पहात होते. चिनी यातनापद्धतीमध्ये एक पद्धत अशी होती की माणसाला बांधून ठेवून त्याच्या तळपायाला पक्ष्याच्या पिसाने सतत गुदगुल्या करीत रहायच्या. किंचितही न थांबता कित्येक तास असे करीत गेल्यावर गुदगुल्यांची भावना नाहीशी होऊन हजारो मुंग्या चावल्याच्या वेदना तळपायाला होऊ लागतात. येथे तसलाच प्रकार होत होता; पण तो नुसत्या तळपायापेक्षा सर्व अंगावर पसरला होता.

थोड्या वेळाने रेनॉल्ड्सच्या पोटात मळमळू लागले. मळमळण्याच्या लाटाच्या लाटा एकामागोमाग येऊ लागल्या. त्याचबरोबर पोटात वेदनाही होऊ लागल्या. त्याला असे वाटले, की आपल्या पोटात एक मधमाशांचे पोळे निर्माण झाले असून हजारो मधमाशा चवताळून पोटात सर्वत्र संचार करू लागल्या आहेत. त्या मधमाशांचे कंप पावणारे पंख त्याच्या पोटाच्या आतल्या पृष्ठभागाला स्पर्श करीत होते. त्यामुळे एक चमत्कारिक भावना निर्माण होत होती. त्याचा घसा आतून आक्रसत चालला. श्वासनलिकाही संकोच पावू लागली. श्वास घेण्यास त्याला अडचण येऊ लागली. दमेकऱ्यासारखा तो धापा टाकू लागला. पाण्यात बुडणाऱ्या माणसासारखा तो बुडत होता; पण हवेच्या समुद्रात बुडत होता. त्याला हवा पाहिजे होती. आणखी, आणखी हवेची मागणी शरीर करू लागले. एव्हाना त्याच्या डोक्यातील वेदनेचा कल्लोळ कळसाला पोचला होता. तिथे आता सारी बजबजपुरी माजली होती. मनात गोंधळाची परिसीमा गाठली गेली. त्याच्या मनाचे कोपरे, कडा कुरतडल्या जाऊ लागल्या. हळूहळू वास्तवाशी असलेला त्याचा संबंध सुटू लागला. आता तो वेगाने

भ्रमिष्टपणाच्या मार्गावरून धावत सुटला. याच मार्गावरती कुठेतरी तो कडा होता. त्या कड्यावरून पुढे गेले की खाली गर्ता होती. वेडेपणाची, भ्रमिष्टपणाची ती गर्ता होती. त्यात कोसळल्यावर मग तो कधीच वर येऊ शकणार नव्हता. त्याच्या मनात कुठेतरी ती जाणीव होती. रसायनांच्या तावडीतून जे काही वास्तवतेचे तुटपुंजे भान उरले होते, त्याच्या धाग्यांना त्याचे मन चिकटून राहू पहात होते. आपल्या डोक्याचा मागचा भाग हा एखाद्या राक्षसी चिमट्यात धरला गेला आहे, असे त्याला जाणवू लागले. डोके हळूहळू त्या चिमट्यात चिरडत चालले. डोक्याला रग लागली. ते दुखू लागले. हळूहळू त्याची जाणीव हरपू लागली. वेडेपणाच्या वस्त्रात मन गुंडाळले जाऊ लागले, करकचून आवळले जाऊ लागले.

तशात त्याला कसलेतरी आवाज ऐकू येऊ लागले. त्याने त्या आवाजांकडे प्रथम दुर्लक्ष केले. कारण ते नुसते अर्थहीन ध्वनी होते; परंतु त्या आवाजात काहीतरी क्षणभर ओळखीचे वाटून जायचे. ते आवाज थांबेनात. हळूहळू त्याला उमगू लागले, की तो ध्वनी आपल्याला उद्देशून आहे. त्यात नक्की काहीतरी संदेश असेल, आशा दाखवणारे असेल. ते अनेक आवाज नसून एकच आवाज आहे. शिवाय, तो आवाज कुजबुजत्या स्वरात नाही, चांगला ठणठणीत मोठा आहे. आपल्याशी संपर्क साधू पहात आहे. त्याच्या मनावर वेडेपणाच्या वस्त्राचे अनेक पदर चढलेले होते. त्यातूनही तो आवाज शिरून मनाच्या गाभ्यापर्यंत पोहोचत होता. दर क्षणाला तो मोठा होत होता. काहीतरी तातडीचे तळमळून सांगू पहात होता. त्याच्याकडे आता दुर्लक्ष करणेही कठीण झाले. पुन्हा पुन्हा त्या आवाजाची आवर्तने होऊ लागली. मग मनाच्या गाभ्यापर्यंत पोचलेल्या त्या आवाजाने वेडेपणाच्या वस्त्राचा कुठलातरी कोपरा, टोक उचलला. पहाता पहाता एक पदर दूर झाला. आता तो आवाज ओळखीचा वाटू लागला. त्याने आपले मन एकवटले व तो ती ओळख शोधू लागला. हळूहळू एक शंका त्याच्या मनात निर्माण झाली. शंकेची महाशंका झाली. अन् खाडकन त्याची खात्रीच पटली. तो आवाज जान्स्कीचा होता. कुठूनतरी खोलातून तो रेनॉल्ड्सला हाका मारीत होता, सारख्या हाका मारीत होता. तो आवाज म्हणत होता, ''अरे, तुझे डोके वर कर. डोके वर कर. ते खाली झुकू देऊ नकोस. डोके वर कर. जागा हो. जागा हो. झोपू नकोस. अजिबात झोपू नकोस. ताठ बस. हिंमत सोडू नकोस. सोडू नकोस... नकोस!'' त्याला तेच तेच शब्द परत परत ऐकू येऊ लागले. तो आवाज काय सांगतो आहे, यापेक्षा त्या आवाजामधली तळमळ त्याला स्पर्शून गेली.

मग तो प्रयत्न करू लागला. म्हणजे नक्की काय करू लागला ते त्यालाही समजेना; पण तरीही त्याने प्रयत्न सोडले नाहीत. कुठेतरी तो अवजड दडपण खालून रेटा लावून उचलत होता. मग इंच इंच प्रगती करीत त्याचे छातीला भिडलेले

डोके वर वर जाऊ लागले. शेवटी ते पूर्णपणे हवेत ताठ सरळ उभे राहिले. आपले डोके त्याने खुर्चीच्या उंच पाठीला दाबून धरले. जणू काही तसे केले नाही तर ते परत झोपी जाऊन खाली झुकून छातीला टेकणार होते. थोडा वेळ तो तशाच अवस्थेत राहिला. खूप दूरवरून पळत आल्यावर माणूस जसा धापा टाकतो तसा तो धापा टाकीत राहिला; पण त्याला आता धापा टाकण्याचाही थकवा आला. पुन्हा त्याने डोळे मिटले. त्याचे डोके परत हळूहळू खाली झुकू लागले.

"उठ, जागा हो. मी सांगतो म्हणून जागा हो. ताबडतोब जागा हो." जान्स्की करड्या स्वरात त्याला हुकूम देत होता. मग मात्र रेनॉल्ड्स खाडकन भानावर आला. वास्तव सृष्टीशी त्याच्या मनाचा सांधा एकदम जोडला गेला. अगदी स्पष्टपणे. जान्स्की जणू काही त्याच्या मनाचा ताबा घेत होता. त्याच्या मनाला आपलाच एक भाग बनवून टाकत होता. काही का असेना, जान्स्कीही आपल्यासारखाच या यातनासत्रातून गेला असणार व तो त्यातून बाहेर पडला असणार. कुणाच्याही मदतीवाचून त्याने मात केली असणार. त्या इंजेक्शन्सवरती जान्स्कीने केवळ आपल्या अफाट इच्छाशक्तीच्या जोरावर मात केली असणार. कोलिमा पर्वतात नाही का त्याने अशीच जबरदस्त इच्छाशक्तीच्या बळाने मात केली होती! तिथून तो सैबेरियाच्या अज्ञात व ओसाड प्रदेशातून, शून्याखाली तापमान असताना उगाच नाही जिवंत परतू शकला. जान्स्की ओरडत होता, "शाब्बास रे पठ्ठे! प्रयत्न कर. अजून प्रयत्न कर. झकास! आता तुझे डोळे उघड. सावकाश उघड आणि माझ्याकडे पहा पाहू."

रेनॉल्ड्सने डोळे उघडायचा प्रयत्न केला; पण त्याच्या पापण्या शिसाच्या झाल्या होत्या. त्याच्या नुसत्या भुवयाच वर जात होत्या; पण तरीही तो नेटाने प्रयत्न करीत राहिला आणि तसूतसूने पापण्या वर करत नेल्या. शेवटी त्याचे डोळे पूर्णपणे उघडले. त्याच्या दृष्टीला नीट दिसत नव्हते. सारे काही फोकसमधून गेले होते. त्याला वाटले की आपण आपली दृष्टी गमावून बसलो आहोत. मान हलवून त्याने इकडेतिकडे पाहिले; पण सर्वत्र तेच ते दृश्य होते. संपूर्ण तळघरात धुके पसरले होते. कुठेही पहा, धुकेच धुके. जान्स्की त्या धुक्यात कुठे हरवला होता देव जाणे. हळूहळू त्याची जाणीव त्याला सांगू लागली की हेच सत्य. सर्वत्र खरोखरीच धुके आहे. त्याला आठवले, की खालच्या दगडी फरशीवरती ६ इंच पाण्याचे थारोळे होते व तळघरात सर्वत्र वाफेच्या पाईपांचा सुळसुळाट झाला होता. म्हणजे हे खरोखरीचे वाफेचे धुके दिसते आहे. त्या वाफेने त्यांचे शरीर वेढून टाकले होते. टर्कीश बाथचा हा एक क्रूर प्रकार होता. त्यांच्या यातनासत्राचा तो एक भाग होता.

जान्स्की ओरडत होता, "छान! आता माझ्याकडे बघ, माझ्याकडे बघ." त्याने आवाजाच्या दिशेने मान वळवली. अन् एकदम त्याला जान्स्की दिसला. त्याच्यासारख्याच खुर्चीवरती त्यालाही जखडले होते. त्या दोघांत सहा फुटांचे अंतर होते. एखाद्या

धूसर काचेतून दिसावे तसे त्याला दिसत होते. जान्स्की आपली मान डावीकडे व उजवीकडे सारखी हलवत होता. आपला जबडा खालीवर हलवीत होता. हातांचे पंजे हलवीत होता. मधेच मुठी वळवायच्या व त्या सोडायच्या असेही तो करीत होता. काहीतरी जमेल तेवढी हालचाल करून तो आपल्या मज्जासंस्थेवरचा ताण विसरू पहात होता.

रेनॉल्ड्सला तो घाईघाईने म्हणाला, ''जागा रहा, मिखाईल. झोपू नकोस व तुझे डोके खाली झुकू देऊ नकोस.'' ज्युलियाने जसा 'मायकेल'चा उच्चार मिखाईल केला होता तसाच उच्चार जान्स्कीने केला. रेनॉल्ड्सला पहिल्या नावाने तो प्रथमच संबोधत होता. ''वाट्टेल ते करून जागा रहा, डोळे उघडे ठेव, सताड उघडे ठेव. इंजेक्शनचा परिणाम काही वेळ कळसाला पोचतो. तोपर्यंत जागे रहावे लागते. एकदा ती वेळ येऊन गेली की मग काही होत नाही.'' मग एकदम तो मोठ्याने ओरडून म्हणाला, ''जागा रहा. परत झोपतो आहेस. डोळे मिटू नकोस.'' पुन्हा रेनॉल्ड्सने आपले डोळे उघडले; पण या वेळी ते उघडण्यासाठी त्याला फारसा त्रास झाला नाही.

''हं, बरोबर! शाब्बास बेटा!'' जान्स्की रेनॉल्ड्सला एकेरीने संबोधत होता. ''काही वेळापूर्वी मलाही असेच झाले होते. जर तू त्या इंजेक्शनपुढे शरणागती पत्करलीस व झोपलास तर नंतर काहीही उपयोग होणार नाही. जस्ट हॅन्ग ऑन बॉय, जस्ट हॅन्ग ऑन. माझ्यावरचा अंमल आता उतरू लागला आहे. तुझ्यावरचाही उतरेल.''

लवकरच रेनॉल्ड्सला कळले, की जान्स्की म्हणतो तसे होऊ लागले आहे. इंजेक्शनच्या रसायनाची पकड कमीकमी होऊ लागलेली त्याला स्पष्टपणे जाणवू लागली. तरीही अजून उसळी मारून बाहेर पडण्याची उर्मी त्याला होत होती; पण ती उर्मी तो दाबून टाकू शकत होता. डोक्यातली कलकल ओसरू लागली. डोळे दुखणे कमी होत गेले. जान्स्की त्याच्याशी सारखा बोलत राहिला. तो त्याला जागे रहाण्यासाठी उत्तेजन देत होता. भ्रमिष्टपणापासून दूर रहाण्यासाठी त्याचे लक्ष दुसरीकडे वळवत होता. हळूहळू त्याच्या हातापायातील थरथर कमीकमी होत थांबली. त्या खोलीतील तापमान खूप वाढवलेले होते; पण तरीही त्याला थंडी वाजू लागली. ती थंडी त्याला नखशिखांत वाजत होती. मग हळूहळू थंडी कमी होत नाहीशी झाली. आता त्याला घाम फुटू लागला. त्या तळघरातील हवेत पुन्हा वाफ सोडली होती. ते प्रमाण हळूहळू वाढवले जात होते. परिणामी, हवेतील आर्द्रताही वाढत गेली. पुन्हा एकदा त्याला आपल्या अंगातील त्राण नाहीसे होऊन आपण झोपणार असे वाटू लागले; पण या वेळी त्याला भ्रम होत नव्हता. तो वेडेपणाच्या मार्गावरती वाटचाल करीत नव्हता.

अचानक तळघराचे दार उघडून वॉर्डन आत आले. त्यांच्या पायात गमबूट होते. जमिनीवर साचलेल्या पाण्यातून पायाने पाणी उडवीत चालले होते. काही सेकंदात त्यांनी त्या दोघांचे बंध सोडवले आणि तळघरातून बाहेर चलण्याबद्दल ते त्यांना सांगू लागले. रेनॉल्ड्सला खूप तहान लागली. वाळवंटात सापडलेल्या माणसाला पाण्याचे महत्त्व कसे वाटते, हे त्याला प्रकर्षाने जाणवले.

त्याच्यापुढे जान्स्की होता. त्याला दोन बाजूंनी दोन वॉर्डननी धरले होते. तिथल्या उष्ण हवेतून बाहेर पडताना त्याला वाटले, की आपल्याला अनेक दिवस खूप ताप आला होता आणि तो ताप आता उतरत चालला आहे. त्यालाही दोन्ही बाजूंनी धरून दोन वॉर्डन पुढे नेत होते. तो अडखळत चालत होता. जेव्हा त्यांनी त्याच्या दंडाला धरलेले आपले हात काढून घेतले तेव्हा आधार सुटल्यामुळे तो खाली कोसळला; पण तरीही तो स्वत:हून उठू शकला व जान्स्कीच्या मागोमाग चालू शकला. बाहेरच्या अंगणातील गारठणक हवेत त्याने आपले पाऊल टाकले तेव्हा त्याला तो एकदम झालेला बदल समजेना. आता तो ताठ होऊन उंच मान करून चालत होता.

कमांडंट त्यांची वाट पहात होता. ते दोघे बाहेर येताना पाहून त्याचे डोळे बारीक झाले. आपल्या डोळ्यांवर त्याचा विश्वास बसेना. त्याला काहीतरी बोलायचे होते; पण ते शब्द घशातच गोठून गेले; पण तो चटकन सावरला. काही सेकंदात त्याने आपल्या व्यवसायाची भूमिका स्वीकारली व त्याच्या चेहऱ्यावरती एका तुरुंगाधिकाऱ्याचा मुखवटा पुन्हा चपखल बसला. ते दोघे जवळ आल्यावर तो त्यांना म्हणाला, ''जेन्टलमेन, माझ्या माणसांनी जेव्हा सांगितले तेव्हा माझा विश्वास बसला नाही; पण तुमच्यात बदल झालेला दिसत नाही. आता तुम्हाला कसे वाटते आहे?''

रेनॉल्ड्स म्हणाला, ''मला थंडी वाजते आहे. माझे पाय पार गोठून गेले आहेत. ते भिजून ओले झाले आहेत. गेले दोन तास ते पाण्यात होते.'' हे म्हणताना रेनॉल्ड्सने तिथल्या एका भिंतीचा नकळत आधार घेतला होता. तसा तो घेतला नसता तर कोसळला असता.

''जे काही घडले ते फार थोड्या वेळातले होते. तुम्हाला थंड व गरम अशा हवेत आलटून पालटून ठेवले जाणार आहे. आमच्या या उपचाराचा तो एक भागच आहे; पण तरीही जेन्टलमेन, मी तुमचे अभिनंदन करतो. मला जो बदल तुमच्यात घडायला हवा होता तो झाला नाही. हे एक वैद्यकीय आश्चर्य म्हटले पाहिजे. तेव्हा तुमची केस ही माझ्या अभ्यासाच्या दृष्टीने भलतीच इंटरेस्टिंग आहे.'' मग तो वॉर्डनकडे वळून म्हणाला, ''यांच्या तळघरात एक घड्याळ लावा. त्या दोघांना दिसेल असे लावा. पुढचे ॲक्टिड्रॉनचे इंजेक्शन केव्हा द्यायचे बरे?– आता दुपार

झाली आहे. बरोब्बर दुपारी दोन वाजता ते आपण देऊ. उगाच त्यांना ताटकळत कशाला ठेवायचे?''

शून्याखाली तापमान गेलेल्या बाहेरच्या हवेत त्यांना दहा मिनिटे ठेवल्यावरती पुन्हा त्यांना तळघरात नेण्यात आले. आतमध्ये एक घड्याळ लावण्यात आले होते. त्याची टिकटिक ऐकू येत होती. रेनॉल्ड्सने त्या घड्याळाकडे पाहिले आणि जान्स्कीकडे एक नजर टाकली. तो म्हणाला, ''घड्याळ पहायला लावून एक मानसिक ताण आपल्यात निर्माण करायचा हेतू दिसतो आहे. या यातनासत्रातला बारीकसारीक तपशील हा पठ्ठ्या विसरत नाही, असे दिसते.''

जान्स्की म्हणाला, ''कसलाही शारीरिक छळ न होता माणसात बदल घडवून आणण्याचे आपले कसब आहे, असे हा कमांडंट अभिमानाने सांगतो. त्याने जर तुमचा हा 'यातनासत्र' शब्द ऐकला तर त्याला दु:ख होईल. तो स्वत:ला एक शास्त्रज्ञ म्हणवून घेतो. आपले हे प्रयोग आहेत हे तो समजतो. एक अत्यंत कार्यक्षम अशी पद्धत आपल्या हातात आली असून तिचा तपशील ठरवण्यासाठी प्रयोग करीत आहोत, असे त्याला वाटते. खरे म्हणजे ही पद्धत पूर्णत्वास नेण्याचा ध्यास या वेड्याने घेतला आहे. खरोखरीच हा कमांडंट वेडा आहे. म्हणून तुमचा 'यातनासत्र' हा शब्द त्याने ऐकला, तर त्याला धक्का बसेल.''

''तो वेडा आहे? छे! हा शब्द त्याला कमीच पडेल. तो एक अमानवी शत्रू आहे. जान्स्की, आता मला असे सांगा की अशा माणसाला तुम्ही आपला भाऊ समजाल? तुमचे ते विश्वबंधुत्वाचे सर्वसमावेशक नाते येथे लागू कराल? अजूनही सारी माणसे ही एकाच मानवतेचे सुपुत्र आहेत, वगैरे वगैरे म्हणाल?''

''एक अमानवी शत्रू?'' जान्स्की खालच्या आवाजात म्हणत होता, ''ठीक आहे, त्याच्या बाबतीत हे शब्द लागू पडतात, हे मी मान्य करतो; पण त्याचबरोबर आपण हेही विसरता कामा नये, की अमानवीपणाला, अमानुषतेला कसल्याही मर्यादा नाहीत. काळ व अवकाश यांच्या सरहद्दीपलीकडे अमानुषता पोचते. अमानुषरित्या माणसांचा छळ करणे, त्यांना यातना देणे हे काही फक्त रशियनांनीच केले आहे असे नाही. हंगेरीमधील कितीतरी माणसांना आत्तापर्यंत इतक्या यातना दिल्या होत्या, की शेवटी त्यांना मृत्यू हा मुक्तिदाता वाटला. त्याला त्यांनी आनंदाने कवटाळले. त्या यातना देणारी माणसे ही हंगेरीतीलच होती ना? झेकोस्लोव्हाकियामधली एसएसबी हे गुप्त पोलीस खाते हेही या बाबतीत मागे नाही. ते रशियन एनकेव्हीडीला स्पर्धा करते. पोलंडमधील यूबी खाते पहा. त्यात तर पोलंडमधील माणसे आहेत; पण त्यांनीही तसेच अनन्वित अत्याचार केलेत. ते अत्याचार तर असे आहेत की ते पाहून रशियन पोलीस खाते अचंबित होईल.''

''अगदी व्हिएन्ना येथे झालेल्या अत्याचारापेक्षा भयंकर?'' रेनॉल्ड्सने विचारले.

विनित्सा गावामध्ये जान्स्कीचे कुटुंब होते. जान्स्कीने जेव्हा युक्रेनमधल्या हजारो सैनिकांप्रमाणे रशियाविरुद्ध उठाव केला, तेव्हा रशियन एनकेव्हीडीची माणसे विनित्साला पोचली आणि त्यांनी बंडखोरांच्या घरातल्या माणसांना ठार केले. रेनॉल्ड्सला हे आठवले व म्हणून त्याने तसा प्रश्न केला; पण त्या प्रश्नामुळे जान्स्कीच्या जुन्या दु:खाच्या खपल्या आपण काढतो आहोत, हे त्याच्या लक्षात आले नाही.

जान्स्कीने त्याच्याकडे बराच वेळ पाहिले. मग आपल्या तळहाताचा मागचा भाग त्याने कपाळाला लावला. कपाळावर आलेला घाम तो पुसत असावा. त्याने आपला हात सावकाश खाली घेतला आणि एका धूसर कोपऱ्यात आपली नजर लावून म्हटले, "विनित्सा? माय बॉय, विनित्साची आठवण का झाली?"

"ते मला ठाऊक नाही. ज्युलियाने मला तिथे घडलेले अत्याचार सांगितले होते; पण तरीही मी हा प्रश्न तुम्हाला विचारायला नको होता. आय ॲम सॉरी, व्हेरी सॉरी! विसरून जा ते."

"छे! छे! तुमचे काही चुकले नाही. अन् विनित्सामधल्या घडामोडी मी कधीही विसरू शकणार नाही." क्षणभर जान्स्की बोलायचे थांबला. मग परत सावकाश बोलू लागला, "तिथले अत्याचार मी कधीच विसरणार नाही. मी १९४३मध्ये जर्मन सैन्याबरोबर होतो. एनकेव्हीडीच्या मुख्य ठाण्यापाशी एका फळबागेत आम्ही खंदक खणीत होतो. त्या वेळी आम्हाला तिथे १०,००० माणसांना एनकेव्हीडीने पुरलेले आढळले. जणू काही ते एक सार्वजनिक थडगे होते. त्या प्रेतांमध्ये मला... मला... माझ्या आईचे प्रेत सापडले, माझी बहीण सापडली. माझी मुलगी– ज्युलियाची थोरली बहीणही सापडली. अन् माझा मुलगाही सापडला. माझ्या मुलीला व मुलाला तर ठार न करता पुरून टाकले होते. आता मी हे सांगू शकतो."

नंतरची काही मिनिटे रेनॉल्ड्स सुन्न होऊन बसला. गारठणक जमिनीखालील तापलेल्या हवेचे तळघर तो विसरला. त्याला हवेत वाढत जाणारी उष्णता जाणवेना. आर्द्रता जाणवेना. आपल्याला कशासाठी येथे ठेवले आहे हेही तो विसरून गेला. जणू काही, तिथल्या स्थळकाळाचा त्याने काही मिनिटांसाठी निरोप घेतला होता. आपल्यावर होत असलेले अत्याचार तो विसरला. आपले ब्रेनवॉशिंग करून नंतर भरला जाणारा खटला व त्याला दिली जाणारी आंतरराष्ट्रीय प्रसिद्धी यांची चिंता तो विसरला. त्याला समोरच्या घड्याळाची टिकटिकही ऐकू येईना. त्याला फक्त समोर शांतपणे बसलेला जान्स्की दिसत होता व त्याच्याबद्दलचेच विचार त्याच्या मनात येत होते. जमीन खणताना सापडलेली प्रेते व त्यात आपल्याच आई-मुलांची प्रेते, त्याचा बसलेला धक्का, तो पचवलेला धक्का, अन् तरीही ज्याने आपला तोल ढळू दिला नाही, उलट मानवजातीबद्दल अधिक करुणा, दया व प्रेम यांचे झरे त्याच्या

हृदयात उगम पावले, त्या जान्स्कीबद्दल रेनॉल्ड्सचे मन भरून आले. ज्यांच्यावर त्याने प्रेम केले, त्यांना जान्स्कीने गमावले, ज्यांच्यासाठी तो जगत होता, त्यांना तो.... अशा या माणसाची माहिती आत्ता कुठे आपल्याला नीट कळू लागली आहे! हा माणूस कसा आहे, तेही नीट उमगायला आपल्याला अजून सुरुवात झाली नाही हे रेनॉल्ड्सला कळून चुकले. कदाचित या माणसाचे व्यक्तिमत्व एवढे अथांग असेल, एवढे खोल असेल, की आपल्याला ते सर्व कधी नीट समजणार नाही...

जान्स्की म्हणत होता, ''तुमच्या मनात आत्ता काय विचार चालले असतील हे ओळखणे मला कठीण नाही. मी ज्यांच्यावरती प्रेम केले ती माणसे संपली. आता ती फक्त माझ्या स्मृतीत उरली आहेत. तो काउन्ट– त्याची कहाणी मी तुम्हाला एके दिवशी सांगेन; पण त्याने माझ्यापेक्षा जास्त आपली जवळची माणसे गमावली आहेत. मला– मला निदान ज्युलिया तरी उरली आहे. माझ्या हृदयात माझी पत्नी बसली आहे; पण त्याने तर त्याची एकूणएक माणसे व सर्वस्व गमावले आहे. आम्हा दोघांना आमची एकमेकांची कहाणी ठाऊक आहे. एक महाप्रचंड रक्तपात झाला व त्यात आमच्या माणसांची आहुती पडली; पण आता अगदी अनंत काळपर्यंत जरी आम्ही त्यांच्यासाठी तडफडत बसलो तरी आमची प्रिय माणसे परत येणार नाहीत, याची आम्हाला जाणीव आहे. मग कशासाठी सूड उगवायचा? सूड उगवल्याने माझी आई, माझी मुले परत येतील? रक्तपातविरहित, हिंसाचारविरहित असे जग निर्माण करायचे असेल तर ते सूड घेण्याने कधीही निर्माण होणार नाही. केवळ मूर्ख व वेडी माणसेच सूड घेण्यासाठी धडपडतात. आत्ताच्या या जगापेक्षा अधिक चांगले, अधिक सुंदर, अधिक भरभराटीचे असे जग असेलही. त्या जगासाठी आपण खटपट करणे योग्यही असेल; पण मी एक अत्यंत साधा माणूस आहे. मला अशा भरभराटीच्या जगात रहाण्याची कल्पनाही करता येत नाही.'' तो बोलायचे थांबला, थोडेसे हसला व नंतर म्हणाला, ''आपण सर्वसाधारण अमानवीपणाबद्दल बोलत होतो. त्या संदर्भातील उदाहरणांचा कशाला विचार करायचा. विसरून जाऊया ते.''

''होय, विसरून जाऊया. तो पूर्वीचा भयानक सैतानी हिंसाचार विसरून जाऊ या.'' रेनॉल्ड्स म्हणाला.

''अन् जगही हेच म्हणते, विसरून जाऊया. त्या गोष्टींचा आता विचार करायला नको. कारण ते अत्याचार इतके भयानक होते की ते समजावून घेणे हीसुद्धा एक शिक्षा वाटते. आपले हृदय, आपले मन, आपली सद्सद्विवेकबुद्धी यावरती त्यांचा भार पडायला नको; कारण त्या अत्याचारांचा विचार आपण करू लागलो तर माणसातले जे काही चांगले आहे, ते अशा अत्याचारांविरुद्ध प्रतिक्रिया व्यक्त करून काहीतरी करू पाहील. फार फार तर जग काय म्हणेल की नंतर त्या

अत्याचारांबद्दल कोणी काहीही करू शकले नाही; कारण जे काही करायचे त्याची सुरुवात कोठून करायची, कशी करायची, हे आपल्याला ठाऊक नाही; पण निदान अमानुषपणा, अमानवीपणा ही गोष्ट जगातील काही भागांतच अधुनमधून डोके वर काढणारी आहे, असा विचार करण्याचे आपण टाळले पाहिजे.''

त्या तळघरातील तापमान हळूहळू वाढवत नेले जात होते; पण जान्स्कीचे तिकडे लक्ष नव्हते. तो सांगत होता, ''मी हंगेरी, झेकोस्लोव्हाकिया, पोलंड इथल्या क्रौर्याबद्दल, अमानुषपणाबद्दल बोललो; पण बल्गेरिया व रुमानिया येथेही अनेक अत्याचार झालेत. त्यातले कित्येक बाहेरच्या जगापुढे आले नाहीत. अन् कदाचित भविष्यकाळातही ते येणार नाहीत; पण मला ते ठाऊक आहेत. कोरियामध्ये तर ७० लाख लोकांची घरेदारे नष्ट होऊन ते निर्वासित झाले. अशा सर्व अत्याचारांना, हिंसाचाराला, दडपशाहीला तुम्ही कदाचित एकच कारण सांगाल. ते म्हणजे 'कम्युनिझम'. कुणी सांगावे ते कारण खरेही असू शकेल.''

थोडा वेळ जान्स्की बोलायचे थांबला. त्याला किंचित धाप लागली होती. तळघरातील तापमानाबरोबर आर्द्रताही वाढत चालली होती. एक खोलवर श्वास घेऊन तो परत बोलू लागला, ''पण मग स्पेनमध्ये फलांजिस्टनी वेगळे काय केले? त्यांनीही बुखेनवाल्ड व बेल्सेन येथे अत्याचार केले. ऑशवित्झच्या गॅसचेंबरमध्ये जर्मन नाझींनी लक्षावधी ज्यूंना संपवले. जपान्यांनी युद्धकैद्यांना हालहाल करून ठार मारले. त्यांच्या प्रेतांनी भरलेल्या रेल्वेगाड्यांना 'मृत्यूची आगगाडी' असे संबोधले जायचे. या सर्व ठिकाणी झालेल्या अत्याचारांमागे तर कम्युनिझम नव्हता; पण यावरतीही तुम्ही तेच ते एक ठराविक उत्तर देता. या अत्याचारांमागे 'सर्वंकष सत्ता' हाच घटक कारणीभूत होता; पण अमानुषतेला स्थळाप्रमाणे काळाचीही मर्यादा नसते. त्यासाठी वाटल्यास इतिहासात एक-दोन शतके मागे जाऊन पहा. जेव्हा इंग्लंड व अमेरिका ही दोन राष्ट्रे आत्ताइतकी लोकशाहीचा उदो उदो करीत नव्हती, त्या काळात तिथे जाऊन पहा. जेव्हा ब्रिटिश माणसे आपले साम्राज्य जगात उभे करत होते, त्या काळात जाऊन पहा. त्यांनी जगात काही ठिकाणी वसाहतींवरती फार क्रौर्य गाजवले. त्या वेळी माणसांना पकडून त्यांना गुलाम बनवून त्यांचा व्यापार ते करायचे. सार्डाईन मासे जसे टिनच्या डब्यात कोंबून बंद करतात, तशी ही माणसे जहाजात मोठ्या संख्येने कोंबून अमेरिकेला निर्यात केली जायची. खुद्द अमेरिकेत तिथल्या मूळच्या रेड इंडियन्सना अमेरिकन लोक हाकलून दूर पिटाळत होते, त्यांना निपटून काढीत होते. आणखी काही मी सांगायला हवे काय?''

''नाही. तुम्ही खुलासेवार उत्तर दिले आहे; पण या आत्ताच्या उदाहरणांच्या वेळी स्पॅनिश, जर्मन, जपानी, ब्रिटिश व अमेरिकन हे तेवढे प्रगल्भ झाले नव्हते. नुकतेच वयात येत होते.''

"असं? तसेच रशियनही आत्ता आहेत. तेही वयात येत आहेत. तेही अजून प्रगल्भ व्हायचे आहेत. फार काय, अद्यापही या विसाव्या शतकात अजूनही असे अत्याचार जगाच्या कानाकोपऱ्यात कुठे ना कुठे घडतच आहेत. ते अत्याचार असे आहेत, की कोणाही सुबुद्ध माणसाची मान त्यामुळे शरमेने खाली झुकते. तुम्हाला याल्टा येथे झालेली ती परिषद आठवत असेल. स्टॅलिन व रुझवेल्ट यांच्यात तिथे करार झाला होता. त्यातल्या अटी, समझोते, सारे काही तुम्हाला आठवत असेल. मग नागरिकांना पकडून स्वदेशी पाठवण्याचे काम सुरू झाले; पण त्यामुळे किती अत्याचार केले गेले. त्या अत्याचारांना भिऊन मोठ्या प्रमाणात लोकांनी पूर्वेकडून पश्चिमेकडील देशांमध्ये स्थलांतर केले. आठवते ते सारे?"

"होय, आठवते."

"तुम्हाला ते आठवते आहे; पण जे तुम्ही डोळ्यांनी पाहिले नाही ते तुम्हाला कधीच आठवणार नाही. मी आणि काउन्टने जे काही पाहिले ते आम्ही कधीही विसरू शकणार नाही. हजारोंच्या संख्येने रशियन माणसे, इस्टोनियन नागरिक, लॅटिव्हियन लोक आणि लिथुआनियन यांना बळजबरीने त्यांच्या मायदेशात पाठवण्यात आले; पण त्या मायदेशात ते आता उपरे ठरत असल्याने त्यांचे स्वागत कोणीच केले नाही. निर्वासितांच्या लोंढ्यांचे फक्त एकजणच स्वागत करीत होता, तो म्हणजे मृत्यू! आम्ही जी दृश्ये पाहिली, ती कधी विसरू शकणार नाही. हालहाल करून ठार मारले जाण्याच्या भीतीपोटी लोक आत्महत्या करू लागले– अगदी मोठ्या संख्येने. जिथे जिथे पुढे आलेला भाग असेल, मग ती इमारत असो वा झाडाची फांदी असो, लोक दोराचे फास घेऊन स्वत:ला लटकावून घ्यायचे. शेवटी शेवटी तशा जागाही संपल्या. जिकडे पहावे तिकडे प्रेतेच प्रेते लोंबकळत होती. मग ज्यांच्याजवळ चाकू होते, ते जमिनीत उलटे खोचून ठेवीत व उंचावरून त्यावरती आपले शरीर झोकून देत. काहीजण धावत्या रेल्वेगाडीखाली उड्या टाकीत, तर काहीजण दाढीच्या पात्यांनी स्वत:चे गळे कापून घेत. ते असे का करीत होते? मृत्यू वेदनामय असला तरी त्याला का कवटाळीत होते? कारण तसे केले नाही तर आपल्याला कॉन्सेन्ट्रेशन कॅम्पमध्ये डांबले जाईल. मग तिथल्या यातनांना तोंड द्यावे लागेल व इतके करून शेवटी मृत्यूदंड ठेवलेलाच आहे. मग आत्ताच आपल्या जिवाचा अंत का करून घेऊ नये? जी माणसे आत्महत्येला घाबरत होती, त्यांना गुरांसारखे ट्रकमध्ये, मालगाड्यांमध्ये कोंबून पिटाळण्यात आले. त्यांना हाकलण्यामागे संगीन रोखलेले सैनिक होते. अन् ते सैनिक ब्रिटिश होते, अमेरिकन होते.... बेटा मिखाईल, तू हे लक्षात ठेव. बायबलमधले वाक्य आठवते ना? ज्याने कधीही पाप केले नाही, त्यानेच...."

जान्स्कीला पुढे बोलवेना. न बोलता तो आपली मान नुसतीच हलवीत राहिला.

त्याच्या डोक्यातून आता घामाचे झरे फुटले होते. हवेतली आर्द्रता वाढत चालली होती. वाढलेल्या तापमानामुळे ते दोघे आता धापा टाकू लागले. प्रत्येक श्वास घेताना त्यांना जड जाऊ लागले. काही काळ तिथे शांतता पसरली होती.

पण जान्स्कीचे बोलणे संपले नव्हते. त्याची बोलण्याची उर्मी पुन्हा पुन्हा उफाळून येत होती. शेवटी तो धापा टाकत बोलू लागला, ''बेटा मिखाईल, मी याविषयी कितीही वेळ जरी बोलत बसलो तरी ते कमी पडेल. तुमचा स्वत:चा देश घ्या. लोकशाहीचे रक्षक म्हणून मिरवणारा तो अमेरिका देश घ्या. हे दोन्ही देश सतत लोकशाहीचे व व्यक्तिस्वातंत्र्याचे नारे लगावत असतात; पण या देशातही कितीजणांचे व्यक्तिस्वातंत्र्य पायदळी तुडवले गेले आहे, कितीतरी जणांवरती क्रूर अत्याचार केले गेले आहेत.

निग्रोंच्या विरुद्ध अमेरिकेत कू क्लक्स क्लॅन नावाची संघटना उभी रहाते व त्यांच्या वस्त्यांवरती हल्ले चढवते, माणसे ठार मारते, घरेदारे जाळते. हे सारे लोकशाही देशात घडते. हीच संघटना इंग्लंडमध्येही काम करते; कारण तुम्हाला आपल्या गोऱ्या वंशाचा अभिमान आहे, काळ्यांचा द्वेष आहे. तुम्हाला अन्य वंशाच्या माणसांचे अस्तित्व सहन होत नाही. त्यांना तुम्ही क्रूरपणे दडपता, त्यांचे जगण्याचे हक्क हिरावून घेता. गंमत म्हणजे इंग्लंडमधली कू क्लक्स क्लॅन संघटना म्हणते, की अमेरिकन संघटनेपेक्षा आम्ही अधिक सहिष्णु आहोत; पण तुमचे देश हे विस्ताराने मोठे आहेत. त्यामुळे भिन्नवंशीय लोक एका ठिकाणाहून दुसरीकडे स्थलांतर करू शकतात. त्यामुळेही बराचसा संघर्ष टळतो. त्याचा फायदा घेऊन तुमची सरकारे 'आमच्या देशात लोकशाही असल्याने काळे-गोरे लोक सुखाने एकत्र नांदतात,' असा डांगोरा पिटतात. मला सांगायचा तो मुद्दा असा आहे, की क्रौर्य, द्वेष व असहिष्णुता ह्या गोष्टी केवळ काही मानवी वंशाची अथवा देशांची मक्तेदारी नाही किंवा या गोष्टी फक्त ठराविक काळात उद्‌भवत नाहीत. जगाच्या प्रारंभापासून या गोष्टी आपल्याबरोबर आहेत आणि जगातल्या प्रत्येक देशात त्या आहेत. लंडनमध्ये जशी दुष्ट व विकृत माणसे आहेत, तशीच ती न्यूयॉर्कमध्येही आहेत, तशीच ती मॉस्कोमध्येही आहेत; पण पश्चिमी राष्ट्रे आपल्या स्वातंत्र्याचे रक्षण करतात. गरुड जसा आपल्या पिल्लांचे रक्षण करतो तसे ते करतात; पण त्याचबरोबर तळागाळातल्या लोकांना मात्र ते वर येऊ देत नाहीत. त्यांच्यापासूनही स्वत:चे रक्षण करतात. तर इथली राजकीय प्रणाली ही केवळ दडपशाही करूनच टिकू शकते, तग धरू शकते. संपूर्ण सत्ता एकवटलेले पोलीस खाते असणे, ही इथल्या राजकीय प्रणालीची गरज आहे. त्यासाठी त्यांना कायद्याने सत्ता बहाल केली गेली आहे. अन् हे पोलीस खाते काय करते, तर सारे कायदेकानू गुंडाळून ठेवते व मनाला येईल तसे वागते. अमर्याद सत्ता हातात असलेले हे पोलीसदल म्हणजे समाजातला सारा

गाळ एकत्र झालेला आहे. या पोलीसदलाकडून समाजातील क्रौर्य व विकृती यांना तोंड देऊन त्यांचा ताबा घेतला जातो; पण त्याचबरोबर हेच क्रौर्य व विकृती पोलीसदलाचा ताबा घेते. पोलीस खाते हे एक राक्षस बनावे, असा कोणाचा हेतू नसतो; पण हळूहळू ते खाते तसे बनत जाते. मग ज्यांनी हा भस्मासूर निर्माण केला तेच त्याचे गुलाम बनतात.''

''पण हा राक्षस कधी नष्ट करता येणार नाही का?''

''तो एक अनेक फडे असलेला सापासारखा प्राणी आहे. एकदा त्याची निर्मिती झाली की तो स्वत:च स्वत:ची वाढ करीत नेतो. त्यामुळे त्याचा नाश कोणाला करता येत नाही. एकदा मृत माणसातून फ्रॅन्केस्टीन निर्माण केला तर त्याला तुम्ही मृत्यू कसा देणार? ज्या राज्यपद्धतीत हा फ्रॅन्केस्टीन जगू शकतो, तग धरू शकतो, ती राज्यपद्धतच नष्ट करणे हाच त्यावरती एकमेव उपाय आहे. म्हणजे मग या राक्षसाची गरजच उरणार नाही. गरज उरली नाही म्हणजे कोणी तसा राक्षस निर्माण करणार नाही. खरे ना?''

आता खोलीतले तापमान असह्य झाले होते. रेनॉल्ड्सला ते सहन होईना. त्याच्या अंगातला घाम निथळून तो खाली साचलेल्या पाण्यात पडू लागला. तो म्हणाला, ''आपल्याला पार वितळून टाकायचे त्यांनी ठरवले आहे काय?''

''मला वाटते की आता आपला हा निवांतपणा ते आपल्याला लाभू देणार नाहीत.'' जान्स्कीने दरवाज्याकडे तोंड करीत म्हटले. त्याने कुणाच्या तरी पावलांचा आवाज ऐकला होता.

आतमध्ये चार पहारेकरी आले. त्यांनी त्या दोघांचे पट्टे सोडवले, त्यांना उभे केले आणि दोन्ही बाजूने धरून त्यांना तळघराबाहेर नेले. मग बाहेरच्या अंगणातील थंडगार हवेत नेऊन उभे केले. सारे काही झटपट व न बोलता त्यांनी केले. त्यांना अशा गोष्टींचा खूप सराव असावा. थोड्या वेळाने एकजण आला व त्या सर्वांना घेऊन कमांडंटच्या खोलीत गेला. कमांडंटच्या समोर खुर्चीत कोणीतरी बसले होते. त्याला पहाताच रेनॉल्ड्सने त्याला ताबडतोब ओळखले. तोच तो कर्नल जोसेफ हिडास, एव्हीओमधला डेप्युटी चीफ, उपप्रमुख. ते आत शिरल्यावर हिडास उठून उभा राहिला व सावकाश पावले टाकीत रेनॉल्ड्सपाशी गेला. रेनॉल्ड्सला जबरदस्त थंडी वाजत होती. त्याचे दात कुडकुडत होते, शरीर थरथरत होते. त्याने महत्प्रयासाने आपले तोंड घट्ट मिटून ठेवले होते. तळघरातल्या गरम उष्णतामानातून एकदम शून्याखालच्या थंडीत सुमारे ६० अंशांचा फरक होता. त्यामुळे त्याचे शरीर दुबळे झाले होते.

हिडासने त्याच्याकडे पाहून स्मित केले व म्हटले, ''कसं काय, कॅप्टन रेनॉल्ड्स? पुन्हा आपली गाठ पडते आहे; पण या वेळचा भेटीचा योग हा मागच्या

भेटीपेक्षा अधिक दुर्दैवी आहे, असे म्हटले पाहिजे. अन् हो, मागच्या भेटीच्या प्रसंगावरून बरी आठवण झाली. आपला मित्र कोको हा आता बरा झाला असून कामावरती रुजू झाला आहे. अजून तो लंगडतो; पण बाकी संपूर्ण ठीक आहे. तुम्हाला भेटायला तो उत्सुक आहे.''

''तो बरा होत चालला आहे हे ऐकून मला खूप वाईट वाटते. मी त्याला अजून चोपायला हवा होता.'' रेनॉल्ड्स छद्मीपणे म्हणाला.

ते ऐकून हिडास दचकला. त्याचा अपेक्षाभंग झाला. त्याने कमांडंटला विचारले, ''यांना आज सकाळी तुमचे ते 'उपचार' केलेत ना?''

''केलेत; पण या दोघांची प्रतिकारशक्ती जबरदस्त आहे. मला हे एक वैद्यकीय आव्हान मिळाले आहे; पण काही काळजी करू नका. आज मध्यरात्रीच्या आत ते पाहिजे तसे बोलायला लागतील.''

''ठीक आहे, मला तशी खात्री आहे.'' मग हिडास परत रेनॉल्ड्सकडे तोंड करून म्हणाला, ''पीपल्स कोर्टामध्ये तुमच्यावरती येत्या गुरुवारी खटला चालू होईल. तशी घोषणा उद्याच केली जाईल. त्या खटल्याला हजर रहाण्यासाठी जे कोणी पाश्चात्त्य पत्रकार येतील, त्यांना ताबडतोब व्हिसा दिला जाईल व उत्कृष्ट हॉटेलात रहाण्याची त्यांची मोफत सोय केली जाईल.''

ते ऐकून रेनॉल्ड्स खालच्या आवाजात म्हणाला, ''म्हणजे भलतीच गर्दी होणार तर.''

''आमच्या ते पथ्यावर पडणार म्हणा.... तथापि, मला त्या खटल्याचे एवढे काही वाटत नाही. त्याआधी जो एक वेगळा खटला जराशा बंदिस्त जागेत होणार आहे, त्यात मला जास्त रस आहे.'' असे म्हणून हिडास चालत चालत जान्स्कीच्या समोर जाऊन उभा राहिला व त्याला म्हणाला, ''या वेळी मी जे काही साध्य केले आहे, ते माझ्या दृष्टीने महत्त्वाचे आहे. माझी ती एक ज्वलंत मनीषा होती हे मी इथे मोकळ्या मनाने कबूल करतो. आयुष्यात आता मी नक्की काहीतरी वेगळे साध्य केले आहे, याचा मला आनंद होतो. ज्या माणसाने मला आत्तापर्यंत भरपूर त्रास दिला, नेहमी संकटात टाकले आणि अनेक रात्री माझी झोप उडवून दिली आणि जो या देशाचा शत्रू आहे, त्याला मी शेवटी धरले.'' मग जान्स्कीकडे बोट करून तो पुढे म्हणाला, ''तुम्हीच ते असणार, हे एव्हाना तुमच्या ध्यानात आले असेलच. गेली सात वर्षे तुम्ही माझ्या मार्गात आडवे येत होता, सतत सतत येत होता. अनेक देशद्रोह्यांना आणि कम्युनिझमच्या शत्रूंना तुम्ही आश्रय देत होता, त्यांचे संरक्षण करीत होता, या देशाचे कायदेकानू मोडत होता. गेल्या दीड वर्षात तुमच्या कारवायांना ते हुषार मेजर हॉवर्थ हे मदत करीत होते; पण हुषार असले तरी शेवटी ते कमनशिबी ठरले; कारण आता आम्हाला ते अत्यंत असह्य झाले होते. शेवटी

कधी ना कधीतरी त्यांचा मार्ग संपून रस्ता बंद होणार होता. तसा तो प्रत्येकाचाच होतो, नाही का? तेव्हा तुमच्या तोंडून माहिती काढून घ्यायला आम्ही उत्सुक का आहे, ते कळले ना? अन् हो, माय फ्रेन्ड, आपले नाव काय आहे बरे?''

''जान्स्की. मला फक्त एवढेच नाव आहे.''

हिडास यावरती हसत म्हणाला, ''बाकी तुम्ही असेच उत्तर देणार याची मला कल्पना होती. याखेरीज तुम्ही दुसरे काय–'' मग मधेच तो बोलायचे थांबला. त्याचे डोळे विस्फारीत गेले. त्याच्या चेहऱ्यावरचा रंग उतरला. त्याने नकळत एक पाऊल मागे घेतले. मग दुसरे पाऊलही मागे घेतले. ''तुम्ही कोणते नाव सांगितलेत?'' या वेळी त्याचा आवाज एकदम खाली आला होता. रेनॉल्ड्स हिडासकडे आश्चर्याने पहात होता.

''जान्स्की! फक्त जान्स्की! बाकी काहीही नाही.''

नंतर तिथे शांतता पसरली. कोणीच बोलत नव्हते. प्रत्येकजण हिडासकडे टक लावून पहात होता. मग हिडासने आपल्या ओठांवरून जीभ फिरवीत घोगरट आवाजात म्हटले, ''टर्न अराऊंड! पाठ वळवून उभे रहा.''

हिडासने त्याच्याभोवती एक प्रदक्षिणा घालीत त्याला नीट निरखून पाहिले. विशेषत: जान्स्कीचे हात त्याने पाहिले मात्र, एकदम त्याने आपला श्वास आत ओढून घेतला. त्याचा आवाज ऐकून पुन्हा जान्स्की तोंड वळवून त्याच्यासमोर उभा राहिला.

''पण.... पण तुम्ही मेला होता.'' हिडासचा आवाज हा अजूनही घोगरट व मंद स्वरात होता. त्याच्या चेहऱ्यावरती त्याला धक्का बसल्याचे दिसत होते. तो तशाच आवाजात हळू म्हणाला, ''दोन वर्षांपूर्वीच तुम्ही मेला होता. त्या वेळी आम्ही तुमच्या बायकोला पकडून नेले होते–''

जान्स्की त्याचे बोलणे तोडीत म्हणाला, ''माय डियर हिडास, पण मी मेलो नाही. बघ, नीट बघ. मेला तो दुसराच कोणीतरी होता. जेव्हा तुमच्या त्या ब्राऊन लॉरी माणसांना पकडायला आल्या, तेव्हा त्या आठवड्यात अनेकांनी भीतीने आत्महत्या केल्या होत्या. मग जवळपास माझ्यासारख्या दिसणाऱ्या एकाचे प्रेत आम्ही उचलून नेले. त्याला माझे कपडे घातले. माझ्यासारखा मेकअप त्याला केला. त्याच्या हातावरती माझ्या हातावरचा नंबर रंगवला, हुबेहूब गोंदल्यासारखा तो काढला. ते प्रेत माझ्या फ्लॅटवरती टाकून दिले. मेजर हॉवर्थने हे सारे सफाईने केले. तसे त्याला करायला आवडत नव्हते; पण एवीतेवी तो माणूस मेलाच होता, तर त्याचा फायदा उठवायला काय हरकत होती? आम्ही हे कशासाठी केले? तर माझा मृत्यू झाला, असे तुम्हाला कळल्यावर तुम्ही माझ्या बायकोला सोडून द्याल. निदान तिला ठार करणार नाही.''

''अस्सं, अस्संऽऽ!'' कर्नल हिडास आता भानावर येत पुटपुटला. तो आता

उत्तेजित होऊन बोलू लागला, "तरीच बरं का, तुम्ही इतकी वर्षे मला फसवत राहू शकलात. तुमची संघटना आम्ही का मोडून काढू शकलो नाही, याचे कारण मला आत्ता कळले. तुमच्यासारखा माणूस संघटनेचा नेता असल्यावरती असेच होणार; पण मला हे आधी समजायला हवे होते. तुमच्यासारखा विरोधक मला लाभणे हे मी माझे भाग्य समजतो."

कमांडंटला या संवादातून काही बोध होत नव्हता. त्याने शेवटी काकुळतीला येऊन विचारले, "कर्नल हिडास, हा कोण माणूस आहे?"

"हा माणूस! याच्यावरती आता खटला भरला जाईलच; पण हा खटला ब्युडापेस्टमध्ये नाही चालणार. तो किएव्ह शहरात किंवा मॉस्कोत चालेल. रशियातच याच्यावरती खटला चालू शकतो; पण ब्युडापेस्टमध्ये कधीही नाही. तेव्हा कमांडंट, मी या माणसाची आपल्याला ओळख करून देतो. हे आहेत मेजर जनरल ॲलेक्सिस इल्युरिन! युक्रेनियन नॅशनल आर्मीच्या सैन्याचे प्रमुख जनरल व्हलॉसॉव्ह यांचा उजवा हात!"

"इल्युरिन!" कमांडंट रोखून पहात म्हणाला, "इल्युरिन! इथे? माझ्या खोलीत? शक्यच नाही."

"होय. शक्य आहे. मला ठाऊक आहे सारे त्यांच्याबद्दल. असे हात असलेला माणूस सबंध जगात फक्त एकच आहे. त्यांनी अजून तुम्हाला कबुलीजबाब दिला नाही? अजूनही ते सारे काही सांगायला तयार नाहीत? पण ते बोलतील, नक्की बोलतील. ते रशियाला जाण्याआधी नक्की कबुलीजबाब देतील. मनातले सारे काही ओकून टाकतील." असे म्हणून हिडासने आपल्या हातातील घड्याळाकडे पाहिले व पुढे म्हटले, "कमांडंट, मला आता वेगाने बरीच कामे उरकायची आहेत; कारण माझ्याजवळ वेळ फार कमी आहे. माझी गाडी चटकन आणा. मी परत येईपर्यंत ह्या बड्या कैद्यांना नीट बंदोबस्तात ठेवा. मी दोन तासांत परत येतो. जास्तीतजास्त तीन तासांत परतेन. बरंय, इल्युरिन. मेजर जनरल इल्युरिन!"

जान्स्की व रेनॉल्ड्सला पुन्हा त्या दगडी तळघरात आणले गेले. एकमेकांशी बोलण्याजोगे आता त्यांच्याकडे फारसे काही उरले नव्हते. जान्स्कीचा नेहमीचा आशावादी दिसणारा चेहरा पडला होता. शेवटी त्यांनी ओळखले तर. आता तर ते आपल्याला सोडणार नाहीत. अतिबंदोबस्तात ठेवतील. रसायनांचा भरपूर मारा करतील. शेवटी त्यांनी जिंकले. जान्स्कीने 'आपण मेलो नव्हतो' हे पटवून एक प्रकारची चाल केली होती; पण त्याचा शेवट भलताच झाला. आता तो संपणार होता, रेनॉल्ड्स संपणार होता, जान्स्कीची गुप्त संघटना संपणार होती. एक शोकांतिका शेवटी घडली. कमांडंट त्यांच्याकडे पहात होता. त्याच्या नजरेत सहानुभूतीचे भाव भासत होते. एक उत्तुंग कर्तृत्व, एक महान व्यक्तिमत्व, एक

भव्य पुरुष खाली कोसळत होता, धुळीला मिळत होता, संपत होता. किती शांतपणे व न भिता तो संपत होता!

अशा या माणसाबरोबर आपलीही जीवनयात्रा संपणार म्हणून रेनॉल्ड्सला बरे वाटत होते; पण त्याचा हा विचार धैर्यातून उगम पावला नव्हता. तो भीतीतून, घाबरटपणामधून उगम पावला होता. जर जान्स्की मरण पावला तर तो आपल्याला मदत करण्यास पुढे आल्यामुळे मरण पावला असे होणार. त्याच्या मृत्यूला शेवटी आपण जबाबदार रहाणार. मग आपल्याला ज्युलियाला तोंड दाखवायला जागा रहाणार नाही; पण त्याहीपेक्षा आणखी एका विचाराची त्याला भीती वाटत होती. तो विचार म्हणजे आपण, जान्स्की व काउन्ट असे तिघेजण संपल्यावर ज्युलियाचे कसे होणार? तिला जगणे किती कठीण होईल! त्याला या विचाराने अंगावरती शहारे येई. त्याने तो विचार मनातून झटकून टाकायचा आटोकाट प्रयत्न केला; पण एखाद्या गोचिडासारखा तो त्याला चिकटून बसला होता. त्याला दिलेल्या प्रशिक्षणात आपले मन कधीही, कोणत्याही प्रसंगात दुबळे बनू द्यायचे नाही, मन नेहमी खंबीर राखले पाहिजे, असे शिकवले गेले होते. त्याप्रमाणे नेहमी आत्तापर्यंत त्याचे मन तसे खंबीर राहिले होते; पण आता ते खचले. त्याच्या डोळ्यांसमोर ज्युलियाचा खळखळून हसणारा नाजूक चेहरा सतत प्रगट होई व तो अधिकाधिक दु:खी व निराश होऊन जाई. किती सहजतेने हे घडत होते. आपण केव्हा निराशेच्या रस्त्यावर चालायला लागलो, हे त्याला कळले नाही.

पाईपांमधून गरम वाफ हिस्स आवाज करत बाहेर पडत होती. तळघरातील तापमान वाढत चालले होते. ४०, ४५, ५० अंश सेंटीग्रेडच्या पुढेही ते जाऊ लागले. त्या दोघांची शरीरे घामाने निथळून निघाली. कपाळावरचा घाम डोळ्यांत शिरून दिसेनासे होत गेले. जणू काही, आगीचा लोळ आपण श्वासातून छातीत घेतो आहोत, असे त्यांना वाटू लागले. तीन वेळा रेनॉल्ड्स बेशुद्ध झाला. त्याचे शरीर इतके झुकले, की तो केव्हाही खालच्या पाण्यात पडणार, असे वाटू लागले. त्याला बांधलेले ते कातडी पट्टे त्याला पडू देत नव्हते; परंतु खाली पडत नव्हते ते शरीर. त्याचे मन मात्र केव्हाच कोसळत कोसळत निराशेच्या गर्तेत पडत चालले होते. आता ते तिथेही खोल खोल बुडत होते. आपल्यावर सोपवलेली कामगिरी आपल्याला पार पाडता आली नाही. आपण त्यात अयशस्वी झालो. हेर म्हणून आपली कारकीर्द संपल्यात जमा आहे. आपले जीवनही थोडेसेच उरले आहे. जाता जाता आपण त्या शास्त्रज्ञाला सोडवले तर नाहीच. उलट आपल्यामुळे तो तुरुंगात पडला. येथून पुढे तो कायमचा रशियात बंदी म्हणून रहाणार. त्याच्या पत्नीपासून व मुलापासून त्याची कायमची ताटातूट झाली. जान्स्कीने आपल्यासाठी स्वत:चा जीव धोक्यात घातला तर आपल्याबरोबर तोच पकडला गेला. त्याची संघटना आता संपुष्टात येणार. अन्

तो काउन्ट? त्या बिचाऱ्याचे काय झाले, देव जाणे. आन्द्रेसी उटच्या इमारतीमध्ये हालहाल होऊन त्याला मरण येणार. अन् ज्युलिया? ती पोर तर किती वेडीपिशी होईल? तिचे सारे नातेवाईक मारले गेले. एक वडील उरले होते. तेही संपल्यावर काय होईल तिचे? ती गोड पोरगी आपल्यावरती जीव टाकीत होती. मनातल्या मनात आर्तपणे आपल्याला हाका मारीत होती; पण तिच्या प्रेमाला आपण नीट प्रतिसाद देऊ शकलो नाही. या साऱ्या शोकांतिकेला आपणच जबाबदार. तो निराशेच्या डोहात आत तळाला पोहचत होता. खोल खोल जात होता. खोल, आणखी खोल....

तेवढ्यात कोणीतरी त्याचे हात पकडले. त्याला वर खेचू लागले. अरे, कशाला मला वर खेचता आहात? या जगात कोणाला मी आता तोंड दाखवणार? त्याच्या हाताला बांधलेले कातडी पट्टे सुटले. पायाचे बंधही सुटले. त्याला उभे केले गेले. त्याचे पाय पाण्यात होते. कोणीतरी या डोहातून त्याला बाहेर काढत होते. तो नीट भानावर यायच्या आत त्याला दोन पहारेकऱ्यांनी ओढत त्या तळघरातून वर नेले व बाहेरच्या थंड अंगणात आता तिसऱ्यांदा उभे केले. त्याने जान्स्कीकडे पाहिले. त्याचीही अवस्था रेनॉल्ड्ससारखीच झाली होती. बिचारा मनाने पुरता खचला होता. त्याला नीट उभे रहाता येत नव्हते. पहारेकऱ्यांनी त्याला आधार दिला होता म्हणून तो कसाबसा उभा होता. जान्स्कीने त्याच्याकडे नजर टाकली व 'समजले' अशा अर्थी आपली मान हलवली. आता दुपारचे दोन वाजले होते. कमांडंट वक्तशीर असल्याने त्यांची वाट पहात असणार. मग पुन्हा ती कॉफी पाजली जाणार. त्यातून अॅक्टिड्रॉन दिले जाणार. मग ते मेस्कालाईनचे इंजेक्शन. अन् मग? मग वेडेपणाच्या कडेलोटापर्यंतचा प्रवास! शेवटचा प्रवास!

कमांडंट त्यांची वाटच पहात होता; पण तो एकटा वाट पहात नव्हता. त्याच्या बरोबर आणखीही कोणी त्या दोघांची वाट पहात होते. रेनॉल्ड्सला तिथे एक एव्हीओचा माणूस दिसला. मग तशी आणखी दोन माणसे दिसली. अन् मग कोको दिसला. तो राक्षस त्याच्याकडे बघून ओठांवरून जीभ फिरवीत होता. मनातून त्याला हर्षाच्या उकळ्या फुटत असणार. तिथे आणखीही एक एव्हीओचा माणूस होता. तिथल्या खिडकीकडे तोंड करून तो एक काळी रशियन सिगारेट ओढत होता. जेव्हा त्या माणसाने खिडकीपासून आपले तोंड फिरवून रेनॉल्ड्सकडे पाहिले, तेव्हा त्याला धक्काच बसला.

तो माणूस काउन्ट होता!

■

नऊ

रेनॉल्ड्सला आता खात्रीच पटली, की आपले डोळे व मन आपल्याला दगा देते आहे. काउन्टला या प्रकारापासून बाजूला काढले असून एव्हीओची माणसे त्याच्यावर एखाद्या बहिरी ससाण्यासारखी नजर ठेवून आहेत. त्याला इंचभरसुद्धा ते इकडेतिकडे जाऊ देणार नाहीत, असे असताना हा काउन्ट आपल्याला इथे कसा काय दिसतो? नक्कीच तसा भास होतो आहे. तळघरातील गेल्या अर्ध्या तासात जो काही शरीरावर व मनावरती परिणाम झाला, तेव्हाच आपल्या मेंदूत काहीतरी बदल झाला असावा. त्यामुळेच असे भास होत आहेत. खिडकीपाशी भिंतीला पाठ टेकवून आरामात उभा असलेला तो माणूस आता भिंतीला पाठीने रेटा देऊन सरळ उभा राहिला. तो आता खोलीत सहजगत्या संचार करू लागला. त्याच्या एका हातात सिगारेट होती आणि दुसऱ्या हाताने कातडी हातमोजे पकडले होते. त्याची चाल, हातमोजे पकडण्याची ढब हे ओळखीचे वाटत होते. त्याचा चेहरा आता सर्व बाजूने नीट पहायला मिळाला. अन् मग रेनॉल्ड्सची खात्रीच पटली. तो काउन्टच होता, त्यात शंकाच नव्हती. त्याला कुठेही मार बसला नव्हता की जखम झाली नव्हती. म्हणजे त्याच्याबद्दल आपल्याला कमांडंटकडून जे सांगण्यात आले ते खोटे होते काय? मग खरे काय आहे? काउन्ट नक्की कोणाच्या बाजूने आहे? तो काउन्ट आहे, याची आता रेनॉल्ड्सला १०० टक्के खात्री पटली. त्याचे डोळे विस्फारले गेले. काउन्ट येरझाऱ्या घालताना जवळ आल्यावर रेनॉल्ड्सने चेहऱ्यावरती एक हसू आणले आणि काउन्टला म्हटले, "काय झाले आहे?–"

दुसऱ्याच क्षणी रेनॉल्ड्स मागे धडपडत जाऊन भिंतीवरती आदळला; कारण काउन्टने आपल्या हातमोजे धरलेल्या हाताने रेनॉल्ड्सच्या चेहऱ्यावरती एक जबरदस्त ठोसा मारलेला होता. त्याच्या वरच्या ओठाची एक जखम नुकतीच भरून येऊन तिच्यावरती खपली चढली होती. ती खपली जाऊन आतून रक्त बाहेर येऊ लागले. रेनॉल्ड्सच्या दुबळ्या झालेल्या शरीराला तो ठोसा सहन झाला नाही. त्याच्या डोक्यात झिणझिण्या आल्या. समोरच्या काउन्टचा चेहरा त्याला धूसर दिसू लागला.

काउन्ट त्याला म्हणत होता, ''अरे पोरट्या, हा धडा नंबर एक आहे.'' काउन्टने आपल्या हातमोज्यावरील रक्ताच्या थेंबाकडे पाहिले व 'काय घाण झाला आहे' असा चेहरा केला. तो पुढे म्हणाला, ''येथून पुढे आम्ही विचारू तेव्हाच तोंड उघडायचे.'' मग त्याने रेनॉल्ड्स व जान्स्कीवरती नजर टाकून कमांडंटला विचारले, ''कमांडंट, ही माणसे काय नदीत पडली होती?''

''छे, छे, तसे काही नाही.'' कमांडंट सांगू लागला; पण तो अस्वस्थ झाला होता. तो पुढे म्हणाला, ''आमच्या त्या वाफेच्या खोलीत आम्ही त्यांच्यावरती उपचार करीत होतो, कॅप्टन झोल्ट! झाला प्रकार दुर्दैवी आहे. खरोखरच दुर्दैवी आहे. त्यामुळे उपचारांमधला क्रम व सलगता पार बिघडून गेली आहे.''

काउन्ट त्याला सहानुभूती दाखवीत म्हणाला, ''काही चिंता करू नका. मी आता तुम्हाला अनधिकृतपणे एक गोष्ट सांगतो. मात्र ते दुसऱ्या कोणापाशी बोलू नका. एक मानसोपचारतज्ज्ञ म्हणून कॉम्रेड फर्मिन्ट यांचा तुमच्यावरती गाढ विश्वास आहे. त्यांना तसे बोलताना मी स्वत: ऐकले आहे. या कैद्यांना इकडे परत रात्री किंवा उद्या सकाळी ते पाठवतील.''

''माझ्याबद्दल कॉम्रेड फर्मिन्ट असे बोलले? खरंच बोलले? तुमची खात्री आहे तशी?''

''अर्थातच,'' असे म्हणून काउन्टने आपल्या घड्याळात पाहून पुढे म्हटले, ''कमांडंट, आम्हाला उशीर करून चालणार नाही. किती वेगाने हे महत्त्वाचे काम करायचे आहे, ते तुम्हाला ठाऊक आहेच म्हणा.'' मग पुढे हसत तो म्हणाला, ''शिवाय, जितक्या लवकर आम्ही यांना येथून घेऊन जाऊ, तितक्या लवकर त्यांना परत इकडे आणून सोडता येईल.''

''असे असेल तर मग उशीर करता कामा नये.'' कमांडंट नम्रपणे म्हणाला. तो आता सौजन्याचा एक पुतळा झाला होता. ''माझे आपल्याला सारे सहकार्य आहेच. मेजर जनरल इल्युरिन यांच्यासारख्यांवर मला माझे प्रयोग करायला मिळत आहेत, हेच मुळात माझे केवढे मोठे भाग्य आहे. मला त्यांच्यावरचे प्रयोग लवकरात लवकर संपवायचे आहेत.''

''खरे आहे. अशी संधी तुम्हाला परत कधीही प्राप्त होणार नाही.'' काउन्ट त्याला म्हणाला. मग आपल्याबरोबर आलेल्या त्या चार एव्हीओच्या माणसांना उद्देशून तो म्हणाला, ''चला, आता वेळ घालवू नका. त्या दोघांना घेऊन ताबडतोब व्हॅनमध्ये बसवा. अन् बेटा कोको, तू काय काचेचे भांडे हातात धरले आहेस काय? तुझी त्या कैद्यावरची पकड कमी आहे.''

कोको ते ऐकून हसला व त्याला मिळालेला संकेत त्याला कळला. मग त्याने आपल्या हाताचा राक्षसी पंजा पसरून मागे नेला आणि फाडकन रेनॉल्ड्सच्या

तोंडावरती तो मारला. रेनॉल्ड्स हेलपाटत मागे जात भिंतीवरती आपटला. मग दोघांनी त्याला खसकन उठवले व धसमुसळेपणे त्याला बाहेर नेले.

ते पाहून कमांडंटने घाबरून आपला एक हात वर केला व काउन्टला थोपवण्याची खूण करीत म्हणाला, "कॅप्टन झोल्ट, हे असे काही करणे जरुरीचे आहे काय? मला ही माणसे परत माझ्या ताब्यात धडधाकट अवस्थेत हवी आहेत. तेव्हा–"

"काही काळजी करू नका, कमांडंट. आम्ही तुमच्यासारखे तज्ज्ञ नाही. त्यामुळे जराशा रांगड्या पद्धतीने आम्ही त्यांना हाताळतो. जेव्हा कर्नल हिडास परत येतील, तेव्हा तुम्ही त्यांना सारा खुलासा करा. शिवाय, त्यांची व माझी चुकामूक होत आहे, म्हणून मला वाईट वाटते आहे, हेही त्यांना सांगा; पण मी तरी काय करू? मला त्यांची वाट पहात थांबता येणार नाही. थॅन्क यू कमांडंट अॅन्ड गुडबाय."

घामाने भिजलेल्या कपड्यात जान्स्की व रेनॉल्ड्स कुडकुडत उभे होते. एव्हीओच्या माणसांनी दोघांना भराभर ढकलत व्हॅनमध्ये नेऊन बसवले. व्हॅनच्या पुढच्या केबिनमध्ये ड्रायव्हर व एक रक्षक बसले. बाकीचे सारेजण व्हॅनमध्ये मागे बसले. दोन पहारेकऱ्यांनी रेनॉल्ड्स व जान्स्की यांच्यावरती नजर ठेवली. त्यांच्या हातात कार्बाईन होत्या. बाकीच्यांनी आपापली शस्त्रे गुडघ्यापाशी धरली. त्या थंड हवेत इंजिन सुरू व्हायला एक मिनिट लागले. व्हॅन सुरू झाली आणि काही सेकंदात ती फाटकावरच्या पहारेकऱ्यांचे सलाम घेत बाहेर पडली.

ताबडतोब काउन्टने आपल्या खिशातून एक नकाशा काढला. त्याच्या घड्या उलगडून तो पसरला व त्याचे नीट निरीक्षण केले व परत घड्या घालून तो खिशात ठेवून दिला. मग तो ड्रायव्हरच्या केबिनच्या मागच्या खिडकीपाशी गेला व त्यातून तोंड बाहेर काढून तो ड्रायव्हरला म्हणाला, "इथून अर्ध्या किलोमीटरवरती डावीकडे एक फाटा फुटतो. त्यावरती व्हॅन न्या आणि मी थांबायला सांगेपर्यंत चालवीत रहा."

एका मिनिटात ट्रकचा वेग कमी झाला, मग तो रस्ता सोडून डावीकडे वळला. आता सर्वांना हादरे बसू लागले. अनेक खड्ड्यांनी भरलेल्या रस्त्यावरून व्हॅन जात होती. तो एक अरुंद रस्ता होता. व्हॅन जेमतेम जाईल एवढीच त्याची रुंदी होती. वाटेतील अनेक खड्डे खोल होते. काहींमध्ये बर्फ साठले होते. धडधडत व खालीवर उडत चाललेली व्हॅन रस्त्यावर ठेवण्यासाठी ड्रायव्हरला खूप कष्ट पडत होते. ती सारखा रस्ता सोडून बाजूला खाली घसरत होती. व्हॅनचा वेग खूप कमी झाला होता; पण तरीही ती पुढे पुढे जात होती. दहा मिनिटे व्हॅन अशी गेल्यावर काउन्ट व्हॅनच्या मागे गेला व त्याने दार उघडून बाहेर थोडा वेळ निरखून पाहिले. काही वेळ त्याचे हे निरीक्षण चालले होते. नंतर तो मागे फिरला व परत ड्रायव्हरच्या मागच्या

खिडकीपाशी जाऊन व्हॅन थांबवायला सांगितली. दार उघडून काउन्टने खाली उडी टाकली. त्याच्यामागोमाग कोको व बाकीचेही उतरले. जान्स्की व रेनॉल्ड्सलाही खाली उतरण्याची खूण कार्बाईन बंदूक हलवून केली गेली. मग तेही दोघे उड्या मारून खाली उतरले.

त्यांची व्हॅन काउन्टने भर जंगलात मध्यभागी थांबवली होती. व्हॅनच्या बाजूला थोडीशी रिकामी जागा होती. मग काउन्टने ड्रायव्हरला हुकूम दिल्यावर त्याने आपली व्हॅन त्या रिकाम्या जागेत वळवून रिव्हर्स घेऊन परत जाण्याच्या दिशेने तोंड फिरवून उभी केली. इतके झाल्यावर ड्रायव्हर व पुढचा पहारेकरी खाली उतरले. त्यापूर्वी ड्रायव्हरने इंजिन बंद केले होते. काउन्टने ओरडून त्याला इंजिन चालू ठेवायला सांगितले. पुन्हा ड्रायव्हर वर चढला व त्याने इंजिन सुरू करून ठेवले. पुन्हा काही वेळाने इंजिन सुरू करायचे असेल, तर या भयंकर कडाक्याच्या थंडीत ते परत सुरू झाले नसते. काउन्टने पुढचा विचार करून ती सूचना दिली होती.

जान्स्की व रेनॉल्ड्स त्या थंडीत नुसते कुडकुडत नव्हते, तर थडथडत होते, हादरत होते. त्यांना एका जागी स्थिर उभे रहाणे जमत नव्हते. त्या थंडीमुळे त्यांच्या नाकांचे शेंडे व हनुवट्यांची टोके लालसर व निळसर पडत चालली होती. ते मोठ्या कष्टाने श्वासोच्छ्वास करीत होते. त्यांच्या श्वासातून बाहेर पडणारे बाष्प गोठत असल्याने जणू काही ते वाफ बाहेर सोडत आहेत, असे वाटत होते. सर्वत्र बर्फवृष्टी झाल्याने आसमंत पांढरा बनला होता. तिथल्या शांततेत इंजिनाचा व सर्वांच्या श्वासोच्छ्वासाचा आवाज मोठा वाटत होता.

काउन्टने ओरडून आपल्या माणसांना म्हटले, "चला, भराभर कामे करा. नाहीतर गारठून मराल. सारख्या हालचाली करीत जा. कोको, तुझ्याकडे मी या दोघांवरती नजर ठेवण्याचे काम देतो. जमेल ना तुला ते?"

"अगदी बिलकुल." कोको आपले आसुरी हास्य करीत म्हणाला, "त्यांनी किंचितही जरी पळून जाण्याचा प्रयत्न केला, तर मी लगेच गोळ्या घालेन."

"म्हणजे तुला जमेल तर ते," काउन्ट विचार करीत म्हणत होता, "आजवर किती माणसे तू संपवली आहेस?"

"कॉम्रेड, बऱ्याच वर्षांपूर्वी मी तो हिशेब करण्याचे सोडून दिले आहे." कोको अगदी सहजतेने म्हणाला. रेनॉल्ड्सला कोको खरे बोलतो आहे, हे त्याच्या आवाजावरून समजले.

"येत्या काही दिवसांतच तुला त्याबद्दल बक्षीस मिळेल, हे नक्की." काउन्ट कोड्यात घातल्यासारखे बोलला. मग कोको सोडून उरलेल्यांना म्हणाला, "तुम्ही प्रत्येकजण एकेक फावडे घ्या. आपल्याला थोडे काम करायचे आहे. तुमच्या अंगातील रक्त त्यामुळे नीट वहात राहील."

एकाने काउन्टकडे पाहून डोळा मिचकावला व म्हटले, "ही फावडी ना? म्हणजे कैद्यांसाठीच ते करायचे आहे ना?"

"मग मला काय इथे बगीचा करायचा आहे काय?" काउन्टने थंडपणे म्हटले.

"नाही, तसे नाही; पण तुम्ही मघाशी कमांडंटना आपण ब्युडापेस्टला जाणार, असे म्हणाला होतात. म्हणून मी...." त्याचा आवाज लहान होत होत तिथल्या शांततेत विरून गेला.

"बरोबर. तुमच्या कामातल्या चुका तुम्हाला वेळेत कळत आहेत तर. तुमच्याकडून जे काम करून घ्यायचे, त्यावर आधी नीट विचार केलेला असतो. तेव्हा चला फावडी उचला. नाहीतर गारठून जाल. अन् उगाच घाबरू नका. इथली जमीन गारठ्याने फार कडक झाली आहे. येथे खणण्यात अर्थ नाही. थोडेसे आत जंगलात जाऊन सोयीस्कर जागा शोधू. जराशी उतार असलेली जमीन बघू. म्हणजे माती उचलण्याचे कष्ट होणार नाहीत. सरळ खाली लोटून देता येईल. आपण जमिनीऐवजी शक्यतो बर्फात खंदकासारखे खणू. हे कशासाठी करायचे आहे, हे फक्त कोकोलाच समजेल."

"अर्थात, अर्थात!" कोको ओठांवरून जीभ फिरवीत म्हणाला. त्याने अशा कित्येक कामगिऱ्यांमध्ये सक्रीय भाग घेतला होता. त्याने जरासे काउन्टच्या जवळ जात हळू आवाजात विचारले, "मी त्या कैद्यांच्या–"

"यातना संपवू का? असेच विचारायचे आहे ना?" काउन्टने त्याचे वाक्य तोडून पुरे करीत म्हटले, "जरूर तसे कर; पण मी सांगेन तेव्हाच कर. आत्तापर्यंत न मोजलेल्या व्यक्तींमध्ये आणखी दोघांची भर पडेल, एवढेच."

मग तो ड्रायव्हर व कोको सोडून बाकीच्या दोन माणसांना काउन्ट जंगलात घेऊन गेला. त्या शांततेत त्या चौघांच्या बोलण्याचे आवाज स्पष्ट ऐकू येत होते. थंड हवेत तर दूरवरचेही ऐकू येत असते. जंगलातून ऐकू येणारे त्यांचे बोलण्याचे आवाज हळूहळू कमीकमी होत गेले. शेवटी तर ते अधुनमधून अगदी बारीक आवाजात गुणगुणल्यासारखे ऐकू येऊ लागले. नंतर मात्र पहिल्यासारखीच ठार शांतता पसरली. काउन्ट त्यांना घेऊन जंगलात आत खूप खोलवर गेला असावा. कोकोने मात्र आपल्या दोघा कैद्यांवरती पापणी न लवता सख्त नजर ठेवली होती. त्यांनी जरा संशयास्पद हालचाल केली असती तर त्याने बेधडक त्यांना गोळ्या घातल्या असत्या. तो तर तशी संधी किंवा सबब शोधत होता. त्याचे कार्बाईनच्या चापावरचे बोट वळवळत होते. जान्स्की आणि रेनॉल्ड्स यांनी ते केव्हाच ओळखले असल्याने ते किंचितही हालचाल करत नव्हते. फक्त त्यांना थंडीने भरलेले अंगातले कापरे व कुडकुडणे थांबवता येत नव्हते.

पाच मिनिटे उलटून गेल्यावरती जंगलातून काउन्ट उगवला. तो आपल्या एका

हातातील हातमोजा काढून उंच बुटांवर आपटून त्यावर पडलेले हिमकण साफ करीत येत होता. नंतर त्याने ओव्हरकोटाच्या खालच्या कडांवरती साठलेला बर्फही असाच साफ केला.

आल्या आल्या त्याने जाहीर केले, "तिथले काम चालू झाले आहे. ते काही मिनिटात परत येऊन आपल्याला मिळतील. दरम्यान कोको, हे आपले कैदी नीट वागले ना?"

"होय, ठीक वागले खरे." कोकोच्या आवाजात थोडीशी निराशा होती.

"काही हरकत नाही, कोको." असे म्हणून काउन्ट येरझाऱ्या घालू लागला. कोकोच्या मागून तो हालचाली करीत होता. मधेच तो आपले हात खाली-वर, मागे-पुढे, समोर, आडवे असे जोरजोरात हलवीत होता. आपल्या अंगातील थंडी जाऊन ऊब येण्यासाठी तो धडपडत होता. तो कोकोला म्हणाला, "तू उतावीळ होऊ नकोस. तुला आता फार वेळ वाट पहावी लागणार नाही. मात्र त्या कैद्यांवरून तुझी नजर अजिबात काढून घेऊ नकोस....." पुढे तो अत्यंत सहानुभूतीच्या आवाजात कोकोला म्हणाला, "तुझी तब्येत आता काय म्हणते आहे? अजून दुखतेच आहे का?"

कोकोने रेनॉल्ड्सकडे एक जळजळीत दृष्टिक्षेप टाकीत म्हटले, "हो ना, अजूनही दुखतेच आहे. माझे अंग अनेक ठिकाणी काळे निळे झाले आहे."

"अरेरे! कोको, अलीकडे तुला खूपच कठीण काम सारखे दिले जाते आहे असे दिसते." काउन्ट त्याला हळुवारपणे म्हणाला. अन् मग एक 'फट्ट' आवाज त्या शांततेत स्पष्टपणे झाला. कोकोच्या कानशीलावरती काउन्टने आपल्या पिस्तुलाच्या दस्त्याचा एक जबरदस्त फटका जीव खाऊन मारला होता. तो फटका बसताच कोकोच्या हातातील कार्बाईन गळून पडली. सेकंदभर त्याचे धिप्पाड शरीर झुलल्यासारखे झाले. त्याचे डोळे वरती पापण्यांआड गेले. मग तो खाली जमिनीवरती कोसळला. एखादा वृक्ष कोसळावा तसा कोसळला. कोसळताना तो काउन्टच्या अंगावरती पडणार होता; परंतु काउन्ट चटकन बाजूला सरला होता. जणू काही त्याने अदबीने कोकोच्या कोसळण्याला वाट करून दिली होती. वीस सेकंदात ती व्हॅन पुन्हा रस्त्यावरून धावू लागली. एका वळणापाशी मागचे दृश्य पूर्णपणे आड झाले. धिप्पाड कोकोचे जमिनीवर पडलेले धूड दिसेनासे झाले.

पहिली तीन-चार मिनिटे ड्रायव्हरच्या केबिनमध्ये कोणीच बोलत नव्हते. काउन्ट व्हॅन चालवीत होता. कोकोची कार्बाईन रेनॉल्ड्सपाशी होती. जान्स्की त्या दोघांमध्ये बसला होता. वातावरणात फक्त व्हॅनच्या डिझेल इंजिनाचा खालच्या पट्टीतला घुंईऽऽ आवाज होत होता. जान्स्की आणि रेनॉल्ड्स यांच्या जिभेवरती शेकडो प्रश्न व शेकडो शंका आल्या होत्या; पण ते विचारण्यासाठी कुठून, कशी

सुरुवात करायची, ते त्यांना समजत नव्हते. त्यातून त्यांच्यावरती जे अघोरी रासायनिक 'उपचार' झाले होते, त्याचा प्रभाव अद्यापही त्यांच्या मनावरती होता.

काउन्टने आता गाडीचा वेग कमी केला व ती शेवटी थांबवली. त्याच्या खानदानी चेहऱ्यावर ते दुर्मिळ स्मित हास्य प्रगटले. त्याने आपल्या खिशातून चपटी बाटली काढली आणि तो म्हणाला, "माय फ्रेन्डस, ही प्लम ब्रॅन्डी आहे. आपणा तिघांखेरीज आज अशा मद्याची गरज दुसऱ्या कोणालाही नसेल. मी तर आज हजारो वेळा मेलो असेल. जेव्हा तुम्ही त्या तळघरात संपत होता आणि जेव्हा तुम्ही मला कमांडंटच्या ऑफिसात पाहिले, तेव्हाही मी घाबरलो होतो. आता संपले सारे, अशी भीती मला त्या वेळी वाटली होती. त्या तळघरातील गरम वाफ व बाहेरच्या थंडीचा कडाका तुम्हाला सारखा अनुभवावा लागत असल्यामुळे तुम्हाला तर या ब्रॅन्डीची माझ्यापेक्षा अधिक गरज आहे. नाही तर तुम्हाला न्यूमोनिया होण्याची शक्यता आहे. याखेरीज, त्यांनी तुमचे आणखी हाल केलेले असणारच. बरोबर?"

"बरोबर," जान्स्की म्हणाला. रेनॉल्ड्सने त्याच वेळी त्या कडक ब्रॅन्डीचा एक मोठा घोट घेतलेला होता. त्यामुळे तो खोकत होता; पण तो जळजळीत द्राव घशातून जाताना त्याला बरे वाटत होते. आपण पुन्हा जिवंत झालो आहोत असे त्याला वाटू लागले. जान्स्की पुढे म्हणाला, "नेहमीची ती मनावर परिणाम करणारी रसायने, शिवाय एक खास इंजेक्शन आणि ते वाफेचे तथाकथित उपचार यांनी आम्ही पार हैराण झालो होतो."

"त्याची मला कल्पना आहे." काउन्ट म्हणत होता, "तुम्हाला खूप त्रास झालेला दिसतो आहे. तुम्हाला आता विश्रांतीची सक्त गरज आहे. तुम्ही आज उभेसुद्धा रहाता कामा नये; पण त्या साऱ्या यातनांवरती कशी मात करायची हे तुम्हाला ठाऊक असल्याने तुम्ही वाचलात. अन् मी अगदी वेळेत पोचलो म्हणूनही बरे झाले. नाही तर तुमचे दुसरे यातनासत्र चालू झाले असते."

"खरं आहे." असे म्हणून जान्स्कीने ब्रॅन्डीचा एक मोठा घोट घेतला. त्याला एकदम एवढ्या झिणझिण्या आल्या की त्यामुळे दोन्ही डोळ्यांत पाणी उभे राहिले. तो धापा टाकीत म्हणाला, "छे! ही ब्रॅन्डी कसली, हे तर एक जळजळीत जहर आहे– पण आज हे जहर मला अमृत वाटते आहे."

काउन्टने मग त्याच्याकडून ती बाटली घेऊन स्वतःच्या तोंडाला लावली. मग ज्या सहजतेने एखादा पाणी पितो, त्या सहजतेने त्याने त्या ब्रॅन्डीचे दोन घोट प्यायले. त्याला ठसका लागला नाही, खोकला आला नाही, की त्याच्या डोळ्यांत पाणी उभे राहिले नाही. त्याने परत ती बाटली आपल्या खिशात ठेवून दिली. मग पुन्हा व्हॅन सुरू करीत तो म्हणाला, "हा एक अत्यंत गरजेचा स्टॉप होता; परंतु आता मात्र आपल्याला कुठेही थांबता कामा नये. आपल्या हाती खूप कमी वेळ आहे."

त्याने व्हॅनला गती देऊन तिचा वेग वाढवला. त्या इंजिनाच्या आवाजावर ताण करीत रेनॉल्ड्सने मोठ्या आवाजात त्याला विचारले, ''पण जे झाले त्याचा खुलासा तुम्ही–''

''असे उतावीळ होऊ नका. जाता जाता मी सारे काही सांगतो तुम्हाला; पण त्याआधी एक बातमी तुम्हाला सांगतो, की मी एव्हीओच्या नोकरीचा राजीनामा दिला आहे. अर्थातच तसे मला नाखुषीने करावे लागले आहे.''

''साहजिकच आहे.'' जान्स्की म्हणत होता, ''पण सगळ्यांना ही बातमी कळली का?''

''नाही. फक्त फर्मिन्टलाच हे ठाऊक आहे असे मला वाटते.'' काउन्ट खुलासा करीत होता; पण बोलताना त्याची नजर समोर रस्त्यावरती खिळली होती. त्या अरुंद रस्त्यावरून व्हॅन चालवताना खूप कष्ट पडत होते. तो पुढे म्हणाला, ''मी तशी लेखी नोटीस देऊन राजीनामा दिला नाही; पण फर्मिन्टच्या मुसक्या बांधल्या, तोंड बांधले, हातपाय बांधले. हे सारे त्याच्या ऑफिसातच मी केले. एवढे सगळे केल्यावर मी नोकरी सोडत आहे, हे त्याला कळले असणारच.''

काउन्टच्या या खुलाशावरती जान्स्की व रेनॉल्ड्स यांनी काहीही प्रतिक्रिया व्यक्त केली नाही. काउन्ट गप्प बसला होता. असाच वेळ चालला होता. ती शांतता ताणली जात होती. शेवटी काउन्टच्या ओठावरती एक मंद हसू फुटले.

मग जान्स्कीने शांतताभंग करीत विचारले, ''फर्मिन्ट म्हणजे तुमचे साहेब? तेच ते खात्याचे प्रमुख तुम्हाला म्हणायचे आहे ना?''

''माजी प्रमुख.'' काउन्ट जान्स्कीचे वाक्य दुरुस्त करीत म्हणाला, ''दुसरे कोण तसे असणार? पण मी आता आज सकाळपासून काय घडले, ते सांगतो. पण त्या आधी एक मला सांगा. मी त्या कोसॅक पोराबरोबर निरोप पाठवला होता. तो आणि ती ओपेल गाडी नीट पोचली ना?''

''दोघेही धडधाकट अवस्थेत पोचले.''

''ते तसे पोचणे हा एक चमत्कारच आहे. त्या पोराने गाडी एकदम अशी स्टार्ट केली, की जणू काही तो विमान चालवीत होता. मी त्याला सांगितले, की मला आता उद्या एका सिक्युरिटीच्या कामासाठी गोडोलो गावी पाठवणार आहेत; पण ते काम हिडासचे होते. त्यांनीच ते करायला हवे होते; परंतु आपल्याला ग्योर गावात काही महत्त्वाचे काम करायला जायचे आहे, असे हिडासने मला सांगितले. मग मी त्या गोडोला गावी गेलो. मी बरोबर आठ माणसे घेतली होती. शिवाय, कॅप्टन झोल्ट हा पण बरोबर होता. हातात रबरी दंडुका नेहमी बाळगणारा हा माणूस आपल्या कामात हुषार आहे; पण त्याला एकट्याने काही करणे जमत नाही. गटामध्ये असला की तो कार्यक्षमतेने काम करतो; परंतु मी जेव्हा फर्मिन्टच्या

ऑफिसातून बाहेर पडत होतो, तेव्हा माझ्यामागे फर्मिन्टचा चेहरा कसा झाला, ते मला समोरच्या आरशात दिसले. तो एका चमत्कारिक नजरेने माझ्याकडे पहात होता. जेव्हा त्याच्या मनात दुसऱ्याबद्दल संशय येतो, तेव्हा त्याची तशी नजर होते. मी तशी नजर पूर्वी अनेकदा पाहिली होती. फर्मिन्ट हा फार संशयखोर आहे. त्याचा स्वत:च्या बायकोवरतीही विश्वास नसतो. आदल्याच आठवड्यात त्याने मला 'ब्युडापेस्टमधील सर्वांत कार्यक्षम अधिकारी' म्हणून गौरवले होते.''

"अन् तुम्ही तसे खरोखरीच आहात.'' जान्स्की मंद आवाजात म्हणाला.

"थॅन्क यू..... मग आम्ही जेव्हा गोडोलो गावात शिरत होतो, तेव्हा झोल्टने एक बातमी मला सांगितली. ती बातमी म्हणजे माझ्यावरती बॉम्बगोळाच होता. बोलता बोलता त्याने सहज म्हटले, की हिडास स्झारहाझाच्या तुरुंगाला भेट देणार आहेत. ती बातमी त्याला हिडासच्या ड्रायव्हरकडून कळली. या पठ्ठ्याचे तिकडे काय काम असावे ते मला कळेना. मला तर खुद्द हिडास म्हटला होता, की तो 'ग्योर' गावात जाणार आहे. असे तो माझ्याशी खोटे का बोलला? मी पार चक्रावून गेलो. झोल्ट पुढे काय बोलत होता तिकडे माझे लक्ष नव्हते. माझा चेहरा त्या वेळी नक्कीच प्रेक्षणीय झाला होता. मी जसजसा विचार करीत गेलो, तसतसे चित्राचे बरेच तुकडे खटकन एकमेकांशी जुळून फिट्ट बसू लागले. शेवटी जे चित्र माझ्या मनात तयार झाले ते पाहून मला धक्काच बसला. मला अचानक गोडोलो गावात पाठवणे, फर्मिन्टने माझ्याकडे चमत्कारिक नजरेने पहाणे, हिडासने मला 'ग्योर' गावात जायचे आहे असे खोटे सांगून तुरुंगाकडे जाणे, जेनिन्ज त्या तुरुंगात आहेत, असे मुद्दाम मला फर्मिन्टने सांगणे अन् सर्वांत कळस म्हणजे फर्मिन्टच्या ऑफिसात मला हवे ते कागद व शिक्के सहजासहजी मिळणे. मी तसे काही करावे म्हणून फर्मिन्टने ऑफिस सोडून जाणे व जाताना 'आपण एका मीटिंगला जात आहोत' असं मला सांगून जाणे. म्हणजे आता तीन तास तरी आपण ऑफिसात नाही असे त्याला सुचवायचे होते, मुद्दाम! जेवणाच्या सुट्टीत फर्मिन्टच्या बाहेरच्या ऑफिसात कोणीही नसते; पण तरीही त्यांना मी जेनिन्जच्या सुटकेची खोटी कागदपत्रे तिथे तयार केली, हे कसे काय कळले? त्यांना माझा संशय मुळात कसा आला, ते कळत नाही. अठ्ठेचाळीस तासांपूर्वी मी एव्हीओमधला विश्वासू अधिकारी होतो. अन् नंतर एकदम... पण ते जाऊ दे. मला आता झटपट हालचाली करायला हव्या होत्या. एक शेवटची संधी माझ्यापुढे उभी होती. मला जे काही करायचे, ते एकदाच करता येणार होते; कारण नंतर मी नोकरीत रहाणार नव्हतो. आता मागचे दोर कापले गेले होते. त्यांचा विश्वास माझ्यावरती येथून पुढे परत कधीच बसणार नव्हता. फक्त फर्मिन्ट आणि हिडास यांनाच माझ्याविषयी संशय आला आहे, असे धरून चालून मला काही कृती करायला हवी होती. झोल्टला माझ्याबद्दल काहीही

ठाऊक नव्हते, की माझा संशय आला नव्हता; पण मी त्याच्यावर अवलंबून नव्हतो. तो एवढा मूर्ख होता की त्याला कोणीही कधी गुप्त बातमी सांगणार नाही. त्यातून फर्मिन्ट व हिडास हे एवढे संशयखोर होते की त्यांचा कोणावरही विश्वास नसल्याने ते माझ्यावरचा संशय कोणापाशी बोलून दाखवणार नव्हते.'' काउन्ट मग रुंद हास्य करीत पुढे म्हणाला, ''त्यांचा सर्वांत चांगला माणूस जर दगाबाज निघाला, तर ही फितुरीची साथ किती दूरवर पसरली असेल, याची ते कल्पना करीत बसले असणार.''

''होय, तसा तर्क ते करीत असणार.'' जान्स्की दुजोरा देत म्हणाला.

काउन्ट पुढे सांगू लागला, ''आम्ही गोडोलो गावात शिरल्यावरती ताबडतोब मेयरच्या ऑफिसात गेलो. त्यांच्याकडे गावाचे पोलीस खाते होते. त्या गावात आमची स्थानिक शाखा नव्हती म्हणून आम्हाला ते ऑफिस वापरावे लागायचे. मी त्या ऑफिसचा ताबा घेतला. झोल्टला तिथेच थांबायला सांगितले व मी खाली गेलो. मेयरच्या पोलिसांना गोळा केले. त्यांना हुकूम केला की संध्याकाळी पाच वाजेपर्यंत म्हणजे ड्यूटी संपेपर्यंत त्यांनी गावातल्या कॅफेमधून, बारमधून, सर्व सार्वजनिक ठिकाणांमधून साध्या पोषाखात हिंडावे आणि कोणी जर सरकारविरोधी बोलत असेल, तर त्यांना पकडावे. शिवाय, जनमताचा कानोसा घ्यावा, हे काम त्यांना त्यांच्या मनाविरुद्ध करावे लागत होते; कारण त्या गावातील बहुतेक सर्व जनता ही असंतुष्ट होती. मी माझ्याजवळचे बरेच पैसे त्यांना वाटून टाकले; कारण ते रिकाम्या हाताने थोडेच कॅफे किंवा बारमध्ये बसू शकत होते. एव्हाना ती सारी माणसे माझ्या पैशांनी बारमध्ये दारू पीत मजेत वेळ घालवीत बसली असणार.''

काउन्ट बोलायचे थांबला. त्याला थोडा दम लागला असावा; परंतु तो मनातल्या मनात पुढच्या प्रसंगाचे चित्र आणत होता. मग तो एकदम बोलू लागला. तो म्हणाला, ''नंतर मी वेगाने मेयरच्या ऑफिसात धावत धावत गेलो. मी फार उत्तेजित झालो आहे, असा अविर्भाव करीत तिथे गेलो. झोल्टला सांगितले, की 'अरे, मला अत्यंत महत्त्वाचे असे सापडले आहे. माझी घाई व धांदल पाहून त्याने मला त्याबद्दल काही प्रश्न विचारले नाहीत. तो माझ्याबरोबर घाईघाईने निघाला. त्याच्या डोळ्यांत बढतीची आशा उमटली होती.'' काउन्टला थोडा खोकला आला म्हणून तो काही क्षण थांबला. समोरचे खड्डे चुकवीत व्हॅन थोडा वेळ पुढे नेत राहिला. मग तो परत सांगू लागला, ''पुढचा अप्रिय भाग मी वगळतो; पण एवढेच सांगतो की त्याला तिथे मी एका खोलीत बंदिवान करून टाकले. ती खोली म्हणजे वापरात नसलेले एक तळघर आहे. मेयरच्या ऑफिसपासून शंभर-दीडशे फुटांवरती आहे. त्याला मी कोणतीही इजा केली नाही. त्याचे हातपायही बांधले नाहीत; पण त्या तळघरातून त्याला सोडवण्यासाठी फक्त ऑक्सि-ॲसिटिलिनच्या गॅसच्या ज्योतीने

काही लोखंडी भाग कापावा लागेल.''

काउन्ट बोलायचे थांबला. ब्रेक दाबून त्याने व्हॅन थांबवली. मग बाहेर पडून त्याने काचेवर पडलेले बर्फ साफ केले. काच आतून पुसली. धूसर झालेली काच स्वच्छ झाली. बाहेर दोन-तीन मिनिटे तरी जोराची बर्फवृष्टी झाली होती; पण जान्स्की आणि रेनॉल्ड्सला त्याचा पत्ता लागला नव्हता, एवढे ते काउन्टचे बोलणे ऐकण्यात गढून गेले होते.

काउन्टने व्हॅन आणि आपले बोलणे परत चालू केले. ''त्याला बंदिवान करताना मी त्याचे ओळखपत्र काढून घेतले होते. पाऊण तासांनी मी हेड क्वार्टरमध्ये फर्मिन्टच्या ऑफिसात परत गेलो. वाटेत फक्त मी एक दोरी खरेदी करण्यापुरताच थांबलो होतो. एवढे सारे जमत गेल्याचे कारण फर्मिन्ट व हिडास यांना माझा जरी संशय आला होता, तरी त्यांनी तो अद्याप कुठेही बोलून दाखवला नव्हता. सारे काही अगदी सहज, सुलभ रीतीने जमून गेले. इतके ते सोपे होते. मला त्यासाठी कुठेही, कसलाही त्रास झाला नाही. अजूनही मी अधिकृतपणे एव्हीओमधला एक वरिष्ठ अधिकारी होतो. मोठ्या प्रमाणात धिटाई केली तर यश येते. त्या यशासारखे दुसरे काहीही नाही. मी जेव्हा फर्मिन्टवरती पिस्तूल रोखले तेव्हा तो इतका हबकला, की आ-वासून माझ्याकडे बघत राहिला. त्याचा आ मिटायच्या आत मी त्याच्या तोंडात पिस्तुलाची नळी खुपसली. त्याच्याभोवती अनेक चित्रविचित्र बटणे होती, खटके होते, अनेक विजेच्या घंटांची बटणे होती. आणीबाणीच्या प्रसंगी स्वत:चे रक्षण करण्यासाठी ती योजना होती; परंतु माझ्यासारख्या माणसापासून रक्षण करण्यास ती बटणे निरुपयोगी ठरली.''

मग त्याने एक जोराचा श्वास घेतला. काउन्ट मनातून त्या प्रसंगातून पुन्हा जात होता. काही क्षण विश्रांती घेऊन तो बोलू लागला, ''मी प्रथम त्याचे तोंड बांधून त्याला गप्प करून टाकले. मग त्याला सांगितले की मी सांगेन तसे त्याने एक पत्र लिहून द्यावे. त्याने मान हलवून होकार दिला. मी मजकूर सांगत गेलो व त्याप्रमाणे तो लिहीत गेला. त्याच्या लेटरहेडवरती तो लिहीत गेला. तसा तो शूर माणूस होता. सुरुवातीला त्याने मला नकार दिला; पण जेव्हा पिस्तुलाच्या नळीचे टोक माणसाच्या कानाला लागते, तेव्हा त्याचे सारे शौर्य संपते. त्याच्याकडून लिहवून घेतलेले ते पत्र स्झारहाझा तुरुंगाच्या कमांडंटला उद्देशून होते. कमांडंटला फर्मिन्टचे हस्ताक्षर ठाऊक होते. तुम्हा दोघांना हे पत्र घेऊन येणाऱ्या कॅप्टन झोल्टच्या ताब्यात काही तासांपुरते हवाली करावे, असा मजकूर त्यात होता. त्याने शेवटी आपली सही केली. त्यावरती तिथे जेवढे शिक्के दिसले तेवढे मी मारले. मग ते पत्र पाकीटात घालून त्यावरती ऑफिसचे सीलही लावले. ते त्याचे खासगी सील आहे आणि सबंध हंगेरीत फारच थोड्या जणांना ते ठाऊक आहे. मला ते ठाऊक होते, हे माझे

सुदैवच म्हटले पाहिजे. नाही तर फर्मिन्टचे ते पत्र कमांडंटने कधीच मानले नसते. माझ्याकडची दोरी ही सुमारे ६० फूट लांबीची होती, चांगली चिवट व भक्कम होती. जेव्हा मी त्या दोरीने त्याचे हातपाय बांधून टाकले, तेव्हा फर्मिन्ट हा एका पकडलेल्या पाखरासारखा दिसत होता. तो आता किंचितही हालचाल करू शकत नव्हता. फक्त आपले डोळे व भुवया हलवू शकत होता. जेव्हा मी त्याचा फोन उचलला तेव्हा त्याचे डोळे विस्फारले गेले व भुवया वरती चढल्या. मग मी त्या तुरुंगाला फोन लावला. ती एक थेट लाईन आहे. मग मी फर्मिन्टसारखाच आवाज काढून त्या आवाजात कमांडंटशी बोललो. हुबेहूब फर्मिन्टसारखा आवाज काढता आला याचा मला खरोखरीच अभिमान वाटतो. गेल्या अनेक वर्षांत फर्मिन्टला कित्येक गोष्टींचे, घटनांचे गूढ वाटत आलेले असले पाहिजे. त्याचे गूढ त्याला आता मनात उकलत असावे. मी कमांडंटला सांगितले, की 'कॅप्टन झोल्टला एक लेखी अधिकारपत्र देऊन पाठवीत आहे. ते पत्र मी स्वत:च्या हस्ताक्षरात देत असून त्यावरती माझे खासगी सीलही लावलेले आहे. पत्रातल्याप्रमाणे कृती करा. त्यात कसलीही कुचराई नको.' "

"पण त्या वेळी हिडास कुठे होता?" रेनॉल्ड्स विचारीत होता, "तुम्ही फोन करायच्या आधी नुकताच त्याने तुरुंग सोडला असणार."

"ते मला ठाऊक नाही; पण सर्व काही अगदी व्यवस्थित जमून गेले खरे," असे म्हणून काउन्टने तो मुद्दा हाताने झटकून टाकल्यासारखा केला; पण लगेच घाईघाईने स्टिअरिंग व्हील पकडले. व्हॅन एका खंदकासारख्या खड्ड्यात पडत होती, ती सावरून पुन्हा नीट रस्त्यावरती घेतली. तो बोलू लागला, "तिथे हिडास असता, तर मी त्यालाच हुकूम देऊन तुम्हाला घेऊन येण्याबद्दल सांगितले असते. मग वाटेत त्याच्यावरती.... ते जाऊ दे. मी कमांडंटशी बोलताना सारखा मुद्दाम खोकत होतो, शिंकत होतो. अन् जरासा घोगरट आवाजात बोलत होतो. त्यामुळे फर्मिन्टला चांगलीच सर्दी व खोकला झाला म्हणून जरासा वेगळा आवाज येतो आहे, अशी त्या कमांडंटची समजूत मी करून दिली. मग मी फर्मिन्टच्या टेबलावरचा मायक्रोफोन उचलून त्यात त्याच्या बाहेरच्या ऑफिसशी बोललो. त्याच्या माणसांना मी परत फर्मिन्टच्याच आवाजात हुकूम दिला की आता येथून पुढे निदान तीन तास तरी मला कोणीही डिस्टर्ब करू नये. मी अत्यंत महत्त्वाच्या कामात आहे. कोणाचाही फोन मला आतमध्ये देऊ नका. अगदी मंत्र्याचा फोन आला तरी देऊ नका. कोणालाही भेटीसाठी आत सोडू नका.' माझा हुकूम पाळला गेला नाही, तर काय परिणाम होईल, याची कल्पना करण्याचे मी त्यांच्यावरतीच सोपवले. ते सारे ऐकून फर्मिन्टचा चेहरा असा काही झाला, की तो आता केव्हाही बेशुद्ध पडेल, असे मला वाटले. मग मी 'ट्रान्स्पोर्ट पूल'ला फोन लावला. पुन्हा फर्मिन्टच्याच आवाजात बोलून 'मेजर

हॉवर्थ यांच्यासाठी एक व्हॅन ताबडतोब तयार करा' म्हणून हुकूम दिला. 'त्या व्हॅनबरोबर चार माणसेही तयार ठेवा असे सांगितले.' खरे म्हणजे मला ती माणसे नको होती; पण तसे मी सांगितले नसते, तर त्यांना ते खटकले असते. मग मी फर्मिन्टची गठडी ओढत ओढत एका कपाटात कोंबली. त्या कपाटाचे कुलूप लावून टाकले आणि किल्ली माझ्या खिशात घातली. पुढे मग मी वेळ न घालवता ती व्हॅन व चार माणसे घेऊन तुरुंगाकडे वेगाने निघालो. माझ्यामागे फर्मिन्टच्या मनात त्या वेळी काय काय विचार आले असतील, ते देव जाणे! तसेच, तो कॅप्टन झोल्टही काय विचार करीत असेल? किंवा गोडोलो शहरात जी बरोबरची एव्हीओची माणसे मी मागे सोडून आलो, ती काय विचार करीत असतील? जेव्हा सत्याची जाणीव हिडासला व फर्मिन्टला होईल, तेव्हा त्यांचे चेहरे कसे होतील?'' मग स्वप्नाळूपणे हसत काउन्ट पुढे म्हणाला, ''दिवसभर माझ्या मनात सारखे हेच विचार येत आहेत.''

पुढची काही मिनिटे कोणीही बोलत नव्हते. काउन्ट शांतपणे व्हॅन चालवीत होता. बाहेर हिमवृष्टी केव्हाच सुरू झाली होती. रस्त्यावरचे बर्फ हळूहळू घट्ट होत चालले होते. काउन्टला रस्त्यावरती नीट लक्ष देणे भाग पडले होते. त्याच्या शेजारी बसलेले जान्स्की व रेनॉल्ड्स हे त्याला जमेल तशी किरकोळ मदत करीत होते. इंजिनाची गरम हवा आत केबिनमध्ये येत असल्याने तापमान बऱ्यापैकी उबदार झाले होते. काउन्टच्या खिशातील प्लम ब्रॅन्डीची बाटली उघडून पुन्हा एकदा तिघांचे मद्यपान झाले. रेनॉल्ड्स आणि जान्स्की यांचे कुडकुडणे व थडथडणे केव्हाच थांबले होते. त्यांच्या गारठलेल्या अंगात बऱ्यापैकी ऊब निर्माण झाली होती. त्यांच्या पायाचे रक्ताभिसरण वाढल्याने त्यांना मुंग्या आल्याचे जाणवू लागले. त्यांनी काउन्टची हकीगत शांतपणे ऐकून घेतली होती. आता मनात ते त्यावरती विचार करीत होते. काउन्ट हा किती अफलातून माणूस असून त्याचे आभार मानावेत तेवढे थोडेच आहेत, असा विचार रेनॉल्ड्सच्या मनात येऊन गेला.

अचानक काउन्टने विचारले, ''तुमच्यापैकी कोणी समोरून हिडासची गाडी गेल्याचे पाहिले?'' ते आता मोठ्या आडव्या हमरस्त्याला मिळणार होते. तो रस्ता येथून दिसत होता. त्यावरून गाडी गेल्याचे काउन्टला वाटले होते.

रेनॉल्ड्स म्हणाला, ''मघाशी एक काळ्या रंगाची रशियन बनावटीची 'झिस' गाडी येऊन गेली. ती एक भलीमोठी मोटरगाडी होती. एखाद्या घरासारखी ती वाटत होती.''

''मला ठाऊक आहे ती. सॉलिड पोलादी बॉडी आहे त्या गाडीची. शिवाय, तिच्या साऱ्या काचा बुलेटप्रूफ आहेत.'' काउन्ट म्हणाला. तो आता आपला वेग कमी करीत होता. रस्त्यालगत एके ठिकाणी जराशी झाडांची गर्दी झाली होती. तिथे

नेऊन त्याने व्हॅन थांबवली. तो पुढे म्हणाला, ''नक्कीच त्यात हिडास असणार. त्याच्या नजरेतून आपली गाडी निसटणार नाही. तो ही व्हॅन आपल्याच खात्याची आहे, हे सहज ओळखेल. इतके पाहून तो गप्प बसणारा नाही. बघूया काय होते ते.''

काउन्टने दार उघडून खाली उडी टाकली. उडी टाकताच हिमकणांचा धुरळा उडाला. त्याच्यामागोमाग बाकीचे दोघेही उड्या टाकून खाली उतरले. तिथून पुढे दीडशे फुटांवरती मुख्य रस्ता आडवा जात होता. ते तिघेही चालत चालत त्या जंक्शनपाशी पोचले. त्या हमरस्त्यावरचा बर्फाचा थर सपाट होता. नुकतीच हिमवृष्टी झालेली असल्याने नंतर त्यावरून एखादी गाडी गेली असती, तर त्या गाडीच्या चाकांच्या धावा बर्फात उमटल्या असत्या.

जान्स्की म्हणाला, ''या बर्फातून आत्ता कोणतीही गाडी गेली नाही, हे उघड दिसते आहे.''

''बरोबर,'' काउन्ट सहमत होत म्हणाला. त्याने आपल्या घड्याळात पाहून पुढे म्हटले, ''हिडासने तुरुंग सोडल्यापासून आत्ता बरोबर तीन तास झाले आहेत. जाता जाता तो तुरुंगात म्हणाला होता, की तीन तासांत तो परतणार आहे. इतका वेळ तो घेणार नाही.''

''त्यांची गाडी शोधून किंवा जर ती आलीच, तर सरळ आपली व्हॅन त्या गाडीवर घालायची का? त्यामुळे कैदी सोडवले गेल्याची बातमी आणखी दोन तासांनी उशिरा कळेल.'' रेनॉल्ड्सने सुचवले.

काउन्टने त्यावरती नकारार्थी मान हलवीत म्हटले, ''अशक्य आहे. मी याचाही विचार केला असता; पण त्याचा काहीही उपयोग होणार नाही. मी जी एव्हीओची तीन माणसे जंगलात कामाला लावली आहेत, ती आपले काम उरकून तासाभरात, फार तर दीड तासात परततील. दुसरे असे, की ती झिस गाडी एवढी भक्कम आहे, की त्यावर हल्ला करण्यासाठी हातात एखादी कांबी किंवा डायनामाईट स्फोटकाची कांडी पाहिजे; पण तोही प्रश्न उद्‌भवत नाही. या अशा हवेत ड्रायव्हर बाजूला सहसा दृष्टी न टाकता समोर रस्त्यावरच्या बर्फाकडे लक्ष ठेवून गाडी चालवतो. अन् इतकेही करून त्याने उजवीकडे नजर टाकली तरी त्याला उशीर झालेला असेल. त्या झिस गाडीचे वजन सुमारे तीन टन आहे. तेव्हा तिचे ब्रेक्स मारून एकदम थांबवण्यास ड्रायव्हर नाखूष असतो. ती झिस गाडी परत वळून आली तर आपण तिच्यावर आपली व्हॅन घालू शकतो; पण त्यामुळे त्या गाडीचे फारसे नुकसान न होता आपल्याच व्हॅनचे नुकसान होईल. अन् आत्ताच्या परिस्थितीत ही व्हॅन गमावणे आपल्याला परवडण्यासारखे नाही.''

जान्स्कीने आणखी एक शंका काढली. तो म्हणाला, ''आपण जेव्हा व्हॅन

घेऊन निघालो, त्याआधीच एक मिनिट हिडास येथून गेला असेल तर? नंतर हिमवृष्टी झाल्यामुळे त्यांच्या गाडीच्या खुणा झाकल्या गेल्या असतील.''

काउन्ट ते मान्य करीत म्हणाला, ''शक्य आहे; पण मला वाटते, की तरीही आपण फक्त काही मिनिटे वाट पहाण्यास काय–'' त्याने आपले बोलणे एकदम थांबवले. मग तो कान देऊन नीट ऐकू लागला. त्याच वेळी रेनॉल्ड्सलाही तो आवाज ऐकू आला. एका ताकदवान इंजिनाचा आवाज येत होता. तो आवाज हळूहळू मोठा मोठा होत चालला होता. काहीतरी जवळ येत होते, हे नक्की.

त्या तिघांनी पटकन रस्ता सोडला व ते झाडीत पळाले. तिथे ते लपून बसले. हळूहळू ती गाडी दृष्टिपथात आली. तीच ती हिडासची काळी 'झिस' गाडी होती. त्या गाडीला रुंद व खास असे टायर्स होते. त्यामुळे बर्फाच्छादित जमिनीवर नीट पकड घेऊन ती गाडी जोरात धावू शके. त्या गाडीच्या दोन्ही बाजूला नुकतेच पडलेले व भुसभुशीत असलेले बर्फ उडविले जात होते. लांबून त्या उडणाऱ्या बर्फाचे दोन पिसारे आकर्षक वाटत होते. फिस्स आवाज करीत ती गाडी काळ्या मांजरासारखी फिसकारीत आली व आली तशी लगेच निघून गेली. तिचा आवाजही त्याबरोबर ऐकू येईनासा झाला. तेवढ्यातल्या तेवढ्यात रेनॉल्ड्सच्या नजरेने टिपले की गाडीत पुढे ड्रायव्हर आहे आणि मागच्या आसनावरती हिडास बसलेला आहे. त्याच्याशेजारी आणखी एक लहान व्यक्ती अंग चोरून बसली होती. ती व्यक्ती कोण होती हे मात्र तो ओळखू शकला नाही. हिडासची गाडी गेल्यावर सारेजण व्हॅनकडे पळत सुटले. काउन्टने व्हॅन प्रथम गाठली व वर चढून त्याने ती चालू केली. एका लहान वळणातून तो ती गाडी मोठ्या हमरस्त्यावरती आणीत होता. हिडास तुरुंगाकडे गेल्यावरती सारा प्रकार त्याच्या ध्यानात येणार होता. खात्री करून घेण्यासाठी तो फोनाफोनी करणार होता. मग लगेच शोधसत्र सुरू होणार होते. अवघ्या दहा मिनिटांत ते नक्की सुरू होणार होते. आता वाट्टेल ते करून घाई करायला हवी होती. काउन्टने गाडी मोठ्या रस्त्यावर आणून उभी केली. रेनॉल्ड्स व जान्स्की पटापट आत चढून बसले. काउन्ट गिअर बदलून गाडीला गती देण्याच्या बेतात असताना कोपऱ्यावरच्या झाडीत हालचाल झाली. त्या झाडीतून टेलिफोनचे खांब उगवले होते. आता त्यामधून दोन गारठून गेलेली माणसे बाहेर पडली. त्यांचे कपडे मळके झाले होते. सगळीकडे अंगाला बर्फ चिकटला होता. त्यामुळे ते मनुष्यप्राणी न वाटता चालते-बोलते हिममानव वाटत होते. ते दोघेजण धडपडत बाहेर पडले होते व त्यांच्या हातात कसल्यातरी पेट्या होत्या. काउन्टला समोरच्या काचेतून दिसले की ती माणसे हातवारे करीत, ओरडत त्यांच्या व्हॅनकडेच धावत येत आहेत. त्यांच्या चेहऱ्यावरती हसू पसरले होते, त्यांना आनंद झाला होता. होय, तीच ती माणसे होती. शंकाच नाही. सॅन्डर आणि तो कोसॅक पोऱ्या हे आनंदाने

त्यांच्याकडे येत होते. आपली माणसे भेटल्याने त्यांना होणारा हर्ष ओसंडून जात होता. जणू काही आपले मेलेले मित्र जिवंत होऊन आले आहेत, असे वाटण्याइतपत त्यांना आनंद झाला होता. त्यांचे हातपाय खूप गारठल्याने त्यांना नीट पळता येत नव्हते; पण ते शक्य तितक्या वेगाने धावायचा प्रयत्न करीत होते. पंधरा सेकंदात ते व्हॅनपाशी पोचले, आत चढले आणि काउन्टने व्हॅन भरधाव सोडली.

सॅन्डर व कोसॅक हे व्हॅनच्या मागच्या भागात बसले. मधली खिडकी उघडून ते प्रश्नांचा भडिमार करू लागले व अचानक भेटल्याबद्दल आनंद व्यक्त करू लागले. मिनिटभराने काउन्टने त्यांच्याकडे खिडकीतून आपली ब्रॅन्डीची बाटली सारली. ते दोघे त्यांचे घोट घेत असताना काही क्षण शांतता झाली. त्या शांततेचा फायदा घेऊन जान्स्कीने त्यांना विचारले, ''तुमच्याजवळ त्या पेट्या कसल्या आहेत?''

त्याचे उत्तर काउन्टनेच दिले. तो म्हणाला, ''टेलिफोनच्या तारांना जोडून त्या तारेमधून चालणारे संभाषण ऐकण्याची सोय करण्यासाठी त्या लहान पेटीत मधे काही हत्यारे व सामुग्री आहे. एव्हीओच्या प्रत्येक गाडीत या पेट्या असतात. त्यामुळे केव्हाही कुणाचेही खासगी संभाषण चोरून ऐकता येते. तुरुंगाकडे येताना मी त्या पेटोली गावातील हॉटेलपाशी थांबलो होतो. त्या वेळी या पेट्या मी त्यांना दिल्या होत्या. आमच्या मागोमाग तुरुंगाच्या दिशेने येत वाटेतील खांबावरती चढून तुरुंग ते ब्युडापेस्ट या दरम्यान चाललेले संभाषण ऐका, अशा सूचना मी या दोघांना दिल्या. त्या कमांडंटला फर्मिन्टचे पत्र देऊनही संशय आला असता व त्याने तुरुंगातून फर्मिन्टला फोन लावायचा प्रयत्न केला असता, तर सॅन्डरनेच त्याला उत्तर दिले असते. मात्र फोनच्या माऊथपीसवरती रुमाल टाकून बोलावे अशी सूचना केली होती. जणू काही फर्मिन्टला खूप सर्दी झालेली असल्याने त्याचा आवाज जरासा बदलला आहे, असा आभास त्यामुळे झाला असता. म्हणून मी आधी फर्मिन्टच्या खोलीतून कमांडंटशी बोलत होतो, तेव्हा आपल्याला आता सर्दी झाली असून ती वाढत आहे, अशी थाप फर्मिन्टच्या नावे मारली होती. त्यामुळे आता पुरती सर्दी होऊन फर्मिन्टचा आवाज पार बदलला आहे, असे कमांडंटला वाटले असते.''

''बाप रे! किती खबरदारी घेतली होती!'' रेनॉल्ड्स काउन्टचे कौतुक करीत म्हणाला. मग पुढे त्याने विचारले, ''पण असा काही एखादा मुद्दा विचारात घ्यायचा राहून गेला होता का?''

''तसे ते फारच थोडे आहेत.'' काउन्ट नम्रपणे म्हणाला, ''काही का असेना, फारसे काळजी करण्याजोगे ते मुद्दे नाहीत. अन् तुम्ही पाहिलेच की कमांडंटला कसलाच संशय आला नाही. फक्त मला अशी काळजी वाटत होती, की मी जी एव्हीओची माणसे बरोबर घेतली होती, त्यांच्यापैकी कोणीतरी मला मेजर हॉवर्थ म्हणून संबोधून बोलतील. मी 'कॅप्टन झोल्ट' म्हणून तिथे गेलो होतो; पण मी त्या

सर्वांना बजावले होते, की मला मेजर हॉवर्थ न म्हणता कॅप्टन झोल्ट म्हणूनच समजायचे. फर्मिन्टसाहेबांचे तसे हुकूम आहेत. वाटल्यास नंतर तुम्ही स्वत:च साहेबांना विचारा. तेच त्याचा खुलासा करतील; पण इतके सांगूनही कोणी चुकून मला खऱ्या नावाने 'मेजर हॉवर्थ' म्हटले असते तर? मला त्याचीच भीती वाटत होती. ती जी दुसरी मोठी पेटी आहे, त्यात कपडे आहेत. सॅन्डरने ते पेटोली गावात खरेदी केले होते. मी काही वेळाने थांबेन. मागे जाऊन अंगावरचा हा गणवेष काढून टाकेन व ते नवीन साधे कपडे चढवीन. सॅन्डर, ती ओपेल गाडी तू कुठे सोडली आहेस?''

''मी ती जंगलात मागे आतमध्ये ठेवली आहे. कोणालाही ती दिसणार नाही.''

मग एका हाताने झटकून टाकल्यासारखी खूण करीत काउन्ट म्हणाला, ''त्याने फारसे काही बिघडत नाही. मुळात ती गाडी आपली नाहीच. जाऊ दे ते सारे. तेव्हा जेन्टलमेन, आता आपला शोध लवकरच सुरू होईल किंवा सुरू झालेलाही असेल. हा शोध सूडापोटी घेतला जातो आहे, हे लक्षात घ्या. पश्चिमेकडे जाणाऱ्या प्रत्येक मार्गावरती कटाक्षाने पाळत ठेवली जाईल. मग तो महामार्ग असू दे, नाहीतर खेड्यातला कच्चा मार्ग असू दे. सर्व रस्ते अडवले जातील. आत्तापर्यंत कधीही कोंडी केली गेली नाही, अशी ती रस्त्यांवरची अभूतपूर्व कोंडी असेल. त्यांच्या जाळ्यात जर आपण सापडलो, तर त्यांना फार मोठा हर्ष होईल. कारण जनरल इल्युरिन हे त्यांच्या दृष्टीने एक मोठे आकर्षण आहे. त्यामानाने ते मिस्टर रेनॉल्ड्स यांना तेवढे महत्त्व देत नाहीत. इल्युरिन सापडणे म्हणजे सिंहाची शिकार करण्यासारखे त्यांना वाटते आहे. गेली कित्येक वर्षे त्यांनी तसा शोध घेऊन नाद सोडून दिला होता. त्यांना वाटले की इल्युरिन यांनी आत्महत्या केली, ते मरण पावले; पण आता त्यांना इल्युरिन हे जिवंत आहेत हे कळल्यावर ते आकाशपाताळ एक करतील. मोठेच थैमान घालतील; पण आपणही तेवढीच आटोकाट खबरदारी घेऊन निसटून जाण्याचा प्रयत्न करू. आता पुढे काय होईल, ते मला सांगता येणार नाही.''

काउन्टच्या बोलण्यावरती कोणालाही काही सुचेना. नवीन कल्पना, पळवाट, युक्ती वगैरेंचा शोध घेण्याचा प्रत्येकजण प्रयत्न करू लागला. जान्स्की सरळ समोर एकटक दृष्टी लावून बसला होता. त्याच्या डोक्यावरील पांढरे केस उडत होते. त्या केसांखालचा त्याचा सुरकुत्या पडत चाललेला चेहरा शांत होता. म्हणजे तसा वरून दिसत होता; पण त्याच्या मनात खूप खळबळ चाललेली होती; पण मधेच त्याच्या ओठांच्या कोपऱ्यातून एक बारीकशी स्मितरेषा उमटून गेल्याचा रेनॉल्ड्सला भास झाला. त्या बर्फाच्छादित पांढऱ्या शुभ्र भूमीवरून त्यांची व्हॅन जोरात धावत होती. चार दिवसांपूर्वी आपण हंगेरीत प्रवेश केल्यापासून आपल्या कार्यात काय काय साध्य झाले, कितपत यश आले, अपयश किती आले, वेळेच्या दृष्टीने आपण किती

मागे पडलो, वगैरे गोष्टींचा रेनॉल्ड्स मनातल्या मनात आढावा घेऊ लागला. त्या आढाव्यामुळे ना त्याला समाधान मिळत होते, ना फारसा खेद होत नव्हता. परिस्थिती फारशी बदलली नव्हती. जेनिन्ज अजून शत्रूच्या ताब्यात होता. उलट, शत्रू सावध झाला होता. आपले व जेनिन्ज यांच्यातले संवाद शत्रूला टेपच्या रूपात पुरावा म्हणून मिळाला होता. काउन्टला एव्हीओ सोडावी लागली होती. जर जेनिन्ज यांना सोडवता आले नाही, तर त्यांची व त्यांच्या कुटुंबीयांची आता जन्माची ताटातूट होणार. त्याला आपण कारणीभूत ठरलो, ह्या अपराधी भावनेचे ओझे जन्मभर बाळगावे लागणार. काउन्टला एव्हीओ सोडावे लागले. तो जोपर्यंत एव्हीओमध्ये वरिष्ठ पदावरती होता, तोपर्यंत जान्स्कीची गुप्त संघटना सुरळीत चालू होती; पण इथून पुढे या संघटनेचे कसे काय काम चालणार? निदान इतके करून जेनिन्जची तरी सोडवणूक व्हायला हवी होती. तीही झाली नाही. उलट, तो अधिक बंदोबस्तात ठेवला गेला. या सगळ्या अनर्थमालिकेला आपणच जबाबदार ठरलो आहोत. रेनॉल्ड्स हिरमुसला, निराश झाला, मनातून खचला. आपल्या या हेराच्या जगण्याला काय अर्थ आहे? त्याच्या मनात नकळत आत्महत्येचा विचार क्षणभर डोकावून गेला; पण त्या विचाराने त्याला एक दिशा दिली. एवीतेवी मरायचेच आहे तर निदान प्रयत्न करताना मरण आले तरी चालेल. मग कसलातरी निश्चय करून तो म्हणाला, "आता यापुढे मी एक गोष्ट करणार आहे. मी एकटाच ती करणार असल्याने त्यातल्या यशापयशाला मीच जबाबदार राहीन. बाकीच्यांना निदान झळ तरी बसणार नाही." मग तो सावकाश म्हणाला, "मी त्या आगगाडीवरती जातो. ज्या आगगाडीतून जेनिन्ज यांना नेले जात आहे, तीच आगगाडी. जेनिन्ज यांना सोडवायचा मी प्रयत्न करणार. मग काय वाटेल ते होवो."

"मग आम्ही काय माशा मारायच्या?" काउन्ट आपल्या हाताची मूठ स्टिअरिंग व्हीलवरती आपटून ओरडून म्हणाला, "माय बॉय, आम्ही कशासाठी एवढी धडपड करतो आहोत? जान्स्कीकडे बघ. गेली दहा मिनिटे ते या परिस्थितीतून कसा मार्ग काढायचा यावरती विचार करीत आहेत."

रेनॉल्ड्सने जान्स्कीकडे सावकाश पाहिले. त्याच्या चेहऱ्यावरती आता हसू फुटू लागले होते. हळूहळू ते हसू विस्तृत होत त्याच्या साऱ्या चेहऱ्यावरती पसरले. तो म्हणाला, "हा देश, इथला भूभाग हा माझ्या तळहातावरील रेषांप्रमाणे मला ठाऊक आहे, पूर्ण परिचयाचा आहे. इथून पाच किलोमीटर आधी माझ्या लक्षात आले, की काउन्टने दक्षिणेकडची दिशा धरली आहे. त्या दिशेला जाण्याचे का ठरवले आहे, ते मला ठाऊक नाही. त्या दिशेने युगोस्लाव्हियाची सरहद्द लागते. तुम्हाला पलीकडे सहज निसटून जाता येईल."

यावर रेनॉल्ड्सने आपली मान ठामपणे नकारार्थी हलवली. तो म्हणाला,

"त्याचा काही उपयोग नाही. मला जेनिन्जला सोडवायचे आहे. अन् हे काम फक्त मीच करणार. ज्या ज्या गोष्टीला माझा स्पर्श झाला, त्यात शेवटी अपयश आले आणि तुम्हाला त्यामुळे त्रास झाला. आता माझ्यामुळे कोणी संकटात पडायला नको. मी एकट्यानेच ही कामगिरी उरकणार. ती जेनिन्जची आगगाडी किती वाजता आहे?"

"हे काम तुम्ही एकट्याने करणार?" जान्स्कीने विचारले.

"होय. मलाच ते करायला हवे."

"रेनॉल्ड्स, तुम्हाला वेड लागले आहे." काउन्ट म्हणाला.

"काहीही असो. माझा त्याला इलाज नाही." रेनॉल्ड्स निर्धाराने म्हणाला.

जान्स्की आपली मान हलवीत म्हणाला, "पण मी तुम्हाला एकट्याने ते काम करू देणार नाही. तुम्ही तुम्हाला माझ्या जागी समजा व त्या दृष्टिकोनातून विचार करा. माझी सद्सद्विवेकबुद्धी तुम्हाला तसे करायला परवानगी देत नाही. त्या कामात तुमचे काही बरेवाईट झाले तर? तर जन्मभर मला ते खात राहील." मग समोरच्या काचेतून बाहेर कुठेतरी शून्यात पहात तो म्हणाला, "शिवाय, जन्मभर मला ज्युलियाच्या नजरेला नजर देता येणार नाही."

"ते कसे काय? मला नाही समजत ते."

"तुम्हाला नाहीच समजणार ते." काउन्ट म्हणाला. अन् मग तो एकदम आनंदी मूडमध्ये आला. तो सांगू लागला, "तुम्ही आपल्या हातात घेतलेल्या कामाला संपूर्णपणे वाहून टाकलेले आहे. त्याबद्दल तुमचे कौतुकच आहे. शिवाय, तुमची नोकरीही तशीच आहे; पण त्याचबरोबर तुम्ही आजुबाजूला नीट डोळे उघडून पहात नाही. जे वडीलधाऱ्या माणसांना स्वच्छ दिसते, ते तुम्हाला दिसत नाही. जाऊ दे, पण या विषयावरती उगाच वादविवाद करण्यात अर्थ नाही." थोडा वेळ काउन्ट गप्प राहिला. मग तो म्हणाला, "कर्नल हिडासला आता कमांडंटच्या ऑफिसात फीट येत असेल." पुन्हा थांबून त्याने जान्स्कीला विचारले, "मग आता? आता काय करायचे?"

"ते तुम्हाला ठाऊक आहे." जान्स्की उत्तरला.

मग काउन्टने ब्रेक्स लावून व्हॅन थांबवली. खिशातून नकाशा काढून तो उलगडला. तो रेनॉल्ड्सला म्हणाला, "आम्ही पुढच्या सर्व गोष्टींवरती विचार केला आहे. जेव्हा तुरुंगातून तुम्हाला ताब्यात घेताना मला चार मिनिटे मिळाली होती, तो वेळ मी वाया घालवला नाही."

"ठीक आहे." रेनॉल्ड्सने आपला हट्ट सोडून म्हटले.

मागच्या बाजूने खिडकीतून सॅन्डर व कोसॅक आत डोकावून पहात होते. त्यांनाही नीट दिसावे अशा तऱ्हेने काउन्टने तो नकाशा पसरला. मग एके ठिकाणी

नकाशावरती बोट ठेवीत तो म्हणाला, ''येथे सिसी गाव आहे. येथेच त्या आगगाडीत जेनिन्ज यांना आज चढवणार किंवा एव्हाना त्यांना चढवलेही असेल. या गाडीच्या शेवटी एक खास वॅगन जोडली जाईल.''

यावर जान्स्की म्हणाला, ''तो कमांडंट असलेच काही म्हणाला होता. अनेक वरच्या दर्जाचे शास्त्रज्ञ–''

''शास्त्रज्ञ? त्यांना केवळ गुन्हेगार ठरवून सैबेरियात पाठवले जाईल. जेनिन्ज यांना कसलीही खास वागणूक दिली जाणार नाही. तो एक गुन्हेगारांनी भरलेला डबा असेल. तो डबा रशियातही पाठवला जाईल. काही नेम नाही. तिथून निरनिराळ्या गाड्यांना जोडून शेवटी सैबेरियात तो पोचेल. गुरांच्या डब्यासारखीच ह्या डब्याची हलवाहलव केली जाईल.'' मग काउन्ट नकाशावरील रेल्वेलाईनवरून बोट फिरवीत नेऊ लागला.

''या इथे ब्युडापेस्टवरून आलेला रस्ता व ही रेल्वेलाईन एकमेकाला छेदून जातात. येथे हे झेकझार्ड स्टेशन आहे. युगोस्लाव्हियाच्या सरहद्दीपासून हे ठिकाण अवघ्या साठ किलोमीटर्सवरती आहे. इथे ती गाडी थांबेल. मग ती दक्षिणेकडे बटास्झेक स्टेशनाकडे जाईल. या इथे ती पश्चिमेला वळेल. येथे पेक्स गाव आहे. आपल्याला कुठेतरी या दोन्ही स्टेशनांच्या मधली जागा ठरवली पाहिजे. इथेच एक समस्या उभी रहाते. मला वाटेल तेवढ्या आगगाड्या रुळावरून घसरवता येतील; परंतु असंख्य माणसांनी भरलेली गाडी घसरवणे मला कठीण आहे.''

''जरा मला नकाशा बघू देता का?'' रेनॉल्ड्सने विचारले. तो नकाशा खूप मोठ्या प्रमाणावरची प्रमाणपट्टी वापरून काढलेला होता. त्यामुळे त्यात नद्या, टेकड्या हे सर्व तपशीलवार दाखवले होते. जसजसा तो नकाशा निरखीत गेला, तसतसा तो उत्तेजित होत गेला. त्याच्या डोक्यात एक योजना आकार घेऊ लागली. त्यामागची कल्पनाही तशी वेडगळ वाटेल अशी होती. त्याने मग नकाशावरती एका ठिकाणी बोट ठेवले. पेक्स गावापासून ते ठिकाण जवळ होते. तिथे झेकझार्ड गावापासून एक रस्ता येऊन मिळत होता. चाळीस किलोमीटर्सचे अंतर कापून तो रस्ता तिथे येत होता. मग तो रस्ता नंतर रेल्वेलाईनला समांतर जात होता.

रेनॉल्ड्सने काउन्टकडे पहात म्हटले, ''तुम्हाला ही व्हॅन या ठिकाणी आणता येईल का? ती आगगाडी येथे पोचायच्या आधी व्हॅन येथे पोचली पाहिजे.''

''जर नशीब जोरावर असेल, रस्त्यात अडथळे उभे करून तो बंद केला नसेल, अन् मुख्य म्हणजे सॅन्डर बरोबर असेल, तर मग मला वाटते की हे जमेल मला.''

''उत्तम! मग आता मी काय सुचवतो ते नीट ऐका.'' असे म्हणून रेनॉल्ड्सने आपली योजना त्यांना समजावून सांगितली. सर्व सांगून झाल्यावर तो म्हणाला, ''मग?''

जान्स्कीने आपली मान सावकाश हलवली. त्याला ती योजना नाईलाजाने पसंत पडली असावी.

पण काउन्ट म्हणाला, ''अशक्य! असे होणारच नाही.'' त्याच्या आवाजात ठामपणा होता.

''पण पूर्वी असे झालेले आहे. व्हॉस्जेस पर्वतामध्ये १९४४ साली तसे घडवले गेले. त्याचा परिणाम म्हणून तिथला एक दारूगोळ्याचा साठा उडाला. मला ठाऊक आहे ते. कारण त्या वेळी मी तिथे हजर होतो. अन् ही जर योजना पसंत नसेल, तर तुम्ही तिला कोणती पर्यायी योजना सुचवता?''

रेनॉल्ड्सच्या म्हणण्यावरती तिथे शांतता पसरली. कोणीच काही बोलेना. थोड्या वेळाने रेनॉल्ड्स म्हणाला, ''आपण उगाच वेळ वाया घालवतो आहोत.''

''होय, आपण वेळ वाया घालवतो आहोत.'' जान्स्की म्हणाला. त्याला रेनॉल्ड्सची योजना पसंत पडली होती.

काउन्टने मान हलवून आपली संमती दिली व तो म्हणाला, ''ही योजना राबवून बघायला हरकत नाही.'' मग तो व्हॅनच्या मागच्या भागात कपडे बदलायला निघून गेला.

कपडे बदलून आल्यावर तो म्हणाला, ''चला, मी आता निघालो. ती आगगाडी झेकझार्डला वीस मिनिटांत पोचेल. आपण तिथे पंधरा मिनिटांत पोचू.''

''पण दहा मिनिटांत आपल्या आधी एव्हीओची माणसे तिथे कशावरून पोचणार नाहीत?'' रेनॉल्ड्सने विचारले.

त्यावरती काउन्ट मागे पहात एकदम उत्तरला, ''शक्यच नाही. अजून हिडास येण्याचे कसलेही चिन्ह दिसत नाही.''

''तो न आला तरी टेलिफोनवरून तो माणसे पाठवेल.'' रेनॉल्ड्स म्हणाला.

''पण टेलिफोन्स चालू असतील तर ना?'' सॅन्डर एकदम म्हणाला. तो प्रथमच बोलत होता. मग आपल्या रुंद पंजात पकडलेली एक पक्कड दाखवून तो पुढे म्हणाला, ''तिथे सहा जागी केबल्स होत्या. मला प्रत्येक ठिकाणी जाऊन ती पकडीने कापावी लागली. आता स्झारहाझाचा तुरुंग बाहेरच्या साऱ्या जगापासून तोडला गेला आहे.''

''मी प्रत्येक गोष्टीचा आधी विचार करून ठेवला होता.'' काउन्ट अभिमानाने म्हणाला.

■

दहा

ती आगगाडी जुनी होती. पार पुरातन काळातली होती असे म्हटले तरी चालेल. धावताना ती दमछाक झाल्यासारखी धावे. त्या वेळी ती दोन्ही बाजूंना डोळे खाली-वर हलत प्रवाशांना धक्के देत जाई. त्या खिळखिळ्या झालेल्या गाडीचा आवाज मोठा होता. आग्नेयेकडून आलेल्या वाऱ्याचा दाब तिच्या संपूर्ण लांबीवरती पडून ती आता थांबते आहे काय, असे वाटू लागले. आतली माणसे सारखी धक्के खात होती. त्यांच्या कानावर सतत खडखडाटाचे आवाज पडत होते. चाकांमध्ये निर्माण झालेली कंपने ही स्प्रिंगमधूनही डब्यात पोचून प्रवाशांना कुडकुडल्यासारखे दात वाजवायला भाग पाडे. धातूंच्या विविध आवाजांनी आत स्वस्थपणे कोणाला संवाद करता येत नव्हते. त्या आवाजाच्या वरताण करून ओरडून बोलले, तरच समोरच्या व्यक्तीला ऐकू जाई. वाराही त्या आवाजात आपली भर घालीत होता. अनेक फटींमधून तो घुसत असल्याने एकाच वेळी अनेक शिट्ट्या ऐकू येत होत्या. आतल्या लाकडी रचनेला, लाकडी दारांना, बाकांना हजारो ठिकाणी तडे गेलेले होते. वाऱ्याबरोबर हिमकणही आत घुसत होते. ती सर्व लाकडी रचना करकरत 'आम्हाला आता निवृत्त करा' म्हणून सांगत होती. मोडकळीस आलेले जहाज खवळलेल्या दर्यात लोटल्यावर जशी अवस्था होईल, तशी त्या गाडीची अवस्था बाहेरच्या हिमवादळातून जाताना होत होती. बाहेर तर डोकावण्याची सोय नव्हती. सर्वत्र पांढरा रंग पसरला होता. नजर टाकाल तिथे बर्फ, बर्फ आणि बर्फ. दुपारच्या उन्हातला तो झगझगीत पांढरा रंग माणसाची दृष्टी आंधळी बनवणारा होता. ती गाडी सरळ मार्गावरून जात असली तरीही मधेच अत्यंत हळू धावू लागे, तर अनेकदा धोक्याच्या वळणावरून जाताना तिचा वेग वाढे. गाडीच्या ड्रायव्हरचा एक हात सतत वरच्या तारेवर होता. त्याला ती तार खेचून शिट्टी वाजवण्याचे प्रसंग वारंवार येत असत; पण तो हे असले डबडे इंजिन व खिळखिळी गाडी चालविण्यात अत्यंत तरबेज होता. त्याला त्या रूळमार्गाचे संपूर्ण ज्ञान होते. पुढचा मार्ग कसा असेल, हे त्याला आगाऊ समजत होते. जबरदस्त आत्मविश्वासाने तो ती आगगाडी चालवीत होता.

पण त्याच्या या आत्मविश्वासाचा रेनॉल्ड्सला काहीही उपयोग होत नव्हता. तो डब्यामध्ये असलेल्या कॉरिडॉरमधून अडखळत व धडपडत चालला होता. एका डब्यातून दुसऱ्या डब्यात प्रवेश करीत होता. सर्व डबे एकमेकांना आतून जोडलेले होते. जेव्हा त्याने त्या गाडीतून जाण्याची योजना मांडली, तेव्हा त्याच्या नजरेसमोर अशी गाडी नव्हती. रात्रीच्या चांदण्यात व्हॉस्जेस पर्वतांमधील जंगलातून शांतपणे जाणाऱ्या एका आगगाडीची त्याने कल्पना केली होती. झेकझार्ड स्टेशनवरती त्याने व जान्स्कीने दहा मिनिटांपूर्वी तिकिटे काढून गाडीत प्रवेश केला होता. जेनिन्ज ज्या डब्यात आहे तो डबा शोधून काढून आगगाडीपासून त्याला वेगळा करायचा होता. अन् ही गोष्ट फक्त गाडी थांबल्यावरती करता येत होती. गार्डच्या डब्याच्या मागे असलेला तो 'गुरांचा डबा' तोडण्यासाठी तिथले कपलिंग सोडवून मोकळे करायला हवे होते; पण त्याआधी त्याला कसेही करून इंजिनात आधी पोचायचे होते. ते आता शक्य होईल, असे दिसत नव्हते. इंजिनात पोचल्यावर तो तिथल्या कर्मचाऱ्यांना इंजिन थांबवायला भाग पाडणार होता. ते थांबणे नेमक्या नियोजित जागी नियोजित वेळी घडायला हवे होते. त्यासाठी कदाचित त्याने त्या कर्मचाऱ्यांची आधी 'विनवणी' केली असती. जर ते बधले असते तर ठीक, नाहीतर त्यांना 'भाग पाडले' जाणार होते; पण तसे तो केवळ धाक दाखवून किंवा त्यांना घाबरवून सोडून करणार होता; परंतु कुठल्याही परिस्थितीत त्यांच्यावर बळजबरी त्याला करता येणार नव्हती. त्यांनी जर त्याचे हुकूम पाळायला नकार दिला असता तर तो काय करू शकणार होता? त्या इंजिनाची कंट्रोल केबिन त्याने आतून पाहिली नव्हती. आत काय असेल याचे त्याला गूढ होते. जेनिन्ज यांच्यामुळे तो इंजिनाच्या ड्रायव्हरला आणि फायरमनला ठोसे मारू शकत नव्हता की त्यांच्यावर गोळी झाडू शकत नव्हता. तसे त्याने काही केले असते तर ड्रायव्हर मरू शकत होता किंवा बेशुद्ध पडू शकत होता. मग अनियंत्रितपणे धावणाऱ्या गाडीतील प्रवाशांचे प्राण धोक्यात आले असते. त्यात जेनिन्जचेही प्राण संकटात सापडले असते. त्याने या सर्व बाबींचा विचार करून ठेवला होता. रेनॉल्ड्सला आता गारठा जाणवू लागला होता. पुन्हा एकदा निराशेचा पूर येऊन त्याच्या मनात तो पसरू लागला. त्याने मोठ्या कठोरतेने ते निराशाजनक विचार आपल्या मनातून बाजूला सारले. एका वेळी एकाच संकटाशी सामना करता येतो. प्रथम वाटेल ते करून त्याला तिथे पोचायला हवे होते.

तो आत्ता एका डब्यातून दुसऱ्या डब्यात जाण्यासाठी त्या कॉरिडॉरमधून वळत होता. एका हाताने त्याने खिडकीचा आडवा गज पकडला होता. त्याचा दुसरा हात खिशात होता. त्या खिशातील जड वस्तूंना तो हात उचलून धरीत होता. एक मोठा हातोडा व टॉर्च ह्या त्या वस्तू होत्या. तेवढ्यात तो समोरून येणाऱ्या जान्स्कीच्या अंगावरती आदळला. जान्स्की 'सॉरी' असे पुटपुटला. त्याच्याकडे एक दृष्टिक्षेप

केला व कसलीही ओळख चेहऱ्यावरती न दाखवता तो तसाच पुढे निघून गेला. पुढे जाऊन त्याने त्या डब्यातला संपूर्ण कॉरिडॉर नीट न्याहाळला. कुठेही कोणीही नाही, ह्याची खात्री करून तो परत मागे आला. तिथले स्वच्छतागृहाचे दार उघडून त्याने आत पाहिले. तिथेही कोणी नव्हते.

मग तो रेनॉल्ड्सपाशी आला व म्हणाला, ''वेल?''

''काही ठीक दिसत नाही. 'ते' माझ्या मागावरती इथेही आहेत.''

त्यांचे संभाषण हळू आवाजात व ओठ न हलवता चालले होते. जान्स्की म्हणाला, ''ते?''

''ती दोन माणसे आहेत. साध्या कपड्यातली आहेत. अंगावरती ट्रेन्च कोट आहेत. त्यावरती कंबरेला पट्टा आहे. डोक्यावरती हॅट नाहीत. मी गाडीच्या पुढच्या भागापर्यंत जाऊन आलो; पण तेही माझ्यामागोमाग आले. जर मी सावध नसतो, तर माझ्या मागावर कोणी आहे, हे मला कळलेही नसते. अशा तऱ्हेने ते गुपचूप पाळत ठेवीत आहेत.''

''तुम्ही कॉरिडॉरमध्ये उभे रहा बरं. कोण तुमच्या मागावर आहेत ते मी–''

''ते आलेसुद्धा.'' रेनॉल्ड्स पुटपुटत म्हणाला.

जान्स्कीने खिडकीबाहेर बघत असल्याचे दाखवले; पण आपले डोळे झटकन फिरवून त्याने कॉरिडॉरमध्ये एक दृष्टिक्षेप टाकून पाहून घेतले. ती दोन माणसे सावकाश येताना पाहून जान्स्की जवळच्या स्वच्छतागृहात गेला. आपल्यामागे त्याने दार लावून घेतले; परंतु दाराला एक बारीक फट त्याने ठेवली व त्यातून तो बाहेरचे कॉरिडॉरमधील दृश्य पाहू लागला. ते दोघे एकामागोमाग एक असे चालत आले. पुढचा माणूस उंच होता. त्याचा चेहऱ्याचा रंग फिकट पांढरा होता, डोळे काळे होते. रेनॉल्ड्सच्या अंगावरून जाता जाता त्याने रेनॉल्ड्सकडे अगदी सहज पाहिले, तर मागून येणाऱ्या माणसाने रेनॉल्ड्सकडे पूर्णपणे दुर्लक्ष केले होते.

ते निघून जाईपर्यंत जान्स्कीने वाट पाहिली. मग बाहेर येऊन तो रेनॉल्ड्सपासून काही अंतरावरती उभा राहून खिडकीतून बाहेर पाहू लागला. बाहेर पहात तो म्हणाला, ''होय, ती तुमच्याच मागावरती आहेत. अन् तुम्ही त्यांची दखल घेतली आहे हेही त्यांना कळले आहे. ती परिषद ब्युडापेस्टमध्ये चालू असताना ब्युडापेस्टमधून बाहेर जाणाऱ्या व आत येणाऱ्या प्रत्येक गाडीत असे गुप्त पोलीस पेरलेले आहेत. आपण ही गोष्ट आधी विचारात घ्यायला हवी होती.'' जान्स्की म्हणाला.

''तुम्हाला ती माणसे ठाऊक आहेत?''

''होय. तो पांढऱ्या चेहऱ्याचा माणूस हा हिडासचा माणूस आहे. तो एखाद्या सापापेक्षाही भयंकर धोकेबाज आहे. दुसरा माणूस कोण आहे, ते मला ठाऊक नाही.''

“तोही एव्हीओचाच असणार हे उघड आहे. म्हणजे स्झारहाझा तुरुंगातून–”

“नाही. त्यांना अद्याप तिथल्या घडामोडी कळल्या नाहीत. अन् कळू शकणारही नाहीत; पण तुमच्याबद्दलचे वर्णन हे दोन दिवसांपूर्वी प्रत्येक एव्हीओच्या माणसाकडे पोचले आहे.”

“असं काय.... अर्थातच, तसेच होणार. गाडीत तुम्ही मागे गेला होता. त्या बाजूची काय खबर?”

“तीन सैनिक गार्डच्या डब्यात आहेत. त्यामागे ती वॅगन आहे. तिच्यात मात्र कोणताही सैनिक किंवा पहारेकरी नाही. गार्डच्या डब्यात त्यांनी मध्यभागी असलेला लाकडावर चालणारा चुलीसारखा स्टोव्ह पेटवला आहे. एक वाईनची बाटली ते आपसात फिरवून त्या स्टोव्हभोवती पीत बसले आहेत.” जान्स्कीने सांगितले.

“तुम्हाला त्यांना हाताळायला जमेल?”

“असे वाटते. पण तुम्ही–”

“मागे व्हा.” रेनॉल्ड्स हलक्या आवाजात घाईघाईने म्हणाला. जान्स्की खिडकीतून बाहेर बघत असल्याचा देखावा करीत उभा राहिला; पण त्याची नजर डब्यातल्या जमिनीवरती होती. ती पाळतीवरची माणसे जवळ येताच त्याने तोंड फिरवून भुवया उंचावून त्यांच्याकडे सहज पाहिल्यासारखे केले व तो परत मान वळवून बाहेर बघू लागला. त्याने मान खाली करून आतल्या जमिनीवरती नजर वळवली. त्याला त्या माणसांचे पाय दिसत होते. कॉरिडॉरमधून ती पुढच्या डब्यात गेल्यानंतर जान्स्की पुटपुटत रेनॉल्ड्सला म्हणाला, “ती आपल्यावरती मानसिक दबाव आणण्याचा प्रयत्न करीत आहेत. म्हणजे आता ही एक समस्या उभी राहिली.”

“आणखीही एक समस्या आहे. इंजिनानंतरच्या तिन्ही डब्यांत जाता येत नाही. तिथे सैनिक बसले आहेत. मधले दार बंद केले आहेत. फक्त दाराच्या काचेतून पलीकडचे दिसते. एका अधिकाऱ्याने मला परतवून लावले. मी बाहेर पडण्याच्या दारातून त्या डब्याच्या दारावरती सरकलो; पण त्या दाराला बाहेरून कुलूप ठोकले आहे.”

“बरोबर आहे.” जान्स्की मान हलवीत म्हणत होता, “सैन्यातून कोणी पळून जाऊ नये म्हणून नेहमीच ते अशी खबरदारी घेतात. सैनिकांना ते कधीही मुलकी लोकांमध्ये मिसळू देत नाहीत. गाडी थांबवण्याची साखळी कुठे दिसली का?”

“सबंध गाडीत ती कुठेही नाही; पण काय वाट्टेल ते करून मला ही गाडी थांबवली पाहिजे. तुम्ही कुठे बसला आहात?”

“शेवटून दुसरा डबा.” जान्स्कीने सांगितले.

“मी तुम्हाला दहा मिनिटे आधी सूचना देईन. मला आता गेले पाहिजे. ती पाळतीवरची माणसे येतील एवढ्यात.”

"होय. बटास्झेक स्टेशन आता पाच मिनिटांत येईल. तिथे गाडी थांबत नाही. जर थांबली तर त्याचा अर्थ हिडासने तर्काने सर्व काही जाणले आहे. गाडी थांबल्यावर विरुद्ध बाजूने उडी मारा आणि जे काय करायचे ते करा."

"ते परत येत आहेत." रेनॉल्ड्स पुटपुटला. मग त्याने सरळ उभे रहात आधार घेतला व तो कॉरिडॉरमधून समोरून येणाऱ्या त्या दोघांच्या दिशेने गेला. त्यांना ओलांडून तो सरळ पुढे गेला. या वेळी त्या दोघांनी त्याच्याकडे थंड नजरेने पाहिले होते. रेनॉल्ड्सला कळेना की ही माणसे झडप घालण्यापूर्वी अशी किती वेळ आपल्याला खेळवत रहाणार? तो पुढचे दोन्ही डबे पार करून गेला. तिसऱ्या डब्यातील स्वच्छतागृहात तो गेला. तिथे कोपऱ्यात एक त्रिकोणी कपाट होते. त्याने त्या कपाटात जवळची हातोडी आणि टॉर्च लपवून ठेवला. मग डाव्या खिशातील पिस्तूल त्याने उजव्या खिशात ठेवले. आपला हात त्या खिशावर ठेवून तो बाहेर पडला. ते त्याचे नेहमीचे सायलेन्सर असलेले बेल्जियम पिस्तूल नव्हते. ते काउन्टचे पिस्तूल होते. त्यावरती सायलेन्सर बसवला नव्हता. अगदी नाईलाज झाला तरच तो ते वापरणार होता. जिवंत रहायचे असेल तर त्याला ते वापरावेच लागणार होते. अन् हे सारे त्याच्या मागावर असलेल्या त्या दोन माणसांवरती अवलंबून होते.

बटास्झेक गाव जवळ येऊ लागले. त्या गावाच्या उपनगरातून गाडी आता धावत होती. एकदम रेनॉल्ड्स ताठ झाला. गाडीचा वेग कमीकमी होऊ लागला होता. याचा अर्थ गाडी बटास्झेकमध्ये थांबणार होती. अन् याचा अर्थ हिडासला सारे काही कळून चुकले आहे. गाडीचा वेग आणखी कमी झाला. आता एअर ब्रेक्स गाडीच्या चाकांना बसू लागले. त्याचा त्यामुळे पुढे तोल जाऊ लागला. त्याने खिशात हात घालून तिथेच पिस्तूल धरून ठेवले. तो स्वच्छतागृहातून बाहेर पडला आणि दोन डब्यांना जोडणाऱ्या मधल्या मार्गात जाऊन उभा राहिला. खिशातल्या पिस्तुलाचा सेफ्टी कॅच त्याने काढून ठेवला. प्लॅटफार्म कोणत्या बाजूला येईल याची त्याला कल्पना येईना. तो वाट पाहू लागला. त्या तणावपूर्ण क्षणात त्याचे हृदय धडधडू लागले. गाडीचा वेग अजूनही कमी होत चालला होता. मग खडखडाटाचा आवाज होऊन गाडी कोणत्यातरी सांध्यावरून धडधडत गेली. अचानक गाडीचा वेग वाढला. इतका अचानक, की त्याला आधारासाठी कशाला तरी धरावे लागले. चाकांवरचे एअरब्रेक्स काढले गेले होते. इंजिन आता परत कर्कश्श्य शिट्ट्या मारू लागले. बटास्झेक स्टेशन आले आले म्हणता झर्रकन निघून गेले. त्या स्टेशनाची धावती दृश्ये त्याला हिमवृष्टीच्या पांढऱ्या पडद्यातून फक्त ओझरतीच दिसली. रेनॉल्ड्सच्या हाताची पिस्तुलावरची पकड सैल झाली. त्याच्या लक्षात आले, की कॉरिडॉरमध्ये थंड हवा असली तरीही आपल्या शर्टाची कॉलर घामाने भिजली आहे. त्याचे दोन्ही तळहातही घामाने ओले झाले होते.

त्याने डब्यातून बाहेर पडण्यासाठी असलेल्या डाव्या बाजूच्या काचेच्या खिडकीचे दार दोन इंच वर करून तिथेच ते पक्के करून ठेवले. त्या पलीकडचे खिडकीचे दारही त्याने तसेच करून ठेवले. आता झालेल्या दोन इंच फटीमधून बाहेरचा गार वारा आत घुसू लागला. घुसणाऱ्या वाऱ्याचा चाबकासारखा फटकारा सपकन त्याच्या कपाळावर आणि डोळ्यांवरती बसला. तो चटकन मागे झाला. आपले कपाळ व डोळे पुसून त्याने खिशातून एक सिगारेट बाहेर काढली व ती पेटवून धूम्रपान करू लागला. त्याचे हात मात्र थरथरत होते.

आपल्याला पुढचे काम कसे काय जमणार, याची त्याला चिंता वाटू लागली. बाहेर समोरून येणारा वारा हा किमान ताशी ४० किंवा ६० मैल वेगाने वहातो आहे. शिवाय, वाऱ्याचा जोर हळूहळू वाढत चालला आहे, असे त्याच्या लक्षात आले. आगगाडीही त्याच वेगाने पण वाऱ्याला तिरपी राहून चाललेली होती. त्यामुळे अप्रत्यक्षपणे तो वारा म्हणजे हिमवादळाचा वारा ठरत होता. आगगाडीभोवती त्या घोंगावणाऱ्या वाऱ्याची अनेक भोवरे, आवर्ते निर्माण होत होती. आतून बाहेर पाहिले, तर आगगाडीच्या वेगाने हिमकणांची एक पांढरी भिंत फक्त दिसत होती. त्या तसल्या खळबळाटी व आंधळे करून सोडणाऱ्या हवेत जाऊन काही काम करणे हे केवळ अशक्य आहे, असे त्याच्या लक्षात आले. काय करावे ते त्याला कळेना; पण काहीही करून ती आगगाडी थांबवायलाच हवी. त्याचे आयुष्य त्यावरती अवलंबून होते.

अत्यंत कठोरपणे त्याने आपल्या मनातील निराशाजनक विचार बाजूला सारले. तो तिथून दुसऱ्या डब्यात गेला व तिथल्या कॉरिडॉरमध्ये डोकावून पाहिले. ती दोन माणसे परतली नव्हती. तो पुन्हा मागे आला व मघाच्या दारापाशी गेला. त्याने ते दार अत्यंत काळजीपूर्वक उघडले. आता बाहेरच्या हवेशी त्याचा संपर्क आल्याने तो वेगाने वहाणाऱ्या वाऱ्याकडे सहज खेचला जाऊ शकत होता. बंद होताना त्या दाराचा आडवा बोल्ट ज्या भोकात जाई, त्या भोकाचे माप बोटाने व अंदाजाने घेतले व परत दार लावून टाकले. तो जवळच्या स्वच्छतागृहात गेला. तिथल्या बेसिनखालच्या भिंतीचा एक लाकडाचा तुकडा आपल्या चाकूने काढला. त्या तुकड्याला तासून तासून त्याने एका पाचरीचा आकार दिला. मघाशी ज्या भोकाचे माप घेतले त्या भोकात ही पाचर घट्टपणे बसेल एवढ्या आकारमानाची ती पाचर त्याने केली. हे सारे काम त्याने झटपट उरकले. मग तो कॉरिडॉरमध्ये परतला. अजूनही त्या दोन माणसांचा पत्ता नव्हता. ती दोन माणसे आली तर रेनॉल्ड्स त्यांच्या दृष्टीस पडायला हवा होता. अन् तशी त्याचीच इच्छा होती; कारण तो जर दिसला नाही तर सबंध गाडीभर ते त्याचा शोध घेणार होते. शिवाय, त्या कामासाठी त्यांनी त्या शंभर-दोनशे सैनिकांची मदत मागितली असती.

पण या वेळी तो स्वच्छतागृहातून बाहेर येताना अचानक त्या माणसांशी त्याची टक्कर झाली; कारण ते घाईघाईने जात होते. आपण न दिसल्याने त्यांना तशी घाई झाली असावी. अन् तो दिसल्यावर त्यांच्या चेहऱ्यावरती, विशेषत: त्या दुसऱ्या बुटक्या माणसाच्या चेहऱ्यावरती एकदम हायसे वाटल्याचे भाव उमटले होते. त्या उंच व पांढऱ्या चेहऱ्याच्या माणसाचा चेहरा मात्र आहे तसाच निर्विकार होता; पण त्याची एक प्रतिक्रिया मात्र रेनॉल्ड्सने टिपली. त्याची पावले एकदम मंद गतीने पडू लागली. ते दोघेही थोडेसे पुढे जाऊन थांबले. रेनॉल्ड्स त्यांच्या मागोमाग गेला नाही. तो तिथेच एका कोपऱ्यात आधार घेऊन उभा राहिला. आपले दोन्ही हात त्याने खिशाबाहेर काढून ठेवले. तशीच वेळ आली तर झटकन ठोसे मारता आले असते. त्या उंच माणसाने ते पाहिले. त्याचे काळे डोळे बारीक झाले. मग त्याने खिशातून एक सिगारेट केस बाहेर काढली व तो रेनॉल्ड्सकडे पाहून हसला; पण त्याचे हसू अगदी किंचित म्हणजे फक्त ओठांच्या कोपऱ्यातच होते.

तो रेनॉल्ड्सला विचारीत होता, "कॉम्रेड, तुमच्याकडे आगपेटी आहे?"

"हो, आहे ना. ही घ्या." असे म्हणून रेनॉल्ड्सने आपल्या खिशातून एक आगपेटी डाव्या हाताने बाहेर काढून त्याच्यापुढे केली. मात्र सावधगिरी म्हणून त्याने ती हात पूर्ण लांब करून त्याच्यापुढे केली होती. त्याच वेळी त्याचा उजवा हात थोडासा खिशाकडे सरकला. अंगावरच्या ट्रेन्च कोटाच्या खिशात रेनॉल्ड्सचे पिस्तूल होते. त्या पिस्तुलाच्या नळीच्या तोंडामुळे खिशाबाहेर एक फुगीर वर्तुळ दिसत होते. रेनॉल्ड्सच्या उजव्या हाताची झालेली ती किंचितशी हालचाल त्या माणसाने हेरली. त्याने खाली नजर फिरवून रेनॉल्ड्सच्या खिशातले पिस्तुलही हेरले. रेनॉल्ड्सने मात्र त्याच्या चेहऱ्यावरती आपली खिळवलेली नजर अजिबात हलवली नाही. मग त्याने सिगारेट पेटवताना ज्योतीवरून रेनॉल्ड्सचा चेहरा निरखला आणि सावकाश ती आगपेटी त्याच्यापुढे केली. नुसती मान हलवून त्याचे आभार मानले आणि तो पुढे जाऊ लागला. त्यांच्याकडे पाहिल्यावर रेनॉल्ड्सला तो माणूस दुर्दैवी वाटला. काही झाले तरी त्यांना टाळायला हवे होते. नाहीतर ती माणसे सतत पाळतीवर राहून त्याला त्याचे काम करू देणार नव्हती. त्या माणसाने रेनॉल्ड्सकडे शस्त्र आहे की नाही, हे पाहिले होते. त्यासाठी त्याने आगपेटी मागण्याचा बहाणा केला होता. रेनॉल्ड्सचे खिशातले पिस्तूल त्याला कळले होते. जर तसे नसते तर त्या दोघांनी त्याला तिथेच पकडला असता. निदान रेनॉल्ड्सची तशी खात्री झाली होती.

त्याने आपल्या घड्याळात दहाव्यांदा पाहिले. आता फक्त तीन किंवा चार मिनिटे वेळ उरला होता. गाडीचा वेग जाणवण्याइतपत कमी होऊ लागला होता; कारण आता चढ सुरू झाला होता. त्याने खिडकीबाहेर दृष्टी टाकली. एक रस्ता रूळमार्गाला समांतर जात होता. एव्हाना काउन्ट व त्याची व्हॅन कोठवर आली

असेल, त्यांना वेळेवर पोचणे जमेल का? बाहेर वहाणाऱ्या वाऱ्याचा आवाज आता त्याला ऐकू येऊ लागला. गाडीच्या धडधडाटातूनही तो ऐकू येऊ लागला. गाडीच्या बाहेरून हिमवर्षावाची एक भिंत गाडीपासून निघून दूर जात होती. त्यामुळे बाहेरचे फार खोलातले दृश्य दिसू शकत नव्हते. त्याने नकळत खेदाने आपली मान हलवली. या अशा आर्क्टिक हवामानासारख्या हवेत रुळावर धावणारी आगगाडी व रस्त्यावर पळणारी व्हॅन या दोन्हींची सांगड आपल्या योजनेत घालून फारसा उपयोग होणार नाही, असे त्याला वाटू लागले. काउन्ट आता ती व्हॅन कशी चालवीत असेल? घाटातल्या रस्त्यावरील वळणांवरती सारखे स्टिअरिंग व्हील फिरवत रहाताना त्याची दमछाक होत असेल. काचेवर होत रहाणाऱ्या हिमवृष्टीला तो मनातून शिव्या घालीत असेल. तो कितपत वेळेत या आगगाडीला गाठेल, याची त्याला शंका वाटू लागली.

पण तरीही त्याला त्याच्यावरतीच अवलंबून रहावे लागत होते. तो ठरलेल्या जागी वेळेत उगवणे ही शक्यता लाखात एक होती; पण लाखात एक असली तरी ती होती हेच विशेष. त्यावर अवलंबून सारी योजना तयार केली होती. त्याने आपल्या घड्याळावरती एक शेवटचा दृष्टिक्षेप टाकला व तो स्वच्छतागृहात गेला. दार आतून लावून घेऊन तो कामाला लागला. त्या त्रिकोणी कपाटात एक मातीचे मोठे खुजासारखे भांडे होते. ते त्याने बाहेर काढले व पाण्याने भरून ठेवले. तिथे एक मळका टॉवेल होता. तो त्या भांड्याच्या तोंडात ठासून ते तोंड बंद केले. मग मघाशी तयार केलेली पाचर हातात घेऊन तो बाहेर आला. डब्यातून बाहेर पडण्याच्या दारापाशी गेला. दार थोडेसे उघडून बाजूच्या फ्रेममधील भोकात ती पाचर त्याने घट्ट दाबून ठेवली. ती आत नीट जाण्यासाठी पिस्तुलाच्या दस्त्याने ठोकून ठोकून आत घातली. मात्र तिचा किंचितसा भाग बाहेर राहील असे केले. दार लावल्यावर दाराचे लॅच आता त्या पाचरीला टेकत होते, घट्ट दाबून रहात होते. तेवढ्यामुळे ते दार सहजासहजी उघडले जाऊ शकत नव्हते. मात्र त्यावरती अधिक जोर दिला तर मात्र तेच दार सहज बाहेर उघडले जात होते. ती आगगाडी जुन्या काळातली असल्याने तिची दारे बाहेर उघडणारी होती. त्याने त्या दाराच्या उघडण्याच्या सर्व प्रकारच्या चाचण्या घेतल्यावर त्याचे समाधान झाले.

मग तो तिथून झटपट पण सावधगिरीने निघाला. तो गाडीच्या भागात चालला होता. पुढच्याच डब्यात त्याच्यामागे ते दोघे एका अंधाऱ्या कोपऱ्यातून प्रगट झाले. तो कोठे जातो आहे हे पहाण्यासाठी त्याच्यामागून काही अंतर ठेवून ते जाऊ लागले. वाटेत अनेक कंपार्टमेन्ट्स होते व त्यांची दारे उघडलेली होती. आतमध्ये प्रवासी मंडळी होती. त्यामुळे त्यांच्यासमोर ते दोघे आपल्याला पकडण्यासाठी दंगामस्ती करणार नाहीत, याची रेनॉल्ड्सला खात्री होती. डब्याच्या टोकाशी

आल्यावर रेनॉल्ड्स पटकन धावत पुढच्या डब्यात गेला. असे करीत करीत तो जान्स्कीच्या डब्यात म्हणजे शेवटून दुसऱ्या डब्यात पोचला. तिथे तो टोकाशी जाऊन वळला व परत मागे सावकाश, संथ गतीने येऊ लागला. त्याने आपली मान व डोके सरळ ताठ ठेवले होते. फक्त डोळे हलवून तो जाता जाता प्रत्येक कंपार्टमेन्टमध्ये जान्स्कीचा शोध घेऊ लागला. आपल्यामागे पुन्हा ती दोन माणसे लागली आहेत, हेही त्याला कळून चुकले होते.

तिसऱ्या कंपार्टमेन्टमध्ये त्याला जान्स्की दिसला. मग रेनॉल्ड्स एकदम थांबला. त्याच्यामागून येणाऱ्या माणसांची पावले चुकली व तेही हळू पुढे सरकू लागले. रेनॉल्ड्सने त्यांची ती हालचाल टिपली. त्याला खात्रीच झाली, की ही एव्हीओची माणसे असून आपल्याला आता सोडणार नाहीत. रेनॉल्ड्स वाटेत तसाच उभा होता. त्या माणसांना त्याने आपल्या अंगावरून जाऊ दिले. मग ते दहा फुटांवरती पोचल्यावर त्याने जान्स्कीला नुसत्या नजरेने इशारा केला व आपली मान हलवली. मग मात्र तो वेगाने आपल्या डब्याकडे चालला. कुठेतरी लपलेली ती पाळतीवरची माणसे आपल्यामागे येतील अशी अपेक्षा ठेवून तो घाईघाईने चालला. अन् तसेच झाले. ती माणसे पुन्हा त्याच्या मागावर आली. तीही आता घाईघाईने त्याच्या- मागोमाग जाऊ लागली. कॉरिडॉरमध्ये एक लठ्ठ माणूस वाट अडवून उभा होता. तो मधेच कशाला कडमडला? येथून पुढे जायला जर उशीर झाला, तर मागची माणसे आपल्याला धरणार. मग पुढची योजना कशी पार पाडणार?

ते दोघे आता पावले आपटीत जवळ येऊ लागल्याचे त्याला समजले. सुदैवाने त्या लठ्ठ माणसाला ओलांडून जायला त्याला अडचण आली नाही. आता मात्र त्याने आपला वेग वाढवला. एका कंपार्टमेन्टचा कोपरा मधेच त्याला ठसकन लागला. त्याच्या पायातून एक कळ आली; परंतु त्या वेदनेकडे लक्ष न देता तो कॉरिडॉरमधून वेगाने जात होता. मात्र आपल्यामागे ते दोघे आहेत याची खात्री करून घेत होता. दोन डबे त्याने पार केले, तीन डबे पार झाले, चौथा पार झाला आणि आता तो त्याच्या मूळच्या डब्यात परतला होता. एका कोपऱ्यापाशी तो झटकन वळला आणि त्या स्वच्छतागृहात शिरला. आपल्यामागे त्याने स्वच्छतागृहाचे दार दाणकन आपटून लावले. त्याने तसा आवाज हेतुपूर्वक केला होता, जितका मोठा होईल तितका केला होता. आपले सावज कुठे गेले, हे शिकाऱ्यांना नक्की कळावे अशी त्याची इच्छा होती. आपल्यामागे त्याने दाराचा बोल्ट सरकवला.

एकदा आत आल्यावर त्याने मग वेळ वाया घालवला नाही. ते खुजासारखे मोठे मातीचे भांडे उचलले व एक पाऊल मागे घेऊन खिडकीच्या काचेवरती धाडकन फेकून मारले. पाण्याने जड झालेल्या त्या भांड्याने काच फोडली व ते बाहेर फेकले गेले; परंतु त्याचा एक फार मोठा स्फोटासारखा आवाज झाला होता. त्याला

तो तसाच व्हायला हवा होता. मग त्याने आपल्या खिशातून पिस्तूल बाहेर काढून त्याची नळी हातात धरली, तिथला दिवा बंद केला, बोल्ट सरकवला आणि दार उघडून तो कॉरिडॉरमध्ये आला.

तिथल्या डब्यातून बाहेर पडण्याच्या दारात ते दोघेजण उभे होते. दाराची खिडकी पूर्ण उघडून त्यातून बाहेर वाकून पहात होते. त्यामुळे त्या दोघांची पाठ त्याच्याकडे होती. मग त्याने वेळ न घालवता त्यांच्यामागे जाऊन एकाच्या पार्श्वभागावरती सणसणीत लाथ मारली, अगदी जीव खाऊन जोरात मारली. काय होते आहे कळायच्या आत ते दोघे डब्याबाहेर फेकले गेले; कारण ते दार फटकन बाहेरच्या बाजूला उघडले गेले होते. त्यांच्यातला एकजण खाली पडला व नाहीसा झाला. तर दुसरा म्हणजे तो उंच माणूस हा खिडकीला अर्धवट हवेत लोंबकळत होता. मधेच त्याचे हात सुटले व तो खाली पडला; पण पडता पडता त्याने दाराची आतली कड एका हाताने पकडून धरली होती. त्या लटकलेल्या अवस्थेतून तो वर येण्यासाठी जीव एकवटून प्रयत्न करू लागला; परंतु त्याचे प्रयत्न अवघे दोन-तीन सेकंदच चालले असतील. रेनॉल्ड्सने पिस्तुलाची नळी धरून त्याच्या दस्त्याने त्या माणसाच्या हातावर निर्दयपणे मारायला सुरुवात केली. त्याचा फक्त एक हात दारावर होता. बाकी सारे शरीर व दुसरा हात हवेत होता. एखाद्या भेदरलेल्या मांजरासारखा तो सुटकेची धडपड करीत होता. दोन-तीन फटके मारल्यावर त्याची हाताची पकड सुटली व तो खाली पडला; पण पडता पडता त्याने आपली विषारी नजर रेनॉल्ड्सवर रोखली होती. त्याच्या डोळ्यांत भयही साठले होते. दुसऱ्याच क्षणाला तो अदृश्य झाला. त्याने पडता पडता मारलेली किंकाळी आगगाडीच्या चाकांच्या घरघराटात विरून गेली.

मग रेनॉल्ड्सने काही सेकंदात त्या दाराच्या चौकटीच्या भोकात मारलेली पाचर काढून घेतली आणि ते दार लावून घेतले. आपले पिस्तूल खिशात घालून तो परत स्वच्छतागृहात गेला. तिथे ठेवलेला हातोडा व टॉर्च खिशात घातला व तो तेथून वळला व समोरच्याच दाराकडे गेला.

आता गाडीने दिशा बदललेली होती. ती नैर्ऋत्य दिशेने पेक्स गावाकडे चालली होती. त्यामुळे इतका वेळ जो वारा आग्नेयेकडून गाडीवर येत होता, तो आता गाडीच्या त्या बाजूवर सरळ दाब देऊ लागला. कितीही जोर केला तरी रेनॉल्ड्सला ते दार उघडता येईना. बाहेर उघडल्या जाणाऱ्या त्या दाराला वाऱ्याने दाबून धरले होते. ते इंचभरही बाहेर उघडले जाईना.

त्याची यात सात मिनिटे गेली. कदाचित आठ मिनिटेही गेली असतील. त्याने शेवटी दार उघडण्याचा नाद सोडून दिला. तो खिडकी उघडू लागला. ती खिडकी खाली सरकून दाराच्या पोटात जाई. त्याने सारे बळ एकवटून ती खिडकी खाली

ओढली. अन् एकदम तो तेवढ्याच वेगाने खाली जमिनीवरती बसला. नाहीतर बाहेरून घुसणाऱ्या वाऱ्याच्या जोराने तो मागे फेकला गेला असता. पार समोरच्या भिंतीवर जाऊन आपटला असता. आता गाडीचा वेग ड्रायव्हरने आणखी कमी केला होता. चढ होता म्हणून नव्हे, तर या वादळात गाडी नीट रूळावर रहाण्यासाठी तो धडपडत होता; पण तरीही बाहेरच्या वाऱ्यात घुसता येणे अशक्य होते. क्षणभर रेनॉल्ड्सच्या मनात एक निराशेचा विचार चमकून गेला. जाऊ दे हे सारे. आपण सोडून द्यावा हा प्रयत्न; पण दुसऱ्याच क्षणाला त्याच्यातले प्रशिक्षण उफाळून आले. त्याने तो विचार मनातून झटकून टाकला. त्याच्या नजरेसमोर शेवटच्या डब्यात हताशपणे गुन्हेगारांसमवेत बसलेले प्राध्यापक जेनिन्ज आले. तयारीत असलेल्या जान्स्कीचा चेहरा आला, त्या वादळी हवेत व्हॅन चालवत वेळेत गाठण्याची धडपड करणारा काउन्ट आठवला. अन् त्याला ज्युलियाही आठवली. तिचा निरोप घेताना तिने एकदम त्याच्याकडे पाठ फिरवली होती. आपले पाण्याने भरलेले डोळे त्याला दिसू नये म्हणून ती धडपडत होती. ते सर्वांचे चेहरे नजरेसमोर दिसताच त्याच्यातले धैर्य पुन्हा उफाळून आले. तो खिडकीसमोर उभा राहिला. चवताळून आत घुसणाऱ्या वाऱ्याला तोंड देत उभा राहिला. मग त्याने एक जोराचा श्वास घेऊन फुफ्फुसात हवा भरून घेतली. खिडकीतून बाहेर पडणे ही एक परीक्षा होती व बाहेर पडल्यावरतीही दुसरी परीक्षा होती. त्या वाऱ्यापुढे टिकून रहाणे कठीण होते, अशक्य होते. तो केव्हाही उडवला जाऊन बर्फात भिरकावला गेला असता; पण तरीही त्याने हिय्या केला, मन घट्ट केले आणि खिडकीतून बाहेरच्या हवेत पाय सोडले. मग आपले हात पुढे केले व हळूहळू तो आपले शरीर बाहेर सोडू लागला. आता तो खिडकीत बाहेर तोंड काढून बसलेल्या अवस्थेत होता. त्याने सावकाश आपले पाय खाली सोडले. प्रथम उजव्या पायाने चाचपून फूटबोर्डची खात्री करून घेतली. त्यावरती बर्फ साठले होते. त्या पायाच्या बुटाने हलवून तिथले बर्फ घालवून तो एका पायावर उभा राहिला. मग हळूच दुसराही पाय त्याने खाली ठेवला. हळूहळू तो स्वत:भोवती वळू लागला. हे करत असताना खिडकीची कड त्याने हाताने पक्की धरून ठेवली होती. तो आपली हालचाल अत्यंत मंदपणे व विचारपूर्वक करीत होता. त्याला भीती वाटत होती, की डब्यात हिमकण असलेले वारे कोठून आले, याचा शोध घेत कोणी आले तर? जे काही करायचे ते झटपट केले पाहिजे. त्याने ती कृती केली, जराशी घाईने केली. त्यामुळे त्याचे पाय घसरले व तो एका हातावर लोंबकळू लागला; पण तरीही तो स्वत:ला वरती खेचू लागला. परत त्याचे पाय फूटबोर्डवरती आले. क्षणभर त्याने विश्रांती घेतली. आपला डावा हातही त्याने उजव्या हाताशेजारी नेऊन पक्का केला. तो आता खाली पडू शकणार नव्हता; कारण वाऱ्याने त्याला दारावरती दाबून धरले होते.

संध्याकाळ झाली होती. जरी थोडासा संधिप्रकाश होता तरी त्याला काहीही नीट दिसेना. कारण वाऱ्याबरोबर उडत येणारे हिमकण डोळ्यांत घुसत होते. म्हणून डोळे मिटून घ्यावे लागत होते. तो आता आंधळा झाला होता. नव्हे, त्याला तसे व्हावे लागले– दरवाजा डब्याच्या टोकाशी असल्याने जवळच कोपरा आहे, हे त्याला समजले. त्याने आपला उजवा हात लांब करून तो कोपरा चाचपण्याचा प्रयत्न केला. तो कोपरा एक फुटावर होता. त्याचा हात दोन फूट पुढे जाऊ शकत होता; पण दोन फुटांवरती कोणताही पुढे आलेला भाग नसल्याने त्याला आधारासाठी कशालाच पकडता येत नव्हते; पण तरीही त्याने शरीर व हात ताणून जितके लांबचे चाचपडता येईल तितका प्रयत्न केला. त्याने आपला पायही लांब करून चाचपडण्याचा प्रयत्न केला. अचानक त्याच्या पायाला एक लोखंडी अँगल लागला. तो डब्याच्या बफरच्या भोवती बसवलेला होता.

पण आता त्याचा डावा हात दुखू लागला. त्या हाताने बराच वेळ शरीराचे ओझे पेलले होते. त्यातून त्याच्या हाताची बोटे बधीर झाली होती. ती सुटतील की काय, अशी त्याला भीती वाटू लागली. डोळे मिटून प्रयत्न करणे म्हणजे एखाद्या आंधळ्या किड्याने पर्वतावर चढाई करताना चाचपडण्यासारखे होते. एकदम त्याला टॉर्चची आठवण झाली. दोन पाय व डावा हात यांनी पक्के पकडलेले आहे, याची खात्री करून त्याने उजव्या हाताने खिशातून टॉर्च बाहेर काढला व तो पेटवला. किलकिले डोळे करून तो पाहू लागला. त्या धूसर व अंधुक प्रकाशात टॉर्चचा झोत हा प्रखर वाटत होता. त्या झोतात एकदम त्याला हवा होता तो आधार दिसला. डब्याच्या मागच्या बाजूला एक आडवी पट्टी गेली होती. आधारासाठी ती योग्य होती. त्याने दोन डब्यामधले कपलिंग, बफर्स आणि ती पट्टी यांची एकमेकांपासूनचे अंतर आणि स्थिती नीट लक्षात ठेवली; पण ते बफर्स सारखे हलत होते. दोन डब्यांमधली स्थिती सतत बदलत होती. त्याने विचार करून टॉर्च विझवला व तो खिशात घातला. आता तो निर्धारपूर्वक डब्याच्या टोकाच्या भागाला, म्हणजे दोन डब्यांमध्ये सरकू लागला. तिथली जागा ही अत्यंत धोकेबाज होती. बफर्स सारखे हलत होते, डबेही हलत होते. निसटून पडण्याची शक्यता जास्त होती; पण तरीही त्याने तो धोका पत्करला. जर तो खाली पडला, तर रूळावर पडणार होता. अन् रूळावर पडणे म्हणजे चाकाखाली सापडून देहाचे तुकडे होणे. डावा पाय फूटबोर्डवर, डावा हात खिडकीच्या कडेला ठेवून त्याने शरीराचा जास्तीतजास्त उजवा भाग हा डब्याच्या कोपऱ्यावरती नेला. वाऱ्यामुळे तो डब्याला दाबून चिकटलेल्या अवस्थेत राहिला. मग त्याच्या उजव्या पायाने चाचपडून तो अॅन्गल शोधला व त्यावरती आपला पाय ठेवला. तो अॅन्गल बऱ्यापैकी रुंद होता. त्यावरती त्याने आपला गुडघा टेकवला. त्याच्या उजव्या हाताने चाचपडल्यावरती त्याला ती पट्टी लागली. ती पट्टी पकडून

धरल्यावर त्याने आपला डावा पाय व डावा हात काढून घेतला. एकदम तो लोंबकळणाऱ्या अवस्थेत गेला; पण त्याने उजव्या हाताचा आधार सोडला नव्हता. त्याचा गुडघा त्या ॲन्गलवरून निसटला खरा; पण त्याने त्या पायाच्या बुटाने बफरच्या खालून नांगरासारखी पकड केली. काही सेकंद तो अशाच अवस्थेत राहिला. मग त्याने जोर करून आपले शरीर वर उचलायला सुरुवात केली; पण ते अजिबात हलायला तयार नव्हते. शेवटी त्याने खाली वाकायला सुरुवात केली. ही गोष्ट मात्र जमली. तो आता दोन डब्यांना जोडणारे कपलिंग व बफर यांच्या आधाराने कसाबसा आडवा बसल्यासारखा झाला. त्या अवघडलेल्या स्थितीतून कसे बाहेर पडता येईल, याचा विचार करू लागला. दोन डब्यांना आतून जोडणाऱ्या मार्गावरती एक रबरी चिवट कापडाचे भात्यासारखे आवरण होते. त्याने त्या भात्याच्या घड्यांमध्ये आपली बोटे खुपसली व तो महत्प्रयासाने सरळ उभा राहू लागला. तीनच सेकंदात तो बफरभोवतालच्या प्रशस्त ॲन्गलवरती उभा होता आणि आधारासाठी दोन्ही हातांनी तो भाता पकडला होता. पण त्याचा डावा हात आता कंप पावू लागला. काही केल्या त्याचा कंप थांबेना. मग एक कल्पना सुचून त्याने खिशातून चाकू बाहेर काढला. त्या चाकूचे बटण दाबताच खटकन पाते बाहेर आले. मग तो चाकू सरळ त्या रबरी भात्यात खुपसला. पाते पूर्णपणे आत गेले. आतल्या बाजूला जर एखादा प्रवासी असेल, तर एकदम चाकूचे पाते समोर प्रगट झाल्यावर त्याला केवढा मोठा धक्का बसेल, असेही त्याला वाटून गेले. आता केवढा मोठा व पक्का आधार त्याला सापडला होता. त्याने अनेक ठिकाणी त्या भात्याला विचारपूर्वक खुपसले. मग त्या फटीत आपले पाय व एक हात खुपसून तो वर चढू लागला. वर चढताना अर्थातच नवीन फटी व भोके तो चाकूने निर्माण करीत जात होता. त्यामुळे त्याचे दोन्ही पाय व हात यांना आधार सापडत होते. शेवटी तो डब्याच्या माथ्यावरती पोचला.

परंतु माथ्यावरती तर खूपच असुरक्षितता होती. तिथल्याइतका वाऱ्याचा जोर कुठेही नव्हता. शिवाय, तिथे बर्फाचा थर साठून तो घट्ट झाला होता; पण एका दृष्टीने बरेच होते. तो पालीसारखा सरपटत गाडीच्या पुढच्या दिशेने जाऊ लागला. पुढे सरकताना तो उजव्या हातातला चाकू घट्ट बर्फात खुपसे, रुतवे, त्याला धरून आपले शरीर पुढे ओढे. त्याच्यासमोर एकदम एक गोल भाग आला. त्यातून डब्यामधली हवा बाहेर पडत होती. तो एक व्हेन्टिलेटर होता. अशा व्हेन्टिलेटर्सची एक रांग प्रत्येक डब्यावर होती. या व्हेन्टिलेटर्सचा आधार हा अधिक भक्कम होता. त्यांना धरून तो सरपटत पुढे गेला. डबा संपल्यावरती तो त्या रबरी भात्यावर उतरे व त्यावरून पुढच्या डब्याच्या माथ्यावर जाई. डब्याचे माथे हे घरावर टाकण्यात येणाऱ्या पन्हाळी पत्र्यांचे होते. ते वाकवून डब्यावर बसलेले होते. त्यांचाही आधार

त्याला मिळे. अशा रीतीने त्याने एक डबा पार केला, दुसरा डबा पार केला. अनेकदा त्या पत्र्याच्या पन्हाळीच्या खोलगट भागात बर्फ जमून तो भाग बुजून गेलेला असे. त्या वेळी तो चाकूचा वापर करून बर्फात थोडा खड्डा करून, त्या खड्ड्याच्या आधारे तो पुढे सरके. आपले शरीर जेवढे सपाट करून हातपाय लांबवून नेता येईल तसे तो नेत राहिला. यामुळे जणू काही तो डब्याच्या माथ्याच्या पृष्ठभागाचाच एक भाग झाला होता. वाऱ्याने उडवून लावला जाण्याचा धोका त्यामुळे टळत होता.

तो इंजिनाच्या दिशेने चालला होता. शेवटी तो इंजिनाच्या अलीकडच्या डब्यापाशी आला. त्या वेळी त्याच्या डोळ्यांसमोरून अनेक प्रखर झोत जाऊ लागले. त्या रूळमार्गाशेजारून साठ फुटांवरून एक रस्ता समांतर जात होता. त्यावरून जाणाऱ्या वाहनांच्या दिव्यांचा प्रकाश त्याच्या डोळ्यांवर पडू लागला होता; पण त्या डब्यावरती व्हेन्टिलेटर्स नव्हते. बर्फ पडून सारा पृष्ठभाग गुळगुळीत झाला होता. अंधारात तिथे गेल्यावर त्याला ते समजले. आता पुढे कसे सरकायचे? तो बर्फाचा पृष्ठभाग अत्यंत गुळगुळीत होता. त्याच्यावरती फक्त चाकू मारत जाणे हे तसे धोक्याचे होते; कारण त्या डब्याचा माथ्याचा पत्रा हा पन्हाळी पत्रा नव्हता, साधा सपाट होता. शिवाय त्यावरती चढलेला बर्फाचा थर पुरेसा जाडीचा नव्हता. त्या पातळ व गुळगुळीत थरावरून पुढे जाणे म्हणजे आत्महत्या करण्यासारखे होते.

त्याने हात व पाय हे कोळ्यासारखे ताणले होते. तेवढ्यात त्याला कळून चुकले, की गाडी आता वळण घेऊ लागली आहे. त्या वळणावर केंद्रात्सारी प्रेरणेने तो कडेला हमखास घसरत जाणार होता.

शेवटी तो घसरू लागला. हळूहळू का होईना पण तो नक्की घसरत चालला. प्रथम त्याचे पाय घसरत डब्याच्या कडेला गेले. त्याने हाताच्या बोटांच्या नखांनी पृष्ठभाग पकडण्याचा प्रयत्न केला होता; पण तरीही घसरत गेलाच. शेवटी तो गुडघ्यापर्यंत डब्याच्या कडेला घसरला. त्या गाडीचे वळण अजूनही संपत नव्हते. तो कणाकणाने घसरत होता, मृत्यूच्या दरीकडे चालला होता. आता आपल्याला काहीही वाचवू शकणार नाही, याची त्याला खात्री झाली. घसरता घसरता त्याने शेवटचा प्रयत्न म्हणून हातातला चाकू चिडून त्या पृष्ठभागावरती मारला.

तो तशा लटकत्या अवस्थेत किती वेळ पडून होता, ते त्याला आठवेना. कदाचित काही सेकंदाचाही कालावधी असेल. हळूहळू तो भानावर येऊ लागला. त्याच्या लक्षात आले, की गाडीने आता वळण संपवले आहे. रूळमार्ग सरळ झाला आहे. घसरण्यास कारणीभूत असणारी ती केंद्रोत्सारी प्रेरणाही त्यामुळे थांबली. अन् त्यामुळे त्याचा अध:पातही थांबला व त्याला जीवदान मिळाले. त्याने आपले पाय इंच इंच लढवीत वर घेण्याचा प्रयत्न केला. दोन्ही पाय वर आले. मग बर्फाच्या पृष्ठभागात खुपसलेला चाकू त्याने काढला व तो आणखी पुढे चाकूने खरवडू

लागला. असा सरकत असताना त्याच्या हाताला एक व्हेन्टिलेटर लागला. मग त्याला कळले, की या डब्यावरती मुळात फार थोडेच व्हेन्टिलेटर्स असून ते सारेच्या सारे बर्फात पुरले गेले होते. या डब्याच्या माथ्यावरच्या बर्फाच्या थराची जाडी खूप होती. त्यामुळे अंधुक प्रकाशात त्याला कुठेही ते व्हेन्टिलेटर दिसत नव्हते. ते जवळजवळ बर्फात बुडाले होते. आता त्याच्याजवळ फक्त चार मिनिटे उरली होती. त्यामुळे त्या पहिल्या व्हेन्टिलेटरपाशी फार वेळ थांबता येत नव्हते. पुढच्या व्हेन्टिलेटरपाशी लवकर पोचले पाहिजे. तो पुढे सरकला. पुरेसा सरकल्यावर त्याने हातातील चाकू बर्फात जोरात मारला; पण तिथे बर्फ पातळ होता. त्या खाली काहीतरी धातूचा भाग होता. कदाचित एखाद्या मोठ्या बोल्टचे षट्कोनी डोके तिथे आलेले असेल; पण त्यामुळे तो चाकू मोडला. त्याचे पाते मुळाशीच तुटले. त्याची हाती आली ती फक्त चाकूची मूठ. ते पाहून त्याला धक्का बसला. नेहमी शेवटच्या क्षणी अपयश येते म्हणून तो चिडला. हातातील चाकूची मूठ त्याने फेकून दिली. क्षणभर त्याने विसावा घेतला. मग चिडून तो पुढे सरकला. त्यासाठी त्याने आपल्या पायाचा रेटा मागच्या व्हेन्टिलेटरला दिला होता. हात लांब केल्यावर त्याला पुढचा व्हेन्टिलेटर लागला. त्यावरचा सैलसर बर्फाचा थर त्याने हातानेच काढून टाकला. मग हाताने तो व्हेन्टिलेटर धरून त्याने आपले शरीर पुढे ओढले. अशा रीतीने त्याने तीन व्हेन्टिलेटर्स पार केले. हा डबा आहे तरी किती लांबीचा हे त्याला समजेना. शेवटी पुढे व्हेन्टिलेटर्स असो वा नसो पुढे जाण्याचा प्रयत्न करीत रहायचे, असा निर्धार त्याने केला. असाच तो आणखी पुढे सरकला व एकदम त्याला इंजिनाच्या मागच्या बाजूचा कोळशाचा उघडा डबा दिसला.

तिथे एक व्हेन्टिलेटर होता. त्याला त्याने आपल्या दोन्ही मांड्यात घट्ट पकडले व तो आणखी पुढे सरकला. आता इंजिनातल्या जाळाचा तांबडा प्रकाश सर्वत्र पडून चकचकीत पृष्ठभागावरून परावर्तित होत असलेला दिसला. एक इंजिनियर व एक फायरमन फावड्याने कोळसा घेऊन तो इंजिनाच्या भट्टीत टाकीत होते. तिथेच एक सैनिकही होता व त्याच्या हातात एक कार्बाईन बंदूकही होती. त्या सैनिकाने त्याच्या अंगाचे मुटकुळे केले होते व तो फायरबॉक्सच्या समोर शेकत बसला होता.

रेनॉल्ड्सने मग डब्याच्या छतावरून एकदम त्या कोळशाच्या उघड्या वॅगनवरती उडी टाकली. पुन्हा तो सरपटत पुढे जाऊ लागला. त्या कोळशावरून पुढे जाताना त्याच्या कपड्यांना कोळसा लागून ते काळे होत होते; पण आता त्याला कशाचीही पर्वा नव्हती. शेवटी तो वॅगनच्या पुढच्या टोकावरती आला. त्या सैनिकाला पहाताच रेनॉल्ड्सने आपल्या खिशातील पिस्तूल काढण्याचा प्रयत्न केला; पण त्याचा हात गारठून गेला होता. बोटे बधीर झाली होती. चापाभोवतालच्या ट्रिगर गार्डमधून त्याला आपले बोट वाकवून सरकवता येईना. शेवटी त्याने ते पिस्तूल पुन्हा खिशात

टाकले. तो उठून उभा राहिला. तिथल्या दगडी कोळशाचा एक तुकडा त्याने हातात घेतला. त्याच्या हालचाली इंजिनातील सर्वांच्या लक्ष वेधून घेणाऱ्या ठरल्या. इंजिनियर, फायरमन व तो सैनिक हे सर्वजण त्याच्याकडे पहात राहिले. त्या अंधारात अचानक आकाशातून उतरलेला हा कोण चमत्कारिक प्राणी आहे, असे त्यांना वाटले असणार; कारण रेनॉल्ड्‌सचे कपडे काळे झाले होते. अंगावर जागोजागी बर्फ चिकटलेले होते. त्या सैनिकाला हे सारे अनपेक्षित होते. तो गोंधळून गेला होता. कोणीतरी वेडा माणूस आला आहे, अशी त्याची समजूत झाली. अशात पाच सेकंद गेले असावेत. शेवटी तो भानावर आला. समोरच्या माणसाच्या हातात कसलेही शस्त्र नाही, हे पहाताच तो त्या उघड्या वॅगनवरती चढला. आपल्या खांद्याला लटकणारी कार्बाईन त्याने काढली, तिची नळी हातात धरली व रेनॉल्ड्‌सवरती दस्ता मारला; पण रेनॉल्ड्‌सने त्याचा तडाखा चुकवला व हातातील कोळशाचा तुकडा त्याला फेकून मारला. रेनॉल्ड्‌सचे हाताचे पंजे बधीर झाले होते. त्यामुळे त्याचा नेम बरोबर बसला नाही. त्यातून तो सैनिक एकदम वाकला. तो दगडी कोळशाचा तुकडा इंजिनात जाऊन पडला. इंजिनियर व फायरमन हे अचानक घडणारे नाट्य पहात राहिले होते; पण लवकरच ते भानावर आले. त्या फायरमनने पुढे होऊन वर चढून आपल्या हातातील फावडे त्या सैनिकाच्या डोक्यावरती हाणले. रपकन तो सैनिक खाली बेशुद्ध होऊन आपटला. अचानक आपल्या बाजूने हा फायरमन का झाला, हे रेनॉल्ड्‌सला कळेना.

रेनॉल्ड्‌स त्या दोन पायऱ्या उतरून खाली इंजिनात उतरला. फाटके कपडे, काळे डाग, पांढऱ्या बर्फाने माखलेले शरीर रेनॉल्ड्‌सच्या प्रयत्नांची सारी कहाणी सांगून जात होते. त्याच्यासमोर कुरळ्या केसांचा एक तरुण फायरमन उभा होता. त्याच्या पायाशी तो सैनिक पडला होता. त्याने रेनॉल्ड्‌सकडे पाहून एक स्मित हास्य केले. तो म्हणत होता, ‘‘उष्णतेमुळे याच्या डोक्यावरती परिणाम झाला आहे, असे समजा. बिचारा फीट येऊन पडला.’’

‘‘पण तुम्ही–’’

परंतु रेनॉल्ड्‌सचे बोलणे तोडत तो इंजिनियर बोलू लागला, ‘‘तुम्ही कोणीही असा; पण त्यांच्याविरुद्ध आहात ना, मग तुम्ही आमच्या बाजूचे. आता आपल्याला काय मदत करू आम्ही?’’

‘‘मदत? जरूर करू शकता.’’ मग रेनॉल्ड्‌सने त्यांना भरभर काय करायचे ते सांगितले. ते दोघेजण एकमेकांकडे पहात राहिले. काय बोलावे ते त्यांना सुचेना. सांगायला ते कचरत होते.

मग तो फायरमन म्हणाला, ‘‘पण आम्ही आमचा बचाव कसा करणार?’’

‘‘त्याची काळजी करू नका.’’ असे म्हणून त्याने आपल्या कोटाच्या आतल्या

खिशातून एक दोरी बाहेर काढली व ती त्यांना दिली. तो पुढे म्हणाला, ''या दोरीने त्याचे हातपाय बांधा. नंतर पुढच्या स्टेशनवरती सांगा, की गाडीवरती सात-आठ जणांनी दरोडा घातला.''

''अर्थात! अर्थात!'' तो तरुण फायरमन हसत हसत म्हणाला. त्याने त्या सैनिकाचे हातपाय बांधून टाकले. त्या इंजिनियरने एअर-ब्रेकचा दांडा ओढला. गाडीची चाके चरचराट करीत फिरायची थांबली. रेनॉल्ड्सने झटकन खाली उडी मारली. त्याला त्यांचे आभार मानायलाही वेळ नव्हता. तेच ओरडून त्याला म्हणाले, ''सुखरूप घरी पोचा.''

रेनॉल्ड्स मागच्या दिशेने पळत सुटला. गाडी अजूनही पूर्णपणे थांबली नव्हती. डब्यांचे बफर्स एकमेकांना धडका देत पुढे ढकलू पहात होते. जर शेवटचा डबा आणि गार्डचा डबा यांना जोडणाऱ्या कपलिंगवर ताण पडला, तर ते खूप घट्ट बसणार होते. मग ते सोडवण्यात खूप वेळ गेला असता. रेनॉल्ड्स आपले डोके खाली करून गाडीच्या अगदी जवळून धावत जाऊ लागला. डब्यातल्या कोणीही आपल्याला पाहू नये म्हणून तो ही काळजी घेत होता. एव्हाना गाडी पूर्णपणे थांबली होती. गार्डच्या डब्याजवळून जाताना त्याला दरवाजात जान्स्की उभा असलेला दिसला. त्याच्या हातात एक पिस्तूल होते.

पण त्याच्याकडे लक्ष न देता रेनॉल्ड्स गार्डच्या डब्याच्या मागे गेला व कपलिंग सोडवायचा प्रयत्न करू लागला. गाडी थांबली होती, तरीही डब्यांचे बफर्स मागे-पुढे होऊन आदळत होते. रेनॉल्ड्सने आपल्या हातातील टॉर्च लावला. मागच्या गुरांच्या डब्याला जोडलेले एअर-ब्रेकचे कनेक्शन शोधले व त्यावरती त्याने हातोड्याने घाव घातले. काही सेकंदात ते कनेक्शन तुटले. त्याने वाफेचे पाईप मागच्या डब्यात गेले आहेत का, ते शोधले. युरोपातील आगगाड्यात सर्व डब्यांमधून गरम वाफेचे पाईप गेलेले असतात. त्यातून गरम वाफ खेळवतात. त्यामुळे डब्यात पुरेशी उष्णता निर्माण होऊन माणसांना थंडीचा त्रास होत नाही; पण हा तर गुरांचा डबा होता. त्यात माणसे नव्हती. सारे गुन्हेगार होते. त्यांना कशाला उष्णता पुरवायची? असा विचार करून त्या डब्यात वाफेचे पाईप नेले नव्हते. रेनॉल्ड्सने घाई करून कपलिंगही सोडवले. आता मागचा डबा व पुढची गाडी यांच्यात कसलाही संबंध राहिला नाही.

एवढ्यात जान्स्की हातात किल्ल्यांचा एक जुडगा खेळवत आला. त्याने गार्डच्या डब्यात प्रवेश करून पिस्तुलाच्या धाकावर साऱ्यांना नमवले होते व आपल्या जवळच्या दोरीने त्यांचे हातपाय बांधून टाकले होते. तो रेनॉल्ड्सपाशी येत असताना गार्डचा डबा जरा मागे सरकला व त्याने एक धक्का त्या गुरांच्या डब्याला दिला. तो एक प्राथमिक धक्का पुरेसा होता. हळूहळू डबा मागे सरकू लागला.

मागच्या बाजूला उतार होता. पुढे काय होईल ते दोघांच्या ध्यानात आले. चटकन जान्स्की वर चढला व हातातल्या जुडग्यातील एक किल्ली निवडून त्याने त्या डब्याचे कुलूप उघडले. डब्याची दारे त्याने लाथ मारून सताड उघडी करून ठेवली. रेनॉल्ड्सही त्याच्या मागोमाग वर चढला व त्याने आपल्या हातातील टॉर्चचा झोत आत फिरवला. एव्हाना डब्याने बऱ्यापैकी मागच्या दिशेने उतारावरती वेग घेतला होता. तो थांबवायला हवा होता. डब्याला ब्रेक लावण्याचे चाक बाहेरच्या बाजूला होते. रेनॉल्ड्स ते फिरवू लागला. जिवाच्या आकांताने फिरवू लागला. कारण डब्याची गती वाढली व एखादे वळण त्या वेळी आले, तर डबा रूळ सोडून सरळ पुढे गेला असता. एव्हाना अर्धा मैल अंतर डब्याने काटलेले होते. रेनॉल्ड्स खूप वेळ चाक फिरवीत राहिला. जेव्हा ते फिरेनासे झाले, तेव्हाच चाकांना ब्रेक्स घट्ट बसले. मग चरचर आवाज करत एक-दोन फूट अंतर कापून सारा डबा थांबला.

रेनॉल्ड्स डब्यात शिरला. टॉर्चच्या झोतात त्याने पाहिले की तो वृद्ध शास्त्रज्ञ जेनिन्ज हा जान्स्कीला मिठी मारत होता. एखाद्या लहान पोरासारखा आपला आनंद व्यक्त करीत होता. फार वेळ न घालवता ते तिघे डब्यातून खाली उतरले. जेनिन्जला उतरायला रेनॉल्ड्सने मदत केली. समोर रस्ता दिसत होता. खाचखळग्यातून ते तिकडे निघाले. रस्त्यावर येऊन काउन्टची किती वेळ वाट पहायची, याचा ते विचार करू लागले. एवढ्यात लांबून तीन माणसे त्यांच्या दिशेने ओरडत पळत येऊ लागली. सर्वांत पुढे जो होता तो काउन्ट होता. त्याच्या चेहऱ्यावरती आता खानदानीपणा नव्हता. एक बालीश आनंद होता. त्याने पुढे येऊन सर्वांना मिठी मारली.

दूरवर त्या आगगाडीचे दिवे लांब जाताना दिसत होते.

अकरा

त्या खेड्यात जान्स्कीचे घर होते. जान्स्कीच्या छुप्या संघटनेचे ते मुख्य ठाणे होते. त्या आडबाजूच्या व हंगेरीतील एका कोपऱ्यातल्या कुग्रामात असे मुख्य ठाणे असेल, हे कोणाच्याही कल्पनेत बसणारे नव्हते. येथून ऑस्ट्रियाची सरहद्द अवघी दहा मैलांवरती होती. ते सर्वजण दुसऱ्या दिवशी सकाळी साडेसहा वाजता तिथे पोचले. हंगेरीतील बर्फाच्या रस्त्यावरून त्यांनी सुमारे १४ तास प्रवास केला होता. त्यांच्या व्हॅनचा सरासरी वेग हा ताशी ३२ कि.मी. पडला होता. चौदा तासांच्या त्या गारठणक हवेतून प्रवास करताना ते थंडीने व भुकेने व्याकूळ होऊन गेले होते. जागरणामुळे आणि दमल्यामुळे त्यांच्यातले त्राण नाहीसे झाले होते; पण तरीही ते आले ते अत्यंत उत्साहात होते, आनंदात होते व अभिमानाने फुलून आले होते. त्यांच्यावर कोसळलेल्या संकटांवरती त्यांनी मात केली होती. आता त्या संकटात भोगलेल्या वेदना, यातना, मन:स्ताप वगैरेंच्या आठवणींमुळे ते खचून जात नव्हते. काउन्टही आनंदात होता; पण सुरुवातीचा त्याचा आनंदाचा बहर ओसरल्यावरती त्याला एकाकीपणाच्या भावनेने ग्रासले गेले. चौदा तास ड्रायव्हिंग केल्यामुळे तो दमून गेला होता. पुन्हा त्याचा तो नेहमीचा उदास एकाकीपणा उफाळून आला होता.

त्या रात्री त्यांनी न थांबता सतत चारशे किलोमीटर्सचा प्रवास केला होता. वाटेत फक्त दोन वेळा ते पेट्रोल घेण्यासाठी थांबले होते. पेट्रोल पंपावर झोपलेल्या अटेंडंटना काउन्ट उठवून पेट्रोल घेई. त्याची अधिकारवाणी ऐकल्यावर आणि अंगावरचा गणवेश पाहिल्यावर पंपाच्या अटेंडंटची झोप खाडकन् उतरे. त्यांना दुप्पट धडकी भरे. काउन्टच्या चेहऱ्यावरती आता दगदगीच्या व वयाच्या रेघा दिसू लागल्या होत्या. प्रवासात अनेकदा रेनॉल्ड्सने ड्रायव्हिंग करण्याची तयारी दाखवली होती; पण काउन्टने त्याला नकार दिला होता. हंगेरीमधील बर्फाच्या रस्त्यावरून गाडी चालवणे हा एक अत्यंत खडतर अनुभव असतो. अनुभवी माणूसच हे काम अपघात न घडवता करू शकतो. रेनॉल्ड्सने व्हॅन चालवली नाही, हे एकप्रकारे सर्वांचे सुदैवच म्हटले पाहिजे. काउन्टच्या दगदगीपेक्षा सर्वांच्या सुरक्षिततेला

अधिक प्राधान्य होते. काउन्ट किती उत्तम व सहजतेने ड्रायव्हिंग करतो, हे रेनॉल्ड्सला हंगेरीत शिरल्या शिरल्याच कळले होते. त्याच्या मर्सिडीज गाडीतून जाताना त्याने ते अनुभवले होते. रात्रभर व्हॅनमध्ये रेनॉल्ड्स डुलक्या घेत होता व काउन्टचे ड्रायव्हिंग बघत होता. त्याच्या शेजारी तो कोसॅक पोऱ्या बसला होता. व्हॅनच्या मागच्या भागात जेनिन्ज, जान्स्की व सॅन्डर असे तिघे बसले होते; परंतु तिथल्यापेक्षा ड्रायव्हरच्या केबिनमध्ये कमी थंडी होती; कारण तिथे इंजिनाची उष्णता मिळत होती; परंतु बाहेर होणारी बर्फवृष्टी एवढी जोरदार होत होती की समोरच्या काचेवर बर्फाचे थर अल्पावधीत चढे. वायपरचा फारसा उपयोग होत नव्हता. पेक्स गावाला येईपर्यंत वीस मैल अंतर तर बर्फवृष्टीमुळे फार कठीण गेले. काच इतक्या वेळा धूसर बने की काउन्टला ड्रायव्हिंग करणे अशक्य होई. शेवटी तो कोसॅक पोऱ्या व्हॅनच्या बाहेर पडला व बॉनेट आणि फेन्डर यामध्ये अंगाचे मुटकुळे करून बसला. दर दोन-तीन मिनिटांनी तो काच बाहेरून पुसे. तेव्हा कुठे ते कठीण वीस मैलांचे अंतर दीडएक तासात पार करता आले; पण तेवढ्या दीड तासात त्या कोसॅकला बर्फवृष्टी झेलावी लागली. झोप येऊ न देता डोळ्यांत तेल घालून लक्ष ठेवावे लागले. बोचऱ्या गार वाऱ्याला तोंड द्यावे लागले. अन् त्यानेही कुरकूर न करता ते काम आनंदाने केले.

जेव्हा त्यांची व्हॅन लोहमार्गाला समांतर धावत होती, तेव्हा बराच वेळ त्यांना ती आगगाडी शेजारून जाताना दिसली. त्याच वेळी रेनॉल्ड्सची एका डब्यावरून दुसऱ्या डब्यावर जाण्याची धडपड त्या कोसॅकला पहायला मिळाली. जोरदार बर्फवृष्टीत, बोचऱ्या वाऱ्यात आणि हलत्या व धडधडत्या गाडीच्या टपावरती निसरड्या पृष्ठभागावरून रेनॉल्ड्स एका डब्यावरून दुसऱ्या डब्यावर जाण्याचे साहस करीत होता. शेवटच्या डब्यावर तर तो घसरून पडायच्या बेतात आला होता. ते चित्तथरारक साहस पाहून तो कोसॅक थक्क झाला. तसले साहस पहायला त्याला जणू काही बॉनेट व फेन्डरच्या मधली खास जागा मिळाली होती. रेनॉल्ड्सबद्दल त्याला जो मत्सर वाटत होता तो गेला व मत्सराची जागा आदराने घेतली. रेनॉल्ड्स त्याचा आता एक आदर्श हिरो झाला होता.

पेक्स गावापासून जान्स्कीच्या खेड्यातील घरापर्यंतचे फक्त अर्धेच अंतर त्यांनी कापले. त्या रस्त्यावरून अधिक पुढे जाणे म्हणजे शेवटी कॉन्सेन्ट्रेशन कॅम्प किंवा एव्हीओचे यातनागृह ह्यात पोचण्यासारखे होते. एव्हीओने सरहद्दीच्या दिशेने जाणाऱ्या प्रत्येक रस्त्यावरती नाकेबंदी केली होती. जान्स्की व काउन्ट यांची तशी पक्की खात्री झाली होती. पश्चिमेला ऑस्ट्रिया देशाची सरहद्द होती; पण त्या दिशेने वाटेत ५० मैल लांबीचे बालाटोन सरोवर आडवे दक्षिणोत्तर पसरलेले होते. सरोवराच्या दक्षिणेकडच्या टोकाला युगोस्लोव्हाकियाची सरहद्द होती; पण त्या बाजूच्या अगदी किरकोळ

रस्त्यावरसुद्धा सक्त पहारा ठेवलेला होता. मग बालाटोन सरोवराचे उत्तर टोक आणि ब्युडापेस्ट यांच्यामधून पश्चिमेकडे जाणाऱ्या रस्त्यावरती कदाचित फारसा पहारा नसावा, असे त्यांना वाटले; पण तरीही त्यांनी ती जोखीम घेतली नाही. ते सरळ उत्तरेकडे २०० किलोमीटर्स गेले. मग ब्युडापेस्ट शहराला खूप लांबून त्यांनी वळसा घातला व ऑस्ट्रियाकडे जाणारा मुख्य हमरस्ता घेतला; पण त्या रस्त्याने ते शेवटपर्यंत गेले नाहीत. मधेच त्या रस्त्याला नैऋत्येला जाणारा एक फाटा होता त्या फाट्याला ते लागले. तिथून ते ग्योर गावाकडे गेले.

४०० किलोमीटर अंतराचा प्रवास १४ तासांत केल्यामुळे ते जेव्हा मुक्कामाला पोचले, तेव्हा पार गारठून गेले होते. भुकेने त्यांच्या पोटात नुसता आगडोंब उसळला होता; पण जेव्हा ते घरामध्ये शिरले तेव्हा त्यांचा गारठा, शीण, कंटाळा, भूक, थकवा सारे काही दूर पळाले. हे जान्स्कीचे घर होते. 'स्वीट होम' होते. येथे बाहेरच्या कठोर थंडीपासून व सरकारी पाळतीपासून संरक्षण होते, ऊब होती, अन्न होते. अन् मुख्य म्हणजे त्यांनी शेवटी अनेक अडचणींवर मात करून हवे ते साध्य केले होते. त्यामुळे विजयाचा आनंद होता. मनावरती आता कोणताही ताणतणाव नव्हता. याचा अर्थ ती संकटमालिका संपली असे नाही. भविष्यकाळात संकटे येतीलही; पण त्या वेळी कसे तोंड द्यायचे ते त्या वेळी ठरवता येईल. आता जशी मात केली, तशी मात त्या वेळीही करता येईल. तेव्हा आजतरी 'कशाला उद्याची बात?' अशी त्यांच्या मनाची अवस्था झाली होती. त्या कोसॅकने लाकडे पेटवली. त्या शेकोटीभोवती सारेजण ऊब घेत बसले. सॅन्डर स्वयंपाकाच्या तयारीला लागला. त्याने आगीवर भांडी चढवली. त्यात शिजणाऱ्या पदार्थांचा खमंग वास आता दरवळू लागला. काउन्टने तिथे खास हंगेरियन 'बराक' या मद्याच्या बाटल्यांचा एक साठा पूर्वीपासून ठेवला होता. त्याने त्यातली एक बाटली उघडली व तो आरामात मद्यप्राशन करू लागला. सुरक्षितपणे घरी परतल्यावरचा आनंद, सुटकेचा आनंद, मोहीम फत्ते झाल्याचा आनंद आणि एव्हीओवरती मात केल्याचा आनंद, असे आनंदाचे अनेक प्रकार तिथे ओसंडून वहात होते. इथे हे हसत होते, शेकत होते, बोलत होते, पीत होते, खिदळत होते, तीच तीच गोष्ट परत परत वेगवेगळ्या बारकाव्यांसह सांगत होते. त्यांच्या गोठून गेलेल्या शरीरात मद्य व गरम अन्न यांनी ऊब आणली. पुन्हा रक्तप्रवाह सुरळीत झाला. पुन्हा उत्साह व चैतन्य त्यांच्यात संचारत गेले. त्या सर्वांना झोपेची नितांत गरज होती; पण आनंद व उत्साहापुढे ते 'झोप' विसरून गेले. आता सबंध दिवसभर ते केव्हाही झोपू शकत होते. आज ते काहीही करणार नव्हते. जेनिन्ज यांना सुरक्षितपणे सरहद्दीपलीकडे पोचवायचे काम अजून बाकी होते; पण जान्स्की आज रात्री बारा वाजेपर्यंत तरी ते काम करणार नव्हता.

सकाळचे आठ वाजले. जान्स्कीने त्या घरात एक आधुनिक व मोठा रेडिओ सेट ठेवला होता. तो त्यांनी चालू केला. ते बातम्या ऐकू लागले. एव्हीओची फजिती, फर्मिन्ट व कॅप्टन झोल्ट यांची कैद, कर्नल हिडासची फसवणूक, जेनिन्जची सोडवणूक, एव्हीओच्या दोन माणसांना रेल्वेतून ढकलून दूर केल्याची घटना, सारे सारे काही बातम्यात येणार होते. त्यावरून एव्हीओला कितपत कळले व त्यांची प्रतिक्रिया काय झाली आहे, हे समजले असते; पण आश्चर्य असे, की त्या रेडिओवरच्या बातमीपत्रात या साऱ्या गोष्टींचा मागमूस नव्हता. म्हणजे अजून वरती सरकारमध्ये या घटना कळल्याच नव्हत्या? एव्हाना त्या कळलेल्या असणारच; पण कोणत्याही कम्युनिस्ट देशात कोणते सरकार आपल्या अपयशाची जाहीर कबुली देत असते? तशी ती दिली तर आपल्या अंकित राष्ट्रांवरती परिणाम होईल, याची त्यांना भीती वाटत असते. बातम्या संपल्या व आता हवामानाची माहिती दिली जाऊ लागली. हवामान अजूनही खूप खराब होत जाण्याचा अंदाज व्यक्त करण्यात आला. सबंध हंगेरीत सर्वत्र हिमवृष्टी झाली होती व तशीच ती अजूनही पुढे होत रहाणार होती; परंतु या हवामानाच्या माहितीमध्ये एक खास माहिती जान्स्की आणि मंडळींना रस वाटेल अशी होती. नैऋत्य हंगेरीमध्ये बालाटोन सरोवर ते युगोस्लाव्हियाची सरहद्द येथवर मोठ्या प्रमाणात हिमवादळे झाल्याने सारे जनजीवन ठप्प झाले होते. गेल्या महायुद्धापासून आजवर इतके मोठे हिमवादळ कधीही झाले नव्हते. त्यामुळे प्रत्येक रस्ता, रेल्वेमार्ग, विमानतळ हे बंद पडले होते. येथली सेवा ठप्प झाली होती. नैऋत्य हंगेरीमधील सर्व हालचाली बंद पडल्या होत्या. सर्वांनी ती बातमी शांतपणे ऐकली. जर आपण त्या बाजूचे मार्ग निवडून तिकडे गेलो असतो तर? तर काय झाले असते याची कल्पना प्रत्येकजण मनात करत होता. मग जेनिन्ज यांना वाचवणे व पलायन करणे हे अशक्यप्राय झाले असते.

सकाळचे नऊ वाजले. सूर्यप्रकाशाची अंधुक किरणे पुन्हा सर्वत्र पडलेले बर्फ दाखवू लागले. हिमवृष्टी अजूनही चालूच होती. अगदी जोरदार चालू होती. मग पुन्हा एक बराक मद्याची नवीन बाटली उघडली गेली. परत गप्पा सुरू झाल्या. जान्स्की स्झारहाझा येथे घालवलेल्या दिवसांतल्या आठवणी सांगू लागला. काउन्टने आपण फर्मिन्टवरती कशी मात केली, ते सांगितले. रेनॉल्ड्सला तर अनेकवार आपली आगगाडीच्या टपावरची साहसे सांगावी लागली. त्यांच्या या गप्पा तो वृद्ध शास्त्रज्ञ जेनिन्ज डोळे विस्फारून उत्सुकतेने ऐकत होता. जेव्हा जेनिन्ज यांना स्झारहाझाच्या तुरुंगात टाकण्यात आले तेव्हा जेनिन्ज यांचे आपल्या रशियन यजमानांबद्दलचे मत पूर्णपणे बदलले. जेव्हा त्यांनी 'आपल्या मुलाचे काय झाले?' असे विचारले तेव्हा त्यांना कोणीही सांगेना. मग निषेध म्हणून त्यांनी परिषदेत भाषण

करण्याचे नाकारले. त्यांनी आपले असहकाराचे धोरण सोडले नाही. आता हा शास्त्रज्ञ फिरला आहे, आपल्या कामाचा नाही, असे जेव्हा रशियनांना वाटले, तेव्हा त्यांनी त्यांची रवानगी सरळ तुरुंगात केली. तिथून त्यांना रेल्वेने सैबेरियात पाठवले जाणार होते, कायमचे; परंतु स्झारहाझाच्या तुरुंगात टाकल्यावरती तर जेनिन्ज पुरते बिथरले. नंतर इतर अट्टल गुन्हेगारांबरोबर जेव्हा त्यांना गुरांच्या डब्यात कोंडले, तेव्हा आपल्याला आपले रशियन यजमान मनातून काय समजतात व कसला दर्जा देतात, हे पाहून तर त्यांची चीड पराकोटीला गेली. त्यांचा आता कम्युनिस्ट रशियाबद्दलचा पुरता भ्रमनिरास झाला. जेव्हा जान्स्की व रेनॉल्ड्स यांचा कसा छळ केला हे त्यांना कळले, तेव्हा त्यांच्या रागाला सीमा उरली नाही.

त्यांनी आपली ही सारी हकीगत सांगितली व शेवटी एक सूडाची घोषणा केली. बराक मद्याचा एक घोट घेत ते म्हणाले, "थांबा! जरा वाट पहा. मी इंग्लंडला परतेपर्यंत वाट पहा. एकदा मी तिकडे पोचलो, की बघा काय करतो ते. आमचे ब्रिटीश सरकार, त्या सरकारच्या त्या महत्त्वाच्या योजना, त्यांची ती क्षेपणास्त्रे– खड्ड्यात गेली ती क्षेपणास्त्रे व त्या योजना. याबद्दल मी काय बोलायचे ते बोलेनच. पण त्याही आधी मी एक महत्त्वाची गोष्ट करणार आहे."

"कोणती?" जान्स्कीने थंडपणे विचारले.

"कम्युनिझम! त्याबद्दल बोलणार आहे." मग ग्लासातील सारी बराक एका दमात पिऊन जेनिन्ज बोलू लागले. त्यांचा आवाज मोठा झाला होता. ते उत्तेजित झाले होते. ते म्हणाले, "मी उगाच माझे कौतुक करीत नाही; पण इंग्लंडमधले मोठमोठ्या वर्तमानपत्रांचे पत्रकार माझ्या बोलण्याकडे लक्ष देतात. ते नक्कीच मी घेत असलेल्या पत्रकार परिषदेला येतील. त्यातून मीच आधी बरीच मुक्ताफळे केली होती. त्यामुळे माझ्याकडे ते लक्ष देणारच. कम्युनिझमची जी सडलेली राज्यपद्धती आहे. ती मी सारी उघड करून सांगणार आहे. माझे बोलणे संपल्यावर–"

काउन्ट जेनिन्जचे बोलणे तोडीत म्हणाला, "त्याला फार उशीर झालेला असेल." त्याच्या आवाजात उपहास भरलेला होता.

"फार उशीर? तुम्हाला नक्की काय म्हणायचे आहे?" जेनिन्जने काउन्टला विचारले.

"काउन्टला असे म्हणायचे आहे, की कम्युनिझम हा केव्हाच संपूर्णपणे उघडा पडला आहे. सर्वांना त्याचे खरे स्वरूप कळून चुकलेले आहे. अन् तोही कोणाकडून उघडा पाडला गेला आहे, ते ठाऊक आहे का? राग मानू नका; पण केवळ आठवडाभर तुरुंगाची हवा खाल्लेल्यांकडून नाही, तर अनेक वर्षे ज्यांनी कम्युनिझमने केलेले अत्याचार सोसले होते, त्यांच्याकडून त्याचे नागडे स्वरूप उघडे केले गेले आहे." जान्स्की म्हणाला.

"मग, तुमचे असे म्हणणे आहे का, मी इंग्लंडला परतल्यावर नुसते हातावर हात ठेवून बसून रहावे, काहीही करू नये?'' जेनिन्ज मोठ्या आवाजात म्हणाले. क्षणभर थांबून मग ते शांतपणे हळू आवाजात बोलू लागले, ''डॅम इट, मॅन. प्रत्येकाचे हे कर्तव्य आहे, की– ठीक आहे, ठीक आहे. मला ते सत्य उशिरा कळत आहे; पण तरीही मला असे म्हणायचे आहे की ही कम्युनिझमची कीड पसरू नये म्हणून सगळ्यांनी प्रयत्न केले पाहिजेत–''

''त्यालाही उशीर झाला आहे.'' पुन्हा काउन्ट म्हणाला.

काउन्टनंतर जान्स्की म्हणू लागला, ''त्याला असे म्हणायचे आहे की कम्युनिझम हा हंगेरीबाहेर तरी अपयशी ठरत आला आहे.'' जान्स्कीने घाईघाईने स्पष्टीकरण दिले. तो पुढे सांगू लागला, ''डॉ. जेनिन्ज, कम्युनिझमला थोपवण्याचा प्रयत्न करण्यात अर्थ नाही. त्याची प्रगती आपोआपच थांबली आहे, त्याला खीळ बसली आहे. आता तो संकोच पावत चालला आहे. सध्या तो जगात इकडे-तिकडे, चार-दोन देशांत तग धरून असेल; पण एका मर्यादेतच तो राहिला आहे. याखेरीज तो काही मंगोल लोकांसारखा जुनाट विचारसरणीच्या लोकांत थोडासा लोकप्रिय आहे. कारण अशा लोकांना आकर्षक शब्दप्रयोगांची भुरळ पडते, मोठमोठ्या आश्वासनांची मोहिनी त्यांच्यावरती पडते; पण आमच्या बाबतीत तसे होत नाही. हंगेरियन लोकांच्याबाबतीत तसे होत नाही. झेकोस्लोव्हाकिया, पोलंड आणि अन्य असे काही देश आहेत की जे राजकीय विचारसरणीबाबत रशियनांपेक्षा अधिक प्रगल्भ आहेत, सजग आहेत. मला एक सांगा, कम्युनिझमच्या तत्त्वज्ञानाची सर्वांत अधिक मोहिनी, अधिक प्रभाव कोणावर पडतो?''

''मला वाटते की तरुणवर्गावर.'' जेनिन्ज म्हणाले. त्यांनी आपली अधीरता कशीबशी काबूत ठेवली होती. ते म्हणाले, ''नेहमीच तरुणवर्गावरती त्याचा प्रभाव पडत आलेला आहे.''

''तरुणवर्ग!'' जान्स्की मान हलवीत बोलू लागला, ''आणि कम्युनिझम ज्यांचे कौतुक, लाड करतो, तो वर्ग म्हणजे लेखक, बुद्धिजीवी, अवजड उद्योगधंद्यातील बडेजाव माजवलेले कामगार, वगैरे. अन् इथे हंगेरीत रशियनांच्याविरुद्ध कोणी लढे दिले? त्याच वर्गाने दिले. तोच तरुणवर्ग, लेखक, बुद्धिजीवी वर्ग आणि कामगार; पण तो सारा उठाव व्यर्थ गेला. चुकीच्या वेळी जर काही केले, तर ते काहीही असो, ते नेहमीच फसते. मुद्दा असा आहे की ज्या लोकांमध्ये कम्युनिझम यशस्वी होण्याचा अधिक संभव असतो, त्याच लोकांमध्ये तो अयशस्वी होतो.''

काउन्ट आता हळू आवाजात बोलू लागला, ''तुम्ही आमच्या देशातील चर्चेस पहा. दर रविवारी ती तुडुंब भरलेली असतात. तरुण मुलामुलींची तिथे गर्दी होते. म्हणून म्हणतो प्रोफेसरसाहेब, कम्युनिझमच्या विस्ताराची तुम्ही चिंताच करू नका.

आमच्या देशात कम्युनिझम अयशस्वी झाला आहे; पण तो इटली व फ्रान्स या देशात उलट फोफावला आहे. अन् त्या देशांमध्ये अजिबात कम्युनिस्ट राजवट नाही. याचा अर्थ असा, की जिथे कम्युनिझम अयशस्वी होतो तिथेच तो फोफावतो. किती विचित्र विरोधाभास आहे हा. मानवी स्वभाव हा खरोखर चमत्कारिक आहे.''

''पण मग मी करावे तरी काय?'' जेनिन्ज वैतागून म्हणत होते, ''हे सारे नुसते विसरून जायचे?''

''नाही,'' जान्स्की आपली मान हलवीत बोलू लागला, ''तसे तर तुम्ही अजिबात करायचे नाही. कोणीच तसे करायचे नाही. आपण तटस्थपणे हे सगळे बघत बसायचे नाही. तसे काही करणे हा तर सर्वांत मोठा गुन्हा ठरेल. डॉ. जेनिन्ज मी आपल्याला असे सांगतो, की इंग्लंडला परतल्यावरती तुम्ही सर्वांना सांगा, की मध्य युरोपातील लोकांजवळ फक्त त्यांचे स्वतःचे एकमेव असे छोटेसे आयुष्य उरलेले आहे. तेही ते पणाला लावायला तयार आहेत आणि वेळ फार भराभरा निघून चालला आहे. तुमच्या लोकांना सांगा की स्वातंत्र्याचे मुक्त वारे आपल्या छातीत भरून घेण्याची हंगेरियनांची तीव्र इच्छा आहे. ती वेळ आमच्या आयुष्यात एकदा तरी येऊ द्या. आमचे डोळे कायमचे मिटण्यापूर्वी येऊ द्या. सर्वांना सांगा की गेली सतरा वर्षे आम्ही स्वातंत्र्याची पहाट होईल म्हणून जागत बसलो आहोत; पण आता आमचा धीर सुटत चालला आहे. म्हणून आम्ही स्वातंत्र्यासाठी अधीर झालो आहोत. आम्ही फार मोठ्या आशेवर जगतो आहोत. अन् आशा ही फार काळ टिकत नसते. ती लवकर विरून जाते. त्यांना सांगा, की आमच्या मुलांनी, आमच्या नातवंडांनी, त्याच त्या गुलामीच्या अंधारी व शेवट नसलेल्या रस्त्यावरून चालतच रहावे, अशी आमची बिलकुल इच्छा नाही. तुमच्या लोकांना सांगा, की आम्हाला फार काही नको. आम्हाला फक्त थोडीशी शांतता हवी आहे. हिरवीगार भूमी हवी आहे. चर्चमधल्या घंटा वाजायला हव्या आहेत आणि सूर्यप्रकाशात आमची लहान मुले निर्भयतेने बागडायला हवी आहेत. आम्ही बाकी काहीही मागत नाही. आम्हाला भयमुक्त व्हायचे आहे. उद्याच्या संकटाची टांगती तलवार आमच्यावरती लटकलेली नसावी.''

जान्स्की आपल्या खुर्चीत पुढे झुकला होता. आपल्या हातातील ग्लासमधले मद्य प्यायचे विसरून गेला होता. त्याच्या थकलेल्या चेहऱ्यावरती कोरलेल्या रेषा उमटू लागल्या होत्या. शेकोटीमधल्या आगीच्या लाल प्रकाशाच्या पार्श्वभूमीवरती त्याच्या डोक्यावरील पांढरे केस हे तळपत आहेत, असे वाटत होते. त्याच्या चेहऱ्यावर प्रगट झालेली तळमळ व कळकळ एवढ्या तीव्रतेने कधीही आत्तापर्यंत उमटलेली रेनॉल्ड्सने पाहिली नव्हती.

जान्स्की बोलतच होता, ''त्यांना सांगा, तुमच्या देशातल्या लोकांना सांगा, की आमचे प्राण व आमच्या पुढच्या पिढ्यांचे प्राणही तुमच्या हातात आहेत. त्यांना

सांगा, की या भूमीवरती फक्त एकच गोष्ट नांदू शकते, अन् ती म्हणजे शांतता! शिवाय हेही सांगा की पृथ्वीवरती जमीन थोडी आहे. दर वर्षी या जमिनीचा, या भूमीचा संकोच होत चालला आहे. आपणा सर्वांना या जगातल्या भूमीवरतीच जीवन घालवायचे आहे, अन् तेही एकमेकांबरोबर.''

''म्हणजे को-एक्झिस्टन्स? सहजीवन?'' डॉ. जेनिन्जने एक भुवई उंचावीत विचारले.

''सहजीवन! एक चमत्कारिक शब्द! एक फार मोठा शब्द! पण या शब्दाला कुठलाही सुबुद्ध माणूस कोणता पर्यायी शब्द सुचवेल? कित्येक गोष्टींसाठी शब्दच अपुरे पडतात. त्यांना योग्य शब्द सापडत नाही. अणुयुद्धाचे भयानक परिणाम, आशा सोडलेल्या मनुष्यजातीसाठी केलेली शेवटची प्रार्थना इत्यादी बऱ्याच गोष्टींसाठी कोणते अचूक व चपखल शब्द सांगाल? या गोष्टी एका शब्दात कधीच सांगता येत नाहीत. जर मनुष्यजात टिकून रहावीशी वाटत असेल, तर सहजीवन हा शब्द अस्तित्वात यायला हवा. तो कॉर्डेल हल नावाचा थोर अमेरिकन माणूस तुम्हाला ठाऊक असेल. त्याने वर्तुळाकार, गोलाकार नसलेल्या गोष्टींच्या जगाची कल्पना केली होती. तसे स्वप्नातले जग कधीही अस्तित्वात येणार नाही; पण आपल्याकडे, आपल्या जगात असे अनेक 'उतावीळ मूर्ख' आहेत, की त्यांना त्यांच्या कल्पनेतले जग प्रत्यक्षात आणायची घाई झाली आहे. त्याच्यासारखेच डॉ. जेनिन्ज, तुम्हीही मोठ्याने ओरडून तुमच्या कल्पनेतल्या जगाबद्दल आत्ता बोलता आहात; पण ते तसले सर्वांना मुक्त व अबाधित स्वातंत्र्य असलेले जग कधीही अस्तित्वात येणार नाही; कारण तुम्ही पश्चिमेकडचे लोक हे दुसऱ्याला मदत करण्याने स्वत:ला मदत होत असेल तरच विचार करता. याला 'पॅराशूट डिप्लोमसी' म्हणतात... माय गॉड! अरे, तुम्हा लोकांनी कधी मोंगल सैन्य कारवाया करताना, लढताना, कृती करताना पाहिले आहे? तसे जर पाहिले असते, तर 'अत्याचार' या शब्दाचा तुम्हाला खरा अर्थ समजेल. जोपर्यंत ते तुम्ही पाहिले नाही, तोपर्यंत तुमचे पाश्चात्त्य विचारवंत हे असली चमत्कारिक व इरसाल बडबड करीत केवळ शब्दांचे बुडबुडे फेकत असतात. रशियाशी गुपचूप दोस्ती करून रशियन लोकांविरुद्ध लाळ गळल्यासारखी बाष्कळ बडबड करणारे तुमचे लोक मी दुसऱ्या महायुद्धाच्या काळात पाहिले आहेत.

''आपली नेते मंडळी, आपली सरकारे, आपली वृत्तपत्रे आणि आपले प्रचारक आपल्याला सतत अविश्रांतपणे जे काही बजावत असतात, त्यातून गुप्तपणे संदेश देत असतात, की 'आपल्यापेक्षा वेगळ्या लोकांचा तिरस्कार करा, त्यांचे भय बाळगा, त्यांना पाण्यात पहा.' पण हेच लोक आपल्यासारखेच या पृथ्वीवरती अवतरले आहेत. हा प्रचार थांबल्याखेरीज जगात शांतता कशी येईल? काहीजण युद्धखोर देशभक्त असतात. ते दावा करतात, की 'आम्हीच खरी जनता आहोत.'

जगात असे लोक प्रत्येक देशात आहेत. जगात शांतता प्रस्थापित करायला अशाही लोकांचा अडसर ठरतो. राजकीय निष्ठेच्या ज्या कालबाह्य कल्पना आहेत, त्यांना चिकटून राहिले, तरीही शांततेसाठी अडथळा येतो. डॉ. जेनिन्ज, जर निष्ठाच ठेवायची असेल तर ती या पृथ्वीवरील कोणावरही ठेवण्यात अर्थ नाही, असे म्हटले पाहिजे.'' जान्स्की हसला व पुढे म्हणाला, ''पाश्चात्त्य जग हे नेहमी ख्रिश्चन तत्त्वज्ञानाच्या आधारे प्रचार करीत आलेले आहे. ते शिकवतात, की 'येशूचा अवतार हा मानवजातीला वाचवण्यासाठी झाला.' पण प्रत्यक्षात असे दिसते, की पाश्चात्त्य जगाने या उक्तीसाठी रशियनांच्या बाबतीत खास अपवाद केलेला दिसतो.''

काउन्ट मधेच म्हणाला, ''डॉ. जेनिन्ज, जान्स्की यांना असे सांगायचे आहे, की जर संपूर्ण पाश्चात्त्य जगाने ख्रिश्चन धर्म स्वीकारला, तर सारे काही ठीक होईल.''

जान्स्की आपली मान हलवीत म्हणाला, ''तसेच काही नाही. मी जे काही बोलतो आहे, माणसांच्या दोषांवरती बोट ठेवतो आहे, जी काही राजकीय, विचारप्रणालीतील विसंगती आहे, ते सारे बोलणे पाश्चात्त्य जगापेक्षा रशियनांना जास्त लागू पडेल; पण जर रशियाशी संबंध सुरळीत करायचे असेल, त्यावरून जगात शांतता नांदणार असेल, तर पाश्चात्त्य जगाने प्रथम तसे आपल्या विचारात व कृतीत बदल करावेत. कारण राजकीयदृष्ट्या ते रशियनांपेक्षा अधिक प्रगल्भ आहेत. रशियनांनी जेवढा पाश्चात्त्य जगाचा धसका घेतला आहे, तेवढा धसका पाश्चात्त्यांनी रशियनांबद्दल नक्कीच घेतला नाही. म्हणून सुधारणेची सुरुवात, बदलाची सुरुवात पाश्चात्त्यांकडून व्हायला हवी.'' एवढे बोलून जान्स्की थांबला. त्याला थोडा दम लागला असावा किंवा त्याने बोलणे संपवले असावे.

जान्स्कीच्या बोलण्यामुळे जेनिन्ज भारावून गेले होते. त्यांचा रशियनांबद्दलचा राग ओसरला होता. ते वैचारिक पातळीवर जान्स्कीची विधाने पारखून घेत होते. जान्स्की बोलायचा थांबलेला पाहून ते म्हणाले, ''बोला, बोला. बोलत रहा. नवीन युगाची सुरुवात करायची असेल, तर तुमचे विचार प्रगट व्हायला पाहिजेत. ते विचार कृतीत उतरायला हवेत. दोन्ही बाजूंनी ताठ रहाण्याऐवजी कोणाकडून तरी प्रथम कृती व्हायला हवी. मला मान्य आहे हे; पण कोणती कृती?''

''कोणती कृती ते परमेश्वरच जाणे!'' जान्स्की मान हलवीत बोलू लागला, ''मला ते ठाऊक नाही. यावरती सर्वांनीच विचार करायला हवा. बाकी एकटा माणूस विचार करून काही सुचविण्यापलीकडे काय करू शकतो? मेजर जनरल इल्युरिन याच्या नावाला युरोपच्या इतिहासात काहीतरी स्थान आहे; पण जर त्यालाही नेमकी कृती सुचत नसेल, तर अन्य कोणाला सुचण्याची शक्यता कमी आहे; पण तरीही दिशा कळली आहे व त्या मार्गावरती पहिले पाऊल टाकण्यासाठी काय करायचे, याचा विचार पाश्चात्त्यांनीच करावा.''

तिथे आता शांतता पसरली. जान्स्की हातातील ग्लासामधले पेय पिऊ लागला. बराच वेळ कोणीच काही बोलत नाही हे पाहून तो परत बोलू लागला, "शांततेची कल्पना, नि:शस्त्रीकरणाची कल्पना, रशियनांचा विश्वास कमवून त्यांना पटवून देण्याची कल्पना, ह्या साऱ्या कल्पना प्रत्येकाने आपापल्या देशात उचलून धरल्या पाहिजेत, सतत लावून धरल्या पाहिजेत. अन् या सगळ्यात आपला शांततेचा निखळ हेतू हा उंच धरला पाहिजे." मग तो उपहासाने हसून पुढे म्हणाला, "ब्रिटीश आणि अमेरिकन्स पश्चिम युरोपातील राष्ट्रांची शस्त्रास्त्रांची भांडारे सारखी हायड्रोजन बॉम्ब्सने भरत आहेत. वा:ऽ! आपला शांततेचा हेतू प्रगट करण्याचा काय पण झकास मार्ग त्यांनी शोधून काढला आहे. यामुळे उलट होते काय की रशिया आपल्या अंकित राष्ट्रांवरती, म्हणजे पूर्व युरोपातील कम्युनिस्ट राष्ट्रांवरची पकड अजिबात ढिली करत नाही. क्रेमलिनमधील राज्यकर्त्यांना धाक दाखवून आपण काय करायला भाग पाडतो आहोत, हे इंग्लंड, अमेरिका यांना समजत नाही असेच म्हटले पाहिजे. यामुळे होईल काय, की शेवटी असह्य झाल्यावरती ते प्रथम आपल्याजवळचे क्षेपणास्त्र सोडतील; पण ही गोष्ट ते अगदी शेवटी करतील. त्यांची ही कृती आततायी वाटली तरी ते शेवटी नाईलाजाने तसे करतील. याचे काय परिणाम होतील, हे त्यांनाही ठाऊक आहे. उलट प्रतिक्रिया होऊन आपल्यावरही अण्वस्त्रे सोडली जातील याची ते अपेक्षा करणारच. त्यासाठी मॉस्कोतील तळघरात, भुयारांमध्ये आधीच जाऊन ते आश्रय घेतील; पण नंतरच्या सूडसत्रामुळे ते पुन्हा नाईलाजाने आपल्याकडची क्षेपणास्त्रे सोडतील. या अणुयुद्धात आपण पाश्चात्त्यांपुढे टिकणार नाही, संपूर्ण नामशेष होणार, याचीही त्यांना जाणीव आहे. मग एवीतेवी आपण नष्टच होणार आहोत तर ते जवळच्या एकूणएक अण्वस्त्रांचा वर्षाव शत्रूंवरती करतील. या अणुयुद्धामुळे शेवटी साध्य काय होणार? तर जगाचा विनाश! म्हणून मी म्हणतो की युरोपला शस्त्रसज्ज करणे म्हणजे रशियनांना चिरडीला आणून एका आततायी मन:स्थितीत नेऊन ठेवण्यासारखे आहे. पाश्चात्त्यांनी काहीही केले तरी रशियनांना आततायी भूमिका घेण्यास त्यांनी उद्युक्त करू नये. त्यांच्याशी विचारविनिमय करण्याची, चर्चा करण्याची दारे नेहमी खुली ठेवली पाहिजेत. तशी कृतीही केली पाहिजे. मग भले तशा कृतीला, चर्चेला कदाचित वाटाण्याच्या अक्षता मिळण्याची शक्यता असली तरी."

"म्हणजे रशियनांवरती बहिरी ससाण्याच्या नजरेने सतत पाळत ठेवली पाहिजे. त्यांचे विचार व मन:स्थिती सतत जोखली पाहिजे." रेनॉल्ड्सने आपले मत दिले.

"छान! शेवटी एका ब्रिटीश हेराला आपण योग्य विचारांच्या मार्गावरती आणले तर! परंतु एवढे करूनही काही उपयोग होईल काय?" काउन्ट म्हणाला.

"कदाचित होईल, कदाचित होणार नाही; पण प्रयत्न चालू ठेवले पाहिजेत.

एका हातात पिस्तूल व दुसऱ्या हातात शांततेचे जिवंत कबूतर घेऊन प्रयत्न केले पाहिजेत. पिस्तुलाचा सेफ्टी कॅच कायम उघडून ठेवला पाहिजे व शांततेचा हात अधिक पुढे केला पाहिजे. या मार्गावरून जाताना सतत, अविरतपणे चिकाटी व सहनशीलता बाळगली पाहिजे. घाईघाईने घेतलेले निर्णय, अधीर होऊन किंवा कंटाळून केलेली कृती ही आपल्याला व शत्रूलाही नव्हे, तर साऱ्या जगाला विनाशाच्या उंबरठ्यावरती नेईल. एका शेवटच्या महास्फोटाकडे नेईल याचे भान असले पाहिजे. एक लक्षात घ्या, जगाचा विनाश थांबवण्यासाठी तुमच्या अभिमानाचा, गर्वाचा बळी गेला तर बिघडले कुठे?''

जान्स्कीला दम लागल्यामुळे तो थोडा वेळ थांबला व शांतपणे पीत बसला. त्याच्या बोलण्यामुळे तिथले वातावरण भारले गेले होते. प्रत्येकाच्या मनातील विचारचक्रे फिरत राहिली होती. थोड्या वेळाने तो परत बोलू लागला, ''आपल्या विरोधकांशी, रशियनांशी म्हणा हवे तर, अनेक क्षेत्रात आपण सतत संपर्क ठेवला पाहिजे. कला, सांस्कृतिक कार्य, साहित्य, खेळ, पर्यटन वगैरे सारी क्षेत्रे महत्त्वाची आहेत, हे लक्षात घ्या. जे जे काही दोन भिन्न लोकांना जवळ आणेल, ते ते महत्त्वाचे आहे. 'आपलाच देश इतरांपेक्षा श्रेष्ठ' अशा आत्यंतिक विचारसरणीतला, कट्टरपणातला किंवा इतरांपेक्षा जादा अभिमान बाळगण्यातला फोलपणा व खुळेपणा त्यामुळे लक्षात येतो. म्हणून हे संपर्क, सांस्कृतिक किंवा अन्य दृष्टीने केलेली देवाणघेवाण महत्त्वाची आहे. देवाणघेवाण म्हटले की व्यापाराची आठवण येते. व्यापार हा तर फार महत्त्वाचा आहे. रशियाशी तुम्ही व्यापार वाढवा. व्यापारात आपण किती सवलती दिल्यात, याचा विचार करीत बसू नका. जर तुमच्या बाजूने काही तोटा होत असेल तर तो नगण्य समजा. कारण बदल्यात तुम्ही सदिच्छा मिळवत असता व संशयाचे धुके वितळत असते. तुमच्याकडची जी चर्चेस आहेत, त्यांच्यामार्फत तुम्ही मदतीचे हात पुढे करा. जशी आज हंगेरीत व पोलंडमध्ये बाहेरच्या चर्चकडून मदत येत आहे. आज कार्डिनल वायस्झिन्स्की हे पोलंडमधील गोमुल्का यांच्याबरोबर हातात हात घालून चालतात. त्यांना जागतिक शांततेचे ध्येय साध्य करायचे मार्ग ठाऊक आहेत. आपल्याला शेवटी तेच करायचे मार्ग उपयोगात आणावे लागतील. आज पोलंडमध्ये पूर्वीपेक्षा अधिक स्वातंत्र्य आले. लोक मुक्तपणे वावरू शकतात, मुक्तपणे बोलू शकतात आणि मुक्तपणे आपल्या देवाची भक्ती करू शकतात. पुढच्या पाच वर्षांत आणखी काय घडेल, ते सांगता येत नाही; परंतु सांगायचा मुद्दा असा की समस्येवरचे हे खरे उत्तर आहे. डॉ. जेनिन्न्ज यांनी जे सांगितले ते उत्तर नाही. एकमेकांबद्दल सदिच्छा निर्माण झाल्या, की आपल्या या धोरणांना फळे येतील. आपले जे दुर्बल जग आहे, त्याचे नेतृत्व मोठ्या समर्थ राष्ट्रांनी आज करायला हवे व आपल्याला अधिक उज्ज्वल भविष्याकडे त्यांनी घेऊन जायला हवे.

आज काही शास्त्रज्ञ आपली सद्सद्विवेकबुद्धी गाडून नाईलाजाने काही राष्ट्रांसाठी गुलामीत काम करतात व जोपर्यंत मोठ्या प्रमाणात संहाराचे एक परिपूर्ण शस्त्र हातात येत नाही, तोपर्यंत ही क्रिया चालणार असल्याने आपल्याला मी म्हणतो त्याच मार्गाने गेले पाहिजे. मग हेच शास्त्रज्ञ अधिक कष्ट करून आपली प्रखर बुद्धिमत्ता चालवून समस्यांचे निराकरण करणारे शोध लावतील.''

जान्स्की थोडासा कंटाळला होता. कदाचित हेच मुद्दे त्याने अनेकवार पूर्वी सांगितलेले असतील. तरीही तो पुढे सांगत गेला, ''जगातील सरकारे काही वेडी नाहीत; पण ती आंधळी झालेली आहेत. त्यांचे अंधत्व आपल्याला दूर करायचे आहे. इतिहासात कधीही उत्पन्न झाली नव्हती एवढी एकमेकांना समजावून घेण्याची गरज आज निर्माण झाली आहे. आधी आपण आपले गैरसमज दूर केले पाहिजेत व मग दुसऱ्याला समजावून घेतले पाहिजे. मग आपल्याला कळेल, की दुसरी माणसेही आपल्यासारखीच आहेत, त्यांचे गुणधर्मही आपल्यासारखेच आहेत. जनता म्हणजे विविध गुणधर्मांच्या, भिन्न भिन्न प्रकारच्या असंख्य माणसांची एक खिचडी आहे, असे समजले जाते. मग कोणी या जनतेला एक 'बिनचेहेऱ्याचे राष्ट्र' असे सोयीस्कररित्या संबोधू लागतो; पण त्यापेक्षा 'जनता म्हणजे आपल्यासारख्याच असंख्य माणसांनी मिळून बनलेला समाज' असे का समजले जात नाही? एखाद्या राष्ट्रावरती कधी दुष्ट, पापी, अपराधी असा शिक्का कायमचा कसा मारता येईल? तसे जर ते राष्ट्र असेल तर त्याचा आपोआपच ऱ्हास होत जाईल, विनाश होईल. आपला इतिहास, आपल्यावर पडलेला कशाचा तरी प्रभाव यांचे जरी आपल्याला नीट मूल्यमापन करता आले नाही, तरीही आपण जे काही बनलो आहोत, ते त्यामुळेच बनलो आहोत. अशा अनेक माणसांचे मिळून राष्ट्र बनते. एकदा हे सारे नीट समजले व अन्य माणसेही आपल्यासारखीच आहेत व घडू शकतात हे कळले, की त्यांच्याबद्दल आपल्या मनात आपोआपच अनुकंपा, सहानुभूती व करुणा निर्माण होते. या भावनेला या पृथ्वीतलावरील कोणतीही शक्ती टक्कर देऊ शकत नाही. दुसऱ्या महायुद्धानंतर समस्त ज्यू समाजाबद्दल जगामधून एक करुणेची लाट आली. त्याच करुणेच्या व अनुकंपेच्या भावनेमुळे एका रशियन सैनिकाने आपले पिस्तूल सॅन्डरच्या हातात दिले. हंगेरीतील उठावाच्या वेळी ब्युडापेस्टजवळ जमलेल्या सर्व रशियन सैनिकांनी याच करुणेच्या पोटी हंगेरियनांविरुद्ध लढण्यास सरळ सरळ नकार दिला होता. याचे कारण त्यांना तोपर्यंत हंगेरियन माणसे काय आहेत व ते कशासाठी झगडताहेत, याची जाणीव झाली होती. दुसऱ्याला नीट समजावून घेतले, की मग आपल्या हातून योग्य कृती होते, अशी समज जगातील एकूणएक माणसांना तुमच्या आमच्या हयातीत होईल असे नाही; पण तरीही आपण प्रयत्न करीत राहिले पाहिजे. या प्रयत्नाला फळे येतील की नाही ते सांगता येत नाही.

कदाचित हा एक जुगार असेल; पण तरीही तो जुगार आपण खेळलाच पाहिजे. त्यासाठी काहीतरी आशा धरली पाहिजे. तशी आशा धरली तरच जुगार खेळता येतो. निराश माणूस कधीच जुगार खेळत नाही. प्रथम क्षेपणास्त्राचे बटण दाबून अणुयुद्ध सुरू करून देणे हाही एक जुगार आहे; पण तो निराशेपोटी खेळला जाणारा जुगार आहे; पण आपल्या जुगाराला चांगली फळे यावीशी वाटत असतील, तर दुसऱ्या माणसांना आधी समजून घेणे ही क्रिया प्रथम आवश्यक ठरते. पर्वत, डोंगर, नद्या, समुद्र यांनी माणसामाणसांमध्ये भौगोलिक भेद मानले व ती ठिकाणे सरहद्दीची बनली आहेत. यामुळे मनुष्यजात विभागली गेली. खरा भेद हा प्रथम आपल्या मनात निर्माण झाला आहे. राष्ट्रांच्या सरहद्दी प्रथम माणसांच्या मनात ठरतात. ज्या वेळी माणूस काही जाणून घ्यायला नकार देऊन तिथे आपले विचार थांबवतो, त्या वेळी त्याच्या मनात ती सरहद्द निर्माण होते. या पृथ्वीवरील ती खरी अखेरची सरहद्द आहे.''

आता मात्र जान्स्की थकला व बोलायचे थांबला. त्याच्या शेवटच्या वाक्यातील 'अखेरची सरहद्द' हा शब्दप्रयोग सर्वांच्या मनात घर करून रेंगाळत राहिला. सर्वजण स्तब्ध झाले. कोणीही बोलेना. पाईन वृक्षाच्या लाकडांचे ओंडके शेकोटीत जळत होते. जळताना त्यांना तडे जाण्याचा आवाज होत होता. तो आवाज आता तिथल्या शांततेत मोठा वाटू लागला. एका किटलीत पाणी उकळत ठेवले होते. किटलीतून पाण्याची वाफ कुंईऽ आवाज करीत बाहेर पडत होती. शेकोटीचा जाळ पाहिल्यावर नकळत सर्वांची मंत्रमुग्धता वाढत होती. प्रत्येकजण नकळत त्या जाळाकडे टक लावून पहात राहिला. जणू काही प्रत्येकजण जान्स्कीचे भविष्यकाळाचे स्वप्न त्या जाळात पहात होता; परंतु तो मंत्रमुग्ध करणारा परिणाम आगीचा नव्हता तर जान्स्कीच्या बोलण्याचा होता. मुळात जान्स्कीचा आवाज शांत होता, गंभीर होता, भारदस्त होता व आकर्षक होता. त्या आवाजातले शब्द प्रत्येकाच्या मेंदूत खोलवर घुसून रुतून बसले होते. जेनिन्जच्या मनात असलेली रागाची भावना पूर्णपणे निपटली गेली होती. रेनॉल्ड्सच्या मनात आले की जर आपला साहेब कर्नल मॅकिन्टॉश याने आपल्या मनातले विचार आत्ता वाचले, तर तो आपल्याला इंग्लंडला परतल्यावरती तात्काळ नोकरीतून काढून टाकेल.

थोड्या वेळाने काउन्ट उठला व आपला ग्लास भरण्यासाठी बाटलीपाशी गेला. ग्लास भरून घेऊन तो परत आपल्या आसनावर स्थानापन्न झाला; परंतु कोणाचेही त्या हालचालीकडे लक्ष गेले नाही. कोणालाही ती शांतता भंग करावीशी वाटत नव्हती. प्रत्येकजण आपापल्या विचारात गढून गेला होता. रेनॉल्ड्सच्या मनात इंग्लंडमधल्या काही शतकांपूर्वी होऊन गेलेल्या एका कवीचे विचार आठवले. ते विचार हुबेहूब जान्स्कीच्या विचारांसारखे होते. अचानक तिथली शांतता भंग पावली.

तिथल्या टेलिफोनची घंटा कर्कशपणे खणखणू लागली. 'मृत्युसूचक घंटा अखेर वाजू लागली' अशा अर्थाची त्या कवितेतली ओळ रेनॉल्ड्सच्या मनात आली असतानाच ती फोनची घंटा वाजू लागली. अन् ती खरोखरच मृत्युसूचक घंटा होती; पण रेनॉल्ड्ससाठी नाही तर जान्स्कीसाठी होती.

ती घंटा वाजू लागताच जान्स्की दचकला. त्याने आपल्या उजव्या हातातला ग्लास डाव्या हातात धरला व टेलिफोनचा रिसिव्हर उचलला. घंटेचा घणघणाट एकदम थांबला. पुन्हा मघाची ती नीरव शांतता पसरली. त्या शांततेत इअरफोनमधून बाहेर पडणारे आवाज सर्वांना ऐकू येऊ लागले. कोणीतरी पलीकडे तारस्वरात किंकाळ्या फोडत होते. तीव्र वेदनेपोटी मारलेली किंकाळी आहे, हे आवाजावरून समजत होते. त्या आवाजानंतर कोणीतरी कुजबुजल्याचा आवाज ऐकू आला. जान्स्कीने इअरफोन कानाला लावला. मग त्याला काही स्पष्ट आवाजातले ठासून बोललेले शब्द ऐकू आले. नंतर काही हुंदकेही ऐकू आले. त्या शब्दांमुळे जान्स्कीच्या हाताची रिसीव्हरवरची पकड एकदम घट्ट झाली. त्यामुळे इअरफोनमधून अधुनमधून बाहेर निसटणारे आवाज बाकीच्यांना ऐकू येऊ लागले; पण त्याचा त्यांना काही बोध होईना. ते फक्त जान्स्कीचा चेहरा न्याहाळू लागले. हळूहळू जान्स्कीचा चेहरा फत्तरासारखा कठीण होत गेला. त्याच्या गालांवरचा रंग ओसरला व ते पांढरेफटक पडले. वीस सेकंद तशीच गेली. जान्स्कीने अद्याप एक शब्दही उच्चारला नव्हता. त्याच्या डाव्या हातातला ग्लास एकदम खाली पडला, खालच्या दगडी फरशीवरती आपटून तो खळकन् आवाज करीत फुटला. तो ग्लास जान्स्कीने सोडला नव्हता की तो निसटला नव्हता, तर नकळत त्याने हातातला ग्लास जोरात आवळला होता. त्यामुळे त्याचे तुकडे होऊन ते खाली आपटून फुटले होते. त्याच्या हातातून आता रक्त गळू लागले. खाली पडलेल्या काचेच्या तुकड्यांवरती रक्ताचे थेंब टप टप करीत पडू लागले; पण हे त्याच्या अजूनही ध्यानात आले नव्हते. आपण ग्लास जोरात आवळल्यामुळे फुटला व आपल्या हाताला जखम होऊन रक्त गळते आहे, हे त्याला समजले नव्हते. त्याचे सारे लक्ष टेलिफोनमधून उमटणाऱ्या आवाजावरती केंद्रित झाले होते. थोड्या वेळाने तो एवढेच म्हणाला, "मी आपल्याला फोन करेन." मग पुन्हा काही सेकंद त्याने पलीकडचा आवाज ऐकला व तो म्हणाला, "नाही! नाही!" पण त्याचा हा आवाज त्याच्या घशातून घुसमटल्यासारखा आला होता. त्याने एकदम हातातला रिसीव्हर फोनवरती दाणकन् आपटून फोन बंद केला; पण बंद होण्याच्या आधी किंचित क्षण का होईना, पुन्हा सर्वांना इअरफोनमधून किंकाळीचा आवाज ऐकू आला होता.

"आणखी एक मूर्खपणा घडला आहे." जान्स्की आपल्या हाताकडे पहात म्हणाला. त्यानेच प्रथम बोलण्यास सुरुवात केली होती; पण त्याच्या आवाजातले

चैतन्य पार लोपले होते. तो एक निर्जीव आवाज वाटत होता. त्याने आपल्या खिशातून एक हातरुमाल काढला व तो आपल्या जखमी हाताला बांधू लागला. ''आत्तापर्यंत आपण जे उत्कृष्ट मद्य प्यायलो, ते सारे वाया गेले. व्लादिमीर, मला त्याबद्दल माफ कर.'' तो म्हणत होता. काउन्टच्या पहिल्या नावाने ते संबोधत असल्याचे बाकीच्यांनी प्रथमच ऐकले. तो पुढे म्हणाला, ''अरे देवा, हे काय झाले!'' वृद्ध जेनिन्जचे हात थरथरू लागले होते. त्या थरथरण्यामुळे त्याच्या हातातील ग्लासामधील ब्रॅन्डी कडेवरून खाली सांडू लागली.

हातावर रुमाल गुंडाळत जान्स्की म्हणाला, ''बऱ्याच गोष्टींना एक उत्तर दिले गेले आहे.'' मग आपली मूठ घट्ट वळून शेकोटीतल्या जाळाकडे रोखून पहात तो बोलू लागला, ''इम्रचा का पत्ता लागत नव्हता ते आत्ता कळले. काउन्टची का फसवणूक केली गेली, तेही कळले. त्यांनी इम्रला शेवटी पकडलेच. त्याला स्टॅलिन स्ट्रीटवर नेले व त्याचा खूप छळ केला. शेवटी त्याने ते सांगून टाकले; पण मरण्यापूर्वी अगदी शेवटच्या क्षणी. बिचारा पोर! शेवटी त्याच्या नशिबी हेच आले.''

''बापरे!'' काउन्ट म्हणत होता, ''अन् मी त्याच्याबद्दल उगाच मनात संशय घेत होतो. मला वाटले, की तो आपणहोऊन फितुर झाला असावा.''

जान्स्की खालच्या आवाजात म्हणाला, ''इम्र कालच मृत्यू पावला. बिचारे पोर! एकटे होते, अनाथ होते. इम्रकडून त्यांनी कोसॅकच्या वस्तीचा पत्ता काढून घेतला आणि तिथे छापा मारला. ज्युलिया तिथून निघून इकडे येण्याच्या तयारीत होती; पण शेवटी त्यांनी तिला धरलेच. मग त्यांनी तिचाही छळ करून तिच्याकडून इथल्या जागेचा पत्ता मिळवला.''

रेनॉल्ड्स एकदम उठून उभा राहिला. त्याची खुर्ची मागे भिंतीवर आपटली. त्याने आपले तोंड वासले होते व त्याचे खालचे दात हे आता लांडग्याच्या दातासारखे भासू लागले. तो म्हणाला, ''ती किंकाळी ज्युलियाची होती.'' त्याचा आवाज घोगरट व अनैसर्गिक वाटत होता. तो पुढे म्हणाला, ''शेवटी त्यांनी तिचा छळ सुरू केलाच.''

''होय, तो ज्युलियाचा आवाज होता. आपल्याला कामाशी मतलब आहे, हे हिडासला दाखवून द्यायचे होते.'' जान्स्की हळू आवाजात म्हणाला आणि त्याने दोन्ही हातांनी आपले तोंड झाकून घेतले. तो पुढे म्हणाला, ''पण त्यांनी ज्युलियाचा छळ केला नाही, कॅथेरिनचा केला. ज्युलियासमोर केला. मग ज्युलियाला सारी माहिती सांगावी लागली.''

रेनॉल्ड्स त्याच्याकडे टक लावून पहात राहिला. त्याला जान्स्कीचे बोलणे नीट समजले नव्हते. जेनिन्जही गोंधळून गेले होते; पण काहीतरी भयंकर घडले आहे, हे ओळखून ते घाबरले होते. काउन्ट आता सारखा सूडाची भाषा पुटपुटत बोलत

होता, शपथ घेत होता, शिव्या घालीत होता. म्हणजे काउन्टला काय घडले ते नक्की समजले आहे, असे रेनॉल्ड्सने ओळखले. मग जान्स्की स्वत:शी काहीतरी पुटपुटू लागला. एकदम रेनॉल्ड्सच्या डोक्यात प्रकाश पडला व काय झाले ते त्याला कळले. तो मटकन् खुर्चीत बसला. त्याच्या पायातले बळ निघून गेल्यासारखे त्याला वाटू लागले.

जान्स्की म्हणत होता, "मला ठाऊक होते की ती मरण पावली नाही. मला नेहमीच ते ठाऊक होते. मी तिची आशा म्हणूनच सोडली नव्हती. हो ना, व्लादिमीर? ती मेली नव्हती. मला ठाऊक होते. अरे देवा, तू तिला का मृत्यू दिला नाहीस? का तिला जिवंत ठेवलेस?"

रेनॉल्ड्सला सत्य काय होते ते कळले. कॅथेरिन ही जान्स्कीची पत्नी होती. तिला त्यांनी पकडून नेले होते. अन् ती जिवंत होती. ज्युलिया म्हणत होती की आपली आई जिवंत नाही, तिला नक्की ठार केले गेले असणार, पकडल्यापासून काही दिवसांतच ती मरण पावली असणार. जान्स्कीचे तसे मत नव्हते. म्हणून तर त्याने आपल्यासारख्या दुसऱ्या व्यक्तीचे प्रेत मेकअप करून आपल्या घराच्या छतावर टाकून दिले होते. एव्हीओची फसवणूक केली होती. आपण मेलो म्हणून भासवले होते. मग त्यांना त्याच्या पत्नीचा छळ करून तिला ठार करण्याचे कारण उरले नाही. त्यामुळेच ती जिवंत राहिली असणार, अशी आशा जान्स्कीच्या मनात होती. म्हणून बरीच वर्षे तो सबंध हंगेरीत तिचा शोध घेत होता. आपल्याला एक दिवस तिचा शोध लागेल, अशी श्रद्धा उराशी बाळगून होता; पण आता त्यांनी तिला घेरले. स्झारहाझा तुरुंगातून हिडास एकदम घाईघाईने तेवढ्यासाठीच निघून गेला. कॅथेरिनला आणून जान्स्कीच्या समोर तो छळ करणार होता. मग जान्स्कीला बोलणे भाग पडले असते. आता तर त्यांच्या हातात ज्युलियाही सापडली आहे. ही गोष्ट तर हजारोपटीने अधिक वाईट झाली. ज्युलियाची छायाकृती त्याच्या डोळ्यांसमोर येऊन गेली. मार्गीट बेटावरती निरोप घेताना तिने त्याचे चुंबन घेतले होते. त्या वेळी तिने किती खट्याळपणे स्मित केले होते. त्याला तिचा तो चेहरा तिच्या स्मितासह आठवणीत राहिला होता. कोकोने त्याला जे काही केले ते पाहिल्यावर तिच्या चेहऱ्यावर जे चिंतेचे भाव उमटले, तोही चेहरा त्याच्या स्मरणात कायमचा राहिला होता. तो जेव्हा जागा होत होता. त्या वेळी ती त्याच्याकडे कशा नजरेने पहात होती, तोही चेहरा त्याच्या स्मृतीत राहिला होता. त्या वेळी पुढे काय होणार याची तिला जाणीव झाल्याने तिचे डोळे पाणावले होते व ती व्याकूळ झाली होती. एकदम रेनॉल्ड्स उठला. त्याच्या नकळत तो उठला. तो विचारू लागला, "कुठून आला होता तो फोन?" त्याचा आवाज पूर्ववत झाला होता.

"आन्द्रेसी उट; पण त्याने काय फरक पडतो, मिखाईल?"

"आम्ही तिथे जाऊन त्या दोघींना सोडवून आणतो. फक्त मी व काउन्ट जातो."

"ते शक्य असते तर माझ्या कोणत्याही दोन माणसांनी यापूर्वीच ते करून दाखवले असते. ते शक्य नाही, अगदी तुम्हालाही शक्य नाही." जान्स्की कसनुसे हसत म्हणाला. तो म्हणत होता, "कामगिरी, मोहीम, कारवाई फत्ते करायची हाच तुमचा व्यवसाय आहे. त्यावरतीच तुम्ही जगता; पण तुमच्याकडे सोपवलेली मोहीम आता संपलेली आहे. आता हे काही कराल तर तुमच्या साहेबांना, कर्नल मॅकिन्टॉशला पसंत पडेल? जरा विचार करा, मिखाईल."

रेनॉल्ड्स सावकाश म्हणाला, "ते मला काहीही ठाऊक नाही. अन् काहीही झाले तरी मी त्या मुद्द्याचा विचारही करणार नाही. माझ्या खात्यासाठी मी केलेले शेवटचे काम आता संपले आहे. येथून पुढे मी हेर खात्याची नोकरी सोडून दिली आहे. म्हणून म्हणतो की जर तुम्ही परवानगी दिलीत तर मी व काउन्ट–"

"एक मिनिट." जान्स्की एक हात वर करीत म्हणत होता, "तुम्हाला वाटतो तसा हा मामला नाही. तुमच्या कल्पनेपेक्षाही भयंकर आहे. डॉ. जेनिन्ज, तुम्ही काय म्हणत होता?"

वृद्ध जेनिन्ज म्हणाले, "कॅथेरिन! किती चमत्कारिक योगायोग आहे हा. माझ्याही बायकोचे नाव कॅथेरिन आहे."

"पण डॉक्टरसाहेब, योगायोगापेक्षाही अधिक काहीतरी होते आहे." मग बराच वेळ जान्स्की शेकोटीच्या जाळाच्या दिशेने शून्यात बघत होता. मग तो एकदम शहारत म्हणाला, "ब्रिटिशांनीही तुमची पत्नी तुमच्याविरुद्ध या प्रकरणात वापरली होती आणि आता–"

"होय, होय." जेनिन्ज आता अजिबात थरथरत नव्हते. ते शांत झाले होते. निर्भय झाले होते. "तुम्ही म्हणता ते उघडच आहे. ते उगाच का फोन करतील? मी आता लगेच निघतो." ते घाईघाईने म्हणाले.

"लगेच निघतो? म्हणजे काय म्हणायचे आहे तुम्हाला?" रेनॉल्ड्सने त्यांना विचारले.

"त्यांना काय म्हणायचे ते मी सांगतो." काउन्ट सांगू लागला, "हिडास त्या दोघींना नक्की सोडणार नाही. त्यामुळे डॉ. जेनिन्ज हिडासच्या ताब्यात जाण्यास तयार झाले आहेत."

"असे हिडासही म्हणतो आहे. डॉ. जेनिन्ज यांना त्यांच्या ताब्यात दिले तरच त्या दोघींना सोडले जाईल." मग आपले डोके हलवीत तो सावकाश पण ठासून म्हणाला, "पण तसे होणार नाही. मी होऊ देणार नाही. मी जेनिन्ज यांना पाठवणार नाही. तुम्ही त्यांच्या ताब्यात गेल्यावर ते तुमचे काय करतील ते परमेश्वरालाच ठाऊक."

"पण तरीही तुम्ही मला त्यांच्याकडे पाठवून द्यायला हवे, द्यायलाच हवे." जेनिन्ज उठून उभे रहात म्हणाले, "ते मला इजा करणार नाहीत. कारण माझा त्यांना उपयोग आहे. जान्स्की, तुमची पत्नी, तुमचे कुटुंब त्यांच्या आयुष्यापुढे माझ्या स्वातंत्र्याला काहीही किंमत नाही. तेव्हा तुमच्यापुढे दुसरा कसलाही पर्याय नाही. मी जातो."

"तुम्ही माझे कुटुंब परत मला द्याल आणि मग तुम्हाला तुमचे कुटुंब कधीही आयुष्यात पहायला मिळणार नाही. तेव्हा तुम्ही काय म्हणता त्याचे परिणाम कळतात ना तुम्हाला?"

"होय, समजतात." जेनिन्ज शांतपणे म्हणाले, "मी काय म्हणतो आहे ते मला चांगले कळते आहे. ताटातूट होणे ही काही तेवढी महत्त्वाची बाब नाही. मी एवढेच पहातो आहे की मी त्यांच्या ताब्यात गेलो तर आपल्या दोघांची कुटुंबे जिवंत रहातील. अन् कुणी सांगावे, भविष्यकाळात मी पुन्हा स्वतंत्र होईनही. मी तुमच्या पत्नीला आणि कन्येला जीवदान देऊ शकतो, हे का नाही तुम्ही लक्षात घेत?"

जान्स्कीने यावरती मान डोलवली. रेनॉल्ड्स या नवीन घटनेने चिडला होता; पण तरीही त्याला डॉ. जेनिन्ज आणि जान्स्की यांच्याबद्दल कणव आली, त्यांची दया आली. कोणत्याही माणसासमोर इतका क्रूर व अमानुष पर्याय ठेवला जाऊ नये. त्यातून असा पर्याय जान्स्कीसारख्या व्यक्तीसमोर ठेवावा, ही गोष्ट म्हणजे अमानुषतेची परिसीमा झाली. जो माणूस क्षणापूर्वी आपले विरोधक, आपले शत्रू यांचीही बाजू मांडत होता, त्यांच्यातील गुण शोधत होता, आपल्या कम्युनिस्ट बंधूंची अडचण समजावून घेऊन त्यांनाही मदत करण्याचे हिरीरीने म्हणत होता, त्याला एकदम धमकी दिली जाऊन त्याची पत्नी व कन्या यांचे प्राण एकदम पणाला लावले जावे, हा एक केवढा मोठा दैवदुर्विलास होता!

जान्स्कीने बोलण्याकरिता आपला घसा साफ केला; पण तो बोलायच्या आधीच रेनॉल्ड्सने जान्स्की काय बोलणार ते ओळखले होते. जान्स्की बोलू लागला, "डॉ. जेनिन्ज, तुम्हाला वाचवण्यासाठी मी थोडीशी मदत केली होती, याचा मला पूर्वीपेक्षा जास्त आनंद आत्ता झाला आहे. तुम्ही एक शूर पुरुष आहात आणि एक सज्जन माणूस आहात; पण तुम्ही माझ्यासाठी किंवा माझ्या माणसांसाठी मरावे अशी माझी बिलकुल इच्छा नाही. मी कर्नल हिडासला असे सांगतो की–"

"नाही, कर्नल हिडासला मीच काय ते सांगणार." काउन्ट जान्स्कीचे वाक्य तोडत बोलला. मग तो चालत चालत फोनपाशी गेला, त्या जुन्या मॉडेलच्या फोनचे हॅन्डल गरगरा फिरवले व ऑपरेटरला हिडासचा नंबर सांगितला. तो म्हणत होता, "कर्नल हिडासला नेहमी आपल्या ज्युनियर अधिकाऱ्यांकडून रिपोर्ट्स घ्यायला आवडते. नाही, नाही जान्स्की. ही गोष्ट तुम्ही माझ्यावरतीच सोपवा. तुम्ही यापूर्वी

माझ्या कोणत्याही योजनेवरती शंका काढल्या नव्हत्या की हरकत घेतली नव्हती. तेव्हा मी तुम्हाला कळकळीची विनंती करतो, की कृपा करून याही वेळी मला अडवू नका.'' मग एकदम तो बोलायचे थांबला, क्षणभर ताठ झाला आणि नंतर हुश्श करीत तो हसला. तो म्हणाला, ''कर्नल हिडास? मी माजी मेजर हॉवर्थ बोलतो आहे... हो हो. माझी प्रकृती अगदी उत्तम आहे. मला सांगायला आनंद वाटतो की.... होय, आम्ही तुमच्या मागणीवरती विचार केला आहे आणि त्या बदल्यात आमचीही एक मागणी तुमच्यापुढे मांडतो आहोत. माझी तुम्हाला किती तीव्रपणे आठवण येत असेल, आपला एक अत्यंत कार्यक्षम अधिकारी गमावल्यामुळे तुम्हाला किती चुकल्याचुकल्यासारखे वाटत असेल. इतर कोणाहीपेक्षा माझी तुम्हाला जास्त आठवण येत असणार. म्हणून मी याच्यावरती एक उतारा तुम्हाला सुचवतो. मी तुम्हाला अशी हमी देतो की डॉ. जेनिन्ज हे मायदेशी पोचले, की तुमच्याविरुद्ध, एव्हीओविरुद्ध, कम्युनिस्ट राष्ट्रांविरुद्ध काहीही बोलणार नाहीत. एक शब्दही उच्चारणार नाहीत. मेजर जनरल इल्युरिन यांच्या कुटुंबाच्या बदल्यात मी तुमच्या स्वाधीन होतो. अगदी नक्की स्वाधीन होतो. होय, मी तुमच्या उत्तराची वाट पाहेन; पण उगाच दिवसभर वाट पहाणार नाही.''

एवढे बोलून काउन्टने फोनचा रिसीव्हर हातात खेळण्यासारखा घेतला. तो जान्स्की व डॉ. जेनिन्ज यांच्याकडे पहात होता आणि त्यांच्या निषेधाला एका हाताने खूण करून थोपवू पहात होता. तो त्यांना म्हणाला, ''सद्‌गृहस्थहो, दोघेही शांत व्हा. तुमच्या या अद्वितीय त्यागाचा माझ्यावरती फारसा परिणाम होणार नाही.'' तेवढ्यात कर्नल हिडास परत फोनवर आल्याचा आवाज त्याने ऐकला म्हणून तो रिसीव्हर कानाला लावून बोलू लागला, ''हंऽऽ... कर्नल हिडास... अं, मला भीती वाटते की.... पण हा माझ्या लौकिकाला जबरदस्त तडाखा बसतो आहे. मग तसे पाहिले तर मी एक लहान बकरा आहे. तसे असेल तर प्रोफेसर जेनिन्ज यांनीच... वाऽ ते तर स्वत:हून यायला तयार आहेत.... पण ही अदलाबदल कोणत्याही परिस्थितीत ब्युडापेस्टला होणार नाही, हेही पक्के समजा.... कर्नल हिडास, तुम्ही काय आम्हाला मूर्ख समजता आहात काय? आम्ही जर तिथे आलो तर तुम्ही आम्हा तिघांनाही धरणार हे आम्हाला समजत नाही का? जर तुम्ही तसाच आग्रह धरत असाल तर आज रात्रीच डॉ. जेनिन्ज हे सरहद्द ओलांडतील. मग तुम्हीच काय, पण हंगेरीतील कोणताही माणूस त्यांचे वाकडे करू शकणार नाही. तुम्हालाही ही गोष्ट चांगली ठाऊक आहे. अंऽ... तुम्हाला त्याचे कारण ठाऊक आहे. तुम्ही नेहमीच एक समतोल साधणारे आहात. हो ना?... मग आता मी काय सांगतो ते नीट काळजीपूर्वक लक्ष देऊन ऐका.''

काउन्ट आपली पुढची योजना सांगू लागला, ''या घरापासून सुमारे तीन

किलोमीटर उत्तरेला.... होय, होय. जर तुम्हाला रस्ता सापडला नाही तर जनरलची मुलगी तुम्हाला रस्ता दाखवेल. एक छोटा फाटा रस्त्याला डावीकडे फुटतो. त्या फाट्याने पुढे या... तो आठ किलोमीटर अंतरावरती संपतो. तिथे एक छोटी उपनदी आहे. राब नदीची ती उपनदी. तिथे एक पडाव आहे. तिथेच काही वेळ वाट पहात थांबा. तिथून उत्तरेला तीन किलोमीटर अंतरावरती एक पूल आहे. त्याच उपनदीवरती. आम्ही तो पूल ओलांडून उडवून देऊ. म्हणजे तुम्हाला त्या पुलावरून आमच्याकडे येण्याचा मोह होणार नाही. आम्ही त्या प्रवाहाच्या पलीकडच्या काठावर तिथला पडाव चालवणाऱ्याची एक झोपडी आहे, तिथवर जाऊन थांबू. तुम्ही बरोबर झोपडीसमोर अलीकडच्या काठावरती या. त्या ठिकाणी दोन्ही काठांना जोडलेले दोन दोर आहेत. दोराचे एक टोक काठावर पक्के असते, तर दुसरे एक पडावाला बांधलेले असते. अशा दोन दोरांनी त्या पडावाची या काठावरून त्या काठावरती जा-ये चालते. आपल्या माणसांची अदलाबदल ही त्या पडावामधून होईल. समजले सारे? वाटल्यास परत सांगू? नको? ठीक आहे.''

नंतर बराच वेळ फोनवरती कोणीही बोलत नव्हते. पलीकडून हिडासच्या कुजबुजत बोलण्याचा अर्धवट आवाज काउन्टला ऐकू येत होता; पण तो काय बोलतो आहे, हे समजत नव्हते. थोड्या वेळाने काउन्ट फोनवर म्हणाला, ''एक मिनिट थांबा.'' मग त्याने माऊथपीसवर हात ठेवला व तो इतरांकडे वळून म्हणाला, ''हिडास म्हणतो आहे, की त्याला या योजनेसाठी सरकारची परवानगी मागायची आहे. त्याला तास तरी लागेल. मग तो येणार की नाही हे आपल्याला सांगेल. तशी परवानगी घेण्यास वेळ लागतो खरा; पण तो हिडास आहे. तेवढ्या वेळात तो स्वस्थ बसणार नाही. तो सैन्याला बोलावेल, विमानदलाला बोलवेल, आपल्या या घराला वेढा घालेल. काय वाटेल ते करेल. कदाचित तो घराच्या धुराड्यात वरून बॉम्ब सोडायचेही कमी करणार नाही.''

''पण हे अशक्य आहे.'' जान्स्की मान हलवीत बोलू लागला, ''सैन्याचे जवळचे ठाणे हे दक्षिणेला बालाटोन येथे आहे आणि रेडिओवरच्या बातम्यांमधून आपल्याला कळले आहे, की तिथली वाहतूक, रस्ते, विमानतळ सारे काही बंद झालेले आहे.''

''तिथला जवळचा विमानदलाचा तळ हा झेकोस्लोव्हाकियाच्या सरहद्दीपाशी आहे.'' काउन्ट खिडकीबाहेर होणाऱ्या हिमवृष्टीकडे पहात म्हणत होता, ''तिथले विमानतळ बंद झालेले असणार. अन् जरी बंद झालेले नसले तरी या अशा वादळी व हिमवृष्टीमधून विमाने इकडे येऊच शकणार नाहीत. मग आपण एक चान्स घ्यायचा का?''

''होय, हा चान्स आपण घ्यायचा.'' जान्स्की गंभीरपणे म्हणाला.

मग काउन्टने माऊथपीसवरचा हात काढला व फोनमध्ये म्हटले, ''ठीक आहे, कर्नल हिडास. तुम्ही बरोबर एक तासाने फोन करा. मात्र जर एका मिनिटाचा जरी उशीर झाला तरी इथे कोणीही असणार नाही. आम्ही निघून गेलेलो असू. आणखी एक गोष्ट– तुम्ही इकडे वायलोक खेड्याच्या बाजूने या. दुसऱ्या कोणत्याही मार्गाने येऊ नका. आमचे निसटून जाण्याचे मार्ग खुले राहिले पाहिजेत. तुम्हाला आमची संघटना किती मोठी आहे, ते ठाऊकच आहे. उत्तरेकडे जाणाऱ्या प्रत्येक रस्त्यावरती आमची माणसे असतील. त्या रस्त्याने तुमचा ट्रक, व्हॅन, मोटरगाडी किंवा कोणतेही संशयास्पद वाहन दिसले तर आम्ही येथून गेलेलो असू. उगाच ते रस्ते वापरू नका. तेव्हा माय डियर कर्नल, आपली भेट आता तीन तासांनी होणार आहे. हो ना? ऑरिव्हॉयर!''

त्याने फोन खाली ठेवला व तो इतरांकडे वळला. काउन्ट सांगू लागला, ''तर मंडळी, हे असे आहे. मी कर्नल हिडासला दुखावला नाही की त्याच्यापुढे लाचारी दाखवली नाही. आपल्या बाजूने धोका न पत्करता त्यालाच इकडे मी बोलावून घेतले आहे. क्षेपणास्त्र ही किती महत्त्वाची गोष्ट असते, बघा. सूडापेक्षाही त्याला जास्त महत्त्व दिले जाते. म्हणून त्यांना डॉ. जेनिन्ज हवे आहेत. आपल्याला आता तीन तास मिळाले आहेत. तीन तासांत काय करता येईल ते पाहूया.''

तीन तास. त्यातला आता एक तास उलटून गेला. ते सर्वजण थकले होते. त्यांना जागरण झाले होते. त्यांनी एक तास झोप घेतली असती तर बरे झाले असते; पण झोपेचा विचार कोणालाही शिवला नाही. कॅथेरिन जिवंत आहे म्हणून जान्स्की खूष होता. त्याच वेळी दोघींच्या काळजीने त्याला दुःख होई. त्याचबरोबर जेनिन्ज यांना परत हिडासकडे जाऊ न देण्याचा त्याचा निश्चय पक्का होत चालला. आपले स्वातंत्र्यातले शेवटचे तास उरले आहेत, ही कल्पना डॉ. जेनिन्ज यांना असल्याने ते तास ते झोपेत घालवायला तयार नव्हते. तो कोसॅक पोरगा आता त्याचा नेहमीचा आवडता चाबकाचा खेळ खेळू लागला. लवकरच धुमश्चक्री उडणार असे त्याला वाटत असल्याने तो उत्तेजित झाला होता. सॅन्डरने मात्र पुढचा कोणताही विचार केला नाही. तो जान्स्कीवरती डोळ्यांत तेल घालून पहारा करीत होता. कोणत्याही क्षणी कोठूनही एव्हीओचे लोक जान्स्कीवर हल्ला करतील, अशी भीती त्याला वाटत होती. म्हणून तो जान्स्कीपाशी राहून येरझाऱ्या घालू लागला होता. काउन्ट मात्र आपले पिण्याचे काम सावकाश करीत होता. आज तो जास्तच पीत होता. कदाचित आपल्याला पुन्हा कधीही प्यायला मिळणार नाही, असे त्याला वाटत असावे. जेव्हा त्याने बराक ब्रॅन्डीची तिसरी बाटली उघडली तेव्हा रेनॉल्ड्स त्याच्याकडे पहात राहिला.

काउन्ट त्याला म्हणाला, ''माय फ्रेन्ड, मी फार पितो आहे असे तुम्हाला वाटते आहे ना? तुमच्या मनात हेच आहे ना?'' एवढे म्हणून त्याने स्मित हास्य केले.

''चूक! तसले काहीही माझ्या मनात नाही.''

''बाकी तसे मनात आले तरी त्यात गैर काही नाही. मला ही बराक ब्रॅन्डी आवडते. फार आवडते.''

''पण-''

''पण काय, मित्रा?''

रेनॉल्ड्स खांदे उडवत म्हणाला, ''केवळ आवडते म्हणून तुम्ही पीत नाही.''

''नाही?'' एक भुवई उंचावीत काउन्ट विचारीत होता, ''मग माझी दुःखे दारूत बुडविण्यासाठी मी पीत असणार. हो ना?''

''जान्स्कीची दुःखे बुडवण्यासाठी पीत असाल.'' रेनॉल्ड्स सावकाश म्हणाला. मग त्याला एकदम त्याच्या पिण्यामागचे कारण मनात जाणवले. तो म्हणाला, ''नाही, तेही कारण नाही. पण जान्स्कीची आणि त्यांच्या पत्नीची व कन्येची गाठ पडणार, याची तुम्हाला खात्री वाटते म्हणून तुम्ही पीत आहात. जान्स्कीची दुःखे आता नाहीशी होणार; पण तुमची दुःखे मात्र तशीच रहाणार. त्यांच्यासारखीच ती कौटुंबिक दुःखे आहेत. तुम्हाला आता जास्त एकटे एकटे वाटणार. म्हणून तुम्ही पिता आहात. हो ना?''

''याबद्दल जान्स्की तुमच्यापाशी काही बोलले?''

''ते मला काहीही बोलले नाहीत.''

''बरोबर आहे. ते तसे बोलणार नाहीत म्हणा. माय फ्रेन्ड, गेल्या चार-पाच दिवसांत दहा वर्षांनी तुमचे वय वाढल्यासारखे दिसते आहे. आता परत तुम्ही मागे जाऊ शकणार नाही. तुम्ही आपली हेर खात्यातली नोकरीही सोडून देणार आहात. खरे आहे ते?''

''होय. मी आत्ताची ही शेवटची कामगिरी करतो आहे. यानंतर असली कामे मी करणार नाही.''

''अन् ज्युलियाशी लग्न करणार ना?''

''गुड गॉड!'' असे म्हणून रेनॉल्ड्स त्याच्याकडे रोखून पहात म्हणाला, ''ही गोष्ट इतकी उघड आहे?''

''प्रत्येकालाच ते ठाऊक झाले आहे आणि प्रत्येकजण तसे धरून चालला आहे. तुम्हालाच ते उशिरा कळत आहे, असे दिसते.''

रेनॉल्ड्स आश्चर्याने म्हणाला, ''पण मी तर तिला अजून विचारलेही नाही.''

''काहीही विचारायची गरज नाही. मला बायका चांगल्या कळतात. तिच्या मनातही तुमच्याबद्दल तसेच विचार आहेत, असा माझा अंदाज आहे.''

"तसा अंदाज माझाही आहे.'' असे म्हणून रेनॉल्ड्स थांबला. मग एकदम काउन्टकडे सरळ पहात म्हणाला, "मी बेसावध असताना तुम्ही मला एकदम पकडलेत, झकास पकडलेत.''

"होय, तसेच केले मी. ही गोष्ट तशी वैयक्तिक असल्याने मी तुम्हाला विचारणे योग्य नव्हते; पण तुम्ही मला प्रामाणिकपणे सांगितले. तुमचा हा प्रामाणिकपणा मला आवडला. कधीकधी आपण उगाच प्रतिष्ठेचा विषय करून आवश्यक गोष्टी टाळत असतो.'' काउन्टने पुन्हा आपल्या ग्लासात ब्रॅन्डी ओतून घेतली. तिचा एक मोठा घोट घेतल्यावर त्याने एक सिगारेट पेटवली व तो तिचे झुरके ओढू लागला. मग एकदम बोलू लागला, "जान्स्की आपल्या पत्नीचा शोध घेत होते. मी माझ्या लहान मुलाचा शोध घेतो आहे. लहान मुलगा! पण आता तो लहान नसणार. पुढच्या महिन्यात तो बहुतेक वीस वर्षांचा होईल. म्हणजे जर तो जिवंत असेल तर! मी तशी आशा धरून आहे.''

"तो तुमचा एकुलता एक मुलगा आहे का?''

"मला पाच मुले होती. मुलांना एक आई होती, आजोबा होते, काका होते; पण मला त्यांची काळजी नाही. ते सर्वजण सुरक्षित आहेत.''

ते ऐकून रेनॉल्ड्स काहीच बोलला नाही. काउन्टच्या सांगण्यावरती काही बोलण्याची जरुरी नव्हती. त्याला जान्स्कीकडून एवढेच कळले होते की काउन्टने आपल्याजवळचे सर्व काही आणि आपली सर्व माणसे गमावलेली आहेत. फक्त त्याला एक लहान मुलगा उरला आहे.

"जेव्हा तो तीन वर्षांचा होता तेव्हा ते मला घेऊन गेले.'' काउन्ट हळुवारपणे सांगू लागला, "मला त्या वेळचा माझा मुलगा अजूनही दिसतो आहे. तो बर्फात उभा होता. त्याला काय चालले आहे ते कळत नव्हते. नंतर रोज रात्री माझ्या मनात त्याचे विचार येत. रात्रीप्रमाणे दिवसाही त्याचेच विचार डोक्यात सतत घोळत असत. अगदी आत्तापर्यंत त्याच्याच विचारांनी माझ्या डोक्यात घर केले आहे. काय झाले असेल त्याचे? तो वाचला का? जगला का? त्याच्याकडे कोण लक्ष देत होते? थंडीमध्ये त्याच्याजवळ पुरेसे कपडे असतील का? अजूनही पुरेसे कपडे त्याच्याजवळ असतील? त्याला नीट खायला-प्यायला मिळाले असेल का? का उपासमारीमुळे तो दुबळा व हडकुळा बनला असेल? का तो कुणालाच नकोसा असेल? पण देवाने त्याच्याकडे नक्की लक्ष दिले असणार. मिस्टर रेनॉल्ड्स, तो इतका लहान पोरगा होता म्हणून सांगू. पण.... पण तो जगला असेल तर आता कसा दिसत असेल? तो कसा हसायचा, कसा खिदळायचा, कसा खेळायचा, कसा धावायचा, ते मला अजूनही आठवते आहे. त्याला सर्व वेळ मी जवळ हवा असायचो. रोज तो माझ्या नजरेसमोर येत रहातो. आपले मूल मोठे होत असताना

पहाणे, ही किती अद्‌भुत व आल्हाददायक गोष्ट असते! पण.... पण मी शेवटी त्याला गमावला. ते सुरेख दिवस गेले. वर्षामागून वर्षे उलटली आणि आता खूप उशीर झाला आहे. आपला कालचा दिवस किंवा सर्व कालचे दिवस कधी परत येतात? माझा मुलगा हे माझे सर्वस्व होते. मी त्याच्यासाठीच जगत होतो; पण प्रत्येक माणसाला कधी ना कधी तरी सत्याला सामोरे जाण्याचा क्षण येतो. तसा तो क्षण आज सकाळी आला. आता मी त्याला पुन्हा परत कधीही पाहू शकणार नाही. परमेश्वर माझ्या पोराचे भले करो.''

रेनॉल्ड्स हळू आवाजात त्याला म्हणाला, ''मी आपल्याला विचारले त्याबद्दल मला माफ करा. पण.... पण हेही खरे नाही. उलट मला मनातून असे वाटते आहे की मी तुम्हाला विचारले तेच बरे केले.''

''खरे आहे. अन् मलाही तुम्हाला सारे सांगितल्यामुळे बरे वाटते आहे.'' असे

म्हणून काउन्टने आपला ग्लास पिऊन रिकामा केला, परत भरला आणि आपल्या घड्याळाकडे एक दृष्टिक्षेप टाकला. तो परत बोलू लागला; पण आता तो पुन्हा पूर्वीचा काउन्ट होता. त्याचा आवाज थोडासा करडा व ठाम होता. तो म्हणत होता, ''बराक प्यायल्यामुळे माणूस स्वत:ची कीव करू लागतो; पण नंतर लगेच तो तसले विचार झटकून टाकतो. अन् तेही बराकमुळेच. माय फ्रेन्ड, आता आपल्याला झटपट हालचाली करायला हव्यात. वेळ जवळजवळ संपत आली आहे. इथे आपल्याला आता थांबता येणार नाही. तो हिडास कधीही येईल. त्याच्या आश्वासनावरती फक्त वेडा माणूसच विश्वास ठेवेल.''

''म्हणजे जेनिन्जना आपण जाऊ द्यायचे?''

''जेनिन्जना जायलाच हवे. त्यांना जर जेनिन्ज मिळाले नाहीत तर कॅथेरिन व ज्युलिया यांना....''

''संपवले जाईल. हो ना?''

''आय ॲम सॉरी.''

''हिडासला जेनिन्ज यांची आत्यंतिक गरज आहे, असे दिसते.''

''काय वाट्टेल ते करून तो त्यांना पकडायला बघणार. जर आपल्या ताब्यातील कोणी पश्चिमेकडे पळून गेले आणि सारे काही बोलू लागले तर त्याला ही कम्युनिस्ट मंडळी घाबरतात. त्यांना तो एक जबरदस्त तडाखा बसतो. त्याचा परिणाम त्यांच्यावरती खूप काळ रहातो. यामुळे त्यांचे जे नुकसान होते, ते कधीही भरून न येणारे असते. म्हणून तर फोनवर 'मी स्वत: बदल्यात येतो' असे त्यांना सांगितले. मीसुद्धा त्यांना किती निकडीचा वाटतो आहे व हवा आहे, ते मला ठाऊक आहे. त्यांना जेनिन्जची कितपत गरज आहे, याचाही मी अंदाज घेतला. तेही त्यांना हवे आहेत.''

''पण का?'' रेनॉल्ड्सच्या आवाजात ताण होता.

''जेनिन्ज जरी आपल्याकडे आले तरी ते आपल्यासाठी कधीही काम करणार नाहीत, हे त्यांनाही ठाऊक आहे.''

''म्हणजे?''

''म्हणजे असे की त्यांना जेनिन्ज यांचे तोंड कायमचे बंद करायचे आहे. अन् त्यासाठी फक्त एकच मार्ग आहे.'' काउन्ट ते कठोर सत्य बोलत होता.

रेनॉल्ड्स चिडून ओरडत म्हणाला, ''पण आपण त्यांना जाऊ देणार नाही. त्यांना जाऊ द्यायचे म्हणजे त्यांनी स्वत:च्या मृत्यूकडे आपणहोऊन चालत जाण्यासारखे आहे.''

यावरती काउन्ट हळुवारपणे म्हणाला, ''तुम्ही ज्युलियाला विसरता आहात.''

रेनॉल्ड्सने वाकून आपला चेहरा दोन्ही हातात लपवला. तो गोंधळून गेला होता. त्याची मती कुंठीत झाली. काय करावे, कसा मार्ग काढावा, हे त्याला सुचेना. अशीच एक-दोन मिनिटे गेली. त्या शांततेचा भंग फोनच्या घंटेने केला. मग तो एकदम झटक्यात उभा राहिला. दोन सेकंदात काउन्टने रिसीव्हर उचलला व तो त्यात बोलू लागला, ''हॉवर्थ हिअर, कर्नल हिडास?''

काउन्टचे ते शब्द वातावरणात उमटताच बाहेरून जान्स्की व सॅन्डर धावत आत आले. त्यांच्या अंगावरती हिमकण जागोजागी चिकटले होते. सर्वांनी फोनमधून बाहेर पडणाऱ्या बारीक व धातूच्या आवाजातील शब्दांकडे आपले कान लावले होते; पण त्यांना नीट समजत नव्हते. काउन्ट भिंतीला पाठ लावून फोनवर बोलत उभा होता. त्याच्याकडे पहात रहाणे एवढेच सर्वांच्या हातात होते. ऐकताना काउन्टचे डोळे इकडे-तिकडे हलत होते, खोलीभर भिरभिरत होते; पण त्याच्या डोळ्यांसमोर फोनच्या पलीकडच्या बाजूला काय चालले असेल, याचे चित्र उमटत होते. एकदम तो ताठ उभा राहिला. त्याच्या दोन्ही भुवया आक्रसल्या. त्यामुळे त्याच्या कपाळावरती एक उभी खोल आठी पडली.

''अशक्य! कर्नल हिडास, मी फक्त एक तास म्हणालो. आम्ही जास्त वेळ वाट पाहू शकत नाही. तुम्ही इथे येऊन आरामात आम्हाला घेऊन जाईपर्यंत आम्ही तुमची वाट पहात रहाण्याइतपत वेडे आहोत, असे वाटले का तुम्हाला?''

पलीकडून कोणीतरी बोलू लागल्याने काउन्ट बोलायचा थांबला. पलीकडून कोणीतरी अजीजीने व खणखणीत शब्दात बोलत होते. मग फोन खाली ठेवल्याचा आवाज त्याला ऐकू आला. तो काही क्षण हातातल्या निर्जीव रिसीव्हरकडे पहात राहिला व नंतर त्याने तो खाली ठेवला. त्याने आपला खालचा ओठ दातात दाबून धरला होता.

तो बोलू लागला, ''काहीतरी गडबड आहे.'' त्याच्या आवाजात चिंता प्रगट

झालेली होती. "बरीच मोठी गडबड आहे. हिडास म्हणतो आहे, की ज्या मंत्र्याची परवानगी लागणार आहे, तो त्याच्या गावाला गेला आहे. तिथे फोन लागत नाही. वाटेतील लाईन बंद पडली आहे. शेवटी त्यांना आणण्यासाठी त्याने एक कार पाठवली आहे. त्यामुळे अजून अर्धा-पाऊण तास किंवा– यू डॅम इडियट!"

"यू डॅम इडियट? कोणाला म्हणता आहात?" जान्स्कीने विचारले.

"मलाच म्हणतो आहे. दुसऱ्या कोणाला?" त्याच्या चेहऱ्यावरचे संभ्रमाचे भाव आता नाहीसे झाले होते आणि त्याचे बोलणे खालच्या आवाजातले होऊ लागले; पण त्या आवाजात आता 'आणीबाणी' होती. तो म्हणत होता, "सॅन्डर, ताबडतोब गाडी चालू करा. आत्ता, ताबडतोब. बरोबर हॅन्डग्रेनेड्स घ्या. अमोनियम नायट्रेट घ्या. आपल्याला तो छोटा पूल उडवायचा आहे. शिवाय, तो फील्ड टेलिफोनही बरोबर घ्या. झटपट सारे तयार होऊन चला. घाई करा. चला लवकर."

काउन्टला खुलासा विचारण्याच्या भानगडीत कोणी पडले नाही. दहा सेकंदात ते सर्वजण जोरदार होत असलेल्या हिमवर्षावात बाहेर पडले. जवळचे सामानसुमान भराभरा व्हॅनमध्ये चढविले आणि मिनिटभरात ती व्हॅन तेथून सुसाट वेगाने निघाली. खाचखळग्याने भरलेल्या वाटेवर जाऊन ती रस्त्यावरती पोचली. जान्स्कीने काउन्टकडे आपल्या भुवया उंचावीत खुलाशाच्या अपेक्षेने पाहिले.

काउन्ट सांगू लागला, "तो शेवटचा फोन त्यांनी एका पोर्टेबल फोनवरून केला होता. माझ्या कसे ते लक्षात आले नाही, देव जाणे! मी केवढी गंभीर चूक करीत होतो. हिडास हा ब्युडापेस्टमध्ये नाही. त्याचा पहिला फोनही ब्युडापेस्टच्या ऑफिसातून आला नव्हता. आपल्या जागेचा पत्ता मिळताच तो सरळ इकडे निघाला आहे. वाटेत त्याने टेलिफोनच्या खांबावरून कनेक्शन घेऊन आपल्याला फोन केला. त्याचा दुसरा फोनही तसाच वाटेतून केला होता. मंत्र्याची परवानगी हवी आहे, तिथल्या फोनलाईन्स बंद पडल्या आहेत, त्याला आणायला गाडी पाठवली आहे, वगैरे साऱ्या थापा तो मारीत होता. तो ब्युडापेस्टमध्ये नव्हता तर ग्योर शहरातील एव्हीओच्या ठाण्यात होता. तो इकडे येण्यासाठी केव्हाच निघाला होता. काय वाट्टेल ते करून आपल्याला आहे तिथेच खिळवून ठेवण्यासाठी तो खोटे फोन करत होता व वेळ काढीत होता. बापरे! आपण त्याच्या सापळ्यात नकळत अडकत होतो. तो कित्येक तासांपूर्वीच निघाला आहे. तो कोणत्याही क्षणी येथे पोचू शकतो. अजून पंधरा मिनिटे आपण घरी थांबलो असतो तर त्याने आपल्याला धरले असते. अन् त्याच्या कोळ्याच्या जाळ्यात चांगल्या पाच माशा आयत्या सापडल्या असत्या."

■

बारा

तिथल्या जंगलात एक टेलिफोनचा खांब होता. त्याच्या पायथ्याशी ते सारे थांबले होते. त्या हिमवर्षावात ते कुडकुडत होते व अधुनमधून दूरवरती निरखून बघत होते. रात्रीचे जागरण, भयंकर दमणूक आणि ब्रॅन्डीने दिलेली उष्णता झटपट शरीरातून निघून जात असल्याने त्या कडाक्याच्या थंडीत सर्वांना नीट पहारा देता येत नव्हता.

त्यांचा पहारा तसा थोड्या काळापुरताच होता. घर सोडल्यापासून एव्हाना पंधरा मिनिटे झाली होती. ते उपनदीच्या प्रवाहाच्या कडेकडेने गेले होते. तो पूलही त्यांनी ओलांडला आणि ते पलीकडच्या काठावर गेले, तिथून पश्चिमेकडे वळले व मुख्य रस्ता पकडून आता या जंगलात शिरले होते. वळणापासून ते सुमारे ६०० फूट आत गेले असतील. तिथे त्यांनी आपली व्हॅन अशा ठिकाणी ठेवली की ती लपून गेली. येथे येताना काउन्ट आणि सॅन्डर हे पुलावरती उतरले होते. त्यांना तिथे अमोनियम नायट्रेट दारूची स्फोटके लावायची होती. व्हॅन निघून गेल्यावर त्यांनी स्फोटकांच्या तारांना जवळचे खास स्विचेस लावले. ते आता झटपट कामे करू लागले. पुलाच्या मर्मस्थानी सारी स्फोटके लावली. त्यांना तारा जोडल्या. दरम्यान रेनॉल्ड्स आणि जेनिन्ज मागे पळत आले आणि त्यांनी व्हॅनच्या टायर्सच्या बर्फात उमटलेल्या खुणा पुसण्याचे काम चालू केले. सर्व स्फोटकांमधून निघालेल्या तारा एकाच तारेला जोडल्या व ती तार जंगलात नेली. सॅन्डरच्या हातात फक्त आता एकच एक लपवलेला स्विच होता. त्याचा प्लंजर त्याने सोडून देताच तो स्विचमध्ये घुसून तारेमधले विजेचे सर्किट पूर्ण करणार होता. मग एकच मोठा धमाका उडून तो पूल कोसळणार होता. दरम्यान जान्स्की व कोसॅक यांनी व्हॅन लपवून ठेवून ते काउन्ट, रेनॉल्ड्स व सॅन्डर यांच्यापाशी आले. त्या जंगलातील टेलिफोनचा खांब शोधून काढला. तो कोसॅक पोऱ्या त्यावरती सरसर माकडासारखा चढला. त्याने त्यावरच्या तारांना आपल्या जवळच्या पेटीतील फोनच्या तारा जोडल्या व तो खाली आला. आता त्यांच्याजवळच्या फील्ड फोनने ते खांबावरील तारेमधून जाणारे फोन

कॉल्स ऐकू शकणार होते किंवा कोणाशीही फोनने संपर्क साधणार होते. याच खांबावरच्या तारा त्यांच्या घराकडे गेल्या होत्या. घरी येणारा फोन ते वाटेत अडवून जवळच्या फील्ड फोनमध्ये घेऊ शकत होते.

आणखी दहा मिनिटे गेली, वीस मिनिटे झाली व अर्धा तासही होऊन गेला. आता हिमवृष्टीचा जोर कमी झाला होता. त्यांच्या अंगात शिरलेली थंडी पार त्यांच्या हाडापर्यंत पोचली होती. जान्स्की आणि काउन्ट यांना आता संशय येऊ लागला. एव्हीओच्या माणसांनी आत्तापर्यंत कधीही उशीर केला नव्हता. वक्तशीरपणाबद्दल त्यांची ख्याती होती. विशेषत: त्यांना आता फार मोठी मूल्यवान शिकार मिळण्याची संधी आली असताना ते उशीर करणे कदापि शक्य नव्हते. काउन्टने तसे बोलूनही दाखवले, की कर्नल हिडास इतका उशीर करणे शक्य नाही. कदाचित त्यांना खराब रस्त्यांमुळे उशीर होत असावा किंवा कदाचित हिडासने आपल्या माणसांना दिलेल्या सूचना बदलल्या असतील किंवा त्याने आपल्या मनातील योजनाही बदलली असेल. कदाचित त्याची माणसे त्या वेळी सरहद्दीकडे जाणाऱ्या प्रत्येक रस्त्यांवरती नाकेबंदी करीत असतील आणि जान्स्कीच्या घराला मागच्या बाजूने वेढा घालण्याच्या तयारीत असतील. त्यात वेळ गेल्यामुळेही त्याला उशीर होऊ शकत होता; पण या शंका काउन्टला मान्य नव्हत्या. त्याला ठाऊक होते की हिडासच्या समजुतीनुसार जान्स्कीची संघटना ही फार मोठी व हंगेरीभर पसरलेली संघटना आहे. त्यामुळे फार मोठ्या प्रमाणात जर नाकेबंदी करू लागलो, तर जान्स्कीच्या संघटनेला ते कळून येईल; पण मग तो उशीर का लावत आहे? याचा अर्थ नक्की त्याच्या मनात काहीतरी दगाफटका करण्याचा बेत आहे. काउन्टची तशी खात्रीच पटली. कोणतीही काळ वेळ असू दे, हिडास हा एक भीतीदायक शत्रू होता. कॉन्सेन्ट्रेशन कॅम्पमध्ये जेवढी माणसे अडकवली गेली होती, तेवढ्या सर्वांचे असे मत होते की आपण या हडकुळ्या ज्यू हिडासची ताकद, वकूब व बुद्धी ही कमीच लेखली.

जेव्हा हिडास शेवटी उगवला, तेव्हा हेही कळून चुकले, की त्याच्या मनात काहीतरी डाव आहे. तो आला पूर्व दिशेकडून. एका मोठ्या हिरव्या व बंदिस्त व्हॅनमधून तो आला. ही भली थोरली व्हॅन म्हणजे हिडासचे फिरते ठाणे होते. त्यात तो अनेक दिवस राहू शकत असे. त्याच्याबरोबर आणखी लहान व्हॅन होती. तिचा रंग ब्राऊन होता. त्यात एव्हीओची ती खुनी माणसे असणार. जान्स्की आणि काउन्टला अशा गाड्या येतील, याची अपेक्षा होती; पण अपेक्षा केली नाही असेही एक वाहन हिडासने बरोबर आणले होते. त्यामुळेच त्यांना यायला उशीर झाला होता. ती एक मोठी हाफ-ट्रॅक गाडी होती. चिलखती गाडी होती. तिला मागच्या चाकांऐवजी तिथे रणगाड्यासारखी चाके होती व त्यावरून फिरते पोलादी पट्टे गेलेले होते. फक्त पुढच्या दोन चाकांना पट्टे नव्हते. त्यामुळे ते धूड रस्ता नसला, तरी

सहज पुढे सरकत असे. ती एक रणगाड्याचीच आवृत्ती होती. त्यावरती एक राक्षसी व हिडीस दिसणारी एक लांबलचक तोफ होती. ती तोफ ॲन्टी-टँक तोफ होती. शत्रूच्या रणगाड्यांना उद्ध्वस्त करणारी तोफ होती. त्या तोफेची लांबी त्या वाहनाच्या निम्म्याएवढी होती. तिच्यामधून नेहमीपेक्षा अधिक वेगाने जाणारे तोफगोळे डागता येत होते. जंगलातील टेलिफोनच्या खांबापाशी उभे राहून बसणाऱ्या त्या पाचहीजणांना कळेना, की एवढ्या अवाढव्य तोफेचे धूड हिडासने काय हेतूने आणले आहे; पण त्यांना फार वेळ आश्चर्य करावे लागले नाही.

आपण काय करतो आहे ते हिडासला चांगले ठाऊक होते. त्याला ज्युलियाकडून समजले असणार की जान्स्कीच्या घराला दोन भव्य बाणाच्या आकाराच्या भिंती आहेत. त्या भिंतीच्या बाणाच्या टोकावरती कोणतेही वाहन धडकले, तर त्या वाहनाचाच नाश होऊ शकत होता. म्हणून त्याने एवढी खबरदारी घेतली होती तर. त्याची माणसे आता पटापटा कामे करू लागली होती. याचा अर्थ, जागेवर गेल्यावरती काय करायचे, कसे करायचे, हे हिडासने त्यांना आधी समजावून सांगितलेले असणार. सर्वांची कामे ही सुरळीतपणे व अत्यंत कार्यक्षमतेने चालली होती. त्या अवाढव्य चिलखती टँक गाडीपासून पुढच्या दोन व्हॅन्स या बाजूला गेल्या व वेगाने जान्स्कीच्या घराकडे चाल करून गेल्या. मग दोन्ही गाड्या एकदम एका वेळी ब्रेक्स मारून थांबल्या व रस्ता सोडून बाजूला जाऊन पांगून थांबल्या. त्या थांबल्यानंतर लगेच त्यातून शस्त्रधारी सैनिक उड्या मारत बाहेर पडले आणि वाकलेल्या स्थितीत पळत जाऊन त्यांनी त्याच गाड्यांमागे आश्रय घेतले. घराच्या मागच्या बाजूला काही पडकी घरे होती व झाडी होती. काहीजणांनी तिकडे जाऊन संरक्षणात्मक बचावाची स्थिती धारण केली.

शेवटचा सैनिक आपल्या स्थानी जाऊन पोचतो न पोचतो तोच त्या हाफ-ट्रॅक चिलखती गाडीचे धूड रस्त्यावरून गर्रकन वळले. ते सरळ घराच्या दिशेने जाऊ लागले. वाटेत एक छोटासा उंचवटा वाटणारा पूल होता. तो पूल नाही असे समजून ती चिलखती गाडी त्यावरून गेली. पुलाच्या बाजूच्या छोट्या भिंती अर्थातच पाडून ती गाडी पुढे सरकली. त्या राक्षसी धुडाखाली साऱ्या गोष्टी सपाट होऊन जात होत्या. पलीकडच्या बाजूला गेल्यावर आपली सोंडेसारखी तोफ घराच्या दिशेने वळवून मगच ती हाफ-ट्रॅक गाडी थांबली. जान्स्कीच्या घराला आता सर्व बाजूने वेढा पडला होता. असाच एक सेकंद गेला, मग दुसरा सेकंद गेला. अन् मग एखादा चाबूक कडाडावा तसा आवाज आला. ती तोफ डागली गेली होती. पुढच्या क्षणाला जान्स्कीचे घर धुरामध्ये वेढले गेले आणि आकाशात उडालेले घराचे असंख्य तुकडे, राडेरोडे व डबर यांचा जमिनीवरती वर्षाव झाला. जान्स्कीच्या घराची तळमजल्याची भिंत फुटली व तिचे दशदिशांना तुकडे उडाले. तो उडालेला धुरळा हळूहळू खाली

बसू लागला. अशीच काही सेकंदे गेली. पहिल्या स्फोटाचा धूर विरून जायच्या आत आधीचा धुरळा खाली बसायच्या आत दुसऱ्यांदा तोफ डागली गेली. तो तोफगोळा घरात गेला आणि आतली कुठलीतरी भिंत फुटली, तिचेही तुकडे तुकडे होऊन सर्वत्र उडाले. मग पुन्हा आणखी एक तोफ उडाली. परत एकदा उडाली. परत परत तोफ उडाली. समोर आता जान्स्कीचे भग्न घर उभे होते. त्या घराच्या दर्शनी दगडी भिंतीला दहा फूट व्यासाचे एक भगदाड पडले होते.

"साला दगलबाज, खुनी, नीच, डुक्कर!" काउन्ट पुटपुटत होता. तो म्हणाला, "हिडास विश्वास टाकण्याच्या लायकीचा नाही, हेच त्याने पुन्हा सिद्ध केले. मला कल्पना होतीच हा असली काहीतरी दगाबाजी करेल म्हणून; पण तो किती विश्वास टाकण्याच्या लायकीचा नाही आणि तो कोणत्या थराला जाईल, हे मला आज कळाले." तो बोलायचे एकदम थांबला; कारण पुन्हा एकदा तोफ उडाली होती. तिच्या आवाजाचे प्रतिध्वनी विरून जाईपर्यंत तो थांबला. आता तो म्हणत होता, "मी हे असले दृश्य यापूर्वी शेकडो वेळा पाहिले आहे. हे तंत्र दुसऱ्या महायुद्धात जर्मनांनी वॉर्सा येथे वापरून पूर्णत्वास नेले होते. रस्ते न अडवता जर एखादी इमारत पाडायची असेल तर या तंत्राचा उपयोग करता येतो; कारण यामुळे भिंतींचे तुकडे हे आत घरामध्ये उडतात. घराचे खालचे आधार गेले, की वरची इमारत खाली बसते. ती आडवी किंवा तिरपी होऊन रस्त्यावर पडत नाही. मग आत लपून आश्रय घेतलेले सर्वजण मरतात किंवा जिवंत गाडले जातात. त्यातूनही एखादा जर बाहेर निसटला, तर चारही बाजूने सैनिकांचा गराडा असतो. ते त्या माणसावर गोळ्या झाडतात. अन् सारे कसे झटपट होऊन जाते."

डॉ. जेनिन्ज तो प्रकार पाहून हबकले होते. ते भीतीने थरथरत होते. कापऱ्या स्वरात त्यांनी विचारले, "याचा अर्थ आपण आत आहोत असे ते समजून चालले होते?"

काउन्ट म्हणाला, "ते काही नेमबाजीचा सराव करायला आले नाहीत. आपण तिथे आहोत अशी त्यांची खात्री पटली होती म्हणूनच त्यांनी तसा हल्ला केला. म्हणून हिडासने आपले सैनिक घराच्या भोवती विखरून ठेवले होते. बिळातून जर एखादा उंदीर बाहेर पडून पळू लागला, तर त्याला टिपण्यासाठी ते होते."

"आयसी!" जेनिन्ज यांचा आवाज आता बराचसा ताळ्यावर आला होता. "रशियाला मी देत असलेल्या माझ्या सेवेची किंमत मी नीट केली नव्हती, हेच खरे."

काउन्ट यावर म्हणाला, "हिडासला तुम्ही हवे होतात; पण मला संशय येतो की त्यांना खरे तर मेजर जनरल इल्युरिन हवे होते; कारण ते कम्युनिस्ट हंगेरीचे 'शत्रू क्रमांक एक' मानले जातात. अन् त्यांना संपवण्याची अशी संधी परत कधीही

येणार नाही. मग ते नुसते बघत थोडेच रहातील? शिवाय अशा गर्दीत तुमचाही बळी त्यांना आयताच घेता येत होता.''

जेनिन्ज आश्चर्याने स्तंभित झाले होते. ते म्हणत होते, ''ती माणसे, माणसे नाहीत. अमानुष पिशाच्च आहेत, राक्षस!...''

जान्स्की गंभीरपणे म्हणाला, ''त्यांना काय म्हणावे तेच कळत नाही. तुम्ही कोणी त्यांना पाहिले?'' 'त्यांना' म्हणजे कर्नल हिडास आणि कंपनीला. जान्स्कीच्या प्रश्नाला कोणीच उत्तर दिले नाही. ''मग आपण त्यांना फोन करून पाहूया. फोनचे घरातले कनेक्शन बहुतेक तुटले नसावे.''

अन् तसे ते तुटले नव्हते. काही वेळ फायरिंग थांबले होते. जान्स्कीने फील्ड फोनचे हँडल फिरवले. लगेच तिकडे घंटा वाजली. हवा अत्यंत थंड असल्याने आवाज खूप दूरवर पोचत होते. त्या शांततेत फोनच्या घंटीचा आवाज जान्स्कीपर्यंत सहज पोचला. मग कोणीतरी ओरडून हुकूम सोडल्याचे ऐकू आले. एक माणूस घराच्या कोपऱ्याला वळसा घालून धावत येत होता. तो हाफ-ट्रॅकच्या माणसांना हात हलवून खुणा करीत होता. फायरिंग थांबवण्याबद्दल सांगत होता. मग एकदम त्या तोफेचे तोंड खाली वळले. आणखी एक हुकूम मोठ्या आवाजात सोडला गेला. मग घराभोवती वेढा घालून लपून बसलेले सैनिक आपापल्या लपण्याच्या जागेतून बाहेर पडू लागले. काही सैनिक धावत धावत घरापुढे जाऊ लागले, तर काहीजण घराच्या मागच्या बाजूला धावले. घराच्या दर्शनी बाजूला जे भगदाड पडले होते, त्या भगदाडातून काही सैनिक वाकून सावधगिरीने आत शिरत होते. आत शिरल्यावर हातातील कार्बाईन रोखून ते कुठे हालचाल होत आहे का, त्याचा शोध घेऊ लागले. दोन सैनिकांनी घराचा दरवाजा लाथा मारून पाडला. त्या दरवाजाच्या बिजागऱ्या मोडून गेल्या होत्या. त्यातून ते दोन सैनिक आत शिरले. काउन्टला इतक्या लांबूनही त्या दोन सैनिकांतला एक सैनिक ओळखता आला. तोच तो धिप्पाड शरीराचा एव्हीओचा मारेकरी कोको होता.

काउन्ट म्हणाला, ''आता तुम्हाला कळेल, की कर्नल हिडास हा इतके दिवस आपल्या नोकरीत कसा टिकून राहिला ते. तो आलेली संधी कधीही सोडत नसतो.''

पुन्हा कोको आणि त्याच्या बरोबरचा एव्हीओचा माणूस हे पुढच्या दारातून बाहेर येताना दिसले. त्यांनी काहीतरी खूण करून ओरडून सांगितले. ''आतमध्ये शत्रूचा एकही माणूस नाही.'' अशा अर्थी केलेली ती खूण होती. मग घराला वेढा घालून बसलेल्या सैनिकांनी हुश्श करून रोखून धरलेले श्वास सोडले. एक सैनिक पुन्हा घरामागे गेला व कोणालातरी घेऊन परत आला. तो दुसरा माणूस सरळ आत गेला. तो कोण आहे हे लांबून काउन्टला व जान्स्कीला कळेना; पण तो नक्कीच हिडास असणार हे उघड समजत होते. हिडासचा आवाज फोनवरती आता जान्स्कीला

ऐकू येऊ लागला.

"मेजर जनरल इल्युरिन यांनी फोन केला आहे, असे मी धरून चालतो." हिडास अत्यंत थंडपणे व शांत स्वरात बोलत होता; पण त्या आवाजात रागाची एक छटा होती. ती फक्त काउन्टलाच समजत होती.

"होय, बरोबर. कर्नल हिडास, एव्हीओच्या अधिकाऱ्यांचा विचारविनिमय करण्याचा हाच मार्ग आहे का? मी काय समजावे? आपल्याला बोलणी करायची नसेल तर तसे सांगा." जान्स्की म्हणाला.

"मी बालीश आरोपांची दखल घेत नसतो. अन् तुम्ही कुठून बोलता आहात? जरा सांगू शकता का?" हिडासच्या आवाजात छद्‌मीपणा होता.

"ती गोष्ट तशी महत्त्वाची नाही. तुम्ही माझी बायको व मुलगी बरोबर आणली आहे का?" जान्स्कीने विचारले.

त्यावर पलीकडून काहीही उत्तर आले नाही. बराच वेळ शांतता होती. मग हिडासचा आवाज फोनमधून उमटला, "अर्थातच! मी म्हणालो म्हणजे तसे करणारच."

"मग त्यांना उघड्यावर आणून दाखवता का जरा?"

"म्हणजे माझ्यावरती विश्वास नाही?" हिडास म्हणाला.

"माझ्यावर तुम्ही ठेवला होतात? शिवाय, हा एक उथळ प्रश्न विचारून वेळ घालवू नका. कृपा करून त्यांना उघड्यावरती आणा."

"मला यावरती विचार केला पाहिजे." पुन्हा फोनवर शांतता झाली.

काउन्ट दुसऱ्या इअरफोनमधून ते सर्व संभाषण ऐकत होता. तो घाईघाईने म्हणाला, "तो विचारबिचार काही करत नाही. तो फक्त वेळ काढण्यासाठी बहाणा करतो आहे. आपण इथेच जवळपास कुठेतरी असून हिडासला पाहू शकतो, हे त्याने ओळखले आहे. तो आपला शोध घेतो आहे. जर आपण त्याला पाहू शकतो, तर तोही आपल्याला पाहू शकणार. तो आता त्याच्या माणसांना सांगत असणार—"

कोणीतरी ओरडून हुकूम दिल्याचे ऐकू आले नि मागोमाग काउन्टची शंका बरोबर असल्याचे सिद्ध झाले. एक माणूस घरातून धावत बाहेर आला व हाफ-ट्रॅकच्या दिशेने गेला.

काउन्ट हळू आवाजात म्हणाला, "त्यांनी आपल्याला पाहिले. त्यांना आपण दिसलो, आपली व्हॅन दिसली."

जान्स्कीने हातातला फील्ड टेलिफोन खाली ठेवीत म्हटले, "आसरा घ्या. लपून रहा. ते आपल्यावर तोफा डागतील. नाहीतर आपला शोध घेण्यासाठी येतील. काहीतरी एक नक्की करतील."

रेनॉल्ड्स म्हणाला, "ते आपल्याला शोधण्यासाठी येतील; कारण तोफगोळ्यांचा जंगलात फारसा उपयोग होत नाही."

रेनॉल्ड्सचे म्हणणे बरोबर होते. ते हाफ-ट्रॅक वाहन आता परत हालचाल करू लागले. त्याच्या पोटातील डिझेल इंजिन सुरू होऊन त्याचा गुरगुरणारा आवाज ऐकू येऊ लागला. त्या मोकळ्या जागेत मागे-पुढे होत ते पुढे जाण्याची दिशा पक्की करीत होते.

जान्स्की म्हणाला, ''ते आपल्याकडेच येत आहे. तिथून ते आपल्यावरती तोफ डागू शकतात; कारण तोफेखालचा घुमट संपूर्ण वर्तुळाकार फिरू शकतो. ज्याअर्थी ते हाफ-ट्रॅक मागे-पुढे होत हालचाल करते आहे, त्याअर्थी त्यांचा इकडे येण्याचाच इरादा आहे.'' एवढे म्हणून जान्स्की मागे सरला. त्याने तिथल्या रस्त्यालगतचा खंदक उडी मारून ओलांडला व सॅन्डरच्या दिशेने दोन्ही हात उंचावून एक सांकेतिक खूण केली. सॅन्डर तिथेच कुठेतरी पलीकडे लपून बसला होता. त्याच्या हातात तो स्वीच होता व त्याचा प्लंजर बाहेर काढून ठेवला होता.

पण परिस्थिती किती झपाट्याने बदलेल व हिडास कोणत्या वेळी काय करेल, याचा अंदाज जान्स्की व काउन्ट यांना आला नव्हता. त्या फील्ड टेलिफोनमधून हिडासचा 'फायर' असा हुकूम दिलेला आवाज अगदी बारीक ऐकू आला. हिडास उतावीळ झाला होता. मग सर्वांना ओरडून सावध करण्यास काउन्टला वेळच मिळाला नाही. अनेक ऑटोमॅटिक कार्बाईन बंदुका त्यांच्या दिशेने गोळ्या झाडू लागल्या. सर्वांनी झटपट मागे उड्या मारून मोठमोठ्या वृक्षांचे आश्रय घेतले. त्यांच्या आजुबाजूने गोळ्या चुंईऽऽ आवाज करीत जाऊ लागल्या, तिथल्या झाडात घुसून रुतून बसू लागल्या. काही गोळ्या दगडांवरून परावर्तन पावून उडू लागल्या, तर काही झाडांच्या बुंध्यांवरती मोठ्या हातोडीने फटका मारल्यासारख्या तडाखे मारून आत रुतू लागल्या. ज्या गोळ्या झाडांच्या काटक्यांवर व छोट्या फांद्यावरती आपटत होत्या, त्यांच्यामुळे त्या काटक्या व डहाळ्या खाली पडू लागल्या. त्यावरती साठलेले बर्फ पुन्हा हिमकणांच्या रूपात हवेत उडवले गेले. जान्स्कीला असा गोळीबार होईल, याची कल्पना नव्हती. तशी पूर्वसूचनाही कोणी दिली नाही. त्यामुळे त्याला एकदम तडाखा बसला. मग तो थोडासा डोलला व धाडकन जमिनीवरती कोसळला. रेनॉल्ड्सने ताठ होत रस्त्याच्या दिशेने उडी मारून एक पाऊल पुढे टाकले. तेवढ्यात कोणीतरी त्याला मागून दोन हातांनी पकडले आणि पुन्हा झाडाकडे खेचत नेले.

''काय जीव गमवायचा आहे काय?'' काउन्ट हिंस्रपणे त्याला म्हणाला; पण त्याचा हिंस्रपणा रेनॉल्ड्सला उद्देशून नव्हता. तो म्हणत होता, ''जान्स्की अजून मेले नाहीत. तो बघा, त्यांचा पाय हलतो आहे.''

रेनॉल्ड्स म्हणाला, ''पण ते पुन्हा फायरिंग सुरू करतील.'' अचानक जसा गोळीबार सुरू झाला, तसाच तो अचानक थांबला. ''ते जान्स्की यांना तिथून उठू

देणार नाहीत.''

''म्हणून तुम्ही आपला जीव धोक्यात घालू नका.''

''पण सॅन्डर वाट पहातो आहे. कधी पूल उडवायचा, त्याची खूण त्याला कोणीतरी सांगायला हवी. तो तयारीत थांबला आहे.''

''सॅन्डर हुषार आहे. त्याला कोणीही खूण करून इशारा देण्याची गरज नाही.'' काउन्टने म्हटले; पण त्याने डोळ्यांच्या कोपऱ्यातून पाहिले, तर त्याला ते हाफ-ट्रॅकचे धूड आता घरघराट करीत चालू लागले आहे, असे दिसले. प्रवाहाला जो समांतर असा चिखलाने भरलेला रस्ता होता, त्यावरून ते जाऊ लागले होते. त्याचा रोख हा अर्थातच पुलाकडे जाण्याचा होता. ''जर तो पूल आत्ता उडवला, तर तो गाडा तिथेच थांबेल व तिथून आपल्यावरती तोफ डागेल. आपला पार भुगा होऊन जाईल.''

रेनॉल्ड्स पलीकडच्या काठावरची हाफ-ट्रॅकची हालचाल पहात राहिला. पुलापासून आता तो तीस फुटांवर आला. पुलावर जाणारा रस्ता चढाचा होता. तो चढ धडधडत ते हाफ-ट्रॅक चढू लागले. रेनॉल्ड्सचे हृदयही धडधडू लागले. आले... पुलावरती आले.... ते धूड पुलावर आले आणि दिमाखात पुढे जाऊ लागले. तो पूल नेहमीसारखा सपाट रस्त्याचा नव्हता. त्याला खाली खांबांचे आधार नव्हते. या काठावरून त्या काठावरती एकच एक मोठी कमान टाकली गेली होती. ती कमान हाच पूल होता. त्यामुळे त्याच्या मध्याकडे जाताना चढ होत गेला होता. तोही चढ ते हाफ-ट्रॅक चढू लागले. अजून सॅन्डर हातातला स्वीच कसा दाबत नव्हता? त्याला कोणीतरी इशारा करायला हवा होता; पण काउन्ट अत्यंत शांत होता. रेनॉल्ड्सला कळून चुकले, की आता उशीर झाला आहे. हाफ-ट्रॅकने पुलाचा मध्य गाठला होता. एकदम तिथे प्रकाशाचा मोठा झगझगाट झालेला होता. पाठोपाठ स्फोटाचा आवाज ऐकू आला. त्या स्फोटाने पायाखालची जमीन हादरून निघाली. त्यानंतर पुलाचे तुकडे, राडेरोडे, डबर इत्यादींचा पाऊस खालच्या प्रवाहात पडताना आवाज झाला. त्यापाठोपाठ धातू मोडल्याचा, तुटल्याचा, एकमेकांवरती आपटल्याचा असाही एक मोठा आवाज ऐकू आला. त्या हाफ-ट्रॅकने प्रथम आपले नाक खाली केले व तो खालच्या प्रवाहात कोसळू लागला. त्याच्यावरच्या तोफेची नळी आता वाकडी झाली होती, चेपली होती आणि तिने एक चमत्कारिक कोन धारण केला होता. जणू काही ती तोफ पुठ्ठ्याची केली आहे, असे लांबून वाटत होते.

''सॅन्डरने किती योग्य वेळी सुरुंगाचे बटण दाबले. त्याला बरोबर ते समजले.'' काउन्ट हळू आवाजात म्हणाला. मग त्याने चिडून जमिनीवरचा फील्ड-टेलिफोन उचलला व त्याचे हॅन्डल गरगरा फिरवले. तो वाट पाहू लागला.

थोड्याच वेळात पलीकडे फोन उचलल्याचे कळल्यावर तो बोलू लागला,

"हिडास?... हॉवर्थ बोलतो आहे." मग त्याने एकेक शब्दात अंतर ठेवून सावकाश ठासून म्हटले, "महामूर्ख वेड्या! तू काय केले ते ठाऊक आहे का? कोणावर तू गोळ्या झाडल्या आहेस ते माहिती आहे?" काउन्टच्या आवाजात सभ्यपणा नव्हता. तो एकेरीवर येऊन बोलत होता.

"मला ते येथून कसे कळणार? अन् मी का ते कळून घ्यावे?" हिडास नेहमी उपरोधाने का होईना पण मिठ्ठास वाणीत बोलत असे; पण आत्ता तो मिठ्ठासपणा त्याच्या आवाजात नव्हता. हाफ-ट्रॅक गमावल्यामुळे तो हादरून गेला होता.

"असं? मग मी सांगतो तुला ते. तुम्ही जान्स्कीला गोळी मारलीत. जर आता ते यात मृत्यू पावले तर तुझी धडगत नाही. मग शहाणा असशील, तर आमच्याबरोबर तूही हा देश सोड. आम्ही आज रात्रीच सरहद्द ओलांडून ऑस्ट्रियात जाणार आहोत."

"मूर्खा! तू शुद्धीवर आहेस का?" हिडास एकेरीवर येत चिडून म्हणाला.

"होय. अगदी पूर्ण शुद्धीवरती आहे. ऐकायचे आहे? ऐक आणि ठरव कोण शहाणे आहे नि कोण मूर्ख आहे. जर जान्स्की मरण पावले, तर आम्हाला त्यांची पत्नी व कन्या यांना सोडवण्यात काहीही रस नाही. तेव्हा कसलीही अदलाबदल तुमच्याशी होणार नाही. त्या दोघींचे काय करायचे ते तुमचे तुम्हीच ठरवा. जान्स्की मरण पावल्यावरती आम्ही आज रात्रीच हंगेरीची सरहद्द ओलांडू. अन् मग नंतरच्या २४ तासांत डॉ. जेनिन्ज यांची कहाणी ही युरोपातील साऱ्या मोठ्या वर्तमानपत्रात पहिल्या पानावरती भडक मथळ्याखाली प्रसिद्ध होईल. तशीच ती अमेरिकेत आणि जगातल्या प्रत्येक स्वतंत्र राष्ट्रात प्रसिद्ध होईल. हंगेरी व रशियाची जगात छी:थू होईल. मग ब्युडापेस्ट व मॉस्को येथली वरिष्ठ मंडळी याचा राग तुमच्यावरती काढतील. त्यांच्या रागाला सीमा नसते हे ठाऊक असेलच. त्यातून मी आमच्या पलायनाची बारीकसारीक तपशिलासकट सारी माहिती प्रसिद्ध करेन. त्यात तू व फर्मिन्ट यांचा कसा सहभाग आहे तेही मी सांगेन. कर्नल हिडास, तुझी मग उचलबांगडी होईल. ब्लॅक-सी कॅनॉलपासच्या कॉन्सेन्ट्रेशन कॅम्पमध्ये तुला ते रहायला पाठवतील किंवा सैबेरियातही पाठवून देतील किंवा ते तुला अदृश्यही करतील. माझ्या मते, हीच शक्यता अधिक आहे. तेव्हा जर जान्स्की मरण पावले तर तुझा मृत्यू अटळ आहे. हे कितपत खरे ठरेल ते तू जाणतोसच, कर्नल हिडास!"

फोनवरती बराच वेळ शांतता होती. शेवटी हिडास बोलू लागला; पण त्याचा आवाज खूप खाली आला होता. तो जणू काही कुजबुजत्या स्वरात बोलत होता. तो म्हणत होता, "मेजर हॉवर्थ, अन् जर जान्स्की मरण पावले नाहीत तर?"

"तर नुसती प्रार्थना करीत बसा. काय होते ते आम्ही बघू. जर आपल्या आयुष्याची काही पर्वा असेल, तर तुझ्या त्या खुनी कुत्र्यांना मागे घे. येथून लगेच जा."

"मी आत्ताच तसे हुकूम सोडतो, ताबडतोब सोडतो.''

काउन्टने फोन खाली ठेवला. त्याला दिसले की रेनॉल्ड्स आपल्याकडे टक लावून पहातो आहे.

रेनॉल्ड्सने त्याला विचारले, "तुम्ही खरेच बोलल्याप्रमाणे करणार? ज्युलिया आणि तिच्या आईला त्यांच्याकडेच सोडून देणार?''

"माय गॉड! मला तुम्ही समजता तरी काय?.... सॉरी बॉय. मी तसे काही करणार नाही; पण बोलताना पलीकडच्या माणसाची खात्री पटावी म्हणून तसे ठासून जोरात बोलावे लागते. मी थापा मारीत होतो; पण मी काय आहे ते हिडासला ठाऊक नाही. आत्ता कधी नव्हे तो आयुष्यात प्रथमच घाबरला आहे. मी थापा मारतो आहे, असे जरी त्याला वाटले, तरी तसे बोलून दाखवण्याचे धैर्य त्याला होणार नाही. चला, त्यांची ती कुत्री आता माघार घेत असतील.''

मग त्या दोघांनी मिळून पळत पळत रस्त्यावरून काही अंतर कापले आणि जान्स्की जिथे पडला होता, तिथे ते गेले. जान्स्की उताणा पाठीवरती पडला होता. त्याने हातपाय लांब करून सैल सोडले होते; पण त्याचा श्वासोच्छ्वास सावकाश व एकाच लयीत चालला होता. त्याला कपाळापासून कानाच्या मागच्या भागापर्यंत एक भेग गेलेली होती व त्यातून रक्त बाहेर येत होते. त्याच्या पांढऱ्याशुभ्र केसांच्या पार्श्वभूमीवरती ते लाल रक्त चांगलेच उठून दिसत होते. काउन्ट खाली वाकला, त्याने थोडीशी तपासणी केली व सरळ उभा राहिला.

तो म्हणत होता, "जान्स्की इतके सहजासहजी मरणार नाहीत. ते अत्यंत चिवट आहेत.'' काउन्टच्या चेहऱ्यावरती स्मित हास्य पसरले. त्याला हायसे वाटत होते. "फारशी काही दुखापत झाली नाही. थोडे कन्कशन झाले आहे. कवटीच्या हाडाचे टवकेही निघाले नाहीत, असे माझे मत आहे. एक-दोन तासांत ते ठीक होतील. चला, त्यांना उचलायला मला हात द्या.''

"थांबा. मीच उचलतो त्यांना.'' असे म्हणून सॅन्डर मागून आला व त्याने वाकून जान्स्कीला एखाद्या बाळासारखे अल्लाद उचलले. तो म्हणाला, "यांना फार लागले आहे का?''

"थॅन्क यू, सॅन्डर. तसे फारसे काही नाही.... ते पुलाचे काम मात्र तुम्ही झकास केलेत. जान्स्कीना व्हॅनमध्ये नेऊन ठेवा. कोसॅक, ती पक्कड घे आणि मी सांगेन तेव्हा तिथल्या तारा कापून टाक. मिस्टर रेनॉल्ड्स, प्लीज, तुम्ही व्हॅनचे इंजिन सुरू करून ठेवा. नाहीतर ते थंड पडेल.''

एवढे सांगून काउन्टने पुन्हा फोन उचलला व कानाला लावला. त्याच्या चेहऱ्यावरती स्मित पसरले. कारण फोनवरती हिडासच्या श्वासाचा आवाज ऐकू येत होता. काउन्ट बोलू लागला, "कर्नल हिडास, तुझी वेळ अजून तरी भरलेली नाही.

जान्स्की यांना जबरदस्त लागले आहे. त्यांच्या डोक्याला गोळी लागली आहे; पण तरीही ते जगतील, अशी मी आशा करतो. आता नीट लक्ष देऊन ऐक. तुझ्यावर विश्वास टाकता येत नाही ही एक दु:खद गोष्ट आहे. त्यामुळे येथून पुढे आपल्यात 'अदलाबदल' अजिबात होणार नाही; कारण तसे करताना तू तुझा शब्द पाळशील याची कोणतीही हमी नाही. आता तू नीघ. रस्त्याने न जाता सरळ मैदानातून जा. तसे ते हिमवृष्टीमुळे अवघड आहे, मान्य आहे मला; पण तरीही तुला इथून अर्धा किलोमीटर तरी दूर गेले पाहिजे. तुमच्याजवळ गाड्या ढकलायला पुरेशी माणसे आहेत. तसेच पुढे गेलात, की नदीवरचा एक फळ्यांचा पूल आहे. त्यावरून पलीकडे जा. तिथून तुमचा रस्ता जवळ आहे. मग नावेपर्यंत तुम्हाला जाता येईल. सहज जाता येईल. तिथे पोचल्यावर तुम्हाला पुढच्या सूचना मिळतील. समजले?''

''समजले!'' हिडास म्हणाला. त्याच्या आवाजात थोडासा आत्मविश्वास परतला होता. तो पुढे म्हणाला, ''जितक्या लवकर आम्हाला तिकडे पोचता येईल, तितक्या लवकर आम्ही जाऊ.''

''तुम्ही सर्वजण तिथे तासाभरात पोचाल. यापेक्षा जास्त वेळ लागणार नाही. आणखी कुमक मागवण्यासाठी आणि पश्चिमेकडे जाणारे निसटून जाण्याचे आमचे मार्ग बंद करण्यासाठी आम्ही तुला वेळ देत नाही. जाता जाता आणखी एक. या फोन लायनीचा उपयोग करून मदत मागवण्याच्या भानगडीत पडू नकोस. ही लाईन आम्ही कापून टाकणार आहोत. इथून पुढे उत्तरेकडे पाच किलोमीटरवरती ती कापणार आहोत.''

''पण फक्त एका तासात!'' हिडासच्या आवाजात पुन्हा भीती निर्माण झाली होती. तो म्हणत होता, ''त्या मैदानात किती खोल बर्फ साठला आहे आणि तो जो नदीकडे जाणारा रस्ता आहे, तो कसा आहे कोणास ठाऊक? आम्ही जर तेथवर एका तासात पोचलो नाही तर–''

''मग आम्ही सर्वजण तुमच्या हातून निसटून गेलो, असे समज.'' एवढे म्हणून काउन्टने फोन बंद करून कोसॅकला तारा कापण्याची खूण केली. त्याने मागे वळून पाहिले व जान्स्की व्हॅनमध्ये आरामात निजला आहे की नाही ते पाहिले. कोसॅक तारा कापून खांबावरून घसरत खाली आला. मग ते दोघे धावत व्हॅनकडे गेले. रेनॉल्ड्सने इंजिन सुरू करून ठेवले होते. काउन्ट येताच तो बाजूला सरकून बसला. काउन्टने स्टिअरिंग व्हील हातात घेतले आणि काही मिनिटातच ते त्या जंगलातून बाहेर पडले. मुख्य रस्ता त्यांनी पकडला व ईशान्येची दिशा त्यांनी धरली. त्या दिशेला डोंगर होते व बर्फाच्छादित डोंगराच्या माथ्यावरती मावळतीच्या सोनेरी प्रकाशाची किरणे पडल्याने सारे क्षितिज त्या गडद काळ्या आकाशाखाली खुलून दिसू लागले होते.

पहाता पहाता अंधार दाटून आला. पूर्वीपेक्षाही जोरदार हिमवृष्टी होऊ लागली. हवेतला गारठा अधिकाधिक वाढत जाणार याची चिन्हे दिसू लागली. काउन्टने रस्ता सोडून फाट्यावर एका कच्च्या रस्त्यावरती गाडी घेतली. तीनचारशे फूट अंतर गाडी नेली. जोरजोरात खालीवर आपटवणारे धक्के बसू लागले. तो रस्ता आता अरुंद झाला होता. त्याने गाडी थांबवली. ते आता एका सोडून दिलेल्या दगडाच्या खाणीत आले होते. व्हॅन लपवून ठेवण्यासाठी काउन्टने ती जागा शोधली होती. रेनॉल्ड्सने आजुबाजूला पाहिले व काउन्टकडे प्रश्नार्थक नजरेने पाहिले.

जान्स्कीचे घर सोडल्यापासून रेनॉल्ड्स गप्प गप्प होता. परस्परविरोधी भावनांमुळे त्याचे मन उद्ध्वस्त झाले होते. 'पुढे काय होणार?' या शब्दांनी तो पार हैराण होऊन गेला होता. परिस्थितीला अशी अचानक वळणे मिळत होती की पुढच्या क्षणाचा भरवसा धरता येत नव्हता; पण त्यामुळे मागचे त्रास व दु:खे विसरली जात होती. जे वृद्ध जेनिन्ज हे पूर्वी अबोल असायचे ते आता भलतेच बडबडे झाले होते, उत्साही झाले होते व आनंदी बनले होते. इतरांचा उत्साह वाढावा म्हणूनही ते प्रयत्न करीत होते. रेनॉल्ड्सला याचे कुतूहल वाटू लागले होते. मृत्यूच्या तावडीतून जेनिन्ज सुटले होते; पण ज्युलिया आता मृत्यूच्या पकडीत सापडली होती. जेनिन्ज सुटले व निसटले, तर ज्युलियाचा मृत्यू अटळ होता. तिला सोडवण्यासाठी आपल्याला काहीही करता येत नाही म्हणून दात-ओठ खात हाताच्या मुठी आपटीत तो चरफडत बसला होता; पण तरीही कुठेतरी त्याच्या मनाच्या कोपऱ्यात या समस्येवरती उत्तर दडून बसले होते.

"सॅन्डर, जान्स्की कसे आहेत?" काउन्टने आपल्यामागची व्हॅनमधली खिडकी उघडून विचारले.

"ते थोडीशी हालचाल करत आहेत." सॅन्डरने अत्यंत हळुवार आवाजात सांगितले.

"छान! त्यांच्या डोक्यात गोळी शिरणेच शक्य नाही. त्यांना घेऊन येथे थांबता येणार नाही. इथे फार गार आहे. ही व्हॅन इथे लपवून ठेवण्याकरता आणली आहे. हिडासला पत्ता लागू न देता, जाग येऊ न देता आपण जान्स्की यांना हलवले पाहिजे. कुठे नेले आहे हे त्यांना कळता कामा नये."

"मी उचलून घेऊन जातो. ते घर येथून जवळ आहे."

पाच मिनिटांनी ते त्या नावाड्याच्या घरी पोचले. ती एक पांढऱ्या दगडांची छोटी इमारत होती. रस्ता व नदीचा उतार यांच्यामध्ये नदीपासून दहा-बारा फुटांवर होती. ती नदी किंवा ती उपनदी, अवघी चाळीस फूट रुंद होती. एवढ्या अंधारातही त्या नदीचे पाणी खोल असावे, असे वाटत होते. रेनॉल्ड्स व काउन्ट यांनी सर्वांना

तिथेच बाजूला थांबवून धरले. मग ते दोघेही नदीच्या दिशेने पहाणी करण्यासाठी निघाले. वाटेत तो दगडगोट्यांचा उतार होता. त्या उतारावरून थोडेसे उतरत घसरत ते नदीच्या पात्राच्या काठापर्यंत गेले.

तिथे ती नाव होती. बारा फूट लांबीची, इंजिन नसलेली व वल्हीसुद्धा नसलेली ती नाव होती. त्या नावेच्या दोन्ही टोकांना किनाऱ्यावरून आलेल्या दोरांची टोके पक्की बांधलेली होती. दोरांची दुसरी टोके ही दोन्ही किनाऱ्यांवर असलेल्या कॉंक्रीटच्या खांबांना पक्की केली होती. या रचनेमुळे फक्त दोर ओढला की तो नावेसकट समोरच्या काठाकडे सरकू लागे. रेनॉल्ड्सने अशी नाव आत्तापर्यंत कधीही पाहिली नव्हती; पण ही रचना इतकी शंभर टक्के बिनधास्त होती, की एखाद्या बाईला किंवा दोन लहान मुलांनाही तिच्या सहाय्याने पैलतीर गाठता येत होता. नाव वाहून जाण्याची किंवा बुडण्याची अजिबात भीती नव्हती.

"हे ठीक झाले. पलीकडचा तीरही असाच सोपा आहे.'' काउन्ट म्हणत होता, "इथला हा भूभाग कर्नल हिडाससारख्याला फार अडचणीचा ठरतो. आत्ता तो आणि त्याची माणसे नदीपाशी पोचून ती पार करताना त्यांची भंबेरी उडत असेल; कारण हातात त्या अवजड मशिनगन्स वगैरे सामान त्या माणसांजवळ असेल. चला, आता त्या नावाड्याच्या घरात आपण शिरू. बिचाऱ्याला थोडासा त्रास होईल.''

पुन्हा ते दोघे तो उतार चढून वरती आले. त्या नावाड्याच्या घराचे दार ठोठावण्यासाठी काउन्टने हात पुढे केला होता; पण त्याची दारावर थाप पडण्याआधीच आतून दार उघडले गेले. त्या नावाड्यानेच ते उघडले होते. प्रथम तो काउन्टच्या डोक्यावरील हॅटकडे पहात राहिला. काउन्टच्या अंगावरती एव्हीओचा गणवेश होता. ती खास एव्हीओची हॅट पहाताच तो नावाडी बावचळून गेला. काउन्टने आपल्या खिशातील पाकीट हातात काढून ठेवले होते. त्याकडे त्याची नंतर नजर गेली. मग आपल्या कोरड्या ओठांवरून त्याने जीभ फिरवली. त्याचे पाय लटलट कापू लागले. कम्युनिस्ट हंगेरीमध्ये तुम्ही गुन्हा केला व दारात पोलीस आले तरच पायात कंप सुटतो असे नाही. तुम्ही गुन्हा करा किंवा न करा, पोलीस किंवा एव्हीओची माणसे दिसल्यावर सामान्य माणसांची गात्रे थरथरू लागत.

काउन्टने त्याच्या त्या खास आवाजात विचारले, "तुम्ही या घरात एकटेच आहात आत्ता?''

"होय, मी एकटाच आहे. काय झाले, कॉम्रेड?'' तो धीर आणून पुढे म्हणाला, "मी काहीच केले नाही, कॉम्रेड. काहीच केले नाही.''

काउन्ट थंडपणे म्हणाला, "सगळे असेच म्हणतात. असे करा, तुमची हॅट व कोट घेऊन या आणि बाहेर पडा.''

तो नावाडी आत गेला व झटपट अंगावरती ओव्हरकोट व डोक्यावरती हॅट

ठेवून आला. तो काहीतरी बोलू पहात होता; पण काउन्टने आपला हात वर करून त्याला बोलू दिले नाही. काउन्ट म्हणाला, "आत्ता इथून बाहेर पडा आणि तासाभराने परत या. त्या वेळी आम्ही घरात नसू. चला, वेळ घालवू नका. आम्हाला तुम्ही नकोत. फक्त तुमचे घर थोडा वेळ हवे आहे."

त्या माणसाने काउन्टकडे डोळे फाडून अविश्वासाने पाहिले. एव्हीओची माणसे इतकी कनवाळू कधी झाली, याचे त्याला आश्चर्य वाटत होते. नक्की हा काहीतरी सापळा आहे, असे वाटून तो आजुबाजूला पाहू लागला; पण तसेही काही संशयास्पद त्याला आढळेना. मग मात्र तो तिथून पटकन बाहेर पडला व चालू लागला. रस्त्यावरती कोपऱ्यावर वळल्यावर त्या माणसाचे पाय इंजिनाच्या पिस्टनसारखे हलू लागले. तो तिथून वेगाने निघून गेला.

"सामान्य माणसांच्या मनात मृत्यूची भीती घालणे, धडकी भरवणे हा एक आमचा खेळ झाला आहे. हे सारे कधी ना कधी तरी थांबवले पाहिजे. चला, जान्स्की यांना आत आणा." काउन्टने खूण करून जवळच दडलेल्या आपल्या माणसांना सांगितले. सॅन्डरने जान्स्कीला आत आणले. काउन्ट पुढे होऊन वाट दाखवत होता. ते एका छोट्या बोळातून मोठ्या खोलीकडे चालले होते. ती खोली त्या नावाड्याच्या घराचा दिवाणखाना होती. त्याच्या दारात उभे रहाताच काउन्ट थबकला. त्याने एक खोल श्वास घेतला. मग तो वळून म्हणाला, "यांना इथेच बोळात ठेवा. आतमध्ये जादा गरम आहे. एकदम एवढी उष्णता मिळाली, तर जान्स्कीवरती दुष्परिणाम होईल." मग सॅन्डरने जान्स्कीला तिथेच कोपऱ्यात टेकवून बसवले. दिवाणखान्यातील काही उशा वगैरे आणून, त्याच्याभोवती जरा आरामदायक स्थिती बनवली. मग काउन्ट म्हणाला, "बघा, त्यांचे डोळे उघडे आहेत; पण ते शुद्धीत नाहीत. सॅन्डर, तू इथेच त्यांच्याबरोबर रहा आणि ते कधी शुद्धीवर येतात, ते पहा."

तेवढ्यात कोसॅक तिथे धावत आला. त्याच्याकडे पाहून काउन्ट म्हणाला, "काय रे बाबा, तू काहीतरी बातमी घेऊन आला आहेस. काय आहे ती?"

"कर्नल हिंडास आणि त्याची माणसे." तो धापा टाकीत बोलत होता, "ते आलेत. त्यांच्या दोन्ही गाड्या आत्ताच पलीकडच्या काठावरती पोचल्या आहेत."

"हरकत नाही." असे म्हणून काउन्टने एक सिगारेट काढून शांतपणे पेटवली व तिचा धूर सोडीत तो म्हणाला, "तसे ते वक्तशीर आहेत. आपण आता जरा त्यांच्याशी खेळ खेळूया."

■

तेरा

काउन्ट त्या बोळातून चालत पुढे गेला आणि मधेच एकदम थांबला. त्याने हात आडवे धरून दाराकडे जाण्याचा मार्ग रोखून धरला.

"डॉ. जेनिन्ज, आतच रहा. या घरातून अजिबात बाहेर पडू नका, प्लीज!" काउन्ट गंभीर आवाजात म्हणाला.

जेनिन्ज त्याच्याकडे आश्चर्याने पहात म्हणाले, "मी? मी आत राहू? माय डिअर फेलो, फक्त मीच येथे रहाणार नाही."

"तरीसुद्धा! आत्तापुरते आतच रहा. सॅन्डर, त्यांच्याकडे बघ. त्यांना बाहेर जाऊ देऊ नकोस." एवढे म्हणून काउन्ट भरभर चालत तिथून निघून गेला. त्याने जेनिन्ज यांना उत्तर द्यायची संधीही दिली नाही.

रेनॉल्ड्स हा त्याच्या मागोमाग गेला. त्याचा आवाज खालच्या स्वरातला होता; पण त्यात कडवटपणा भरून राहिला होता. "म्हणजे, तुमच्या म्हणण्याच्या असा अर्थ आहे का की जेनिन्ज यांना एक गोळी छातीत घातली की हिडासचे आजचे रात्रीचे काम संपेल?"

"माझ्या मनात काही वेगळे आले आहे." काउन्ट म्हणत होता. तो नदीतल्या नावेच्या दिशेने जात होता. त्याच्या पायाखालचे गोटे घसरत होते. नावेपाशी आल्यावरती तो थांबला, त्याने नदीच्या काळ्या पाण्याकडे पाहिले. पलीकडच्या काठावरील हिडासच्या गाड्या व सैनिक हे पांढऱ्या बर्फाच्या पार्श्वभूमीवरती सहज दिसले असते; पण आता अंधार एवढा दाटला होता, की ते दिसले तर त्यांची एक पोकळ बाह्याकृतीच फक्त दिसेल. कोको मात्र स्पष्टपणे ओळखू येईल.

समोरच्या तीरावरती कोणीतरी माणसे येत होती. निदान तसे वाटत होते. पुढच्या बाजूला एकजण त्यांना आपल्यामागून आणत होता. नदीच्या काठाकाठाने ते चालत होते. मग समोरच्या तीरावर आलेल्या माणसाला उद्देशून काउन्टने हाक मारली,

"कर्नल हिडास?"

"होय, मी येथे आहे, मेजर हॉवर्थ." पलीकडच्या तीरावरून हिडास ओरडून म्हणाला.

"छान! आता वेळ वाया घालवण्यात अर्थ नाही. मी ती अदलाबदल ताबडतोब व्हावी असे आपल्याला सुचवतो. कर्नल हिडास, आधीच रात्र झाली आहे. तुम्ही दिवसासुद्धा भयानक कृत्ये करता; आता रात्रीच्या अंधारात कसे वागाल ते देवच जाणे. उगाच फार वेळ इथे काढण्यात अर्थ नाही." अलीकडच्या तीरावरून कर्नल ओरडून म्हणाला.

"मी माझे वचन पाळेन." हिडास म्हणाला.

"कृपा करून जे शब्द तुम्हाला समजत नाहीत, ते तुम्ही वापरू नका. तुम्ही व तुमची सर्व माणसे व गाड्या या पलीकडच्या तीरावर रहातील. नदीच्या काठापाशी तुम्ही कोणीही थांबायचे नाही. तुमच्या ड्रायव्हर मंडळींना आपल्या गाड्या रिव्हर्स गिअरमध्ये टाकून नदीकाठापासून मागे मागे जंगलापर्यंत न्यायला सांगा. तुम्ही स्वत: आणि तुमची सारी माणसेही त्याबरोबर मागे जाऊ द्या. एवढ्या अंतरावरून या काठावरचे आम्ही तुम्हाला दिसणे शक्य नाही. बंदुका व पिस्तुले ही आजवर अपघाताने, चुकून उडालेली आहेत; पण आज रात्री तसे काही होणार नाही."

"तुम्ही म्हणता तसेच होईल." असे ओरडून हिडास वळला व मागे तोंड करून आपल्या माणसांना हुकूम देऊ लागला. त्याचे हुकूम वॉकीटॉकीवरून पोचताच त्याची माणसे व दोन्ही गाड्या या नदीच्या काठावरून मागे मागे सरकत जाऊ लागली.   ती पुरेशी मागे गेलेली पहाताच हिडास वळून काउन्टला म्हणाला, "मेजर हॉवर्थ, आता काय?"

"आता हेच. जेव्हा मी तुम्हाला हाका मारेन, तेव्हा तुम्ही पलीकडच्या काठावर जनरलची पत्नी आणि कन्या यांना सोडाल. मग त्या नावेच्या दिशेने चालू लागतील. त्याच वेळी डॉ. जेनिन्ज हे या नावेत येऊन बसतील व पलीकडच्या तीरावर जातील. एकदा ते पलीकडे पोचले की नावेतून उतरून ते काठावर जातील व तिथे वाट पहात थांबतील. तोपर्यंत तिकडे काठावर दोघीजणी पाण्यापाशी येतील. ते खाली उतरतील व त्या दोघी नावेत चढून बसतील व ती नाव घेऊन त्या इकडे येतील. तोपर्यंत इतका काळोख झालेला असेल, की दोन्ही बाजूंपैकी कोणीही जरी चुकून किंवा मुद्दाम वाटेल तसा गोळीबार केला तरी त्यातून काहीही साध्य होणार नाही. मला वाटते, की योजना ठीक आहे, निर्दोष आहे." काउन्टने ओरडून म्हटले.

"होय, तुम्ही म्हणता तसेच ते होईल." हिडास म्हणाला. मग तो व त्याची माणसे चालत निघाली. काउन्ट आहे तिथेच उभा राहून आपली हनुवटी चोळत विचार करीत होता.

काउन्ट स्वत:शीच अत्यंत हलक्या आवाजात बडबडत होता, ''मी थोडासा जास्त त्यांच्या म्हणण्याप्रमाणे वागतो आहे. त्यांना खूष करण्याकरता थोडासा जादा उत्सुक झालो आहे; पण थोडेसेच.... अगदी थोडेसे.... छ्याऽऽ! माझा हा न थांबणारा संशयखोर स्वभाव. आता हिडास काय करेल? ती वेळ जवळ आली आहे.'' मग त्याने उंच आवाजात हाक मारली, ''सॅन्डर! कोसॅक!''

दोन माणसे त्या नावाड्याच्या घरातून बाहेर येऊन त्याच्याजवळ आली. त्याने सॅन्डरला विचारले, ''जान्स्की कसे आहेत?''

''उठून बसू शकतात; पण अजून त्यांचा किंचित झोक जातो. त्यांचे डोके खूप दुखते आहे.''

''दुखणारच.'' मग तो रेनॉल्ड्सकडे वळून म्हणाला, ''मला जेनिन्ज यांच्याशी काही बोलायचे आहे. मात्र एकट्यानेच मला बोलायचे आहे. तुमच्या कदाचित ते लक्षात येईल. मी एक मिनिटपेक्षा जास्त वेळ घेणार नाही. वाटल्यास मी तसे वचन देतो.''

रेनॉल्ड्स मलूलपणे म्हणाला, ''तुम्हाला पाहिजे तितका वेळ घ्या. मला कसलीही घाई नाही.''

यावर काउन्ट काहीतरी बोलणार होता; पण बोलावे की नाही या संभ्रमात तो पडला होता. मग त्याने आपले मन बदलले व म्हटले, ''तुम्हाला ती नाव ओढता येईल. जमेल ना ते?''

रेनॉल्ड्सने मानेने होकार दिला. काउन्टला त्या नावाड्याच्या घरात जाताना त्याने पाहिले. मग तो व सॅन्डर मिळून ती नाव आणखी अलीकडे दोराने ओढू लागला. ती नाव किनाऱ्यापाशी आल्यावर खालच्या दगडगोट्यांवरून पुढे ओढून आणताना मात्र दम लागू लागला. दिसते त्यापेक्षा ती नाव जड वाटू लागली; पण सॅन्डरची मदत असल्याने शेवटी ती काठावर आणता आली. मग प्रवाहाच्या वरच्या दिशेने सॅन्डर व कोसॅक गेले. रेनॉल्ड्स तिथेच पाण्यापाशी उभा राहिला. काही वेळ तो उभा राहिला व मग त्याने खिशातून पिस्तूल बाहेर काढले, त्याचा सेफ्टी कॅच काढला आणि पुन्हा ते आपल्या खिशात खुपसून ठेवले.

असे वाटत होते की फक्त काही क्षणच गेले आहेत. डॉ. जेनिन्ज घराच्या दरवाजात आले होते. ते काहीतरी बोलले; पण रेनॉल्ड्सला ते कळले नाही. मग जान्स्कीचा खोल आवाज आला. त्यानंतर काउन्टचा आवाज आला. काउन्ट म्हणत होता, ''डॉ. जेनिन्ज, मी इथे थांबतो, तुम्ही मला क्षमा करा.'' काउन्टला काय बोलावे ते समजत नसावे आणि आयुष्यात प्रथमच त्याचा ठामपणा निघून गेला होता. तो म्हणत होता, ''म्हणजे ते तसे–''

''मी समजू शकतो.'' जेनिन्ज यांचा आवाज संथ व शांत स्वरातला होता. ते

पुढे म्हणाले, ''माय फ्रेन्ड, उगाच स्वत:चा जीव संकटात घालू नकोस. अन् तुम्ही माझ्यासाठी जे काही केलेत त्याबद्दल आपले मनापासून आभार.''

मग एकदम पाठ वळवून जेनिन्ज तिथून निघाले. सॅन्डरने त्यांना नीट धरून उतारावरून खाली नेले. ते खूप वाकून चालत होते. हा वृद्ध माणूस चालताना किती वाकतो, याची तोपर्यंत रेनॉल्ड्सला कल्पना आली नव्हती. थंड वाऱ्यापासून बचाव करण्यासाठी त्यांनी आपल्या कोटाची कॉलर वरती केली होती. त्यांच्या पातळ ओव्हरकोटाचा मागचा भाग चालताना त्यांच्या पायावर फडफडत आपटत होता. रेनॉल्ड्सचे मन त्या वृद्ध शास्त्रज्ञाबद्दल एकदम भरून आले. हा माणूस किती शूर आहे!

''आता ह्या शेवटच्या रस्त्यावरती मी पाऊल टाकत आहे, माय बॉय.'' ते शांतपणे रेनॉल्ड्सशी बोलत होते; पण त्यांचाही आवाज आता घोगरट बनला होता. ते पुढे म्हणाले, ''मी तुम्हाला खूप त्रास दिला. मला त्याबद्दल अत्यंत खेद होतो. मला क्षमा करा. तुम्ही खूप काही केलेत; पण त्याचा काहीही उपयोग झाला नाही. तुम्ही खूप लांबून येऊन सारी धडपड केली; पण शेवटी हा तुम्हाला जबरदस्त तडाखा बसला.''

रेनॉल्ड्स काहीही बोलला नाही. काय बोलावे ते त्याला सुचत नव्हते; पण त्याच्या खिशातून हळूहळू पिस्तूल बाहेर पडत होते.

''जान्स्की यांना एक गोष्ट मात्र सांगायची राहून गेली.'' जेनिन्ज पुटपुटत होते, ''दो विझ्देनिया! त्यांना सांगा मी असे म्हणालो म्हणून. नुसते तुम्ही दो विझ्देनिया म्हणा. बास. त्यांना समजेल सारे.'' हंगेरियन भाषेत दुसऱ्याचा निरोप घेताना जे दोन शब्द उच्चारतात, ते शब्द त्यांनी उच्चारले होते. ते पुढे म्हणाले, ''मला या शब्दांचा नक्की काय अर्थ आहे, तो माहीत नाही; पण त्याने काही बिघडत नाही.'' ते आता नावेकडे चालू लागले.

रेनॉल्ड्स हातात पिस्तूल घेऊन उभा होता. त्याच्या पिस्तुलाच्या टप्प्यात जेनिन्ज होते. तो त्यांना म्हणाला, ''डॉ. जेनिन्ज, तुम्ही कुठेही जात नाही. तुम्ही तुमचा निरोप स्वत:च देऊ शकाल.''

''माय बॉय, तुम्ही काय म्हणता आहात, ते मला समजत नाही.''

''काहीही समजून घेण्याची गरज नाही. तुम्ही कोठेही जाणार नाही.''

''पण मग– मग ज्युलिया–''

''मला ठाऊक आहे तुम्हाला काय म्हणायचे आहे ते.''

''पण.... पण ते काउन्ट तर म्हणाले होते, की तुम्ही..... तुम्ही तिच्याशी विवाह करणार आहात म्हणून.''

रेनॉल्ड्सने यावर त्या अंधारात नुसतीच मान हलवली.

‘‘त्या गोष्टीपेक्षाही इतर काही गोष्टी अधिक महत्त्वाच्या आहेत.’’ रेनॉल्ड्स इतक्या हळू आवाजात म्हणाला, की जेनिन्ज यांनी आपल्या कानामागे हात लावून ऐकण्याचा प्रयत्न केला.

‘‘म्हणजे योग्य वेळ येताच तिच्याशी विवाह करण्याची तुमची तयारी आहे तर.’’

‘‘होय!’’

जेनिन्ज आता स्वत:शीच हळू आवाजात बोलत होते, ‘‘बास, माझे आता समाधान झाले. आता मला काहीही ऐकायचे नाही.’’ मग ते मागे वळून पुन्हा तो उतार चढून रेनॉल्ड्सकडे येऊ लागले. ते जवळ येत आहे हे पाहून रेनॉल्ड्सने आपल्या हातातले पिस्तूल खिशात घातले. तेवढ्यात जेनिन्जने आपले दोन्ही हात पुढे करून रेनॉल्ड्सला मागे ढकलले, जोरात ढकलले. त्या निसरड्या गोट्यांवरून रेनॉल्ड्सचे पाय घसरले व आणि तो मागच्या मागे पाठीवर रपकन आदळला. त्याचे डोळे एका दगडावर आपटले. काही सेकंद तो सुन्न झाला. त्याच्या डोक्यात झिणझिण्या आल्या; पण लवकरच त्याने स्वत:ला सावरले. आपले डोके जोरजोराने हलवून झटकले. तो उठून उभा राहिला. त्याचा तोल जात होता. काय झाले व का झाले यावर तो विचार करीत असतानाच जेनिन्ज हे जोरजोरात ओरडले. ती एक सांकेतिक खूण होती. पैलतीरावरील कर्नल हिडासला केलेली खूण होती. ‘ज्युलिया आणि तिच्या आईला सोडा’ हे सांगण्यासाठी ठरलेली हाक मारली गेली होती; पण जेनिन्जने का ती हाक मारली? हे काम काउन्टचे होते. जेनिन्ज तेवढ्या वेळात धडपडत नावेत जाऊन बसले व दोर ओढू लागले. काही सेकंदात नक्की काय घडले, ते रेनॉल्ड्सला समजले; पण आता उशीर झाला होता. जेनिन्ज पलीकडच्या तीराला गेल्यानंतर अदलाबदल होणार होती.

रेनॉल्ड्सने जेनिन्ज यांना हाका मारायला सुरुवात केली. तो म्हणत होता, ‘‘परत या, परत या. अरे वेड्या माणसा, परत ये.’’ त्याचा आवाज हिंस्र झाला होता. अदलाबदलीचा सारा क्रम बिघडला होता. तो घाईघाईने दोर ओढून ती नाव परत काठाला आणण्याचा प्रयत्न करू लागला. दोर ओढला जात होता; पण नाव तरीही पलीकडच्या तीराकडे चालली होती. त्याला कळून चुकले, की अलीकडच्या तीरावरून नावेला जोडलेले दोराचे हे टोक सुटेच आहे. नावेचा त्याच्याशी असलेला संबंध संपला आहे. त्याच्या हाकांना नावेत बसलेले जेनिन्ज काहीही प्रतिसाद देत नाहीत. ते दुर्लक्ष करीत आहेत. ते मागे वळून पहातही नाहीत. ते फक्त पलीकडच्या काठाला नावेतून गेलेला दोर ओढीत होते. नाव पलीकडच्या तीराला लागली. तिचा पुढचा नाळेचा भाग किनाऱ्यावरच्या गोट्यांवरती घासत गेल्याचा आवाज आला.

नावाड्याच्या घराचे दार उघडून जान्स्की दरवाजात उभा राहिला व बावचळून

गेलेल्या रेनॉल्ड्सला त्याने मोठ्याने विचारले, ''काय झाले? काय प्रकार आहे?''

रेनॉल्ड्स कंटाळवाण्या स्वरात म्हणाला, ''काही नाही. सारे काही ठरल्याप्रमाणे पार पडते आहे.'' जेनिन्ज हे वेळेच्या आधीच तिकडे का गेले? काउन्टच्याऐवजी त्यांनीच ती खुणेची हाक हिडासला का दिली? या गोष्टींचा खुलासा जखमी जान्स्कीला करण्यात काय अर्थ होता? त्यामुळे त्याने 'सारे काही ठरल्याप्रमाणे पार पडते आहे' अशी थाप मारली. तो काठावरून वरती आला. त्याचे पाय शिसासारखे जड झाले होते. त्याने जान्स्कीकडे पाहिले. त्याच्या चेहऱ्यावरील रक्ताचे ओघळ वाळून सुकले होते. तो त्यांना म्हणाला, ''तुम्ही आता जरा चेहरा स्वच्छ करा. नीटनीटके व्हा. तुमची पत्नी व कन्या तुम्हाला आता भेटतील. त्या कोणत्याही क्षणी इकडे येतील. मला त्या इकडे निघाल्याचे दिसत आहे.''

''हे जे काही चालले आहे ते मला समजत नाही.'' जान्स्की गोंधळून म्हणत होता. त्याने आपले डोके दोन्ही हातांनी दाबून धरले होते.

''त्यामुळे काहीही बिघडत नाही.'' खिशातून एक सिगारेट काढून ती पेटवीत रेनॉल्ड्स म्हणाला, ''अदलाबदलीचा आपल्याकडील भाग आपण पूर्ण केला आहे. त्यानुसार जेनिन्ज पलीकडे गेले आहेत.'' मग क्षणभर एक झुरका ओढून तो म्हणाला, ''अन् हो, जेनिन्ज यांनी तुम्हाला दो विझ्देनिया असे शब्द सांगितले आहेत. मी ते सांगायचे विसरत होतो.''

''दो विझ्देनिया?'' असे म्हणून जान्स्कीने आपले डोके धरलेले दोन्ही हात काढले. बोटाला लागलेल्या रक्ताकडे ते गोंधळून पहात होते. त्याने मान वर करून रेनॉल्ड्सकडे पाहिले; पण आता ती नजर चमत्कारिक होती. ''असे म्हणाले?''

''होय. ते असेही म्हणाले, की तुम्हाला त्या शब्दांचा अर्थ ठाऊक आहे. समजेल तो.''

''याचा अर्थ, पुन्हा परत भेटेपर्यंत नमस्कार, बाय!''

''ओऽ माय गॉड!'' रेनॉल्ड्स हळुवारपणे म्हणाला. त्याने हातातली सिगारेट अंधारात उडवून दिली, वळून तो आत शिरला व शांतपणे बोळातून चालत आतल्या खोलीत जाऊन बसला. तो ज्या कोचावर बसला होता तो कोच शेकोटीपाशी कोपऱ्यात होता. त्याच्यासमोर जेनिन्ज बसले होते. त्यांच्या डोक्यावर हॅट नव्हती, अंगावरती ओव्हरकोटही नव्हता. दोन्ही बाजूंना ते आपले डोके सारखे हलवीत होते. त्यांना पाहून रेनॉल्ड्सला धक्का बसला. काही मिनिटांपूर्वी जेनिन्ज यांनी आपल्याला ढकलून समोरच्या तीराकडे कूच केले होते. एवढ्यात ते आत कसे आले? हे जर डॉ. जेनिन्ज असतील, तर मघाशी नावेतून कोण पलीकडे गेले?

तो उठला व जेनिन्ज यांच्याकडे गेला. त्याने त्यांच्या खांद्याला धरून हलवले व हलक्या आवाजात विचारले, ''काय झाले? तुम्ही इथे तर काउन्ट कुठे आहे?''

"काउन्ट इथे होते. ते येथे आले व त्यांनी दोन हँडग्रेनेड्स एका बॅगेतून काढून टेबलावर ठेवले. मी त्यांना ते ग्रेनेड्स कशासाठी आहेत, हे विचारले. त्यावर ते म्हणाले, 'हिडासची माणसे जर ब्युडापेस्टला परत जाणार असतील, तर त्यांच्या गाड्यांना चांगला लांबवर रेटा द्यायला हे उपयोगी पडतील–' बस्स. एवढेच ते बोलल्याचे मला आठवते आहे."

त्यांचे हे बोलणे पुरे होईपर्यंत जान्स्की तिथे आला.

"एवढेच ते बोलले!" असे म्हणून रेनॉल्ड्स गंभीर झाला. मग काही मिनिटांनी तो म्हणाला, "डॉ. जेनिन्ज, तुम्ही इथेच थांबा. आम्ही लवकरच परत येतो. अठ्ठेचाळीस तासात तुमची तुमच्या पत्नीशी व मुलाशी गाठ पडेल." रेनॉल्ड्सला आता कळून चुकले की जेनिन्ज यांच्यासारखा वेश धारण करून काउन्ट नावेतून पलीकडे गेला. त्याने आपल्याला कल्पना न देता हे केले. त्या वृद्ध जेनिन्जच्या अंगात आपल्याला मागे ढकलून देण्याइतपत बळ कोठून आले, ते आता समजते आहे. त्यानेच नावेचा माघारीचा दोर सोडवून टाकला.

रेनॉल्ड्सला जान्स्कीने खूण केली व ते दोघे खोलीतून बाहेर बोळात गेले. तिथे जान्स्की त्याला हलक्या आवाजात खुलासा करू लागला. त्याचा आवाज अत्यंत मृदू झाला होता. जान्स्की सांगू लागला, "काउन्ट जसे धीराने व शूराने जगले, तसाच त्यांनी शूराचा मृत्यू अत्यंत धैर्याने पत्करून ते पलीकडे गेले. हंगेरीची सरहद्द ओलांडण्याची आपली संधी मात्र त्या हँडग्रेनेड्समुळे आता नष्ट झाली आहे."

"हँडग्रेनेड्स!" रेनॉल्ड्स म्हणाला. कशाला ते त्यांनी आपल्याबरोबर नेले. आपल्याला न सांगता. साऱ्या योजनेला त्यामुळे हादरा बसतो आहे. रेनॉल्ड्सच्या मनात खोलवर कुठेतरी एक रागाची ठिणगी पडली. त्याला असा राग पूर्वी कधीही आला नव्हता. तो म्हणाला, "या ऐन वेळी, अशा वेळी तुम्ही हँडग्रेनेड्सबद्दल बोलता आहात! काउन्ट तुमचे मित्र होते हे मी धरून चाललो होतो. त्यांनी सुटकेचा मार्ग असा बंद केला?"

"होय, ते माझे मित्र होते. चांगले मित्र होते. त्यांच्यासारखा मित्र मिळणे कठीण आहे. तुम्हाला त्याची कल्पना करता येणार नाही. ते इतके जवळचे मित्र असल्यामुळेच मी त्यांना जाण्यापासून परावृत्त करू शकलो नाही. त्यांना अडवणे मला शक्य होते; पण मैत्रीच्या नाजूक धाग्यामुळे मला तसे करता आले नाही. मरणाला कवटाळण्याची काउन्टची इच्छा होती, मनापासूनची इच्छा होती. माझी त्यांच्याशी दोस्ती झाल्यापासूनची त्यांची ही इच्छा होती; पण ती मृत्यूची वेळ मी येऊ देत नव्हतो. पुढे पुढे ढकलत होतो. अनेक माणसांना स्वातंत्र्य नाकारले गेले होते, जगणेही नाकारले गेले होते; पण इथे काउन्टला मात्र मृत्यू हवा होता. त्यांना मृत्यूची भीती नसल्याने ते बेधडक कोणत्याही कामात आपले अंग झोकून देत. वाटेल तो धोका पत्करण्याची जोखीम

पत्करत. ते रोज मृत्यूची आराधना करीत होते. वरून तसे आम्हा कोणाला समजत नव्हते; पण जेव्हा एखाद्या कामगिरीत मृत्यू होण्याची शक्यता असेल, तेव्हा ते आपणहून ती कामगिरी मुद्दाम स्वतःकडे घेत असत. जेव्हा मानाने मृत्यू स्वीकारण्याची संधी येईल, तेव्हा काउन्ट ती संधी आपल्या दोन हातांनी घट्ट पकडणार होते.''

जान्स्कीने आपले रक्ताळलेले डोके हलवले. त्याच्या डोळ्यांत पाणी तरळल्याचे रेनॉल्ड्सला दिसले. जान्स्की पुढे सांगू लागला, ''मिखाईल, तुम्ही अजून तरुण आहात. उदासपणा, हेतू नसल्याने भरकटत जीवन जगणे, रोजच्या जीवनातला रितेपणा यांची तुम्हाला कल्पना करता येणार नाही. हा रितेपणा अत्यंत भकास व असह्य असतो. त्यामुळे जगण्याची इच्छाच नाहीशी होते. जीवनातले सारे रंग फिके होतात. अन् मृत्यूची ओढ लागते. ती मृत्यूची आस प्रत्येक दिवशी तीव्र होत जाते. इतर सामान्य माणसासारखाच मीही एक स्वार्थी माणूस आहे. काउन्टइतके मृत्यूला कवटाळण्याचे धैर्य माझ्यात नाही. मला हा माणूस फार आवडला होता. माझे त्याच्यावरती खूप प्रेम होते, लोभ होता व जीव होता. तो हिडासशी दोन हात करण्यासाठी ते दोन हँडग्रेनेड्स घेऊन गेला आहे. त्या चकमकीत तो मारला जाणार, हे नक्की. बिचारा, एव्हाना तो मृत्यूही पावला असेल. कुठेतरी उघड्यावर पडला असेल. जवळ कोणीही सगेसोयरे नाहीत की स्नेही नाहीत. त्याच्या शरीरावर आता हिमफुले पडत असतील. ती अल्लाद व हळुवारपणे पडो, एवढीच माझी प्रार्थना!''

ते सारे ऐकून रेनॉल्ड्स भारावून गेला. त्याच्या तोंडून कसेबसे शब्द बाहेर पडले, ''आय ॲम सॉरी, जान्स्की. सिन्सिअरली सॉरी!'' काउन्टबद्दलचे प्रेम त्याच्या मनात एकदम उफाळून आले. काउन्टमुळे प्रत्येक वेळी गंभीर झालेली परिस्थिती सावरली गेली होती. त्याला आपल्या लहान मुलाची आठवण यायची. मुलांचे प्रेम हे निर्हेतुक असते. बाकीच्या नातेवाईकांपासून तो तुटला गेला असल्याने फक्त एकट्या या लहान मुलाकडे पाहून तो आयुष्य जगत होता. अन् अचानक त्याला नेण्यात आले. एक वेगळे आयुष्य त्याच्यावरती लादले गेले. ते आयुष्य ओढत ओढत तो जगत होता. जान्स्कीबरोबर लढाईत सामील होत होता; परंतु त्याच्या मनातले नैराश्य कधीच संपले नाही. म्हणून तो जीवनाचा अंत करण्यास उत्सुक होता. रेनॉल्ड्सच्या मनात काउन्टबद्दल असे विचार येत असतानाच एक वेगळा क्रोधही निर्माण होत होता. तो क्रोध, राग, संताप हळूहळू वाढत चालला होता.

आता ते दोघे दरवाजात येऊन उभे राहिले. त्याने पलीकडच्या तीरावर आपली नजर फेकली. त्या अंधारात तिकडच्या शुभ्र पृष्ठभागावरती कुठे काउन्ट दिसतो का ते डोळे ताणून पाहू लागला. पैलतीरावरती त्याला आता ज्युलिया व तिची आई यांच्या आकृत्या दिसल्या, स्पष्टपणे दिसल्या. ठरल्याप्रमाणे डॉ. जेनिन्ज पलीकडच्या काठावर उतरून झाडीकडे जाऊ लागले. त्या दोघींना झाडीपासून नदीच्या काठाकडे

जाऊ दिले जात होते. त्या दोघी हळूहळू कसेबसे एकमेकींच्या आधारे चालत होत्या. त्याने पुन्हा काउन्टच्या शोधासाठी आपली नजर लावली. त्याच्या डोळ्यांच्या बाहुल्या हळूहळू मोठ्या होत होत्या. खोलीतल्या प्रकाशातून तो एकदम अंधाराकडे पहात असल्याने त्यासाठी वेळ लागत होता. पलीकडच्या बर्फाळ भूमीवरती काही अंतरावर जंगल सुरू होत होते. तिथेच त्याला एक हलणारी आकृती अस्पष्टपणे दिसली. ती आकृती फोकसमध्ये नीट न आल्यासारखी दिसत होती. त्या झाडांच्या रांगेजवळ काहीतरी दबा धरूनही बसलेले होते. रेनॉल्ड्‌सला चटकन ते काय आहे, त्याची कल्पना आली. जंगल आणि नदीचा प्रवाह यामधल्या मोकळ्या व उघड्या जागेतील निम्मे अंतर कापून त्या दोघी पुढे सरकल्या होत्या. अजूनही त्या धोक्याच्या छायेत होत्या. डॉ. जेनिन्ज जर पलीकडे गेले तर त्यांना हिडास इकडे येऊ देणार नव्हता. परस्पर पैलतीरावर पकडणार होता. जर जेनिन्जच्याऐवजी अन्य कोणी आले, तर काहीतरी आवाजाची किंवा प्रकाशाची सांकेतिक खूण करून उघड्यावर आलेल्या मायलेकींवरती गोळीबार केला जाणार होता. कर्नल हिडास हा धूर्त होता व दगलबाजी करणारा होता. उगाच नाही त्याने या अदलाबदलीच्या योजनेला मान्यता दिली!

रेनॉल्ड्‌सने जवळ आलेल्या जान्स्कीचा दंड धरून म्हटले, "पहा, काउन्ट तिकडे पोचलेत. ज्युलिया व तुमची पत्नी अजून आपल्यापर्यंत आल्या नाहीत. इतकेही करून त्या नावेपाशी पोचून आत बसल्या, तरी त्यांना या काठाला येता येणार नाही. कारण नावेचा या काठाकडचा दोर तोडलेला आहे. त्यांना पुढे सरकायला काहीतरी अडचण येते आहे, असे दिसते. कदाचित.... कदाचित ते त्या दोघींवरती गोळ्या झाडतील? त्या राक्षसांच्या मनात काय आहे, ते समजत नाही."

त्या नीरव शांततेत अचानक एक मोठा आवाज झाला. अलीकडच्या काठावरून नदीच्या प्रवाहात काहीतरी धप्पकन पडले होते. रेनॉल्ड्‌स त्यामुळे दचकला. तो नदीच्या तीरापाशी धावत धावत गेला. ते अंतर जेमतेम दहा-बारा फुटांचे होते. त्या थंड पाण्यात खळबळाट झाला होता व फेसही झाला होता. कोणीतरी भराभरा पोहत होते. त्या व्यक्तीचे दोन्ही हात सपासप पाणी कापत समोरच्या तीराकडे चालले होते. तो सॅन्डर होता. त्यालाही समोरच्या काठावरचा धोका दिसला असावा. म्हणून त्याने अंगातला ओव्हरकोट व हॅट काढून पाण्यात उडी घेतली होती. ते चाळीस फुटांचे अंतर तो वेगाने एखाद्या टॉर्पिडोसारखे कापत गेला.

जान्स्की आता रेनॉल्ड्‌सपाशी येऊन उभा राहिला. तो म्हणाला, "त्या दोघी काहीतरी अडचणीत आहेत." त्याच्या आवाजात ताण होता, उत्सुकता होती. तो पुढे म्हणाला, "त्या दोघींपैकी एक कॅथेरिन तर नक्की आहे. तिला चालता येत नाही, असे दिसते.... ते बघा, बघा. ती मोठ्या कष्टाने पाय ओढते आहे, फरफटत

येत आहे. ज्युलियाने तिला धरले आहे; पण तिला आणणे ज्युलियालाही नीट जमत नाही....''

एव्हाना सॅन्डर पलीकडे पोचला होता. पाण्यातून बाहेर पडून तो दगडगोट्यांच्या किनाऱ्यावरून वर जाऊ लागला. त्याने ते चार-पाच फुटांचे अंतर कापताच एक मोठा स्फोटाचा आवाज झाला. एक दबका पण मोठा आवाज झाला. तो हँडग्रेनेडचा आवाज होता, हे त्यावरून स्पष्ट कळत होते. तो स्फोट त्या झाडीत आतमध्ये कुठेतरी झाला होता. त्या स्फोटाचे प्रतिध्वनी विरून जायच्या आत दुसरा एक स्फोट झाला. तिथल्या झाडीतच झाला. त्यानंतर एकदम एक सब मशीनगन तिथे जवळपास कुठेतरी कडाडू लागली. आवाजावरून कळले की ती कार्बाईन बंदूक आहे. त्यानंतर मात्र सर्वत्र शांतता पसरली.

रेनॉल्ड्सच्या लक्षात आले, की आपल्याला जशी पलीकडच्या तीरावरती हिडासच्या लपलेल्या माणसाचा धोका व हालचाल कळली, तशीच ती सॅन्डरलाही कळली होती. म्हणून तो वेगाने तिकडे गेला होता. त्याने शेजारी आलेल्या जान्स्कीकडे पाहिले; पण अंधारामुळे त्याच्या चेहऱ्यावरचे भाव समजणे कठीण होते. तो काहीतरी स्वतःशी तेच तेच पुटपुटतो आहे, एवढेच त्याला समजले. ते शब्द त्याला समजत नव्हते. कदाचित ते युक्रेनियन भाषेतले असावे. बराच वेळ पलीकडच्या तीरावरून आवाज आला नाही. त्यावरून तिथला संघर्ष संपला असावा, असा तर्क त्याने केला. कर्नल हिडासची माणसे जर पलीकडे गेली असतील, तर खुद्द हिडास नक्की तिकडे गेला असणार. त्याला डॉ. जेनिन्ज यांना ताब्यात घ्यायचे होते. ते पुन्हा या तीरावर यायच्या आधीच! ज्युलिया आणि तिची आई तोपर्यंत उघड्या व मोकळ्या जागेत फरफटत चालत असणार. त्यांना सहज गोळ्या घालता येतील, असे त्याचे गणित असले पाहिजे. अन् तसेच घडत होते. एव्हाना पलीकडे हिडास वाकून काउन्टच्या देहाचे निरीक्षण करीत असणार व जेनिन्ज नाही म्हणून तो चरफडत असणार. मग काय होईल? मग त्या मायलेकी संकटात सापडणार.

पलीकडच्या काठावर पोचलेल्या सॅन्डरने पाहिले, की समोरून त्या दोघी खुरडत खुरडत कशाबशा येत आहेत. त्यांच्यावर होणाऱ्या गोळीबाराची त्याला कल्पना आली व तो वेगाने त्यांच्याकडे धावला. त्याने दोघींना आपल्या दोन्ही काखोटीत धरले व तो नदीकाठाकडे वेगाने धावू लागला. त्या दोघींचे पाय चालत नव्हते. ते फरफटले जात होते. नदीकाठचा तो दगडगोट्यांचा उतार एकदम तीन फूट खाली गेला होता. तिथे पोचल्यावर हिडासच्या माणसांच्या गोळीबारापासून संरक्षण लाभणार होते. म्हणून त्याची घाई चालली होती. पुढे काय होईल, ते रेनॉल्ड्सच्या ध्यानात आले. त्या दोघींना शत्रूपक्षाचा एक माणूस अचानक वेगाने

घेऊन जातो आहे, हे पाहून हिडासची माणसे आता गोळीबार सुरू करणार. तो एकदम गर्रकन मागे वळला. त्याला तो कोसॅक पोऱ्या दिसला.

रेनॉल्ड्स त्याला घाईघाईने म्हणाला, ''आता गडबड सुरू होणार. घरात जा. सबमशीनगन घेऊन खिडकीतून रोखून धर अन् जेव्हा सॅन्डर त्या दोघींना इथे आणून सोडेल....'' रेनॉल्ड्सचे बोलणे पूर्ण ऐकायच्या आत कोसॅक त्या दगडगोट्यांवरून ठेचकाळत घराच्या दिशेने पळाला.

रेनॉल्ड्स वळून पाहू लागला. त्याच्या मुठी नकळत आवळल्या जात होत्या, उघडल्या जात होत्या. आपल्याला काहीही करता येत नाही, या भावनेने तो हताशपणे पहात होता. त्या दोघींना घेऊन सॅन्डरला अजून शंभर फूट अंतर कापायचे होते. पलीकडच्या तीरावरून हिडास केव्हाही खुणेचा आवाज किंवा प्रकाश या दिशेने सोडणार होता. पन्नास फूट, चाळीस फूट.... पंचवीस, वीस फूट अंतर राहिले. अजूनही पलीकडच्या काठावरील मागच्या झाडीत काहीही हालचाल किंवा आवाज होत नव्हता. अचानक त्याला झाडीमधून कोणीतरी उत्तेजित स्वरात हुकूम सोडल्याचा आवाज ऐकू आला. एकदम एक स्वयंचलित कार्बाईन निर्दयपणे थड् थड् थड् गोळ्या झाडू लागली. पहिल्या काही गोळ्या रेनॉल्ड्सच्या डोक्यावरून काही इंचावरून सुंईऽ सुंईऽ आवाज करत हवा कापत निघून गेल्या. तो एकदम दगडासारखा खाली पडला, जान्स्कीला त्याने जाता जाता खाली ओढून घेतले. नक्कीच त्या झाडीतून दोघींच्या दिशेने गोळ्या झाडणे सुरू झाले होते. त्या गोळ्या या काठावर येऊन पोचत होत्या. ते दोघे तिथेच पडून राहिले. आपल्याला काही करता येत नाही म्हणून तो चरफडत तिथले गोटे दगडांवर आपटू लागला; पण त्या धामधुमीतही त्याला कळेना की हिडासकडे इतके सैनिक असताना एकच कार्बाईन का चालवली जात आहे? हिडासने अशी संधी मिळताच जवळचे सारे दारूगोळ्यांचे भांडार त्यांच्या दिशेने ओतले असते.

त्या गोळीबाराच्या आवाजात त्याला ढप् ढप् ढप् असे जमिनीवर आपटत येणाऱ्या पावलांचे आवाज ऐकू आले. नंतर तीन-चार फूट उंच उडणाऱ्या हिमकणांच्या धुराळ्यातून एकदम सॅन्डर प्रकट झाला. धावून येणाऱ्या बैलासारखा तो पलीकडच्या काठापाशी आला. त्याने त्या दोघींना अक्षरश: उचलून धरून काखोटीत घालून आणले होते; कारण दोघींचे पाय जमिनीला टेकत नव्हते. पलीकडच्या नावेपाशी पोचल्यावर त्याने त्या दोघींना खाली नावेत सोडून दिले व त्याने खाली लोळण घेतली. तात्काळ कुठेतरी दुसरी मशीनगन चालू झाल्याचा आवाज ऐकू आला. मात्र या मशीनगनच्या गोळ्यांचा थडथडाट हा वेगळा वाटत होता. कोसॅकने ती मशीनगन चालू केली होती. एकाही सेकंदाचा वेळ वाया न घालवता त्याने तत्परतेने ती चालू केली होती. ज्या झाडीतून हिडासच्या माणसांच्या गोळ्या येत होत्या, त्या नेमक्या

जागा त्याला कळत होत्या की नाही हे रेनॉल्ड्सला समजायला काही मार्ग नव्हता; पण हिडासच्या बाजूच्या झाडीतल्या मशीनगनने कोसॅकच्या दिशेने रोख धरला होता. त्यामुळे त्याला त्या मशीनगनचे नेमके स्थान कळले होते. गोळी सुटताना होणारा प्रकाश झाकण्यासाठी त्या मशीनगनला फ्लॅश कव्हर होते की नाही ते समजत नव्हते; पण नळीतून बाहेर पडणाऱ्या गोळ्या आपल्यामागे क्षणकाल लाल प्रकाशरेखा काढून जात होत्या. कोसॅकने त्यामुळेच अचूक नेम धरला होता. ताबडतोब झाडीतून होणारा गोळीबार थांबला.

सॅन्डरने तोपर्यंत कोणाला तरी उचलून पलीकडच्या किनाऱ्यापाशी आलेल्या नावेत टाकले होते. गोळीबारापासून आश्रयाचे म्हणून एक स्थान ती नाव आहे हे त्याने हेरले होते. थोड्या वेळाने त्याने दुसऱ्या व्यक्तीला नावेत टाकले. मग आपल्या सर्व ताकदीनिशी ती जड नाव किनाऱ्यावरील दगडगोट्यांवरून तो पाण्यात लोटू लागला. हे करताना त्याने पाण्यात राहून खाली वाकून आपले डोके व शरीर नावेच्या वर येणार नाही, असे पाहिले. त्याने लावलेल्या जबरदस्त ताकदीमुळे ती नाव एकदम पुढे सरकत होती. त्यामुळे तिच्या नाळेच्या भागापाशी पाण्यात फुगवटा निर्माण होऊन तिथे पांढरा फेस जमत होता. तीस-चाळीस फुटांचे पाण्यातील अंतर कापण्यासाठी सॅन्डर जीव खाऊन नाव ढकलत होता.

जान्स्की व रेनॉल्ड्स आता उठून उभे राहिले व ते काठाशी गेले. काही मिनिटात नाव ऐलतीरी आली. मग ती नाव काठाच्या दिशेने ओढण्यासाठी त्या दोघांनी आपले हात पुढे केले. अचानक एक दबका आवाज होऊन नंतर हिस्स आवाज करीत त्यांच्या डोक्यावरती, शंभर फूट उंचीवरती, एक प्रखर प्रकाशाचा गोळा निर्माण झाला. त्याचा झगझगीत प्रकाश सर्वत्र पडून सारे काही लख्ख दिसू लागले होते. त्यापाठोपाठ पलीकडच्या काठावरील झाडीमधून एका वेळी अनेक बंदुकांमधून गोळ्या सटासट सुटू लागल्या; पण सुदैवाने त्या भलतीकडे नदीत जाऊन पडत होत्या. हिडासच्या माणसांना अंधारात नीट दिसेना म्हणून त्यांनी आकाशात नावेच्या दिशेने एक फ्लेअर सोडला होता. हा फ्लेअर खास पिस्तुलातून सोडल्यावर हिस्स आवाज करीत उंच जातो व मग एकदम तो जळू लागतो. त्यातील मॅग्नेशियमच्या भुकटीमुळे झगझगीत प्रकाश बाहेर पडतो. उंचावरील हा गोळा जळेपर्यंत आकाशात रहावा म्हणून त्याला एक छोटी रुमालाएवढी हवाई छत्री असते. त्यामुळे हा प्रकाश पाडत रहाणारा गोळा सावकाश जळत खाली येत रहातो. त्याच्या झगझगीत प्रकाशात सारा आसमंत उजळून निघतो व अंधाराचा फायदा घेऊन होणाऱ्या शत्रूच्या हालचाली कळतात. कर्नल हिडास जणू काही युद्धाच्या तयारीने आला होता.

रेनॉल्ड्स कोसॅकला ओरडून म्हणाला, "तो फ्लेअर खाली पाड." एवढे

म्हणून त्याने गोळीबारापासून बचाव करण्यासाठी नदीत उडी मारली. त्याचे डोळे त्या उजेडाने दिपून गेले होते. त्याच्या पाठोपाठ जान्स्कीनेही तसेच केले. पुढे ढकलल्या जाणाऱ्या नावेच्या मार्गात रेनॉल्ड्स होता. ती नाव आली आणि त्याच्या नडगीवरती जोराने धडकली. एक तीव्र कळ पायातून निघून ती पार मेंदूपर्यंत गेली. त्याने उठून नावेची कड पकडली. जोर लावून नावेला किनाऱ्यावरती ढकलले. तेवढ्यात नावेत कुणीतरी बेसावधपणे उठून उभे राहिले आणि तोल जाऊन त्याच्या अंगावर पडले. त्याने शिताफीने त्या व्यक्तीला आपल्या हातात झेलले. त्याच वेळी त्यांच्या डोक्यावर जळणारा तो गोळा एकदम विझला. कोसॅकने रेनॉल्ड्सच्या सांगण्यावरून हवेत जळणाऱ्या त्या गोळ्यांवरती मशीनगनच्या गोळ्या झाडल्या होत्या. तो कोसॅक त्या रात्री आपल्या अंगचे नेमबाजीचे गुण व कौशल्ये सिद्ध करीत होता; परंतु गोळा विझला तरी झाडीतून होणारा गोळीबार अजून थांबत नव्हता; पण झाडणाऱ्यांना नेम धरता येत नव्हता. प्रकाशात जे काही दिसले त्याची अंदाजे दिशा धरून ते वाट्टेल तशा गोळ्या झाडत होते. त्या गोळ्या सुंईऽऽ आवाज करीत रेनॉल्ड्स, जान्स्की, सॅन्डर यांच्या डोक्यावरून जात होत्या, दगडांवर आपटून परावर्तित होत होत्या.

रेनॉल्ड्सने आपल्या हातात कोणाला घेतले, हे त्याला अंधारात दिसेना; पण ती व्यक्ती वजनाला एवढी अशक्त व हलकी होती, की ती नक्कीच जान्स्कीची बायको असणार, असा त्याने तर्क केला. त्या मिट्ट काळोखात दिशा समजत नव्हती. त्यातून एकदम तो झगझगीत व दिपवून टाकणारा प्रकाश विझल्यामुळे अंधाराला दृष्टी सरावली नव्हती; पण पायाखालची ती दगडगोट्यांची जमीन मार्गदर्शक ठरत होती. तो चढाच्या दिशेने जाऊ लागला. त्याने एक पाऊल पुढे टाकले आणि एकदम त्याच्या नडगीमध्ये तीव्र कळ उमटली. मघाशी नडगीवरती तिथेच नावेची नाळ धडकली होती. तो खाली पडला. हातातल्या व्यक्तीसकट खाली पडला. त्याने आपला एक हात अंधारात फिरवला. तेवढ्यात त्याला धप्प आवाज ऐकू आला. आपल्यासारखेच आणखी कोणीतरी पडले असणार असा त्याने तर्क केला. मग त्याला बाजूला करून काठाच्या दिशेने कोणीतरी गेल्याचे त्याला जाणवले. तो कसाबसा धडपडत उठला. त्याने परत त्या व्यक्तीला उचलून हातात धरले व दुखऱ्या पायाने लंगडत लंगडत तो ते तीन फुटांचे अंतर जीव खात कापू लागला. ते अंतर संपल्यावरती एक मोठा उंचवटा चढायचा होता. ते मात्र त्याला जमेना. ती व्यक्ती हातात नसती तर त्याने तो उंचवटा कसाबसा पार केला असता. तरीही तो प्रयत्न करीत राहिला. अचानक मागून कोणाचे तरी दोन बळकट हात आले आणि त्या हातांनी त्याला उचलून त्या उंचवट्यावरती ठेवले. त्याच्या हातातल्या व्यक्तीसकट ठेवले.

त्याच्यासमोर आता धूसर प्रकाशाचा एक चौकोन उभा होता. नक्कीच ते नावाड्याच्या घराचे दार असावे. काठापासूनचे दहा फुटांचे अंतर आपण कसे कापले ते त्याला कळेना. त्याच्यावरती मागून गोळ्या झाडल्या जात होत्या. पलीकडच्या काठाकडे तोंड करून त्या घराचे दार होते. म्हणजे सरळ सरळ नेम धरता येत होता. त्यातून प्रकाशित दाराच्या पार्श्वभूमीवरती तो उभा होता. म्हणजे नेम धरायला तरी किती सोपे! पण त्याचा तोल जात होता व तो दोन्ही बाजूला अधुनमधून झुलत पुढे सरकत होता. त्यामुळेच त्या गोळ्या योगायोगाने चुकत होत्या. दगडी भिंतीवरती आपटून जात होत्या. त्या प्रकाशित दारात आता जान्स्की उगवला होता. तो प्रथम त्या घराकडे पोचला होता. आता तो पुन्हा आतून आला व दारात उभा राहिला. त्या दारात तसे उभे रहाणे म्हणजे केव्हाही गोळीला बळी पडण्याजोगे होते. रेनॉल्ड्स ओरडून त्याला सावध करणार होता; पण आता उशीर झाला होता. हातातील व्यक्ती त्याला रेनॉल्ड्सपेक्षा महत्त्वाची वाटत होती. ती व्यक्ती मंद आवाजात काहीतरी बोलत होती. तेच तेच शब्द ती उच्चारत होती. त्याला ते शब्द जरी नीट ऐकू येत नव्हते, तरी त्याने ते ओळखले होते. तिला काय पाहिजे, हेही त्याने ओळखले. ती जान्स्कीची पत्नी होती. कॅथेरिन होती. तिने जान्स्कीला दारात आल्याचे पाहिले असावे. म्हणून पुटपुटत ती त्याला हाका मारीत असावी. त्याने तिला हळूच खाली सोडले. आपल्या पायावरती ती कशीबशी उभी राहिली व अडखळत्या पावलांनी धडपडत जान्स्कीकडे जाऊ लागली. आपले दोन्ही हात तिने पसरले होते. ती विस्फारलेल्या डोळ्यांनी पहात चालली होती. तोंडाने ती पुटपुटत होती, जान्स्कीला हाका मारीत होती, "ॲलेक्स! ॲलेक्स! ॲलेक्स!" एकदम ती जोरात थरथरली व पुढे झोकून जान्स्कीच्या हातात पडली. जणू काही मागून कशाचा तरी तिच्यावरती जोराचा आघात झाला होता. रेनॉल्ड्सने एवढेच पाहिले. नंतरचे त्याला काहीही आठवणार नव्हते. कारण तो खाली बेशुद्ध होऊन पडला होता. कोणीतरी आतून बाहेर आले आणि त्या दोघांना झटपट आत ओढत नेले. तो सॅन्डर होता. त्यांना आत नेण्याआधी आपल्यामागे लाथ मारून ते दार त्याने लावून टाकले.

त्या बोळात एका टोकाला ज्युलिया अर्धवट बसली होती. तिला डॉ. जेनिन्ज यांनी आधार दिला होता. रेनॉल्ड्सची शुद्ध आली त्या वेळी त्याला हे दृश्य दिसले. तो उठून पटकन तिच्याकडे गेला आणि गुडघ्यावरती बसला. तिने आपले डोळे मिटून घेतले होते. तिचा चेहरा पांढराफटक पडला होता. कपाळावरती खरचटल्याच्या खुणा होत्या; पण ती श्वासोच्छ्वास करीत होती. तो श्वासोच्छ्वास उथळ असला तरी एका लयीत होता. ते पाहून रेनॉल्ड्सने सुस्कारा टाकला.

तो मलूल आवाजात विचारीत होता, "तिला काय झाले आहे? काय झाले आहे? ती...."

"ती ठीक आहे." त्याच्यामागून सॅन्डरचा आवाज आला. त्या आवाजात दिलासा होता. मग तो उठला, खाली वाकून त्याने तिला दोन्ही हातांवरती उचलले व आतल्या खोलीत घेऊन गेला. सॅन्डर सांगत होता, "नावेतून बाहेर पडताना ती पडली. बहुतेक तिचे डोके दगडावर आपटले असावे. मी तिला तिकडे त्या कोचावरती नेऊन ठेवतो."

पाण्याने भिजून ओलाचिंब झालेल्या पहिलवान सॅन्डरने तिला एखाद्या बाळाला उचलावे तसे अल्लाद उचलून कोचावरती ठेवून आडवे केले. मग खाली बसलेला रेनॉल्ड्स उठला व त्याची कोसॅकशी टक्कर झाली. त्याच्या चेहऱ्यावरती आनंद फुलून आला होता. रेनॉल्ड्स त्याला शांतपणे म्हणाला, "तू खिडकीपाशी पहारा करायला हवा. ती जागा सोडू नकोस."

"काही गरज नाही." या कानापासून त्या कानापर्यंत रुंद हास्य करीत कोसॅक म्हणाला, "त्यांनी गोळीबार थांबवला आहे आणि ते आपल्या दोन्ही गाड्या घेऊन निघून गेले आहेत. मी त्यांचे झाडीतून येणारे बोलण्याचे आवाजही ऐकले. अन् मिस्टर रेनॉल्ड्स, मी त्यांची दोन माणसे टिपली. दोन माणसे टिपली! त्या फ्लेअरच्या प्रकाशात मला ती खाली पडताना दिसली. तुम्ही मला ओरडून सूचना द्यायच्या आधीची ही गोष्ट आहे."

"तू एक फार चांगले काम केलेस." रेनॉल्ड्स त्याला म्हणाला, "पिस्तोल फ्लेअर' हे एक दुधारी शस्त्रासारखे आहे. आपल्याजवळ ते दुर्दैवाने नव्हते. अन् हिडाससारख्या माणसाच्या हातात ते होते." तो पुढे त्याला म्हणाला, "तू आज रात्री आम्हा सर्वांचे प्राण वाचवलेस." अभिमानाने फुलून निघालेल्या त्या कोसॅकच्या खांद्यावरती त्याने प्रेमाने थोपटले. मग तो जान्स्कीकडे वळला आणि बघतच राहिला.

जान्स्कीच्या मिठीत त्याची पत्नी कॅथेरिन होती. तिची पाठ रेनॉल्ड्सकडे होती. रेनॉल्ड्सला प्रथम दिसले, ते तिच्या कोटाच्या पाठीवर, डाव्या खांद्याच्या खाली एक भोक. लाल कडा असलेले ते भोक बघताच तिचे हात लुळे का पडले, ते त्याला कळून चुकले. ते भोक तसे लहान होते. त्यातून फार रक्त बाहेर येत नव्हते, की पसरत नव्हते. जान्स्की हळूहळू वाकत गेला व त्याने कॅथेरिनला खाली जमिनीवरती अल्लाद निजवले. रेनॉल्ड्स त्या बोळातून हळूहळू चालत गेला व टोकाशी बसलेल्या जान्स्कीपाशी गुडघे टेकून बसला. जान्स्कीने आपले शुभ्र केसांचे व रक्ताळलेले डोके वर केले आणि त्याच्याकडे पाहिले. जान्स्कीचे डोळे भावरहित झाले होते.

"संपली?" रेनॉल्ड्सने कुजबुजत विचारले.

जान्स्कीने मान हलवून त्याला एक मूक होकार दिला.

"माय गॉड!" रेनॉल्ड्सला एक जबरदस्त धक्का बसला. त्या धक्क्याने

त्याच्या चेहऱ्यावरची रेष न् रेष थरथरली. तो म्हणत होता, ''पण.... पण आत्ता कुठे भेट होत होती.... अन् सारे खलास! संपले सारे?''

जान्स्की बोलू लागला. कसातरी अडखळत बोलू लागला. आजवरच्या आयुष्यातला त्याला बसलेला हा एक जबरदस्त तडाखा होता. अशा वेळी उराशी जपलेल्या श्रद्धा, समजुती, भावना सारे सारे काही कोसळते. माणसे एकदम बदलून जातात. त्याचे बोलणे रेनॉल्ड्सच्या अंत:करणाला भेदून जात होते. तो रेनॉल्ड्सला म्हणाला, ''मिखाईल, अरे बाबा, देव बघ किती दयाळू आहे. माझ्या कल्पनेपेक्षाही त्याला खूप कळते, अति समजूतदार आहे तो. अरे, आज सकाळीच मी देवाला कळवळून प्रार्थना केली. कॅथेरिन जिवंत आहे हे कळल्यावर मी ती प्रार्थना केली. ती अजून जिवंत आहे म्हणजे तिला जिवंत ठेवले गेले होते. मरू दिले नव्हते. यातना भोगण्यासाठी जिवंत ठेवले होते. अनेक वर्षे ती तुरुंगात होती. काहीही अपराध नसताना तुरुंगात होती. छळ सोसत होती, हालअपेष्टा काढीत होती आणि दु:ख भोगत होती. मी देवाला प्रार्थना केली, की आता तिला या सर्वातून मुक्त करण्यासाठी संपव. तिचे आयुष्य संपव. तिला मृत्यू दे; पण त्याने तसे केले नाही. त्याने माझ्या ह्या उद्धटपणाबद्दल मला माफ केले. त्याला पुढे काय होणार हे माझ्यापेक्षा अधिक कळते रे. कॅथेरिन गेली, मरण पावली, संपली. मिखाईल, तिला गोळी लागण्यापूर्वीच तिने प्राण सोडला. देव किती दयाळू आहे नाही?'' जान्स्की खेदाने आपली मान हलवीत होता. एका गंभीर व दयाळू पुरुषाचा खेद, विलाप किती विचित्र तऱ्हेने प्रगट होत होता. तो पुढे रेनॉल्ड्सला म्हणाला, ''मिखाईल, हे जग सोडताना कसल्याही यातना न होता जायला मिळणे हे किती भाग्याचे लक्षण असते ना! तोच खरा सर्वोच्च सुखाचा क्षण. अरे, तिच्या चेहऱ्याकडे बघ. बघ, अजूनही ते मरण्याच्या वेळचे हास्य तिच्या चेहऱ्यावरती तसेच आहे. बघ, माझी कॅथेरिन कशी हसते आहे!''

रेनॉल्ड्सने आपली मान हलवली. ज्या बाईला आपण गोळीबारातून उचलून आत आणले, मृत्यूच्या दारातून आत आणले, जिचा खंगलेला देह आपण वाहिला, ती स्त्री नंतरच्या काही क्षणात संपावी, मरून जावी? काय तिचा गुन्हा होता? कशाबद्दल तिला धरून नेले होते? अनेक वर्षे तुरुंगात सडत ठेवल्यावर नवऱ्याची भेट होण्याची तिची आशा संपली असेल. अन् अचानक तिला सोडले गेले. त्या व्हॅनमधून बाहेर काढल्यावरती ती मुक्त झाली. आपल्या कन्येला धरून ती अडखळत पावले टाकीत नवऱ्याकडे येत होती. व्हॅनपासून या घरापर्यंतचा काही मिनिटांचा प्रवास एवढाच स्वातंत्र्याचा काळ तिला उपभोगायला मिळाला. शेवटी समोर नवरा दिसल्यावर हर्षाने ती ''ॲलेक्स! ॲलेक्स!'' म्हणू लागली. अन् कोणत्या तरी एका दुष्ट क्षणी तिची जीवनज्योत फुंकर मारून विझवली जावी. नवऱ्याच्या मिठीत आला

तो केवळ तिचा निष्प्राण देह! केवढा हा दैवदुर्विलास! किती विलक्षण!

रेनॉल्ड्सचे डोके सुन्न झाले. त्याचा मेंदू बधीर झाला.

जान्स्की पुन्हा बोलू लागला. तो म्हणाला, ''आम्हा दोघांवर देवाची कृपा आहे....'' तो बोलत राहिला. स्वत:शीच बोलत राहिला. त्याने आपला अवघडलेला एक हात नीट केला. खाली वाकून कॅथेरिनचा चेहरा पाहिला. तो म्हणत होता, ''तिच्याबरोबर संसार केला ते दिवस किती मजेचे होते! पंचवीस वर्षांपूर्वी द्नीपर नदीमधून आम्ही एका उन्हाळ्यात रात्री नावेतून चाललो होतो. त्या वेळी ती जशी दिसत होती, अगदी तशीच ती आत्ता दिसते आहे बघ. तिच्या चेहऱ्याला इतका प्रदीर्घ काळसुद्धा स्पर्श करू शकला नाही.'' मग जान्स्की इतक्या हळू आवाजात बोलत गेला, की रेनॉल्ड्सला ते नीट ऐकू आले नाही. मग पुन्हा तो मोठ्याने बोलू लागला, ''तुला मी तिचा फोटो दाखवला होता. आठवतो तो? अरे, तूही फसलास, मिखाईल. तुला वाटले की ज्युलियाचा फोटो आहे. आता बघ हिच्याकडे. कशी त्या फोटोतल्यासारखीच दिसते आहे.''

''जान्स्की, तो फोटो कॅथेरिनचाच होता. दुसऱ्या कुणाचा कसा असेल तो?'' रेनॉल्ड्स काहीतरी बोलायचे म्हणून बोलला; पण त्याच्या नजरेसमोर तो फोटो आला. त्यात एक सुंदर, हसरी तरुणी होती. तिच्या मुद्रेवरील टवटवीतपणा पहाणाऱ्याचे लक्ष वेधून घेत होता. जान्स्कीला छायाचित्रातल्या कॅथेरिनचा चेहरा आठवत होता. त्याने खाली पाहून तिच्या चेहऱ्याकडे पाहिले. जणू काही तोच चेहरा आहे याची त्याला खात्री करून घ्यायची होती. कॅथेरिनचे पिकलेले व पातळ झालेले केस, काळजी व दु:ख यामुळे झालेल्या निस्तेज चेहऱ्यावर राखाडी रंग पसरला होता. अकाली वार्धक्यामुळे त्यात निसर्गाने कोरलेल्या असंख्य रेषा. तिने भोगलेली तीव्र उपासमार व कष्ट त्यातून प्रगट होत होते. तुरुंगवासाच्या काळाचा सारा इतिहास त्या चेहऱ्यावर ठळकपणे प्रगट झाला होता. जान्स्कीला तो सहज वाचता आला. कॅथेरिनचा चेहरा इतका बदलावा? कुठे ती छायाचित्रातील कॅथेरिन आणि कुठे त्या चित्राच्या छायेचा मागमूसही नसलेली ही कॅथेरिन. अरे देवा, मी काय पहातो आहे हे? त्यापेक्षा मला आंधळा का नाही करीत? असा विलाप तो मनातून करू लागला.

पण तरीही रेनॉल्ड्स त्याला म्हणत होता, ''..... तो फोटो कॅथेरिनचाच होता. दुसऱ्या कुणाचा कसा असेल तो?''

जान्स्की त्या विदीर्ण झालेल्या चेहऱ्यातून आपल्या लाडक्या पत्नीचा पूर्वीचा चेहरा शोधत होता. वर्तमानकाळामध्ये भूतकाळ बघू पहात होता. तो रेनॉल्ड्सला म्हणाला, ''अरे, मी तेच तर तिला नेहमी सांगत असे. तुझ्यापेक्षा कमी सुंदर फोटो असला तरी तो तुझाच चेहरा आहे. फोटो कधी शंभर टक्के न्याय देऊ शकतो?''

तो अत्यंत हळू आवाजात बोलत होता. म्हटले तर स्वत:शी, म्हटले तर कॅथेरिनशी आणि अधुनमधून रेनॉल्ड्सशी. रेनॉल्ड्सने जान्स्कीचे ते '... फोटो कधी शंभर टक्के न्याय देऊ शकतो?....' हे वाक्य ऐकले. जान्स्की ते मृत कॅथेरिनला ऐकवत होता. रेनॉल्ड्सच्या मनात आले, कॅथेरिनला फोटोनेच काय पण नियतीनेही न्याय दिला नाही. अनेक वर्षे ताटातूट झालेल्या आपल्या पतीला तिने पाहिले आणि मृत्यूने तिला उचलले. नंतर तिला गोळी लागली. कदाचित त्या गोळीपासून वाचवण्यासाठी मृत्यूने तिला आधीच उचलले असावे.

रेनॉल्ड्स तिथून उठला, लटपटत्या पायांनी उठला. त्याला पुढे जायचे होते; पण पायातले बळ गेले होते व नजरेसमोर एक पाण्याचा पडदा पसरला होता. त्याचे गाल अश्रूने भिजून गेले होते. आधारासाठी व पुढे जाण्यासाठी त्याने भिंतीचा आश्रय घेतला. सुन्न झालेल्या त्याच्या मनात परस्परविरोधी भावना व विचार यांचे भोवरे गरगरा फिरत होते. आता ते हळूहळू पृष्ठभागावर येत होते व विरून जात होते. त्या सर्व गदारोळातून त्याचा एक विचार पक्का होत होता. तो विचार स्पष्ट होता, स्वच्छ होता. त्यामागे कसलाही संदेह नव्हता. असलाच तर केवळ एकच एक हेतू होता. त्याच्या मनात जी क्रोधाची ठिणगी पडली होती, तिचे आता एका ज्वालामुखीत रूपांतर झाले. ती क्रोधाची ज्योत तांबडी, पिवळी व आता धगधगीत पांढरी झाली. तिने त्याचे सारे मन व्यापून टाकले.

तो सॅन्डरला म्हणाला, ''प्लीज, ती व्हॅन इकडे आणता का?''

''लगेच आणतो.'' असे म्हणून सॅन्डरने कोचाकडे बोट दाखवीत म्हटले, ''ज्युलिया आता शुद्धीवर येते आहे. आपण घाई केली पाहिजे.''

मग रेनॉल्ड्सने कोसॅकला म्हटले, ''इकडे नीट लक्ष दे. मी बाहेर जाऊन लगेच येतो.'' एवढे म्हणून तो त्या बोळातून सपाट्याने निघाला. जाता जाता त्याने कोपऱ्यात ठेवलेली ऑटोमॅटिक कार्बाईन उचलली व तो बाहेर पडला. आपल्यामागे त्याने दार लावले, अत्यंत हळुवारपणे!

■

चौदा

त्या उपनदीचे पाणी बर्फासारखे गारठणक होते. ते एक प्रवाही द्रवाने भरलेले थडगे होते; परंतु रेनॉल्ड्सची मन:स्थिती इतकी व्यग्र होती की त्याला पाण्याच्या स्पर्शाचा गारवा अजिबात जाणवला नाही. तो जेव्हा पाण्यात शिरला तेव्हा त्या गार स्पर्शाने त्याचे शरीर क्षणभर थडथडले होते; परंतु तरीही त्याच्या मनाने त्या गोष्टीची दखल घेतली नाही. त्याच्या मनात कोणत्याही शारीरिक जाणिवेला जागा उरली नव्हती. त्याचे सारे मन फक्त एकाच साध्या व मूलभूत इच्छेने व्यापून गेले होते. ती इच्छा तशी अत्यंत साधी होती. मनाच्या प्रत्येक पेशीवर जो एक सांस्कृतिक पापुद्रा चढला होता, तो आता सापाने कात टाकल्यासारखा गळून पडला होता. जणू काही तो तिथे आधीपासून नव्हताच. त्यामुळे त्या खालची ती मूलभूत इच्छा आता उघडी पडली होती. ती इच्छा 'सूड' ही होती. तो त्या भावनेने झपाटून गेला होता. आपण जो सूड घेऊ, तो खून ठरेल काय? असल्या प्रश्नाला त्याच्या मनात थारा नव्हता; कारण त्याचा निर्णय आता पक्का झाला होता. सतत भीतीग्रस्त असलेल्या इम्रसारख्या मुलाचा ब्युडापेस्टमध्ये झालेला छळ, प्रदीर्घ कारावास भोगलेली कॅथेरिन आणि अतुलनीय धैर्य दाखवणारा काउन्ट हे सारेजण मरण पावले होते. केवळ आपण हंगेरीत पाऊल टाकले म्हणून हे मृत्यू एकापाठोपाठ घडत गेले होते; पण या व्यक्तींना त्याने मृत्यूदंड दिला नव्हता. त्यांच्या मृत्यूला जबाबदार होती ती कर्नल हिडासची दुष्ट बुद्धी! तो याला जबाबदार होता. अन् तो जिवंत होता अजूनही!

रेनॉल्ड्सने त्या गार पाण्यात पाऊल टाकले. कमरेइतक्या पाण्यातून तो पुढे जाऊ लागला. हातातली कार्बाईन भिजू नये म्हणून त्याने ती दोन्ही हात डोक्यावरती उंच करून धरली होती. पाणी आता त्याच्या छातीइतके वर आले होते; पण ते यापेक्षा जास्त वर येणार नव्हते. ती उपनदी एवढीच खोल होती. थंडीमुळे तिच्या पृष्ठभागावरती बर्फाचा एक पातळ पापुद्रा तयार झाला होता. तो पापुद्रा मोडत रेनॉल्ड्स पुढे जात होता. शेवटी चाळीस फुटांचे पात्र ओलांडून तो पैलतीरी पोचला. किनाऱ्यावर चढल्यावरती त्याने खाली वाकून काही बारके गोटे व वाळू गोळा केली

व आपल्या रुमालात ती ठेवून त्याची एक पुरचुंडी बांधली. ती पुरचुंडी रुमालाच्या टोकाला अशी बांधली, की रुमालाचे एक लांब टोक हातात धरल्यावर त्या पुरचुंडीचे शस्त्र होऊ शकत होते. रुमालातले पाणी पिळून काढण्याच्या भानगडीत न पडता तो तेथून वेगाने निघाला. प्रवाहाच्या दिशेने आधी तो काही अंतर पळत गेला. आता तो जंगलाच्या कडेला आला होता. जंगलाची सरहद्द तशीच पुढे प्रवाहाच्या दिशेने जाऊन जवळच्या रस्त्याला ओलांडून जात होती. त्या रस्त्यावरती हिडासच्या दोन्ही व्हॅन्स उभ्या होत्या. तो झाडांच्या मागून लपत लपत तेथवर गेला. त्यामुळे कोणालाही तो नजरेस पडणे शक्य नव्हते. जमिनीवर पडलेल्या झाडांच्या काटक्या कोवळ्या होत्या व बर्फाच्या भुसभुशीत थरावर पडल्या होत्या. त्यामुळे त्यावर पाय पडला, तर फारसा आवाज होत नव्हता. त्याने आपली कार्बाईन खांद्यावर अडकवली आणि हातातील रुमालाची गोफण फिरवीत फिरवीत तो पुढे जाऊ लागला.

त्या व्हॅनपाशी हलक्या पावलांनी तो तीन मिनिटांत पोचला. एका झाडाच्या आश्रयाने तो अंदाज घेऊ लागला. त्या व्हॅनमध्ये कोणी असेल असे त्याला वाटेना. त्यांची मागची दारे बंद होती. आजुबाजूलाही कोणाची हालचाल नव्हती. हिडासचे सैनिक उर्फ मारेकरी कुठे गेले होते? झाडाच्या खोडाला टेकून तो काही वेळ स्तब्ध उभा राहिला. एवढ्यात हिडासच्या त्या लांबलचक व्हॅनमागून एक माणूस आला व तो सरळ त्याच्याच दिशेने चालत येऊ लागला.

रेनॉल्ड्सला क्षणभर वाटले, की त्या माणसाने आपल्याला नक्की पाहिले; पण वस्तुस्थिती लक्षात येताच त्याला हायसे वाटले. हातात शस्त्र असलेल्या शत्रूच्या माणसाची शिकार करण्यासाठी एव्हीओची माणसे रात्रीच्या वेळी जंगलात एकट्याने जाणे शक्यच नव्हते. त्यातून त्या माणसाच्या खांद्यावर कार्बाईन व हातात एक जळती सिगारेट होती. म्हणजे हा पहारेकरी केवळ हालचाली करीत त्या कडाक्याच्या थंडीत आपल्या शरीरात ऊब निर्माण करण्याचा प्रयत्न करीत होता. रेनॉल्ड्सपासून तो सहा फुटांवरून गेला; पण तरीही त्याला रेनॉल्ड्सचा पत्ता लागला नाही. मग मात्र रेनॉल्ड्सने वेळ न घालवता एकदम मागून जाऊन हातातील दगडी पुरचुंडी गरगर फिरवून उगारली. त्या माणसाला तेवढ्यात संशय आला म्हणून त्याने वळून मागे पाहिले. त्याचे तोंड भीतीने एकदम वासले. तो आता ओरडणार होता; पण रेनॉल्ड्सच्या पुरचुंडीची गोफण फटकन त्या माणसाच्या मानेवरती तडाखा मारून गेली. तो माणूस क्षणभर स्थिर उभा राहिला व सावकाश कोसळू लागला. रेनॉल्ड्सने पटकन त्याला धरून ठेवले व जमिनीवरती आवाज होऊ न देता पडू दिले. त्याच्याजवळचे शस्त्र मात्र त्याने काढून घेतले.

आता त्याच्याकडे दोन कार्बाईन आल्या. एक त्याने खांद्यावर अडकवली व

दुसरी त्याने हातात घेतली. तो त्या लांबलचक व्हॅनच्या पुढच्या भागापाशी गेला. त्या व्हॅनचे इंजिन उद्ध्वस्त झाले होते. काउन्टच्या हँडग्रेनेड्सने ते काम केले होते. मग तो सावकाश पावले टाकीत व्हॅनच्या मागच्या बाजूला जाऊ लागला. त्याचे सारे लक्ष व्हॅनच्या मागच्या दाराकडे होते. अचानक ते उघडून कोणी बाहेर आले तर? पण त्या नादात त्याचे लक्ष जमिनीकडे नव्हते. मग एकदम तो कशाला तरी अडखळला. जमिनीवरती एक वेडावाकडा आकार पडला होता. त्याने वाकून खाली पाहिले. तो काउन्ट होता. त्याचा लोळागोळा झालेला देह तिथे मरून पडला होता. याचा अर्थ नदीच्या पलीकडच्या बाजूला नाव आल्यानंतर जेनिन्जला पकडायला हिडास किंवा त्याची माणसे तिथे थांबली नव्हती. पण त्यांच्या व्हॅन्स काही अंतरावरच्या फळ्यांच्या पुलावरून नदीपलीकडे गेल्या, हे काउन्टने ओळखले होते. म्हणून जेनिन्जच्या वेशात तो पलीकडे गेला आणि त्याने प्रत्येक व्हॅनच्या इंजिनावरती आपल्या जवळचा हँडग्रेनेड्स ठेवून उडवला. तिथल्या पहारेकऱ्याने मग कार्बाईन झाडून काउन्टला मारले. त्याच पहारेकऱ्याला आपण आत्ता फटका मारून बेशुद्ध केले, हे रेनॉल्ड्सला कळून चुकले.

काउन्टचा चेहरा आकाशाकडे तोंड करून होता. त्याच्या खानदानी चेहऱ्याची वैशिष्ट्ये अजूनही तशीच देखणी व छाप पाडणारी वाटत होती. त्यावरती एक एकलेपणाची भावना तरीही प्रगट होत होती. काउन्ट कसा मेला याचा तर्क करणे फारसे कठीण नव्हते. कार्बाईनच्या गोळ्यांनी त्याच्या छातीची चाळणी केली होती. याचा अर्थ तो बेधडक आपल्या मृत्यूला सामोरे गेला होता. तो जिथे मरून पडला तिथेच त्याला पडू दिले होते. एखाद्या बेवारशी कुत्र्यासारखे. वरून होणाऱ्या हिमवृष्टीमध्ये त्याचा चेहरा हळूहळू गाडला जात होता. रेनॉल्ड्सने काउन्टच्या कोटाच्या वरच्या खिशातून त्याचा हातरुमाल काढला. तो रक्ताने माखला होता. रेनॉल्ड्सने तो रुमाल त्याच्या चेहऱ्यावर पसरून त्याचा चेहरा झाकून टाकला. मग तो उठला आणि त्या व्हॅनच्या मागे चालत गेला.

व्हॅनचे मागचे दार बंद होते. दारापाशी एक छोटा लाकडी तीन पायऱ्यांचा जिना ठेवलेला होता. त्या पायऱ्या चढून तो वर गेला. दाराच्या अंगच्या कुलूपाच्या भोकातून तो वाकून आतमध्ये एक डोळा मिटून पाहू लागला. आत प्रकाश होता. दिवे लागलेले होते. अन् तिथेच तो राक्षस कर्नल हिडास बसलेला होता. एका टेबलामागच्या खुर्चीत बसला होता. खुर्ची उलटी फिरवून भिंतीपाशी असलेला एक वायरलेस सेट सुरू करायचा तो प्रयत्न करीत होता. यंत्रातून बाहेर आलेले एक हॅन्डल तो गरागरा फिरवीत होता. रेनॉल्ड्सने दाराची मूठ हळूच फिरवली. तेलपाणी केलेली ती मूठ आवाज न करता सुरळीतपणे फिरली. सावकाश दार उघडून तो आत शिरला. आपल्यामागे त्याने आवाज न करता दार लावून घेण्याचा प्रयत्न

केला; पण थोडासा आवाज झालाच. वायरलेस सेटचे हॅन्डल फिरवण्याच्या नादात हिडास असल्याने त्याला आपल्यामागे झालेला आवाज ऐकू आला नाही. त्याची पाठ रेनॉल्ड्सकडे होती. तो वायरलेस सेट पहाताच त्याला कळून चुकले, की हिडास पूर्ण तयारीनिशी निघाला होता. त्याच्या दोन्ही व्हॅन्स निकामी झाल्याने तो आता मदत मागण्याच्या तयारीत होता. कोणत्याही क्षणी त्याचा वायरलेस-संपर्क साधला जाऊ शकत होता. रेनॉल्ड्सने हातातील कार्बाईन उलटी धरली. कार्बाईनची नळी दोन्ही हातात धरून ती कार्बाईन हिडासच्या डोक्यावर उंच उगारली. अन् मग वेगाने ती खाली आणून त्याने आघात केला. समोरच्या वायरलेस सेटचे तुकडे झाले. आतले व्हॉल्व्ह फुटून गेले. आता संपर्क होऊ शकत नव्हता.

क्षणभर हिडास दचकून आहे तसाच बसला. जणू काही त्याचा एक गोठलेला पुतळा झाला होता. मग खुर्ची फिरवून तो रेनॉल्ड्सला सामोरा झाला. रेनॉल्ड्स त्याच्यापासून दोन पावलांवरती उभा होता. त्याने पुन्हा ती कार्बाईन सरळ करून हातात धरली होती. कार्बाईनची नळी हिडासच्या छातीचा वेध घेत होती. हिडासचा चेहरा त्याला बसलेल्या धक्क्यामुळे दगडात कोरून काढल्याप्रमाणे कठीण झाला होता. फक्त त्याचे ओठ खालीवर हलत होते; परंतु त्याच्या तोंडून शब्द उमटत नव्हते. त्या व्हॅनमध्ये निजण्यासाठी एक बर्थ होता. त्यावरती एक किल्ली ठेवलेली होती. रेनॉल्ड्सने ती किल्ली घेतली व तो मागे सरकत दारापाशी गेला. मागे हात नेऊन चाचपडत त्याने किल्ली दाराच्या अंगच्या कुलूपात घालून फिरवली व खिशात घातली. हे करताना त्याने हिडासवरची आपली नजर यत्किंचितही ढळू दिली नाही. आता तो हिडासच्या जवळ गेला. त्या दोघांत फक्त दोन फुटांचे अंतर होते.

रेनॉल्ड्स बोलू लागला, "कर्नल हिडास, आश्चर्य वाटले ना तुला? पण तुम्हा लोकांना आश्चर्य वाटायला नको. 'जी माणसे नेहमी जवळ शस्त्रे बाळगतात, त्यांचा मृत्यू हा शस्त्रानेच होतो' ही म्हण तुला ठाऊक असेलच. तुम्हा शस्त्रधाऱ्यांना तर ती चांगलीच माहिती असणार."

"हंऽ! म्हणजे तू माझा खून करायला आला आहेस तर?" हिडासचे हे बोलणे म्हणजे त्याने केलेले एक विधान होते. हिडासला आत्तापर्यंत अनेक वेळा मृत्यूचे दर्शन झाले होते; पण त्याने मृत्यूचा चेहरा आत्तापर्यंत फक्त बाजूने पाहिला होता. आज त्याला तो समोरून दिसत होता. त्याला बसलेला धक्का हळूहळू ओसरत होता; पण त्याला भीतीचा स्पर्श चुकूनही होत नव्हता.

"खून? तुझा खून? नाही. मी तुझा खून करणार नाही. खून करणे हे तुमचे काम असते. जसा तुम्ही बाहेर त्या मेजर हॉवर्थचा खून केलात. मी तुम्हाला मृत्यूदंड द्यायला आलो आहे. खून करायला नाही. मेजरला जशी गोळी घातली तशी मी आत्ता तुला का घालू नये?"

"कारण तो या देशाचा शत्रू होता. जनतेचा शत्रू होता. एनिमी ऑफ द पीपल!"

"माय गॉड! तू तर आपल्या खुनाचे समर्थन करायला लागलास."

"याचे समर्थन करायची आवश्यकताही नाही. कॅप्टन रेनॉल्ड्स, कर्तव्य कधीही आपले समर्थन करीत नसते."

रेनॉल्ड्सने डोळे बारीक करून त्याच्याकडे पहात म्हटले, "तू पळवाट काढतो आहेस का जीवदान मिळावे म्हणून स्वत:ची वकिली करतो आहेस?"

"मी कधीही दुसऱ्याला जीवदानाची भीक मागितली नाही नि मागणार नाही." हिडासच्या आवाजात उद्धटपणा नव्हता की अभिमान नव्हता. फक्त स्वत:चा गौरव होता.

"तू त्या इम्रला काल ब्युडापेस्टमध्ये मारलेस. त्याला सावकाश मरण दिले."

"कारण त्याच्याजवळ महत्त्वाची माहिती होती. तो ती द्यायला तयार नव्हता. ती माहिती लवकर काढून घेण्यासाठी आम्हाला तसे करणे भाग पडले."

"मग मेजर जनरल इल्युरिन यांच्या पत्नीला मागून का गोळी घातली? का तिचा खून केलात?"

क्षणभर हिडासच्या चेहऱ्यावर भावनेचा उगम झाला व तो तात्काळ विरून गेला. त्याने मान हलवीत म्हटले, "मला ते ठाऊक नाही. बायकांशी युद्ध खेळणे हे माझ्या कर्तव्यात बसत नाही. तिला मृत्यू आला असेल तर मला त्याचा खेद होतो. अन् नाहीतरी ती मृत्युपंथाला लागली होती."

"तुम्हा एव्हीओच्या ठगांनी जी जी कृत्ये केली, त्याला तूच जबाबदार आहेस."

"ते फक्त त्यांचे हुकूम माझ्याकडून घेतात."

"त्यांनीच तिला गोळी घातली; पण त्यांच्या कृतीला तूच जबाबदार असतोस. म्हणजे तूच तिच्या मृत्यूला जबाबदार आहेस."

"पाहिजे तर म्हण तसे. ठीक आहे, आहे मी जबाबदार."

"हिडास, जर तू नसतास तर हे तीन जीव मरण पावले नसते, जिवंत राहिले असते."

"मी जनरलच्या पत्नीच्या मृत्यूची जबाबदारी घेत नाही; पण बाकीचे दोन मृत्यू. येस, मी त्यांची जबाबदारी घेतो."

"अन् तसे असेल तर– अन् हे मी शेवटचेच विचारतो आहे. मी तुला आत्ता का ठार करू नये?"

कर्नल हिडास त्याच्याकडे बराच वेळ पहात राहिला. मग तो किंचित हसला. त्याच्या हसण्यात जराशी कीव केल्याची भावना होती. तो म्हणाला, "कॅप्टन रेनॉल्ड्स, त्यासाठी अनेक कारणे सांगता येतील; पण पश्चिमेकडच्या शत्रूच्या माणसाला ती समजणार नाहीत."

पश्चिमेकडच्या! त्या शब्दांनी रेनॉल्ड्सच्या मनातील अनेक स्मृतींचे कोठार एकदम खुले झाले. असंख्य स्मृतीचित्रे त्याच्या मनात गर्दी करून येऊ लागली. एका चित्रात जान्स्की ब्युडापेस्टच्या घरात त्याच्याशी बोलत होता. दुसऱ्या चित्रात तो स्झारहाझाच्या तुरुंगातील काळकोठडीत त्याच्याशी बोलत होता. तिसऱ्या चित्रात तो खेड्यातल्या घरात शेकोटीपाशी बसून बोलत होता. जान्स्की जे मुद्दे वारंवार सांगत होते ते मुद्दे आता गर्दी करून त्याच्या मनात उमटू लागले. त्याच मुद्द्यांमुळे रेनॉल्ड्सचे मतपरिवर्तन झाले होते. जान्स्की जीव तोडून पटवून द्यायचा प्रयत्न करीत होता. ते सारे आठवून रेनॉल्ड्स पुढे सरकला. त्याच्या कार्बाईनची नळी हिडासपासून अवघ्या सहा इंचावरती आली.

"कर्नल हिडास," रेनॉल्ड्स ओरडून बोलू लागला, "चल उठ. उभा रहा."

हिडास उठला, त्याच्याकडे तोंड करून उभा राहिला व कार्बाईनकडे रोखून पाहू लागला."

"वाऽ! झटपट हुकूम पाळायला लागलास हं."

"अनेकांना मी जीवदान नाकारले. तेव्हा मी तुझ्याकडे अजिबात ते मागणार नाही."

कार्बाईनच्या चापावरचे रेनॉल्ड्सचे बोट आणखी घट्ट झाले. तो आता कोणत्याही क्षणी गोळी घालणार होता; पण एकदम काय झाले, कोणास ठाऊक. त्याच्या मनात ती गोष्ट घडली. तो एकदम सैल पडला. त्याने एक पाऊल मागे घेतले. त्याच्या मनात अद्यापही ती सूडाची प्रखर शुभ्र ज्योत धगधगत होती; पण आत्ता त्याने जे शब्द ऐकले, ते मृत्यूला न घाबरणाऱ्या माणसाचे शब्द होते. हा माणूस जीवदानाची याचना करीत नव्हता. काहीजणांच्या हत्येची जबाबदारीही घेत होता. आपले काही चुकले आहे असेही त्याला प्रामाणिकपणे वाटत नव्हते. अन् तो मृत्यूला सामोरा जायलाही भीत नव्हता. रेनॉल्ड्सच्या मनात कुठेतरी पराभवाची जाणीव झाली. हळूहळू ती जाणीव मोठे स्वरूप धारण करीत गेली. जेव्हा तो बोलू लागला, तेव्हा त्याच्या आवाजात तणाव होता. आपलाच आवाज त्याला ओळखता येईना.

तो हिडासला म्हणाला, "पाठ फिरवून उभा रहा."

"थॅन्क यू. पण मी पाठ फिरवणार नाही. मला असाच समोरून मृत्यू यावा."

"पाठ फिरव." रेनॉल्ड्स हिंस्रपणे म्हणाला, "नाहीतर मी तुझ्या दोन्ही गुडघ्यांच्या वाट्याच फोडून टाकेन आणि माझ्याकडे पाठ करायला भाग पाडेन."

हिडासने त्याच्या चेहऱ्याकडे पाहिले. तिथे त्याला निर्धार दिसला. मग आपले खांदे उडवून नाईलाजाने त्याने पाठ फिरवली. पुढच्याच क्षणाला तो खाली कोसळला; कारण रेनॉल्ड्सने कार्बाईनच्या दस्त्याचा हिडासच्या कानाच्या मागे जोरात फटका

मारला. काही वेळ तो खाली पडलेल्या हिडासकडे पहात राहिला. मग तो रागाने तिथून बाहेर पडला. तो स्वत:वरतीच चिडला होता. शेवटी आपल्या मनाची कोंडी झालीच. चरफडत तो तिथून बाहेर पडला. आपल्यामागे त्याने व्हॅनचे दार बंद केले व त्याचे कुलूप लावून टाकले.

रेनॉल्ड्सच्या मनात पोकळी निर्माण झाली होती. तो निराश झाला होता. आता तो लपतछपत जात नव्हता. त्याच्या मनात साठलेल्या रागाचा निचरा अद्यापही झाला नव्हता. तो दुसऱ्या व्हॅनकडे वळला. त्यात आतमध्ये नक्की एव्हीओची हत्यारी माणसे असणार. त्यांच्यावर मात्र आपली कार्बाईन चालवायला त्याला काहीही वाटणार नव्हते. जान्स्कीच्या बायकोवरती त्यांनीच मागून गोळ्या घातल्या होत्या. तो भरभर चालत व्हॅनच्या मागच्या दाराशी गेला. तिथे तो गेला आणि एकदम थबकला. कारण तिथे शांतता होती. त्या ब्राऊन रंगाच्या व्हॅनमध्येही कमालीची शांतता होती.

तीन पावलांत तो दारापाशी पोचला व त्याने दाराला कान लावला; पण त्याला आतून कसलाही आवाज ऐकू आला नाही. मग त्याने एकदम ते दार सताड उघडले व आत डोकावले. आतल्या काळोखात काहीही दिसत नव्हते; पण आत बघण्याची गरज नव्हती. कारण आत कोणीच नव्हते. कोणाच्याही हालचालीचा किंवा श्वासाचा आवाज ऐकू येत नव्हता.

एकदम त्याला खरे काय झाले, ते कळून चुकले. त्या सत्याचा तडाखा त्याच्यावर अक्षरश: हिंस्रपणे बसला. तो एकदम बधीर झाला, गोठून गेला, त्याला कसलीही हालचाल करता येईना. आपल्याला फसवले गेले, हातोहात फसवले गेले, हे त्याला कळून चुकले. हिडासच्या माणसांच्या कृतीवर आपण असा कसा विश्वास ठेवला? तो काउन्ट कधीही त्यांच्यावरती विश्वास ठेवत नव्हता. म्हणून तो फसत नव्हता. त्याला सतत संशय येत राही. म्हणून तो सावध असे. तो अशा युक्तीला कधीही बळी पडला नसता. जेव्हा कोसॅकने व्हॅन सुरू करून दूर निघून गेल्याचा आवाज ऐकला, तेव्हा कोसॅकही फसला होता. व्हॅन पुढे जाऊन आधीच्या व्हॅनपाशी उभी राहिली. आधीच्या व्हॅनमध्ये वायरलेस यंत्रणा असल्याने ती युद्धभूमीवर आणण्याचा मूर्खपणा हिडासने केला नव्हता. काउन्टला तो संशय आला होता. म्हणूनच त्याने पलीकडच्या तीरावर जाऊन हँडग्रेनेड्सने त्या व्हॅनच्या इंजिनाचा धुव्वा उडवला होता. दुसरी व्हॅन जरी नंतर माघारी घेतली, तरी एव्हीओची माणसे मात्र त्यातून गेली नव्हती. ती केव्हाच पलीकडच्या तीरावर जाऊन आसपास दबा धरून होती. त्यांना त्या घरावरती छापा मारायचा होता. म्हणून आत्ता या व्हॅनमध्ये कोणीही दिसत नव्हते. रेनॉल्ड्सच्या डोक्यात लख्ख प्रकाश पडला. ते लांडगे आता त्या घरावर चारही बाजूने तुटून पडलेले असणार. त्यातून आपणच सॅन्डरला बाहेर

पाठवून दिले. तो एकटा बलदंड माणूस सर्वांना पुरून उरणारा होता. निदान आपण परतेपर्यंत तरी त्याने किल्ला लढवत ठेवला असता. आपण कशी ही चूक केली? ही चूक नाही तर घोडचूक आहे. जेनिन्ज हा वृद्ध आहे, अशक्त आहे. जान्स्की जखमी झाले आहेत व ते पत्नीच्या दु:खाने वेडेपिसे झाले आहेत. ज्युलिया बेशुद्ध आहे नि तो कोसॅक अगदीच कोवळा आहे. जर ज्युलिया एव्हाना शुद्धीवर आली असेल तर? तर.... तर एव्हीओच्या माणसात तो कोको नावाचा लांडगा आहे. तो तिला सोडणार नाही. रेनॉल्ड्स मनातून हादरून निघाला.

तो नदीकडे धावला. ते पाच-सहाशे फुटांचे अंतर त्याने लांब लांब ढांगा टाकीत कसेबसे कापले; कारण भुसभुशीत बर्फाच्या खोल थरामधून त्याला जायचे होते. अर्धपोटी असल्याने आणि जागरण झाल्याने त्याच्या अंगातले बळ ओसरू लागले होते. आपल्या पायाला पंख का फुटत नाहीत, असेही त्याला वाटू लागले. मघाशी त्याचे मन क्रोधाने व्यापून गेले होते. आता ते काळजीने व्यापून गेले. तरीही मधेच त्याच्या मनातला क्रोध आपले डोके वर काढे. त्यामुळे त्याला पुढे जायला बळ प्राप्त होई; परंतु क्रोधापेक्षाही त्याला भीती वाटू लागली होती. तिकडे काय झाले असेल? हा प्रश्न त्याला सारखी भीती घालीत राहिला. त्याच भीतीमुळे त्याच्या मनाच्या जाणिवा गोठून जात नव्हत्या, तर उलट त्या अधिक धारदार होत गेल्या.

तो एकदम ब्रेक्स मारल्यासारखा थांबला. समोर नदीचे पात्र होते. तो पाण्यात आवाज न करता उतरला. आवाज न करता त्या गार पाण्यातून तो पुढे सरकू लागला. सरकण्याचा वेग कमी वाटला म्हणून तो पोहू लागला. एका हाताने त्याने कार्बाईन पाण्याबाहेर धरली व दुसऱ्या हाताने तो पोहू लागला. एवढ्यात त्याला नावाड्याच्या घरातून एक बार ऐकू आला. कुणीतरी कार्बाईनमधून गोळी झाडली होती. मग दुसरा आवाज आला. नंतर तिसरा आवाज झाला. डॉ. जेनिन्ज, जान्स्की व कोसॅक या तिघांचे प्राण घेतले गेले असणार, या आशंकेने तो आता जोरजोरात हात मारू लागला. आवाज होण्याची पर्वा करेनासा झाला. कारण सावधगिरी बाळगण्याची वेळ निघून गेली होती.

काही सेकंदात तो काठाशी पोचला. वरती चढताना त्याचे पाय दगडगोट्यांवरून घसरू लागले. जाता जाता त्याने कार्बाईनचा खटका ऑटोमॅटिकवरून 'सिंगल शॉट'वर आणून ठेवला. आता एकदा चाप दाबला, की एकच गोळी सुटणार होती. मशिनगनची त्याने साधी बंदूक केली. घरातल्या बंदिस्त जागेत ऑटोमॅटिक मशीनगनचा उपयोग नसतो. उलट, ती अधिक धोकादायक ठरते. शत्रूला मारताना मित्रही मारले जाऊ शकतात. जर त्या छोट्या घरात एकमेकाला भिडून संघर्ष चालू झाला असेल, तर मशीनगन झाडताच येणार नाही.

त्या घराच्या दारातून तो आत शिरला. जान्स्कीची बायको त्या बोळात मघाशी

होती; पण आता ती तिथे नव्हती. सर्व बोळ रिकामा होता. आतल्या खोलीतून एक एव्हीओचा माणूस हातात कार्बाईन घेऊन बाहेर आला. आपल्यामागे तो दार लावीत होता. जरी त्या क्षणी विचार करायला वेळ नव्हता, तरी रेनॉल्ड्सला आत काय झाले, ते कळून चुकले. कारण त्याचा एकच अर्थ होऊ शकत होता. आतला संघर्ष संपला होता व एव्हीओच्या माणसांनी सर्वांवरती मात केली होती. बाहेर आलेल्या त्या माणसाने रेनॉल्ड्सला पाहिले आणि आपली कार्बाईन त्याने वर केली; पण त्या माणसाला हेही कळून चुकले होते, की आपल्याला उशीर झाला आहे. तो ओरडून सर्वांना सावध करायला लागला; पण त्याच्या तोंडून फक्त 'ऑक्' असा क्षीण आवाज आला. रेनॉल्ड्सच्या कार्बाईनने त्याचा बळी घेतला होता. गोळी त्याच्या डोक्यात घुसली होती.

रेनॉल्ड्स आवाज न करता चवड्यावरती चालत गेला. पायाने किंचित रेटून दार आत ढकलले. एक छोटी फट पडली. तो त्यातून आत पाहू लागला. झर्रकन त्याने आत सर्वत्र नजर फिरवली. इथला संघर्ष संपला आहे, हे त्याला कळले. त्या खोलीत त्याला सहा एव्हीओची माणसे दिसली. त्यातली चार जिवंत होती. एकजण दारापाशीच मरून पडला होता. त्याचे डोके असे काही चमत्कारिकरित्या मुडपले होते, की तशी स्थिती फक्त मृत माणूसच धारण करू शकतो. उजव्या बाजूच्या भिंतीपाशी दुसरा माणूस मरून पडला होता. तिथेच जवळ एका खुर्चीत जेनिन्ज बसले होते. त्यांचे डोके पार खाली गुडघ्यापर्यंत आले होते. ते सारखे आपले डोके झुलवीत होते. एकजण जान्स्कीचे हात मागे बांधत होता. त्याचे पाय बांधून झालेले होते. एक माणूस समोरच्या कोपऱ्यात बसून रक्तस्राव होत असलेल्या जान्स्कीवरती कार्बाईन रोखून पहारा करीत होता. एका कोपऱ्यात कोसॅक उताणा पडून झगडा करीत होता. त्याच्या अंगावर बसून एकजण त्याला ठोसे मारू पहात होता. कोसॅक त्याचा एका हाताने प्रतिकार करीत होता आणि दुसऱ्या हातात त्याचा तो आवडता चाबूक होता. मोहिमेवरती निघतानाही त्याने बरोबर घेतला होता. कोसॅकने आपला चाबूक चालवून छातीवर बसलेल्या माणसाच्या गळ्याला वेढा घातला होता. प्रत्येक वेळी चाबूक हलवून एकेक वेढा त्याने चढवला होता; पण त्यामुळे त्याच्यात व त्या माणसातले अंतर कमीकमी होत गेले. त्या माणसाचा गळा आवळून धरण्यासाठी कोसॅकने एका हाताने चाबूक ओढून धरला होता व दुसऱ्या हाताने प्रतिकार करीत होता. खोलीच्या मध्यावरती तो आडदांड राक्षस ऊर्फ कोको उभा होता. त्याने आपल्या एका हाताने ज्युलियाला घट्ट पकडले होते. ती त्याला विरोध करत होती. त्याच्यावर आपल्या दोन्ही मुठींनी प्रहार करीत होती; पण कोकोवरती त्याचा काहीही परिणाम होत नव्हता. त्याच्या चेहऱ्यावरती तेच ते हिंस्र हास्य प्रगट झाले होते. कोकोला आता खोलीतला संघर्ष संपल्याची जाणीव झाली

होती. फक्त तो कोसॅक धडपडत प्रतिकार करीत होता; पण शेवटी तो एक पोऱ्या आहे नि त्याच्या उरावरती आपलाच माणूस बसला आहे. तेव्हा तो संघर्ष लवकरच संपुष्टात येईल, असा विचार करून त्याने आपले लक्ष ज्युलियावरती केंद्रित केले होते. कोसॅकवर बसलेल्या माणसाचा हात मागे जाऊन कमरेच्या पट्ट्यात खोचलेला एक चाकू बाहेर काढत होता. त्या चाकूने तो कोसॅकचा जीव घेणार होता.

रेनॉल्ड्सला जवळच्या मारामारीचे प्रशिक्षण हे युद्धकाळातील व्यावसायिक कुस्तीगिरांनी व तज्ज्ञांनी दिले होते. त्याला अशा मारामारीचा भरपूर अनुभव होता. अत्यंत त्वरेने हालचाली करून त्याने शत्रूवरती अशा संघर्षात मात केली होती. काही काहीजण अशा मारामारीत शिरताना लाथेने दार उघडून 'गुड इव्हिनिंग्ज, जेन्टलमेन!' असे बढाईखोरपणे म्हणत; पण शेवटी अशा माणसांवरती मात केली जाई. रेनॉल्ड्स असले काही करीत नसे. एकदम कृती! एकदम ॲक्शन! ते दार आपल्या बिजागरीवरती सावकाश आत गेले. मग रेनॉल्ड्सने आत घुसून एकदम दाण दाण दाण अशा तीन गोळ्या कोको सोडून तिघा एव्हीओच्या माणसांवरती घातल्या. प्रत्येकावर त्याने काळजीपूर्वक व वेगाने फिरून गोळ्या झाडल्या होत्या. पहिल्या गोळीने कोसॅकच्या छातीवर बसलेला माणूस बाजूला पडला. त्याच्या उगारलेल्या हातातला चाकू गळून पडला. दुसरी गोळी जान्स्कीवरती कार्बाईन रोखून धरणाऱ्याला लागून त्याने आपली मान टाकली. तिसरी गोळी जान्स्कीचे हात बांधणाऱ्याला लागली. तोही उडून बाजूला पडला. रेनॉल्ड्सने आता आपली कार्बाईन कोकोच्या डोक्यावरती नेम धरून रोखली. एकदम तो दाणगट कोको गर्रकन फिरला होता. त्याने ज्युलियाला आपल्यासमोर ढालीसारखे धरले. तेवढ्यात रेनॉल्ड्सच्या हातावरती मागून एक फटका बसला. तो फटका एका कार्बाईनच्या दस्त्याचा होता. त्याच्या हातातली कार्बाईन जमिनीवर पडून खणखण आवाज करत दूर फेकली गेली. ज्याने तो फटका मारला, तो एव्हीओचा माणूस होता. तो पुढच्या दारामागे लपला होता. त्याला कल्पना होती की कोणीतरी येणार आहे. उघड्या दारातून रेनॉल्ड्स घरात शिरला; पण तो काळजीने व भीतीने एवढा व्यग्र झाला होता, की दाराआड कोणी लपले आहे त्याकडे त्याचे लक्ष गेले नव्हते.

"त्याच्यावर गोळी झाडू नकोस, गोळी झाडू नकोस." कोकोने त्या माणसाला ओरडून हुकूम केला. मग त्याने हातातील ज्युलियाला बेफिकीरीने ढकलून दिले. ती धडपडत मागे गेली व कोचावरती पडली. कोकोने आता आपले हात पार्श्वभागावरती ठेवले होते. आत्ता जे काही घडले, त्यामुळे तो चिडला होता. रेनॉल्ड्सच्या हातात आता शस्त्र नाही, तो शक्तिहीन झाला आहे, हे पाहून त्याला उत्साह आला होता. अशा दुबळ्या शत्रूवरती मात करण्यासाठी आसुसलेले भाव त्याच्या सैतानी चेहऱ्यावरती उमटले. आपले तीन सहकारी मेले म्हणून त्याला विशेष काही वाटत नव्हते. तो

आता क्रूर हास्य करू लागला.

त्याने आपल्या माणसाला आणखी एक हुकूम सोडला, ''त्याच्याजवळ आणखी काही शस्त्र आहे का बघ.''

मग त्या दुसऱ्या माणसाने चटकन रेनॉल्ड्सचे खिसे वरून चाचपून पाहिले आणि आपली मान नकारार्थी हलवली.

''झकास! हे पकड.'' असे म्हणून कोकोने आपल्या खांद्यावर लटकावलेली कार्बाईन काढून त्याच्याकडे फेकली. मग त्याने आपल्या रिकाम्या हातांचे दोन्ही पंजे आपल्या कपड्यांवरून फिरवून पुसले. तो म्हणाला, ''कॅप्टन रेनॉल्ड्स, मला तुमचा एक हिशेब चुकता करायचा आहे. कदाचित तुम्ही तो विसरलाही असाल.''

कोको जे काही म्हणत होता त्याचा अर्थ स्पष्ट होता. 'हिशेब चुकता करायचा आहे' म्हणजे आपल्याला तो ठार करणार आहे, हे रेनॉल्ड्स मनोमन समजून चुकला. त्याला तो ठार करण्याचा आनंद नुसत्या हातांचा उपयोग करून मिळवायचा आहे, तो विकृत आनंद त्याला उपभोगायचा आहे, हे त्याने ओळखले. रेनॉल्ड्सचा स्वत:चा डावा हात कामातून गेला होता. आतमधले हाड मोडल्यासारख्या त्याला वेदना होत होत्या. काही काळात तो बरा होईलही; पण आत्ता कोकोशी लढताना त्याचा काय उपयोग? त्याला हेही समजून चुकले होते, की जरी आपण कोकोशी लढत दिली, तरी त्याला फार काळ रोखून धरता येणार नाही. त्या दाणगट व धिप्पाड राक्षसापुढे आपण नेहमीच कमी पडणार. एकदा लढत सुरू झाली, की पारडे नेहमीच कोकोच्या बाजूने झुकणार. पण त्याला हेही माहीत होते, की जर आपल्यापुढे संधी असेल तर ती आत्ताच आहे. कारण अजून लढत सुरू व्हायची असल्याने कोको बेसावध असणार. त्याच वेळी आश्चर्याचा धक्का त्याला देता येईल. जर आपण एकदम धावत जाऊन हवेत उडी मारून त्याच्या छातीवरती दोन्ही पायांच्या जोरदार लाथा मारल्या तर? त्या 'ड्रॉप किक'पुढे कोको नक्कीच टिकणार नाही. त्याच्या मनात हा विचार आला, तेवढ्यात त्याने तो अंमलातही आणला. त्याने कोकोच्या दिशेने हवेत उडी मारली. हवेत असताना त्याचे दोन्ही पाय चाकूचे पाते जसे खटकन उघडते, तसे पुढे झाले आणि कोकोच्या छातीवरती आदळले. कोकोला हा आश्चर्याचा धक्का होता. तो हेलपाटत मागे गेला व त्याची पाठ मागच्या भिंतीवरती जोरात आदळली. त्यामुळे झालेल्या वेदनेमुळे त्याच्या तोंडून नुसताच एक हुंकार निघाला; पण तेवढ्यात तो सावरला. त्याच्या अंगावरती रेनॉल्ड्सने स्वत:ला झोकून दिलेले असल्याने तोही कोकोबरोबर पुढे गेला होता. कोकोने मागे जात असताना एका हाताने रेनॉल्ड्सचे मानगूट पकडले होते. कोको क्षणभर स्तब्ध झाला होता. तो भिंतीवरून घसरत खाली बसला. त्याच्या तोंडून छातीत कोंडलेला श्वास स्फोटासारखा बाहेर पडला. तो आता उठून उभा राहू पहात होता. भिंतीला रेटा

देत उठण्याचा प्रयत्न तो करू लागला. त्याचे पाय जमिनीवरती उभे रहाण्याच्या आत जे काही करायचे, ते आपण केले पाहिजे. तो परत उठून उभा राहू शकणार नाही असे आपण केले पाहिजे. खाली बसलेल्या कोकोने तेवढ्यात रेनॉल्ड्सवरती आपल्या लाथा झाडल्या. रेनॉल्ड्सही खाली पडला होता. त्याने त्या लाथा कशाबशा चुकवल्या व तो झटकन उठून उभा राहिला. कोकोही उठत होता; पण रेनॉल्ड्सने आपल्यामध्ये जेवढी उरलीसुरली ताकद होती ती एकवटून कोकोच्या तोंडावरती एक ठोसा मारला; पण कोकोच्या हाडांना आणि स्नायूंना फारसे काहीही झाले नाही. कोकोने त्या ठोशाकडे दुर्लक्ष केले आणि आपल्या प्रचंड ताकदीने रेनॉल्ड्सच्या छातीवरती ठोसा मारला.

रेनॉल्ड्सने आजवरच्या आयुष्यात इतका जबरदस्त ठोसा कधीही खाल्ला नव्हता. इतक्या जोरात ठोसा मारणारा कोणी या जगात असेल असे त्याला वाटले नव्हते. कोकोच्या अंगात रेड्याची ताकद आहे, हे त्याला मनोमन पटले. त्याच्या छातीत वेदनांचे मोहोळ फुटले होते. पायातली ताकद जाऊन ते रबराचे बनले आहेत, असे त्याला वाटू लागले. पोटात मळमळण्याची भावना निर्माण होऊन एक मोठी उलटी होईल, असे वाटू लागले. उलटीच्या त्या भावनेमुळे त्याचे श्वासनलिकेचे स्नायू एवढे आखडले की तो घुसमटू लागला; पण सुदैवाने तो आपल्या पायावरती उभा होता. आपले हात त्याने हवेत आडवे पसरले होते म्हणून त्याचा तोल गेला नाही. त्याला वाटले, की ज्युलिया आपल्या नावाने आपल्याला हाका मारते आहे; पण तो केवळ भास होता. एकदम आपण बहिरे झालो आहोत, असे त्याला कळले. त्याची दृष्टी अंधुक झाली. समोरचे दृश्य फोकसमधून गेले. तेवढ्यात समोरून एक भिंत आपल्यावरती चाल करून येत आहे, असे त्याला दिसले. तो कोको होता. मग निराश झाला तरी त्याने एक निष्फळ प्रयत्न केला. आपले शरीर त्याने कोकोच्या दिशेने झोकून दिले; पण समोरची भिंत सरकली. कोको एकदम बाजूला झाला व हसू लागला. पुढे जाणाऱ्या रेनॉल्ड्सच्या मानगुटीला धरून त्याने त्याला मागे खेचले आणि खोलीच्या मध्याकडे ढकलले. रेनॉल्ड्स धडपडत समोरच्या दारापर्यंत गेला आणि दाराच्या चौकटीवर जाऊन आदळला. मग मात्र तो सावकाश घसरत खाली पडला.

काही क्षण तो बेशुद्ध झाला; पण ती बेशुद्धी फार काळ टिकली नाही. तो शुद्धीवर आला व आपले डोके दोन्ही बाजूला हलवून झटकू लागला. कोको आता खोलीच्या मध्यभागी उभा होता. कमरेवर दोन्ही हात ठेवून उभा होता. त्याच्या चेहऱ्याची प्रत्येक रेष विजयाची भावना दाखवत होती. त्याचे ओठ मागे वळले होते व आतले दात एखाद्या लांडग्याच्या दातासारखे वासले होते. त्यातून त्याचा आनंद प्रगट झाला होता. कोको हा खरोखरीच मृत्यूदूत आहे, हे रेनॉल्ड्सला पटले.

कोकोने त्याला ठार करायचे ठरवले होतेच; पण सावकाश ठार करायची त्याची इच्छा होती. एखाद्या उंदराला बोक्याने खेळवावे तसे तो त्याला खेळवणार होता; पण तेही फार काळ चालले नसते. रेनॉल्ड्सने त्या आधीच आपला दम तोडला असता. त्याच्या अंगात आता ताकद उरली नव्हती; पण तरीसुद्धा शेवटच्या श्वासापर्यंत त्याला लढणे भाग होते. आता त्याच्या पायातले बळ जवळजवळ निघून गेले होते.

तो कसाबसा उठून उभा राहिला; पण त्याचा तोल जात असल्याने तो सारखा झुलू लागला. आपल्याभोवती ती खोली फिरते आहे, असे त्याला जाणवले. अंगाची आग होऊ लागली. तोंडात एक खारट चव उतरली. ती रक्ताची चव होती. ओठाच्या जखमेतले रक्त तोंडात शिरत होते. अन् त्याचा तो अविनाशी शत्रू हा खोलीच्या मध्यभागी उभा राहून त्याच्याकडे पहात खदखदा हसत होता. रेनॉल्ड्सने स्वतःच्या मनाला बजावले, की कोको आपल्याला फक्त एकदाच ठार करू शकेल. मग आपले हात मागे नेऊन त्याने कोकोवरती शेवटची चाल निकराने करण्यासाठी पवित्रा घेतला. अन् त्याला दिसले की कोकोच्या चेहऱ्यावरचे भाव बदलत चालले आहेत. रेनॉल्ड्सच्या मागून एक पोलादी हात आला आणि त्याने रेनॉल्ड्सला बाजूला सारले. सॅन्डर दमदार पावले टाकीत खोलीत शिरला होता.

सॅन्डर त्या वेळी कसा दिसत होता ते रेनॉल्ड्स विसरू शकत नव्हता. एखाद्या पुराणकथेतील विचित्र व अगडबंब प्राणी प्रगट व्हावा, तसा तो दिसत होता. सॅन्डर नदीत प्रवेश करून पलीकडच्या तीराला गेला होता. शून्याखालच्या तापमानातील वातावरणात तो पंधरा मिनिटे होता. त्याच्या अंगाला जागोजागी हिमकण चिकटले होते. बर्फाने तो नखशिखान्त माखून गेला होता. तिथल्या प्रकाशात त्याचे अंग अर्धवट चकाकत होते. जे पाणी त्याच्या ओव्हरकोटला चिकटले होते ते नंतर गोठून त्याचे बर्फाचे पातळ पापुद्रे झाले होते. ते पापुद्रे मोडताना आवाज होत होता. असे वाटत होते, की कोण्या एखाद्या परग्रहावरून किंवा परक्या जगातून हा प्राणी अचानक अवतरला आहे.

दारात एव्हीओचा जो माणूस उभा होता तो आश्चर्याने अवाक होऊन तोंड वासून सॅन्डरकडे पहात होता. मग कसाबसा तो भानावरती आला. त्याच्या हातात दोन कार्बाईन होत्या. एक त्याची व दुसरी कोकोची. त्यापैकी एक कार्बाईन त्याने खाली टाकली आणि दुसरी कार्बाईन तो सॅन्डरवरती रोखू लागला; पण हे करायला त्याला उशीर झाला होता. सॅन्डरने त्याच्या हातातील कार्बाईन एखादे खेळणे लहान मुलाच्या हातून हिसकावून घ्यावे, तशी नळीला धरून हिसकावून घेतली आणि दुसऱ्या हाताने त्याने त्याला मागच्या भिंतीवरती जोराने ढकलून दिले. भिंतीवर आपटल्यावर त्याच्या अंगात धैर्य संचारले व फिस्कारून दोन पावले पळत त्याने

हवेतून सॅन्डरवरती झेप घेतली. सॅन्डरने त्याला हवेतच पकडले. मग एका संपूर्ण वर्तुळातून फिरवले आणि सारी ताकद एकवटून खोलीतील भिंतीवरती उंच जागी भिरकावले. तो समोरच्या भिंतीवरती दाणकन आपटला. किंचित क्षण तो तिथेच चिकटल्यासारखा वाटला आणि दाणकन खाली जमिनीवरती पडला. तिथेच तो निपचित पडून राहिला, एखाद्या मोडलेल्या बाहुलीसारखा.

ज्या वेळी त्या माणसाने सॅन्डरवरती झेप घेतली, तेव्हा ज्युलियाला शुद्ध आली होती. तिच्याकडे कोकोची पाठ होती. कोको आपल्या माणसाच्या मदतीला जाण्याच्या बेतात असताना तिने एकदम त्याच्या पाठीवर झेप घेतली. आपले दोन्ही हात त्याच्या शरीराभोवती लपेटून ती कोकोला मागे खेचून धरायचा प्रयत्न करू लागली; पण ती त्याला पुढे जाण्यापासून रोखू शकली नाही. फक्त कोकोला सॅन्डरवरती चालून जायला एका सेकंदाचा उशीर झाला. त्याने तिचे हात झिडकारून टाकले. एखाद्या कापडाच्या बाहुलीला बाजूला सारावे तसे त्याने तिला सारले. त्याने तिच्याकडे ढुंकूनही न बघता तसे केले. आता तो सॅन्डरवरती कोसळला. सॅन्डर तोपर्यंत तोल सावरत होता. एखादी गदा आपटावी तसे तो आपल्या मुठीचे वज्रप्रहार सॅन्डरवर करू लागला. सॅन्डर तोल जाऊन खाली पडला व कोको त्याच्या उरावर जाऊन बसला. आपल्या दोन्ही हातांच्या पोलादी पंजात तो सॅन्डरचा गळा आवळू लागला. कोकोच्या चेहऱ्यावरती आता ते मघाचे हास्य नव्हते. त्याच्या बारीक काळ्या डोळ्यात पुढच्या हालचालीची अपेक्षा दिसत नव्हती. त्याला ठाऊक होते की जर आपण या पहिलवानाला मारले नाही, तर आपला मृत्यू त्याच्या हातून अटळ आहे.

काही क्षण सॅन्डरने आपल्या गळ्याचे स्नायू ताठ केले. कोको आपली पकड आवळत चालला होता. त्याचे विस्तृत खांदे हे त्यामुळे वक्राकार झाले होते. आपल्या शरीरातील सर्व ताकद तो पणाला लावत होता. मग सॅन्डरने हालचाल केली. त्याने कोकोची दोन्ही मनगटे आपल्या हातांनी पकडली.

रेनॉल्ड्सची अवस्था दयनीय होती. तो गलितगात्र झाला होता. भिंतीचा आधार घेऊन तो कसाबसा उभा होता. ज्युलिया त्याच्याशेजारी कधी येऊन उभी राहिली व तिने आपल्या दंडाला कधी धरून ठेवले, ते त्याला समजले नाही. ती त्याच्याकडे टक लावून पहात होती. रेनॉल्ड्सचे शरीर म्हणजे वेदनेचा एक समुद्र बनला होता. सॅन्डरची पकड किती जबरदस्त आहे, हे त्याला मघाशी सॅन्डरने दंडाला पकडून बाजूला केले तेव्हा कळले होते. सॅन्डरच्या बोटांची टोके आता कोकोच्या मनगटात रुतत आत जाऊ लागली. सॅन्डरच्या बोटातही अफाट बळ होते.

लवकरच कोकोला ते उमगले. त्याच्या चेहऱ्यावरती धक्का बसल्यासारखी प्रतिक्रिया उमटली. त्याला ते अविश्वसनीय वाटत होते; पण सॅन्डरची बोटे आणखी

आणखी मनगटात रुतत गेली. त्यामुळे कोकोची सॅन्डरच्या गळ्यावरची पकड सैल होत गेली. कोकोच्या चेहऱ्यावर आता वेदना उमटू लागल्या. वेदनेच्या पाठोपाठ हळूहळू भय उमटू लागले. आपली मनगटावरची बोटांची पकड यत्किंचितही कमी न करता सॅन्डरने एकदम कोकोला बाजूला ढकलून दिले. मग तो एका झटक्यात उठून उभा राहिला व कोकोला त्याने हवेत उंच उभे उचलून धरले. एका पर्वताने दुसरा पर्वत उचलला होता. मग सॅन्डरने त्याच्या मनगटावरील आपली पकड एकदम सोडली व त्याचे दोन्ही हात त्याच्याच छातीवर घडी घालून दाबून धरले. कोको सॅन्डरच्या ताकदीने आश्चर्यचकीत झाला होता. रेनॉल्ड्सला प्रथम वाटले की सॅन्डर आता कोकोला जोरात फेकून देणार. कोकोलाही तसेच वाटले असावे. अन्‌तसे झाले तर या पहिलवानाच्या पकडीतून आपण सुटणार, असे त्याला वाटले; पण क्षणभरच. कारण पुढच्या क्षणाला त्याचा भ्रमनिरास झाला. वेदना व भीती यांनी त्याला ग्रासले. कारण सॅन्डरने एकदम आपले डोके खाली करून त्याच्या छातीवरती दाबले. प्रतिपक्ष असला काही डाव खेळेल हे कोकोच्या स्वप्नातही नव्हते. सॅन्डरने आता कोकोचे दंड धरले व ते वरच्या दिशेने नेण्यास सुरुवात केली. एव्हाना कोको मागे मागे सरकवला जात भिंतीपाशी गेला होता. त्याला आणखी मागे जाता येईना. एका अस्वलाने आपल्या मगरमिठीत घेतले आहे, असे त्याला वाटू लागले. त्याला आता कळून चुकले, की आपण आता यातून वाचत नाही, नक्की वाचत नाही. भीतीने त्याच्या मनाचा आता पुरता कब्जा घेतला होता. त्याचा चेहरा हळूहळू निळा होत गेला. कारण चेहऱ्याकडे जाणारे रक्त थोपवले गेले होते. त्याच्या घशातून विचित्र आवाज निघू लागले. त्याची फुफ्फुसे हवेसाठी तडफडू लागली. त्याची मनगटे वळू लागली. हाताच्या मुठीही त्याने वळल्या; पण त्याला यापेक्षा अधिक काहीही करता येईना. जरी त्याने आपल्या मुठीचे ठोसे सॅन्डरवर मारले असते, तरी ते एखाद्या ग्रॅनाईट दगडावर मारावे, असे त्याला वाटले असते. भिंत व सॅन्डरचे डोके यामध्ये त्याची छाती चिरडली जाऊ लागली. एका रेड्याला एक हत्ती जणू काही भिंतीत चिणून मारीत होता. कोकोचा चेहरा आता भीतीने वेडावाकडा होऊ लागला. भय व वेदना यामुळे त्याचे बारीक डोळे विस्फारीत गेले. असे वाटू लागले, की ते आता त्याच्या डोळ्यांच्या खोबणीतून बाहेर पडणार. इतकी पराकोटीची ताकद सॅन्डरने लावली, तरी त्याचे डोळे मात्र तसेच थंड व शांत होते. त्याचा चेहरा निर्विकार होता. त्याच्या अंगावरचे बर्फाचे पातळ पापुद्रे सूक्ष्म किणकिणाट करीत तडकत होते. सॅन्डरने आपली ताकद निर्दयपणे आणखी वाढवत नेली. ज्युलिया ते भयचकित नजरेने पहात होती. शेवटी एक वेळ अशी आली की तिने रेनॉल्ड्सला घट्ट पकडले. पुढे काय होणार ते लक्षात घेऊन रेनॉल्ड्सने झटकन तिचे डोके आपल्या छातीवर घेऊन तिचे कान झाकले. तिला ते शेवटचे दृश्य पहायला मिळाले

नाही. कारण तिचे डोळेही त्याने दुसऱ्या हाताने झाकले. त्या खोलीत एकच एक आतडी पिळवटून मारलेली किंकाळी उमटली व ती हळूहळू विरत गेली!....

■

पंधरा

नुकतेच पहाटेचे चार वाजून गेले होते. जान्स्कीने सर्वांना एके ठिकाणी आणून सोडले होते. ती एक दलदलीची जागा होती व त्यात वेळूचे बन माजलेले होते. ते सर्वजण व्हॅनमधून दलदलीपर्यंत आले होते. मग व्हॅन सोडून ते त्या वेळूच्या बनात घुसले होते. गेले दोन तास ते त्या दलदलीच्या बनातून चालत होते. त्यांनी अवघे तीन मैल अंतर कापले होते. त्या दलदलीत चालणे हे एक अत्यंत कठीण काम होते. ते वेळू माणसांपेक्षा अधिक उंचीचे होते. थंडीमुळे गोठून गेले होते. त्यातून पुढे सरकताना ते काडकन मोडत. त्यामुळे सर्वांना एकामागोमाग एकेक असे रांगेने जावे लागत होते. जान्स्की, रेनॉल्ड्स, ज्युलिया, कोसॅक व डॉ. जेनिन्ज असे ते जात होते. जेनिन्ज यांच्या शेजारून सॅन्डर चालत होता. तो त्यांना हाताने धरून आधार देत चालवीत होता. अधुनमधून तर तो त्यांना उचलून नेई. येथवर येईपर्यंत सर्वजण थकून गेले होते. कारण त्या दलदलीतल्या बनातून चालण्यास वेळू, बर्फ, चिखल व दलदल यांचा पावलोपावली अडथळा येत होता.

सरहद्दीवरची ती दलदल गोठून गेली होती; पण तो बर्फाचा थर माणसांची वजने पेलवण्याइतपत जाड नव्हता. पुढे टाकलेला पाय बर्फ मोडून खालच्या चिखलात जाई. मग दुसरा पाय उचलून पुढे टाकावा लागे. यामुळे त्यांचा पुढे जाण्याचा वेग अत्यंत मंदावत होता. कधीकधी त्यांचे पाय गुडघ्यापर्यंत आत जात. बर्फाखाली कधी पाणी असे, तर कधी चिखल असे; पण त्यामुळेच त्यांना संरक्षण मिळत होते. सरहद्दीवरती गस्त घालणाऱ्या शिपायांकडे वास घेऊन माग काढणारी कुत्री होती; पण आताच्या हिमवृष्टीमुळे त्यांना माग काढता येत नव्हता आणि दलदलीमध्ये ती कुत्री घुसू शकत नसत. त्या तीन मैलांच्या प्रवासात गस्तीच्या शिपायांनी व कुत्र्यांनी त्यांना कदाचित पाहिलेही असेल; परंतु दलदलीत शिरण्याचे धाडस मात्र कोणी केले नाही. या ठिकाणी सरहद्दीवरती नजर ठेवण्यासाठी उंच मनोरे बांधले होते; पण कडाक्याच्या थंडीत कोणता पहारेकरी त्या मनोऱ्यावरती थांबेल! त्यातून उंचावरती बोचरे गार वारे जोरात वहात. अशा वेळी ते पहारेकरी सरळ खाली

येऊन झोपडीत जाळाभोवती शेकत बसत. या अंधाऱ्या व थंडीच्या रात्री ही चमत्कारिक दलदल ओलांडून कोणी जाणार नाही, याची त्यांना खात्री होती. अन् इतकेही करून जर कोणी सरहद्द ओलांडून जाण्याचा प्रयत्न केला तर खुशाल जाऊ दे, असे म्हणून ते झोपडीत बसून रहात.

रेनॉल्ड्सने जेव्हा आठवड्यापूर्वी हंगेरीत प्रवेश केला, तेव्हाही अशीच रात्र होती. त्या वेळी असेच गार वारे वहात होते. आकाशात त्याच या चांदण्या चमकत होत्या. पण त्या वेळी वेळूचे बन नव्हते. पायाखाली चिखल नव्हता. रेनॉल्ड्स काही क्षण त्या रात्रीच्या आठवणीत बुडून गेला होता. त्या वेळी तो खाली पडला होता. त्याला वरच्या आकाशातले तारे दिसत होते. बोचरे गार वारे त्याला आणखी गारठवून टाकीत होते. त्याने मोठ्या कष्टाने त्या स्मृती बाजूला सारल्या. कारण त्याला ठाऊक होते, की नंतर त्या पोलीस चौकीतल्या आठवणी मनात येतील अन् काउन्टही आठवू लागेल. काउन्टच्या स्मृतींनी तो गलबलून जात होता.

जान्स्की त्याला हळूच म्हणाला, "मिखाईल, चला लवकर. स्वप्ने पहात राहू नका." असे म्हणून जान्स्कीने आपले बॅन्डेजमध्ये बांधलेले डोके खाली केले व समोरचे वेळू मोडत मोडत तो पुढे घुसू लागला. काही वेळाने त्याने दोन्ही हाताने वेळू बाजूला केले आणि मागे असलेल्या रेनॉल्ड्सला समोरचे दृश्य दाखवले. समोर आता एक बर्फाची पांढरी सपाट भूमी दोन्ही बाजूंना पसरली होती. ती भूमी किंवा तो पट्टा दहा फूट रुंदीचा असावा.

वाकून चालणारा रेनॉल्ड्स थांबला. सरळ उभे रहात त्याने ते दृश्य पाहिले व तो म्हणाला, "कालवा?"

"नाही. तो एक नाला आहे. बस्स! बाकी काही नाही. पण हा नाला सबंध युरोपात फार महत्त्वाचा आहे. त्याच्या पलीकडे ऑस्ट्रिया आहे. एवढे ओलांडले की मग तुम्ही स्वतंत्र! स्वातंत्र्य व यश हे अवघ्या काही फुटांवरती उभे आहे. मिखाईल, आता तुम्हाला कोणीही अडवू शकत नाही." एवढे म्हणून जान्स्कीने एक हास्य केले.

"होय, कोणीही मला आता अडवू शकणार नाही." रेनॉल्ड्सने मलूलपणे म्हटले. त्याच्या आवाजात जोर नव्हता, जोष नव्हता. त्याच्यातली स्वातंत्र्याची ऊर्मी कमी झाली होती. त्याच्यावर सोपवलेली मोहीम त्याने फत्ते केली होती; पण त्याला त्याचा फारसा आनंद होत नव्हता. कारण ते यश मिळवण्यासाठी फार मोठी किंमत त्याच्याकडून क्रूरपणे घेतली गेली होती. नेहमी भयभीत असणारा तो पोरगा इम्र, मृत्यूला आपणहोऊन कवटाळणारा काउन्ट आणि जान्स्कीची दुर्दैवी पत्नी कॅथेरिन या तिघांचे बळी देऊन ते यश मिळाले होते. त्याचा आनंद न होणे हे साहजिक होते. आता पुढे जो प्रसंग येईल, तो या सर्वांवरती कळस करणारा असेल. अन् तो निश्चित

येणार आहे, हे त्याला कळून चुकले होते. त्या थंडीत तो कुडकुडू लागला. तो म्हणाला, "जान्स्की, थंडी वाढली आहे. आता सरहद्द ओलांडणे हे सुखरूप होईल ना? त्यात काही धोका नाही ना? जवळपास गस्तीवरचे कोणी नाही ना?"

"कोणीही नाही. अगदी सुरक्षितपणे बेधडक सरहद्द ओलांडता येईल."

"चला तर मग. उगीच वेळ घालवायला नको."

जान्स्की म्हणाला, "पण मी येणार नाही. फक्त तुम्ही, ज्युलिया आणि डॉ. जेनिन्ज एवढे तिघेजणच सरहद्द ओलांडतील."

रेनॉल्ड्सने खेदाने आपली मान हलवली. तो यावरती काहीही बोलला नाही. शेवटी तो अप्रिय प्रसंग आला तर. ऐन वेळी जान्स्की असे काही बोलणार, याची त्याला खात्री होती. यावरती त्याच्याशी वाद घालून काहीही उपयोग नव्हता. तो थोर देशभक्त शेवटी हंगेरीत राहून आपले कार्य पुढे करीत रहाणार होता. त्याने मागे वळून पाहिले. त्याच्यामागे ज्युलिया होती. तिनेही जान्स्कीचे बोलणे ऐकले होते. आपण सारेजण सरहद्द ओलांडून जात आहोत अशी तिची इतका वेळ समजूत होती. तिने पुढे होऊन जान्स्कीचा दंड धरला व म्हटले, "बाबा, तुम्ही काय म्हणालात?"

त्या भयाण अंधारात, बर्फवृष्टीत, कसलाही गाजावाजा न करता एक कन्या सासरी चालली होती! तिला हे आत्ता कळले.

जान्स्की आपल्या लाडक्या मुलीची समजूत काढीत म्हणाला, "प्लीज, ज्युलिया. माझे ऐक जरा. याखेरीज दुसरा काहीही उपाय नाही. दुसरा काहीही मार्ग नाही. मला मागे हंगेरीत राहिलेच पाहिजे."

ती आपल्या वडिलांना गदगदा हलवीत म्हणाली, "बाबा! तुम्ही मागे राहू नका. एवढे सारे घडल्यावरती मागे रहाण्यात काय अर्थ आहे?"

"ते घडले म्हणून तर आता माझे इकडे रहाणे आवश्यक झाले आहे." असे म्हणून जान्स्कीने तिच्याभोवती एक हात टाकून तिला आपल्याजवळ घेतले. तो पुढे तिला म्हणाला, "अगं, आता तर माझ्यापुढे भरपूर काम आहे. आत्ताशी कुठे त्या कामाची सुरुवात होत आहे. अन् जर मी ते काम करण्याचे थांबवले ना तर काउन्ट मला कधीही क्षमा करणार नाही." त्याने तिच्या सोनेरी केसांवरून प्रेमाने आपला वेड्यावाकड्या बोटांचा व अनेक व्रण पडलेला हात फिरवला. जान्स्की म्हणत होता, "ज्युलिया, ज्युलिया, अगं, मी फक्त माझ्या एकट्याचे स्वातंत्र्य कसे काय मिळवू? अशी कितीतरी लक्षावधी गरीब माणसे आहेत, की त्यांना स्वातंत्र्य म्हणजे काय हे ते मिळेपर्यंत समजत नाही. त्यांच्या स्वातंत्र्यासाठी कुणीतरी धडपडले पाहिजे. त्यांना मी वाऱ्यावर सोडून देऊ शकतो काय? माझ्याखेरीज दुसरे कोणीही त्यांना मदत करणार नाही. अन् तुलाही हे माहिती आहे. हो ना? त्यांच्या सुखाची किंमत देऊन किंवा त्यांच्या सुखाचा बळी देऊन मी माझे सुख मिळवले, तर मी खरंच सुखी होईन

काय? पश्चिमेतील कोणत्या तरी गावी मी आरामात पडून रहायचे आणि त्याच वेळी इथल्या तरुण माणसांना मात्र काळ्या समुद्रापासच्या यातनाघराकडे फरफटत नेले जायचे, हे तुला तरी पटेल काय? बीटच्या शेतात सक्तीने कामाला जुंपलेल्या वृद्ध स्त्रियांना मृत्यू येऊ द्यायचा काय? म्हाताऱ्या माणसांना थंडीवाऱ्यात काम करायला लावू द्यायचे? हे सारे थांबवायचा प्रयत्न नको का करायला? ज्युलिया, अगं मी माझ्यापुरते पहाणे हा एक क्षुद्र विचार नाही का होणार?''

''बाबा!'' असे म्हणून तिने आपले तोंड जान्स्कीच्या कोटात खुपसले. तिचा आवाज सद्‌गदित झाला होता. रडवेली होऊन ती म्हणत होती, ''पण बाबा, मी तुमच्याशिवाय राहूच शकत नाही.'' तिचे हे म्हणणे खरे होते. जाणत्या वयात आईविना वाढलेली ही पोर होती. दोन दिवसांपूर्वी तिला आई मिळाली. अन् काही तासांपूर्वीच ती कायमची सोडून गेली. सहा-सात तासांत तिला वडील सोडावे लागत होते.

''तरीही तुला माझ्याशिवाय राहिलेच पाहिजे, बेटी. पूर्वी एव्हीओला तू ठाऊक नव्हतीस; पण आता ठाऊक झाली आहेस. त्यामुळे तुला हंगेरीत सुरक्षित जागा नाही. अगं, मला काहीही होणार नाही. हा आपला सॅन्डर आहे ना माझी काळजी घ्यायला. शिवाय, हा कोसॅक पण आहे. तोही माझ्याकडे पाहील. तू बिलकूल माझी काळजी करू नकोस हं.'' अंधारात तो कोसॅक ताठ उभा राहिला होता व आता एकदम प्रौढ झाल्यासारखा वाटत होता.

''मग तुम्ही मला सोडून देणार? मला जाऊ देणार? आपल्यापासून दूर करणार?'' तिने कळवळून विचारले.

तिच्या प्रश्नांना कसे उत्तर द्यावे, ते त्याला कळेना. भावनेपुढे बुद्धी हतबल ठरते, हे जान्स्कीला उमगले.

''बेटी, येथून पुढे तुला माझी गरज नाही. तू इतकी वर्षे माझ्याजवळ राहिलीस ना? इतक्या वर्षांचा माझा सहवास तुला मिळालाच ना? आपली बाबांना गरज आहे म्हणून तू माझ्याबरोबर राहिलीस. आता इथून पुढे हा मिखाईल तुझी काळजी घेईल बरं. तुला माहिती आहे ते.''

''होय.'' ती म्हणाली. तिचा कंठ मघापेक्षा अधिक रुद्ध झाला होता, दाटून आला होता. ती म्हणत होती, ''ते खूप चांगले आहेत, दयाळू आहेत.''

जान्स्कीने तिचे दोन्ही खांदे धरून आपल्यासमोर उभे केले. मग तिच्याकडे पहात तो म्हणाला, ''अगं, तू मेजर जनरल इल्युरिनची मुलगी ना? मग कशी वेडी आहेस गं? असे वागणे जनरलच्या मुलीला शोभत नाही. तू बरोबर आहेस म्हणून मिखाईल परत मायदेशी जायला तयार झाले. तुला ठाऊक आहे हे? नाही तर ते इथेच तुझ्यासाठी रहाणार होते.''

हे ऐकल्यावर ती रेनॉल्ड्सकडे वळली व त्याच्याकडे पाहू लागली. ताऱ्यांच्या मंद प्रकाशात तिचे डोळे चमकत आहेत, असे त्याला दिसले. ती त्याला विचारीत होती, "हे खरे आहे? खरे आहे?"

रेनॉल्ड्स त्यावर मंद हसत म्हणाला, "होय, हे खरे आहे. माझा जान्स्कीशी यावरती एक मोठा वादविवाद झाला; पण मी त्या वादात हरलो. कोणतीही किंमत देऊन ते मला त्यांच्याजवळ राहू देत नव्हते."

"आय ॲम सॉरी. मला हे ठाऊक नव्हते." तिच्या आवाजात आता जीव नव्हता. ती म्हणाली, "मग आता संपलेच सारे. मी यावर काय बोलणार?"

"नाही, नाही, ज्युलिया. अगं, ही तर कुठे सुरुवात आहे." असे म्हणून जान्स्कीने तिला जवळ ओढून आपल्या हृदयाशी धरले. ती थरथरत होती, अश्रू ढाळत होती, रडत रडत हुंदके देत होती. जान्स्कीने तिच्या खांद्यावरून रेनॉल्ड्स व सॅन्डरकडे पाहिले व आपली मान हलवली. रेनॉल्ड्सनेही आपली मान हलवली आणि जान्स्कीच्या वेड्यावाकड्या झालेल्या बोटांच्या हाताशी हस्तांदोलन केले. कोसॅकला त्याने हळू आवाजात 'गुडबाय' म्हटले आणि पुढे होऊन त्याने दोन्ही हातांनी वेळूचे खुंट बाजूला सारले. शेवटी त्याने त्या नाल्याच्या गोठलेल्या पृष्ठभागावरती पाय टाकला.

त्याच्यामागोमाग सॅन्डर गेला. त्याने कोसॅकच्या चाबकाचे एक टोक धरले होते, तर दुसरे टोक रेनॉल्ड्सने धरले होते. दुसरे पाऊल टाकताच वरचा बर्फ फुटल्याने रेनॉल्ड्सचा पाय भसकन आत गेला. खाली थंडगार पाणी होते. ते गुडघ्यापेक्षा जास्त खोल होते. तळाशी चिखल होता. तरीही त्याने आपले पाऊल मागे घेतले नाही. तो तसाच पुढे सरकला. आता त्याचे दोन्ही पाय त्या गारठणक पाण्यात होते. दोन्ही मांड्यापर्यंत पाणी आले होते. तो स्वत:ला पुढे रेटीत राहिला. थोडासा चढ चढून तो नाल्याच्या पलीकडच्या काठावर चढला. नवीन भूमीवर आला. 'तर हा ऑस्ट्रिया आहे!' तो मनात म्हणत होता.

काहीतरी पाण्यात धपकन पडल्याचा आवाज ऐकू आला म्हणून त्याने मागे वळून पाहिले. सॅन्डर पाण्यात उतरला होता व तो बर्फ फोडत पाण्यातून पुढे सरकत होता. त्याने डॉ. जेनिन्ज यांना दोन्ही हातात उचलून धरले होते. पलीकडच्या काठापर्यंत तो गेला आणि रेनॉल्ड्सने सॅन्डरच्या हातून डॉ. जेनिन्ज यांना वरच्यावर उचलून घेतले.

ताबडतोब सॅन्डर मागे हंगेरियन काठाकडे सरकला. त्याने ज्युलियाला अल्लाद उचलले व मघासारखीच जपून पावले टाकीत दुसऱ्या काठापर्यंत नेले. तिला नेले जात असताना क्षणभर तिने सॅन्डरला भीतीमुळे एका हाताने घट्ट पकडले. तर दुसरा हात तिने हंगेरीच्या बाजूच्या काठाकडे, आपल्या वडिलांकडे लांब केला. जणू काही

आता जीवनाशीच आपला संबंध तुटतो आहे, असे तिला वाटत होते. तिचा आपल्या वडिलांशी असलेला संपर्क तुटत होता. तिचा हंगेरीशी संबंध संपत होता. ती घाबरली होती. सॅन्डर जवळ आल्यावर रेनॉल्ड्स खाली वाकला व त्याने तिला उचलून काठावरती घेतले. तिला एकदम हायसे वाटले.

जान्स्की हळू आवाजात म्हणाला, ''डॉ. जेनिन्ज, मी काय सांगितले ते विसरू नका.'' जान्स्कीच्या शेजारी आता कोसॅक येऊन उभा राहिला. जान्स्की पुढे म्हणाला, ''आम्ही एका लांबलचक बोगद्यात पाऊल ठेवले आहे; पण लवकरच त्यातून आम्ही बाहेर पडू.''

डॉ. जेनिन्ज कुडकुडत म्हणाले, ''तुम्ही सांगितले ते मी विसरणार नाही. अन् तुम्हाला तर मी कधीच विसरणार नाही.''

''उत्तम!'' असे म्हणून जान्स्कीने आपले बॅन्डेजमधले डोके खाली झुकवले. तो पुढे म्हणाला, ''परमेश्वर तुमच्याबरोबर राहो. दो विझ्देनिया!''

''दो विझ्देनिया!'' रेनॉल्ड्सही म्हणाला, ''पुन्हा परत भेटेपर्यंत शुभेच्छा!''

मग मात्र रेनॉल्ड्सने आपली पाठ फिरवली. ज्युलिया व डॉ. जेनिन्ज यांच्यामध्ये राहून त्याने दोघांचे हात पकडले. ते तिघे पुढे निघाले. येथवर ते एकामागोमाग आले होते. आता इथून पुढे ते शेजारी शेजारी राहून प्रवास करणार होते. जेनिन्ज कुडकुडत होते, तर ज्युलिया मूकपणे रडत होती. पुढे एक छोटासा चढ होता. ते तिघे तो चढ चढून वर गेले. मग त्याने मागे वळून क्षणभर पाहिले. जान्स्की, सॅन्डर व कोसॅक असे त्या दलदलीत परत सावकाश शिरत होते. त्या तिघांनी एकदाही मागे वळून पाहिले नाही. दलदलीत त्या उंच वेळूंच्या बनात ते शिरले आणि दृष्टिआड झाले. आपल्याला ते आता परत कधीही दिसणार नाहीत, याची रेनॉल्ड्सला जाणीव झाली.

■